TU TẠI GIA

Phổ biến Chánh Pháp là báo ân Phật và là Pháp thí gieo nhân lành vô lậu.

Bảo Thông
Lê Thái Ất

TU TẠI GIA

CÁT TIÊN
Phật Lịch 2554 – Dương Lịch 2010
www.cattien.us

Cát Tiên xuất bản và phát hành.

Để mua sách, xin vào thăm:
http://www.cattien.us
hoặc liên lạc:
Cát Tiên
P.O. Box 10156
Westminster, CA 92685
Điện thoại: 714-599-3997
Điện thư: tutaigia@cattien.us

Published by Cát Tiên

To order this book, please visit:
http://www.cattien.us
or call or write:
Cát Tiên
P.O. Box 10156
Westminster, CA 92685
Phone: 714-599-3997
Email: tutaigia@cattien.us

ISBN: 978-0-9843710-0-6
Library of Congress Control Number: 2010920135

MỤC LỤC

LÁ THƯ NGỎ

Nam-mô A-di-đà Phật!

Kính gửi quý Đạo hữu,

Cuốn sách TU TẠI GIA đang ở trong tay bạn. Nội dung tác phẩm nói đến những gì? Đó là mối *pháp duyên* giữa chúng ta là người đọc sách và người viết sách. Đó là niềm *hoan hỷ* của kẻ cầm bút khi thấy độc giả lưu tâm đến đứa con tinh thần của mình sau thời gian dài mang nặng đẻ đau.

Chúng ta đều là con Phật, kẻ cầm bút cảm thấy thân tình như anh chị em một nhà, cùng có người Cha là bậc Từ Phụ lúc nào cũng yêu thương con cái và dậy dỗ chúng nên *người có thiện tâm, có tuệ giác* trở thành người hữu dụng trong khi thọ nghiệp thế gian. Chúng ta đã phát khởi Tín Tâm mộ Phật, đang cất bước trên đường tiến tu nhằm tới Chánh Đạo với tâm niệm ĐẠO và ĐỜI phải hội nhập với nhau thành MỘT thì cuộc sống nhân sinh mới có hạnh phúc an vui. Trường hợp ĐẠO và ĐỜI tách rời nhau thành HAI thì cuộc sống thế gian quả là biển khổ trầm luân trong mê mờ khổ não:

Đời không có Đạo thì ĐỜI LOẠN,
Đạo không có Đời là TÀ ĐẠO.

Đây không phải là một tác phẩm nghiên cứu về giáo lý đạo Phật theo đường hướng *Nhập thế* của hành giả phát tâm Bồ-đề lo tu trì hạnh Bồ-tát cứu nhân độ thế. Đây chỉ là những bài viết có đề tài riêng biệt, người con Phật tu tại gia gặp cơ duyên nào trong sinh hoạt thực tế hằng ngày thì chọn ngay cơ duyên ấy để tìm hiểu, trao đổi cho nhau *những kinh nghiệm thực chứng nhiều hơn phần lý giải Đạo pháp*. Ca dao phổ biến trong dân gian có câu:

Thứ nhất là Tu Tại Gia,
Thứ nhì Tu Chợ, thứ ba Tu Chùa.

Có câu ca dao diễn nghĩa cụ thể hơn:

Tu đâu cho bằng tu nhà,
Thờ cha kính mẹ ấy là Chân Tu.

Nội dung cuốn TU TẠI GIA không phải là *con riêng* của tác giả mà là *con chung* của một số bạn đồng tu thường họp nhau pháp đàm, giải thích cho nhau ý nghĩa uyên áo trong lời kinh hay nêu lên những nghi vấn đã vướng mắc trên đường hành trì Chánh pháp và trình bày cách ứng phó trên đường tiến tu.

Toàn bộ tác phẩm có 56 bài gồm chung những yếu chỉ sau đây:

1. TU TẠI GIA và TU XUẤT GIA, cũng gọi là *Tu Tại Thế, Tu Nhà* và *Tu Xuất Thế, Tu Chùa*. Đó là hai lối tu, hai *phương tiện* để cất bước trên đường tiến tu cùng nhằm tới một *mục tiêu* duy nhất là Giải Thoát, một *cứu cánh* bất biến là Viên Giác thành Phật.

Cư sĩ Tu Tại Gia vẫn sống trong gia đình trong khi hành trì Chánh Đạo còn giới tăng ni sống trong tăng đoàn sinh hoạt hằng ngày tại chùa. Hai lối tu khác nhau nhiều điểm về phương tiện, hình tướng như để tóc và cạo trọc đầu, y phục, nghi thức tụng kinh niệm Phật… Có nhiều trường hợp cư sĩ tu nhà đã đổi phương tiện sang *xuất gia* tu chùa khi tuổi về già, con cái đã trưởng thành ổn định. Cũng có trường hợp ngược lại, người tăng ni *hoàn tục* đổi lối tu chùa thành tu nhà, rời tăng đoàn về lập gia đình cùng người phối ngẫu sinh con nuôi dậy chúng nên người theo nếp sống dung tục.

2. TU TẠI GIA hay TU XUẤT GIA? Đã phát tâm tín mộ Phật, người con Phật biết chọn lối nào? Lối nào thuận lợi hơn? Lối nào nhiều chướng ngại hơn? Xin trả lời: **Không có câu trả lời dứt khoát** có thể ứng dụng cho tất cả mọi người. Người tu phải **tùy duyên**, nghĩa là tùy theo cảnh ngộ riêng tư, căn nghiệp cá nhân, tùy theo nhân lành đã gieo từ nhiều kiếp trước để chọn lối tu cho mình.

Sự *thuận lợi* hay *chướng ngại* trên đường tiến tu là tùy ở Tâm người hành trì Chánh pháp, không phải ở đường lối phương tiện tu hành. Một thành kiến sai nhầm thường cho là *Tu chùa hơn Tu nhà*, người khéo tu cần nhận định tỏ rõ ở điểm này. Lối tu nào cũng có thuận lợi và chướng ngại, vấn đề là **người khéo tu cần biết ứng dụng điều thuận lợi và biết vượt qua điều chướng ngại trên đường tiến tu**.

3. MỤC TIÊU CHUNG, PHƯƠNG TIỆN KHÁC NHAU. Tuy có hai lối tu khác nhau nhưng Tu Tại Gia và Tu Xuất Gia đều có một mục tiêu duy nhất là **Giác Ngộ**, chia làm hai phần **Tự giác, tự độ** và **Giác tha, độ tha** nghĩa là *Tu vì mình* nhằm lợi ích cho mình và *Tu vì người khác* nhằm lợi ích cho người khác. Người khéo tu ở cả hai lối Tu Tại Gia hay Tu Xuất Gia cần làm tròn đầy đủ cả hai phần mới viên mãn Đạo quả, đó là **Tự giác, giác tha** và **Tự độ, độ tha**.

4. NHÂN BẢN là **nền tảng** của đạo Phật, *người tín đồ tiến tu chứng ngộ Đạo quả Chánh Giác sẽ thành Phật*. Phật khi chưa giác ngộ chỉ là Người, là chúng sanh sống trong Nhân giới. Đây là điểm đặc thù của đạo Phật khác với các tôn giáo khác: *Tín đồ tu chứng đạo vị ngang hàng với bậc Giáo chủ*. Giáo chủ các tôn giáo khác là một đấng Thiêng Liêng có quyền năng siêu nhân, tín đồ ngoan đạo tiến tu không thể nào đạt tới đạo vị ngang hàng với bậc Giáo chủ, ví dụ như con chiên bên Thiên Chúa giáo không bao giờ tiến tu đạt tới bậc tương đương như Đức Chúa Cha.

5. ĐEM ĐẠO VÀO ĐỜI là sự ứng dụng nền tảng Nhân bản, thực chứng giáo lý lời Phật dạy vào cuộc sống thực tế hằng ngày trong cộng đồng xã hội nhân sinh. Người con Phật có một *nhân sinh quan và vũ trụ quan khác với hạng phàm phu dung tục*, cuộc sống thế gian không còn là sự tranh quyền đoạt lợi gây nên chiến tranh, khổ não ưu phiền giữa con người với con người. **Cuộc sống thế gian cần được chuyển hóa thành cõi Tịnh Độ an lạc** trong tình tương trợ tương thân giữa người con Phật dưới sự dìu dắt của bậc Từ Phụ, dù là Tu Chùa hay Tu Nhà.

Đạo Phật có một **giáo lý thực nghiệm**, không phải chỉ làm sáng tỏ những ứng nghiệp trong những kiếp quá khứ vị lai theo sự vận hành Luân hồi nghiệp báo mà còn dạy những điều *thực chứng ngay trong đời hiện tại*, dạy đạo *xử thế Dĩ hòa vi quý*, trang nghiêm Tịnh Độ hội nhập Niết Bàn ngay trong cuộc sống con Người trên trái đất hiện nay.

Phật đã dạy Vương đạo, bậc Quân vương coi dân trong nước như con đẻ, trị dân theo hạnh Bồ-tát độ chúng sanh, dạy đạo làm cha mẹ, đạo làm con, đạo vợ chồng, đạo thầy trò, đạo chủ tớ, đạo bằng hữu… tóm lại là *đạo làm Người* thế gian. Dẫn chứng điển hình bài số 53 có tựa đề *Bảy hạng vợ* trình bày trường hợp Đức Thế Tôn khi còn tại thế đã dạy nàng Tu-Xà-Đề, con dâu của ông Cấp-Cô-Độc bổn phận làm vợ, làm dâu.

Sau hết, kẻ cầm bút chân thành cảm tạ tất cả quý bạn đồng tu đã góp phần cho ra đời tác phẩm TU TẠI GIA, khích lệ tác giả, góp ý kiến, công sức và tịnh tài với tâm nguyện báo đáp ơn Phật, đặc biệt là ba đạo hữu đã đánh máy bản thảo là Lê Phục Thủy, Mai Văn Thành và Trần Quý Hùng.

Miền Nam California, 15 tháng 11 năm 2009

Bảo Thông cẩn chí

1 TU PHẬT

Đạo Phật có từ hơn 2500 năm, khởi thủy ở Ấn Độ lan dần sang các nước Trung Á, Tây Tạng, Trung Hoa, Cao Ly, Nhật Bản và các nước trong vùng Đông Nam Á châu. Cuối thế kỷ 20, đạo Phật phát triển mạnh ở cả các nước Âu châu và Hoa Kỳ. Đạo Phật đã trở thành một yếu tố căn bản cho nếp sống văn hóa của nhân loại từ Đông sang Tây. Sự lan tràn bao trùm càng ngày càng rộng lớn như vậy nhờ ở hai lý do chính yếu: Thứ nhất, đạo Phật lấy con người làm gốc, tính nhân bản tràn đầy trong giáo lý, **tự độ độ tha tự giác giác tha** nhằm giải thoát cho mình và cho tha nhân hết mọi khổ đau nghiệp chướng; thứ hai là lấy tâm từ bi cứu độ làm kim chỉ nam hoằng pháp, **tùy duyên thích ứng** với mọi hoàn cảnh, mọi không gian và thời gian của nhiều dân tộc có nếp sống văn hóa khác nhau, đạo pháp lan dần tuy có nhanh chậm, có hưng thịnh suy yếu nhưng không bao giờ xung đột với bản dân địa phương gây nên chiến tranh đổ máu như trường hợp các tôn giáo khác trong lịch sử tín ngưỡng của nhân loại. Do đó, đạo Phật còn gọi là **đạo Từ Bi, đạo Giác Ngộ, đạo Giải Thoát.**

Đạo Phật du nhập vào Việt Nam từ hạ bán thế kỷ 2, các tăng sĩ Ấn độ theo thương nhân đi đường biển đến Việt Nam với mục đích hộ trì tinh thần cho thương nhân Ấn Độ trong hải trình nhiều sóng gió, rồi từ Việt Nam mới sang Trung Hoa và các nước lân cận bằng đường bộ. Trong thời gian tạm trú tại Việt Nam, các tăng sĩ Ấn Độ đã gieo nhân lành tín ngưỡng Phật pháp trong dân chúng Việt Nam. Đến cuối thế kỷ 2 đầu thế kỷ 3 mới chính thức có sự tăng sĩ Ấn Độ đến Việt Nam với mục đích hoằng dương đạo pháp. Sau đó, thế kỷ 4 mới có tăng sĩ Trung Hoa sang Việt Nam du thuyết hành đạo.

Kể từ đó, đạo Phật đã gắn liền với cuộc sống tâm linh, sinh hoạt văn hóa của dân tộc con Rồng cháu Tiên, hòa nhập với đạo Khổng, đạo Lão kiện toàn cho văn hóa truyền thống dân tộc Việt Nam, trải dài cho đến ngày nay.

Lịch sử Phật giáo Việt Nam là hình bóng của lịch sử dân tộc. Thời kỳ dân tộc độc lập phú cường, Phật giáo hưng thịnh; thời kỳ Phật giáo suy yếu, dân tộc bị đô hộ mất chủ quyền. Dân tộc và Phật giáo Việt Nam đã nương nhau cùng tồn tại cho đến ngày nay, không có hồi nào gián đoạn, dân tộc có thời kỳ làm nô lệ cho ngoại bang nhưng không diệt vong, Phật giáo Việt Nam nhiều lần gặp pháp nạn nhưng vẫn bền bỉ trường tồn không bị tuyệt mạch. Thời kỳ hưng thịnh nhất trong lịch sử Phật giáo Việt Nam là thời nhà Lý (1010–1028) và nhà Trần (1226–1400) xứng đáng với danh xưng **Việt Phật**, một sắc thái Phật giáo riêng biệt thích ứng với yếu tố đặc thù của dân tộc Việt Nam, không giống hoàn toàn như Phật giáo Ấn Độ và Phật giáo Trung Hoa mang danh là hai nguồn giáo lý đạo Phật ngoại lai du nhập vào nước Việt Nam. Đây chính là **lý tùy duyên** linh động của đạo Phật trên đường hoằng dương đạo pháp.

Sự trình bày nói trên điểm nhanh những nét chính trong lịch sử Phật giáo toàn cầu và của dân tộc Việt Nam cho người con Phật mang huyết thống Rồng Tiên thấy tầm quan trọng việc cần phải làm khi hướng về tương lai đạo pháp và những thế hệ con cháu mai sau. Đó là **Tu Phật.** Từ ngữ ngắn gọn này có nội dung gì? Tu thì phải thực hiện những gì? Làm sao để thực hiện được? Thực hiện có gặp nhiều trở ngại khó khăn không? Làm sao vượt được những trở ngại này? Tu rồi đi đến đâu, gần hay xa, bao giờ thì đến nơi đạt được mục tiêu? Rất nhiều câu hỏi cụ thể, người phát tâm tu Phật cần được sáng tỏ rõ ràng để đường đi nước bước được nhanh chóng, nhẹ nhàng, tránh được tình trạng lầm đường lạc lối, không biết được mình đang dấn bước tiến về đâu, nhọc lòng mệt sức, tốn công phí của mà lại dẫn đến mê lầm tà đạo.

Tu là sửa mình, là tự nhận mình có điều xấu, có tội lỗi cần phải gột rửa để trở thành tốt hơn lên, không còn sai lầm phạm lỗi nữa. Ai cũng có điều sai lầm cả, kẻ tự nhận thấy mình hoàn toàn tốt, không có điều gì tà vạy chính là kẻ có sai lầm nặng hơn cả, đó là si mê không nhìn thấy chỗ sai lầm phạm lỗi của mình nên cứ tưởng là không có tội gì. Vậy trước hết, **tu là việc phải làm**, không phải là việc tùy tiện làm cũng được càng hay, không làm cũng chẳng sao. Phật là Toàn Giác, Toàn Năng, là Chân Như, là Pháp thân vô tướng. Tu Phật là sửa mình, tự cải hóa mình để trở thành Phật, nghĩa là trở thành sáng suốt và từ bi, để làm cho mình và mọi người bớt khổ thêm vui giống như chư Phật, ngôn từ trong kinh gọi là **tự giác giác tha, tự độ độ tha.**

Tu Phật là một quá trình dài lâu, trải nhiều kiếp liên tục, không hạn định trong một khoảng thời gian được. Người tu Phật coi như người cất bước đi trên con đường dài, do đó có danh xưng là hành giả, nôm na là kẻ đi đường. Thời gian di chuyển xuất phát từ khởi điểm tâm phàm phu si mê chấp ngã, chấp pháp đến điểm tới mục tiêu tỉnh thức giác ngộ, thời gian này lâu mau tùy thuộc vào căn cơ duyên nghiệp của hành giả, tùy thuộc vào công phu tu tập hành trì.

Tuy nhiên, quá trình tu Phật gồm có nhiều giai đoạn, từ gần đến xa, từ thấp đến cao, từ dễ đến khó. Việc tu tập ở mỗi giai đoạn có ảnh hưởng hỗ tương lẫn nhau, mở lối cho nhau, kiên định lẫn nhau, không thể tách rời khỏi nhau được. Hành giả khéo tu cần sáng tỏ mọi chi tiết, lập chương trình, chuẩn bị phương tiện, đề phòng mọi bất trắc có thể xảy ra trên dọc đường, như vậy cuộc hành trình vừa dễ dàng nhanh chóng hơn vừa vui vẻ trong khi cất bước. Nếu không, cuộc hành trình dễ trở nên vất vả lâu dài, dễ gây nên mệt mỏi, chán nản và bỏ cuộc thối chí không tiếp tục đi nữa, lúc đó hành giả cảm thấy đời là bể khổ, là địa ngục, tự làm khổ mình và làm khổ mọi người. Đây là trường hợp thông thường của đại đa số chúng sanh thuộc loại **tiệm tu, tiệm giác tiệm ngộ,** nghĩa là tu tập dần dần và kết quả dẫn đến sáng tỏ và chứng ngộ dần dần. Trường hợp ngoại lệ của một số rất ít người có thượng căn, thượng trí đã tu tập hành trì từ nhiều kiếp trước, đến kiếp này đạo quả khai nở thì không theo thông lệ dần dần. Đó là trường hợp **đốn giác, đốn ngộ,** trường hợp sự sáng suốt và chứng ngộ đến ngay tức thì, không tốn công phu hành trì trong thời gian dài lâu. Lý do đốn giác, đốn ngộ là công phu hành trì dài lâu đã huân tập từ nhiều kiếp trước rồi. Đốn giác, đốn ngộ ví như người trồng cây đã lâu năm bây giờ được hái quả đã chín; tiệm giác, tiệm ngộ ví như người bây giờ mới gieo hạt, cần phải chăm lo vun trồng, tưới nước bắt sâu, bón phân nhổ cỏ dại thì mới mong cây lớn lên, đâm chồi nẩy lộc, ra hoa kết quả được. Tự nhận là người làm vườn gieo hạt, cây non mới nứt mầm nẩy rễ, chúng ta nên sáng tỏ một số hành vi và khái niệm thường nghe thường nói như sau.

Lễ Phật

Đây là từ ngữ được sử dụng nhiều nhất nhưng thường đa số hiểu chưa trọn nghĩa đầy đủ và nhất là thực hiện sai sót nên chưa có kết quả chứng nghiệm. Lễ Phật ở chùa hay tại nhà là thắp nhang, chắp tay, cúi đầu vái lạy trước hình tượng của Phật. Đây mới là động tác tay chân, động tác cơ thể của người hành lễ. Động tác tâm linh thiết yếu hơn là người lễ Phật cần **chú tâm vào sự cung kính đức tính đạo hạnh của Phật.** Có động tác tâm linh mới có sự cảm ứng dung thông giữa tâm thức người hành lễ với chư Phật, với pháp thân Như Lai. Tâm cung kính này do ở sự khởi tín, cảm thấy niềm tin ở Phật là đấng Toàn Giác, Toàn Năng, là đấng Từ Bi cứu độ chúng sanh đang mê đắm trong luân hồi khổ hải, trong đó có mình đang hành lễ, một lòng cầu xin được dẫn dắt trên đường giải thoát. Thiếu động tác tâm linh, không thể gọi người đang hành lễ là đang lễ Phật được. Đó chỉ là hành động cơ bắp của kẻ đang lễ cái tượng gỗ, tượng đất có tạc nặn nên hình Phật, lễ tờ giấy có in vẽ hình Phật. Trong khúc gỗ, khối đất hay tờ giấy làm gì có Phật, đó chỉ là biểu tượng Pháp thân vô tướng của Phật, tượng trưng cho đức tính của Phật mà người hành lễ đang nhiếp tâm cung kính niệm tưởng. Phật ở đâu? **Phật tại tâm,** ở ngay trong tâm chân thành cung kính của người đang hành lễ. Tượng gỗ, tượng đất hay hình trên giấy, những vật chất cụ thể hữu hình này chỉ là phương tiện dẫn dắt, gợi ý khởi niệm, làm cho người hành lễ nhiếp tâm chú ý vào sự cung kính đức tính của Phật. Có cung kính là có Phật hiện tiền ngay trước mặt người hành lễ ở bức tượng hay hình vẽ qua làn khói nhang. Rồi Phật sáng tỏ ngay trong tâm người đang hành lễ. Đây là trường hợp có cảm ứng dung thông giữa hai nguồn lực: Một là nội lực, còn gọi là **Phật nội, Phật chủng, Phật tính** ở ngay trong tâm người hành lễ; hai là ngoại lực, còn gọi là tha lực, **Phật ngoại,** Phật gia hộ độ trì chúng sanh. Hai nguồn lực này cảm ứng dung thông với nhau, chính là hiện tượng tâm thức người con Phật hành lễ hội nhập vào cảnh giới chư Phật, cảm thấy mình an vui tự tại trong Tịnh Độ Cực Lạc, dù chỉ trong khoảng khắc hành lễ. Trường hợp người con Phật đã nhiều lần gặp gỡ đấng Từ Phụ, tức chư Phật, tượng Phật và hình Phật không còn cần thiết để gợi ý khởi niệm trong khi hành lễ nữa, chỉ cần nhiếp tâm cung kính lễ Phật là có sự cảm ứng dung thông, hội nhập vào cảnh giới Tịnh Độ, hòa hợp với chư Phật. Trường hợp này ví như hai cha con sống chung dưới một mái nhà lâu năm rồi, gặp khi người cha đi vắng người con mỗi khi nhớ tới cha là thấy rõ hình dáng của cha như lúc sống gần bên nhau, không cần phải mang hình chụp người cha ra nhìn mới hình dung được bóng dáng người cha.

Lễ Phật thường để cầu xin Phật độ. Ở đây có hai điểm cần sáng tỏ: Cầu xin điều gì? Và Phật độ là thế nào?

Câu trả lời thường nghe là lễ Phật cầu an, cầu phước. Mấy từ ngữ này thường được hiểu cạn hẹp, sai lạc là cầu được sống yên ổn, an ninh, nôm na là ăn ngon ngủ yên, không ốm đau tật bệnh, không gặp tai nạn bất ngờ, cầu được phước may mắn trong sinh hoạt hằng ngày. Thậm chí có người buôn gian bán lận chăm đi chùa lễ Phật cầu xin cho trúng mối lãi nhiều, giao hàng chót lọt, không bị bắt bớ lôi thôi. Đúng nghĩa và đúng lý ra là cầu sự an tâm, không bị dục vọng làm xáo động, không để cho tham sân si nổi dậy khiến mình nghĩ bậy, nói bậy và làm bậy, cầu cho tâm được an tịnh để tránh gieo nhân ác, cầu cho tâm sáng suốt để đi con đường chánh, phát tâm gieo nhân lành để hưởng quả phước.

Phật độ là giúp cho người hành lễ vượt qua nỗi trở ngại khó khăn, hàng phục được tham sân si trong tâm mình, giống như cấp cho phương tiện thuyền bè để qua sông từ bờ bên này sang bờ bên kia. Phật độ là chỉ đường vẽ lối cho hành giả theo đó mà đi cho tới mục tiêu giải thoát, chỉ cho cách gieo nhân lành để hưởng quả phúc. Phật độ không có nghĩa là Phật dùng phép thần thông nhấc bổng hành giả từ bờ sông bên này sang bờ sông bên kia, Phật chỉ cấp cho thuyền bè còn hành giả phải tự sử dụng lấy phương tiện sang sông. Phật không độ người cầu phước bằng cách cung cấp ngay cho quả phước mà không cần phải gieo trồng, Phật chỉ dạy cách gieo nhân lành và chăm tưới bón cho cây còn hành giả phải tự tay làm lấy thì mới được hưởng quả phước về sau.

Người lễ Phật đừng có cầu xin cái mà Phật không thể giúp cho mình được, dù là cầu xin rất chân thành khẩn thiết. Không phải Phật hẹp lượng từ bi cứu độ mà không thương không giúp. Phật càng thương người si mê nặng nghiệp này hơn người khác, nhưng không sao thỏa mãn lời cầu xin không sáng suốt được. Phật không buông xuôi bỏ rơi hạng si mê nặng nghiệp này, trước hết Phật độ cho họ trở nên sáng suốt, đừng cầu xin những điều bất chánh tà vạy, mà cầu xin được khai tâm khai thị nhìn thấy chánh đạo mà theo. Kế đó Phật độ cho họ biết vận dụng tự lực của mình để gieo nhân lành, rồi nhân lành này dẫn đến gặt hái quả phước về sau.

Niệm Phật

Theo từ ngữ, **niệm** là nghĩ đến, nhớ đến như thường nói kỷ niệm, lưu niệm, tưởng niệm... Niệm Phật là nghĩ nhớ đến Phật, nhưng nghĩ nhớ đến điều gì ở Phật? Nếu chỉ nghĩ đến, nhớ đến hình tượng Phật thường trông thấy ở chùa hay trên bàn thờ ở nhà mỗi khi lễ Phật, như vậy là chưa đủ để khởi sinh sự cảm ứng dung thông giữa người nghĩ nhớ gọi là **chủ thể năng niệm** với Phật được nghĩ nhớ đến gọi là **đối thể sở niệm.** Lý do chưa có sự cảm ứng dung thông, chưa được Phật chứng giám cho sự nghĩ nhớ là tại người năng niệm còn chấp tướng, chỉ nghĩ nhớ đến hình tướng, bóng dáng của Phật, chưa nghĩ đến chân tánh của Phật, nói tắt là Phật tánh. Người năng niệm cần phải nghĩ nhớ đến Phật theo trình tự như sau: Từ khởi điểm hình dung ra hình tướng Phật ở tượng hay hình vẽ Phật, người năng niệm nghĩ nhớ sâu hơn, quán tưởng thâm hậu hơn đến đức tính từ bi, đến ân huệ cứu độ của Phật mà chính mình đang tiếp nhận hưởng thụ. Như vậy niệm Phật chủ yếu là nghĩ nhớ đến và tin tưởng vững chắc ở Phật đang cứu độ mình, đang khai tâm gieo hạt giống từ bi vào tâm thức mình, đang khai thị cho mình nhìn thấy mọi sự việc đâu là chánh là tà, đâu là chân là giả, đâu là thực là hư, tiếng nhà Phật nói đâu là **tánh** là **tướng**.

Thực hiện như vậy, niệm Phật càng nhiều, càng thường xuyên càng tốt, thậm chí đến độ thường niệm, không lúc nào dứt, giống như hít thở, như tim đập liên tục gắn liền với sự sống, trở thành một thói quen tự nhiên, một động tác phản xạ không cần phải tập trung chú ý đến nữa. Đó là trường hợp miên mật trì niệm, trường hợp gọi là **Niệm vô niệm, niệm**, niệm thường xuyên đến độ như vô niệm, không cần phải chú ý đến mới thực hiện được, đó chính là niệm một cách chân thực, tròn đầy. Trong thực tế, người lễ Phật cũng như niệm Phật chỉ tỏ lòng kính lễ cầu xin Phật độ, thường kém tin tưởng ở sự chứng giám của Phật, chưa nhận thức được đầy đủ Phật đang có sự cảm ứng dung thông với mình, đang ban ân huệ cho mình được mở mắt nhìn rõ mọi sự tướng, được sáng lòng sáng dạ, được tiếp nhận nguồn an lạc thanh tịnh. Đa số chỉ niệm Phật trong chốc lát, trong lúc chắp tay cúi đầu, coi như thực hiện một nghi thức, một thủ tục bắt buộc khi hành lễ, không coi là một việc làm tự nguyện. Thậm chí có người ngay trong khóa lễ đã cảm thấy dài lâu, sốt ruột, chỉ mong cho mau chấm dứt, làm cho chóng xong bổn phận giữ phép lịch sự xã giao với bà con bạn bè cùng đang dự lễ. Cụm từ bốn tiếng liền nhau **tụng kinh niệm Phật** nói lên tầm quan trọng của niệm Phật, tụng kinh mà không niệm Phật thì tụng làm gì cho tốn công phu mất thì giờ vô ích, tụng như vậy không có sự cảm ứng dung thông với Phật thì Phật làm sao mà độ được cho mình, giống như lúc nào Phật cũng từ bi sẵn sàng cho nhưng chúng ta không giơ tay đón nhận thì làm sao có được vật Phật cho để cầm giữ trong tay.

Một ví dụ cụ thể dùng để dẫn giải cho dễ hiểu sự miên mật trì niệm như sau: Một bình điện để trong phòng để thắp đèn cho sáng ban đêm, sau khi dùng ít lâu hơi điện yếu dần, đèn kém sáng, cần phải tiếp điện cho bình tốt trở lại, đèn sáng tỏ liên tục không lu dần, nếu để bình hết hơi điện đèn sẽ tắt hẳn. Mỗi người chúng ta là một bình điện, hơi điện chứa trong bình là Phật tánh, là tính thiện bẩm sinh, là căn lành của chúng sanh. Sự dùng hơi điện thắp sáng đèn hằng ngày coi như sự sinh hoạt trong cuộc sống thường cảm thấy buồn khổ nhiều hơn vui sướng, coi đời là bể khổ trầm luân. Đèn thắp sáng lâu ngày hơi điện hao dần, đèn bị lu giống như lòng tốt bẩm sinh ở con người càng từng trải nhiều, càng nếm mùi cay đắng càng bớt dần đi rồi tập nhiễm lần hồi những thói hư tật xấu. Sự tiếp điện từ ngoài vào làm cho hơi điện trong bình đầy đủ trở lại, đèn lại sáng tỏ soi chiếu trong phòng coi như việc niệm Phật, như sự cảm ứng dung thông với Phật để tiếp nhận sự cứu độ của Phật ban cho, con người trở nên sáng suốt, đầy đủ nghị lực chế ngự hàng phục được tính hư nết xấu tập nhiễm đã từ bao kiếp trước và trong kiếp này nữa. Con người niệm Phật miên mật sáng dạ sáng lòng còn thấy mình được tiếp nhận nguồn vui an lạc trên hành trình tu học tiến tới viên mãn đạo quả. Có được chánh niệm, trì niệm được miên mật thì có chánh tín, có năng lực dũng mãnh, có tinh thần vô ưu vô cụ, không lo sợ điều gì kể cả sự hy sinh tài sản, tính mạng để bảo vệ và hoằng dương đạo pháp. *Lễ Phật mở lối cho niệm Phật và niệm Phật kiện toàn cho lễ Phật.*

Trì Giới

Từ ngữ **trì** có nghĩa đen là nắm giữ trong tay không buông ra. Trì giới nôm na gọi là **giữ giới** là tuân theo đạo hạnh của Phật không ngưng nghỉ, thực hiện những điều răn cấm không được làm như ngũ giới gồm có không sát sanh, không trộm cắp, không tà dâm, không nói dối và không uống rượu. Trì giới cũng như trì niệm, trì kinh nghĩa là thực hành liên tục không lúc nào ngưng nghỉ và không có một giới hạn thời gian nào, sau đó là thôi không cần thiết nữa. Tại sao lại cần phải trì giới? Mục đích là gì? Xin thưa: Trong cuộc sống hằng ngày, con người thường quen thói buông thả, phóng dật, hiểu nhầm thế là tự do, nên rất dễ bị dục vọng lôi cuốn vào đường tà vạy tội lỗi. Không trì giới thì không tiêu trừ được ác nhân, mầm mống của tội lỗi tập nhiễm trong sinh hoạt hằng ngày.

Người trì giới giống như người làm vườn chăm lo nhổ cỏ dại. Người làm vườn sáng suốt nhận thức cần nhổ hết cỏ dại để cho mảnh vườn được tốt tươi sạch sẽ. Muốn cho cây cối tốt lành không phải chỉ bón phân tưới nước là đủ, không cần đến việc nhổ hết cỏ dại. Phân nước tốt cho cây cối mau có hoa có quả nhưng cũng rất tốt cho cỏ dại lan nhanh khắp vườn. Hơn nữa, nhổ cỏ dại là công việc thường xuyên, hễ thấy mọc lên là phải nhổ, không phải là việc làm chỉ cần thực hiện một lần là xong, khỏi cần quan tâm tới nữa. Vườn tâm hay tâm địa của chúng sanh cũng vậy, gột sạch ác nhân tà niệm để tăng trưởng đạo hạnh theo sự soi sáng của Như Lai. Lễ Phật, niệm Phật mà không trì giới giống như làm vườn có bón phân tưới nước nhưng không nhổ cứ để cỏ dại mọc hoang lan khắp vườn. Hình dung mảnh vườn như vậy sẽ thấy được tầm quan trọng và cần thiết cũng như công phu liên tục của sự trì giới.

Muốn đỡ tốn công nhổ cỏ dại cần phải **thường xuyên,** lại cần phải nhổ **ngay** khi mới phát hiện cỏ mọc lú lên và nhổ hết cả **rễ cỏ ăn sâu** dưới đất. Nhổ ngay cỏ khi mới mọc công việc nhẹ nhàng đỡ tốn sức hơn khi để cỏ rậm rạp lan ra khắp nơi. Nhổ cả rễ cỏ ăn sâu thì mới hy vọng mảnh vườn sạch sẽ trong thời gian lâu hơn trường hợp không nhổ hết rễ cỏ. Đừng tưởng một lần nhổ hết rễ cỏ là cỏ dại thôi không mọc nữa một cách vĩnh viễn, việc nhổ cỏ dại coi như không còn cần thiết nữa. Cỏ dại không mọc từ rễ vì đã nhổ hết rồi. Đừng tưởng lầm như vậy vì chỉ sau ít lâu cỏ dại lại xuất hiện do gió bay đem theo phấn hoa cỏ từ nơi khác đến mảnh vườn tưởng như đã hoàn toàn hết cỏ dại, kinh nghiệm làm vườn cho thấy rõ điều này. Trì giới cũng vậy, cần phải tìm kiếm phanh phui những ác nhân, tà niệm tiềm ẩn trong tâm khảm hành giả tu học, phải thường xuyên sám hối để giữ cho tâm được thanh tịnh. Ác nhân gây nên nghiệp bất thiện có thứ dễ nhận thấy để sám hối như hành vi tội lỗi và lời nói bậy, có thứ khó nhận thấy nên không biết để mà sám hối như tà niệm, nghĩ bậy, chỉ nghĩ đến điều tà vạy nhưng không nói ra, không thực hiện, không bị dư luận phán xét chê cười hay luật pháp trừng trị. Đó là trường hợp ý nghiệp, khác với khẩu nghiệp và thân nghiệp.

Về mặt thực hành, việc trì giới và sám hối có nhiều khó khăn, nhiều trở ngại vi tế hơn việc nhổ cỏ dại. Lý do cỏ dại và người nhổ là hai thực thể riêng biệt, người quyết tâm nhổ chú ý là nhìn thấy cỏ dại dễ dàng; việc trì giới và sám hối là hành giả phải **nhìn lại chính mình,** nhìn sao cho thấy điều mình phạm giới để còn sám hối nguyện giải trừ. Hành giả phải lắng lòng cho an tịnh, lúc đó mới có thể nhìn thấy rõ vọng ngã, vọng tâm chao đảo của chính mình. Vai trò chủ thể làm việc nhìn thấy và đối thể bị nhìn thấy lại là một người duy nhất, là chính hành giả không phải ai khác. Người phạm giới ví như người có vết bẩn ở mặt mình, mắt mình không sao nhìn thấy vết bẩn được. Muốn thấy cần phải soi gương hay nhờ người khác chỉ cho mới biết chỗ có vết bẩn, kế đó mới lau chùi cho sạch được. Tất cả chúng sanh chúng ta ai cũng có vết bẩn trên mặt cả, duy đáng thương hơn cả là người không biết soi gương lại không có ai bảo cho mà biết để lau chùi cho sạch. Niệm Phật, trì giới và sám hối đi liền với nhau trong việc tu tập, hành giả không được phân biệt tách rời ra.

Đọc Kinh

Có nhiều từ thường dùng khác nhau như đọc kinh, xem kinh, tụng kinh, niệm kinh, trì kinh. Tuy khác nhau về chi tiết nhưng cùng có chung một mục đích giống nhau, đó là làm cho hành giả **sáng tỏ cái lý của Phật,** sáng tỏ nội dung ý nghĩa lời Phật dạy diễn tả trong bản văn được gọi là kinh. Chi tiết khác nhau như sau: **Đọc kinh** bằng miệng, dù là đọc thầm không thành tiếng; **xem kinh** bằng mắt; **tụng kinh** là đọc nhiều lần cùng một câu, cùng một bộ cho đến khi nào thông suốt tỏ rõ được cái lý trong kinh; **niệm kinh** giống như niệm Phật là để cảm thấy ân huệ cứu độ của Phật, thường nói là tụng niệm và tụng kinh niệm Phật; **trì kinh** là bừng tỏ hiểu được cái lý Phật dạy rồi đem áp dụng vào cuộc sống thực tại hằng ngày. Đọc kinh, xem kinh, tụng kinh chỉ là bước đầu để dẫn đến niệm kinh, trì kinh. Có như vậy việc đọc kinh mới đạt được đạo quả viên mãn. Đọc tụng không có nghĩa là chỉ phát nên âm thanh ở cửa miệng câu kinh câu kệ in trong kinh sách mà không sáng tỏ được cái lý Phật dạy, ví như lý nhân quả, lý vô thường, lý vô ngã...

Người không biết chữ có đọc kinh được không? Dĩ nhiên, người không biết chữ không thể tự đọc lấy được chữ viết câu kinh in trong sách. Nhưng người này vẫn tiếp nhận được lời kinh, vẫn sáng tỏ được ý Phật bằng cách nghe người khác đọc hay thuyết giảng. Biết chữ thì đọc không biết chữ thì nghe. Điều cốt yếu là đọc thì phải thấy, nghe thì phải thấy. Cái **thấy** là mục tiêu cần đạt tới, cái **đọc** hay cái **nghe** chỉ là phương tiện để cho hành giả tùy nghi sử dụng thích hợp với khả năng cảm nhận của mình, phương tiện nào cũng tốt cả một khi đạt đến mục tiêu. Lục Tổ Huệ Năng không biết chữ, chỉ nghe kinh người khác tụng rồi ngộ đạo thành Tổ là một bằng chứng cụ thể rõ ràng, không còn nghi ngờ gì nữa.

Tọa Thiền

Thường nói là **ngồi thiền.** Tọa thiền là ngồi yên để dẫn dụ cái tâm của mình đến chỗ thanh tịnh và an định, do đó có từ ngữ **thiền định,** thiền để tiến tới định. Khi đã định, hành giả ngồi thiền không còn bị dục vọng quấy đảo, lục trần xâm nhập làm dấy khởi nên vọng thức, tà niệm. Nói cách khác, ngồi thiền để dẹp an vọng tâm luôn luôn chao đảo của mình. Tâm chúng sanh giống như mặt nước vốn tự nó yên tịnh, phẳng lặng và trong suốt, nhìn rõ bóng mặt trăng chiếu vào. Đây là trường hợp an định, chân tâm hiển lộ. Trong thực tế cuộc sống, cảnh mặt nước phẳng trong ít có được, mặt nước thường rung rinh gợn sóng lăn tăn, có khi sóng lớn nhấp nhô vì gió thổi trên mặt nước, vì cá lội trong lòng nước. Mặt nước hết phẳng hết trong, không còn phản chiếu được rõ ràng bóng mặt trăng chiếu vào. Đây là trường hợp chao đảo, chân tâm bị che khuất nên gọi là **vọng tâm**. Mặt nước được ví như tâm hành giả chúng sanh, bóng trăng ví như chân lý, chánh đạo. Mặt nước phẳng trong phản chiếu được ánh trăng soi vào là trường hợp chân tâm an định, thông suốt được vạn pháp, chứng ngộ được chánh đạo. Mặt nước có sóng nổi lên làm tan vỡ bóng trăng chiếu vào là trường hợp chân tâm bị che khuất, vọng tâm chao đảo, không thông suốt được vạn pháp, không chứng ngộ được chánh đạo, vọng tâm luôn luôn phản chiếu tạo nên và theo đuổi những hình bóng giả tạm không thực như mảnh trăng tan vỡ. Gió thổi làm cho mặt nước rung rinh là lục trần từ ngoài xâm nhập vào tâm thức chúng sanh, cá lội làm xáo động mặt nước là ác căn tiềm ẩn trong tâm thức chúng sanh. Hai thứ này là nguyên do tạo nên tội lỗi si mê và tham dục, dẫn đến luân hồi nghiệp chướng. Tọa thiền là làm cho mặt nước xáo động, vẩn đục trở nên phẳng lặng, trong suốt, phản chiếu được vạn pháp một cách trung thực chân như.

Về mặt thực hành, hỏi tại sao thiền lại phải **ngồi,** đi đứng hay nằm có thiền được không? Xin thưa: Ngồi kiết già hay bán kiết là cái thế thuận lợi nhất cho việc nhiếp tâm nhập thiền. Hai thế **đi** và **đứng** dễ làm lãng tâm, người tu tập cần vận dụng nhiều chú tâm mới đạt được sự an định. Thế **nằm** dễ làm thư dãn rơi vào hôn trầm, người tu tập cũng cần chú tâm nhiều mới tỉnh táo nhập thiền được. Thiền là một việc làm chủ động tích cực ở thế ngồi yên, không phải là một dạng nghỉ ngơi thư dãn. Ngồi là cái thế thuận lợi hơn cả, không phải là điều kiện bắt buộc. Nếu thấy ngồi không thuận lợi cho trường hợp cá nhân mình, người tu thiền vẫn có thể đạt được kết quả tốt ở các thế đi, đứng hay nằm. Khi đã thuần thục, hành giả có thể nhập thiền ở bất cứ thế nào, kể cả thế **đang làm việc bằng tay chân** những hành vi quen thuộc như rửa bát, quét nhà, nhổ cỏ, tưới cây... Sự nhiếp tâm tiến tới an định không lệ thuộc vào sự chọn lựa nhất định một cái thế nào, ngồi, đi, đứng, nằm hay làm việc vặt quen thuộc.

Tham Thiền

Đây là trường hợp thiền đến mức độ tâm đã an định, không còn vọng động nữa. Tâm trở nên minh chiếu vạn pháp, sáng tỏ thông suốt mọi sự mọi lý như thường nói **tham thiền nhập định.** Khi đã nhập chánh định, hành giả thấy tâm hư không như hòa hợp với tâm Phật, hai tâm hội nhập vào nhau cùng một thể duy nhất, không còn phân biệt đâu là mình đâu là Phật: Hành giả đã giác ngộ thành Phật. Nói cách khác, tọa thiền là đạt đến cảnh giới chư Phật, giống như người du khách đã đi đến nước Phật, được mắt thấy tai nghe mọi sinh hoạt của chư Phật. Còn tham thiền là trường hợp hành giả không còn là du khách nữa, đã có tâm hư không như tâm chủ nhân, đã trở thành một trong số những chủ nhân đang ở nơi nước Phật. Nói đơn giản, người tham thiền nhập chánh định đã sống ở Niết-bàn tự tại ngay chốn ta bà thế gian này.

Thuyết Pháp

Đây là phần hành của người tu tập đã nhận mình là con Phật, tự nguyện đảm trách công việc của Như Lai giao phó. Đó là tiếp tay làm viên mãn đại nguyện của Phật, là cứu độ chúng sanh. Thuyết pháp là **pháp thí,** một dạng bố thí trong đạo hạnh Bồ-tát. Hành giả sẽ thành hoạt Phật, thành Bồ-tát độ sanh của Đại thừa. Người tu Tiểu thừa đạt được đạo vị Diệt tận định sẽ thành A-la-hán hoặc thành Chân Phật nhập diệt Niết-bàn, không thành Bồ-tát có ứng thân để độ sanh trong cõi ta bà. Như vậy, tu Tiểu thừa không có phần hành cứu độ chúng sanh, do đó không có việc thuyết pháp.

KẾT LUẬN

Bài Tu Phật này hầu hết đã mượn ý trong **Khóa hư lục,** một tài liệu quý giá của vua Trần Thái Tôn (1225–1258) soạn ra để dạy con dân trong nước chăm lo việc tu hành cho chóng đạt được đạo quả. Kết luận, tu Phật là cố gắng nhìn cho thấy Phật, bắt chước làm giống như Phật để trở thành hoạt Phật ở ngay trong kiếp thế gian này.

PHỤ CHÚ

Lời bạt hậu trong Khóa hư lục

Chữ Hán

禮 佛 者 敬 佛 之 德
念 佛 者 感 佛 之 恩
持 戒 者 行 佛 之 行
看 經 者 明 佛 之 理
坐 禪 者 達 佛 之 境
參 禪 者 合 佛 之 心
説 法 者 滿 佛 之 願

Phiên âm

Lễ Phật giả, kính Phật chi đức.
Niệm Phật giả, cảm Phật chi ân.
Trì giới giả, hành Phật chi hạnh.
Khán kinh giả, minh Phật chi lý.
Tọa thiền giả, đạt Phật chi cảnh.
Tham thiền giả, hợp Phật chi tâm.
Thuyết pháp giả, mãn Phật chi nguyện.

2 THỜ PHẬT

Từ ngữ THỜ hay THỜ PHƯỢNG trong dân gian thường dùng có nghĩa là tin tưởng, tôn kính một bậc bề trên cao quý, thể hiện bằng hành vi cúng bái, lễ lạy. Trong sinh hoạt thực tế hằng ngày con người có nhiều sự thờ cúng, lễ bái khác nhau về mặt tâm lý xã hội, triết lý siêu hình, nghi thức hành lễ..., giới Phật tử chân chính cần phân biệt rõ ràng chính xác ngõ hầu mới đi đúng con đường Chánh đạo, không lạc vào tà đạo ma giáo. Có thờ Phật chân chính, đúng cách theo Chánh pháp mới là con Phật gieo được nhân lành cốt lõi để kết thành quả Phật. Đây là **một việc làm bắt buộc** đối với người phát tâm tu Phật, một việc làm sơ khởi trên đường hành trì đạo pháp nhưng lại là một việc hết sức quan trọng vì tính cách quyết định người tu đi đúng đường hay lạc nẻo trong khi đã phát tín tâm, nguyện theo lời Phật dạy. Tín nguyện không thôi chưa đủ, cần thêm có trí tuệ nữa đạo quả mới viên mãn. Đó là lý tự nhiên trong tiến trình tu học và hành đạo. Ví dụ như việc trồng cây, muốn có được hoa thơm quả ngọt, không phải chỉ có một việc duy nhất là gieo hạt nhân xuống đất là đủ, cần có thêm những việc phụ thuộc như tưới nước, bắt sâu, nhổ cỏ dại, bón phân... Những việc làm phụ thêm này ngôn từ nhà Phật gọi là trợ duyên, không có trợ duyên thuận lợi thì hạt nhân gieo xuống không kết được thành quả tốt đẹp, cây có mọc cũng không đâm hoa thơm kết trái ngọt được.

1 SỰ THỜ PHẬT KHÁC VỚI NHỮNG TRƯỜNG HỢP THỜ PHƯỢNG KHÁC

Trong sinh hoạt tín ngưỡng con người có nhiều sự thờ phượng cúng lễ khác nhau, giới Phật tử thờ Phật cần phải hiểu tường tận và chính xác sự liên hệ về tâm linh giữa người hành lễ và đối tượng được thờ cúng lễ lạy, mục đích sự hành lễ và nhất là quy cách hành lễ. Theo phong tục tập quán về tâm lý xã hội và tôn giáo, dân Việt Nam có những sự thờ phượng, lễ bái như sau:

Thờ vật thần

Đây là trường hợp thờ những sự vật được coi như linh thiêng có quyền năng tác động đến cuộc sống con người thời cổ xưa, ngày nay hầu như không còn. Thờ Thần Mưa, Thần Nắng vì nhận thấy hiện tượng thời tiết có ảnh hưởng đến trồng trọt, mùa màng, có thể gây thiên tai như bão lụt, hạn hán. Người dân cúng Hà Bá là vị thần ở dưới sông để cầu tránh lụt lội, lập đàn đảo vũ khi hạn hán để cầu mưa cho có nước cấy cầy. Thờ Thần Hổ, Thần Rắn vì nhận thấy nguy hiểm đến tính mạng con người sống nơi ven rừng có ác thú. Thờ Tứ Linh gồm có bốn con vật quý, linh thiêng là Long, Ly, Quy, Phượng vì đó là biểu tượng sự may mắn tốt lành.

Sự thờ vật thần thời nay dần dần không còn nữa tuy chưa chấm dứt hẳn ở những sắc dân chậm tiến. Khoa học phát triển, dân trí nâng cao đã hiểu mưa nắng là hiện tượng thời tiết trong thiên nhiên, không phải do quyền năng của vị thần nào. Nói chung, sự thờ vật thần của con người thời xưa vì lý do sinh tồn, người hành lễ không hiểu những sự kiện, thú vật trong môi trường thiên nhiên nên sinh lòng tôn thờ để cầu cho cuộc sống được an lành, tránh những tai họa như thiên tai hay ác thú đe dọa sự sống. Lý do mưu cầu sinh tồn an lành này ngày nay không còn nữa.

Thờ nhân thần

Đây là sự tôn thờ con người, những nhân vật có công lao đóng góp cho cuộc sống tập thể con người, sau khi từ trần người đời sau thờ cúng để tỏ lòng tri ân đối với tiền nhân. Trái ngược với sự thờ vật thần dần dần đi đến chỗ không tồn tại nữa, sự thờ nhân thần có từ thời cổ xưa vẫn tồn tại đến ngày nay và ngày càng phát triển rộng rãi coi như một dấu ấn của văn hóa tiến bộ, của văn minh nhân loại. Sự thờ nhân thần mang tính chất nhân bản rõ ràng, đầy đủ hơn sự thờ vật thần, cả chủ thể hành lễ và đối thể được lễ đều là con người cả. Sự thờ nhân thần có nhiều phạm vi khác nhau.

Trong phạm vi tập thể gia tộc có liên hệ họ hàng thân thích, đó là sự thờ cúng gia tiên. Con cháu thuộc thế hệ sau thờ gia tiên là những người đã khuất như tổ tiên, ông bà, cha mẹ, họ hàng nội ngoại. Lễ gia tiên thường cử hành vào dịp giỗ tết để tưởng nhớ đến công ơn sinh thành dưỡng dục, liên hệ thân thích với người đã khuất.

Trong phạm vi tập thể dân tộc có liên hệ lịch sử và văn hóa xã hội, dân Việt Nam đã lập đền thờ Quốc Tổ Hùng Vương có công dựng nước, thờ các vị anh hùng dân tộc có công cứu nước chống ngoại xâm như Hai Bà Trưng, vua Lê Thái Tổ, đức Trần Hưng Đạo... Trong phạm vi hẹp hơn chỉ một làng, dân Việt Nam thờ tại đình vị Thần Hoàng Làng là nhân vật có công lớn với dân làng địa phương như khai quang lập ấp, quy tụ dân sống tập thể thành làng xóm, lập hương ước cho dân làng sống có an ninh trật tự, quy củ về phong tục gọi là lệ làng, tục ngữ Việt Nam có câu *Phép vua thua lệ làng* chứng tỏ nếp sống văn hóa đặc thù ở tập thể xã thôn Việt Nam.

Trong phạm vi nhân loại nói chung các ngành sinh hoạt, vượt ra ngoài giới hạn quốc gia dân tộc, đó là sự thờ cúng những bậc thánh hiền là nhân vật có tài trí hơn người đáng làm gương cho hậu thế soi chung, không phân biệt chủng tộc hay biên giới quốc gia. Tại Hà Nội có Văn Miếu là nơi thờ Đức Khổng Tử và bẩy mươi hai vị hiền, coi như đệ tử chân truyền của Thánh Sư Khổng Tử. Thời nước Việt Nam còn nội thuộc nhà Hán, dân ta sống dưới sự cai trị hà khắc của các quan Thái Thú do nhà Hán phái sang. Tuy nhiên trong số các Thái Thú có hai ông Nhâm Diên và Sĩ Nhiếp vì lòng nhân từ đã chỉ dạy cho dân ta nghề nghiệp sinh sống và lễ giáo văn hóa. Dân ta rất quý trọng lúc sinh tiền, đến khi từ trần dân ta còn lập đền thờ để tỏ lòng biết ơn với quan cai trị dù là người ngoại bang khác giống đến đô hộ dân ta.

Thờ thiên thần

Đây là trường hợp thờ một đối thể không xuất hiện ở thế giới loài người, tiếng nhà Phật gọi là nhân giới mà xuất hiện ở một cõi giới cao hơn gọi là thiên giới. Những đối thể này gọi chung là thiên thần như Ngọc Hoàng Thượng Đế, Thiên Chúa, Ông Trời có quyền năng phi thường như sáng tạo ra vũ trụ, quyết định sự sống chết, ban phúc giáng họa cho con người thế gian. Sự thờ thiên thần là nguồn gốc phát sinh ra các tôn giáo khác nhau, có nhiều thiên thần là giáo chủ một tôn giáo để chăn dắt tín đồ.

Thờ ma quỷ

Đây là trường hợp thờ một đối thể không phải là người, ở một cõi giới khác nhưng lui tới nhân giới gieo sự kinh hoàng sợ hãi cho loài người, do đó thường gọi là tà ma ác quỷ. Ma quỷ thuộc ma giới đem sự thiệt hại đau khổ cho con người trong khi thiên thần thuộc thiên giới dem sự an vui thịnh vượng cho con người. Con người thuộc nhân giới thờ thiên thần để cầu phúc, đồng thời thờ ma quỷ để tránh họa.

Thờ Phật

Đối chiếu với bốn hạng xếp loại thờ vật thần, nhân thần, thiên thần và ma quỷ, người sơ tâm thiển học có thể xếp trường hợp thờ Phật vào hạng thờ nhân thần. Lý do: Đức Thích Ca Mâu Ni là con người, Thái Tử Tất Đạt Đa Cồ Đàm, con vua Tịnh Phạn Vương có tuổi thọ 80 (2624–2544 trước CN). Hơn nữa, chính Đức Thích Ca nói rằng Phật là người đã giác ngộ, chúng sanh là người chưa giác ngộ. Hai người đều bình đẳng như nhau vì cùng có bản thể giác ngộ, Phật đã tu nên giác ngộ còn chúng sanh chưa tu nên còn mê lầm chưa giác ngộ. Tên gọi thường dùng Phật Thích Ca Mâu Ni có nghĩa vị Phật mang dòng họ Thích Ca, một dòng họ đã cai trị một tiểu vương quốc tại Ấn Độ thời xưa, nay thuộc miền Nam Nepal. Mâu Ni là danh tự chung tiếng tôn xưng chỉ bậc đạo sư thánh trí. Danh xưng này để chỉ riêng một vị Phật có đời sống trần thế trên trái đất, phân biệt với các vị Phật khác không có sắc thân ở trên trái đất sống chung với nhân loại.

Xét kỹ tường tận thì thờ Phật không giống những trường hợp thờ nhân thần như thờ gia tiên, những vị anh hùng dân tộc, những bậc thánh hiền đã kể ở trên. Đây có thể nói là một trường hợp thờ nhân thần đặc thù ở nhiều điểm, do đó có ý nghĩa rộng rãi và uyên thâm hơn. Người tín đồ thờ Phật cần phải am tường đầy đủ ý nghĩa hành vi lễ bái, như vậy mới tránh được những trở ngại trên đường tiến tu đạo pháp.

2 Ý NGHĨA SỰ THỜ PHẬT

Thờ Phật là một pháp môn tu Phật cũng như các pháp môn khác như trì giới, bố thí, tụng kinh niệm Phật... Tất cả đều nhằm mục đích chung là tu tập trưởng dưỡng tâm Bồ Đề, tâm có sẵn bản tính chân thiện nhưng bị vô minh tham dục che mờ, xa lìa dần tâm chấp ngã của phàm phu để hiển lộ Phật tính ẩn tàng trong tâm thức tín đồ hành lễ.

Thờ Phật là quán tưởng đến Phật sau khi Phật đã nhập diệt, quán tưởng đến hình tướng, dáng dấp, thái độ cư xử, hành vi ứng đáp của Phật. Sự quán tưởng này đối với tín đồ hành lễ là **yếu tố cần thiết và bắt buộc** trong việc tăng trưởng đạo tâm, là trợ duyên cho nhân tố chuyển hóa tâm thức của tín đồ hành lễ từ vô minh ô nhiễm đến giác ngộ thanh tịnh. Kinh Hoa Nghiêm nói rõ: Xa lìa ra ngoài tâm Bồ Đề mà tu các thiện pháp thì đều là Ma nghiệp. Phật là cái gốc giác ngộ, tu thiện pháp mà không quán tưởng Phật thì đạo tâm không khai mở tăng trưởng, dễ lạc vào ma giáo tà đạo. Không quán tưởng Phật thì bị Ma lôi cuốn vào ác đạo lúc nào không hay.

Thờ Phật là quán tưởng Phật, là tiếp thu đạo lực truyền tới tâm thức tín đồ hành lễ, dù hình tướng Phật là vật chất có bản thể vô tình như tượng bằng gỗ, đất nặn nên, đồng đúc, tạc vào đá hay hình ảnh trên giấy, trên vải. Tại sao? Xin thưa: Bản thể tánh chân thiện ở Phật hay ở người đảnh lễ chỉ là một, vốn như nhau đều là Không tịch, đều có tự tánh Không, tự tánh Chân Như, vốn vô phân biệt. Đến khi hành lễ mới khởi duyên linh ứng giao cảm từ Phật tánh ở Phật đã giác ngộ truyền đạo lực sang tâm thức tín đồ, đánh thức tánh chân thiện có sẵn ở người đang hành lễ chưa giác ngộ. Chính giây phút giao cảm linh ứng này làm cho tánh chân thiện bấy lâu ẩn tàng bừng dạy tỉnh thức trong tâm tín đồ. Đó là tỉnh thức, là giác ngộ và hiện tượng linh ứng truyền đạo lực này ngôn từ nhà Phật gọi là **tâm truyền tâm** hay nôm na gọi là **Phật độ**. Nói là truyền đạo lực nghĩa là có tha lực và tự lực, có sự phân biệt năng độ và sở độ, năng truyền và sở truyền. Như vậy thờ Phật, lễ lạy Phật là khởi động, là pháp tướng của lý duyên khởi đi từ vô phân biệt năng sở đến có phân biệt năng sở. Do đó, thờ Phật mới gọi là **yếu tố cần thiết và bắt buộc** đối với tín đồ hành trì đạo pháp, gọi là trợ duyên cho sự tiến tu đạt đạo. Tự lực ở tín đồ hành lễ kết hợp với tha lực ở chư Phật tạo nên đạo lực trong tâm thức tín đồ.

Hình tướng Phật tuy là vật chất có bản thể vô tình nhưng đối với tín tâm người đảnh lễ là tổng trì hết vô lượng vô biên công đức chất giác ngộ, là tổng trì toàn thể chân lý giác ngộ vô cùng vô tận, dù chỉ một phần không phải toàn thể thân thể cũng đủ công đức truyền lực giác ngộ tới tín đồ đảnh lễ. Dẫn chứng nhiều nơi đã thờ xá lợi Phật, thờ tượng Phật bị bể nát không còn nguyên vẹn mà sự linh ứng không hề thay đổi sút giảm.

Thờ Phật có ý nghĩa như trên đã trình bày là **một hành vi tích cực chủ động** của tín đồ hành lễ khi phát tín tâm và hạnh nguyện hành trì Phật pháp, không phải là một hành vi tiêu cực thụ động chỉ cầu xin Phật ban phúc ban lộc như nhiều người đã hiểu lầm trên đường tu đạo.

3 SỰ HÀNH TRÌ THỜ PHẬT

Thờ Phật thường xuyên là hành trì một pháp môn tu đạo, khởi duyên phù trợ bắt mối liên lạc giữa Phật với tín đồ hành lễ. Đây là mối pháp duyên linh ứng giao cảm truyền đạo lực giác ngộ từ Phật tánh ở Phật đến chân thiện tánh chưa khai mở còn vô minh ở tín đồ hành lễ. Nói dễ hiểu hơn, thờ Phật là đón ngọn lửa giác ngộ từ Phật tánh ở Phật đến soi sáng bản tánh còn vô minh ở tín đồ hành lễ và thắp sáng lên. Ánh sáng giác ngộ luôn luôn tỏa sáng từ Phật tánh ở Phật, thường hằng chiếu khắp mọi pháp giới là do tâm Đại Từ Đại Bi của Phật cứu độ chúng sanh. Giây phút bản tánh ở tín đồ hành lễ được chiếu đến và thắp sáng lên chính là giây phút diệt trừ được màn vô minh, bừng dậy thức tỉnh, giác ngộ đạo pháp. Phật tánh ở Phật và bản tánh chân thiện ở tín đồ hành lễ đã hội nhập hòa đồng giống nhau về bản thể giác ngộ. Phần cứu độ chúng sanh là phần hành thường hằng của Phật, nghĩa là luôn luôn chiếu tỏa ánh sáng giác ngộ tới khắp mọi chúng sanh. Phần giác ngộ đạo pháp là phần hành chủ động và tích cực ở tín đồ hành lễ thường xuyên để tiếp nhận được tha lực hoằng pháp từ Phật truyền đến. Vấn đề đặt ra là trong thực tế, tín đồ hành trì thờ Phật phải làm những gì, cần hội đủ những điều kiện cần thiết và bắt buộc nào để đạt được sự tiếp nhận viên mãn ánh sáng giác ngộ, thường gọi là Từ Ân hay Hồng Ân cứu độ của Phật ban cho.

Thờ Phật là hành trì pháp môn tu học, nơi thờ Phật là một đạo tràng đối với người chân tu hành lễ. Hiểu theo nghĩa hẹp, đạo tràng là nơi Đức Phật nhập định mà thành đạo, chứng ngộ Chân Như. Đạo tràng của Đức Thích Ca ở miền Trung Ấn Độ, nước Ma Kiệt Đà (Magadha) gần mé rạch Ni Liên Thiền (Nairanjâna) trong khu rừng Già Da (Gaya) dưới tàn cây Đạo thọ. Về sau được hiểu theo nghĩa rộng, đạo tràng chỉ nơi nào cúng lễ Phật như Chánh điện ở các chùa, chỗ tụng kinh hằng ngày, chỗ Pháp sư thuyết pháp giảng đạo, nơi thanh tịnh có thể tu luyện, tham thiền. Đối với giới Phật tử tại gia phát tín nguyện nhất tâm, bàn thờ Phật thiết lập tại nhà riêng cũng coi như đạo tràng khi hội đủ bốn yếu tố có liên quan mật thiết đến nhau như bốn điều kiện cần thiết và bắt buộc để tạo thành một đạo lực duy nhất nẩy sinh ra trong tâm thức tín đồ hành lễ.

Hình tướng Phật

Đây là yếu tố vật chất trợ duyên thứ nhất quan trọng không thể thiếu được có tính cách cốt lõi trong việc thờ Phật. Bức tượng hay tấm hình Phật là vật chất có bản thể vô tình, nhưng theo lý **tùy tướng nhập tánh** nghĩa là nương theo hình tướng bề ngoài để tiến vào chân tánh bản thể bên trong. Thờ Phật mà thiếu hình tướng Phật thì người hành lễ khó lòng quán niệm Phật. Tác dụng của hình tướng về mặt tâm lý và tín ngưỡng dẫn giải rất dễ hiểu: Ngay những người thân thương khi sống xa nhau hay kẻ mất người còn tấm hình hay đồ dùng hằng ngày, vật lưu niệm cũng đủ gợi lòng tưởng nhớ đến nhau.

Hình tướng Phật là đối thể dùng để thờ cần thiết đối với chủ thể thờ phượng là tín đồ hành lễ có tác dụng dẫn người hành lễ đến sự quán tưởng Phật, từ hình tướng bên ngoài như 32 tướng tốt đến Phật tánh Chân Như, đến pháp tánh vô tướng ở nơi Phật, nói dễ hiểu hơn là dẫn đến trí tuệ Đại Giác Đại Ngộ, tâm Đại Từ Đại Bi ở nơi Phật.

Đồ thờ Phật và lễ vật

Đây là yếu tố vật chất trợ duyên thứ hai kế tiếp hình tướng Phật gồm có chánh điện nơi chùa, bàn thờ tại tư gia, bát hương, chân nến (đèn cầy), đèn thờ, bình cắm hoa... Tại nhà riêng Phật tử tại gia đồ thờ không cần nhất thiết đầy đủ như nơi chánh điện ở chùa, bàn thờ có thể thay thế bằng nắp tủ sách hay mảnh ván đóng trên tường miễn sao trang nghiêm sạch sẽ, đồ thờ cần thiết không thiếu được là bát hương. Lễ vật thông thường là hoa và trái cây.

Có lập luận cho rằng tu Phật là tu Tâm, Phật tại Tâm, Tâm tức Phật. Do đó yếu tố vật chất trợ duyên như hình tướng Phật và những đồ thờ, lễ vật cúng Phật là những điều kiện có càng tốt, không phải là những điều kiện cần thiết và bắt buộc. Lập luận này chỉ có thể được thừa nhận là đúng với những bậc cao tăng, thánh tăng khi quán tưởng Phật không cần trợ duyên. Đối với hàng Phật tử căn cơ còn nông cạn chưa đạt đến đạo vị cao thâm, những yếu tố trợ duyên rất cần thiết và bắt buộc không thể thiếu được. Đó là ứng dụng lý **tùy tướng nhập tánh**.

Sự hành trì cả thân, khẩu lẫn tâm

Thờ Phật cần được hành trì liên tục thường xuyên và nhiếp tâm ngày một tinh tấn hơn lên. Điều đáng lưu tâm là sự hành trì được thực thi cả thân khẩu và tâm, thân khẩu hành lễ và tâm hành lễ cùng một lúc tương ứng với nhau.

Bồ-tát Long Thọ dạy rằng: Phật pháp lấy Tâm làm gốc, lấy Thân và Khẩu làm ngọn. Ý nói tu đạo cũng như trồng cây, cái cây hội đủ cả gốc lẫn ngọn, gốc không ngọn và ngọn không gốc đều không phải là cây mà chỉ là khúc gỗ.

Lục Tổ Huệ Năng dạy rằng: Sự tu tập Đại Trí Tuệ cần trong Tâm phải thực hành, chẳng phải chỉ có tụng niệm ở cửa miệng. Miệng niệm mà Tâm không vận hành thì như ảo, như hóa, như giọt móc, như tia điện chớp. Miệng niệm Tâm hành, Tâm với Miệng ứng với nhau, dung hợp phù trợ cho bản tánh chân thiện tức Phật tánh, rời tánh này ra thì không có Phật nào khác.

Sự tương ứng khi hành lễ cả Thân, Khẩu và Tâm cốt quy về một mối để tạo nên sự Tự lực của tín đồ đón nhận Tha lực hóa độ từ Phật đến.

Thân hành lễ

Đây là những động tác của thân thể khi hành lễ như chắp tay, cúi đầu khi đứng lễ, khi ngồi lễ cần hai bàn tay và đầu cúi xuống chạm đất, khi lên gối xuống gối cũng cần đầu chạm đất. Nhiều người chưa tập quen đã không cúi đầu chạm đất. Mắt nhìn thẳng vào tượng hay ảnh Phật, hoặc nhìn vào chấm đỏ nén hương đang cháy. Những động tác này đều có mục đích: Hai tay chắp lại để nhiếp tâm chuẩn bị sẵn sàng lễ Phật, cúi đầu để phá chấp ngã nguyện làm theo lời Phật dạy, nhìn thẳng để tập trung quán tưởng Phật.

Khẩu hành lễ

Đây là tiếng nói khi tụng niệm, dù nói thành tiếng hay chỉ thầm nói trong miệng vừa đủ cho chính mình nhận thức được bằng thính giác. Động tác này ở miệng và tai làm tăng hiệu năng trợ duyên nhiếp tâm và quán tưởng Phật.

Tâm hành lễ

Đây là nhân tố, yếu tố chính đóng vai trò gieo nhân, không phải là yếu tố trợ duyên khi hành lễ. Đây là quán tưởng Phật, sẵn sàng nhiếp tâm thanh tịnh đón nhận hồng ân Phật ban cho. Có nhiều thí dụ dẫn giải hiện tượng tâm linh này. Tâm Phật là ngọn đèn đã thắp sáng, tỏa ánh đạo lực khắp nơi, tâm tín đồ là ngọn đèn chưa thắp sáng, hành lễ là đón nhận ánh sáng đạo lực từ tâm Phật đem thắp sáng ngọn đèn tâm tín đồ, do đó có từ ngữ *tâm đăng* (ngọn đèn tâm). Tự giác tự độ là tự thắp sáng ngọn tâm đăng của chính mình, giác tha độ tha là đi thắp sáng ngọn tâm đăng của người khác. Tâm Phật là nén hương đang cháy tỏa mùi thơm, tâm tín đồ là nén hương chưa đốt lên nên hương không tỏa mùi thơm, hành lễ là lấy lửa ở nén hương đang cháy của Phật đem châm vào nén hương chưa đốt của tín đồ, do đó có từ ngữ *tâm hương* (nén hương lòng) như thường nghe nói nguyện thắp nén hương lòng (hay nén tâm hương) để cầu Phật độ. Một thí dụ khác dễ hiểu hơn: Tâm Phật là đài phát thanh phát sóng thường xuyên liên tục không lúc nào ngừng, tâm tín đồ là máy thu thanh. Người chủ máy thâu thanh muốn nghe nhạc hay tin tức cần phải mở máy để tiếp nhận làn sóng điện. Việc mở máy thâu thanh coi như tự thắp ngọn tâm đăng, tự thắp nén tâm hương.

Trau dồi tuệ lực

Tâm trí, cả tâm lẫn trí, tu phước tu tuệ, phước tuệ song tu, đó là những ý niệm thường nghe nói. Những ý niệm này cho thấy cần tu học cả hai, tu tâm hay tu phước hiểu theo nghĩa hạnh nguyện và tu trí hay tu tuệ hiểu theo nghĩa trau dồi trí lực, trau dồi tuệ lực nôm na là trau dồi kiến thức tư tưởng.

Tín đồ thờ Phật cần phải trau dồi tuệ lực đến mức độ căn bản để thông suốt hiểu được Phật pháp. Những khái niệm căn bản về Phật pháp cần thiết cho sự thờ Phật đúng với ý nghĩa của sự lễ Phật gồm có: Tam quy ngũ giới, tứ đế, bát chánh đạo, nhân duyên, nghiệp báo, nhân quả luân hồi, vô thường, vô ngã, Niết-bàn, địa ngục, ma quỷ, pháp tướng, pháp tánh, Chân Như, tánh Không, v.v... Những khái niệm căn bản cần thiết này thông suốt được càng nhiều càng sáng tỏ và thực hiện được việc thờ Phật, dẫn tới đạt được đạo quả viên mãn.

4 VẬN TÂM QUÁN TƯỞNG PHẬT

Trong sự hành trì thờ Phật tâm hành lễ là việc cần nhiều công phu tu luyện mới thực hiện được, nhiều công phu tu hơn việc trau dồi tuệ lực và thường cần được dẫn giải chi tiết rõ ràng. Đó là việc vận tâm quán tưởng Phật sau khi đã nhất thiết phát tâm Bồ Đề. Bồ-tát Văn Thù đã dẫn giải trong bài kệ như sau:

Năng lễ sở lễ tánh Không tịch
Cảm ứng đạo giao nan tư nghì,
Ngã thử Đạo tràng như Đế châu
Thập phương chư Phật ảnh hiện trung
Ngã thân ảnh hiện chư Phật tiền
Đầu diện tiếp túc quy mạng lễ.

Diễn nghĩa và giải thích:

Câu 1: Chủ thể tín đồ hành lể và chư Phật được lễ đều có bản tánh Không tịch. Cả hai đều tịch tĩnh khi chưa có duyên khởi giao cảm linh ứng giữa tâm giác ngộ của chư Phật và tâm vô minh của tín đồ. Đây là câu mở đầu khi chưa bắt đầu hành lễ.

Câu 2: Sự giao cảm linh ứng qua lại giữa hai tâm của chư Phật và của tín đồ quả là khó nghĩ bàn, ý muốn nói khó diễn tả bằng ngôn ngữ và suy lý ngẫm nghĩ mà chỉ có thể hiểu thông suốt được khi nhất tâm thực hành. Đây là đạo pháp nhiệm màu, có hành trì mới có thể chứng ngộ, học hỏi bằng ngôn ngữ và suy lý chỉ là hý luận suông, không đạt tới đạo quả gì.

Câu 3: Con nói nơi Đạo tràng thờ Phật ở đây quý như những viên ngọc của Trời Đế Thích, nơi quy hội thập phương tam thế chư Phật. Một pho tượng Phật nơi Đạo tràng không hẳn chỉ duyên với một vị Phật mà duyên với vô cùng vô số chư Phật, thu nhiếp hết tất cả về sống động ngay chính trong Đạo tràng con đang hành lễ.

Câu 4: Hình ảnh của mười phương chư Phật đều hiện lên ở Đạo tràng do sự nhất tâm chiêu cảm của con, con thấy chư Phật như những viên ngọc có tác dụng giác ngộ độ trì cho con.

Câu 5: Hình ảnh của thân con trong quán tưởng cũng hiện ra do phát nguyện của con. Con thấy vô số viên ngọc, mỗi viên đều có hình ảnh một vị Phật và cả hình ảnh con đang lễ lạy Phật.

Câu 6: Đầu mặt con lạy sát xuống dưới chân chư Phật, quỳ dưới chân chư Phật mà xin quy y vâng mạng lễ lạy. Đây là hình ảnh tín đồ hành lễ vận tâm quán tưởng nhận thấy đang được đón nhận hồng ân chư Phật ban cho đạo lực giác ngộ, từ bi độ chúng sanh.

Sự vận tâm quán tưởng Phật đón nhận được đạo lực từ chư Phật có kết quả tùy theo hạnh nguyện Bồ Đề của tín đồ hành lễ. Bồ-tát Phổ Hiền kể ra Mười hạnh nguyện của tín đồ hành lễ quyết tâm theo gương Phật làm y theo lời Phật dạy, truyền lại trong Kinh Pháp Hoa và được dẫn giải rộng ra trong Kinh Hoa Nghiêm, phẩm Nhập bất tư nghị giải thoát cảnh giới Phổ Hiền hạnh nguyện. Đó là mười điều gồm có:

1. Nguyện thường xuyên kính lễ chư Phật.

2. Nguyện thường xuyên phụng thờ và xưng tán Như Lai tức pháp thân vô tướng chư Phật khắp cả tam thế mười phương.

3. Nguyện thường tu hạnh cúng dường.

4. Nguyện thường xuyên sám hối các nghiệp chướng.

5. Nguyện thường xuyên tùy hỷ công đức, nghĩa là vui theo khi thấy người khác làm công đức cũng như khi chính mình làm công đức.

6. Nguyện thường xuyên cầu Phật chuyển Bánh xe Pháp luân, nghĩa là gia trì cứu độ chúng sanh, làm cho chúng sanh tỏ ngộ đạo pháp.

7. Nguyện thường xuyên cầu Phật trụ thế, nghĩa là có hiện thân ở thế gian để giáo hóa chúng sanh, đừng nhập diệt Niết-bàn hội nhập vào pháp giới Hư Vô Không Tịch, không xuất hiện ở nhân giới thế gian.

8. Nguyện thường xuyên theo Phật mà tu học.

9. Nguyện hằng thuận chúng sanh, nghĩa là thường xuyên hòa mình vào nếp sống thế tục trong sinh hoạt thực tế xã hội hằng ngày để dìu dắt chỉ dẫn cho chúng sanh hành trì đạo pháp.

10. Nguyện thường xuyên hồi hướng công đức mình cho chúng sanh cùng với mình đồng thành Phật đạo.

Bồ-tát Văn Thù và Bồ-tát Phổ Hiền là hai vị Đại Bồ-tát chân đệ tử của Phật trong Phật giáo Đại Thừa đã tu đắc đạo thành Phật từ bao đời rồi. Vì lòng bi nguyện cứu độ chúng sanh, hai vị ứng hiện thành thân Bồ-tát để tùy phương tiện giáo hóa chúng sanh bằng thuyết giảng Phật pháp, khích lệ tinh tấn tu trì đạo pháp. Trong chánh điện nhiều chùa có thờ Tam Thánh: Tượng Phật Thích Ca đặt ở giữa biểu tượng cho Chánh Giác; tượng Bồ-tát Phổ Hiền đặt chầu bên phải biểu tượng cho Diệu Lý, Hạnh Tu và Thiền Định; tượng Bồ-tát Văn Thù đặt chầu bên trái biểu tượng cho Trí, Chứng Quả và Bát-nhã.

Tượng ba vị Thánh thờ chung nhắc nhở người thiện tu muốn đạt thành đạo quả Chánh Giác thì cần phải tu trì phối hợp cả hai bên hội lại:

– Lý và Trí, nghĩa là tiếp nhận nguyên lý sự vật và cần suy ngẫm nữa,

– Hạnh và Chứng, nghĩa là giữ đạo hạnh và cần thực chứng nữa,

– Thiền Định và Bát-nhã, nghĩa là quán tưởng chư pháp chưa đủ cần phải tiến tới chỗ hội nhập vào Hư Vô tức pháp giới Bát-nhã, phá trừ hết chấp tướng, xa lìa hết pháp tướng, tâm trở thành Tâm Vô Tướng, Tâm Bát-nhã.

KẾT LUẬN

Thờ Phật là hành trì một pháp môn để tu học và hành đạo, chuyển hóa tâm mình từ vô minh thành giác ngộ, chuyển nghiệp mình từ chúng sanh ô nhiễm thành Phật tịch tĩnh, nghĩa là chủ thể hành lễ và chư Phật được lễ hòa nhập thành một trong pháp giới Không tịch. Do đó, so với sự thờ gia tiên có nhiều điểm khác nhau, chủ yếu thờ gia tiên là để tỏ lòng tưởng nhớ, biết ơn đối với gia tiên, cố gắng làm rạng rỡ tông môn để tỏ lòng hiếu nghĩa đền ơn; trong khi đó thờ Phật chủ yếu là **hành trì đạo pháp để trở thành Phật**.

Thờ gia tiên chỉ lễ bái trong dịp giỗ tết hằng năm và những dịp lễ bất thường như cưới xin, khánh thọ, mừng tân gia... Thờ Phật là tu trì Phật pháp nên ***lễ bái thường xuyên, càng nhiều càng tốt*** càng chóng đạt được đạo quả như ý, không nhất thiết chỉ lễ bái vào những ngày lễ chính thức hằng năm như

Phật Đản, Vu Lan... Trường hợp tu tại gia có bàn thờ thiết lập ở nhà riêng tín đồ thờ Phật đã thắp hương lễ Phật mỗi ngày, trên bàn thờ có hoa trái quanh năm. Có điều đáng nói là đa số chưa thông suốt được ý nghĩa thờ Phật mặc dù có lòng tin và chăm chỉ rất đều. Nguyện cho những tín đồ này bổ sung thêm trong việc thờ Phật.

3 HỌC PHẬT

Trong dân gian nghe nói đến Tu Phật, Thờ Phật nhiều hơn Học Phật. Khi nói đến Tu Phật thường chú trọng đến phần giữ giới, tụng niệm, hành trì Chánh pháp, dành cho giới xuất gia nhiều hơn giới cư sĩ (tại gia). Khi nói đến Thờ Phật thường chú trọng đến niềm tin và kính ngưỡng, lễ bái không phân biệt giới tu xuất gia hay tại gia. Nhiều tín chủ đã thiết lập bàn thờ và làm lễ an vị Phật tại nhà riêng để hằng ngày tụng kinh lễ Phật. Khi nói đến Học Phật thường dành cho thành phần có công phu nghiên cứu đạo Phật, tìm hiểu Chân lý lời Phật dạy trong kinh sách và tài liệu tham khảo.

Sự phân biệt Tu, Thờ và Học có điểm khác nhau về định nghĩa theo từ ngữ chỉ có tính cách lý thuyết. Trong thực tế, ba việc Tu, Thờ và Học có liên hệ tương quan chặt chẽ với nhau, không phải là ba việc độc lập, riêng lẻ, không thuộc phụ vào nhau. Sinh hoạt cụ thể chứng minh rõ ràng: Người tu ắt phát lòng tín ngưỡng, kính lễ và tìm hiểu lời Phật dạy trong kinh. Người thờ sẵn niềm kính tín nên vâng theo lời Phật dạy làm điều thiện, tránh điều ác. Người học tìm hiểu Chánh pháp càng kiên định niềm tin kính lễ và phát nguyện tu trì theo lời Phật dạy.

Sự nhận thức rành rẽ ba yếu tố Tu, Thờ và Học thường mang lại cho những người có thiện căn tự nhận mình là con Phật những ích lợi đáng kể trong việc tu trì, thờ phượng và tìm hiểu Phật pháp. Đó là đối tượng của bài viết này có tựa đề HỌC PHẬT.

1 VẤN ĐỀ HỌC PHẬT

Theo truyền thống Đạo Phật tại Ấn Độ, Phật học dạy con người tất cả mọi sinh hoạt cần thiết đem lại no ấm và yên vui cho cuộc sống nhân sinh về cả hai mặc vật chất và tinh thần. Đó là NGŨ MINH, năm ngành học nhằm trau dồi, làm sáng tỏ trí tuệ con người. Ngày nay, Ngũ Minh vẫn đang còn giảng dạy tại các ngôi chùa lớn ở Tây Tạng (1).

Hiện nay nói chung trên thế giới việc truyền bá đạo Phật có hai hình thức: Thứ nhất theo hệ thống Giáo Hội tổ chức các khóa tu học, thuyết pháp tại các chùa, tu viện, tịnh xá, niệm Phật đường; thứ hai theo hệ thống giáo dục của quốc gia, tổ chức các cấp học tại các trường Phật học, tương đương với các ngành chuyên khoa như Y khoa, Dược khoa, Luật khoa… Một trường hợp điển hình: Tại Đức quốc có trường Đại học Phật học tốt nghiệp với cấp bằng tiến sĩ, điều kiện nhập học phải thông thạo một trong hai thứ tiếng Phạn (Sanskrit) hay Pã-li (Pãli).

Nói chung xét về mặt tác dụng đến cuộc sống nhân sinh, đạo Phật cùng với đạo Thiên Chúa và đạo Hồi là ba tôn giáo có số lượng tín đồ nhiều nhất trên thế giới cùng đóng vai trò quan trọng trong đời sống tâm linh của nhân loại, có tác dụng đến hòa bình hay chiến tranh, phong tục tập quán, an vui hay phiền não. Như vậy, vấn đề học Phật có phạm vi rộng lớn, bao trùm cuộc sống tất cả chúng sanh. Trong giới hạn một bài viết, ở đây chỉ nói đến việc học Phật dành cho cá nhân từng người đã phát tâm tín nguyện làm con Phật.

Ba là Một, Một là Ba

Trước hết, ba việc Tu, Thờ và Học Phật có liên hệ tương quan tất yếu, có tác dụng hỗ tương, ba nguồn năng lực đồng quy tạo thành nội lực duy nhất không thể tách rời hay riêng lẻ được. Người thiện học cần xác tín điều này: Ba là Một, Một là Ba.

Ba là Một

Ba việc cùng quy về một mục tiêu duy nhất là Giác Ngộ và Giải Thoát. Thiếu đi một việc, hai việc kia không dẫn đến đạo quả như ý, chỉ uổng công vô ích.

Thiếu Tu, việc Thờ chỉ còn biểu tượng cung kính, mất đi phần thực hành làm theo lời Phật dạy để báo đền ân Phật. Việc Học cũng thế, chỉ là hiểu theo lý thuyết xuông, học thì phải tập, phải hành, phải tu trì mới có kết quả thực tiễn cụ thể là chứng ngộ.

Thiếu Thờ, việc Tu và Học sẽ mất đi tính cách thiêng liêng cao quý trong giáo lý đạo Phật, làm giảm đi tín lực và tinh tấn lực trong việc tu học. Tu và Học Phật là việc tu tập và học hỏi để sáng tỏ Chân Tâm Giác Trí ẩn tàng trong tâm thức người tu học, có tính cách linh tri diệu ứng, không giống như việc tu tập và học hỏi một nghề bằng tay chân hay trau dồi kiến thức phổ thông có tính cách đơn thuần, giản dị, tuy hữu ích nhưng không linh thiêng về mặt tâm linh.

Thiếu Học, việc Tu sẽ mất phần lý giải, đáng lẽ noi theo Chánh đạo lại dễ rơi vào Tà đạo lúc nào không hay. Việc Thờ dũng thế, dễ trở thành mê tín dị đoan. Thiếu Học, người tu và thờ Phật giống như người đi trong đêm tối hay người nhắm mắt mà đi, lầm đường, lạc lối là việc thường xảy ra.

Một là Ba

Một việc khi đã làm đều có tác dụng đến hai việc kia, làm Một mà có hiệu năng ở cả Ba. Phần **Một là Ba** bổ túc và kiện toàn phần **Ba là Một**, hai phần kết hợp làm cho đạo quả viên dung. Do đó Phật pháp trở nên linh diệu nhiệm mầu.

Tu Bổ túc cho việc Thờ thêm phần thực hành điều kính tín, làm theo lời Phật dạy để tỏ lòng tri ân Phật. Tu bổ túc cho việc Học phần thực hành điều học hỏi, đem lại chứng nghiệm để tỏ ngộ đạo pháp, do đó mới biết điều đã học là chánh hay tà.

Thờ bổ túc cho việc Tu và Học phần thiêng liêng, cao quý, làm tăng trưởng tín lực và tinh tấn lực trên đường Giải Thoát.

Học bổ túc cho việc Tu và Thờ phần sáng suốt, đi đúng Chánh đạo theo lời Phật dạy. Sự học hỏi dẫn đến hiểu biết tường tận, thông suốt vạn pháp giống như bó đuốc cầm ở tay người đi đêm, ánh sáng bó đuốc giúp người đi đêm vững tâm, không sợ lầm đường lạc lối.

2 NHẤT TÂM HỌC PHẬT

Sau khi đặt vấn đề và nhận thức được tầm quan trọng của việc học Phật, kế đến là sự nhất tâm học Phật. Một câu hỏi: Khi thọ lễ Tam Quy đã phát ba lời nguyện: Quy y Phật cần hiểu rõ Đại Đạo và phát tâm Bồ-đề; quy y Pháp cần thấu suốt kinh tạng trí tuệ như biển; quy y Tăng cần dẫn dắt chúng sanh tất cả đến vô ngại. Như vậy, quy y Phật và quy y Pháp là đã phát tâm học Phật tại sao còn đặt vấn đề NHẤT TÂM HỌC PHẬT?

Xin thưa: Phát nguyện hay phát tâm là xác định ý muốn làm một việc gì, không bao giờ thay đổi ý định không làm nữa, không bao giờ bỏ mục tiêu đã theo đuổi. Nhất tâm là chuyên chú vào mục tiêu, tìm mọi cách vượt khó khăn trở ngại để đạt tới mục tiêu, cách này không được thì tìm cách khác, không bao giờ có ý tưởng bỏ mục tiêu. Phát tâm học Phật chú trọng đến sự xác định ý muốn liên tục bền bỉ, không thối lui bỏ dở. Nhất tâm học Phật chú trọng đến phương tiện, thể thức thích ứng với từng trường hợp, cảnh ngộ khác nhau. Người nhất tâm học Phật sau khi đã phát nguyện tìm hiểu điều chưa sáng tỏ về Chánh pháp cần phải lập dự án, thảo chương trình, tìm phương pháp thuận tiện cho trường hợp cá nhân của mình. Sự nhất tâm thực hiện sau khi đã phát tâm học Phật, hành trì đạo pháp một thời gian dài hay ngắn tùy theo thiện căn và mức độ chứng ngộ của người khéo học.

Trong thực tế đại đa số trường hợp khi phát tâm tín nguyện tu học, có khi trước, có khi sau thời điểm thọ lễ Tam Quy, tâm người tu học mới ở tình trạng sơ khởi, tín lực và nguyện lực tuy có nhưng còn non yếu chưa thâm nhập vào Đạo pháp, giống như cái cây mới trồng rễ còn nông cạn chưa ăn sâu vào lòng đất, cây chưa thật vững chắc thật khó chống trả được với gió bão. Trường hợp nhất tâm học Phật là khi cây đã lớn, rễ đã ăn sâu xuống đất, không còn lo gió bão làm đổ cây mà chỉ còn lo vun bón tưới nước chờ ngày đâm hoa kết trái.

3 TIẾN TRÌNH TÍN–GIẢI–HÀNH–CHỨNG

Việc Tu và việc Học thường dùng tiếng ghép đôi Tu Học được dẫn giải thành bốn phần theo tiến trình Tín–Giải–Hành–Chứng, có khi cũng nói là Tín–Giải–Thọ–Trì. Đức tín đứng đầu trong tiến trình giữ vai trò then chốt có tác dụng quyết định: Thiếu niềm Tin là không có việc Tu hay Học. Giữ niềm Tin luôn luôn thanh tịnh, chân thật là pháp môn đem đến cho hành giả nguồn năng lực đầu tiên trong Ngũ lực (2) để đạt được đạo quả như ý. Trong tiến trình này, sự liên hệ có bốn phần như sau:

Tín

Tín giữ vai trò chủ chốt quyết định, khởi điểm cho việc tu hoc. Trường hợp chưa phát tín tâm mà đã thực hiện việc tu học thời không dẫn đến đạo quả như ý vì lý do đó chỉ là hành vi phản xạ theo tập quán, không có ý thức và chủ động trong việc tu học.

Giải

Giải đi liền ngay sau Tín để sáng tỏ điều đã tin, không giải thì dễ rơi vào mê tín tà đạo, không phải là Chánh pháp đang theo đuổi tu học. Giải chính là Học, làm sáng tỏ điều chưa rõ và điều đã hiểu sai lầm, bỏ tất cả mọi chấp trước, chấp ngã, chấp kiến. Tín hiểu là Chánh Tín phá được tà kiến, Giải hiểu là Chánh Kiến, Chánh Tư duy phá được Vô Minh.

Hành

Hành là hành động theo Chánh nghiệp sau khi Tín Giải, tránh mọi sự tạo nghiệp dữ cũng như lành. Đây là trường hợp đi vào Giải thoát môn, Tác và Vô Tác, nghĩa là hành động với Chân Tâm Thanh Tịnh, hành động hộ pháp độ nhân với Tâm Vô Cầu, Vô niệm.

Chứng

Chứng là phần sau cùng kết thúc chứng đắc đạo quả viên dung. Với tâm thế gian thì gọi là Chứng, với tâm xuất thế gian thì không có gì chứng đắc cả. Chỉ tạm dùng gọi là Hành và Chứng để dẫn giải sự tu học cho dễ hiểu đối với người chưa thâm nhập vào pháp giới Chân Như. Nếu không có phần kết thúc thực chứng, thì tất cả pháp là Vô thượng thậm thâm vi diệu pháp, trong Phật học chỉ là thứ bùa mê ma túy như thuốc phiện đối với kẻ nghiện, là thứ Ma men đối với người say rượu. Người khéo học cần tỉnh thức tu để chứng đạt quả Phật, không phải say mê Ma đội lốt Phật. Phật học gồm những pháp môn cần được tu chứng, nếu không chỉ là lý thuyết triết học không tưởng.

4 MÔ THỨC HỌC PHẬT

Phật học bao trùm vô lượng pháp, thường nói là vạn pháp. Về sự học Phật thường nói là tám vạn bốn ngàn pháp môn để tùy duyên tu học, thích ứng với mọi căn cơ của hành giả tùy theo căn cơ, trình độ khác nhau. Do đó có rất nhiều mô thức để hướng dẫn việc tu học cũng như việc thuyết giảng. Dưới đây là những mô thức thường nói đến, mỗi mô thức được sắp đặt theo tiêu chuẩn khác nhau để tùy nghi ứng dụng, miễn sao thích hợp với từng trường hợp cá biệt người thiện học để dẫn đến đạo quả như ý.

Tam pháp Giáo–Hành–Chứng

Đây là mô thức theo tiêu chuẩn thứ tự liên tiếp từ sự nhận thức Phật pháp đến sự thực hiện và theo dõi kết quả việc vâng theo lời Phật dạy:

Giáo pháp

Đây là những phép dạy Đạo lý Phật giáo gồm tất cả những lời thuyết giảng trọn đời của Đức Thích Ca ghi lại trong Tam Tạng Kinh Luật Luận, chia làm

12 bộ. Giáo pháp làm sáng tỏ niềm tin, tương đương như Tín và Giải trong tiến trình học Phật đã nói ở trên.

Hành pháp

Đây là những phép dạy thực hiện điều đã học ở Giáo pháp: Tứ Đế (3), Thập nhị Nhân duyên (4), Lục Độ (5).

Chứng pháp

Đây là những phép chứng đắc tùy theo mực độ Hành pháp viên mãn:

Hành pháp Tứ Đế dẫn đến đắc quả Thanh Văn, cuối cùng đắc quả La Hán (gọi đầy đủ A-la-hán) tận diệt nghiệp chướng phiền não, gọi là Giải Thoát phiền não, chưa giải thoát được thì gọi là sở tri chướng.

Hành pháp Thập nhị Nhân duyên dẫn đến đắc quả Duyên Giác, cũng gọi là Bích-chi Phật hay Độc Giác Phật. Danh xưng Duyên Giác chú trọng đến sự thông suốt lý Nhân duyên mà giác ngộ. Danh xưng Bích-chi Phật và Độc Giác Phật chú trọng đến sự kiện hành giả sinh ra, tu học rồi đắc đạo vào thời không có Phật Như Lai, chỉ tự học và tự giác ngộ nhập Niết-bàn thành Phật.

Hành pháp Lục Độ dẫn đến đắc quả Bồ-tát và Phật Như Lai.

Tam pháp ấn

Tam pháp Giáo–Hành–Chứng đều mang dấu ấn Phật pháp. Có ba dấu ấn gọi là Tam pháp ấn, bất cứ pháp môn nào không mang một trong ba dấu ấn thì không phải Phật pháp. Tam pháp ấn gồm có:

– Vô thường: Tất cả mọi sự sinh khởi đều có hủy diệt, đều vô thường.

– Vô ngã: Tất cả các pháp đều vô ngã, đều là giả hữu.

– Tịnh tịch Niết-bàn: Tất cả các pháp đều có bản thể Không tịch, mọi phiền não khổ đau đều là chao đảo do vọng thức đem đến.

Tam tuệ Văn–Tư–Tu

Mô thức này theo tiêu chuẩn phân tách một đối tượng tu học, bất luận là pháp môn nào. Sự phân tách tinh vi làm tăng trưởng trí tuệ, do đó có danh xưng Tam tuệ.

Văn tuệ

Từ ngữ Văn diễn hai ý tiếp nhận âm thanh và hiểu rõ nghĩa, dịch ra tiếng Việt là nghe thấy (nghe và thấy), nghe thủng. Nếu chỉ nghe mà không thấy, tiếng Hán là Thính. Cũng như từ ngữ Kiến có nghĩa nhìn thấy, nhìn rõ. Nếu chỉ nhìn mà không thấy, tiếng Hán là Thị. Do đó, có thành ngữ "Thính nhi bất văn, thị nhi bất kiến". Nghĩa là chỉ sự chậm hiểu, kém thông minh, nghe mà không thủng, nhìn mà không thấy. Tiếng ghép đôi Kiến văn chỉ sự hiểu biết, tương đương như Kiến thức, Học thức.

Ông A-Nan nghe lời Phật dạy, hiểu đầy đủ tường tận ý Phật muốn truyền đạt nên được Phật khen là Đa văn đệ nhất trong hàng đệ tử. Nếu nghe mà chỉ hiểu rõ một phần, ý muốn truyền đạt gọi là Văn bất cụ túc (chẳng trọn vẹn hạnh Đa văn). Văn hiểu theo nghĩa rộng gồm cả Kiến, sự hiểu biết sau khi tai nghe mắt thấy. Đó chính là Văn tuệ, nghe nhìn rồi thông suốt ý nghĩa, mở rộng Trí tuệ.

Tư tuệ

Tư là suy xét, ngẫm nghĩ cho ra lẽ chân thật, đâu là chánh, đâu là tà. Cũng gọi là Tư duy. Từ ngữ Duy là nhớ tưởng, suy cho ra lẽ để noi theo. Có hai đường lối tư duy:

– Tà Tư duy, Hư vọng Tư duy là suy ngẫm theo thế tục, dục vọng, không có ích lợi gì cho chúng sanh về mặt thế gian và xuất thế gian.

– Chánh Tư duy, Chân thật Tư duy là suy ngẫm theo Chánh Đạo, diệt trừ phiền não nhằm giải thoát chúng sanh.

Tu tuệ

Tu là sửa mình, trau dồi đức hạnh. Tu là gieo nhân lành, chứng là hái quả lành. Để đạt đạo quả như ý cần hội đủ ba điều kiện, tiếng nhà Phật gọi là ba nhân duyên:

– Lục căn phải đầy đủ, lành mạnh, vững chắc. Nói cách khác là phải có giác quan tốt lành để tiếp nhận điều học hỏi. Đây là thiện căn, thiện nhân của người tu.

– Sự thọ truyền đạo pháp phải thực hiện đúng cách ở cả bên chân sư chỉ dạy lẫn bên tín đồ tìm hiểu. Đây là thiện duyên, cũng gọi là pháp duyên.

– Sự hành trì điều đã học phải miên mật, kiên cố nghĩa là phải liên tục không gián đoạn, phải vững chắc không thờ ơ chểnh mảng. Đây cũng là thiện nhân của người tu.

Tam quán Không–Hữu–Trung

Mô thức này theo tiêu chuẩn luận lý: Quán cũng đọc là Quan có nghĩa nhận xét cân nhắc điều tà vạy với điều chân thực để đạt tới Chân lý. Thường dùng tiếng ghép đôi như quán niệm, quán giải, quán tưởng, quán chiếu, thiền quán, tà quán, chánh quán… Thông thường hay nói đến Tam quán:

– Không quán: Nhận ra mọi sự vật đều không có thực tánh, thực tướng như thường nói Vạn pháp giai không. Thể tánh vạn pháp là Không tịch.

– Hữu quán: Cũng gọi là Giả quán, nhận ra mọi sự vật đều vô thường, luôn luôn biến hóa chuyển dịch. Cái gọi là Có thật chỉ là giả tạm, không bền vững lâu dài.

– Trung quán: Nhận ra lẽ Trung đạo, không phải Không, không phải Có, tiếng nhà Phật gọi là vô thực vô hư.

Phép Không quán dạy phá chấp Có. Phép Hữu quán dạy phá chấp Không. Phép Trung quán dạy hành giả giữ mức Trung, không phải Có, không phải Không. Đó là Chánh đạo trong Phật học, tin và làm theo đúng như Phật dạy.

Ngũ quán

Đi sâu vào chi tiết hơn có phép Ngũ quán:

– Chân quán: Nhận ra Chân đế, cái lý Chân thực để dứt bỏ sự chấp Không trong phép Không quán.

– Thanh tịnh quán: Nhận ra tâm Thanh Tịnh, dứt trừ được sở tri chướng, những sai lầm khi chấp Có trong phép Hữu quán.

– Quảng đại Trí tuệ quán: Nhận ra Trí tuệ khi Trung quán, dứt trừ được Vô minh.

– Bi quán: Do ba phép quán tưởng vừa nói trên nhận ra sự khổ não của chúng sanh, cần phải cứu độ chúng sanh cho hết khổ.

– Từ quán: Cũng do ba phép quán tưởng nói trên nhận ra việc cần đem đến sự an vui cho chúng sanh.

Quán pháp có hiệu năng diệu ứng trong mọi trường hợp từ việc to lớn quan trọng đến việc nhỏ nhặt thường ngày. Ví dụ điển hình: Để đối trị diệt trừ tính tham ăn, một Tỳ kheo khi thọ thực món ăn thí chủ cúng dường đã hành pháp Ngũ quán như sau:

– Tưởng đến giá trị món thực phẩm mà thí chủ đã đem cúng dường cho mình thọ hưởng, tưởng đến công lao khó nhọc của người đã tạo ra.

– Tự xét đức hạnh của mình có xứng đáng thọ hưởng hay không.

– Phải tự ngăn ngừa tính tham ăn.

– Coi món ăn đó như liều thuốc trị bệnh đói mà thôi.

– Chỉ vì cần có sức mạnh để tu hành nên tạm dùng món ăn đó mà thôi.

Tam học Giới–Định–Tuệ

Cũng gọi là Tam Tu, mô thức này theo tiêu chuẩn tăng trưởng nội lực của người hành trì. Ba phần học này theo thứ tự liên tiếp và có liên quan mật thiết đến nhau: Trì giới mới sanh Định, có Định mới phát Tuệ, có Tuệ mới đoạn trừ hết Vô minh và Phiền não để rồi đắc Chân Tâm Thanh Tịnh.

– Giới học: Để giữ điều Giới cấm về cả tam nghiệp thân, khẩu, ý. Về Giới thì học tạng Luật.

– Định học: Để tìm hiểu Thiền định, tu sửa đức hạnh, tiến tới mức độ Thanh Tịnh. Về Định thì vừa học tạng Kinh vừa tham thiền.

– Tuệ học: Để sáng tỏ Chân lý, đoạn trừ mê vọng nghi hoặc, diệt tận Vô minh. Về Tuệ thì vừa học tạng Luận vừa mở mang trí phân biện.

Khi viên thành đạo quả Tam học, hành giả có đạo vị thành Thánh, gọi là Vô học, nghĩa là không còn điều gì để học vì tâm đã thông suốt. Đây là quả vị A-la-hán trong Thanh Văn thừa và quả vị Bích-chi Phật trong Duyên Giác thừa. Khi đó gọi là Vô lậu học vì đã đạt tới Vô lậu tuệ, Vô lậu trí, không còn điều gì là không thông suốt sáng tỏ.

Tam Giải thoát môn Không–Vô tướng–Vô tác

Đây là ba cửa Giải thoát, cũng gọi là Tam Tam muội (Ba phép Thiền định). Tam Niết-bàn môn (Ba cửa thông tới Niết-bàn). Đây là mô thức theo tiêu chuẩn Vô thượng Cứu cánh trong Phật pháp.

– Không môn: Thực chứng vạn pháp vốn là Không.

– Vô tướng môn: Thực chứng vạn pháp không có thể tướng, không có cả tướng Không nữa. Thực chứng Chân Không, không phải Ngoan Không khi còn chấp vào tướng Không đối nghịch với Hữu.

– Vô tác môn: Cũng gọi là Vô nguyện môn, thực chứng không có mong cầu điều gì cho mình, không có tác nghiệp trong khi vẫn sinh hoạt bình thường cứu độ chúng sanh. Nói cách khác là vẫn sinh hoạt bình thường với Chân Tâm Thanh Tịnh, Trí Tuệ Vô lậu, không có tác nghiệp kể cả nghiệp lành vì lý do không còn ý niệm lành hay dữ.

Khi Đức Thích Ca trở về thành Ca-tỳ-la-vệ đã thuyết độ vua Tịnh Phạn Tam Giải Thoát môn. Nghe xong, nhà vua ngộ Đạo.

KẾT LUẬN

Học Phật là tìm hiểu điều Phật dạy, là làm theo ý Phật, là đi tới chứng ngộ Đạo pháp và trở thành Phật. Đó là nét đặc thù độc đáo trong việc học Phật, không giống như những việc học khác ở thế gian.

Về mặt hành trì, người thiện học cần tự vấn: Trong ba việc Tu, Thờ và Học Phật mình đã hội đủ cả ba hay chưa? Việc nào đã thực hành trước, việc nào sau? Điều quan trọng là ba việc cần hành trì đồng đều, cân bằng, không việc nào mạnh, việc nào yếu, có vậy mới dẫn đến đạo quả viên dung như ý.

CHÚ THÍCH

❶ **Ngũ Minh:** Năm môn trong Phật học thời xưa ở Ấn Độ:

– Thanh minh tương đương như ngôn ngữ học.

– Công xảo minh tương đương như công nghệ kỹ thuật học.

– Y phương minh tương đương như y học, dược học.

– Nhân minh tương đương như luận lý học, làm sáng tỏ nguyên do sự vật.

– Nội minh là phần giáo lý đề cao tôn chỉ của Phật học gồm có Tam tạng Kinh, Luật, Luận.

❷ **Ngũ Lực:** Năm sức mạnh ở người tu hành gồm có Tín lực, Tinh tấn lực, Niệm lực, Định lực và Tuệ lực. Khi đắc quả viên mãn, năm lực này kết hợp viên dung trở thành Phật lực.

❸ **Tứ Đế:** Bốn Sự Thật, bốn Chân lý nhiệm màu. Cũng gọi là Tứ Diệu Đế, Tứ Chân Đế, Tứ Thánh Đế. Gồm có Khổ Đế, Tập Đế, Diệt Đế và Đạo Đế.

❹ **Thập nhị Nhân Duyên:** Mười hai Nhân Duyên làm cho chúng sanh luân hồi sanh tử, gồm có Vô minh, Hành, Thức, Danh Sắc, Lục Nhập, Xúc, Thọ, Ái, Thủ, Hữu, Sanh và Tử.

❺ **Lục Độ:** Cũng gọi là Lục Ba-la-mật. Đây là sáu pháp dẫn đến Giải Thoát, sáu đại hạnh trong Bồ-tát đạo: Bố thí, Trì giới, Nhẫn nhục, Tinh tấn, Thiền Định và Trí tuệ.

4 NĂM ĐIỀU KHÁC THƯỜNG Ở ĐỨC PHẬT

Hàng năm đến ngày Phật Đản, tất cả những người con Phật từ xuất gia đến tại gia, thiện nam tín nữ đều hoan hỷ mừng ngày đản sinh của bậc cứu thế độ nhân, vạch chỉ cho người thế gian con đường thoát khổ. Khắp nơi đều tổ chức lễ Phật để tưởng niệm đến công đức Đức Phật. Đó là ngày rằm tháng 4 âm lịch.

Đức Phật là đấng Từ Phụ nên các con đều tỏ lòng kính mộ. Để ứng dụng tâm niệm kính mộ trong việc tu tập hành trì đạo pháp, người con Phật cần am tường năm điều khác thường ở Đức Phật để sớm viên mãn đạo hạnh, noi gương đấng Từ Phụ.

Năm điều khác thường này gồm có:

– Có hành động khác thường: Dám bỏ tất cả.

– Có nhãn quan khác thường: Không tin ở Thượng Đế mà chỉ tin ở con người.

– Có tình thương khác thường: Thương khắp cả muôn loài.

– Có nhận thức khác thường: Thấy cái Ta không thực.

– Có sự sáng suốt khác thường: Vượt không gian và thời gian.

Hành động khác thường: Dám bỏ tất cả

Dám bỏ Tất Cả là hành động khác thường của Đức Phật. Ai cũng biết Đức Thích Ca là Thái tử của Tịnh Phạn Vương đã bỏ cả triều đình ngôi báu, bỏ cả vợ đẹp con ngoan để đi tìm Đạo cứu khổ chúng sanh. Thường tình, rời khỏi tay mình một phần tài sản tiền bạc, quyền thế chức vị là một việc nuối tiếc khó thực hiện một cách tự nguyện đối với tâm phàm nhân thế gian.

Người tu đạo noi gương Đức Phật thực tập *tâm Xả*, một trong Tứ vô lượng tâm gồm có Từ, Bi, Hỷ và Xả để tiến tới Tịch diệt Giải thoát.

Nhãn quan khác thường: Chỉ tin ở con người

Đạo Phật chỉ tin ở con người, vốn có sẵn chân tâm thanh tịnh thường gọi là *Phật tâm* hay *Phật tánh*. Vạn pháp duy Tâm, tất cả mọi sự vui buồn, sướng khổ đều do chính con người tự định đoạt, không do Thượng Đế hay một đấng thần linh nào quyết định an bài sẵn cho con người. Nói cách khác, con người tự định lấy phận mình, không phải tuân theo một mệnh lệnh của Thượng Đế toàn năng hay một vị thần linh siêu nhân nào.

Đạo Phật duy tâm mà không duy thần như nhiều tôn giáo khác, cũng như đạo Phật trọng thực chứng mà không duy vật như có lập luận đã ngộ nhận. Có thể nói là đạo Phật *duy nhân*, chính đây là tính *nhân bản* rõ ràng trong giáo lý đạo Giải thoát khi nêu lên *Tự giác giác tha, Tự độ độ tha*. Đây cũng là nền tảng của lý Nhân Quả và Luân Hồi Nghiệp Báo.

Tình thương khác thường: Thương khắp muôn loài

Đạo Phật gọi là đạo Từ Bi vì Đức Phật có tình thương khác thường, thương không riêng gì loài người từ thân quyến đến người dưng mà thương khắp cả muôn loài chúng sanh như cầm thú, sâu bọ. Tất cả đều giống nhau, chung một bản thể như nhau. Đây là mầm mống nẩy sinh ra *tâm Từ Bi, tâm Bình, tâm Thanh Tịnh.* Thông thường người thế gian chỉ thương trong giới hạn thu hẹp gia đình thân quyến hay bạn bè, còn người dưng nước lã thì không thương hoặc thương rất ít, đừng nói gì đến muôn loài.

Nhận thức khác thường: Thấy cái Ta không thực

Đây là dấu chứng then chốt trong giáo lý đạo Phật: Vạn pháp đều không có Tự Ngã, không có cái Ta. Tất cả đều do duyên sanh mà hiển lộ thành Sắc, đến khi duyên tán thì thành Không. Đây là nền tảng của lý Vô Thường, lý Vô Ngã. Người tu Phật chưa lý giải được sự nhận thức khác thường này thì chưa chứng ngộ được đạo pháp, chưa đạt được tâm Thanh Tịnh Tịch Diệt.

Sự sáng suốt khác thường: Vượt không gian và thời gian

Đây là sự giác trí viên mãn của Đức Phật, thông suốt chân lý ở đâu và bao giờ cũng đúng, từ ngữ Phật học gọi là Chân Đế, tạm hiểu như chân lý tuyệt đối, ví dụ con người có sinh ắt có tử, không ai thoát được cái chết khi mãn kiếp sống ở thế gian. Chân Đế khác với Tục Đế, tạm hiểu như chân lý tương đối, ví dụ như giàu thì sướng, nghèo thì khổ, điều này không phải là Chân Đế vì lý do không đúng trong tất cả mọi trường hợp.

KẾT LUẬN

Tin lời cha dạy, Hiểu lời cha dạy chưa đủ, cần phải Làm theo lời cha dạy. **Nghiệm thấy mình làm đúng lời cha dạy mới là đầy đủ phận sự làm con** tỏ lòng kính mộ và biết ơn cha. Người con Phật có hiếu luôn luôn tâm niệm như vậy.

5 PHẬT ĐỘ

Tu Phật để cầu xin Phật độ cho được hưởng nhiều may mắn tốt lành. Đó là niềm tin trong tâm khảm người con Phật. Niềm tin này là động lực làm cho người tu đạo cố gắng hành trì để tiến tới đạo quả viên thành, ngôn từ Phật học gọi là *tín lực.* Người tu học có lòng tin vững mạnh vẫn còn nhiều điều cần minh giải cho sáng tỏ lý nhiệm màu trong Phật pháp, thông suốt ý Phật trong lời kinh thường tụng niệm chuyên cần. Độ là gì? Phật độ ra sao? Tu thế nào để được Phật độ, trường hợp nào được, trường hợp nào không? Phật từ bi cứu độ chúng sinh, tại sao có người được có kẻ không? Trường hợp không thấy Phật độ thì phải cầu xin thế nào để được độ? Phật không thương sót kẻ không được độ hay sao? Hay là Phật bất lực trong trường hợp này? Nếu không thương sót, tại sao lại nói là Phật từ bi? Nếu bất lực, tại sao lại nói Phật là đấng Toàn Giác, Toàn Năng?

Không giải đáp thỏa đáng những câu hỏi trên thì niềm tin không vững mạnh, không kiên định, thế tất một ngày nào đó niềm tin yếu dần và hết hẳn. Nếu cứ nhắm mắt mà tin, không cần tỏ ngộ thì niềm tin có động lực vững mạnh này lại trở thành *mê tín dị đoan,* lạc vào tà đạo lúc nào không biết. Niềm tin cần được tỏ ngộ mới là *chánh tín Phật pháp,* mới dẫn đến chánh đạo. Trường hợp tin Phật mà không có chánh tín vẫn gọi là mê tín, đó là Ma Quỷ mặc áo Phật để che mờ mắt kẻ phàm phu còn nặng nghiệp chướng nên khi nhìn lại ngộ nhận là Chân Phật rồi dốc lòng cúng lễ cầu xin để được độ. Sự phân biệt chánh tín với mê tín, Chân Phật với Ma Quỷ mặc áo Phật để che mờ mắt kẻ u minh được dẫn giải như sau:

Chân Phật là Như Lai, là Pháp thân vô tướng không nhìn thấy được bằng mắt trần, mắt thịt chỉ căn cứ vào hình tướng bên ngoài để đặt niềm tin rồi làm theo, không suy ngẫm chứng nghiệm ở điều tin và việc đang làm. Như vậy không thể nhìn thấy được Chân Phật, không thể nhìn thấy được

Như Lai. Nếu căn cứ vào hình tướng rồi vội tin là đã nhìn thấy Chân Phật thì thường bị Ma Quỷ đội lốt Phật lừa dối. Người chân tu cần sáng suốt khi đọc kinh niệm trì tu học cần phân biệt đâu là lời dạy của Chân Phật, đâu là lời nói lừa dối của Ma Quỷ, đâu là ý độ sinh của Chân Phật, đâu là mưu đồ ám muội của Ma Quỷ. Nói cụ thể rõ ràng hơn, cùng một câu kinh người đọc tụng có thể hiểu theo hai trường hợp khác nhau, có khi chỉ cần một từ ngữ trong câu kinh cũng vậy: Hiểu đúng theo ý Phật là trường hợp gặp được Chân Phật, từ đó tin và làm theo ý Phật; hiểu sai ý Phật mặc dù cũng tiếp nhận cùng một câu kinh, cùng một từ ngữ giống nhau, nhận cùng một lời nhưng hiểu sai ý, từ đó vẫn tin và làm theo ý sai này. Trường hợp thứ nhất là được Phật độ, người tu học gieo nhân lành và sẽ hái quả lành, hưởng phúc Phật ban ân cho. Trường hợp thứ hai là bị Ma Quỷ chỉ lối đưa đường vào tà đạo, người tin và làm theo dĩ nhiên là đã gieo nhân chẳng lành và sẽ trả quả chẳng lành. Phật từ bi không thể cứu độ được kẻ đã không giữ được chánh tín lại lạc vào tà đạo gieo nhân chẳng lành. Trường hợp Phật không độ này không phải là Phật bất lực bó tay chịu nhìn quả chẳng lành đến với kẻ đã gieo nhân chẳng lành. Người thiện học cần sáng tỏ trường hợp này trên đường tu tập chánh pháp.

Theo từ ngữ, *độ* là giúp đỡ cho vượt được khó khăn trở ngại, từ đơn này thường dùng ghép đôi hay ghép tư như cứu độ, hóa độ, phù hộ độ trì. Ẩn dụ thường dẫn giải Phật độ chúng sinh giống như người đi bộ muốn sang sông đã nhờ đò ngang chở qua sông từ bờ bên này sang bờ bên kia. Người đi bộ là kẻ tu học, con sông chắn ngang là khó khăn trở ngại, bờ bên này là vô minh nên gọi là bờ Mê, bờ bên kia là giác ngộ nên gọi là bến Giác, chuyến đò sang ngang là việc cứu độ chúng sinh của Phật. Ẩn dụ này đưa ra hình ảnh chuyến đò ngang rất rõ ràng nhưng còn thiếu sót một chi tiết trong việc hành trì chánh pháp: Phật độ là giúp kẻ bộ hành sang sông từ bờ Mê bên này sang bến Giác bên kia. Điều này rất đúng, không có đò ngang thì khách bộ hành không qua sông được. Dĩ nhiên ẩn dụ nói đây có hàm ý là con sông không có cầu bắc ngang, có nhiều sóng gió không dễ dàng bơi lội sang ngang. Chi tiết thiếu sót chưa sáng tỏ là chính Phật đã đích thân chèo lái con đò đưa khách sang sông hay Phật chỉ cho mượn con đò rồi khách muốn sang ngang phải tự chèo lái lấy? Câu hỏi thiết yếu này được giải đáp bổ sung cho ẩn dụ chuyến đò ngang: Phật chỉ cho mượn con đò, khách muốn qua sông phải tự chèo lái lấy. Phật chỉ giúp cho phương tiện sang sông, khách qua sông phải tự sử dụng lấy phương tiện Phật đã từ bi trao cho mượn. Đó là ý Phật dạy chúng sinh *tự giác tự độ*. Phật còn căn dặn thêm: Sau khi đã đến bờ bên kia là bờ Giác, khách bộ hành cần phải biết bỏ con đò lại, không được u mê vác con đò lên vai để tiếp tục đi trên đường bộ. Lời dặn thêm này có ý nghĩa cao diệu, có tầm mức hết sức quan trọng đối với hành giả trên đường giải thoát. Lời dặn thêm này Phật chỉ nói với người đã cập bên bờ Giác, Phật không nói với người đang còn đứng ở bên bờ Mê chờ đò sang ngang. Lý do: Kẻ chưa sang sông chưa đủ giác tính để hiểu lời dặn, hơn nữa lời dặn chưa cần đến. Ai đã sang sông rồi mới có đủ giác tính để hiểu nổi ý nghĩa cao diệu lời dặn thêm phải bỏ con đò lại, lúc đó lời dặn thêm mới trở nên cần thiết để tránh cho hành giả hai lỗi lầm. Tuy gọi là hai nhưng chỉ có một việc là vác con đò lên vai mà tiếp tục đi bộ, còn việc không bỏ con đò lại là sự kiện đương nhiên gắn liền với việc vác con đò mà đi bộ. Nói theo ngôn từ Phật học, một việc gieo nhân nhưng có hai quả báo.

Việc vác con đò lên vai mà đi bộ là gieo nhân si mê. Hình ảnh này dĩ nhiên không có trên thực tế trong đời sống thế tục, không có khách sang sông nào lại làm như vậy. Nhưng trên con đường tu tập để tiến tới Giải thoát, một số rất đông hành giả đã vác đò lên vai mà đi bộ, chứng cớ số người phát tâm tu Phật thì rất nhiều, sang sông đến được bờ Giác số hành giả đã giảm đi đáng kể. Từ Giác đến Ngộ, đến viên thành đạo quả, thành Bồ-tát, thành Phật con số lại còn giảm đi nhiều nữa chỉ vì gieo nhân si mê vác con đò lên vai mà đi bộ.

Quả báo thứ nhất, vác đò lên vai tiêu biểu cho sự *chấp tướng*. Muốn đạt tới giải thoát, tiêu trừ hết nghiệp chướng thì phải ly tướng, không được chấp tướng, dù là tướng Phật thể hiện ở lời kinh, lời Phật dạy. Đọc tụng kinh kệ để sáng tỏ cái lý Phật dạy diễn tả bằng hình tướng và âm thanh văn tự. Chấp ở âm thanh văn tự mà không thấu suốt sáng tỏ được ý Phật là sự si mê chấp tướng. Còn chấp tướng thì không bao giờ giải thoát được.

Quả báo thứ hai, không bỏ con đò lại là biểu tượng cho *tâm ích kỷ,* ôm chặt lấy cái mình đã nắm được trong tay. Không bỏ con đò lại thì người khác lấy gì sang ngang. Mình đã đến được bờ giác rồi sinh ra tự kiêu tự mãn, không còn suy nghĩ đến người khác đang cần đến con đò để sang sông. Đó là tâm chấp ngã vị kỷ, đó là tâm không buông xả, không vị tha, không từ bi. Đã si chấp tướng lại tham ích kỷ thì tu bao nhiêu kiếp cũng không viên thành đạo quả. Phật dạy *tự độ độ tha, tự giác giác tha,* trường hợp không bỏ con đò lại là không độ tha, không giác tha, chỉ biết tự lợi mà không biết lợi tha, chỉ vì mình mà không vì người.

Phật độ là Phật cho mượn con đò để hành giả dùng làm phương tiện sang sông. Con đò nói đây chỉ hửu ích khi đạt được kết quả đưa khách sang sông. Nếu con đò nằm yên trên bờ Mê vì không có ai chèo lái, Phật đã không làm hộ, khách sang ngang cũng không tự làm lấy, con đò có tốt đẹp mấy cũng trở nên vô dụng vô ích. Con đò chính là kinh Phật dạy. Trường hợp người tu học đọc tụng chuyên cần nhưng chưa hiểu được lời kinh, chưa sáng tỏ được ý Phật giống như người muốn sang sông cầu xin Phật cho mượn con đò. Sau khi đã nhận được con đò, nghĩa là đã đọc tụng thuộc lầu kinh kệ, hành giả ôm chặt lấy con đò vẫn đậu yên ở bến Mê vì lý do không biết tự chèo lái lấy. Việc chèo lái con đò nói đây chính là chứng nghiệm và lý giải Phật pháp, nghĩa là thực hành và thông suốt được ý Phật. Đọc tụng kinh kệ là hình thức, là phương tiện tiếp nhận sự cứu độ của Phật đang ban ân cho hành giả. Sự đọc tụng trọn vẹn gồm có hai phần hình thức và nội dung. Phần hình thức là nhớ lấy âm thanh, nhớ lấy lời văn kinh in trong sách; phần nội dung là hiểu thông suốt và đem ra thực hành lời Phật dạy, nói ngắn gọn là làm theo ý Phật, Phật truyền cho mình điều gì thì cố làm điều đó. Đó là thiện học là chân tu, là đứa con ngoan dễ dạy của Phật.

Phật độ còn được dẫn giải là Phật truyền cho kẻ cầu xin một nguồn năng lực, một nguồn sinh lực thanh tịnh để sống cuộc đời an lạc ở ngay cõi thế gian ta bà này. Nguồn sinh lực quý báu này gọi là *Phật lực,* gồm có năm thứ nên cũng gọi là *ngũ lực*: Tín lực, niệm lực, tinh tấn lực, định lực và tuệ lực. Gọi là truyền Phật lực cho người cầu xin, Phật lực có phải là thứ chỉ có Phật mới có, người cầu xin chưa hề có? Xin thưa: Nguồn lực này ở chúng sinh ai cũng có sẵn nhưng ở dạng tiềm ẩn, chỉ là tiềm lực chưa cung ứng đủ khả năng để giúp cho chúng sinh chứng ngộ. Nguồn tiềm lực ai cũng có này gọi là *thiện căn,* gồm có năm thứ nên cũng gọi là *ngũ căn* tương ứng với ngũ lực: Tín căn, niệm căn, tinh tấn căn, định căn và tuệ căn. Thiện căn gọi nôm na là căn lành, căn tu. Thông thường còn gọi là lương tâm, tính trời, tính thiện, lòng lành. Đến khi hành giả thông suốt sáng tỏ được ý Phật trong lời kinh, nguồn tiềm ẩn này mới bừng sáng trở nên Phật lực hội đủ khả năng giúp cho hành giả khai ngộ. Nguồn tiềm lực chúng sinh có sẵn ví như bóng đèn, ơn Phật độ ví như điện lực. Tiếp nhận điện lực thì bóng đèn mới sáng, cường độ điện yếu tiếp nhận ít thì bóng đèn sáng mờ mờ, cường độ điện mạnh tiếp nhận đầy đủ thì bóng đèn sáng tỏ. Không có điện thì bóng đèn không sáng dù là bóng đèn thuộc loại tốt, đây là trường hợp chúng sinh bạc phước không có duyên may gặp Phật để cầu xin hóa độ, ngôn từ Phật học gọi là *phước duyên* hay *pháp duyên.* Bóng đèn có sẵn là Phật tính chúng sinh ai cũng có, vì thế mới nói chúng sinh là Phật sẽ thành. Hơi điện lực là cái lý Phật dạy trong lời kinh. Bóng đèn sáng nhờ hơi điện lực truyền cho là trường hợp chúng sinh có pháp duyên gặp được Phật để cầu xin truyền điện. Phật là chúng sinh đã thành ví như bóng đèn đã được truyền điện đang sáng. Phật và chúng sinh giống nhau cùng là bóng đèn, chỉ khác nhau bên sáng bên chưa sáng. Lý bình đẳng trong Phật pháp được dẫn giải theo lập luận minh giải như vậy. Và cũng do lập luận này mới có câu *Tu để thành Phật.*

Một câu hỏi chi tiết: Tại sao kẻ có người không có pháp duyên gặp Phật để cầu xin hóa độ? Pháp duyên là gì? Từ đâu mà có? Pháp duyên là thứ tự dưng Phật cho may ai người ấy được hay là thứ chúng sinh tự kiến tạo nên?

Giải đáp câu hỏi này là nói đến lý nhân duyên nghiệp báo, thường nói gọn là lý nhân quả hay lý duyên nghiệp, đồng thời cũng để trả lời câu hỏi tại sao Phật độ người này không độ người kia? Pháp duyên ở kiếp này đưa đến cơ hội gặp Phật để có điều kiện cầu xin cứu độ là quả nghiệp do chính hành giả đã gieo nhân lành từ nhiều kiếp trước. Gieo nhân lành từ nhiều kiếp trước thì có pháp duyên ở kiếp này. Không gieo nhân lành lại gieo nhân chẳng lành từ nhiều kiếp trước thì không có pháp duyên, không gặp được Phật ở kiếp này. Như vậy, *pháp duyên là quả nghiệp* do chính hành giả kiến tạo nên, không phải là thứ Phật tự dưng cho may ai người ấy được. Phật không độ tức là không có pháp duyên, nguyên do ở chính hành giả tạo nghiệp chẳng lành, không phải tại Phật hẹp lượng từ bi hay bất lực trong việc cứu độ chúng sinh.

Pháp duyên là gặp được Phật, thế nào là gặp được Phật? Vào chùa nhìn thấy tượng Phật hay mua hình Phật treo ở nhà đã là gặp Phật hay chưa? Hay phải lễ Phật và cúng dường Tam bảo mới là gặp Phật? Làm thế nào để biết được mình đã gặp Phật hay chưa? Không biết thì làm sao mà xin Phật độ? Xin thưa: Phật không có ở tượng hay ở hình Phật mà ở ngay trong tâm mình như thường nói *Phật tại tâm.* Lễ Phật mà không biết đến tâm Phật, cúng dường Tam bảo mà không biết Tam bảo là gì, có diệu dụng ra sao thì chưa gọi được là đã gặp Phật. Chỉ khi nào nhìn thấy tâm Phật, trong lòng khởi dạy một niềm tin, tin ở Phật từ bi, sáng suốt và toàn năng, nghĩa là bắt đầu tiếp nhận tín lực do Phật truyền cho, chỉ từ khi đó mới gọi là đã gặp Phật. Trường hợp chăm đi chùa lễ Phật, làm công quả cúng dường Tam bảo mà chưa có niềm tin là chưa gặp Phật, chưa có pháp duyên ở kiếp này.

Bắt đầu có niềm tin coi như đã gặp Phật lần thứ nhất, đã được độ một phần. Muốn tự xét mình để biết được Phật đã độ mình ít hay nhiều, có liên tục hay gián đoạn, đã đủ mức để cho mình tỏ ngộ chánh pháp hay chưa, hành giả hãy theo rõi nguồn Phật lực mình đã tiếp nhận, nói cách khác là theo rõi công phu tu tập hành trì của chính mình. Tu tập nhiều thì chứng nghiệm nhiều, từ đó lý giải nhiều, rồi dẫn đến giác ngộ nhiều. Nói ngắn gọn là theo rõi tiến trình *tu chứng giải ngộ* do chính mình thực hiện, hành giả sẽ biết được tầm mức Phật độ cho mình, tầm mức Phật lực mình đã tiếp nhận căn cứ vào sự thông suốt ý Phật, lời Phật dạy trong kinh.

Phật lực gồm năm thứ nên gọi là ngũ lực: Tín lực, niệm lực, tinh tấn lực, định lực và tuệ lực. Hiệu năng của mỗi lực có phần khác nhau: *Tín lực* làm cho có niềm tin Tam bảo để hành giả phát tâm tu đạo. Phật lực đầu tiên này mới nghe chưa thấy rõ, suy ngẫm kỹ mới thấy tầm quan trọng có giá trị thực nghiệm. Kẻ bộ hành muốn đi từ A đến B trước tiên phải nhấc chân cất bước, nếu chỉ đứng yên ở điểm A thì không có vấn đề đi bộ nữa. Người tu đạo không khởi tín thì chăm đi chùa lễ Phật để làm gì? Hỏi tức là trả lời rồi. *Niệm lực* kế tiếp làm cho hành giả thường xuyên cảm thấy ân Phật đang soi sáng mở đường chỉ lối cho mình đi đến giác ngộ. *Tinh tấn lực* làm cho hành giả có khả năng vượt mọi khó khăn, không lúc nào bê trễ trên đường tu đạo. *Định lực* làm cho hành giả thấy rõ niềm an lạc đang nhằm tiến tới, thấy rõ cảnh Tịnh Độ, nhờ đó không bao giờ thay đổi mục tiêu tu đạo. *Tuệ lực* làm cho hành giả sáng tỏ thông suốt mọi lý sự, đâu là chánh đâu là tà, tránh được mọi mê lầm sai lạc.

Sự liệt kê năm lực nhằm nói rõ tác dụng khác nhau của năm yếu tố cấu tạo thành Phật lực. Cả năm lực đều có tác dụng chung, ảnh hưởng hỗ tương bổ sung cho nhau, không có thứ nào đứng riêng lẻ một mình. Nói cách khác, đã được Phật độ là được cả năm lực, không thiếu riêng một lực nào. Tuy nhiên, sự tiếp nhận Phật lực của mỗi hành giả lại khác nhau, cùng tiếp nhận đủ năm thứ nhưng người này nhiều lực này, kẻ kia lại nhiều lực khác. Sự tỷ lệ không đồng đều này do căn cơ của mỗi hành giả khác nhau hạ căn, trung căn và thượng căn. Vì vậy thường nghe nói hai lối tu, tu phước và tu tuệ. Tu phước là trường hợp người hạ căn và trung căn tiếp nhận nhiều tín lực, niệm lực và tinh tấn lực, tiếp nhận ít định lực và tuệ lực. Tu tuệ là trường hợp người thượng căn tiếp nhận hai lực sau nhiều hơn ba lực trước. Tu phước phát khởi và tăng trưởng hai tâm bi và dũng trước tâm trí. Tu tuệ phát khởi và tăng trưởng tâm trí trước hai tâm bi và dũng. Cả hai lối tu phước và tu tuệ đến lúc viên thành đạo quả thì cả ba tâm bi trí dũng đồng đều như nhau. Thấu rõ Phật lực như vậy, người thấy mình hạ căn đừng chán nản vì lo rằng mình không đủ khả năng đạt đạo, người thấy mình thượng căn chớ vội cho là mình dư sức đạt đạo rồi sinh kiêu mạn, mắc kẹt trong sở tri chướng không vượt thoát ra được.

Sự kiện Phật độ ví như đài phát thanh phát sóng, hành giả tiếp nhận ví như máy thâu thanh. Sự phát sóng luôn luôn bình đẳng đồng đều, không thiên vị máy thâu thanh nào trong khu vực phát sóng. Máy thâu thanh loại tốt thì nghe rõ hơn, giống như người thượng căn. Máy thâu thanh loại thường thì nghe không rõ bằng thứ loại tốt. Sự nghe rõ nhiều rõ ít là tùy từng loại máy thâu thanh, không phải đài phát sóng thiên vị. Biết mình thuộc loại máy thâu thanh nào tức là rõ căn cơ của mình, căn cơ là quả nghiệp gieo nhân từ nhiều kiếp trước, kiếp này tỏ rõ được là mừng rồi, không nên phàn nàn so bì thượng với hạ vì nhân đã gieo tất là hái quả. Điều đáng quan tâm đối với hành giả ở kiếp này cần phải ghi tâm khắc cốt, đó là niềm tin bất biến: Tâm phật từ bi cứu độ chúng sinh vô lượng vô biên, không lúc nào ngừng nghỉ, giống như đài phát thanh luôn luôn phát sóng hằng ngày 24 trên 24 giờ quanh năm suốt tháng. Người tu tại gia hãy tự hỏi mỗi ngày có dành thì giờ mở đài ra *nghe hay không và nghe được bao lâu*?

Tự trả lời là hiểu được hai chữ PHẬT ĐỘ.

6 MA SỰ

Ma sự là việc ma, những hành động do bọn ma trong ma giới, thế giới các loài ma thực hiện nhằm mục đích gây chướng ngại, loạn động cho cuộc sống xã hội con người, từ tự thân cá nhân đến tập thể chung sống với tha nhân. Định nghĩa này sáng tỏ được việc làm của ma, chưa đề cập đến ma là gì? Từ ngữ MA cò nhiều nghĩa khác nhau một cách tế nhị tinh vi, dưới đây chỉ nói đến hai định nghĩa thông dụng, có tính cách căn bản:

Theo nghĩa dân gian thường hiểu, Ma hay Con Ma, Hồn Ma là bóng người chết hiện hình về để giao tiếp với người sống. Hồn ma thường gây nên sợ hãi cho người nhận thức vì lý do biết đây là sự giao tiếp giữa hai người thuộc hai thế giới âm phủ và dương trần. Hiểu theo nghĩa rộng, Ma là cái gì không có thực, chỉ là cái bóng, có tính cách lừa dối, gian tà, tác hại cho người nhận thức. Do đó, có những từ ngữ ác ma, tà ma, ma quái, ma mãnh, ma ám, ma chướng… Cũng có khi hồn thiêng người chết hiện về báo cho người sống biết một điều lành, che chở cho người sống. Trường hợp này không gọi là Hồn Ma, mà gọi là Vong Linh hàm ý tôn kính như nói Vong Linh tổ tiên về phù hộ cho con cháu tai qua nạn khỏi.

Theo Phật học, Ma là tiếng gọi tắt của Ma-la, chữ Phạn *Mâra*, tức là Ma Vương, cũng gọi là Ma Vương Ba Tuần. Đây là Chúa loài Thiên ma, vị Tha hóa tự tại thiên vương, vị vua ở cảnh Trời thứ sáu trong cõi Dục giới. Vị Ma này có phận sự ngăn trở người tu học, gây chướng ngại gọi là Ma Chướng trên đường hành trì Chánh pháp để thành Thánh, Bồ-tát và Phật.

Ma Vương đã nhiều lần đến quấy phá Đức Thích Ca khi sắp thành Phật, có khi đem Ma quân đến đánh phá áp đảo, có khi đem Ma nữ đến quyến rũ mê hoặc. Đức Thích Ca vẫn giữ tâm bất động và thành Phật. Khi biết không thể dùng Ma lực để ngăn cản được Đức Thích Ca, Ma Vương hồi đầu tùng phục và quy y nơi Phật.

Hiểu theo nghĩa rộng trong Phật học, từ ngữ Ma chỉ kẻ nào, điều nào, pháp nào có tác động làm náo loạn tâm thân, ngăn trở pháp lành, cướp của cải nền công đức và phá mạng vận nền trí tuệ. Nói ngắn gọn, Ma diễn nghĩa đối nghịch với Phật, giống như Tà đối nghịch với Chánh, Tà đạo Ma giáo đối nghịch vời Chánh đạo Phật giáo. Chánh đạo gắn liền với đời sống nhân sinh phục vụ con người. Tà đạo, Ma đạo xa rời cõi đời nhân sinh. Đạo nào không ích lợi cho đời đều là Ma đạo.

1 PHÂN LOẠI MA

Trong phạm vi giới hạn của đề tài Ma sự, ở đây không nói đến các loại ma có nghĩa hồn người chết như ma đói, ma cà rồng…, không nói đến cái loại ma có nghĩa chung chung trong từ ghép đôi ma quỷ có tính cách thiên về quỷ thần, một quyền năng ở ngoài con người có tác động đến cuộc sống con người như thiện quỷ thần, hộ pháp cứu người lành dân gian thường gọi là Ông Thiện, như ác quỷ hung thần dân gian thường gọi là Ông Ác. Ở đây chỉ nói đến các loại Tà ma, Ác ma có nghĩa trong Phật học là gian tà, bất chánh, gây rối tác hại cho nhân sinh, ngăn trở sự hành trì Chánh pháp.

Trong giới hạn vừa nói, có rất nhiều loại ma khác nhau tùy theo tiêu chuẩn phân loại ứng dụng trong sự lý giải:

Theo tiêu chuẩn chủ thể đối thể, có hai loại Nội ma và Ngoại ma. Nội ma gồm tất cả những nghiệp bất thiện hiển lộ ở ý nghĩ, lời nói và hành động của người làm điều xấu khi tự xét bản thân mình. Ngoại ma gồm tất cả những ma chướng, ma duyên, những trở ngại từ bên ngoài tác động đến tâm thức con người, đưa dắt con người đến chỗ phạm điều tội lỗi.

Theo tiêu chuẩn sinh hoạt trong tập thể cộng động, tất cả bọn hoạt động đứng đầu trong mọi ngành đều là ma cả gọi là Ma đầu, chuyên bầy mưu tìm kế để trục lợi cho cá nhân mình, dù gây thiệt hại cho kẻ khác. Bọn Ma đầu chính trị giả danh vì dân vì nước để vinh thân phì gia. Bọn ma đầu kinh tế tài giỏi về đầu cơ tích trữ, không nghĩ gì đến quyền lợi của giới tiêu thụ. Bọn Ma đầu văn hóa xã hội kinh doanh bằng nghề phổ biến cho lan tràn đồi phong bại tục. Bọn ma đầu tôn giáo kinh doanh bằng tà đạo ma giáo, buôn thần bán thánh, ca tụng mê tín dị đoan để trục lợi…

Theo Phật học, tiêu chuẩn cản trở việc hành trì Chánh đạo, có hai loại **Ma Phàm phu** và **Ma Nhị thừa**. Ma Phàm phu gây loạn động trong tâm thức kẻ phàm phu. Ma Nhị thừa gây sai lạc trong tâm thức bậc Thanh Văn và Duyên Giác, không cho tiến tới sự đắc quả Phật.

Ma Phàm phu gồm có bốn thứ:

1. *Phiền não ma* gây nên đau khổ vì không thỏa mãn được tham dục.

2. *Ấm ma* tức *Ngũ uẩn ma* gồm có sắc, thọ, tưởng, hành và thức che dấu sự chân thật vì tin vào sự cảm nhận của giác quan vốn giả tạm sai lầm, tin vào cái tâm luôn luôn vọng động của mình.

3. *Tử ma* là sự chết gây trở ngại cho sự tinh tấn trên đường hành trì Chánh pháp.

4. *Tha hóa tự tại thiên tử ma*, gọi tắt là *Thiên ma*, gồm tất cả tay sai tức Ma quân của Ma Vương chuyên phá hoại gây rối trên đường tu tập Chánh pháp.

Ma Nhị thừa cản trở bậc Thanh Văn và Duyên Giác trên đường soi tỏ Chân thường, Chân lạc, Chân ngã và Chân tịnh cũng gồm có bốn thứ:

1. *Vô thường ma* gây nên sự chấp thủ Vô thường nên không thấu rỏ được Chân thường.

2. *Vô lạc ma* gây nên sự chấp thủ Vô lạc coi đời sống con người hoàn toàn chỉ có khổ đau, do đó không hiểu rõ được Chân lạc.

3. *Vô ngã ma* gây nên sự chấp thủ Vô ngã, Phi ngã rồi phủ nhận sự hiện hữu của Chân ngã.

4. *Vô tịnh ma* gây nên sự chấp thủ Vô tịnh coi mọi pháp đều là uế trược, do đó không hiểu rõ được Chân tịnh.

Tóm lại, loại Ma Phàm phu ngăn cản hành giả tiến tu trong quá trình từ Thiện nhân lên hàng Thanh Văn, loại ma Nhị thừa ngăn cản hai bậc Thanh Văn và Duyên Giác tiến tu thấu suốt được Hiện thực Niết-bàn. Tất cả tám thứ ma đều khéo léo dùng màn vô minh che lấp sự thật, ngăn cản sự tiến tu của người hành trì Chánh pháp.

2 CHÁNH MẠNG VÀ TÀ MẠNG

Để đối trị hàng phục được tà ma cần hành trì Chánh đạo. Đối trị nội ma có Tam Quy Ngũ Giới, Thập Thiện, Bát Chánh Đạo… Đối trị ngoại ma, hàng phục được ma chướng, ma duyên cần tỉnh giác quán chiếu môi trường ngoại cảnh, cẩn trọng khi tiếp xúc với tha nhân bao gồm cả thường dân, cư sĩ và tu sĩ, đề phòng bọn ma đầu lường gạt trong cuộc sống thực tế đảo điên hàng ngày, không nghi nhân nhưng cần phòng nhân là người khéo học, khéo tu.

Nói cách khác, cần phân biệt Chánh với Tà, Chánh đạo với Tà đạo, Chánh mạng với Tà mạng.

Chánh là ngay thẳng, đúng, phải, Tà là cong vạy, nghiêng, sai trái. Chánh đạo là con đường ngay thẳng, đường lối tu nên người ngay thẳng, lương thiện. Tà đạo là con đường lầm lạc, đường lối tu thành ra người sai trái bất lương. Kinh Kim Cang có bốn câu kệ nói về Tà đạo:

Nhược dĩ sắc kiến ngã,
Dĩ âm thanh cầu ngã,
Thị nhân hành tà đạo
Bất năng kiến Như Lai.

Diễn nghĩa:

Nếu căn cứ vào hình sắc mà cho là thấy được ta,
Căn cứ vào âm thanh mà cho là tìm thấy được ta,
Người đó đã hành tà đạo.
Không thể thấy được Như Lai.

Đây là lời Đức Thích Ca dạy ông Tu Bồ-đề, một trong mười Đại đệ tử của Phật sự phân biệt Chánh đạo với Tà đạo: Nếu căn cứ vào sắc tướng, âm thanh mà tưởng là đã liên lạc được với Đức Như Lai như lễ lạy tượng trong chùa, tụng kinh gõ mõ, nếu chỉ có thế mà tưởng là đã cảm ứng được với Phật thì người đó đã sai lầm, đã hành tà đạo và không thể có liên lạc linh ứng được với Như Lai. Sự linh ứng cần ở Chân Tâm, ở Tịnh Tâm phát nguyện, không phải chỉ ở hình thức lễ lạy, đọc tụng, chuông mõ rồi cho như thế là đã đủ đạt được kết quả linh ứng. Đây là sự phân biệt Chánh Tà rất tinh vi tế nhị ngay trong giới Phật tử đã phát tâm mộ Phật cầu học Chánh đạo.

Theo quan điểm của Phật học, Chánh đạo dạy người tu nên người ngay thẳng, chân thật, hữu ích cho xã hội nhân sinh. Bất cứ đạo giáo nào dù quy thức nghi lễ khác nhau nhưng cùng có một mục địch cứu cánh phục vụ nhân sinh, có nền tảng nhân bản hướng thượng đều xứng danh gọi là Chánh đạo. Đạo Phật là một trong số nhiều Chánh đạo, không phải là Chánh đạo duy nhất trong lãnh vực tín ngưỡng tôn giáo của nhân loại. Ngoài ra, được gọi là Tà đạo tất cả đạo nào không nhằm mục đích phục vụ nhân sinh, xa rời nền tảng nhân bản hướng thượng, kể cả cá nhân tín đồ Phật giáo nào, môn phái nào đi sai lệch hướng cứu cánh phục vụ nhân sinh là mục đích dạy tín đồ trở nên người lương thiện hữu ích. Bốn câu kệ trong kinh Kim Cang là trường hợp dẫn chứng cụ thể lời Đức Thích Ca xác định thành phần hành đạo có ngay trong giới Phật tử, kể cả giới tu sĩ bậc Thanh Văn, Duyên Giác chưa đạt tới trí tuệ đại giác.

Chánh đạo trong Phật giáo được truyền dạy trong phần Đạo đế, một phần trong Tứ Diệu đế và là phần thứ tư sau Khổ đế, Tập đế và Diệt đế. Đó là tám đường lối chánh gọi là Bát chánh đạo gồm có Chánh kiến (hay Chánh Tri kiến), Chánh tư duy, Chánh ngữ, Chánh nghiệp, Chánh mạng, Chánh tinh tấn, Chánh niệm và Chánh định. Nhằm sáng tỏ đề tài Ma sự cần tìm hiểu tường tận đường lối chánh thứ năm tức là Chánh mạng.

Mạng hay *mệnh* là sinh sống, cách sống, cách sinh hoạt hành nghề để sinh tồn nuôi thân và hữu ích cho người khác. Chánh mạng là cách sinh sống hành nghề lương thiện, hữu ích. Ngược lại, Tà mạng là cách sinh sống hành nghề bất lương, tác hại cho mọi người. Đối với thường dân, Chánh mạng là hành nghề hợp pháp, không bị dư luận chê bai mà được mọi người kính nể, không bị hổ thẹn với lương tâm mà tự thấy mình hành nghề hữu ích đền đáp công ơn xã hội mình đã hưởng thụ. Tà mạng là hành nghề bất hợp pháp như buôn bán bạch phiến, ma túy, hành nghề bị dư luận chê bai như cờ bạc, mãi dâm, hành nghề trái với lương tâm như buôn gian bán lận, hối mại quyền thế…

Riêng đối với giới tu Phật, Chánh mạng là giữ nếp sống trong sạch, thanh tịnh ba nghiệp thân, khẩu, ý. Nhất là giới xuất gia cần hành trì giới luật một cách miên mật, không được lơ là xao lãng trong cách nuôi thân hằng ngày. Nếu dùng những phương tiện mánh lới tà vạy để sinh sống là Tà mạng, trái với Chánh mạng. Giới xuất gia phần lớn sinh sống bằng sự cúng dường của tín đồ thí chủ, như vậy là mang ơn nuôi dưỡng của chúng sanh. Sự báo ân của tu sĩ là hoằng dương Chánh pháp, giữ đúng Chánh mạng mới xứng danh là làm tròn Phật sự. Nếu rơi vào Tà đạo, sinh mạng không còn là Chánh mạng mà trở nên Tà mạng, thay vì làm Phật sự lại làm Ma sự, phạm trọng tội phá hoại Chánh đạo, phỉ báng Như Lai, dối lừa tín đồ mộ Phật, tội đọa đại địa ngục sẽ không kịp thời gian để sám hối cải tà quy chánh.

Tà mạng gồm tất cả những mánh lới tinh ma xảo quyệt được quy về năm thứ căn bản gọi là Ngũ Tà mạng:

1. *Trá hiện dị tướng*, nghĩa là làm ra bộ có dị tướng khác thường để lừa dối, gây nên sự kính sợ của người khác nhằm đạt được mục tiêu vụ lợi bất chánh.

2. *Tứ thuyết công năng*, nghĩa là tự nói ra có ý khoe công đức của mình nhằm mục đích gây tín nhiệm để cầu lợi một cách bất chánh.

3. *Chiêm tướng kiết hung*, nghĩa là hành nghề xem tướng, đoán quẻ lành dữ để làm kế mưu sinh cầu lợi.

4. *Cao thanh hiện oai*, nghĩa là nói lời phách lối mạnh bạo, tỏ ra có oai phong thế lực để tính kế cầu lợi.

5. *Thuyết sở đắc lợi dĩ động nhân tâm*, nghĩa là nói ra những mối lợi mình có điều kiện khả năng kiếm ra được để làm động tâm quyến rũ người khác để mưu lợi cho mình, người nghe nhẹ dạ và ham lợi dễ mắc lừa.

Tất cả những mánh lới phỉnh gạt gian dối này gọi là **Ma thuật**, cụ thể hóa bản chất Tà mạng của kẻ hành Tà đạo trong giới tu sĩ. Đây là ác tăng không phải chân tăng, thánh tăng tuy có hình thức bề ngoài giống như tu sĩ, cũng áo cà sa, cũng lễ Phật, cũng trụ trì tại chùa, cũng tụng kinh gõ mõ... Ngôn từ trào lộng gọi đây là **Sư hổ mang**, **Ma đội lốt Phật** đã dùng nơi thờ phượng tôn nghiêm làm trung tâm dịch vụ trá hình để kinh doanh một cách bất chánh. Để cảnh giác những trường hợp ma sự này, tục ngữ Tây phương có câu **Cái áo không làm nên thầy tu**, thành ngữ Việt Nam có câu **Khẩu Phật tâm xà**, có nghĩa miệng nói từ bi như đức Phật nhưng lòng hiểm ác như rắn độc.

Điều khó khăn trong cuộc sống thực tế là làm sao phân biệt được chân tăng với ác tăng, Phật sự với Ma sự? Xin thưa: Cần lưu tâm nhận xét lời nói, cử chỉ, phong thái và hành động của người tu hành là có thể phán quyết được.

3 TRƯỜNG HỢP ĐIỂN HÌNH

Để sáng tỏ một cách tường tận rõ ràng về sự phân biệt Phật sự với Ma sự, xin phân tách lễ cầu an, lễ cầu siêu coi như trường hợp điển hình gây nhiều ngộ nhận sai lầm đáng tiếc. Tổ chức lễ này là sinh hoạt thông thường trong giới Phật tử có thể diễn tiến dưới hai trường hợp Phật sự và Ma sự tùy theo tín đồ thí chủ xin lễ và vị tu sĩ đảm nhận việc hành lễ.

Trường hợp Phật sự

Trường hợp này mọi diễn tiến đều theo đúng Chánh đạo. Ví dụ trong lễ cầu an: Tín chủ xin lễ có tâm thành cầu cho mọi người sống trong gia đình được an vui. Khi đã xin lễ cầu an là thừa nhận trong nội tâm có nhiều điều phiền não lo âu chưa biết giải quyết ra sao, trong gia đạo có điều bất an, cuộc mưu sinh gặp điều bất lợi. Nếu nội tâm không phiền não âu lo, gia đạo vẫn vui hòa, mưu sinh vẫn thuận lợi thì đã có an, có phước rồi, đâu phải cần xin cầu mới có. Xin lễ cầu an là thỉnh cầu chư Phật mà sứ giả là vị tu sĩ hành lễ chỉ dạy cho phương cách có được cuộc sống an vui.

Trường hợp lễ cầu siêu cũng vậy, tín chủ thừa nhận vong linh người đã khuất là gia tiên thân thích có nhiều điều tội lỗi nghiệp chướng còn nặng, chưa siêu thăng giải thoát được. Xin lễ cầu siêu là xin chỉ dạy cho phương cách làm sao cho vong linh người đã khuất được sớm siêu thoát khỏi nghiệp chướng. Đây là một cách tỏ lòng tưởng nhớ của người sống đối với thân quyến đã khuất, con cháu tỏ lòng biết ơn đối với tổ tiên ở bên kia thế giới.

Tu sĩ hành lễ thực hành Chánh mạng, lễ Phật và hóa độ chúng sanh. Nói cụ thể là sau khi nghi thức lễ Phật tụng kinh, tu sĩ tự nhận lấy phận sự sứ giả của chư Phật, Bồ-tát *giảng pháp cho gia đình tín chủ* những việc cần phải làm. Trong lễ cầu an, muốn được sống an vui cần phải làm điều lành tránh điều dữ. Nếu đã phạm tội chót làm điều dữ cần phải ăn năn hối lỗi, cải tà quy chánh, làm điều lành để lấy công đức tiêu trừ nghiệp báo do phạm tội đã gây nên. Có như vậy mới có an vui. Trong lễ cầu siêu, muốn cho vong linh thân quyến còn mang nặng nghiệp chướng được sớm siêu thăng, thân nhân đang sống cần làm nhiều điều lành để lấy công đức đem hồi hướng cho vong linh người đã khuất sớm tiêu trừ nghiệp chướng, ngõ hầu mới sớm được siêu thăng về cõi Tịnh Độ an lạc. Thiếu phần giảng pháp này, buổi lễ cầu an hay cầu siêu không đạt được mục tiêu mong muốn của gia đình tín chủ xin lễ vị tu sĩ thiếu sót không thực hành Chánh mạng và dĩ nhiên không phải là Chánh đạo đúng như lời Phật dạy, không xứng danh là Phật sự.

Trường hợp Ma sự

Trường hợp này duyên do ở một bên hoặc ở cả hai bên tín chủ xin lễ và tu sĩ hành lễ, tín chủ có tà tâm, tu sĩ hành tà mạng.

Thay vì thành tâm cầu an, tín chủ có tà tâm chạy tội, biết mình phạm tội và sẽ bị Trời Đất Qủy Thần trừng phạt, tín chủ cầu Phật ân xá cho miễn khỏi phải chịu quả báo ở kiếp này hay kiếp sau. Tín chủ có tà tâm đã không biết tự ăn năn hối lỗi lại quên rằng Đức Phật Từ Bi chỉ là Đạo sư khuyên dạy làm điều lành để hưởng phúc lành, tránh điều dữ để khỏi đọa lạc, khổ sở, lo âu. Đức Phật không phải là vị thần linh có quyền năng tối thượng ban phúc giáng họa cho chúng sanh, nhất là không phải vị quan tòa tối cao ngồi phán xét sử án can phạm có tính tham nhũng thích ăn hối lộ dưới dạng thí chủ cúng dường với tâm cầu Phật độ cho tai qua nạn khỏi, hết phiền não, lương tâm hết dày vò. Lý nhân quả được giải thích bằng câu **Họa phúc vô môn, duy**

nhân tự triệu, nghĩa là họa hay phúc không tự dưng vào cửa nhà mình, chính tự con người gọi mời mới đến. Tín chủ có tà tâm mắc phải hai tội trong việc xin lễ cầu an, một là tự lừa dối mình khi ngoan cố chạy tội, hai là không thông hiểu Chánh đạo trong giáo lý Phật học, vô tình mắc phải tội phỉ báng Đức Phật khi xếp Đức Phật ngang hàng với quan tòa tham nhũng.

Trong lễ cầu siêu cũng vậy, tín chủ có tà tâm lễ Phật để chạy tội cho vong linh người đã khuất giống như trường hợp lễ cầu an. Sau khi chi tiền mua lễ vật, tiền cúng dường, tham dự buổi lễ cầu Phật độ, nghe tu sĩ tụng kinh và tụng nhìn theo trong sách của chùa phát cho, nhiều khi không hiểu ý nghĩa nội dung lời kinh, lời chú, chứng kiến vị tu sĩ đọc lá sớ cầu siêu rồi đem đốt, như vậy tín chủ có tà tâm coi như việc cầu siêu chạy tội đã hoàn tất.

Tu sĩ hành lễ lợi dụng sự mê tín và tà tâm không thông hiểu Phật pháp của tín chủ chỉ thực hiện phần nghi lễ bề ngoài. Phần giảng pháp siêu độ cho vong linh người đã khuất, tu sĩ không dẫn giải cho gia đình tín chủ nghe hiểu tường tận ngõ hầu làm điều lành để hồi hướng công đức giải trừ tội chướng cho thân nhân đã khuất. Nhiều khi tu sĩ cũng quan niệm sai lầm thiếu sót cho là hành lễ cầu siêu cũng như cầu an, xong việc đốt lá sớ để chư Phật chứng giám lời cầu xin của thí chủ thế là hoàn tất việc cầu an, cầu siêu. Có trường hợp tệ hại hơn khi thí chủ nộp tiền mua lễ vật và cúng dường cho quỹ nhà chùa chưa đúng mức yêu cầu của nhà chùa, vị tu sĩ đã từ chối không nhận tổ chức buổi hành lễ viện cớ bận công việc này nọ. Vị tu sĩ thực hành tà mạng đã gieo một ấn tượng tà kiến của ma đạo là người nghèo ít tiền không đủ điều kiện để Phật độ ban phúc cho trong lễ cầu an, người thân đã khuất không được độ cho siêu thăng giải trừ tội căn nghiệp chướng.

KẾT LUẬN

Kết luận về đề tài Ma sự, ở cương vị Phật tử người tu tại gia cần thông hiểu khi làm Phật sự, sáng suốt nhận định Chánh Tà. Muốn chấm dứt Ma sự trong sinh hoạt hằng ngày cần phải trừ ma, diệt tà. Muốn trừ ma, diệt tà cần tự xét mình để diệt trừ Nội ma, **chuyển Vọng tâm vô minh mê muội thành Chân tâm sáng suốt**. Kế đó cần **diệt trừ Ngoại ma** ngay cả trong giới tu sĩ thực hành Tà mạng, chấm dứt việc tiếp tay cho bọn Tà dạo lợi dụng sự mê tín dị đoan của tín đồ có tâm mộ Phật nhưng không thông hiểu Phật pháp để cầu lợi một cách bất chánh. Cảnh giác không để bị mắc lừa thì kẻ gian tà không thực hiện được Ma sự. Đây là phương cách trừ ma diệt tà một cách hữu hiệu mà vẫn hòa an, không dùng đến phương cách chống đối, tranh cãi, đả phá ồn ào.

7 SÁM HỐI

Sám nói tắt của *sám-ma* nguyên gốc chữ Phạn có nghĩa ăn năn về lỗi lầm đã phạm và thật lòng muốn chừa, chữ Hán **hối** nói tắt của *hối quá* có nghĩa tự giận mình khi biết mình đã phạm lỗi. Từ ghép *sám hối* là nói tắt gọn của *sám ma hối quá* gồm hai ý biết mình có lỗi và ăn năn thật lòng muốn chừa. Trong Phật học thường nghe nói *sám lễ* hay *sám pháp* để chỉ nghi thức thủ tục sám hối.

Đây là một pháp môn có tầm quan trọng căn bản đối với công phu tu đạo, có công năng làm thay đổi cuộc sống tâm linh con người ngay trong kiếp hiện tại và những hậu kiếp về sau.

1 PHÂN TÁCH THEO TÂM LÝ HỌC

Sám hối là nội quan và hồi quan. *Nội quan* (introspection) là xoay về phía trong tâm giới của mình, nhận xét những cảm nhận của mình trong khi tiếp xúc với ngoại cảnh sinh hoạt chung với mọi người xung quanh hay trong lúc suy tư một mình. Đó là vui buồn, mừng giận, thương yêu hay oán ghét ở trong tâm của mình, không nói đến sinh hoạt tâm linh trong lòng dạ người khác. *Hồi quan* (retrospection) là nhìn ngược lại thời gian đã qua, quay về dĩ vãng để nhận xét, tìm hiểu nguyên nhân, hậu quả và ảnh hưởng của sự việc đã qua, tâm mình đã có phản ứng tác động ra sao? Giới hạn thời gian là dĩ vãng, sám hối không nói đến sự việc trong hiện tại và tương lai.

Về đối thể, sám hối là nội quan và hồi quan một *tội lỗi*, một nghiệp dữ, một nhân dữ đã gieo để ăn năn diệt trừ, không nói đến nghiệp lành. Nội quan và hồi quan một nghiệp lành, một nhân lành đã gieo không gọi được là sám hối vì thuộc trong các pháp môn khác như Tứ Chánh cần, Tứ Như ý túc...

2 PHÂN TÁCH THEO DUY THỨC HỌC

Theo duy thức học căn cứ vào pháp tướng của mọi sự việc, trường hợp phạm tội, sám hối và diệt tội được dẫn giải bằng một ví dụ điển hình đơn giản: Tội lỗi coi như một vết dơ trên trán do người phạm lỗi thiếu cẩn thận sạch sẽ đã lấy tay mình quệt lên trán. Con mắt nhìn thấy mọi thứ ở trước mặt nhưng không nhìn thấy vết dơ trên trán coi như sự vô minh u mê thường có ở con người. Làm sao nhìn thấy được vết dơ, biết được sự việc tay mình dơ đã quệt lên trán là sám hối. Lau sạch vết dơ là diệt tội.

Trước hết, vết dơ là ở *ngoại cảnh* quệt vào trán, không phải là vết dơ có tính bẩm sinh đã có sẵn ở trán, vì lý do từ ngoài quệt vào nên chùi sạch được, cái trán sau khi chùi sạch không còn dấu vết gì nữa. Đây là tính *khả diệt* của tội lỗi trình bày ở phần Diệt đế trong Tứ điệu đế. Nếu không có tính khả diệt, tội lỗi đã tập nhiễm phải sẽ trường tồn mãi mãi trong tâm thức của tội nhân, việc sám hối sẽ hoàn toàn vô hiệu quả, đây là điều trái với chân lý Diệt đế nên không thể có được. Tội lỗi khả diệt là chân lý bất biến dùng làm cơ sở cho pháp môn sám hối.

Sự thiếu cẩn thận sạch sẽ là *nhân*, vết dơ quệt trên trán là *quả*, người phạm lỗi không biết tay dơ khi quệt lên trán và sau khi trán đã bị dơ cũng không biết là do vô minh si mê. Nếu biết tin nghe lời người khác bảo hay thấy trán mình dơ khi soi gương là có tâm phục thiện, nếu không nghe người khác bảo và cũng không chịu lấy gương soi là chấp ngã, là có kiến hoặc. Nhận có vết dơ trên trán, đi lấy nước rửa hay khăn lau cho sạch là tu pháp môn sám hối.

Phân tách chi tiết sự chuyển hóa trong quá trình sám hối, xét đến tác động *chuyển tám thức dần dần thành ra diệu trí*, tâm vọng động vì nghe theo tham dục chuyển thành tâm thanh tịnh Bồ-đề, vọng thức chuyển thành thánh trí, người khéo tu có những nhận xét như sau:

– Năm thức đầu chuyển thành *thành sở tác trí.*

– Thức thứ sáu tức ý thức chuyển thành *diệu quan sát trí.*

– Thức thứ bảy tức Mạt-na thức chuyển thành *bình đẳng tánh trí.*

– Thức thứ tám tức A-lại-da thức hay tàng thức chuyển thành *đại viên kính trí*, còn gọi là *Như Lai tàng* khi đạt quả Phật vô thượng.

Tâm thức của phàm nhân thường nghe theo tham dục nên gọi là *vọng thức, vọng tâm* hay *vọng ngã,* năm thức đầu gồm có:

– *Nhãn thức* tức thị giác là khả năng nhìn của mắt.

– *Nhĩ thức* tức thính giác là khả năng nghe của tai.

– *Tỷ thức* tức khứu giác là khả năng ngửi của mũi.

– *Thiệt thức* tức vị giác là khả năng nếm của lưỡi.

– *Thân thức* tức xúc giác là khả năng sờ chạm của tay, nói chung là của da thịt toàn thân.

Năm thức này đóng vai trò thừa hành tiếp nhận ngoại cảnh, Phật học gọi là *trần cảnh*, ý nói cảnh đời sống ở thế gian nhiều và dơ bẩn như bụi đất. Sự tiếp nhận này đặt dưới quyền điều động của thức thứ sáu là *ý thức*. Cả sáu thức này gọi là *lục thức,* coi như một đội quân bảo vệ sinh hoạt tâm linh con người. Đội quân này trung thành với thiện tâm khi làm điều lành, chúng biến thành *lục tặc* tức sáu tên giặc khi không nghe thiện tâm, làm phản nghe theo vọng tâm tham dục sui làm điều dữ. Làm cho đội quân này cải tà quy chánh tức là chuyển năm thức đầu thành *thành sở tác trí* và ý thức chuyển thành *diệu quan sát trí*.

Thức thứ bẩy tức Mạt-na thức coi như chỉ huy trưởng đội quân nói trên. Vị chỉ huy trưởng này luôn luôn *chấp ngã* cho cái *Ta* và cái *Của Ta* là trên hết, do đó mắc phải bệnh chấp trước, thân kiến, thiên kiến nên chỉ huy đội quân làm điều dữ để thỏa mãn tham dục vị kỷ nhiều hơn làm điều lành theo hướng vị tha. Làm cho vị chỉ huy trưởng chấp ngã này sáng tỏ chánh tà, thiện ác là chuyển Mạt-na thức thành *bình đẳng tánh trí*, coi Ta và Người bình đẳng như nhau, dứt bỏ khuynh hướng vị kỷ, hay tệ hại hơn nữa là ích kỷ hại nhân.

Thức thứ tám tức A-lại-da thức đóng vai trò một kho tàng chứa đựng tài sản nên gọi là Tàng thức, chữ Hán *tàng* là cất chứa, tích trữ. Tài sản cất chứa trong kho nói ở đây là chủng tử nghiệp nhân lành cũng như dữ để chờ đến thời gian hội duyên thì chuyển thành quả báo, có thể coi như lúa giống, đậu giống cất trong nhà kho chờ đến vụ mùa mới đem ra gieo hạt cho thành cây lúa, cây đậu. Việc nộp lúa giống, đậu giống nhập kho do thức thứ sáu tức ý thức đảm nhận, những hạt giống này là tác nghiệp đã thực hiện trong quá khứ ở kiếp này và ở những tiền kiếp. Việc xuất kho đem hạt giống ra gieo trồng do thức thứ bảy tức Mạt-na thức quyết định rồi giao cho thức thứ sáu tùy nghi hành động. Tàng thức đóng vai trò kho chứa, khi có tài sản hay không có hàng nhập kho cũng như xuất kho đều như một tấm gương chiếu vào, có hay không, nhiều hay ít đều thấy có hình tướng của tài sản trên mặt gương, trường hợp nhà kho trống rỗng thì trên mặt gương không có hình tướng gì. Người khéo tu thì tấm gương tốt trong sáng nên gọi Tàng thức chuyển thành *đại viên kính trí*, nghĩa là tấm gương có khả năng làm trọn vẹn hoàn toàn nhiệm vụ của tấm gương, không có lưu giữ hình tướng của bất cứ một món tài sản nào.

Trong Tàng thức của mỗi người đều có hai loại chủng tử nghiệp nhân lành và dữ, chỉ khác nhau loại nào nhiều loại nào ít, loại dữ nhiều coi như nghiệp nặng phải trả nhiều quả khổ, loại lành nhiều coi như nghiệp nhẹ phải trả ít quả khổ và còn được hưởng quả phúc. Tu là chuyển nghiệp từ dữ sang lành, hằng ngày thức thứ sáu nộp kho chủng tử lành, thức thứ bảy xuất kho để trả nghiệp có cả lành lẫn dữ. Cứ như vậy tiến tu, tỷ lệ chủng tử lành tăng lên đồng thời tỷ lệ chủng tử dữ giảm xuống, nếu tiếp tục tăng tiến hoài sẽ đến thời điểm trong Tàng thức chứa toàn chủng tử lành, hết sạch không còn chủng tử dữ nữa. Khi đó là hoàn toàn giải thoát không còn vướng mắc vào quả khổ nữa, vọng thức trở thành chánh trí, vọng tâm trở thành chân tâm, vọng ngã trở thành chân ngã, người tu viên thành đạo quả, không còn vương vấn chút nào với dục vọng si mê. Trong tâm thức người tu pháp môn sám hối không còn mầm mống tội lỗi đã vi phạm trong quá khứ, đã diệt trừ hết tội căn nên tội tướng cũng không còn nữa, dù là tội tướng nằm yên trong Tàng thức dưới dạng chủng tử dữ.

Trong thời gian cả hai loại chủng tử dữ và lành cùng chứa trong thức thứ tám chờ thời gian hội duyên chuyển thành quả báo, nếu chủng tử lành chiếm đa số, có tác lực mạnh hơn thiểu số chủng tử dữ, thứ dữ số ít dần dần chuyển thành thứ lành, giống như một vài người xấu ở chung một thời gian lâu với số đông người tốt, số người xấu dần dần trở nên tốt. Vì có hiện tượng kỳ diệu này nên thức thứ tám còn có tên *Như Lai tàng.*

Đối chiếu với tâm lý học ngày nay, có lập luận coi pháp môn sám hối như một dạng của phương pháp tự kỷ ám thị để tự soi sáng tìm thấy tội lỗi của mình. Lập luận này không được vững vì lý do trong tâm lý học ngày nay không có danh xưng nào tương đương với Mạt-na thức và A-lại-da thức, danh xưng *tiềm thức* hay *hạ ý thức, bán ý thức* (subconsciousness) không diễn tả đầy đủ nội dung của thức thứ bẩy và thức thứ tám trong Phật học.

Tám thức của người phạm tội coi như tám cây nến (đèn cày) bằng sáp tốt chưa được thắp sáng nên tâm thức tối tăm si mê chạy theo dục vọng sai lầm. Tu pháp môn sám hối là thắp sáng tất cả tám cây nến, tâm thức sẽ thông suốt mọi vật mọi lẽ. Trong số tám cây nến, cây thứ sáu (ý thức) và cây thứ bẩy (Mạt-na thức) là khó thắp hơn cả, vô minh và chấp ngã là bệnh phiền não trầm trọng khó trị hơn cả.

3 DẪN GIẢI THEO QUÁ TRÌNH TIẾN TU

Quá trình tiến tu sám pháp thường trải qua một thời gian đáng kể bắt đầu từ lúc khởi niệm sám hối đến lúc diệt hết tội căn. Trường hợp không tái diễn lần nào hành vi phạm tội nhưng tội căn, nhân dữ vẫn còn tồn tại trong tàng thức thì chưa gọi được là diệt hết tội. Trường hợp này chỉ thoát khỏi sự chế tài của tòa án tư pháp và sự đàm tiếu chê trách của dư luận, nhưng chưa thoát được quả báo do nhân dữ đã gieo.

Quá trình tội căn bị diệt trừ chia làm ba giai đoạn:

– Người tu nhận thấy mình có tâm.

– Người tu tìm không thấy tâm mình ở đâu.

– Người tu lại nhận thấy mình có tâm.

Giai đoạn một

Tâm nói đây là *vọng tâm* luôn luôn chạy theo vọng động không lúc nào đứng yên. Người phạm lỗi luôn luôn tìm mọi lý lẽ để chạy tội, biện minh là mình vô tội, dù lý lẽ này không vững, không tin được. Đó là *tâm vô minh* không nhận biết chánh tà, thiện ác, chỉ khư khư tin theo ý nghĩ của mình, cho rằng mình không có làm điều gì sai trái đáng gọi là phạm tội. Người đã khởi tâm sám hối và người chưa khởi tâm sám hối đều có vọng tâm như nhau, điểm khác nhau ở chổ người đã khởi tâm sám hối biết nhìn nhận là mình có vọng tâm, mình đã hành động theo sự sai khiến của tâm ấy, trong khi người chưa khởi tâm sám hối không thừa nhận là mình có vọng tâm và còn coi cái tâm của mình đã sai khiến mình phạm tội là *chân tâm*, do đó mình đã hành động theo lẽ phải chánh đáng. Chỉ khi nào người tu sám pháp giữ được tâm mình an tịnh, không vọng động nữa dù chỉ trong giây lát bừng tỉnh thì mới nhận ra mình đã có vọng tâm khi phạm tội.

Phút giây bừng tỉnh này rất *quan trọng* và *khó gặp,* quan trọng vì là bước *đầu tiên* nhận ra có vọng tâm, có tội để sau đó mới truy tìm nguyên nhân và cách diệt trừ, khó gặp vì phải nhận ra mình có vọng tâm, có lỗi trong khi chính mình lại yên chí là không có. Điều khó khăn ở bước đầu tiên chính là *sự xác nhận một thứ mà chính mình lại tin là không có.* Sự khó khăn này là đi ngược lại ý mình, dẹp được tính kiêu mạn, sáng tỏ được tâm vô minh của người sám hối. Sự bừng tỉnh quý báu này đạo Phật gọi là *tỉnh thức, tỉnh giác* diễn ý như người ngủ mê mới tỉnh giấc dạy không còn sống trong cảnh mê mộng nữa. Đạo Khổng trong phần tu thân gọi là *minh minh đức,* thắp sáng cái đức sáng vốn có sẵn, diễn ý thiện tâm ai cũng có sẵn, sở dĩ làm điều bất thiện vì bị dục vọng làm cho u mê. Ngôn từ văn hoa gọi là *thắp sáng lương tri* và nôm na thường gọi là *phá vỡ cái ngu.* Câu thành ngữ trong dân gian Việt Nam diễn ý rất linh động: Cái ngu rất khó nhận thấy, coi như được dấu kín trong một cái vỏ dày cứng, người ngu không nhìn thấy được. Cần có cơ hội đập vỡ cái vỏ dày cứng thì cái ngu mới hiển lộ ra, người ngu mới nhìn thấy được. *Biết được cái ngu của mình thì người ngu dần dần sẽ hết ngu.*

Giai đoạn hai

Ở đây người tu *tìm không thấy tâm mình ở đâu*. Mới thoạt nghe cho là kỳ lạ, nhưng đúng như vậy. Giai đoạn này kể từ khi vọng tâm bị tiêu trừ ở cuối giai đoạn một khi người tu đã bừng tỉnh cơn mê, phá vỡ được cái ngu của mình, kể từ đó, biết nhận lỗi, truy tìm nguyên nhân và cách diệt trừ tội căn. Vọng tâm đã bị tiêu trừ nên người tu mới không thấy nữa. Thế còn chân tâm đã hiển lộ ra chưa? Xin thưa: Chân tâm chưa hiển lộ vì khi vọng tâm bị tiêu trừ không còn nữa, người tu đã *giải được lý đạo,* tháo gỡ được kiết sử phiền não. Nhưng còn cần công phu tiến tu hơn nữa người tu mới đạt được *sự chứng đạo quả,* khi đó chân tâm hiển lộ người tu sẽ nhìn thấy. *Vọng tâm bị tiêu trừ, chân tâm chưa hiển lộ*, trong khoảng thời gian trống vắng này người tu tìm không thấy tâm mình ở đâu.

Ở giai đoạn này người tu cảm nhận thấy hoang mang sợ hãi, lạc lõng nghi ngờ, không biết mình hành động theo đường hướng nào, động lực nào? Vọng tâm không còn, dục vọng tà niệm không sai khiến mình nữa. Từ hoang mang lạc lõng dẫn đến sợ hãi nghi ngờ mình rất có thể đi lầm đường trong khi tu sám pháp, biết đâu mình đã lạc vào tà đạo không tưởng hão huyền! Người thiện học khéo tu không cảm nhận thấy như vậy, nhất tâm tin ở Tam Bảo tiếp tục tiến tu, tin rằng mình đã tiến bộ đi hết giai đoạn một, bước sang giai đoạn hai. Đây là quá trình chuyển nghiệp từ dữ sang lành. Muốn chuyển nghiệp thì phải trước hết chuyển tâm, mình đang tiến tu *chuyển tâm từ vọng sang chân.* Quá trình chuyển tâm chưa hoàn tất nên cảm thấy có sự trống vắng, không có gì đáng sợ hãi và nghi ngờ, trái lại nên phấn khởi cất bước để sang giai đoạn kế tiếp. Tình trạng cảm thấy sự trống vắng coi như tình trạng một bệnh nhân vừa thoát khỏi cơn bệnh hiểm nghèo, đang còn dưỡng sức chưa hoàn toàn bình phục khỏe mạnh.

Giai đoạn ba

Ở cuối giai đoạn hai người tu *thấy mình như mất hết tất cả* khi dũng mãnh bước sang giai đoạn ba. Tại sao? Đó là kết quả màu nhiệm của công phu quán tưởng tâm vô thường, pháp vô ngã, vạn hữu chỉ là pháp duyên sinh, trùng trùng duyên khởi rồi hoại diệt. Từ cái trống không vô vị, người tiến tu nhờ có ngũ lực miên mật hành trì dẫn đến chứng ngộ chân tâm chánh đạo. Ở cuối giai đoạn ba người khéo tu lại nhận thấy có tâm, đó chính là *chân tâm, chánh tâm, thiện tâm, Phật tâm* dùng từ nào cũng đúng cả.

Sự chuyển tâm từ **vọng** sang **chân** trong quá trình tu sám pháp tóm tắt như sau: Biết được vọng tâm chuyển sang tâm không, tâm vô cầu, vô tác, rồi chuyển tiếp sang chân tâm. Đây là lý đạo trong Phật học, từ có thấy tâm chuyển sang không thấy tâm, rồi lại từ không thấy tâm chuyển sang có thấy tâm, sự chuyển này là *lý sắc không.* Sự có chân tâm phát xuất từ chỗ không thấy tâm là *lý chân không diệu hữu.* Người tu Phật đạt đến diệu hữu mới viên thành quả Phật. Ở giai đoạn một có thấy tâm ứng với *sắc,* hiểu theo nghĩa *danh sắc, sắc tướng, huyễn sắc.* Ở giai đoạn hai không thấy tâm ứng với *không.* Ở giai đoạn ba có thấy tâm ứng với *sắc,* hiểu theo nghĩa *diệu hữu, diệu dụng.* Sám hối là làm cho nín bặt vọng tâm vọng thức, là *thường tịch,* đồng thời làm nẩy sinh ra tâm Bồ-đề, thắp sáng lên ánh diệu quang của Phật tánh có sẵn trong tâm mỗi chúng ta, đó là *thường quang, thường chiếu.*

4 NGHI THỨC SÁM HỐI

Một khi đã có tâm đi tìm tội và phát nguyện tiêu trừ tội căn, người tu trì sám pháp cần lưu tâm ba điểm: Thời gian không gian nào? Sám hối với ai làm chứng giám? Nghi thức ra sao?

Về thời gian, chọn lúc nào thuận tiện cho sinh hoạt hằng ngày đều được, điều căn bản là câu hỏi: Khi biết có tội rồi thì đã đành, nhưng bình thường không thấy mình có tội lỗi sai trái điều gì thì sao? Xin thưa: Tục ngữ có câu *Cái tóc cái tội,* ai cũng có nhiều tội cả, chỉ khác nhau nhìn thấy hay không nhìn thấy. Đã phát tâm tu trì sám pháp người khéo tu luôn luôn tin rằng mình có tội tuy chưa xác định được tội trạng, tội tướng, lúc nào và ở đâu mình đã phạm tội một cách vô ý thức hay bị tâm vô minh làm mê mờ nên không nhìn thấy. Vấn đề là *đi tìm tội,* không phải là nghi vấn có tội hay không. Đi tìm tội là soát lại tất cả những tác nghiệp của mình trong thời gian vừa qua, từ ý nghĩ, lời nói đến việc làm xem có điều gì sai trái hay không, thường gọi là *tự xét, tự kiểm.* Công việc tự xét có thể thực hiện hằng ngày vào mỗi tối trước khi đi ngủ, hằng tuần, mỗi tháng hai lần vào ngày mồng một và ngày rằm... Việc làm cần thường xuyên như một thói quen không thể thiếu được. Bậc thánh hiền thời xưa là Trình tử, bậc túc học đời Tống bên Trung quốc đã *nhất nhật tam tỉnh,* một ngày ba lần tự xét mình xem có làm điều gì trái với đạo hay không. Người đời sau tôn xưng bậc thánh thiện nên có thành ngữ *Cửa Khổng sân Trình,* ý nói xếp Trình tử ngang với Khổng tử trong việc cùng nêu gương sáng về đạo tu thân cho hậu thế soi chung, cùng xứng danh là bậc thầy của thiên hạ.

Về không gian có hai địa điểm tại chùa và ở tư gia. Đối với người tu tại gia đã có thói quen tự xét thực hiện sám pháp ở tư gia thuận tiện hơn cả, nhất là trường hợp có thiết lập bàn thờ Phật tại nhà mình.

Về vai trò chứng giám, việc sám hối vốn xuất phát tự tâm người tu đạo nên vai trò chứng giám then chốt chính là chân tâm của mình, *chính mình tự chứng giám cho mình,* Phật học gọi chân tâm trong trường hợp này là *Phật nội,* khác với *Phật ngoại* là chư Phật người tu cầu xin hộ trì từ bên ngoài đến độ cho mình. Kế đó, có ân sư hay thiện trí thức chỉ dạy thêm về chi tiết trường hợp cá biệt cụ thể phạm tội để giúp cho người tu sớm phản tỉnh là điều hay nhất, trường hợp này có thiện duyên mới thành tựu được.

Về nghi thức, không cần chấp nệ bắt buộc theo một nghi thức nào nhất định, hãy tự chọn một nghi thức trang nghiêm đơn giản là đủ như một nơi yên tĩnh trong nhà để niệm Phật phát tâm sám hối. Trường hợp có bàn thờ và ảnh tượng Phật nên thắp hương (nhang), chú tâm nhìn vào chấm lửa đỏ hay ảnh tượng Phật mà phát lời sám hối, coi mình ở cảnh ngộ một đứa con có lỗi xin thành tâm thú lỗi với bậc Từ Phụ đang nhìn mình sót thương và bao dung răn dạy, mình phát nguyện xin chừa trước sự chứng giám của bậc Từ Phụ trong không khí trang nghiêm và ấm cúng tràn đầy ân tình phụ tử. Tạo được không khí này thì công năng của việc sám hối rất nhiệm màu cao diệu.

Về lời văn sám hối áp dụng chung cho mọi Phật tử khi cử hành sám lễ tại các chùa, có bản chữ Hán và bản tiếng Việt, nội dung gồm có hai phần Lời trình và Lời nguyện. Dưới đây là bản tiếng Việt:

Lời Trình

Nam mô Thập phương Thường trú Tam Bảo,
Đệ tử chúng con lâu đời lâu kiếp, vì tánh hôn mê, chẳng kể chánh tà,
gây nhiều tội ác, tổn người hại vật, báng Phật Pháp Tăng,
Hôm nay một dạ chí thành nguyện xin sám hối,
ngửa trông uy đức từ bi, tội chướng tiêu trừ, căn lành tăng trưởng,
cùng tất cả chúng sanh đồng thành Chánh Giác.

Lời Nguyện

Đệ tử kính lạy đức Phật Thích Ca,
Phật A-di-đà,
Thập phương chư Phật,
Vô thượng Phật pháp,
Cùng Thánh Hiền Tăng,
Đệ tử lâu đời lâu kiếp
Nghiệp chướng nặng nề,
Tham giận kiêu căng,
Si mê lầm lạc,
Ngày nay nhờ Phật
Biết sự lỗi lầm,
Thành tâm sám hối,
Thề tránh điều dữ,
Nguyện làm điều lành
Ngửa trông ơn Phật,
Từ bi gia hộ
Thân không tật bệnh,
Tâm không phiền não,
Hằng ngày an vui tu tập
Phép Phật nhiệm màu
Để mau ra khỏi luân hồi,
Minh tâm kiến tánh,
Trí tuệ sáng suốt,
Thần thông tự tại,

Đặng cứu độ các bậc tôn trưởng,
Cha mẹ anh em,
Thân bằng quyến thuộc
Cùng tất cả chúng sanh
Đồng thành Phật đạo.

Kẻ cầm bút đã tự soạn lấy lời Sám hối để thường xuyên hành trì cho thích hợp với cơ duyên cá biệt của mình.

Lời Sám Hối

Chắp tay cúi lạy Như Lai
Con xin sám hối tâm người thế gian,
Ăn năn tội lỗi vô vàn
Ta-bà nghiệp khổ xin van trả dần!
Mắt nhìn chẳng thấy Pháp thân,
Tai nghe chẳng thấy Viên âm vang rền!
Vô minh bao kiếp đắm chìm,
Tham, sân, si, mạn... triền miên luân hồi!
Khư khư chấp ngã chẳng rời,
Hỡi ôi! Điên đảo, nổi trôi, mê lầm...
Mải tin giả tướng là chân,
Sáu đường ba nghiệp sắc thân là mình!
Nhẫn lòng trả quả chúng sanh
Con xin vun gốc nhân lành hôm mai!
Lạy này thâm tạ Như Lai
Từ bi cứu độ cho người khổ thương,
Lạy này kính lễ mười phương
Chư Phật, Bồ-tát soi đường quang minh,
Lạy này cùng với chúng sanh
Nguyện sao gạn lắng lòng mình sạch trong.

Để kết luận, sám hối là một trong những phương tiện giải tội và diệt tội, cần thiết không thể thiếu được để đạt tới thành quả như sở nguyện.

8 TỰ TỨ

Theo từ ngữ, TỰ là do chính mình làm cho mình một việc gì, TỨ là buông rời thả lỏng, không kìm giữ che dấu, TỰ TỨ là do *chính mình thổ lộ cho người khác biết những gì mình đã làm, đã nói, đã suy nghĩ*. Trong Phật học, nói đầy đủ là TỰ TỨ SÁM HỐI, nói tắt người nghe vẫn hiểu trọn ý là một nghi thức sám hối trong sinh hoạt của Giáo hội Tăng già.

Một Tỳ kheo khi tự nhận thấy mình có điều phạm giới chờ đến ngày nhóm họp của Giáo hội Tăng già, tự mình xin *tự tứ* với Giáo hội để *sám hối.* Giáo hội cử ra một ban để xem xét trường hợp phạm giới đã vi phạm điều khoản nào trong Giới luật. Nếu quả thực có sự phạm giới, Giáo hội sẽ chứng minh việc sám hối và chiếu theo Giới luật để trừng phạt. Theo thường lệ, ngày tự tứ gọi là **Tự tứ nhật** hay **Tăng tự tứ nhật** rơi vào ngày rằm, mồng một hàng tháng. Hằng năm, ngày *Tăng tự tứ nhật chánh yếu* là ngày rằm tháng bẩy âm lịch, đó là thời gian chấm dứt mùa an cư nhập hạ kéo dài ba tháng kể từ ngày rằm tháng tư (ngày Phật đản), nhằm mục đích bảo tồn Giới luật do Phật đã ban ra, nói chung là làm cho Chánh pháp trường tồn bất biến. Ngày rằm tháng bẩy cũng gọi là **Hoan hỷ nhật**, chư Tăng và chư Phật mười phương đều hoan hỷ vì có nghi thức đọc Giới luật, tự tứ sám hối, cúng dường Tam Bảo của thiện nam tín nữ để cầu phước cho thân nhân quá vãng sớm được siêu thăng giải thoát. Đó là ngày lễ Vu Lan (1), cũng gọi là **ngày Xá tội vong nhân**, nghĩa là tha tội cho những người đã mất. Tục ngữ có câu *Tháng bẩy ngày rằm xá tội vong nhân.*

Ba tên gọi khác nhau đều chỉ chung cùng một ngày có liễu nghĩa như sau:

TỰ TỨ NHẬT là tên gọi khi chú trọng vào *nhân duyên* của pháp môn này: *Nhân* là thiện ý của hành giả xin tự tứ, *Duyên* là sự nhóm họp của Giáo hội để cứu xét việc xin tự tứ. Nhân hội với Duyên nên sanh ra sự việc.

HOAN HỶ NHẬT là tên gọi khi chú trọng vào *pháp tướng* hiển lộ sự mừng vui chung của toàn thể Phật tử, mừng vui vì tất cả mọi nghi thức được cử hành chứng tỏ Phật pháp trường tồn, chúng sanh tin theo và hành trì Chánh đạo.

NGÀY XÁ TỘI VONG NHÂN là tên gọi khi chú trọng vào *quả báo* việc cử hành lễ hội, thân nhân quá vãng được tha tội, tiêu trừ ác căn.

1 ĐẠO LỰC CỦA PHÁP MÔN TỰ TỨ

Người hành trì *đạo pháp* khi chứng đắc *đạo quả*, nghĩa là tâm đã nhập vào *đạo thể*, khi đó đương nhiên có ĐẠO LỰC. Đó là sức mạnh tinh thần, công năng của người đắc đạo để tùy duyên ứng dụng tự giác tự độ hay giác tha độ tha. Một khi hành trì miên mật, pháp môn nào cũng cung ứng cho hành giả một đạo lực, chỉ khác nhau ở chỗ mạnh hay yếu, chuyên chú vào một yếu chỉ hay bao quát dung thông có liên hệ với các pháp môn khác.

Pháp môn Tự Tứ được nhận định là một *Đại pháp* có đạo lực thâm diệu, cũng gọi là *Nhất môn phổ môn* có pháp dụng vừa nhất quán vừa tổng trì.

Đại pháp

Đại pháp là gì? Là môn tu lớn so với các môn tu khác. Định nghĩa theo từ ngữ như vậy không thông suốt được nội dung muốn truyền đạt. Từ ngữ ĐẠI là danh từ Hán Việt thông thường có ba nghĩa:

NGHĨA CỤ THỂ là to lớn, rộng rãi, mạnh bạo như *đại thụ* (cây to cao), *đại dương* (biển lớn), *đại phong đại vũ* (gió dữ mưa lớn, mưa bão)…

NGHĨA TRỪU TƯỢNG là có giá trị nhiều, phẩm chất cao như *đại ân* (ơn lớn), *đại sự* (việc quan trọng), *đại nghĩa* (lẽ phải cao quý)…

NGHĨA TÔN XƯNG diễn tả lòng kính trọng như *đại huynh* (anh cả, anh lớn), *đại gia* (nhà quyền quý, nhân vật nổi tiếng), *đại hiền đại thánh* (những bậc hơn người, có đức có tài rất lớn)…

Trong Phật học, ĐẠI dịch từ tiếng Sanskrit *Ma-ha* có nội dung mang **tính cách mầu nhiệm**, không thể diễn tả bằng ngôn ngữ văn tự, không thể nghĩ bàn. Tạm dịch là toàn hảo, trội hơn hết tất cả, có phẩm chất tuyệt đối so với đồng loại… Những tiếng chỉ đức tánh và trí tuệ của các bậc Phật, Bồ-tát thường thấy như *đại từ, đại bi, đại trí, đại giác, đại ngộ*…

Nhất môn phổ môn

Nhất môn phổ môn là gì? Là một pháp tu trong đó bao gồm thông suốt tất cả các pháp tu. Cũng gọi ngắn gọn là phổ môn hay phổ pháp. PHỔ là danh từ Hán Việt có nghĩa rộng lớn, bao trùm khắp mọi nơi, chỗ nào cũng có như *phổ thông, phổ biến, phổ quát*...

Trong Phật học, PHỔ dịch từ tiếng Sanskrit *Samanta* phiên âm là Tam-mạn-đa có nghĩa đa năng độ khổ khắp cả chúng sanh, thường nói trọn nghĩa là *phổ độ*. Diễn giải rộng nghĩa hơn là tùy theo cơ duyên của chúng sanh khác nhau mà thể hiện thích ứng miễn sao chuyển hóa giải thoát khỏi nghiệp khổ cho chúng sanh.

Hai nhận định về pháp môn Tự Tứ, vừa là một *đại pháp* vừa là *nhất môn phổ môn* được trình bày thành một mối cho dễ hiểu như sau: Khi nói là một **đại pháp** là chú trọng đến **pháp thể** bao quát của pháp môn, khi nói là **nhất môn phổ môn** là chú trọng đến **pháp dụng** đa năng vừa nhất quán vừa tổng trì.

Chỉ khi nào chuyên tu thực chứng được pháp thể và pháp dụng hành giả mới thông suốt được đạo lực của pháp môn, mới nhận thấy rõ ràng đạo lực màu nhiệm của pháp môn Tự Tứ.

2 DIỆU ỨNG CỦA PHÁP MÔN TỰ TỨ

Tự Tứ là một đại pháp, một phổ môn. Về mặt hành trì và thực chứng, có hai yếu chỉ như sau:

Hành giả chỉ cần thành tín nhất tâm phát nguyện chuyên tu một pháp môn này thì coi như tương đương đã hành trì tất cả các pháp môn then chốt khác. Như vậy có lợi ích đỡ tốn công phu, giảm thiểu thời gian, năng lực của hành giả không bị phân tán, chỉ tập trung vào một mục tiêu duy nhất là TỰ TỨ. Do đó gọi là *nhất môn phổ môn*. Muốn đạt được kết quả viên mãn hành giả cần nhất tâm, có *nhất tâm* thì chỉ cần *nhất môn* là đủ.

Pháp môn này có diệu ứng *phổ độ* khắp cả mọi chúng sanh, tùy duyên chuyển hóa tâm thức của hết thảy mọi hành giả, khế hợp với bất cứ ai đã nhất tâm phát nguyện chuyên tu, không phân biệt căn nghiệp nặng nhẹ, mức độ trí tuệ thấp cao.

Hai yếu chỉ vừa kể đã biện minh đạo lực màu nhiệm của pháp môn Tự Tứ. Để kiên định niềm tin cho đúng với chánh tín, hành giả khéo tu cần thông suốt và trì niệm bốn điều căn bản:

– Hành trì Quy y Tam bảo,

– Tiến tu Tín Nguyện Hành,

– Dung hợp Tự lực với Tha lực,

– Nhất Tâm Chánh Niệm.

Hành trì Quy y Tam bảo

Thọ lễ Tự Tứ là *hành trì Quy y Tam bảo*, thực hiện việc nương mình theo Phật bảo, Pháp bảo và Tăng bảo.

QUY Y PHẬT BẢO: Nương theo lý Chân Như, nương theo *Tự tánh Giác* bao gồm đủ cả Phước và Tuệ. Từ ngữ PHẬT ở đây có nghĩa là *thể tánh Chân Thiện* có sẵn trong mỗi con người nhưng chúng sanh vô minh không nhìn thấy, không nhận ra. Cũng hiểu như *Phật tánh, Phật tâm.*

QUY Y PHÁP BẢO: Nương theo *Tự tánh Chân Chánh*, nương theo *Chánh Đạo*, con đường đúng phải theo đó mà đi. Cũng hiểu như *Chánh Kiến.*

QUY Y TĂNG BẢO: Nương theo *Tự tánh Thanh Tịnh*, không nhiễm trược, không câu chấp.

Công đức của Tam bảo: Quy y Phật dẫn đến khỏi đọa xuống Địa ngục, Quy y Pháp dẫn đến khỏi đọa vào Ngạ quỷ, Quy y Tăng dẫn đến khỏi đọa vào Súc sanh. Do đó mới có tên gọi là Tam bảo, ba điều quý báu.

Tiến tu Tín–Nguyện–Hành

Tự Tứ là *tự ý biểu lộ, tự do trình bày* ba nghiệp của mình cho bậc trưởng lão, trưởng thượng (2), bạn đồng đạo được hay, không bị áp lực nào từ bên ngoài buộc phải khai báo cho người khác biết. Điều này chứng tỏ pháp môn Tự Tứ hoàn toàn khác hẳn với trường hợp một nghi can bị truy tố đem ra xét xử tại tòa án, một kẻ vi phạm kỷ luật bị đưa ra Hội đồng Kỷ luật phán xét trong tập thể quân đội, hội đoàn hay đảng phái.

Sự tự ý thổ lộ việc làm, lời nói và ý nghĩ của mình cho các đạo hữu tỏ tường là *hành trì Quy y Tam bảo.* Sự diễn ý này căn cứ vào Pháp Thể, trình bày về mặt Lý. Một cách diễn ý khác căn cứ vào Pháp dụng, trình bày về mặt

Sự: Thọ lễ Tự Tứ là *tiến tu Tín–Nguyện–Hành,* ba việc liên hệ mật thiết đến nhau.

TÍN: Đây là bước đầu tiên, là điều quan trọng cần thiết nhất khi hành giả cầu Phật đạo, tu bất cứ pháp môn nào. Niềm tin là một tiềm năng ai cũng có sẵn trong Tâm, hành giả cần làm sống dậy, làm cho khởi động, gọi là *khởi Tín tâm*. Tin những gì? Tin ở Tam Bảo Phật, Pháp và Tăng.

NGUYỆN: Niềm tin khi đã khởi động nẩy sanh ra sức mạnh gọi là *Tín lực*, có niềm tin là có tín lực, chưa khởi tín thì chưa có tín lực. Có sự khởi tín vẫn chưa đủ vì Tín lực còn yếu kém như mầm non mới nẩy chưa thành cái cây vững chắc chịu được mưa gió mà không dập nát. Tín lực cần được nuôi dưỡng cho tăng trưởng đến mức độ *phát Nguyện*. Khi đó Tín lực trở thành *Nguyện lực* có đủ sức mạnh vượt qua những trở ngại trên đường tiến tu cầu đạo. Nguyện những gì? Nguyện quy y Phật, quy y Pháp và quy y Tăng.

HÀNH: Sau khi đã khởi Tín tâm và phát Nguyện, hành giả cần phải *Hành* những điều đã vững niềm tin và đã thọ lễ Tam quy. Nếu không hành trì miên mật thì sự khởi Tín tâm và việc phát Nguyện trở thành vô ích, không đem lại điều sở cầu trong thực tế. *Điều sai sót lớn lao nhất ở người con Phật là thiếu sự tinh tấn hành trì miên mật.*

Dung hợp Tự lực với Tha lực

Hành trì pháp môn Tự Tứ là *dung hợp Tự lực với Tha lực nhằm sanh khởi nên Đạo lực nhiệm màu*. Đạo lực cũng gọi là Phật lực khai tâm cho hành giả, dẫn dắt đến chỗ thực chứng lý Vô Thường, Vô Ngã và Tịch Diệt. Chưa dung hợp được Tự lực với Tha lực thì chưa viên thành Đạo lực. Khi đạo lực chưa tăng trưởng đến mức độ chuyển hoá được nghiệp lực chúng sanh thì chưa cứu độ được hành giả giải thoát được khổ não. Sự dung hợp Tự lực với Tha lực chính là *diệu ứng* của pháp môn Tự Tứ về mặt Sự một cách rõ ràng.

Dung hợp hay **viên dung** là từ ngữ cần hiểu tường tận trong Phật học. Theo từ ngữ, đó là sự trộn lẫn hòa tan của nhiều thứ khác nhau để tạo thành một thứ duy nhất, không còn có sự phân biệt nữa, giống như hai nguyên tử Hydrô hợp với một nguyên tử Oxy thành một phân tử nước H_2O. Trong Phật học, cần lưu ý những điểm chi tiết sau đây:

Khi nhận thấy có sự khác nhau là hành giả nhìn vào hiện tượng trong vạn pháp, tiếp nhận hình tướng, Phật học gọi là *chấp tướng.*

Khi không nhận thấy có sự khác nhau là hành giả nhìn vào bản chất, thông suốt *thể tánh Chân Như* của vạn pháp, Phật học gọi là *nhất quán vô ngại,* không còn phân tách riêng rẽ Lý với Sự, Tánh với Tướng.

Khi đã dung hợp được hai hay nhiều năng lực riêng rẽ thì nẩy sanh ra *một hợp lực, một cộng lực* có hiệu năng kỳ diệu khác thường. Đây là đạo quả đã chứng đắc như điều sở nguyện của hành giả tu trì miên mật.

Hiệu năng kỳ diệu này là lẽ đương nhiên, dân gian nghiệm thấy rõ ràng trong sinh hoạt thực tế. Ca dao có câu:

Một cây làm chẳng nên non,
Ba cây chụm lại nên hòn núi cao.
Hợp quần lợi biết nhường nào,
Nếu mà cô độc mong sao nên Người.

Núi và Non đều là khối lượng đá hay đất nhô lên trên mặt bằng của trái đất, khối lượng cao to gọi là Núi, khối lượng thấp nhỏ gọi là Non. Núi biểu tượng cho một năng lượng mạnh đáng kể, Non biểu tượng cho một năng lượng yếu không đáng kể. Tục ngữ có những câu diễn ý tương tự: *Góp giọt làm nguồn, Góp gió thành bão.*

Trong Phật học có thí dụ điển hình: *Một cọng lau bị gió thổi gãy, một cụm lau bị gió thổi tuy có nghiêng ngả rồi sau vẫn đứng vững.* Thí dụ này rõ ràng cụ thể, xác thực hơn trường hợp thí dụ trong ca dao tục ngữ, ai cũng nhận thấy SỰ THỰC NHƯ VẬY, không cần lý giải chứng minh. Trong cuộc sống tập thể cộng đồng, *hệ thống làm việc giây truyền* để gia tăng năng xuất của công nhân về mặt kinh tế, *sự phổ thông đầu phiếu* trong chế độ dân chủ để tạo ra sức mạnh về mặt chánh trị đã chứng minh sự dung hợp tự lực với tha lực để phát sanh ra một *diệu lực* có công năng khác thường.

Tự lực là sức mạnh của tự thân, của chính mình khi đóng vai chủ động thực hiện điều sở nguyện. Trong trường hợp pháp môn Tự Tứ, Tự lực của hành giả là lòng chân thật, là bản thể nguyên sơ vốn thiện, tín lực và nguyện lực cầu tiến thực chứng đạo pháp. *Ai cũng có tự lực, chỉ khác nhau ở chỗ có người tự nhìn ra và khéo dùng, có người không tự nhìn ra hoặc không khéo dùng cho thích hợp để đạt được điều sở nguyện.* **Vận dụng tự lực là tự độ tự giác.**

Tha lực là sức mạnh của tha nhân, của người khác không phải mình. Trong trường hợp pháp môn Tự Tứ, Tha lực đối với hành giả là tâm thanh tịnh của Giáo hội Tăng già khi đóng vai cứu xét sự thổ lộ can tràng của hành giả, phán quyết nên chăng, đúng sai một cách khách quan vô tư, trong tinh thần xây dựng. **Ban bố tha lực là độ tha giác tha**. Tha lực chỉ có khi thực hiện hạnh Bố thí.

Diệu lực sanh khởi khi dung hợp Tự lực với Tha lực còn gọi bằng những danh xưng khác như *Đạo lực, Pháp lực, Thần lực, Như Lai lực, Phật lực…* Đây là **một đơn vị sức mạnh duy nhất**, không phải là một tổng số do hai sức mạnh Tự lực và Tha lực cộng lại. Đây chính là tính cách nhiệm màu của đại pháp Tự Tứ, chỉ khi thực chứng hành giả mới thông suốt nhận định ra.

Nói một cách đại cương, Đạo lực trong pháp môn Tự Tứ sanh khởi ra có tác dụng *diệu ứng* đối với toàn thể Phật tử tham dự, cả bên tự thân hành giả lẫn bên tha nhân Giáo hội:

Phần tự thân hành giả: Nhờ lòng chân thực và nguyện lực cầu tiến thực chứng đạo pháp, hành giả đã gieo NHÂN lành. Nhận thấy thọ nghiệp thế gian được làm người đã là điều hy hữu nhưng chưa đủ mãn nguyện. Làm người ai cũng có điều lành điều dữ. Căn nghiệp này không phải định mệnh bất biến mà *chuyển hóa vô thường* khi tăng khi giảm, lúc còn lúc mất. Hành giả nương theo Chánh pháp cần giữ lấy và làm tăng trưởng điều lành, đồng thời buông bỏ làm tiêu mòn điều dữ. Muốn vậy phải nương theo Chánh kiến, buông bỏ Chấp thủ Vọng tình Vọng thức. Chấp Kiến, Chấp Ngã là nguyên do sanh ra điều sai, điều dữ trong tâm thức con người. Nói cách khác, người vô minh có tà kiến hay làm điều dữ là tại lý do chưa thực chứng được lý Vô Thường, lý Vô Ngã nên chấp lấy Khổ, tự làm khổ mình và làm khổ người khác. *Hành trì pháp môn Tự Tứ là đối trị tiêu trừ căn bệnh Chấp Kiến, Chấp Ngã*. Thực chứng Vô Ngã là Vô Ưu, là Giác Ngộ lý Chân Như, là Giải Thoát mọi Khổ nạn phiền não.

Phần Giáo hội: Đây là phần Tha lực ở Giáo hội. Nhờ tâm Thanh Tịnh và hạnh Bố thí, Giáo hội đã độ tha giác tha, đã tạo nên PHÁP DUYÊN để hội với nhân lành do hành giả đã gieo. Do đó, đương nhiên là thọ QUẢ PHÚC.

DUNG HỢP TỰ LỰC tự độ tự giác ở hành giả với THA LỰC độ tha giác tha ở Giáo hội đã sanh khởi ra ĐẠO LỰC duy nhất dẫn đến thọ QUẢ, viên dung một cách nhiệm màu kỳ diệu. Nhất tâm hành trì ắt sẽ thực chứng: **Hành giả cũng như Giáo hội đều không còn Chấp Ngã. Đã Vô Ngã là Vô Ưu, đã Vô Ưu là Giải Thoát**. Trong nghi thức thọ lễ Tự Tứ, hai bên hành giả xin Tự Tứ và Giáo hội đã vái lạy lẫn nhau. Điều này biểu tượng cho Tâm Thanh Tịnh, không còn Chấp Ngã, không còn chấp vào nhị nguyên Năng và Sở nữa.

Nhất Tâm Chánh Niệm

NHẤT TÂM là một lòng, một dạ giữ vững một điều chuyên nhất, không có lúc nào lơ là để một điều khác chen lấn vào, dù trong một khoảng thời gian ngắn ngủi. Diễn trọn nghĩa hơn, có nội dung tương đương như miên mật, vừa liên tục lâu dài không gián đoạn, vừa giữ nguyên mức độ đậm đặc không lúc nào giảm bớt loãng ra. Hiểu theo liễu nghĩa, có hai phần Sự và Lý:

SỰ NHẤT TÂM: Lòng chỉ nghĩ đến một việc duy nhất.

LÝ NHẤT TÂM: Lòng chỉ nghĩ đến điều đã tín nguyện.

Nhất Tâm Chánh Niệm trong trường hợp hành trì pháp môn Tự Tứ là chuyên tâm tin tưởng vào *đại pháp* này có công năng kỳ diệu *nhất môn phổ môn* như đã trình bày. Nói một cách cụ thể, pháp môn Tự Tứ cần được hành trì đều đặn thường xuyên theo thời biểu đã quy định, **hành trì miên mật cho đến khi chứng đạt Đạo Quả, không giới hạn ở đời này hay một số đời sau kế tiếp**. Về sự kiện, pháp môn Tự Tứ thực hiện theo định kỳ thời biểu, không phải diễn tiến liên miên hằng ngày hằng giờ; về tâm lực thì sự vận hành phải được thực thi liên tục, không có giây phút gián đoạn. Lý do: Sự tự theo dõi nội tâm phải **miên mật** thì mới nhìn thấy trọn vẹn cái Tâm vô thường, bất kỳ lúc nào cũng sẵn sàng phạm điều giới cấm, hễ phạm giới là ghi nhận ngay để có sự kiện phô bày vào ngày Tự Tứ. Có như vậy mới gọi là *Nhất Tâm Chánh Niệm* trong pháp môn Tự Tứ. Nếu không Nhất Tâm Chánh Niệm, Tâm chưa Thanh Tịnh trọn vẹn thì không đạt tới Chánh Định, không dẫn đến Giác Ngộ Giải Thoát.

KẾT LUẬN

Người hành trì Phật pháp nhằm mục đích Giác Ngộ để Giải Thoát khỏi khổ nạn giống như người ở trong một căn phòng khóa kín cửa không nhìn thông ra bên ngoài, chỉ nhìn thấy có mình, có cái TA. Đó là căn bệnh CHẤP NGÃ của chúng sanh vô minh, căn bệnh trầm kha làm cho cuộc sống con người có tên gọi là *biển khổ*. Pháp môn Tự Tứ là chiếc chìa khóa dùng để mở cửa, người ở trong phòng đi ra ngoài sẽ có một nhãn quan khác trước, nhìn thấy những thứ chưa từng biết đến. Có nhãn quan mới là có cuộc đời mới. **Cuộc sống mới đem lại Thanh Tịnh An Lạc như thế nào, kẻ ngồi yên trong phòng không thể nào hiểu được.** Đây là lẽ đương nhiên phải không các bạn?

CHÚ THÍCH

➊ **Lễ Vu Lan:** Nói đầy đủ là Vu-lan-bồn, phiên âm của *Ullambana,* tiếng Sanskrit có nghĩa là *Cứu đảo huyền*, cứu những oan hồn bị tội treo ngược dưới Địa ngục. Tiếng nôm na gọi là *Lễ cúng cô hồn* vào dịp ngày rằm tháng bảy âm lịch hàng năm.

Lễ hội này tổ chức lần đầu tiên năm 538 tại Trung Hoa, có nguồn gốc phát xuất từ sự tích Mục Kiền Liên cứu mẹ bị đọa làm Ngạ quỷ dưới Địa ngục: Mục Kiền Liên nhờ Thiên nhãn trông thấy mẹ mình sau khi từ trần tái sanh làm Ngạ quỷ bị hành tội treo ngược dưới Địa ngục. Xót thương muốn cứu mẹ, Mục Kiền Liên thỉnh ý Phật. Đức Phật dạy chỉ có một cách làm giảm bớt khổ hình là nhờ sự hỗ trợ cầu nguyện của toàn thể Tỳ kheo trong Giáo hội Tăng già. Từ đó phát xuất ra truyền thống cúng ngày rằm tháng bảy, nhằm ngày chư tăng làm lễ Tự Tứ sau ba tháng an cư. Lễ cúng này tin rằng đem công đức Từ Bi sau ba tháng an cư hồi hướng giải thoát được khổ đau tội ách cho thân quyến bẩy đời của người cúng.

❷ **Trưởng lão:** Cũng gọi là **Trưởng thượng**, chỉ những bậc Tỳ kheo xuất gia *tu học lâu năm*, đạo hạnh đầy đủ. Thứ bậc xếp hạng trong Giáo hội Tăng già không tính theo tiêu chuẩn trọng lão, nhiều tuổi đời ở bậc trên, ít tuổi đời ở bậc dưới mà tính theo *thâm niên xuất gia*, nhiều lần an cư nhập hạ ở bậc trên, ít lần an cư nhập hạ ở bậc dưới.

Tuổi tu có đơn vị gọi là *Hạ lạp*, một tuổi tu kể là *một hạ lạp*. Cũng gọi là *Pháp lạp, Giới lạp*. Ngôi thứ gọi là *Lạp thứ*: Có tuổi đời cao nhưng số hạ lạp ít vẫn là đàn em so với người có tuổi đời trẻ hơn nhưng số hạ lạp nhiều hơn. Do đó, có những tiếng xưng hô *sư huynh, sư tỷ, sư đệ, sư muội.*

9 CƯ SĨ PHẬT GIÁO

Phật giáo là một tôn giáo, một đạo giáo xuất hiện từ trên 2500 năm và càng ngày càng lan rộng từ Đông sang Tây. Số tín đồ gia tăng bao gồm cả mọi thành phần không phân biệt già trẻ, nam nữ, trình độ trí thức, địa vị xã hội, nghề nghiệp chuyên môn... Đặc biệt là thành phần trí thức tại các quốc gia đang phát triển ở Âu châu, ngay cả tại Hoa Kỳ người mộ Phật càng đông khi nhận biết Phật giáo không phải chỉ là giáo lý uyên thâm mà còn là một thực tập cụ thể, một kinh nghiệm thực tế đối với cá nhân tín đồ tu tập, phù hợp với triết lý hành động thực nghiệm (*Pragmatism*) có tính cách truyền thống của người dân Hoa Kỳ. Giới khoa học đã xác nhận tiến trình lịch sử nhân loại: *Trước kia Khoa học và Tôn giáo tưởng như không gặp được nhau, ngày nay Khoa học và Tôn giáo đã tiến gần lại nhau, mà tôn giáo đầu tiên khoa học có thể gặp gỡ bắt tay được chính là Phật giáo.*

Một tôn giáo cũng như một học thuyết, một chủ nghĩa sở dĩ tồn tại, phát triển hay suy vong là do ở **tín đồ** nhiều hay ít, có tiếp tục duy trì và hoằng dương được đạo pháp hay không? Nói cách khác, vị giáo chủ chỉ có công khai sáng, lập thuyết, lập đạo trong thời kỳ ban đầu hình thành, còn sự bảo tồn và phát huy là do ở công lao của giới tín đồ tôn giáo thuộc những thế hệ kế tiếp về sau. *Không có tín đồ thì tôn giáo ắt tiêu vong*, chỉ còn tiếng vang trong quá khứ lịch sử, giáo lý dù có giá trị uyên thâm cũng chỉ là tài liệu dùng cho sự nghiên cứu sưu tầm, không còn đóng góp được gì vào sinh hoạt tín ngưỡng trong cuộc sống xã hội loài người. *Vai trò của tín đồ là kế thừa vị giáo chủ, tiếp tay với vị giáo chủ khơi giòng đạo pháp cho lan tràn khắp không gian và xuyên qua thời gian*. Trong trường hợp Phật giáo, giới tín đồ đã kế thừa vị giáo chủ là Đức Thích Ca Mâu Ni đảm trách công việc của Như Lai, hóa độ chúng sinh suốt thời gian hơn 25 thế kỷ cho đến ngày nay.

Tín đồ Phật giáo cũng như các tôn giáo khác đại cương chia làm hai loại, **tu sĩ Phật giáo** và **cư sĩ Phật giáo**. Tu sĩ Phật giáo là tín đồ xuất gia, có nhiều danh xưng bằng tiếng Hán Việt như *tăng sĩ, tăng đồ, tăng chúng*, phân biệt theo phái tính gọi là *tăng* (phái nam) và *ni* (phái nữ), dân gian thường gọi là *ông sư bà vãi.* Cư sĩ Phật giáo là tín đồ tại gia, dân gian thường phân biệt gọi xuất gia là *tu chùa, ở chùa*, và tại gia là *tu nhà, tu tại gia.*

Cả hai giới xuất gia và tại gia đều có công lớn, không như thường tình nhiều người cho rằng thành phần cư sĩ tu nhà không đóng một vai trò quan trọng đáng kể bằng thành phần tín đồ tu chùa trong lịch sử Phật giáo. Dĩ nhiên mỗi bên đã đóng góp, đảm trách Phật sự một cách khác nhau, tùy từng căn cơ, tùy từng cảnh ngộ, ngôn từ nhà Phật gọi là **tùy duyên.**

Theo giáo lý Tiểu thừa (Phật giáo nguyên thủy), người cư sĩ chỉ làm Phật sự, công việc hộ pháp, còn muốn đạt đạo giải thoát phải xuất gia sống đời tu sĩ. Nhưng theo giáo lý Đại thừa (Phật giáo phát triển), người cư sĩ vẫn có thể đạt đạo giác ngộ như giới tu sĩ. Quan điểm của Phật giáo Đại thừa được dẫn chứng trong lịch sử Phật giáo tại nhiều quốc gia. Ngay thời Đức Thích Ca còn tại thế, phía nam cư sĩ có ông **Duy-Ma-Cật** ngộ đạo được Đức Thích Ca và các đại đệ tử của Phật thời bấy giờ kính nể (Kinh Duy-Ma-Cật); phía nữ cư sĩ có **Mặc Ly phu nhân** ngộ đạo được Đức Thích Ca xác nhận (Kinh Thắng-Man).

Lịch sử Phật giáo Trung Hoa có ghi trường hợp đạt đạo cả gia đình một cư sĩ là ông Bàng Long Uẩn, vợ, con trai và con gái: Tất cả bốn người đều đạt được cái chết tự tại khi lìa trần gian một cách an nhiên, đáng làm gương cho cả giới tu sĩ noi theo.

Đọc lịch sử Phật giáo Việt Nam, không ai là không biết đến thời kỳ phát triển Phật giáo đời Lý, đời Trần. Trong giới cư sĩ không ai nổi danh bằng **Thượng sĩ Tuệ Trung**, khi sống làm đạo sư dạy cả giới cư sĩ và giới tu sĩ đương thời, lúc chết cũng an nhiên tự tại như trường hợp ông Bàng Long Uẩn bên Trung Hoa. Là con Phật và con dân Việt Nam, chúng ta lấy làm hoan hỷ khi biết đến tấm gương sáng chói của vị thiền sư cư sĩ Tuệ Trung với một số chi tiết chính yếu như sau:

Thượng sĩ tục danh là Trần Tung, con đầu lòng của Khâm Minh Từ Thiện Thái Vương Trần Liễu, anh của Hưng Đạo Vương Trần Quốc Tuấn và Thái Hậu Nguyên Thánh Thiên Cảm. Danh hiệu Tuệ Trung Thượng sĩ do vua Trần Thánh Tông ban tặng khi pháp đàm với Trần Tung thấy là một bậc siêu phàm tôn làm sư huynh (Bậc Thượng sĩ coi như bậc Bồ-tát). Vua Trần

Thánh Tông ủy thác cho Thượng sĩ dạy dỗ thái tử là vua Trần Nhân Tông sau này.

Khi tịch Thượng sĩ nằm trên giường, nhắm mắt mà tịch. Các thê thiếp và gia nhân thương sót khóc ầm lên. Thượng sĩ mở mắt ngồi dậy quở rằng: *"Sống chết là lẽ thường, không nên buồn thảm thương tiếc làm nhiễu chân tính ta*! " Nói xong, nằm thế kiết tường mà tịch, Thượng sĩ thọ 62 tuổi, mất năm 1291.

Thượng sĩ Tuệ Trung là một thiền sư cư sĩ, hâm mộ thiền học từ lúc nhỏ, lớn lên học đạo với thiền sư Tiêu Dao tại tịnh xá Phước Đường. Ông là một nhà quân sự lỗi lạc, hai lần tham gia chống quân Nguyên thắng trận được phong chức Tiết Độ sứ trấn giữ cửa khẩu Thái Bình, sau truy phong Hưng Ninh Vương. Để ghi nhớ thành tích chiến thắng quân sự đặc biệt của một thiền sư cư sĩ, vốn không ham thích công danh ở cõi thế gian nhưng vẫn nhận lấy trách nhiệm làm tướng ngăn giặc khi đất nước bị ngoại xâm, dân gian đã có câu ngưỡng mộ vị cư sĩ Phật giáo đã sống hòa mình với thế tục: *Bỏ áo cà sa mặc chiến bào.*

Về tác phẩm để lại hậu thế, chỉ thấy duy nhất có một tập Tuệ Trung Thượng sĩ Ngữ Lục, do vua Trần Nhân Tông đệ tử thân cận nhất của Thượng sĩ ghi chép tài liệu và do thiền sư Pháp Loa soạn lại. Nội dung ghi lại những câu trả lời người đến hỏi đạo, cử công án, thơ tụng và hành trạng, thái độ xử thế của Thượng sĩ. Điểm nổi bật sáng chói nhất là triết lý thiền của Thượng sĩ, đem đạo vào đời, luôn luôn tùy duyên để hành động. Vua Trần Nhân Tông khi ghi chép vẫn cung kính gọi Thượng sĩ là **bậc thày** để tỏ lòng biết ơn vị đã khai sáng tâm linh đạo học cho mình. Vua Trần Nhân Tông là người được nhận là truyền thừa chính thức của phái Yên Tử, thế hệ thứ sáu, tiếp nối vị tổ thứ năm là thiền sư Huệ Tuệ. Sau khi xuất gia, nhà vua đổi pháp hiệu Hương Vân Đầu Đà sang Trúc Lâm Đầu Đà, do đó nhà vua là **Sơ tổ của Thiền phái Trúc Lâm Yên Tử**. Chắc chắn vị Sơ tổ này đã thấm nhuần đạo học của Thượng sĩ Tuệ Trung. Như vậy vai trò của vị cư sĩ siêu phàm Trần Tung đã có tầm mức quan trọng trong lịch sử Phật giáo Việt Nam nói chung và thiền phái Trúc Lâm Yên Tử nói riêng không ai có thể phủ nhận được.

Thượng sĩ Tuệ Trung không phải là vị cư sĩ nổi danh đầu tiên trong lịch sử Phật Giáo Việt Nam. Đây chỉ là một nhân vật vĩ đại của dân tộc Việt Nam, một thiền sư cư sĩ Phật giáo mà tâm linh và sinh hoạt thực tế trong đời sống hằng ngày lúc nào cũng tròn đầy tinh hoa của thiền học, đem đạo vào đời theo nguyên tắc truyền thống *tùy tục, hòa quang đồng trần*, nghĩa là *làm giống như thế tục để hóa độ thế tục*, không hề cách biệt với cuộc sống thế gian hiện hữu. Nguyên tắc truyền thống này có thể thấy từ thiền sư Thường Chiếu ở chùa Lục Tổ, chủ trương không chấp vào bất cứ hình tướng nào, kể cả nghi thức, kinh điển, ăn chay hay làm phước, chỉ cốt sao thực hiện được đời sống hạnh phúc bình dị, an nhiên tự tại.

Những chi tiết về lịch sử Phật giáo, tấm gương sáng chói của Thượng sĩ Tuệ Trung dẫn đến sự khẳng định: *Không có sự phân biệt tín đồ Phật giáo làm tu sĩ và cư sĩ về thể chất.* Xuất gia hay tại gia chỉ là phương tiện, là hình tướng tu tập để tín đồ một khi đã quyết định phát tâm tu đạo có thể tùy duyên, tùy hoàn cảnh và căn cơ, được tự do chọn lựa. Sự tiến bộ trong việc tu tập có minh giải, có chứng ngộ được hay không, điều đó không tùy thuộc vào hình tướng tu tập xuất gia hay tại gia, mà tùy thuộc vào sự phát tâm, vào ngũ lực (1) ở mỗi tín đồ. Xuất gia thuộc lòng kinh điển, tụng niệm không ngừng mà không phá bỏ được chấp ngã, chấp pháp thì tu chùa liên tục bao nhiêu kiếp cũng không an nhiên tự tại được, vẫn chìm đắm luân hồi không dứt. Còn tại gia như Thượng sĩ Tuệ Trung, vẫn có gia đình thê thiếp, vẫn ăn mặn lại ngộ đạo, làm thày dạy đạo từ vua đến dân, cả tu sĩ lẫn cư sĩ, xứng đáng làm kim chỉ nam cho tín đồ Phật tử tu đạo của muôn đời.

Về phương diện sinh hoạt Phật sự hộ pháp, ở cương vị một tín đồ tại gia, có nhiều câu hỏi về người cư sĩ cần được giải đáp, tham cứu để góp phần thuận lợi trong việc tu đạo.

Câu hỏi thứ nhất

Về phương diện nội dung thể chất, người cư sĩ cần phải hội đủ những điều kiện nào? Xin thưa: Có ba điều kiện là Tin, Học và Làm.

TIN là điều kiện căn bản thiết yếu hàng đầu. Có lòng tin ở Phật thì mới phát tâm theo đạo, tu học và hành đạo.

HỌC là tìm hiểu cho thông suốt giáo lý, thấm nhuần lời Phật dạy. Có học mới giải tỏa được những u mê nghiệp chướng, chấm dứt được mọi đau khổ trong kiếp sống thế gian. Có tin mà không học, lòng tin này khó giữ được bền lâu, khó thành *chánh tín*, và dễ thành mù quáng, *mê tín dị đoan,* ngược lại với giáo lý đạo Phật.

LÀM là thực hiện lời Phật dạy, những điều đã tin và đã hiểu. Dù có chánh tín, có học hỏi chuyên cần mà không thực hành áp dụng lời Phật dạy vào cuộc sống thực tế hàng ngày thì vô ích, uổng cả lòng tin say sưa và học hỏi công phu, kết quả là không chứng được pháp nào, không ngộ đạo được. Người Phật tử chân chính theo đạo phải đạt đến chứng ngộ, không phải chỉ nhằm mục tiêu nghiên cứu sưu tầm về Phật học. Tin mà không làm thì chỉ là *say mê kinh điển*, không phải là tin Phật, tin ở đường lối từ bi Giải thoát của Phật. Học mà không làm thì chỉ là học lý thuyết suông, có khi còn bị gán cho từ ngữ châm biếm là *học vẹt*. Học thì phải hành, tu thì phải tập, do đó dân gian thường nói tiếng ghép đôi cho trọn ý nghĩa là *học tập, học hành, tu tập, tu hành.*

Như vậy phải hội đủ cả ba điều kiện về nội dung thể chất TIN, HỌC và LÀM mới xứng danh là cư sĩ Phật giáo, thiếu một điều kiện nào ắt sẽ dẫn đến kết quả sai lệch trên đường tu đạo, không thể đạt được đạo quả viên mãn.

Câu hỏi thứ hai

Về phương diện hình thức phương tiện, người cư sĩ cần phải hội đủ những điều kiện nào? Xin thưa: Có nhiều ý kiến trả lời khác nhau, hoặc có tính cách bắt buộc hay có tính cách nhiệm ý tùy tiện, hội đủ được càng nhiều càng hay, nếu không thì cũng được, hoặc cần hội đủ tất cả hay chỉ một hai điều kiện liệt kê dưới đây cũng coi là được.

Gia nhập một hội đoàn Phật giáo như Hội Cư sĩ Phật giáo để có điều kiện sinh hoạt tập thể theo nội quy của hội, như vậy thuận lợi cho việc tu tập hơn trường hợp sinh hoạt cá nhân lẻ tẻ.

Theo nghi thức Phật giáo, thọ lễ quy y, nguyện giữ tam quy ngũ giới (2), có pháp danh, mặc áo tràng khi đi chùa lễ Phật hay tham dự những tổ chức sinh hoạt do Phật giáo điều động với tư cách thành viên một tập thể tôn giáo.

Tụng kinh niệm Phật tại chùa hay tại gia đều đặn thường xuyên, tìm hiểu giáo lý Phật giáo bằng cách tham dự các khóa tu tập hay nghe các vị tu sĩ, thiện trí thức thuyết pháp giảng kinh…

Tham gia những công việc xã hội từ thiện, giúp đỡ những người già bệnh, trẻ mồ côi, kẻ túng thiếu, tàn tật, gặp lúc hoạn nạn không nơi nương tựa…

Trả lời dứt khoát câu hỏi thứ hai

Việc này xin dành cho các đạo hữu độc giả, kẻ cầm bút chỉ xin góp ý như sau:

Hội đủ ba điều kiện căn bản thiết yếu TIN, HỌC và LÀM ở câu hỏi thứ nhất là đã thành cư sĩ Phật giáo. Nhưng nếu không có một điều kiện nào ở câu hỏi thứ hai thì thuộc trường hợp cư sĩ tại gia, *tự mình biết tự mình hay,* không có danh xưng là cư sĩ trong đời sống tập thể xã hội. Mặt khác, trường hợp này cũng làm cho người Phật tử gặp nhiều khó khăn trên đường tu đạo vì lý do đơn lẻ, thiếu phương tiện thuận lợi tạo nên duyên lành cho kết quả tu tập.

Không hội đủ ba điều kiện ở câu hỏi thứ nhất, nhưng hội đủ ít nhiều hay tất cả những điều kiện ở câu hỏi thứ hai thì vẫn thường được gọi là cư sĩ Phật giáo ở cửa miệng thế gian. Tuy nhiên, đây là trường hợp chỉ có cái danh cư sĩ mà thực ra không phải là cư sĩ, hoặc giả tự mình ngộ nhận rồi tự phong cho mình làm cư sĩ Phật giáo. Thật đáng thương nhiều hơn đáng trách!

KẾT LUẬN

Để kết luận thẩm định công phu tu tại gia và đánh giá đạo quả việc cư sĩ tu nhà, dân Việt Nam đã có câu ca dao quen thuộc từ xưa để khuyến tu tại gia:

Tu đâu cho bằng tu nhà,
Thờ cha kính mẹ mới là chân tu.

Hay là:

Thứ nhất là tu tại gia,
Thứ nhì tu chợ, thứ ba tu chùa.

CHÚ THÍCH

❶ **Ngũ Lực:** Năm sức mạnh tinh thần giúp cho người tu Phật đạt được đạo quả, đó là tín lực, niệm lực, tinh tấn lực, định lực và tuệ lực. Cả năm thứ hợp lại gọi là Phật lực.

❷ **Tam quy:** Quy Phật, quy pháp, quy tăng. **Ngũ giới:** Năm điều răn cấm gồm có không sát sinh, không trộm cắp, không tà dâm, không nói sai sự thực và không uống rượu.

10 TAM QUY NGŨ GIỚI

Toàn bộ giáo lý đạo Phật nhằm mục đích cứu độ chúng sanh ra khỏi chỗ đau khổ đến chỗ yên vui. Sự phân loại và phân hạng nội dung theo hai tiêu chuẩn chính là *tạng* và *thừa*. Theo từ ngữ, *tạng* là kho chứa, kho tàng, tàng trữ, bảo tàng, tích lũy. Có ba pho sách lớn gọi là *Tam tạng*: Kinh tạng gồm những điều Phật dạy, Luật tạng gồm những điều quy định người tu hành phải tuân theo, và Luận tạng gồm phần giải thích bàn thảo để sáng tỏ hai tạng trên. *Thừa* là cỗ xe dùng để chuyên chở, ý nói là phương tiện để người tu đạt đến đạo quả. Có năm mục tiêu đạo quả gọi là *Ngũ thừa*: Nhân thừa, Thanh Văn thừa, Duyên Giác thừa, Bồ-tát thừa và Phật thừa. Cách chia đơn giản chỉ gồm có hai thừa gọi là *Nhị thừa*: Tiểu thừa bao gồm Nhân thừa, Thanh Văn thừa và Duyên Giác thừa; Đại thừa gồm có Bồ-tát thừa và Phật thừa.

Đối với giới tu tại gia, cách phân hạng dễ hiểu và thích hợp hơn cả chia giáo lý đạo Phật làm hai phần: Phần *căn bản* dạy đạo làm người chân thực, tương đương như Nhân thừa; phần *hướng thượng* dạy cao hơn để trở thành thánh hiền, Bồ-tát và Hoạt Phật bao gồm bốn thừa còn lại trong Ngũ thừa. Phần căn bản là bậc đầu tiên thấp nhất nhưng là phần căn bản quan trọng không thể thiếu được đối với cả hai giới tu tại gia và xuất gia. Có tu thành người lương thiện, chân thực trước đã sau mới đến bậc kế tiếp tu thành thánh tăng, hiền tăng, Bồ-tát... Phần căn bản tu đạo làm người gồm có hai mục là Tam Quy và Ngũ Giới.

1 TAM QUY

Tam quy nói đầy đủ là *Quy y Tam bảo*, có khi nói cả cụm từ *Tam quy ngũ giới*. Dân gian thường nói tắt có một từ *quy*, như hỏi nhau quy chưa?

Trước hết *quy y* là gì? Theo nghĩa thông thường đó là tu Phật, người đã quy y là người tu Phật đã thọ lễ quy y. Theo từ ngữ, *quy* là quay về, trở lại vị trí cũ đã rời xa một thời gian, từ vị trí nơi cư ngụ hiện tại quay trở về vị trí cũ nơi xuất phát trước kia; *y* là nương tựa cậy nhờ, tin tưởng vào một thứ gì cho là tốt đẹp, chân thực và làm theo thứ đó. Quy y Tam bảo là quay về chỗ cũ bằng cách nương tựa trông cậy vào Tam bảo. Tại sao lại có tên gọi là quay về? Sao không gọi là tiến tới nữa? Tại sao lại cần phải nương nhờ Tam bảo? Lúc rời xa nơi xuất phát có mấy hướng đi? Tại sao đang đi trên đường tà lại sực tỉnh chợt ngộ mà tìm đường quay về? Vai trò của Tam quy là gì? Tam quy dựa trên căn bản nào?

Người tu tại gia cũng như giới xuất gia cần giải đáp rõ ràng những câu hỏi vừa nêu trên, coi như phần tiền đề trước khi tìm hiểu Tam bảo và Ngũ giới. Xin trả lới lần lượt từng câu hỏi.

Tại sao lại có tên gọi là quay về?

Xin thưa: Vì chúng sanh đã đi lạc đường, rời xa nơi xuất phát là rời xa tính thiện bẩm sinh, rời xa Phật tính sẵn có của mình. Đã đi lạc đường vì không theo đường chánh, không theo lẽ phải, lại đi theo đường tà do dục vọng si mê lôi cuốn.

Tại sao trên đường quay về lại cần phải nương nhờ Tam bảo?

Xin thưa: Vì đã đi lạc vào đường tà, đã bị dục vọng si mê lôi cuốn, đã rời xa chân tâm bẩm sinh. Như vậy là không còn đủ sáng suốt để tự tìm ra lối quay về trở lại với chân tâm của mình.

Lúc rời xa nơi xuất phát có mấy hướng đi?

Xin thưa: Có hai hướng đi. Hướng thứ nhất có nương tựa vào Tam bảo đi theo đường chánh, tiến tới tinh tấn tu tập, tăng trưởng Phật tính, tự độ tự giác. Hướng thứ hai không nương tựa vào Tam bảo nên lạc vào đường tà, tiến tới lỗi lầm đau khổ, do tin theo vọng tâm bị tham dục si mê dẫn đi. Khi đã lạc vào đường tà, không biết đâu là phải nên theo, đâu là trái nên tránh, cứ tiến thêm xa mãi để tự chuốc lấy khổ đau. Lý do tiếp tục tiến xa thêm là vì vô minh che mờ, lầm tưởng sự thỏa mãn tham dục trong thời gian ngắn ngủi và giả tạm là chân hạnh phúc vĩnh hằng.

Tại sao đang đi trên đường tà lại sực tỉnh chợt ngộ mà tìm đường quay về?

Xin thưa: Đây là duyên may, là pháp duyên làm cho lương tâm thức tỉnh, tự nhận thấy mình đau khổ vì đã lỡ lạc vào đường tà. Có được pháp duyên dẫn đến tỉnh ngộ là do luân hồi nghiệp báo, do nhân lành đã gieo từ nhiều kiếp trước và trong dĩ vãng đời hiện tại mà mình không hay biết. Dù không hay biết lúc gieo nhân lành, quả lành vẫn đến nên mới làm cho người đi lạc đường có quyết tâm tự nguyện xin quy y Tam bảo.

Vai trò của Tam quy là gì? Tam quy dựa trên căn bản nào?

Lịch sử nhân loại chứng tỏ con người có nhu cầu *tín ngưỡng* để sinh tồn không thể thiếu được, giống như thực phẩm, nước uống, không khí để thở. Những nhu cầu vật chất cần thiết như thế nào thì tín ngưỡng cần thiết như thế. Đó là nhu cầu tinh thần cần thiết cho hoạt động tâm linh giống như nhu cầu vật chất cần thiết cho hoạt động sinh lý. Có nhiều dạng hoạt động tâm linh như tình yêu, tư tưởng và tín ngưỡng. Con người có nhu cầu yêu thương và được yêu thương trở lại, nhu cầu tìm hiểu, suy nghĩ, tưởng tượng và nhu cầu tin tưởng đề cao một đối tượng nào. Con người cần có tín ngưỡng nên cần phải chọn một đối tượng để tin tưởng đề cao, một tôn giáo, một triết lý, một học thuyết, một chủ nghĩa nào đó, không phân biệt lãnh vực văn hóa, xã hội, chính trị, kinh tế, siêu hình thần học hay khoa học thực nghiệm. Trong ba dạng chính của hoạt động tâm linh, tín ngưỡng có tầm mức quan trọng hơn cả, có khả năng hướng dẫn tình yêu và tư tưởng. Nói dễ hiểu hơn, có tin thì mới yêu, có tin thì mới tìm hiểu, suy nghĩ. Điều này là sự thật hiển nhiên ai cũng có thể nghiệm thấy rõ ràng trong sinh hoạt hằng ngày.

Tam quy trong giáo lý đạo Phật đóng vai trò hoạch định hướng đi cho tín ngưỡng. Tam bảo là hướng đi cho niềm tin của người mộ Phật, đồng thời cũng là mục tiêu tu tập của tín đồ Phật giáo. Nói ngắn gọn hơn, quy y để có một niềm tin chánh đáng, có *chánh tín*.

Tam quy dựa trên căn bản nào để gây được niềm tin, tạo được chánh tín cho người tu tập? Xin thưa: Dựa trên *lý luân hồi nhân quả*, gieo nhân nào lãnh quả đó theo sự chuyển vần nghiệp báo. Căn bản của Tam quy dựa trên chính con người hiện tại đang sống, không dựa trên một quyền năng của Đấng thiêng liêng nào siêu xuất hơn con người đang tu tập. Đây là *tính nhân bản* dùng làm nền tảng cho giáo lý đạo Phật, khác với nhiều tôn giáo khác có căn bản dựa trên quyền năng thiêng liêng của một Đấng siêu xuất, ở ngoài con người và dùng quyền năng thiêng liêng ban hạnh phúc cho người tin tưởng tu tập.

2 TAM BẢO

Tam bảo là ba thứ quý báu có giá trị xứng đáng được tin tưởng đề cao. Theo Khổng giáo, đó là thổ địa, nhân dân và chánh sự. Thổ địa tức đất đai là nguồn thực phẩm nuôi sống con người. Nhân dân là năng lực khai thác đất đai đem lại sự phồn thịnh cho cuộc sống. Chánh sự là việc cai trị làm cho cuộc sống người dân được ấm no hạnh phúc. Tam bảo nói đây không hiểu theo nghĩa này của Khổng giáo. Theo Phật giáo, đó là Phật bảo, Pháp bảo và Tăng bảo.

Phật bảo là gì?

Đó là mục tiêu ở cuối đường đi, là cứu cánh của sự tu đạo, tu để thành Phật. Để sáng tỏ cứu cánh này cần xác định Phật là gì? Xin thưa: Có hai nghĩa căn bản cần phân biệt trên đường tu tập:

Thứ nhất là Đức Thích Ca Mâu Ni, thái tử Tất-Đạt-Đa con của Tịnh Phạn Vương, là vị đạo sư giáo chủ đã lập thuyết thành đạo. Đó là Đức Phật tại thế, có sinh có tử (623–544 trước công nguyên), có gia đình cha mẹ vợ con. Đó là Đức Phật được hậu thế vẽ hình nặn tượng kính lễ thờ cúng để tỏ lòng biết ơn cứu độ chúng sanh. Từ ngữ Phật nói đây hiểu với nghĩa nhục thân Đức Thích Ca và hóa thân Phật ứng hiện vào Đức Thích Ca để hóa độ chúng sanh ở cõi Ta Bà bằng cách đi thuyết pháp 49 năm liền.

Thứ hai là Đức Như Lai bất sanh bất diệt, vô thủy vô chung, không thể vẽ hình nặn tượng để thờ lạy được, chỉ có thể niệm thấy, cảm nhận được trong tâm thức người mộ đạo, tin mình có Phật tính, nhận mình là Phật tử, con của Phật. Từ ngữ Phật nói đây hiểu với nghĩa pháp thân vô tướng Phật, hiểu với nghĩa cứu cánh hóa độ làm cho chúng sanh thanh tịnh thân tâm và phát tâm Bồ Đề. Quy y Phật bảo là noi gương cụ thể của Đức Thích Ca để hành trì chánh pháp ngõ hầu có được tâm Phật, giống như tâm Đức Như Lai pháp thân vô tướng.

Pháp bảo là gì?

Đó là chánh pháp hiểu với nghĩa là toàn bộ giáo lý, tất cả pháp môn dùng để tu tập hành trì ngõ hầu tiến tới cứu cánh thành Phật. Do đó cũng gọi là *Phật pháp*. Nói cách khác, đó là con đường hay phương tiện dẫn tới cứu cánh viên mãn Phật quả. Nói cụ thể hơn, đó là ý Phật dạy diễn tả trong kinh sách hay qua lời diễn giảng thuyết pháp của chư tăng và thiện trí thức, nhờ đó người tu tập mới tỏ ngộ tiến tới tự độ tự giác và độ tha giác tha. Cần thận trọng phân biệt ý Phật dạy và lời Phật dạy: *Ý Phật* là nội dung diễn tả ở chữ viết trong kinh sách hay lời nói của chư tăng, thiện trí thức khi thuyết pháp. Có hiểu được ý Phật thì mới tỏ ngộ được chánh pháp. *Lời Phật* chỉ là hình thức dùng để diễn tả ý Phật bằng chữ viết hay lời nói. Đọc tụng lời kinh dù cho thuộc lòng, nghe thuyết giảng dù cho nhớ hết lời người nói mà không thông suốt được ý Phật dạy thì chưa thể gọi được là tỏ ngộ chánh pháp. Sự phân biệt này rất quan trọng. Lý do: Nếu có thông suốt ý Phật dạy thì mới hành trì đúng chánh pháp, mới chứng ngộ được đạo quả. Nếu chỉ nhớ lời mà hiểu sai ý Phật, có tin thì hóa ra tin sai dễ trở thành mê tín, không phải chánh tín, có làm cũng hóa ra làm sai dễ lạc vào tà đạo, không phải chánh đạo.

Tăng bảo là gì?

Đó là yếu tố nhân sự giúp người tu tập sáng tỏ đâu là chánh pháp, đâu là tà đạo ma giáo. Về mặt thực hành đối với giới tu tại gia, một câu hỏi đặt ra: Tăng bảo là thứ quý báu có tính cách cần thiết bắt buộc phải có trên đường tu tập hay không? Chỉ cần Phật bảo và Pháp bảo, hai thứ này có đủ để dẫn người tu tập đi đến đạo quả viên mãn hay không? Xin thưa: Tam bảo là ba thứ quý báu có công năng bổ túc và kiện toàn cho nhau về mặt hành trì đối với người tu đạo. Như vậy, Tăng bảo là thứ quý báu cần thiết bắt buộc cần phải hội đủ. Người tu đạo là hành giả như người đi trên con đường. Phật bảo đã chỉ cho đường chánh để tiến tới mục tiêu, hành trang cần đem theo như từ tâm, giác trí, những thứ gì cần bỏ đi, không cần thiết mà còn làm cho nặng vai phải gánh vác trên đường tu tập như si tâm, dục vọng. Nhưng trên con dường dài hành trì chánh pháp, hành giả còn nhiều trở ngại khó khăn, nhiều dụ dỗ lôi cuốn vào đường ngang lối rẽ, nhiều vấp té, nhiều mỏi mệt nắng mưa làm cho thối chí không muốn đi nữa, muốn bỏ cuộc, tín tâm bị chao đảo không còn tin ở Phật bảo và Pháp bảo. Lúc này Tăng bảo đến giúp đỡ người tu tập như mộtbạn đồng hành đã có nhiều kinh nghiệm, đã từng vấp té rồi lại đứng lên tiếp tục đi, đã từng mỏi mệt nhưng nghỉ ngơi xong lại đi nữa... chỉ có Tăng bảo mới đóng vai trò người bạn đồng hành một cách trọn vẹn được, mới có thể giúp đỡ hành giả từng bước một trên đường tu tập. Dân gian có câu tục ngữ *không thày đố mày làm nên* để nói lên công lao của người thày dạy bất cứ một nghề gì để cho kẻ học dùng làm kế sinh nhai. Ở đây Tăng bảo giống như ông thày dạy người tu tập học đạo làm người, học đạo tu thành Phật, mức độ cần thiết bắt buộc lại cần phải hội đủ nhiều hơn nữa.

Tăng bảo là những bậc chân tăng tự nhận lấy trách nhiệm chỉ dạy đường đi nước bước cho người đã quy y, tự nguyện coi đó là việc làm đền ơn Phật, là cúng dường Như Lai để đạo pháp trường tồn mãi mãi, là đảm trách công việc Như Lai giao phó, coi việc kẻ quy y được viên thành đạo quả nhờ ở sự hướng dẫn của mình là sự thành tựu công đức vô lậu của tu sĩ Phật tử. Gặp được chân tăng làm bản sư truyền giới trong khi thọ lễ quy y cũng như các vị khác để thỉnh vấn học hỏi, quả thật là duyên may phước lớn cho người hành trì đạo pháp. Gặp được chân tăng giống như gặp được Phật hiện tiền tại thế gian này.

3 NGŨ GIỚI

Ngũ giới là năm điều *răn cấm* không được làm. Nội dung của từ ngữ *giới* dùng trong đạo Phật gồm có hai chi tiết: Tuân theo sự răn cấm *không được làm điều ác* và nhằm mục đích *giữ lấy điều thiện.* Không được làm điều ác có tính cách tiêu cực thụ động, giữ lấy điều thiện có tính cách tích cực chủ động. Ý nghĩa của ngũ giới là có ngăn chận được điều ác trước đã rồi sau mới tu tập làm điều thiện được một cách dễ dàng hơn. Thiện tâm là tính bẩm sinh vốn có sẵn, ác tâm là do tập nhiễm từ bên ngoài xâm nhập vào mới nẩy ra. Từ bỏ hết ác tâm thì thiện tâm dễ hiển lộ vì không còn bị che mờ sai lệch nữa.

Ngũ giới được liệt kê trong kinh Ưu-bà-tắc, quy định giới luật cho cả hai giới Ưu-bà-tắc (phái nam) và Ưu-bà-di (phái nữ) đã thọ lễ quy y, do đó Ngũ giới cũng gọi là *Ưu-bà-tắc giới*. Quy định dành cho người bắt đầu tu học Phật đạo chỉ gồm có *năm điều giới cấm căn bản* nên rất ít, so với giới Tỳ-khưu, 250 điều cho phái nam và 348 điều cho phái nữ, tức Tỳ-khưu-ni. Ngũ giới quy định về hành động để áp dụng thực hiện Tam quy hoạch định về tín ngưỡng, nghĩa là thực hành điều đã tin. Nếu tin mà không làm thì vô ích, không ích lợi gì cho tự thân và tha nhân trong cuộc sống thực tế hằng ngày. Năm điều giới cấm gồm có: Giới sát, giới đạo, giới dâm, giới vọng ngữ, giới ẩm tửu hay gọi tắt là giới tửu.

Giới sát là gì?

Thường hiểu đó là không được sát sinh không được làm chết một mạng sống, một sinh vật. Hiểu chính xác hơn trong đạo Phật, đó là không được xâm phạm đến tính mạng con người hay con vật. Còn thực vật là cây cỏ cũng là sinh vật, có sống có chết như con người và con vật nhưng không phải đối tượng của điều giới sát. Làm chết một cái cây không phải là phạm điều giới sát như làm chết một người hay một con vật, vì lý do thực vật có sống có chết nhưng không có cảm giác, không biết đau đớn khổ sở khi chết, không biết lo sợ khi bị hăm dọa sẽ chết như người và con vật.

Như vậy, theo giáo lý đạo Phật giới sát bao gồm cả răn cấm, không được làm chết và không được làm cho đau đớn, khổ sở, lo sợ đối với con người và con vật, nghĩa là không được xâm phạm đến thể xác, tước đoạt sinh mạng, đồng thời không được xâm phạm đến cuộc sống tâm linh tình cảm của con người hay con vật. Hơn nữa, con người nói đây gồm cả người khác và chính mình nữa. Người tự sát hay tự làm khổ mình cũng là phạm điều giới sát, là gieo nhân bất thiện.

Làm cho người đau khổ coi như phạm tội giết người. Nguyễn Du tả Hoạn Thư trong tác phẩm Kim Vân Kiều có câu:

Bề ngoài thơn thớt nói cười,
Mà trong nham hiểm giết người không dao.

Tác phẩm Cung oán ngâm khúc của Nguyễn Gia Thiều cũng có câu:

Giết nhau chẳng phải Lưu Cầu,
Giết nhau bằng cái u sầu độc chưa!

Lưu Cầu là tên một quần đảo ở phía nam Nhật Bản, nơi rèn được thứ gươm rất sắc bén, gươm Lưu Cầu là gươm rất sắc bén.

Giới đạo là gì?

Đạo là trộm cắp, ăn cướp. Giới đạo là không được chiếm đoạt tài sản thuộc quyền sở hữu của người khác, bằng mưu mô kín đáo người mất của không hay không biết như trộm cắp, hoặc bằng bạo lực trước mắt người bị mất của như cướp bóc. Tài sản bị mất là vật chất như tiền bạc, nữ trang, đồ dùng... Tài sản bị mất cũng có thể là ích lợi tinh thần như tác quyền một cuốn sách, một bản nhạc... hay lòng tin cậy trong trường hợp bội tín, lường gạt người tin mình để thủ lợi. Giới đạo là không được chiếm đoạt của người khác một tài sản dù là vật chất hay tinh thần.

Giới dâm là gì?

Dâm là gian tà, nhơ bẩn như thường nói gian dâm, tà dâm, dâm ô đĩ thõa. Giới dâm là ngăn cấm không được quá ham vui khoái cảm một cách bất chánh về xác thịt giữa nam nữ, thường gọi là ham thỏa mãn nhục dục. Đó là ý nghĩa chữ dâm trong ngũ giới.

Thực ra dâm sự là sự giao hợp giữa nam nữ không phải lúc nào cũng thuộc loại gian tà bất chánh. Giới tu tại gia có người hôn phối chính thức, vợ chồng có cưới xin hợp với lễ giáo hiểu điều giới dâm chỉ có nghĩa ngăn cấm điều tà dâm bất chính, ngoại tình lang chạ, tìm thú vui thể xác với người khác không phải là người hôn phối của mình. Giới dâm đã dạy vợ chồng phải ăn ở thủy chung để gây hạnh phúc lứa đôi, cùng chung lo tròn phận sự làm cha làm mẹ, sinh con đẻ cái là bước đầu trong đạo làm cha mẹ.

Tà dâm là điều bất chánh ở cả hai phái nam và nữ, không riêng ở phái nam như thường hiểu. Tà dâm thể hiện ở ba dạng: Thứ nhất là vui thú thể xác, thứ hai là buông lời lả lơi hay có cử chỉ thái độ bất nhã như ăn mặc quá hở hang khêu gợi làm động dục người khác phái dù chưa có đụng chạm thể xác, thứ ba là ý dâm, không biểu lộ ra ngoài bằng hành động hay lời nói, chỉ có người phạm giới tự biết, đối tượng khác phái cũng không biết.

Trong ba dạng tà dâm, dạng thứ nhất thuộc về thân nghiệp, dạng thứ hai thuộc về khẩu nghiệp, dạng thứ ba thuộc về ý nghiệp. Giữ giới tà dâm trọn vẹn cả ba dạng mới gọi được là trường hợp tịnh nghiệp trong việc hành trì giới dâm. Trường hợp thứ ba là ý dâm như nhìn thấy người ưng ý hợp nhãn là mơ tưởng đến việc làm bất chánh, tuy bề ngoài vẫn lịch sự giữ lễ trong lúc thù tạc đối đáp với người hợp ý. Đây là trường hợp khó giữ giới hơn hai trường hợp trên, người chưa có đạo hạnh vững chắc, tà tâm dễ nổi lên không trấn áp hàng phục được, thường dễ phạm phải. Muốn tịnh được tâm để giữ giới cần phải tu tập hành trì kiên định mới đạt tới được.

Giới vọng ngữ là gì?

Vọng ngữ thường hiểu là nói dối, nói sai sự thực, nói đâm thọc, nói hai lưỡi trước sau không như một. Hiểu đầy đủ hơn, vọng ngữ là lời nói do *vọng tâm, tà tâm* sai khiến, đối ứng với chánh ngữ là lời nói vâng theo *chánh tâm, chân tâm.* Ngữ là lời nói phát ra bằng âm thanh ở cửa miệng nhằm mục đích truyền đạt ý muốn, tình cảm, tư tưởng cho người khác nghe bằng tai. Hiểu rộng hơn, ngữ bao gồm mọi hình thức phương tiện truyền thông từ người này đến người khác, không hẳn chỉ có lời nói. Những hình thức phương tiện khác có hiệu năng như lời nói thường được mọi người dùng đến là chữ viết, cử chỉ, thái độ... Giới vọng ngữ đầy đủ là điều răn cấm không được dùng bất cứ hình thức phương tiện nào truyền đạt một nội dung tà vọng, bất chánh. Điều răn cấm là vọng tâm tà ý, không lệ thuộc vào hình thức phương tiện truyền thông, lời nói hay chữ viết, cử chỉ, thái độ... Nói cách khác, giữ giới vọng ngữ có phạm vi rộng rải, không giới hạn ở lời nói.

Giới ẩm tửu là gì?

Ẩm tửu là uống rượu, thường nhằm mục đích mua vui giải sầu. Trong ngũ giới, điều răn cấm này thường coi là không quan trọng, không cần tuân theo cẩn thận. Thực ra giới này có ý nghĩa tinh vi hơn điều thường hiểu. Ai cũng biết uống ít, nhất là không phải rượu mạnh trong lúc thù tạc giao tế đối với người tu tại gia, lâu lâu mới có một lần không phải thường xuyên hằng ngày như trường hợp đã mắc nghiện, uống rượu như vậy không có hại gì cho sức khỏe và tinh thần người uống. Ai cũng biết uống nhiều, uống luôn, nhất là rượu mạnh dễ trở nên nghiện, rượu sẽ làm hại gan, đau ruột, loét bao tử và suy nhược thần kinh. Về mặt đạo học, ý nghĩa của điều giới cấm này như sau: Uống rượu để mua vui giải sầu, đó chỉ là ích lợi giả tạm nhất thời. Rượu có tác dụng kích thích làm say sưa người uống. Sự say sưa làm cho người uống có cảm tưởng là mua được vui, giải được sầu. Đến khi hết hơi rượu không còn say nữa, người uống tỉnh táo sẽ không thấy cái vui đâu mà cái buồn vẫn y nguyên còn đó, lại cần phải uống nữa để mời cái vui đến và đuổi cái buồn đi, cứ thế dần dà sẽ thành nghiện thực thụ. Đây chỉ là một biện pháp tự lừa dối mình, tự đầu độc mình, tự làm cho mình trở thành si mê nhất thời. Uống rượu để thù tạc giao tế khả dĩ còn chấp nhận được đối với người tu tại gia nhưng không thể thừa nhận được là có khả năng thực sự mua vui giải sầu. Có nhiều cách mua vui giải sầu thực sự, chính đáng, có hiệu lực với rất nhiều người đã thực hiện, ai cũng biết kể cả người nghiện rượu, như sách báo, điện ảnh, âm nhạc, thể thao, du lịch... Ấy là chưa kể đến trường hợp có người đã tìm thấy nguồn vui cao đẹp trong công việc từ thiện cứu giúp kẻ đói khổ, an ủi người đau buồn... Răn cấm uống rượu thực sự là ngăn cấm điều si mê tự lừa dối mình mà không có hiệu lực thực sự chính đáng. Như vậy, giới thứ năm này phải kể đến tất cả các thứ khác có tác dụng như rượu, các thứ ma túy như bạch phiến, cần sa...

4 NGHI THỨC THỌ LỄ TAM QUY VÀ NGŨ GIỚI

Theo kinh Ưu-bà-tắc, nghi thức thọ lễ Tam quy và Ngũ giới có những điểm như sau:

Sau thời gian sáu tháng nhận thấy đệ tử đã có đủ khả năng thực hành đúng những lời chỉ dạy, vị tăng gọi là bản sư nhận truyền giới cho đệ tử và tổ chức buổi lễ thọ Tam quy và Ngũ giới.

Vị tăng truyền giới mời chúng tăng đủ 20 người tham dự để đồng thuận và chứng giám lời phát nguyện của người xin thọ lễ. Con số 20 vị chúng tăng có thể giảm xuống 4 cho đến một vị cũng được tại những nơi Phật pháp không được hưng thịnh, miễn sao buổi lễ thọ giới có sự trang nghiêm là đủ.

Trước sự chứng giám của chúng tăng, vị bản sư truyền giới hỏi người thọ giới có nhất tâm tự ý nguyện theo Tam quy và Ngũ giới, có nhận Đức Như Lai là bậc Thế tôn vô thượng hay không? Lại căn dặn chỉ cần phạm một thì coi như không theo gì hết. Sau đó, người xin thọ giới phát lời nguyện, vị tăng truyền giới và tất cả chúng tăng chứng giám và đồng thuận.

Theo kinh Hoa Nghiêm, lời phát nguyện của người xin thọ giới trước Đức Như Lai, vị bản sư truyền giới và chúng tăng có ba câu:

– *Tự quy y Phật, xin nguyện chúng sanh thể theo đạo cả phát tâm vô thượng;*

– *Tự quy y Pháp, xin nguyện chúng sanh thông suốt kinh tạng trí tuệ như hải;*

– *Tự quy y Tăng, xin nguyện chúng sanh quản lý đại chúng hết thảy vô ngại.*

5 SỰ HÀNH TRÌ TAM QUY VÀ NGŨ GIỚI

Hành là đem ra ứng dụng, *Trì* là giữ liên tục không buông bỏ, không tạm ngưng lúc nào như thường nói tu hành, hành đạo, hộ trì, thủ trì, trì kinh, trì giới. Người hành trì Tam quy và Ngũ giới cần lưu ý thực hiện ở cả hai mặt và hai phạm vi:

Hai mặt là *thụ động* và *chủ động*, không làm điều ác để tôn trọng, bảo vệ sự thực hiện điều lành. Ví dụ: Không xâm phạm tính mạng, tài sản mọi người và tôn trọng tính mạng, tài sản mọi người.

Hai phạm vi là *tự thân* và *tha nhân*, thực hiện ở mình và ở người. Ví dụ: Tự mình không sát sinh, đồng thời làm cho người khác không sát sinh, không giữ thái độ yên lặng khi biết người khác có dự mưu sát sinh mà không tìm cách ngăn cản, yên lặng là gián tiếp đồng lõa mưu sát. Tòa án không có thể buộc tội này được vì không có chứng cớ về pháp lý, nhưng về mặt đạo học vẫn là có tội, có chứng cớ vì lương tâm mình có biết việc mưu sát mà không tìm cách can ngăn. Đây là trường hợp có vi phạm giới sát, can phạm có gián tiếp gieo nhân ác, sẽ bị luân hồi theo lý nhân quả nghiệp báo. Dân gian thường nói đó là trường hợp có tội do tòa án lương tâm phán xét.

Tam quy và Ngũ giới là phần căn bản trong đạo làm người. Theo giáo lý đạo Phật, thành tựu trọn vẹn được phần này là trở thành *thiện nhân, chân nhân* đã sẵn sàng tiến lên phần hướng thượng, tu tập bậc cao hơn để trở thành *thánh nhân*, tiếng nhà Phật gọi là hàng *Thanh văn.*

Nguyện cho tất cả chúng ta hành trì tinh tấn Tam quy và Ngũ giới để thành chân nhân rồi thành thánh nhân ngay trong cõi Ta-bà này.

11 THIỀN ĐỊNH

Thiền tông giữ một vai trò quan trọng trong số các tông phái của đạo Phật. Khoảng thời gian thế kỷ 6 và 7 Bồ-đề Đạt-ma đưa pháp môn Thiền quán vào Trung quốc, Thiền tông kết hợp phần nào với đạo Lão và trở thành một tông phái lớn mạnh trong Phật giáo tại Trung quốc với mục đích là đưa hành giả đến chỗ **trực nhận được lý Chân Như tức bản thể của sự vật và đạt tới sự Giác Ngộ viên mãn**. Thiền tông trong Phật giáo bắt nguồn từ Ấn Độ, khi lan tràn sang Trung quốc, đặc biệt là sau thời của Lục Tổ Huệ Năng (638–713) đã thấm nhuần vào nếp sống văn hóa Trung quốc. Nhà nghiên cứu nổi danh về Ấn Độ học và Phật học người Đức là H.W. Schumann đã viết trong tác phẩm Đại thừa Phật giáo (Mahāyāna Buddhismus): *Thiền tông có một người cha Ấn Độ nhưng đã không thể trở nên trọn vẹn được nếu không có người mẹ Trung quốc.*

Thiền tông quan tâm đến thực nghiệm chứng ngộ, chú trọng đến đốn ngộ, coi thường mọi nghi thức tôn giáo và mọi lý luận suy diễn về giáo pháp. Hành giả chỉ cần tham thiền nhập định là đủ đạt đến chứng ngộ. Đây là con đường *ngắn nhất* nhưng cũng là *khó nhất* để thực chứng đạo pháp. Một trường hợp điển hình: Trong pháp hội trên núi Linh Thứu, Đức Thích Ca đã yên lặng đưa lên một cành hoa. Các Đại đệ tử không ai hiểu được ý chỉ, duy chỉ có Ca Diếp đã mỉm cười tỏ ý lĩnh hội được: Đức Thích Ca đã ấn chứng cho *Ca Diếp là Sơ Tổ của Thiền tông Ấn Độ*. Do đó có thuật ngữ *Niêm hoa vi tiếu* (có nghĩa đưa hoa mỉm cười) để chỉ pháp môn mang tên *Dĩ tâm truyền tâm*. Từ đó, Thiền tông chú trọng đến **đốn ngộ**, nghĩa là giác ngộ ngay tức khắc trên đường tu học.

Những nét đặc trưng trong yếu pháp của Thiền tông có thể tóm tắt như sau:

Giáo ngoại biệt truyền: Truyền bá Chánh pháp bằng phương tiện đặc biệt ở bên ngoài các kinh điển dạy về giáo lý.

Bất lập văn tự: Không dùng đến văn tự để truyền pháp vì lý do văn tự chỉ là phương tiện thông dụng nhất, chưa phải là phương tiện toàn hảo hữu hiệu nhất.

Trực chỉ nhân tâm: Dùng biện pháp đi thẳng vào bản thể Chân Tâm vốn Thanh Tịnh của con người, không cần nhờ đến những phương tiện khác có hiệu năng gián tiếp dẫn đến Chân Tâm như nghi thức tụng niệm, lễ bái và sự suy lý dẫn giải, dùng các ẩn dụ.

Kiến Tánh thành Phật: Phương tiện trực chỉ nhân tâm đạt tới cứu cánh là hành giả tự thấy được Chân Tâm của chính mình có Phật tánh, có tự tánh Chân Như. Như vậy là Giác Ngộ viên mãn, đắc quả Phật. Đó là ý nghĩa uyên áo của câu **Phật tại Tâm, Tâm tức Phật.**

Vì lý do có những nét đặc trưng vừa kể nên có thuật ngữ thường dùng *Dĩ Tâm truyền Tâm* hay *Truyền Tâm ấn* từ thày dạy là Thiền sư đến trò là Thiền sinh. Tuy nói là TRUYỀN TÂM ẤN nhưng thực ra thày không cho mà trò cũng không nhận cái gì cả, thày chỉ làm cho trò hốt nhiên bừng tỉnh nhận ra mình vốn có sẵn từ lâu mà không hay biết. Thày chỉ tạo cơ duyên cho trò làm cho Chân Tâm sáng lên mà bấy lâu bị màn Vô Minh che mờ không soi tỏ được vạn pháp, nói văn hoa là làm cho trò thắp sáng ngọn *Đèn Tâm,* chữ Hán là *Tâm Đăng* hay *Tuệ Đăng* có nghĩa như Trí tuệ, Tâm linh. Không thắp sáng được ngọn Đèn này thì hành giả dễ lạc vào tà đạo ma giáo, coi Ma Thiền là Chánh Định.

1 NHẬN XÉT THIỀN TÔNG VỀ MẶT GIÁO LÝ

Thiền hay **Thiền-na** là phiên âm của *Dhyāna* (tiếng Sanskrit), *Jhāna* (tiếng Pali), nghĩa tiếng Anh là *Meditation,* tiếng Hán Việt là *Tĩnh lự.* Đó là sự hành giả tự hướng dẫn tâm thức của mình đạt tới mức độ tập trung, lắng đọng như mặt nước phẳng lặng không chút xáo động để có thể nhìn thấu suốt thấy mọi vật ở dưới đáy. Đó là *Thiền,* còn *Định* là kết quả đạt tới sự an định để có thể nhìn thấy rõ mọi sự vật như thường nói Tham Thiền Nhập Định. Hành giả chưa đạt tới Chánh Định thì Tuệ chưa khởi phát, nghĩa là chưa đủ khả năng nhìn thấu suốt rõ ràng vạn pháp.

Có nhiều cách tập trung tâm thức khác nhau như luyện tập thân thể theo phương pháp *Du già,* tức *Yoga* (tiếng Sanskrit), cách chú tâm vào một hình vẽ hay bức tranh, lắng nghe một âm thanh duy nhất nào đó, chú tâm vào một Công án... Nhận xét quan trọng: Tọa thiền không hề là một hành vi thư dãn nghỉ mệt xả hơi cho đầu óc bớt căng thẳng có tính cách thụ động tiêu cực. Thiền là một hành vi chủ động tích cực trong nội tâm, mặc dù về ngoại hình khi ngồi thiền nhìn thấy xác thân bất động.

Về mặt giáo lý, Thiền là **Tâm pháp,** một trạng thái tâm thức không thể định nghĩa hay mô tả được, chỉ do tự mỗi người từng thực nghiệm, ai làm người ấy biết tùy theo căn cơ duyên hội riêng từng cá nhân. Thiền không nhất thiết phải lệ thuộc vào một tôn giáo, cũng không phải là Tâm pháp riêng của Phật giáo, tôn giáo khác không có. Theo nghĩa tổng quát, Thiền là tâm pháp giúp cho hành giả đưa tâm thức **hòa nhập với thiên nhiên vũ trụ và tha nhân trong xã hội, Tâm hòa nhập với Cảnh, không còn phân biệt Năng và Sở, Chủ thể với Đối thể.** Thiền trong Phật giáo giúp cho tâm thức người hành trì đi từ Nhị nguyên đến Nhất nguyên, thực chứng lý Bất Nhị, cũng gọi là lý Nhất Như, thấy Tự Tại An Nhiên ở Hiện Tiền, *ở Ngay Đây và Ngay Bây giờ.* Chính tâm trạng An Nhiên Tự Tại này gọi là *Tịch Diệt Niết-bàn,* Vạn pháp hòa nhập đồng Nhất thể, thành một hợp thể duy nhất, *tuy Một mà Hai tuy Hai mà Một.*

Theo Phật giáo tất cả có **Bát Định** tức tám cảnh giới trong quá trình tu chứng gồm có Tứ Thiền và Tứ Xứ.

Tứ Thiền

Cũng gọi là **Tứ Thiền Định** hay **Tứ Tĩnh lự** gồm bốn cấp nhằm đạt tới thoát khỏi Sắc giới.

Sơ Thiền cũng gọi là *Sơ Tĩnh lự:* Tập trung tâm thức vào một đối tượng quy ngã, lợi ngã, lìa bỏ mọi tham dục, mọi điều bất thiện. Đạt được Sơ Thiền cảm thấy Hỷ, Lạc và Xả.

Nhị Thiền cũng gọi là *Nhị Tĩnh lự:* Tiến xa hơn Sơ Thiền, đạt được Nhất Tâm Nội Tĩnh, tâm thức Hỷ, Lạc và Xả được viên mãn.

Tam Thiền cũng gọi là *Tam Tĩnh lự:* Tâm thức thanh thoát hơn Nhị Thiền buông bỏ được Hỷ, chỉ còn Lạc và Xả.

Tứ Thiền cũng gọi là *Tứ Tĩnh lự:* Buông bỏ thêm được Lạc, tâm thức chỉ còn Xả và Chánh Niệm. Vượt thoát khỏi Sắc giới nhưng hành giả vẫn còn vương mắc trong Vô Sắc giới vì còn giữ tâm Xả và Chánh Niệm.

Tứ Xứ

Bốn trú xứ nhằm đạt tới thoát khỏi Vô Sắc giới.

Định Không Vô Biên Xứ: Đạt được Không quán, hoàn toàn thoát khỏi Sắc giới, thực chứng Hư không là Vô biên, tâm thức không còn một pháp tướng nào gây chướng ngại.

Định Thức Vô Biên Xứ: Đạt được Thức quán, vượt qua Không quán, thực chứng Thức là Vô biên. Thuật ngữ *Thức* nói ở đây không có nghĩa hẹp như Ý thức, Lục thức mà cần hiểu có nội dung bao gồm cả Ý thức và Tiềm thức, cần hiểu như Tuệ thức, Như Lai thức, A-lại-da thức...

Định Vô Sở Hữu Xứ: Vượt qua được Không quán và Thức quán, không còn Tâm Sở Hữu, thực chứng ý niệm Vô Sở Hữu, không còn sự phân biệt Sở Hữu Chủ với Vật Sở Hữu.

Định Phi Tưởng, Phi Phi Tưởng Xứ: Tâm thức hoàn toàn thoát khỏi Vô Sở Hữu Xứ, tâm thức hội nhập với vạn pháp vốn có tự tánh không tịch. Đây là cảnh giới *Hư Vô Tịch Diệt*.

Một nhận xét khác về Thiền Định căn cứ vào đối tượng của sự tập trung tâm thức: Tất cả Bát Định đều là sự tập trung tâm thức vào một đối tượng, buông bỏ rời xa tất cả những gì không ở trong phạm vi đối tượng. Tùy theo đối tượng khác nhau mà có thể chia ra ba nhóm như sau:

Tứ Thiền nhằm mục đích thoát khỏi Sắc Giới có đối tượng tâm lý hướng nội về đạo hạnh ly dục, tiến tới *Tâm Thanh Tịnh.*

Ba định kế tiếp gồm có Định Không Vô Biên Xứ, Định Thức Vô Biên Xứ và Định Vô Sở Hữu Xứ nhằm mục đích thoát khỏi Vô Sắc Giới có đối tượng triết lý hướng ngoại về chân lý khách quan, tiến tới *Trí Tuệ viên mãn, thông suốt vạn pháp.*

Định chót cùng thứ tám là Định Phi Tưởng, Phi Phi Tưởng Xứ nhằm mục đích hoàn toàn thoát khỏi Vô Sắc Giới có đối tượng tôn giáo *thăng hoa vượt ra ngoài phạm vi đạo hạnh và triết lý,* không còn sự phân biệt Năng với Sở, hướng nội hay hướng ngoại.

Thiền tông bắt nguồn từ Ấn Độ do hai giáo lý căn bản của Đại thừa, đó là Trung quán và Duy thức:

Trung quán tông chủ trương nhìn ở giữa mới thấy được Thực tướng của vạn pháp, không thiên về chấp Có cũng không thiên về chấp Không. Đây là *lý Sắc Không, Có mà Không và Không mà Có.*

Duy thức tông chủ trương *Vạn pháp duy Tâm,* Vạn pháp đều do Tâm tạo ra, không có Tâm thì không có pháp nào cả.

2 NHẬN XÉT THIỀN TÔNG VỀ MẶT HÀNH TRÌ

Thiền tông chủ trương **Trực chỉ nhân tâm, kiến Tánh thành Phật.** Phương thức này có ưu điểm và khuyết điểm như sau:

Ưu điểm

Đây là pháp môn đi thẳng đến Chân tâm có tánh bẩm sinh vốn thiện của con người, ai cũng có. Do đó *hễ nhất tâm hành trì thì đều đạt tới chứng ngộ,* không phải là pháp môn bất khả thi đối với người đã có tín tâm và phát nguyện.

Vì lý do đi thẳng tới chứng ngộ Chân tâm, pháp môn này đã chọn *con đường thẳng ngắn nhất,* không quan tâm đến những phương tiện nghi thức có hiệu lực dẫn dắt tâm thức người hành trì một cách *từ từ* đến chỗ chứng ngộ. Thuật ngữ Phật học gọi là *Đốn ngộ,* ngộ ngay tức khắc, khác với *Tiệm ngộ* là ngộ dần dần.

Đã đi thẳng trên con đường ngắn nhất, pháp môn này còn có ưu điểm *tránh được những đường ngang lối rẽ đưa đến tà đạo ma giáo do Sở tri chướng gây ra,* tức là những chướng ngại do sự suy lý tà kiến quanh co gây ra mà người hành trì không tự biết được.

Khuyết điểm

Tuy là con đường ngắn nhất, đi nhanh đến đích nhất, tránh được đường ngang lối rẽ quanh co, pháp môn này lại là con đường *khó đi nhất.*

Khó đi vì lý do *chỉ ai đi người ấy biết,* không thể truyền đạt chỉ dẫn bằng văn tự kinh điển hay ngôn ngữ thuyết giảng được. Ví dụ như trái đào chua, chỉ ai ăn mới biết được vị chua của trái đào, người chưa ăn lần nào không sao biết được, dù được mô tả vị chua này bằng nhiều sự so sánh chua như cam, chua như chanh, chua như khế, chua như dấm hay mẻ...

Pháp môn này khó vì người hành trì *phải dẹp hết được vọng tình vọng thức* thì mới hiển lộ được Chân tâm pháp tánh của mình. Nếu không đạt được Chân Tâm Thanh Tịnh thì không sao đạt được *định,* mà không có có định lực sung mãn thì trí tuệ không khởi phát, như vậy làm sao *kiến tánh* để thành Phật? Khó vì cầu giác ngộ mà chưa đủ tuệ lực, giống như trong đêm tối mù mịt đi tìm đường để thoát khỏi chỗ bị lạc mà không có đèn đuốc soi đường!

Chính vì những khuyết điểm này mà nhiều người sơ phát tâm tu thiền, không kiên trì nhất tâm dễ sinh thối tâm nản chí, bỏ dở không tiếp tục đi đến đích.

3 THIỀN TÔNG Ở VIỆT NAM

Đạo Phật du nhập vào Việt Nam do hai ngả từ Ấn Độ và từ Trung Hoa. Theo ngả Ấn Độ, các Thiền sư từ Tây Trúc theo các thương nhân đi vào Việt Nam truyền bá đạo Phật sớm hơn đạo Khổng chỉ nương vào thiện căn của con dân nước Việt và pháp duyên của Phật đạo, do đó Chánh pháp Như Lai thiếu cơ sở phát triển thực tế. Theo ngả Trung Hoa, các Thiền sư vào Việt Nam truyền bá đạo Phật đã đem theo ít nhiều ảnh hưởng của đạo Khổng. Đây là điểm đáng lưu tâm khi tìm hiểu nguồn gốc Thiền tông ở Việt Nam.

Suốt thời gian dài hơn một ngàn năm nội thuộc Trung Hoa dưới các triều đại Hán–Đường–Tống, giáo lý đạo Khổng được chánh quyền đô hộ du nhập vào Việt Nam không hẳn là Khổng giáo chân truyền có biểu tượng tinh hoa ở các bậc Chân Nho hiền nhân quân tử, các bậc minh quân lương tể có tài đức tu tề trị bình. Dòng giáo lý Khổng Nho đã pha màu thực dân đế quốc, đề cao nghi lễ, tôn trọng hình thức hơn nội dung triết lý Khổng học, do đó có danh xưng là Hủ Nho, cũng gọi là Tống Nho (bọn Hủ Nho đời nhà Tống), dân Việt Nam không gọi là Khổng Nho nữa. Chính vì lý do tinh thần bất khuất tự cường truyền thống của dân tộc, người con Hồng cháu Lạc sẵn sàng hoan hỷ đón tiếp nguồn ánh sáng tâm linh do giáo lý đạo Phật đem lại. Chính tinh thần Hủ Nho cùng với chính sách đô hộ của Trung Hoa đã mặc nhiên tạo nên duyên hội ngộ của tâm linh người dân Việt Nam luôn luôn khao khát Tự Do Giải Thoát với Phật pháp. Đó gọi là lý *Tùy Duyên Diệu Ứng* trong đạo pháp nhiệm màu.

Dòng Thiền ngoại lai du nhập vào Việt Nam

Có ba dòng Thiền ngoại lai từ Trung Hoa chính thức du nhập vào Việt Nam dù cả ba đều được sáng lập ở Việt Nam:

Thiền phái Tì-ni-đa Lưu-chi (Vinitarùci, tiếng Sanskrit)

Thiền sư Tì-ni-đa Lưu-chi (có nghĩa là Diệt Hỷ) người ở Nam Thiên Trúc (Ấn Độ) năm 574 sang Trung Hoa tham học được Tam Tổ Tăng Xán truyền pháp cho, đến năm 580 sang Việt Nam theo lời khuyên của Tổ Tăng Xán, hoằng pháp tại chùa Pháp Vân, cũng gọi là chùa Dâu tức Trung tâm Luy

Lâu thuộc huyện Thuận Thành, tỉnh Bắc Ninh ở Bắc Việt. Sư đã khai sáng ra thiền phái Tì-ni-đa Lưu-chi ở Việt Nam.

Năm 594 trước khi biết mình sắp viên tịch, Sư gọi đệ tử là Pháp Hiền đến phó chúc:

– Tâm ấn của chư Phật không có lừa dối, tròn như Thái Hư, không thiếu không dư, không đi không lại, không được không mất, chẳng phải một chẳng phải khác, chẳng thường chẳng đoạn, vốn không có sinh cũng không có diệt, cũng chẳng xa lìa và cũng chẳng phải không xa lìa. Vì đối với vọng duyên mà giả lập thành tên gọi đó thôi... Tổ Tăng Xán khi ấn chứng minh tâm này cho ta bảo ta mau về phương Nam giáo hóa. Đã trải qua nhiều nơi, nay đến gặp được ngươi quả là phù hợp với lời huyền kí. Vậy ngươi khéo giữ gìn, giờ đi của ta đã đến...(1).

Dòng thiền Tì-ni-đa Lưu-chi lấy kinh *Tượng đầu tinh xá* làm nền tảng, chú trọng đến Trí tuệ Bát-nhã và tu tập thiền quán. Thiền phái này đã gây ảnh hưởng rất lớn đến Phật giáo đời nhà Lý ngay từ vị vua đầu tiên Lý Thái Tổ (974–1028) lên ngôi năm 1010.

Thiền phái Vô Ngôn Thông

Thiền sư họ Trịnh, quê ở Quảng Châu Trung Hoa sang Việt Nam năm 820 hoằng pháp tại chùa Kiến Sơ, làng Phù Đổng, huyện Tiên Du, tỉnh Bắc Ninh ở Bắc Việt, thành lập thiền phái Vô Ngôn Thông. Sư ít nói, tính tình điềm đạm, rất thông minh nên có tên gọi Vô Ngôn Thông, là học trò của vị Thiền sư nổi danh Bách Trượng Hoài Hải. Sư triệt ngộ khi nghe Bách Trượng trả lời câu hỏi của một vị tăng: *"Đất Tâm nếu không tịch mặt trời Trí tuệ tự chiếu"*. Thiền phái Vô Ngôn Thông theo đúng dòng thiền của Huệ Năng (638–713), nghĩa là chủ trương đốn ngộ, bắt đầu mang sắc thái đặc biệt của Thiền tông Trung quốc. Trước thời Lục Tổ Huệ Năng, Thiền tông Trung quốc còn chịu ảnh hưởng nhiều của Thiền tông Ấn Độ.

Từ năm 820 đến năm 826 trú ngụ tại chùa Kiến Sơ, Sư chỉ quay mặt vào tường tọa thiền nên không ai biết tông tích. Cảm Thành là vị trụ trì chùa Kiến Sơ thầm biết đây là bậc Cao tăng nên hết sức kính trọng. Khi sắp viên tịch Sư gọi Cảm Thành đến phó chúc bài kệ:

Nhất thiết chư pháp giai tòng tâm sinh,

Tâm vô sở sinh, pháp vô sở trụ,

Nhược đạt tâm địa sở trụ vô ngại

Phi ngộ thượng căn thận vật khinh hứa (1)

Diễn nghĩa:

Tất cả các pháp đều ở tâm sinh ra,
Tâm không chỗ sinh, pháp không chỗ trụ,
Nếu đạt đất tâm chỗ trụ không ngại
Không gặp thượng căn dè dặt chớ dạy.

Thiền phái Thảo Đường

Đây là một thiền sư Trung Hoa thuộc Vân Môn Tông, môn đệ của thiền sư Tuyết Đậu Trùng Hiển sang ở Chiêm Thành hoằng pháp. Trong cuộc chiến tranh với Chiêm Thành, quân nhà Lý đã bắt làm tù binh năm 1069. Vua Lý Thánh Tông (1023–1072), vua thứ ba đời nhà Lý nhận ra Thảo Đường là một Cao tăng bị bắt trong lúc đi truyền giáo đã ân cần đón tiếp và phong làm Quốc sư trong tinh thần tôn sư trọng đạo.

Thảo Đường lập ra thiền phái ngoại lai thứ ba ở Việt Nam có Sơ Tổ là ngoại nhân bên cạnh hai thiền phái Tì-ni-đa Lưu-chi và Vô Ngôn Thông. Thảo Đường theo gương của sư phụ Tuyết Đậu dung hợp Phật giáo với Nho giáo chủ trương nhập thế hóa độ đem lại ấm no hạnh phúc cho mọi người tuy có phần nào thiên về trí thức và văn chương. Dòng thiền Thảo Đường truyền được sáu thế hệ ở Việt Nam, không lâu dài bằng Tì-ni-đa Lưu-chi 19 thế hệ và Vô Ngôn Thông 17 thế hệ. Điểm độc đáo ở thiền phái Thảo Đường là mối pháp duyên hy hữu hiển lộ đạo pháp nhiệm màu. Đó là sự kiện chuyển hóa vô thường trong kiếp sống thế gian: Từ một thiền sư Trung Hoa trở thành pháp sư ở Chiêm Thành, rồi thành tù binh và cuối cùng thành Quốc sư đem đạo pháp độ cho triều đại nhà Lý lập ra một thiền phái ở Việt Nam. Đạo pháp không có phân biệt chủng tộc, không có thắng không có bại, không có cả sự phân biệt giữa ba cương vị thiền sư, tù binh và Quốc sư. *Đạo pháp thường hằng bất biến, siêu thắng vượt ra ngoài không gian và thời gian nhưng lại tùy duyên diệu ứng để đạt tới pháp quả hóa độ chúng sanh.*

Thiền Tông đời nhà Lý

Phật giáo du nhập vào nước ta do dòng Thiền từ Ấn Độ và Trung Hoa, thấm sâu vào lòng con dân Lạc Hồng mang theo nguyên chất Từ Bi Giải Thoát, không giống như dòng tư tưởng Nho giáo cũng du nhập từ Trung Hoa có pha lẫn phần nào tính chất đô hộ của nhà Hán Trung quốc. Đây là Hán Nho không hẳn là Khổng Nho. Đến năm 938 Ngô Quyền đánh đuổi quân Nam Hán, mở ra kỷ nguyên độc lập cho Việt Nam. Tiếp theo đến Đinh, Lê, Lý, Trần nhà vua các triều đại này đều dùng các thiền sư đạo cao đức trọng để tham vấn việc triều đình, không còn dùng tầng lớp trí thức Nho sĩ khoa bảng. Phật giáo ngoại lai đã trở thành *Việt Phật* kể từ đời nhà Lý, vua Lý Thái Tổ đã chính thức đưa Phật giáo thành *quốc giáo.* Từ đó Phật giáo nói chung và dòng Thiền nói riêng ngày càng hưng thịnh rực rỡ như vườn hoa có mùi thơm nhẹ nhàng thanh thoát, hoa nở rộ nhất ở đời Trần kết thành quả báu trong việc trị quốc an dân, đánh đuổi quân Nguyên Mông sang xâm lăng bờ cõi, toàn dân sống trong thanh bình an lạc. Thật là một tấm gương quý giá treo cao trong lịch sử Phật giáo Việt Nam và lịch sử dân tộc con cháu Lạc Hồng, xứng đáng làm bài học cho hậu thế soi chung.

Nước độc lập thanh bình, dân an lạc phồn vinh đã do những nhân duyên nào dẫn đến, dưới lăng kính Phật pháp quả phước không bao giờ tự nhiên mà có được. Xin thưa: *Thiện căn thâm hậu tại quốc nội* là lòng dân khao khát Tự Do Giải Thoát khỏi ách đô hộ của ngoại bang và lòng thương dân như con lại mộ đạo của những vị minh quân trải qua liên tục mấy triều đại. Đó là NHÂN, động lực căn bản trong sự chuyển hóa từ Nhân đến Quả. Kế đến là *Thuận duyên hiển lộ ở dòng Thiền ngoại lai,* những thiền sư uyên bác người nước ngoài đến hoằng dương đạo Pháp ở Việt Nam. DUYÊN là trợ lực nên có thuật ngữ *Trợ Duyên* đóng vai phụ giúp cho sự chuyển hóa từ Nhân đến Quả. Thiện căn khế hợp với Thuận duyên hội lại kết thành Quả phước. Đây là lý **Nhân Duyên tương nhiếp tương dung** trong Phật pháp nhiệm màu đã có cơ hiển lộ rõ ràng ở triều đại nhà Lý với hai vị vua có công đức nhiều nhất là Lý Thái Tổ và Lý Thánh Tông.

Lý Thái Tổ (974–1028)

Đây là vị vua sáng lập nhà Lý lên ngôi năm 1010 lấy niên hiệu là Thuận Thiên có nhiều nhân duyên với Phật pháp:

Về lý lịch cá nhân, ông tên là Lý Công Uẩn người làng Cổ Pháp, mồ côi cả cha lẫn mẹ, cha mất từ khi ông còn trong bụng mẹ và mẹ cũng qua đời sau khi sinh ra ông. Một vị tăng trong chùa đem ông về nuôi trong không khí cửa Phật. Khi được tám chín tuổi, vị tăng nhận thấy ông là đứa bé rất thông minh, tương lai sẽ dựng nên việc lớn có nhiều công đức ích lợi cho chúng sanh nên gửi ông theo học với thiền sư Vạn Hạnh ở cùng làng Cổ Pháp thuộc thiền phái Tì-ni-đa Lưu-chi đời thứ 12, một danh tăng thông suốt cả Tam giáo (Phật, Lão, Nho). Thiền sư Vạn Hạnh truyền đạo pháp cho ông, thấy ông sẽ là người có vương nghiệp nối theo nhà Lê.

Về mặt lịch sử dân tộc, sự đảm nhận vương nghiệp làm vua để trị quốc an dân cũng là một *pháp duyên* rõ ràng: Từ một đệ tử của thiền sư Vạn Hạnh trở thành vị vua khai sáng nhà Lý ở tuổi 36. Khi nhà Lê hết phước suy vong, vua Lê Long Đĩnh tức Lê Ngọa Triều băng hà, triều đình đổ nát, đình thần tôn đệ tử của thiền sư Vạn Hạnh lên làm vua để đảm trách vương nghiệp tiếp theo nhà Lê, chấn hưng triều chính cho quốc thái dân an. Sự kiện thay đổi triều đại đã diễn tiến hài hòa với tinh thần dân chủ về mặt chính trị đặt quyền lợi của quốc dân trên hết, không phân biệt huyết thống hoàng tộc, không câu nệ tín ngưỡng, không có tranh chấp quyền hành bè phái, không có đảo chính hay dùng đến binh lực. *Tân vương chấp chánh với tinh thần độ dân như một bậc chân tu phát nguyện độ sanh cứu khổ cho thế gian.* Sau khi lên ngôi, vua Lý Thái Tổ nhận thấy cố đô Hoa Lư chật hẹp nên rời đô về thành Đại La gọi tắt là La Thành, lấy tên là thành Thăng Long (Hà Nội ngày nay). Theo truyền thuyết, khi rời đô về La Thành nhà vua thấy một con rồng vàng bay lên, tin đó là điềm lành nên đổi tên là thành Thăng Long.

Về mặt đạo pháp, vua Lý Thái Tổ đã chính thức đưa đạo Phật thành *quốc giáo* để toàn dân được rộng rãi tu học Chánh pháp, không phân biệt tu sĩ hay thường dân, xuất gia hay cư sĩ. Sự kiện cụ thể là trên 300 ngôi chùa được xây cất khắp nơi, nhiều kinh sách được in ấn và phổ biến như kinh Dược sư, Kim Cang, Diệu pháp liên hoa...

Lý Thánh Tông (1023–1072)

Đây là vua thứ ba đời nhà Lý nổi danh vì lòng từ bi, yêu nước thương dân như con đẻ. Chính nhà vua đã phát hiện ra thiền sư Thảo Đường trong số tù binh bắt được sau cuộc giao tranh với Chiêm Thành, phong người tù binh này làm Quốc sư. Sau đó nhà vua cùng với vị Quốc sư khai sáng ra thiền phái Thảo Đường, thiền phái thứ ba ở Việt Nam sau hai dòng khác là Tì-ni-đa Lưu-chi và Vô Ngôn Thông.

Lý Thánh Tông thấm nhuần đạo lý của thiền phái Thảo Đường theo tôn chỉ *đem đạo vào đời,* lấy sự đồng tâm nhất chí để phụng sự mọi người, ở cương vị nhà vua phải dùng vương quyền để phụng sự quốc dân. Hành vi cao đẹp của vị vua đầy lòng từ bi được lịch sử ghi lại rõ ràng, nhà vua chăm sóc đến cả phạm nhân trong tù, khoan hồng giảm án theo đường hướng răn dạy hơn là trừng phạt kẻ có tội, lo đến cả miếng cơm manh áo, chăn mền cho phạm nhân trong mùa đông giá lạnh. Nhà vua muốn cho toàn dân đến với đạo lý Phật dạy tâm từ bi, đến với đạo không phải vì chán đời khi thấy đời khổ ải mà nhất tâm hành đạo vì cảm thấy thương đời và cứu đời ra khỏi khổ ải. Đạo lý Phật dạy là *thực tiễn và tích cực nhập thế làm cho đời hết khổ,* không phải là ẩn tu chán nản và trốn tránh cuộc sống thế gian đầy đau khổ.

Thiền phái Trúc Lâm đời nhà Trần

Ba dòng thiền ngoại lai Tì-ni-đa Lưu-chi, Vô Ngôn Thông và Thảo Đường đã thuận duyên du nhập vào Việt Nam, khế hợp với thiện nhân ở quốc nội là tự lực của các vua và toàn dân đời nhà Lý, dẫn đến quả phước là Phật giáo đã trở thành quốc giáo Việt Nam, hình thành Việt Phật mang sắc thái truyền thống dân tộc con cháu Lạc Hồng. Quả phước này đã hiển lộ tròn đầy: Đó là thiền phái **Trúc Lâm** ra đời ở núi Yên Tử, **Sơ Tổ Trúc Lâm Đại Đầu Đà vua Trần Nhân Tông,** vua thứ ba đời nhà Trần, tôn xưng là *Điều Ngự Giác Hoàng* gọi nôm na là Vua Phật diễn ý vị vua giác ngộ như Phật có khả năng điều hòa chế ngự được mọi rối loạn giống như thuần hóa được voi điên ngựa dữ. Nhị Tổ là Thiền sư **Pháp Loa** (1284–1330), Tam Tổ là Thiền sư **Huyền Quang** (1254–1334). Một nhân vật quan trọng nữa trong lịch sử Phật giáo đời Trần được vua Trần Thánh Tông tôn xưng là Sư huynh và ban cho tước hiệu Thượng Sĩ, một thiền sư cư sĩ có tâm hồn thoát tục, được nhà vua ủy thác cho việc chỉ dạy Thái Tử Trần Khâm, do đó đã góp tâm lực rất nhiều trong việc giúp vua Trần Nhân Tông khai sáng ra Thiền phái Trúc Lâm, coi như Sư phụ của Sơ Tổ Trúc Lâm. Nhân vật quan trọng này là **Thượng sĩ Tuệ Trung,** tên là **Trần Tung** (1230–1291) con trai của Trần Liễu tức anh ruột của Đức Hưng Đạo Đại Vương Trần Quốc Tuấn, anh vợ của vua Trần Thánh Tông. Trần Tung là vị Thiền sư có bản lĩnh, không câu chấp vào kinh điển, hòa nhập vào đời sống thế tục với Tâm Vô Nhiễm. Vua Trần Nhân Tông đã thán phục hành trạng của Thượng sĩ Tuệ Trung: *Thượng sĩ trộn lẫn được cùng thế tục, hòa cùng ánh sáng, mà không trái nghịch với người đời. Nhờ đó mà nối theo được hạt giống pháp, dìu dắt được kẻ sơ cơ...*

Các triều đại cuối nhà Lý cả triều đình và giáo hội đều suy yếu, xa rời tính nhập thế, hết tin vào tự lực, chạy theo khuynh hướng hư vô, thụ động tiêu cực, hậu quả đáng tiếc là lãng quên cuộc sống thực tế của toàn dân. Nhà Trần lên nối ngôi vẫn lấy Phật giáo làm quốc giáo, cố gắng khắc phục dần những sai lầm do nhà Lý để lại.

Trần Thái Tông (1218–1277)

Nhà vua tên là Trần Cảnh sau khi được Lý Chiêu Hoàng nhường ngôi cho đã có lần bỏ cả triều đình lên núi Yên Tử trong thâm tâm định xuất gia đi tìm Phật. Thiền sư Phù Vân trụ trì tại chùa Vân Yên tức Quốc sư Viên Chứng do nhà Lý phong từ trước đã có lời khuyên, được coi như lời tuyên ngôn minh xác tông chỉ của thiền phái Trúc Lâm do vua Trần Nhân Tông (1258–1308) khai sáng về sau:

Trong núi vốn không có Phật. Phật ở ngay trong tâm ta. Nay nhà vua ở ngôi cao mà thuần mưu việc thiện để cứu vớt muôn dân. Lại giữ cho Tâm, Thân lúc nào cũng hồn nhiên vô trược, con người luôn luôn thể nhập với vạn vật mà không đắm chìm trong cảnh vật, tức là giữ cho cái Tâm được trong lặng. Giác ngộ được cái Tâm ấy tức thị nhà vua liễu ngộ rồi, hà cớ gì phải đi cầu Phật ở đâu cho phí sức (1).

Khi Thái sư Trần Thủ Độ và bá quan đến núi Yên Tử ép nhà vua phải về kinh chấp chánh, trước lúc chia tay, Thiền sư Phù Vân còn có lời khuyên nhắc nhở nhà vua đừng quên tu học Chánh pháp:

– *Phàm làm đấng nhân quân phải lấy ý muốn của thiên hạ làm ý muốn của mình và lấy tâm của thiên hạ làm tâm của mình. Nếu Bệ Hạ thực lòng hiếu Phật thì không gì bằng lo cho hạnh phúc của bách tính, giảm nhẹ hình án, chăm lo công đức của mọi nhà được mãi mãi sum xuê. Vả lại, sự tìm hiểu nội điển xin Bệ Hạ chớ nguôi quên* (1).

Nhớ lời khuyến cáo của Thiền sư Phù Vân, vua Trần Thái Tông trở về triều chăm lo việc trị quốc an dân và chuyên chú tìm hiểu giáo lý đạo Phật, do đó đã thực chứng Thiền Định: Nhà vua đã soạn cuốn **Khóa Hư Lục** để thích hợp với việc phổ biến giáo lý đạo Phật một cách có hiệu lực hơn kinh điển đến toàn dân thuộc mọi căn duyên, mọi trình độ hiểu biết: Đạo Phật không phải chỉ dành cho tăng ni, không bó buộc trong khuôn viên chật hẹp của chùa tháp, đạo Phật là của tất cả mọi người từ vua quan đến thường dân, ở khắp mọi nơi từ chốn phồn hoa đô thị đến vùng thôn quê hẻo lánh, không phân biệt xuất gia hay tại gia, nam hay nữ, già hay trẻ... Hãy sống giữa đời mà tu đạo.

Trần Nhân Tông (1258–1308)

Ba vị vua liên tiếp của nhà Trần là Trần Thái Tông, Trần Thánh Tông và Trần Nhân Tông đều là thiền sư uyên bác về giáo lý đạo Phật. Chịu ảnh hưởng trực tiếp của ông nội và vua cha, vua Trần Nhân Tông đã sáng lập ra Thiền phái Trúc Lâm ở núi Yên Tử, *thiền phái đầu tiên ra đời tại Việt Nam mang đậm màu sắc dân tộc.*

Trước khi thiền phái Trúc Lâm ra đời có dòng Thiền Yên Tử do Thiền sư Hiện Quang sáng lập tại Việt Nam, hợp nhất ba thiền phái Tì-ni-đa Lưu-chi, Vô Ngôn Thông và Thảo Đường. Thiền sư Hiện Quang là Sơ Tổ có công khai phá núi Yên Tử, về sau trao quyền cho Thiền sư Đạo Viên là bậc thày của vua Trần Thái Tông. Vua Trần Nhân Tông là Lục Tổ dòng Thiền Yên Tử đã tùy duyên chuyển thành *thiền phái Trúc Lâm mang đậm sắc thái riêng biệt của dân tộc Việt Nam.* Do đó, dòng Thiền Yên Tử mang tên dòng Thiền Trúc Lâm, Sơ Tổ là vua Trần Nhân Tông.

Sơ Tổ Trúc Lâm Đại Đầu Đà tục danh là Trần Khâm, lên ngôi vua năm 20 tuổi niên hiệu Thiếu Bảo, miếu hiệu Trần Nhân Tông đã thực chứng Thiền Định, noi gương ông nội để lại cho hậu thế bài phú **Cư Trần Lạc Đạo**, có giá trị như bản tuyên ngôn của Thiền phái Trúc Lâm tương đương như tác phẩm **Khóa Hư Lục** của vua Trần Thái Tông. *Đó là Nhập Thế Hành Đạo, tìm thấy nguồn vui trong nội tâm là sự An Lạc Thanh Tịnh ngay trong lúc đang thọ nghiệp thế gian.*

Lúc chưa lên ngôi vua, năm 16 tuổi Thái tử Trần Khâm vì lòng tín mộ Phật đã xin xuất gia nhưng vua cha Trần Thánh Tông không chấp thuận. Thái tử vâng lời vua cha giống như ông nội là vua Trần Thái Tông đã tin theo lời khuyến cáo của Thiền sư Phù Vân, giã từ núi Yên Tử trở về triều chấp chánh. Hai sự kiện cụ thể này chứng tỏ khuynh hướng Nhập Thế Hành Đạo trong Phật giáo đời Trần, hiển lộ rõ ràng ngay cả ở cương vị quốc vương: Sống trong cộng đồng nhân loại, làm người là ai cũng đang thọ nghiệp thế gian, dù làm vua quan hay dân dã, dù làm thày thuốc, thợ thuyền hay đi buôn, làm ruộng, dù là tu sĩ hay thường dân dung tục. Đã làm vua như Trần Thái Tông hay Thái tử như Trần Khâm cũng là thọ nghiệp thế gian, cần phải chăm lo trả nghiệp ngay trong kiếp hiện tại, nghĩa là lo tròn phận sự của một quốc vương, một Thái tử đã nhận mình là con Phật, nguyện vâng lời làm theo lời Phật dạy. Trị quốc an dân, đem lại hạnh phúc cho trăm họ là trả nghiệp thế gian ở cương vị tư thế quốc vương, đó chính là *đảm trách sứ mạng của Đức Như Lai giao phó.* Sứ mạng ấy là người thọ vương nghiệp ở thế gian phải nắm giữ vương quyền trong nước, quán niệm hành trì Chánh pháp chính là sự đem lại ấm no hạnh phúc cho toàn dân, đâu phải là xuất gia ẩn tu, sớm chiều chuông mõ tụng kinh niệm Phật tại chùa. Đấy là người thọ nghiệp tăng ni ở thế gian. Giáo lý đạo Từ Bi Giải Thoát cần được quán chiếu một cách chân chánh là *Nhất tâm làm đúng theo lời Đức Như Lai giao phó.* Đó là Nhất Tâm hành trì Đạo Pháp theo đúng lý Chân Như thường hằng bất biến trong việc trả nghiệp thế gian. Nói cách khác dễ hiểu hơn, làm đúng theo lời Đức Như Lai giao phó là vâng theo Chân Tâm, Pháp Tánh hay Phật Tánh, tin theo Trí tuệ Bát-nhã của chính hành giả không bao giờ thay đổi sai lệch. Còn khi thọ nghiệp ở thế gian, hình thức chức vụ làm vua quan hay dân dã, thày hay thợ, tăng hay tục chỉ là Pháp Tướng hư giả, tùy duyên ứng hiện ra nhiều chức nghiệp ngành nghề khác nhau trong cuộc sống xã hội, tỏ rõ mối tương quan liên hệ giữa con người với con người trong kiếp nhân sinh.

Tinh thần Nhập Thế Hành Đạo không lìa bỏ trốn tránh cuộc đời thế tục trong thiền phái Trúc Lâm đã minh chứng rõ ràng điều này.

Trong bài phú *Cư Trần Lạc Đạo,* vua Trần Nhân Tông đã hòa nhập làm một tăng trưởng thêm lên nội dung tác phẩm *Khóa Hư Lục* của ông nội:

Phiên âm chữ Hán:

Cư trần lạc đạo thả tùy duyên
Cơ tắc san hề, khốn tắc miên.
Gia trung hữu bảo hưu tầm mịch
Đối cảnh vô tâm mạc vấn thiền!

Diễn nghĩa:

Ở ngay trong chốn trần ai ô trược mà vui với Đạo, lại tùy duyên hành sử trong mọi trường hợp, đói thì ta ăn khốn cùng mệt mỏi thì ta nằm ngủ nghỉ ngơi.

Trong nhà đã có sẵn ngọc quý, ý nói Phật ở ngay trong Tâm, hãy thôi khỏi đi tìm kiếm ở đâu.

Đối với ngoại cảnh giữ được Tâm Thanh Tịnh, há còn tìm hiểu Thiền làm chi!

Phân tách chỉ một câu đầu có thể thấy trọn cả Pháp yếu của thiền phái Trúc Lâm gồm có ba yếu tố:

Cư Trần: Nhập thế dù cuộc sống có ô trược, gian nguy vì lý do thọ nghiệp thế gian là sống giữa thế gian mà trả nghiệp, không cần phải ẩn tu mới mong trả được nghiệp. Hãy tinh tấn tích cực mà sống.

Lạc Đạo: Sống nhập thế, hướng nội, thấy được Bản lai diện mục của mình, Phật tại Tâm. Do đó lúc nào cũng Thanh Tịnh An Lạc, không lúc nào bị vọng động chao đảo.

Tùy Duyên: Về mặt hành trì Đạo pháp, biết tùy duyên ứng hợp với mọi cảnh ngộ tình thế luôn luôn chuyển hóa vô thường trong đời sống con người.

Biểu tượng cho Pháp yếu Cư Trần Lạc Đạo một cách cụ thể, ca dao đã dùng hình tướng cây Sen sống trong bùn nhơ mà vẫn giữ được bản thể Thanh Tịnh và giúp ích cho đời:

Nhị vàng, bông trắng, lá xanh
Gần bùn mà chẳng hôi tanh mùi bùn.

Bản thể Thanh Tịnh Vô Nhiễm ở cây Sen chứng minh ở sự cắm những giò Sen trong nước để trưng hay thờ Phật, dù mấy ngày bình bông không thay nước vẫn không thấy có mùi hôi thối như đa số các loại bông khác. Đó là *Cư Trần* mà vẫn *Lạc Đạo.* Hơn nữa, Sen đã cung ứng cho đời nhiều lợi ích: Hương thơm thanh khiết để ướp trà, liên tử tức hột sen để làm mứt, liên tâm tức nhân trong hột sen dùng làm vị thuốc trị bệnh mất ngủ. Đó là *Tùy Duyên Hành Đạo* giúp đời. Người tu Phật đã quán bản thể Thanh Tịnh và Nhập Thế Tùy Duyên của loài bông quý này nên có câu thơ cảm hứng:

Hương thơm Sen lấy tự đâu?
Sen rằng lấy tự bùn sâu đen sì!
Lòng tẩy sạch Tham, Sân, Si
Chân Tâm Thanh Tịnh tức thì ngát thơm.

Để minh chứng Pháp yếu vừa trình bày, nhất là sự *Tùy duyên* hành trì đạo pháp, hãy điểm qua hành tung của vua Trần Nhân Tông:

Vốn sẵn có tín tâm mộ Phật, xuất thân trong hoàng tộc, năm 16 tuổi đã nuôi ý tưởng không muốn làm vua, Thái tử Trần Khâm đã xin xuất gia nhưng vua cha không chấp thuận. Thái tử vâng theo lời cha, lên ngôi năm 20 tuổi. Ở cương vị quốc vương, người con Phật tên Trần Khâm đã tùy duyên hóa độ, chăm lo trị quốc an dân, nổi danh là vị vua nhân từ khoan dung coi dân như con đẻ, coi đó là trả nghiệp thế gian. Đấy là *tùy duyên hành đạo.*

Lúc quốc gia lâm nguy trước binh hùng tướng mạnh của quân Mông Cổ mưu toan xâm chiếm đất nước của tổ tiên, vua Trần Nhân Tông năm 27 tuổi đích thân cầm quân ứng chiến nơi trận tiền, đồng lao cộng khổ với quân lính đem thân mạng trả nợ giang san. Đó là *tùy cơ ứng biến* mà trả nghiệp thế gian, lập nên những chiến công hiển hách như trận cửa biển Vân Đồn dẹp tan 50 vạn quân, bắt nhiều danh tướng quân Nguyên, trận Bạch Đằng giang làm tan vỡ hơn 400 chiến thuyền của địch bằng chiến thuật đóng cọc, ngày nay con dân nước Việt đọc quốc sử đời Trần đều cảm thấy hào hùng của dòng máu Lạc Hồng. Tinh thần nhân từ khoan dung trong Phật giáo còn biểu lộ ở những vị cầm quân chống xâm lăng là thắng không kiêu: Khi giặc đã thua chạy không truy kích tận diệt, không cầm tù hàng binh lại cấp cho lương thực để về nước.

Đối với cha mẹ, nhà vua tỏ ra người con hiếu thuận vâng lời dạy bảo. Đối với con cái, nhà vua luôn giữ vai trò giáo huấn nghiêm khắc, ngay cả lúc đã nhường ngôi cho con là vua Trần Anh Tông. Nhận thấy vua Trần Anh Tông ban chầu hơi nhiều, vua cha liền phán ngay lời răn: "*Một nước nhỏ bằng bàn tay mà ban chầu nhiều thế này thì ăn hết của dân à?”*(1). Đây cũng là *tùy duyên hóa độ* ở cương vị bậc nghiêm phụ.

Đối với quốc dân, ở cương vị Thiền sư Sơ Tổ Trúc Lâm và quốc vương vua Trần Nhân Tông đi rao giảng khắp nơi Chánh pháp, bài trừ mê tín dị đoan bói toán trong dân gian để tẩy sạch vô minh trong tâm thức toàn dân. Chú trọng đến hiệu quả tác động đến đại đa số người dân thường có trình độ kém về trí thức, *nhà vua pháp sư* này phổ biến rộng rãi Ngũ Giới và Thập Thiện (2) không thuyết giảng những pháp môn cao thâm khó hiểu. Đây là *tùy duyên hóa độ* ở cương vị pháp sư, không câu nệ ở phương tiện hành đạo, pháp môn truyền giảng, văn kinh chỉ là Pháp tướng, ý kinh mới là Pháp tánh cần truyền đạt đến tâm thức người dân.

Tóm lại, vua Trần Nhân Tông đã **tùy duyên** hành trì Đạo pháp, làm tròn phận sự một hiếu tử, một nghiêm phụ, một vị vua nhân từ, một danh tướng khoan dung và một pháp sư nhất tâm hoằng pháp. Ngoài ra nhà vua còn tùy duyên an vui khi thọ nghiệp thế gian ở cương vị một nhà thơ giàu tình cảm, lạc quan, có cảm quan bén nhạy với cảnh thiên nhiên, vừa thấm nhuần uyên bác kinh điển vừa chan hòa với nếp sống dân dã, vừa sống lịch lãm từng trải vừa sống an nhiên tự tại. Những tác phẩm để lại cho hậu thế chứng tỏ tác giả là nhà thơ xuất sắc ở thế kỷ 13 trong thi sử Việt Nam: *Trần Nhân Tông thi tập, Đại Hương Hải Ấn thi tập, Tăng Già Toái Sự, Thạch Thất Mị Ngữ* và bộ *Trung Hưng Thực Lục.*

KẾT LUẬN

Thiền Định là một tông phái chánh yếu quan trọng trong giáo lý đạo Phật. Đối với dân tộc Việt Nam, dòng Thiền phát xuất từ Ấn Độ trên căn bản Phật giáo Đại Thừa, tức Phật giáo Bắc tông đi qua Trung Hoa rồi đến Việt Nam. Dòng Thiền luân lưu đã **tùy duyên** thích ứng hòa hợp với cảnh duyên: *Tại Trung Hoa đã dung hợp với đạo Lão và đạo Khổng, đến Việt Nam đã ứng hợp với hoàn cảnh đất nước dân tộc Việt Nam,* một đất nước bé nhỏ nằm ở phía Nam Trung Quốc là miếng mồi ngon cho Trung Quốc đất rộng người đông gấp bội lại sẵn đầu óc xâm lăng đô hộ, một dân tộc tuy ít người nhưng có tinh thần bất khuất, tự lập tự cường trong nếp sống văn hóa truyền thống trải dài từ đời Hồng Bàng, trước thời đại văn hóa Phật Lão Khổng hơn hai ngàn năm. *Nhân như vậy, Duyên như vậy, Tình như vậy, Cảnh như vậy nên thiền phái Trúc Lâm đã có đặc tính riêng biệt, vừa theo đúng Pháp yếu chân truyền là Phật tại Tâm vừa tùy duyên nhập thế,* hòa nhập với mọi từng lớp quốc dân đời nhà Trần, dưới sự lãnh đạo của vua Trần Nhân Tông. Những nét đặc thù có thể tóm tắt như sau:

1. Phật tại Tâm: Chủ yếu Kiến Tánh thành Phật. Đây là tính *nhân bản,* Thiền Định là của con người, đã làm người ai cũng có khả năng tu thiền.

2. Nhập thế hành đạo: Chủ yếu Cư Trần Lạc Đạo, chứng nhập Tịch diệt Niết-bàn ngay tại thế gian trong hiện kiếp. Đây là tính *dân chủ, bình đẳng,* dòng Thiền trộn lẫn hòa hợp với thế tục. Đã có nhất tâm là ai cũng hành trì được, không phân biệt xuất gia hay tại gia, căn cơ trí độn, địa vị xã hội vua dân, giới tính nam nữ, điều kiện kinh tế giàu nghèo...

3. Hướng nội, tự lực tự cường và giải thoát: Động cơ tâm lý lạc quan, tích cực chủ động. Đây là tính *tiến bộ hướng thượng.*

4. Hoàn toàn tự nguyện: Chỉ cần *khởi tín* và *phát nguyện* là đủ điều kiện theo học Thiền đạo.

Soi tấm gương sáng ngời ánh đạo quang của dòng Thiền Trúc Lâm, người Phật tử Việt Nam ngày nay cảm thấy phấn khởi hào hùng như tăng trưởng tín lực trên đường tiến tu. Do đó có mấy câu thơ nội quán tự nguyện:

Đi Xin Ăn

Ngẫm mình Tay Trắng với Tâm Không
Vui nghiệp phù du chốn bụi hồng
Mừng đến ăn mày nơi cửa Tĩnh
Nguyện xin cho được chữ Viên Dung

Diễn nghĩa:

Câu 1: Nội quán tự thấy mình *Tay trắng* tức không chấp thủ một pháp nào, *Tâm không* tức không còn vướng mắc lưu giữ một sắc tướng nào.

Câu 2: Biết mình đang thọ nghiệp thế gian nên *vui với Đạo,* hòa nhập thế gian. Nghiệp đi xin vì Tay trắng, có được cái gì là do xin được, do chấp giả tướng. Lý do: Đã làm người không ai thoát được nghiệp thế gian, do đó nên vui sống là hơn cả. Hãy giữ thái độ lạc quan trong khi trả nghiệp thế gian.

Câu 3: Trong khi thọ nghiệp thế gian thấy mình hoan hỷ gặp được phúc duyên tu Phật. *Cửa Tĩnh* là cửa Thiền, dòng Thiền trong đạo Phật, có nghĩa rộng tương đương như cửa Phật, cửa Không.

Câu 4: Những đạo quả chứng đắc được, cố tinh tấn đạt tới *Viên Dung là Trung Đạo,* gọi là chứng đắc khi coi là Pháp Hữu Vi, thực ra không có gì chứng đắc khi coi là Pháp Vô Vi, không chấp Có mà cũng không chấp

Không, thực chứng được lý Vô Thực Vô Hư, là Giải Thoát qua được Vô Tác môn.

CHÚ THÍCH

❶ Những lời phát biểu của các vị Thiền sư đều trích trong Đại Việt Sử ký toàn thư.

❷ **Ngũ giới** và **Thập thiện** là căn bản trọng yếu trong đạo Phật dạy tín đồ trở thành Thiện nhân, sống với Chân Tâm Thanh Tịnh.

Ngũ giới là năm điều răn không làm điều Ác: Không sát sanh, không trộm cắp, không tà dâm, không nói dối và không say sưa nghiện ngập.

Thập thiện là mười điều Thiện cố gắng làm, chia thành ba nhóm:

– Ba điều về thân nghiệp:

▪ Tôn trọng thân mạng của con người và mọi loài động vật, không sát sanh.

▪ Tôn trọng tài sản người khác, không trộm cắp chiếm đoạt.

▪ Tôn trọng tiết hạnh người khác, không tà dâm.

– Bốn điều về khẩu nghiệp:

▪ Nói lời chân thật, không nói lời sai trái.

▪ Nói trước sau như một, không nói hai lời.

▪ Nói lời tử tế dịu dàng, không nói mỉa điều xấu của người khác.

▪ Nói lời chính xác, không nói thêu dệt vẽ vời hoa mỹ.

– Ba điều về ý nghiệp:

▪ Đoan chính, phân chia đồng đều, không tham lam.

▪ Hòa ái dịu dàng, không nóng giận.

▪ Sáng suốt tỉnh thức, không si mê mù quáng.

PHỤ CHÚ

Có chủ trương tất cả là **Cửu Định**, gồm có Bát Định như vừa kể thêm định thứ chín là *Định Diệt Tận Tưởng Xứ,* thường gọi tắt là *Diệt Tận Định.* Cũng gọi là *Diệt Thọ Tưởng Định, Diệt Tận Tam Muội, Tịch Diệt Định.* Đây là pháp

Đại Định rốt ráo, vượt thoát khỏi cả Định Phi Tưởng, Phi Phi Tưởng Xứ. Hành giả bắt đầu nhập Sơ Thiền lần lượt từng bậc lên đến Diệt Tận Định gọi là *Thuận Định.* Sau đó từ Diệt Tận Định lần lượt đi xuống Sơ Thiền rồi xuất định gọi là *Nghịch Định.* Thời gian nhập xuất kéo dài bẩy ngày bẩy đêm liền, chỉ bậc A-la-hán trở lên mới hành trì được. Đối với chư Phật thời gian chỉ cần giây lát. Nhập Diệt Tận Định tức là nhập Niết-bàn, nếu chỉ nhập rồi không xuất gọi là bậc *Nhập Diệt.*

Kinh Đại Bát Niết-bàn, phẩm 26 Di Giáo có nói đến pháp môn Bát Định chưa hẳn là Đại Định rốt ráo đệ nhất, tối hậu không còn thiếu sót. Đức Thích Ca bảo A-Nan:

Lúc ta chưa thành Phật thị hiện vào trong pháp của Uất-đầu Lam-phất (tiếng Sanskrit: Udraka-Ramaputra), tu học Tứ Thiền Bát Định. Từ khi ta thành Phật đến nay bác bỏ những pháp ấy khuyến dụ lần lần các phái ngoại đạo... cho họ đều vào Phật đạo.

Lý do: Uất-đầu Lam-phất tu ngoại định theo phái Du-già (tiếng Sanskrit: Yoga) chủ trương sống tự do phóng khoáng nên chưa đạt tới Diệt Tận Định, tâm thức chưa đạt tới Đại Định còn bị những vọng động vi tế làm lung lạc trong giây lát.

12

NAM-MÔ A-DI-ĐÀ PHẬT!

A-di-đà là phiên âm chữ **Amita,** tiếng Sanskrit, dạng viết tắt của hai chữ *Amitàbha* có nghĩa là **Vô Lượng Quang**, ánh sáng vô lượng và *Amitàyus* có nghĩa là **Vô Lượng Thọ**, thọ mệnh vô lượng. Đây là tên một vị Phật quan trọng được tôn thờ nhiều nhất trong Đại thừa, giáo chủ cõi Tây phương Cực Lạc, tiếng Sanskrit là *Sukhàvati*, và được nhân gian tin thờ sớm nhất trong lịch sử Phật giáo, vào khoảng thế kỷ thứ nhất sau công nguyên (1). Phật tử theo Tịnh Độ tông đã tin thờ lan rộng nước Tây Tạng, Trung Hoa, Nhật Bản và Việt Nam, coi Đức A-di-đà là biểu tượng cho **Từ Bi** và **Trí Tuệ.** Người tu Tịnh Độ tông thường thờ tượng A-di-đà Tam Tôn, ở giữa là Phật Di Đà, bên phải là Đại Thế Chí Bồ-tát, bên trái là Quán Thế Âm Bồ-tát.

Nam-mô A-di-đà Phật! Sáu chữ Hồng Danh xưng niệm Phật hiệu đã trở thành câu niệm Phật quen thuộc và phổ biến rất rộng rãi trong giới Phật tử xuất gia cũng như cư sĩ tại gia. Mức độ thông dụng trong sinh hoạt hàng ngày chứng tỏ lòng tín niệm của Phật tử thể hiện ở câu chào khi gặp nhau gồm có bốn chữ *A-di-đà Phật!* Về mặt giáo lý, đây là pháp trì danh niệm Phật trong Tịnh Độ tông được tín hành nhiều nhất, ngắn gọn dễ dàng tu tập nhất, thích hợp với tất cả mọi tầng lớp tín đồ không phân biệt thượng, trung hay hạ căn, trí tuệ cao hay thấp, nghiệp chướng nặng hay nhẹ, chỉ cần hành giả trì danh nhất tâm tín nguyện, không thối chuyển cho đến khi mệnh chung sẽ được vãng sanh, Phật A-di-đà và thánh chúng tiếp dẫn về Tây phương Cực Lạc.

Phổ biến lan rộng như thế, thông dụng thích hợp với mọi căn duyên như thế, dễ dàng hành trì tu tập như thế, sáu chữ *Nam-mô A-di-đà Phật* lại có nội dung *thậm thâm vi diệu, đệ nhất thù thắng* so với các pháp môn tu tập khác. Điều này là mối nghi trong tâm thức của đa số Phật tử có thiên kiến lệch lạc về công năng của pháp niệm A-di-đà cho rằng pháp trì danh này không đạt tới đạo quả bằng pháp tu Thiền Định và chỉ thích hợp cho người già cả hay kẻ có trình độ trí tuệ thấp kém không đủ khả năng theo Thiền Tông hay Mật Tông. Để giải trừ mối nghi thiên lệch này, xin mời ai có nghi tâm lắng nghe Đức Phật Thích Ca nói trong kinh Niệm Phật Ba-la-mật: *Nếu có chúng sanh nào chí thành xưng niệm danh hiệu Nam-mô A-di-đà Phật thì uy lực bất khả tư nghị của danh hiệu khiến cho Tâm thể thanh tịnh mà chúng sanh ấy không hề hay biết, tự nhiên chứng nhập Sơ phần Pháp thân… Muốn vãng sanh Cực Lạc chỉ cần xưng niệm danh Phật là đủ. Vì danh hiệu Phật chính là biểu tượng của Pháp thân, do đó niệm danh hiệu Phật tức là niệm Pháp thân Phật và người niệm Phật khỏi cần phải kiêm thêm bất cứ môn tu nào nữa.*

Trong kinh Đại Tập Phật dạy: ***Thời Mạt pháp vạn ức người tu không được một người giải thoát, chỉ nương pháp môn Niệm Phật mới có thể ra khỏi được luân hồi.*** Phật còn so sánh với pháp môn Thiền Định: ***Nếu cầu Vô thượng Bồ-đề nên tu Niệm Phật Thiền Tam Muội… Xưng niệm Phật A-di-đà là Vô thượng thâm diệu Thiền…*** Trong kinh Bửu Tích Phật thưa với Phụ Vương Tịnh Phạn: ***Phụ Vương nên niệm danh hiệu của Phật A-di-đà nơi cảnh Tây phương Cực Lạc, tinh tấn chuyên cần thì sẽ thành Phật, vui mừng niệm Phật sẽ được Vô Sanh Pháp Nhẫn.***

Ngoài ra trong nhiều kinh Đức Phật thuyết về Tịnh Độ, ngay cả các kinh về Mật tông cũng nói đến Phật A-di-đà. Một nhận xét chính yếu để **giải trừ mối nghi** về tu thiền và pháp môn niệm Phật: **Tu Thiền mà không được chân truyền rất dễ lạc vào tà kiến, ma đạo thường gọi là Ma Thiền, giống như kiến bò lên núi, mọt đục mắt tre.** Do đó tu Thiền cần thêm Niệm Phật, nhiều Thiền sư vẫn chuyên cần niệm Phật. Đây chính là nguyên do có giải pháp **Thiền Tịnh song tu**. Mật Tông cũng thờ Phật A-di-đà, xưng là **Cam Lộ Vương**, sáu chữ Hồng Danh gọi là **Cam Lộ chú, Cam Lộ minh.**

Nói đến sáu chữ Hồng Danh Nam-mô A-di-đà Phật, nhiều người có tín tâm tu Phật cầu phước đã ngộ nhận đây chỉ là câu niệm Phật cầu xin ân cứu độ, ban phước lộc cho hành giả. Sự thật không đơn thuần giản dị như vậy, càng thâm tín, càng lý giải tường tận, càng hành trì miên mật hành giả mới dần dần tỏ ngộ **nội dung ý nghĩa sáu chữ Hồng Danh là vô lượng bất khả tư nghị**, ai chứng ngộ mới tỉnh thức được rốt ráo. Trong giới hạn một bài viết, ở đây chỉ trình bầy một số đặc thù của pháp môn Niệm Phật, lấy sáu chữ **Nam-mô A-di-đà Phật** làm đề tài.

1 GIẢI THÍCH PHÁP MÔN NIỆM PHẬT

Giải thích theo từ ngữ

Niệm có nghĩa là nghĩ đến, nhớ đến, giữ lại trong tâm thức, nghĩ đến như ý niệm, khái niệm, quan niệm..., nhớ đến không quên như kỷ niệm, lưu niệm, tưởng niệm... Do đó, **niệm Phật là nghĩ tưởng nhớ đến Phật**. Từ ngữ Phật ở đây có nghĩa rất rộng bao gồm danh hiệu, sắc thân, pháp thân, ân đức Phật...

Phổ Hiền Đại Bồ-tát giảng về Lục tự Hồng Danh có vô lượng vô biên bất khả thuyết ý nghĩa thâm mật vi diệu. Sau đây chỉ là sơ lược yếu chỉ chia làm ba phần:

NAM-MÔ: Phiên âm tiếng Sanskrit *Namah,* có nghĩa như *quy y* quyết tâm vâng theo, cung kính và nương theo gửi đời mình cho Phật. Đây là giai đoạn **Thủy Giác** có nội dung bao gồm năng niệm, trì giới, diệu quan sát thế gian giới, là bắt đầu đi trên con đường Giác Ngộ.

A-DI-ĐÀ: Phiên âm tiếng Sanskrit *Amita,* có nghĩa *Vô Lượng Quang* và *Vô Lượng Thọ*, chỉ Năng lực bất tư nghị của Đức Di-đà. Đây là giai đoạn **Tương tục Giác,** có nội dung bao gồm tương tục niệm, thiền định thâm nhập Pháp giới, bình đẳng tánh trí, là liên tiếp trì niệm trên suốt hành trình Giác Ngộ.

PHẬT: Phiên âm tiếng Sanskrit *Buddha*, tức Phật-đà nói tắt, có nghĩa là *giác ngộ*, dứt khỏi luân hồi, giải thoát. Đây là giai đoạn **Bản Giác**, có nội dung bao gồm thành tựu sở niệm, trí tuệ, là đại viên cảnh trí, vô tận sở hữu trí, viên thành Phật quả.

Nói tóm tắt, ba giai đoạn gồm có **Thường**, **Tịch** và **Quang**.

Niệm Phật là pháp hữu vi tác nghiệp gieo nhân lành gồm cả ba nghiệp thân, khẩu và ý. Khi niệm Phật, hành giả thường đứng hay ngồi ngay ngắn, thái độ trang nghiêm, mắt nhìn thẳng vào hình tượng Phật: Đó là *thân nghiệp*. Hành giả nói ở miệng thành lời: Đó là *khẩu nghiệp*, từ ngữ *xưng niệm* diễn tả rõ nghĩa này. Hành giả nghĩ tưởng đến Phật: Đó là *ý nghiệp*, từ ngữ *tâm niệm* diễn tả rõ nghĩa này. Niệm Phật cần phải tín nguyện và nhất tâm thì mới thành tựu được công đức pháp tu này là lúc mệnh chung vãng sanh về nơi Cực Lạc, đạt tới pháp vị **Thượng Thiện Nhân**, nghĩa là đã thấy Phật.

Niệm Phật là pháp tu tịnh nghiệp

Theo kinh Niệm Phật Ba-la-mật, Niệm Phật xưng danh A-di-đà với sáu chữ *Nam-mô A-di-đà Phật* là hành giả nhất tâm chí thành, chuyên cần bất thối, không gián đoạn luôn luôn nghĩ tưởng trong thâm tâm: *Pháp thân, Hóa thân và Báo thân của Đức Phật A-di-đà đang hiện ra trong thân và tâm của mình, và danh hiệu Nam-mô A-di-đà Phật đang tuôn chảy thành một dòng tâm, lâu ngày sẽ thành một khối lưu ly sáng rực… Danh hiệu Nam-mô A-di-đà Phật sẽ lọc sạch phiền não trong thân tâm Người Niệm Phật.* **Hành giả sẽ dứt hết nghiệp quá khứ, thân tâm trở nên Thanh Tịnh, chỉ còn nghiệp ở hiện tại.**

Cần lưu tâm điều thiết yếu: Đạt tới thân tâm Thanh Tịnh, nói cách khác là siêu thăng Tịnh Độ, vãng sanh về cõi Tịnh Độ của một vị Phật, mỗi vị Phật có một cõi Tịnh Độ, vô số Phật có vô số cõi Tịnh Độ. Cõi Tịnh Độ của Đức Phật A-di-đà mang tên *Tây phương Tịnh Độ, Tây phương Cực Lạc*, hay nói tắt là cõi *Cực Lạc.*

Siêu thăng Tịnh Độ chưa phải là Nhập Diệt Niết-bàn, chưa phải là Tịch Diệt, chưa phải là Vô Sanh, Liễu sanh thoát tử, tóm lại chưa phải là Giải thoát khỏi luân hồi. Lý do: Sau khi được Phật A-di-đà tiếp dẫn khi mệnh chung vãng sanh về nơi Cực Lạc, hành giả đã dứt hết nghiệp quá khứ, thân tâm trở nên Thanh Tịnh an trụ ở cương vị *Thượng Thiện Nhân*. Hành giả chưa chứng nhập Tịch Diệt vì vẫn còn tiếp tục tạo nghiệp, nghĩa là còn tiếp tục gieo nhân, chuyển hóa theo lý luân hồi nghiệp báo. Vì vậy hành giả vẫn tiếp tục hành trì niệm Phật miên mật bất thối. Với thân tâm Thanh Tịnh đã đạt tới, lại ở nơi thường gặp Thánh chúng Bồ-tát và chư Phật, hành giả có sẵn phước duyên dễ dàng nhanh chóng chứng đắc Phật quả.

Kinh Niệm Phật Ba-la-mật dẫn giải: *Niệm Phật Ba-la-mật là nhiếp thọ hào quang do Phật A-di-đà phóng ra. Cây cỏ, chúng sanh cũng đều có hào quang nhưng bị lu mờ vì vô minh. Khi niệm Phật, hai hào quang của Phật và chúng sanh dung thông nhau, lập tức Đức A-di-đà nhiếp thọ, và ngay lúc đó ở cõi Cực Lạc thấy mọc lên một mầm sen của chúng sanh Niệm Phật… Hai hào quang dung thông phóng ra làm cho ác ma xa lánh 40 dậm và sen của hành giả sẽ được tươi tốt.*

Niệm Phật Ba-la-mật là rốt ráo nhất tâm tín nguyện, niệm sao cho không còn có một vọng tưởng nào đến quấy đảo tâm thanh tịnh của hành giả. Hoa sen có tánh đặc thù là sống trong bùn mà không nhiễm mùi bùn, vẫn giữ được hương thơm nhẹ nhàng thanh thoát. Trong Phật học, hoa sen là biểu tượng của tâm **Thanh Tịnh** do hào quang của Phật A-di-đà nhiếp thọ tiếp dẫn đem về nuôi trong ao Thất Bảo (2) có nước thanh tịnh gọi là Tịnh thủy. Kể từ khi được nuôi bằng Tịnh thủy, hành giả vẫn tiếp tục hành trì Niệm Phật miên mật bất thối để hoa sen tiếp tục nở cho đến lúc mãn khai. Khi hoa sen mãn khai, hành giả đắc pháp vị *A-duy-việt trí Bồ-tát*, có đủ phép thần thông, có khả năng thuyết pháp độ sanh như chư Phật, chỉ chờ thời kỳ khế hợp thì đi làm Phật. Theo từ ngữ, *A-duy-việt trí* là Trí bất thối chuyển, viên mãn Phật quả, nghiệp chướng được tẩy sạch, giải thoát khỏi luân hồi sanh tử. Khi hoa sen chưa đến độ mãn khai trong ao Thất Bảo, nếu hành giả không giữ được tâm bất thối chuyển, hoa sen sẽ tàn héo. Đây là trường hợp đáng tiếc, hành giả hết còn duyên với Phật A-di-đà! Nói cụ thể hơn, sau khi đươc vãng sanh về Tây phương Cực Lạc, hành giả vui hưởng quả phúc nơi Tịnh Độ thường sanh tâm luyến chấp lạc cảnh nơi này, tâm luyến cảnh không còn thanh tịnh rốt ráo, nhất tâm Niệm Phật như trước. Người khéo tu cần nhớ nhập tâm: **Vãng sanh Cực Lạc chỉ mới là giai đoạn Tịnh hoá thân tâm**, cần tiếp tục hành trì phát tâm cứu độ chúng sanh mới đạt tới cứu cánh giải thoát. **Diệt được Khổ nhưng lại chấp thủ Lạc thì chưa ra khỏi được Luân hồi sanh tử.**

2 NĂNG LỰC BẤT TƯ NGHỊ CỦA DANH HIỆU PHẬT

Trong số tám vạn bốn ngàn pháp tu chỉ có **pháp môn Niệm Phật là thù thắng đệ nhất, cứu cánh đệ nhất, hữu hiệu và siêu việt nhất.** Đó là lời dạy của Đức Thích Ca. Sự Nhất Tâm Niệm Phật bao gồm cả hai phần Sự và Lý:

– Nhất tâm về Sự *là không trụ vào một niệm nào khác,*

– Nhất tâm về Lý là *thể nhập vào thực tướng của Phật*, hành giả dần dần thành tựu **Chánh Định Như Lai** và tự nhiên phát sanh **Tuệ Giác Không Tánh.**

Danh hiệu Nam-mô A-di-đà Phật sẽ lọc sạch phiền não trong thân tâm *Người Niệm Phật.* Nhờ xưng niệm sáu chữ Hồng Danh, hành giả nhìn thấy cảnh vật bên ngoài đúng như bản thể thực chất của chúng, không còn bị chúng chi phối, do đó điều phục thân tâm và không còn móng khởi tâm phân biệt.

Trong khi niệm Phật, nếu gặp bất cứ thanh trần nào cũng đừng để tâm vào, cứ tiếp tục niệm Phật. Đó là danh hiệu Phật đang tuôn chảy liên miên bất tận thành một dòng tâm mà mỗi sát na đều *hiển hiện Chân Như Tánh*…Tiếp tục hành trì niệm Phật như thế, chẳng bao lâu thì *Tánh Nghe cũng không còn*. Khi ấy, Phật trí tự nhiên tỏa rạng, **danh hiệu Phật vẫn tương**

tục, không gián đoạn. Thuật ngữ Phật học gọi là VONG SỞ, có nghĩa không còn nghe thấy tiếng mình niệm Phật. Cũng nói là **Niệm, vô niệm, niệm** khi không còn phân biệt năng niệm với sở niệm nữa. Đó là khi hành giả đã *chứng ngộ ngũ uẩn là không*, ngã kiến ngã chấp bị lọc sạch, thân tâm trở nên quang minh thường tại, chiếu suốt mười phương pháp giới. Nói cách khác, **Tri Kiến Giác Ngộ của hành giả trở nên đồng đẳng với Tri Kiến Giác Ngộ của chư Như Lai.**

Chúng sanh vô minh vì lý do chấp ngũ uẩn làm thân và tâm thật của mình. Năng lực nhiệm màu của pháp môn Niệm Phật chuyển hóa dần dần VÔ MINH thành VIÊN GIÁC theo tiến trình: *Biết tất cả các pháp đều như huyễn, nhất thiết pháp giai không. Biết là huyễn, là không tất sẽ ly. Ly huyễn tức là Giác.* Danh hiệu Phật hòa tan căn, trần, thức và tất cả đều nhập vào Viên Giác Tánh, cũng gọi là Hư Không Tạng, Vô Cấu Tạng, Tịch Tịnh Tạng. Hành giả dần dần thành tựu Chánh Định Như Lai, tự nhiên phát sanh Tuệ Giác Không Tánh. Nói vắn tắt: **Niệm sanh Tịnh, Tịnh sanh Định** và **Định sanh Tuệ**.

Tuệ Giác Không Tánh đạt tới mức hết sức Thanh Tịnh, gọi là Vô Cấu Thức hay Bạch Tịnh Thức, tiếng Sanskrit là *A-mạt-la thức* (thức thứ 9, cao hơn A-lại-da thức). Trong Kinh Vô Lượng Thọ, Đức Thích Ca bảo: **Này A-Nan! Đức Phật Vô Lượng Thọ oai thần quang minh tối tôn đệ nhất, quang minh của chư Phật chẳng bằng!** (3)

3 NIỆM PHẬT TÔNG YẾU

Niệm Phật là **Pháp Môn Tha Lực duy nhất** trong Phật Pháp mà điểm then chốt là **tin tưởng tuyệt đối** vào Bổn Nguyện của Đức Phật A-di-đà. Đó là dùng DANH HIỆU của ngài để cứu độ tất cả chúng sanh. Không hiểu tường tận ý này, nhiều người nhất là hàng cư sĩ tại gia thường cho rằng Niệm Phật Xưng Danh là pháp môn dành cho hạng hạ căn không đủ căn cơ để tu những pháp môn về Thiền Quán như Quán Thật Tướng, Quán Tưởng, Quán Tượng, v...v... Hơn nữa khi tu Niệm Phật phần đông mang tâm niệm TỰ LỰC, trông cậy vào sức mình để được vãng sanh. Đây chỉ là *Tự Lực Niệm Phật.*

Pháp Nhiên Thượng Nhân (1133–1212), tên Nhật là *Honen,* Khai Tổ của Tịnh Độ Tông Nhật Bản (4) nhận định tông yếu của pháp môn Tha Lực Niệm Phật. Tác phẩm quan trọng nhất Tuyển Trạch Bổn Nguyện Niệm Phật

Tập được coi như một áng linh văn bất hủ về Tịnh Độ có những điểm then chốt như sau:

1. **Thánh Đạo Môn** gồm các pháp môn ngoài Tịnh Độ Tông tuy thâm diệu nhưng thời điểm và căn cơ *chẳng tương ứng*. Tịnh Độ Môn hình như nông cạn nhưng thời điểm và căn cơ *đều tương ứng*.

Thời Mạt Pháp một vạn năm, các kinh điển khác đều tiêu diệt, chỉ còn pháp môn Di Đà để cứu độ chúng sanh.

2. **Tông Tịnh Độ** siêu hơn các tông. **Hạnh Niệm Phật** siêu hơn các hạnh. Lý do vì thâu nhiếp tất cả các căn cơ.

3. Chẳng kể có tội hay vô tội, trì giới hay phá giới, tại gia hay xuất gia, thiện hay ác, trong các tiền kiếp có phúc căn hay tội căn, hữu trí hay vô trí, nếu căn cứ vào *thời điểm* và *căn cơ* thì chỉ có pháp môn Tịnh Độ, Hạnh Niệm Phật là yếu pháp thoát khỏi sanh tử trong đời này.

4. **Quang minh của Đức A-di-đà chỉ soi chiếu người Niệm Phật**, chẳng soi chiếu người tu các hạnh khác.

5. **Trụ vào cái Tâm Tha Lực** (Nguyện Lực của Đức Di-đà) mà Niệm Phật thì chỉ trong khoảnh khắc sẽ được vào sự lai nghinh của Đức Phật A-di-đà. Dẫn chứng trong nội dung Đại nguyện của Đức Phật A-di-đà:

Điều 18 trong số 48 Đại nguyện:

Lúc tôi thành Phật, thập phương chúng sanh chí tâm tín mộ muốn sanh về nước tôi, nhẫn đến mười niệm, nếu không được sanh thời tôi không ở ngôi Chánh Giác, trừ kẻ tội tạo ngũ nghịch cùng hủy báng Chánh pháp.

Điều 19 bổ sung trường hợp **phát Bồ-đề tâm:**

Lúc tôi thành Phật, chúng sanh ở mười phương phát Bồ-đề tâm tu các công đức, chí tâm phát nguyện muốn sanh về nước tôi, lúc thọ mạng chung, tôi và đại chúng vây quanh hiện ra trước mắt họ. Nếu không như vậy, tôi chẳng lấy ngôi Chánh Giác.

6. **Niệm Phật hoàn toàn không có hình thức**, đã lấy KHÔNG HÌNH THỨC làm hình thức. Chỉ cần biết rằng thường Niệm Phật, Chí tâm niệm Phật thì đến lúc lâm chung nhất định Phật lai nghinh mà vãng sanh sang cõi Cực Lạc.

7. Nếu thường xưng danh hiệu thì do công đức của Phật danh**, vọng niệm tự dừng, tán loạn tự yên, tam nghiệp tự điều, nguyện tâm tự phát.**

8. Trong nhãn quan của Pháp Nhiên thì:

– Tam tâm (chỉ Thành tâm, Thâm tâm, Hồi hướng phát nguyện tâm) cũng là Nam mô A-di-đà Phật.

– Ngũ Niệm (Lễ bái, Xưng tán, Phát nguyện, Quán sát, Hồi hướng) cũng là Nam mô A-di-đà Phật.

– Tứ Tu (Cung kính tu, Vô dư tu, Vô gián tu, Trường thời tu) cũng là Nam mô A-di-đà Phật.

9. Người lười biếng Niệm Phật là kẻ đánh mất đi vô lượng châu báu. Người siêng năng Niệm Phật là kẻ khai mở ra vô biên sáng suốt. Nên dùng cái tâm NƯƠNG PHẬT LỰC, cầu vãng sanh mà *tương tục Niệm Phật.*

10. Nghe nói một niệm, mười niệm cũng được vãng sanh rồi lơ là việc Niệm Phật: Đó là TÍN chướng ngại HẠNH. Nghe nói niệm niệm chẳng rời rồi nghĩ rằng một niệm vãng sanh bất định: Đó là HẠNH chướng ngại TÍN. *Tin thì một niệm cũng vãng sanh, mà hành thì siêng năng xưng niệm suốt đời.*

Vãng sanh mà nghĩ rằng nhất định thì NHẤT ĐỊNH, nếu nghĩ rằng bất định thì BẤT ĐỊNH!

11. Không để ý đến thiện ác của bản thân, chỉ một lòng cầu vãng sanh mà Niệm Phật. Đó là *Tha Lực Niệm Phật*. Tin rằng bản thân bị tội chướng khó được vãng sanh là điều *sai lầm rất lớn*. Hạng vô trí, tội chướng Niệm Phật mà được vãng sanh mới là Ý CHÁNH của bổn nguyện của Phật A-di-đà.

12. **Tuy được nghe Danh Hiệu mà không tin thì cũng như không được nghe. Tuy có tín tâm mà không xưng niệm thì cũng như không tin**. Bởi thế nên một lòng Niệm Phật, không chút nghi ngờ.

13. Phật lai nghinh là để người tu Niệm Phật lúc lâm chung được chánh niệm, **không phải lúc lâm chung cần phải có chánh niệm thì mới được Phật lai nghinh.**

14. Tất cả Phật pháp nhằm chế phục điều ác. Vì hạng ngu si phàm phu không dễ gì làm được nên khuyên Niệm Phật để diệt tội. *Hễ có tín tâm thì tội lớn cũng diệt, không có tín tâm thì tội nhỏ vẫn còn.*

15. Người tu Tịnh Độ trước hết cần biết hai điều:

– Vì người có duyên, dù phải bỏ thân mạng, tài sản cũng nên vì họ mà nói pháp môn Tịnh Độ.

– Vì sự vãng sanh của chính mình, nên xa lìa mọi phiền nhiễu mà chuyên tu hạnh Niệm Phật.

Ngoài hai điều trên, *không nên tính toán gì khác.* Tất cả mọi việc trong đời đều y theo Niệm Phật mà quyết định. Tất cả đều là trợ duyên cho Niệm Phật, hễ gây chướng ngại thì nên từ bỏ.

16. Thánh Đạo Môn (các tông phái khác) đều tu cái NHÂN của tam thừa, tứ thừa để được cái QUẢ của tam thừa, tứ thừa. Do đó không thể so sánh với hạnh Niệm Phật vì lý do mục đích khác nhau. Còn trong Tịnh Độ Môn thì các hạnh (đọc tụng kinh điển, lễ bái, quán tưởng, quán tượng…) và hạnh Niệm Phật đều là NHÂN để vãng sanh nên có thể so sánh với nhau.

Nhưng các hạnh khác đều chẳng phải là Di Đà Bổn Nguyện, do đó quang minh của Đức Di Đà chẳng thu nhiếp, mà Đức Thích Ca cũng chẳng phó chúc. Bởi thế, Thiền Đạo Đại Sư (5) có dạy: **Tất cả các hạnh khác tuy gọi là thiện, nhưng so với Niệm Phật thì hoàn toàn không thể so sánh được.**

17. Muốn mau lìa sanh tử, trong hai loại thắng pháp hãy bỏ qua Thánh Đạo Môn mà theo TỊNH ĐỘ MÔN.

Trong các pháp Tịnh Độ Môn có hai hạng Chánh và Tạp, hãy bỏ qua các Tạp hạnh mà quay về theo CHÁNH HẠNH.

Trong phạm vi Chánh Hạnh có hai phần Chánh Định và Trợ Nghiệp, chớ theo Trợ Nghiệp mà chuyên tu CHÁNH ĐỊNH, tức XƯNG NIỆM PHẬT DANH nương theo BỔN NGUYỆN DI-ĐÀ thì tất nhiên được vãng sanh. **Niệm Phật là việc mình làm, tiếp dẫn vãng sanh là việc Phật làm, hai việc hữu duyên tương ứng là năng lực bất tư nghị của Danh hiệu Phật**. Thâm tín trì niệm là đủ, không còn nghi ngờ tính toán gì khác.

18. Năm điều quyết định sự vãng sanh:

– Bổn Nguyện của Đức Di-đà.

– Lời dạy xác minh của Đức Thích Ca.

– Sự chứng minh của Chư Phật.

– Giáo thích của Tổ Thiện Đạo.

– Tín tâm của người Niệm Phật.

19. Di Đà Bổn Nguyện phát ra không phải chú trọng đến hạng thiện nhân có phương tiện, có thể dùng *tự lực* để thoát ly sanh tử, mà **chính vì hạng ác nhân tội chướng không có phương tiện để tự giải thoát**. Tuy nhiên

hạng Bồ-tát, Thánh Hiền cũng có thể nương vào THA LỰC NIỆM PHẬT mà được vãng sanh. Di-đà Bổn Nguyện *không có sự phân biệt, tất cả đều bình đẳng như nhau.*

20. Tu Thánh Đạo Môn thì cần trí tuệ tột cùng để lìa sanh tử. Tu Tịnh Độ Môn thì trở lại ngu si để được vãng sanh, chẳng dựa vào trí tuệ, chẳng lo tròn đạo hạnh, chẳng cần tu tâm dưỡng tánh, mà chỉ *cần tự thấy mình là người vô năng vô trí, cần nương vào Bổn Nguyện Di-đà mà Niệm Phật để được vãng sanh.*

Thâm tín và hành trì như trên, lúc lâm chung chắc chắn Phật lai nghinh. Nếu bình thường đã thường xuyên xưng danh tích lũy công đức thì dù cho lúc lâm chung vì lý do nào đó tâm vọng động tán loạn bất định không xưng được Phật danh, hành giả vẫn được quyết định vãng sanh.

Giáo pháp tuy vô lượng nhưng xét đến chỗ cương yếu thì Tha Lực Đốn Giáo thù thắng hơn cả. Tổ Huệ Viễn (334–416), Sơ Tổ của Tịnh Độ Tông Trung Hoa, một cao tăng đầu tiên nhấn mạnh đến sự quan trọng của Thiền Định có xác nhận: *Các môn Tam Muội tuy nhiều nhưng công cao lại dễ tu thì Niệm Phật lại hơn cả.*

21. Nương tựa Bổn Nguyện Di-đà không phải là quán tưởng trong tâm, mà là XƯNG NIỆM DANH HIỆU, đừng trụ tâm ở quán tưởng mà cần xưng danh ra tiếng.

Xưng danh là CHÁNH NHÂN quyết định vãng sanh. *Ngoài xưng danh ra không có gì quyết định vãng sanh* như chánh hạnh, chánh nghiệp, trí tuệ…

22. Quyết định quy kết của Pháp Nhiên Thượng Nhân: **Sống thì Niệm Phật tích lũy công đức, Chết thì vãng sanh Tây Phương Cực Lạc**. Không có gì trong đời này làm bận tâm nữa.

KHAI THỊ VÀ DI HUẤN CỦA PHÁP NHIÊN THƯỢNG NHÂN ĐỂ LẠI CHO ĐỆ TỬ LÚC LÂM CHUNG:

Thày mấy chục năm nay, công phu Niệm Phật tích lũy, *được bái kiến Cực Lạc Trang Nghiêm và Chân Thân của Phật, Bồ-tát là việc bình thường,* nhưng thày giữ kín không nói ra. Nay đã đến lúc tối hậu nên mới bày tỏ đôi chút…

Hai ngày trước khi vãng sanh, Ngài Pháp Nhiên lấy bút viết bản di huấn tối hậu:

Chẳng phải là Niệm Phật theo lối quán niệm mà các bậc trí giả Trung hoa, Nhật Bản thường nói đến;

Cũng chẳng phải là Niệm Phật theo lối phải thâm nhập kinh tạng để thấu hiểu thâm nghĩa của Niệm Phật.

Chỉ nghĩ rằng: *Để vãng sanh Cực Lạc thì xưng niệm Nam-mô A-di-đà Phật là quyết định vãng sanh, không nghi ngờ mà xưng niệm. Ngoài ra, không có thâm áo gì khác.*

Bởi vì điều gọi là Tam Tâm, Tứ Tu đều đã quyết định bao hàm trong tưởng niệm Nam-mô A-di-đà Phật, quyết định vãng sanh (Xin xem lại điểm thứ 8 đã nói ở trên).

Ngoài đó ra, nếu có gì thâm áo khác là ở ngoài lòng từ mẫn của hai Đấng Từ Tôn (Phật Thích Ca và Phật A-di-đà), lọt khỏi bổn nguyện.

Người muốn tin Niệm Phật thì dù cho có thể học hết giáo pháp một đời của Đức Thích Ca cũng thành ra kẻ một chữ chẳng biết, ngu độn như hạng vô trí, chớ hiện ra vẻ trí giả, hãy một mực Niệm Phật.

Tôi in vào đây cả hai bàn tay của tôi để xác nhận di huấn này... Không còn gì để nói nữa, tôi đã viết hết những điều cốt tủy ở đây để ngăn ngừa những dị kiến sau khi tôi ra đi.

KẾT LUẬN

Đọc đến đây, chắc có nhiều bạn chưa tin hẳn vào NĂNG LỰC BẤT TƯ NGHỊ của NIỆM PHẬT đã trình bày ở trên, lý do rất dễ hiểu: Hạnh tu gì đơn giản, dễ dàng đến người già trẻ con đều làm được mà lại có năng lực thâm mật vi diệu đến thế? Để giải trừ nỗi vương vấn phân vân, một ẩn dụ dẫn giải **tường tận** và **chính xác** giúp các bạn NHẤT THIẾT GIỮ TÍN TÂM TUYỆT ĐỐI đối với sáu chữ Nam-mô A-di-đà Phật:

Nếu cùng đi trên con đường gồ ghề có nhiều lối rẽ như băng qua rừng núi thì một người sáng mắt khoẻ chân mới có thể nhất định đi đến đích, một người mù què chân đi phải chống nạng tất nhiên là không thể so sánh được. Đấy là cả hai người đều dùng TỰ LỰC để di chuyển. Nếu cùng dùng đường hàng hải hay đường hàng không thì cả hai người đến tới đích cùng một lúc, nhanh chóng và dễ dàng như nhau. Đây là cả hai người đều dùng THA LỰC để di chuyển.

Kẻ cầm bút *thiết tha* xin các bạn đã vững tín tâm và hành trì Niệm Phật hãy phổ biến tài liệu này đến các bạn đồng đạo còn vương vấn chút nghi ngờ về ƠN CỨU ĐỘ vô lượng vô biên của Bổn Nguyện Di-đà. Đó là pháp duyên gieo Nhân lành, tích lũy Công Đức, xin chớ bỏ qua.

Ai tự nhận thấy mình là người mù què, hãy xưng niệm ngay NAM MÔ A-DI-ĐÀ PHẬT! Đức A-di-đà sẽ đến đón vãng sanh với lòng thương xót.

Ai tự nhận thấy mình là người sáng suốt khỏe chân, cũng xưng niệm ngay NAM-MÔ A-DI-ĐÀ PHẬT! Đức A-di-đà cũng sẽ đến đón vãng sanh với lòng hoan hỷ.

Ai tự nhận thấy mình không thuộc một trong hai hạng người vừa kể trên thì người đó không hiểu biết chút gì về Bổn Nguyện Di-đà, đã tự đánh mất cả một kho báu vô giá mà Phật đã ban cho tất cả mọi chúng sanh một cách đồng đều, không bỏ sót bất cứ ai.

CHÚ THÍCH

❶ **Phật A-di-đà:** Tiền thân hai vị Phật Đức A-di-đà và Đức Thích Ca cùng với 14 vị Phật khác đều là anh em ruột, phụ vương là Đức Phật Đại Thông Trí Thắng (*Mahabhidjadjnnabhikhu*). Tất cả 16 vị vương tử đều theo cha xuất gia, thọ trì Bồ-tát Đạo và được cha truyền cho quả Phật.

Tịnh Độ, tiếng Sanskrit *Buddhaksetra* có nghĩa là Phật độ, nơi Thanh Tịnh, cõi Phật, nơi cuối cùng cần đạt tới, sau đó mới tiến tới chứng nhập Niết-bàn. Mỗi vị Phật có một cõi Tịnh Độ. Cõi Tịnh Độ của Đức A-di-đà gọi là *Tây phương Tịnh Độ, Tây phương Cực Lạc, cõi Cực Lạc*. Cõi Tịnh Độ của Đức Thích Ca là Tịnh Độ phương Đông Bắc, và theo Kinh Đại Bát Niết-bàn cõi này mang tên cõi Vô Thắng Tịnh Độ. Đức Phật Di-Lặc, vị Phật tương lai hiện đang giáo hóa ở cõi Trời Đâu-Xuất sẽ tạo ra một Tịnh Độ mới.

❷ **Ao Thất Bảo:** Ao có nước Tịnh Thủy để rửa sạch mọi phiền não, trong đó có bảy vật báu biểu tượng cho Tâm Thanh Tịnh rốt ráo ở cõi Cực Lạc. Lục Tổ Huệ Năng giảng trong Pháp Bảo Đàn kinh: Thất Bảo tiêu biểu cho bẩy Đại Hạnh gồm có KIM (Giới), NGÂN (Tín), LƯU LY (Văn), PHA LÊ (Tâm), XÀ CỪ (Tinh Tấn) XÍCH CHÂU (Tuệ) và MÃ NÃO (Xả). Đây là *Thất Thánh Tài* tức tài sản của Chư Thánh dùng để nuôi dưỡng Chân Tâm người trì niệm.

❸ Danh hiệu của đức A-di-đà: Trong Kinh Vô Lượng Thọ, Đức Thích Ca bảo A-Nan: Này A-Nan! *Đức Phật Vô Lượng Thọ oai thần quang minh tối tôn đệ nhất*, quang minh của chư Phật chẳng bằng. Kinh Vô Lượng Thọ nói Đức A-di-đà có 13 Phật danh, ngoài tên *Vô Lượng Thọ Phật* còn 12 tên khác đều có chữ QUANG ở sau, có nghĩa là ánh sáng chứng tỏ oai thần quang minh của Đức A-di-đà có đặc tính tối tôn đệ nhất:

1. Vô Lượng Quang Phật

2. Vô Biên Quang Phật

3. Vô Ngại Quang Phật

4. Vô Đối Quang Phật

5. Diệm Vương Quang Phật

6. Thanh Tịnh Quang Phật

7. Hoan Hỷ Quang Phật

8. Trí Tuệ Quang Phật

9. Bất Đoạn Quang Phật

10. Nan Tư Quang Phật

11. Vô Xứng Quang Phật

12. Siêu Nhật Nguyệt Quang Phật

④ Pháp Nhiên Thượng Nhân (1133–1212), tên Nhật là *Honen*, Khai Tổ của Tịnh Độ Tông Nhật Bản. Tiểu sử của ngài cho biết ngài đã mãn nghiệp thế gian đúng như Chánh Nghiệp: Làm con một vị quan đến ngoại tứ tuần vẫn chưa có con nối dõi, Ngài ra đời sau khi cha mẹ vào chùa tụng kinh bẩy ngày đêm xin Phật gia hộ. Khi Ngài đản sinh có hai luồng hào quang ở trên không chiếu xuống, tiếng chuông ngân vang. Ngài có tướng mạo phi phàm từ thuở sơ sinh.

Khi Ngài chín tuổi, phụ thân bị địch quân sát hại. Lúc lâm chung, vị quan thất thế kêu Ngài đến dạy: *Đây là túc nghiệp của cha, tuyệt đối không nên ôm hận báo thù. Hãy nhớ rằng oán không thể diệt được oán!...* Sau này thành nhân, con hãy cầu vãng sanh Cực Lạc, lợi lạc bình đẳng cho người và cho mình.

Năm 14 tuổi, tuân theo lời cha dạy Ngài xuất gia với Pháp sư Giác Quán ở chùa Bồ Đề tại quê nhà. Pháp sư Giác Quán thấy Ngài thông tuệ khác thường liền đưa Ngài đến một tu viện nổi tiếng ở kinh đô để tham học với Pháp sư *Nguyên Quang*. Không bao lâu Pháp sư Nguyên Quang lại tiến cử Ngài tham học với Tổ Hoàng Viên Tông Thiên Thai thời đó. Thu nhận Ngài làm đệ tử chưa đầy ba năm, Tổ Hoàng Viên thấy Ngài đã thấu triệt tất cả những áo diệu của Giáo Pháp Thiên Thai có ý muốn truyền Tổ vị cho Ngài. Nhận thấy ở Nhật Bản thời đó một chức sắc trong giáo quyền được hưởng rất nhiều quyền lợi, vì không muốn bị ràng buộc lợi danh Ngài ra đi vào năm

18 tuổi đến ẩn tu ở núi Hắc Cốc, tham học với Hòa Thượng *Duệ Không*, một vị cao tăng của Mật Tông thời bấy giờ. Hòa Thượng Duệ Không đặt pháp hiệu cho Ngài là PHÁP NHIÊN, có nghĩa *Pháp vốn Như Vậy* và pháp danh là NGUYÊN KHÔNG, ghép chữ đầu và chữ cuối ở tên của hai vị Đại Sư Nguyên Quang và Đại Sư Duệ Không mà Ngài thọ huấn. Tại đây Ngài được truyền thụ Viên Thừa Đại Giới và Du Già Bí Pháp. Ngài tinh thông mọi Tông phái, duyệt đọc 5 lần Đại Tạng nên được đương thời tôn xưng là Trí Tuệ Đệ Nhất.

Về Giáo Pháp, dưới nhãn quan của Ngài thì Xưng Danh Niệm Phật vừa là Chánh Hạnh, Chánh Nhân và Chánh Nghiệp trong đời sống thế gian. Lưu ý tại Nhật Bản có hai Tông phái dễ gây ngộ nhận: *Tịnh Độ Tông*, tiếng Nhật là Jodo-shu, Khai Tổ là Pháp Nhiên và *Tịnh Độ Chân Tông*, tiếng Nhật là Jodo-Shinshu, về sau do Thân Loan đệ tử của Khai Tổ Pháp Nhiên biến thái lập riêng ra.

❺ Thiện Đạo Đại Sư theo truyền thuyết của Trung Hoa là Hóa thân của Phật A-di-đà.

13 NIỆM PHẬT THẬP YẾU

Nam-mô A-di-đà Phật, sáu chữ Hồng Danh coi như tinh yếu của pháp môn Niệm Phật trong Tịnh Độ tông là đề tài có nội dung trình bầy về hạnh Xưng Danh Niệm Phật có ý nghĩa thâm mật vi diệu, có năng lực thù thắng đệ nhất bất tư nghị, lại rất dễ hành trì mà có công lực cao. Xưng Danh Niệm Phật chỉ cần hội đủ hai điều kiện, *tuyệt đối tin ở Bản Nguyện Di-đà* và *chuyên tu Xưng Danh Niệm Phật*, không cần một điều kiện nào khác về thời điểm, căn cơ và hoàn toàn không có hình thức nào (1).

Niệm Phật Thập Yếu cũng trình bầy về Niệm Phật lại nói đến mười điều kiện thiết yếu cần hội đủ đối với người hành trì. Như vậy, số điều kiện cần thiết là hai hay mười? Tại sao có sự sai biệt đáng kể này? Sự giải đáp như sau:

Chủ trương chỉ cần thiết hai điều kiện là đủ do quan điểm trong Kinh Niệm Phật Ba-la-mật, có nghĩa Niệm Phật rốt ráo đến tận cùng cứu cánh Vãng Sanh và hoàn toàn Giải Thoát. Tiêu biểu cho chủ trương này là Pháp Nhiên Thượng Nhân, Khai Tổ Tịnh Độ Tông Nhật Bản. Đây là quan điểm *đặc thù ưu việt có tính cách cá biệt, bất khả thuyết, bất tư nghị, khế hợp với mọi thời điểm và căn cơ.*

Chủ trương cần hội đủ mười điều kiện thiết yếu do quan điểm của nhiều vị cao tăng, đại sư, có tính cách *phổ quát*, đưa ra nhiều giải pháp có thể giúp cho hành giả tùy nghi chọn lựa giải pháp nào thích hợp với thời điểm và căn cơ trong trường hợp cá nhân của mình. Chủ trương này *có ưu thế về phương cách hành trì hơn là lý giải giáo pháp thâm diệu của môn tu Niệm Phật.*

Hai chủ trương này có tính *bổ sung cho nhau, không có sự sai biệt*. Người hành trì nên biết cả hai để quyết định chọn một tùy theo căn cơ, cá tánh và hoàn cảnh riêng biệt của mình.

Niệm Phật Thập Yếu gồm có mười điều như sau:

1. Giải thoát sanh tử.

2. Phát tâm Bồ-đề.

3. Dứt trừ nghi tâm.

4. Phát nguyện Vãng sanh.

5. Hành trì thiết thực.

6. Đoạn tuyệt phiền não.

7. Khắc kỳ cầu chứng nghiệm.

8. Bền lâu không gián đoạn.

9. An nhẫn các chướng duyên.

10. Dự bị lúc lâm chung.

1 GIẢI THOÁT SANH TỬ

Trong Phật pháp tất cả các Tông phái, các pháp môn có những điểm khác nhau về hình tướng, phương thức hành trì nhưng có một điểm hoàn toàn giống nhau: Tất cả đều là PHƯƠNG TIỆN hành trì nhằm đạt tới CỨU CÁNH viên thành Đạo quả, tự giác giác tha, tự độ độ tha để tiến tới Giác Ngộ và **Giải Thoát khỏi Sanh Tử Luân Hồi.** Thuật ngữ *Giải thoát Sanh tử* không có nghĩa là thoát khỏi hai việc lọt lòng mẹ ra chào đời và thở hơi cuối cùng, người tu Phật sống không chết, sống mãi mãi có tuổi thọ vô cùng vô tận ở thế gian. Nghĩa chân thực của thuật ngữ này là *Giải Thoát khỏi mọi ảo tưởng và khổ não*, đạt tới Chân Tâm Thanh Tịnh và chứng nhập Niết-bàn. Nói cách khác, đó là *đoạn diệt hết thảy mọi nghiệp chướng*, do đó thoát khỏi sự luân hồi sanh tử tử sanh, thoát khỏi sự tái sanh mãi mãi như chạy quanh theo chu vi cái vòng tròn khép kín không có điểm khởi hành cũng không có điểm ngừng lại chót cùng. Do đó có thuật ngữ *Vòng Luân Hồi, Sáu nẻo Luân Hồi* để chỉ hành trì vận chuyển chúng sanh, lấy nghiệp lực chúng sanh làm động lực vận hành (2). Nói dễ hiểu hơn, Giải thoát Sanh tử có nghĩa: Trong khi nghiệp lực buộc phải chạy quanh cái vòng tròn, chúng sanh cần hành trì Chánh Đạo để không còn ảo tưởng hão huyền và không còn phiền não ở thế gian. Trong phạm vi pháp môn Trì Danh Niệm Phật, *Giải thoát Sanh tử là Vãng sanh Cực Lạc để tiến tới hoàn toàn Giải Thoát,* tức là không còn phải chạy quanh cái vòng tròn khép kín không có điểm ngừng lại chót cùng.

2 PHÁT TÂM BỒ ĐỀ

Niệm Phật là pháp môn Tịnh Độ dễ hành trì, khế hợp với mọi thời điểm và mọi căn cơ nhưng vẫn nhằm đạt tới cứu cánh hoàn toàn Giải thoát thành Phật, do đó có câu phát biểu là *Niệm Phật Thành Phật*. Trong tiến trình hành trì Niệm Phật có hai giai đoạn: **Vãng sanh Cực Lạc** để đạt tới Thanh Tịnh Thân Tâm và **Phát tâm Bồ-đề** để viên thành quả Phật.

Giải thoát cho tự thân riêng mình chưa đủ, cần khởi sanh phát tâm Bồ-đề giải thoát tất cả chúng sanh mới viên thành quả Phật, hợp với bản hoài của chư Phật. Kinh Hoa Nghiêm dẫn giải: *Nếu quên mất tâm Bồ-đề mà tu các pháp lành, đó chỉ là Nghiệp Ma. Chánh Nghiệp cần lấy tâm Bồ-đề làm mục tiêu, nếu không nhằm mục tiêu này hành giả tu các pháp lành để làm gì? Đó là Ma Chướng.*

Tâm Bồ-đề có ba bậc: Thanh Văn Bồ-đề, Duyên Giác Bồ-đề và Vô Thượng Bồ-đề tức Phật Bồ-đề. Niệm Phật mà phát tâm Vô Thượng Bồ-đề, pháp môn Niệm Phật này thuộc về Đại Thừa. Nếu phát tâm Thanh Văn Bồ-đề hay Duyên Giác Bồ-đề, pháp môn Niệm Phật này thuộc về Tiểu Thừa. *Sự phân định Tiểu Thừa hay Đại Thừa thuộc về Tâm, không thuộc về Pháp*. Trường hợp phát tâm Vô Thượng Bồ-đề có danh xưng chỉ rõ ý nghĩa Vô Thượng gọi là **Niệm Phật Ba-la-mật** nghĩa là Niệm Phật rốt ráo đến tận cùng.

Hành trì Niệm Phật Ba-la-mật cần phát tâm Vô Thượng Bồ-đề để hội đủ điều kiện viên thành quả Phật, nghĩa là **Niệm Phật Thành Phật** quả là việc *rất khó thành tựu nhưng không phải là không thể làm được*. Dưới đây là phương cách phát Bồ-đề tâm:

Giác Ngộ tâm. Hành giả cần thâm quán *Sắc thân là giả tạm, Vọng tâm là hư huyễn*. Như vậy Thân và Tâm đều là KHÔNG, do đó Vạn Pháp đều KHÔNG. Cổ Đức đã nói: *Cần chi đợi đến lúc hoa rụng mới biết Sắc là Không*. Nói cách khác, giữ tâm Thanh Tịnh Vô Nhiễm là sinh khởi phát tâm Bồ-đề.

Bình Đẳng tâm. Trong Khế Kinh, Phật dạy: *Tất cả chúng sanh đều có Phật tánh, là cha mẹ mình trong những đời quá khứ, là chư Phật trong những đời vị lai.* Giữ tâm Bình Đẳng để hỗ trợ cho tâm Giác Ngộ.

Từ Bi tâm. Hành giả xót thương mà lìa tướng, *thương người như thương chính mình*, không còn phân biệt năng sở, người thương và người được thương. Từ Bi khác với Tham Ái, Ái Dục, Ái Kiến vì đó thuộc hạng tâm Phân Biệt có năng có sở.

Hoan Hỷ tâm. Hành giả cần hội đủ cả hai thứ mới tròn đầy tâm Bồ-đề: *Tùy Hỷ và Hỷ Xả.* Tùy Hỷ là vui theo nỗi vui của người khác, Hỷ Xả là vui vẻ an nhẫn bỏ qua tội ác của người khác. Kinh Kim Cang gọi Hỷ Xả là *Nhẫn Nhục Ba-la-mật.*

Sám Nguyện tâm. Hành giả cần sám hối, tức nội quán và hồi quán cho đến khi *Tâm và Cảnh đều Không*. Do đó, Tội Chướng sẽ tiêu trừ, công đức được tăng trưởng, Phước Tuệ lưỡng toàn. Giữ tâm Sám Nguyện mới giúp cho chóng thành tựu tâm Giác Ngộ.

Bất Thối tâm. Hành giả cần liên tục tinh tấn chuyên tu không gián đoạn. Dù công phu chuyên tu *trải qua rất nhiều đời*, hành giả vẫn cần phải giữ tâm bất thối, có như vậy mới tiêu trừ được hết mọi Nghiệp Chướng. *Đại đa số hành giả đã mắc phải lỗi không giữ được tâm Bất Thối* nên không đạt tới được mục đích khởi tâm Bồ-đề.

3 DỨT TRỪ NGHI TÂM

Dứt trừ nghi tâm là không còn một chút nghi ngờ, là khởi sanh niềm tin tuyệt đối, niềm tin rốt ráo. Đó là trưởng dưỡng *Chánh Tín*. Người hành trì Chánh Pháp có tiến bộ hay không, nhiều hay ít là do ở TÂM LỰC. Khi Tâm lực vận hành ứng dụng rốt ráo tận cùng sẽ có một năng lực trang nghiêm vi diệu bất tư nghị, gọi là Thần Lực hay PHẬT LỰC. Tâm Lực gồm có năm nguồn gốc nên có danh xưng là NGŨ LỰC. Tín Lực đứng hàng đầu, kế đến là Niệm Lực, Tinh Tấn Lực, Định Lực và Tuệ Lực. Sự vận hành Ngũ Lực được dẫn giải như sau: *Khởi sanh phải là Tín, rồi Tín sanh Niệm, rồi Niệm sanh Tinh Tấn, cả ba lực này phối hợp sanh Định và sau đó Định sanh Tuệ.* Khi hành trì Ngũ Lực viên mãn, năm lực này kết hợp nhuần nhuyễn sanh ra Thần Lực, ngay khi đó *Tâm Lực chuyển hóa thành Phật Lực* có công năng bất khả thuyết, bất tư nghị.

Vai trò quan trọng của Tín Lực: Công phu hành trì có ba điều căn bản Tín, Nguyện và Hạnh. Ba điều này có tương quan với nhau như cái vạc (đảnh) có ba chân mới vững, thiếu đi một thì vạc đổ. *Tín đóng vai chủ yếu* vì Tín sanh Nguyện và khởi phát hạnh tu trì. Trong Ngũ Lực, Trí Tuệ giữ vai kết thúc, hoàn tất sự khởi phát tâm Bồ-đề, tiến tới Giác Ngộ và Giải Thoát. *Tín đóng vai mở đầu, Tuệ đóng vai kết thúc, tuy khác nhau về mặt pháp tướng* *nhưng về mặt pháp tánh thì cả ngũ lực đều bình đẳng như nhau.* Người Niệm Phật chuyên tu cần giữ vững Tín Tâm một cách tuyệt đối, không chút nghi ngờ.

Phần trình bày về Tín Lực vừa nói ở trên theo Duy Thức học. Kinh Hoa Nghiêm cũng dẫn giải: *Tín Tâm là bước đầu vào Đạo, là Mẹ của tất cả công đức. Tín Tâm nuôi tất cả các căn lành, do đó có công năng thành tựu quả Bồ-đề của Phật.* Khi nghiên cứu các pháp Đại Thừa, chỗ nào dùng Trí Tuệ hiểu được cố nhiên là điều rất tốt, **còn chỗ nào chưa thấu triệt vẫn đặt trọn niềm tin**, không vẩn đục một chút nghi ngờ lời Phật dạy. Có như thế mới tránh khỏi được tội khinh mạn, phỉ báng Đại Pháp.

Về mặt hành trì, **Thâm Tín** cần hội đủ sáu phần: Tin mình (Tự Lực), Tin Phật (Tha Lực), Tin Nhân, Tin Quả, Tin Sự (Pháp Tướng), Tin Lý (Pháp Tánh). Trong số sáu phần, nếu thiếu một thì chưa thể là Thâm Tín, công phu hành trì sẽ giảm đi phần diệu ứng.

Người hành trì cần đặt trọn niềm tin ở công năng pháp môn Niệm Phật là vô lượng, vô biên vì lý do thâu nhiếp cả bốn môn: *Thiền, Giáo, Luật, Mật.*

Thiền vì dứt trừ mọi vọng tưởng, chấp trước, tiến tới Thanh Tịnh và chứng nhập Niệm Phật Tam Muội.

Giáo vì bao gồm trong nội dung tuy ngắn gọn nhưng có vô lượng nghĩa vi diệu cao thâm.

Luật vì trì giới, tiến tới Thanh Tịnh cả ba nghiệp Thân, Khẩu, Ý.

Mật vì câu niệm sáu chữ Hồng Danh Nam Mô A-di-đà Phật có công năng như câu thần chú. Mật Tông đã tôn xưng Đức A-di-đà là *Cam Lộ Vương*, sáu chữ Hồng Danh là *Cam Lộ Chú, Cam Lộ Minh* (Chữ Hán *Minh* có nghĩa là lời thề nguyện như đồng minh có nghĩa các quốc gia liên kết cùng cam kết đi chung một đường lối, giúp đỡ lẫn nhau. Tục ngữ có câu Thề non hẹn biển, chữ Hán *Thệ hải minh sơn*, có nghĩa là chỉ vào núi và biển mà thề giữ trọn lời cam kết với nhau như núi không mòn, biển không cạn).

Môn Niệm Phật trong Tịnh Độ Môn là phương tiện trọng hình thức có công năng nhiệm màu: Mượn cảnh *như huyễn an vui* ở nơi Tây phương Cực Lạc để đưa chúng sanh giữ chuyên tu thoát khỏi cảnh *như huyễn thống khổ đầy chướng duyên và hiểm mạn* ở cõi Ta-bà trần gian. Rồi lại từ cảnh như huyễn an vui ở cõi Cực Lạc đưa chúng sanh dễ dàng tiến tu để mau chóng đạt tới chứng nhập cõi Chân Tâm Thường Tịch, tức cõi Tịch Diệt Niết-bàn. Nói ngắn gọn: Từ cõi Ta-bà đến cõi Cực Lạc là **từ Mộng vào Mộng**; từ cõi

Cực Lạc đến cõi Niết-bàn là **từ Mộng đến Giác**. Từ bậc Đệ Thất Địa Bồ-tát trở về trước là *tu hành trong Mộng*. Duy chỉ có chư Phật mới là *Đại Giác*, hoàn toàn thức tỉnh. Người Niệm Phật cần nhớ trong tâm lúc hành trì: Niệm Phật nhằm cầu *Vãng Sanh Cực Lạc* (Tu hành trong Mộng) là giai đoạn **cần thiết** trước khi cầu Chánh Giác, Đại Giác (từ Mộng đến Giác) để viên thành quả Phật.

4 PHÁT NGUYỆN VÃNG SANH

Hành trì Xưng Danh Niệm Phật sáu chữ Hồng Danh Nam-mô A-di-đà Phật cần phát nguyện có đối tượng là cầu **Vãng Sanh**, không nên có nguyện cầu quả Phúc khác như làm ăn phát tài, đông con nhiều cháu, sống lâu trăm tuổi, danh lợi quyền thế v…v… Nguyện cầu quả Phúc khác vẫn là điều tốt nhưng *không khế hợp với Bản Nguyện Di-đà.*

Yếu chỉ của môn Niệm Phật là *Tín, Nguyện, Hạnh*. **Phát Nguyện là động lực chánh** đạt tới sự Vãng Sanh. Tín là Nhân chánh, Nguyện lại là Động lực chánh đủ để được Vãng Sanh. Nếu thiếu Tín và Nguyện, sự hành trì chỉ đem đến quả Phúc Nhân Thiên, khi hết phước hành giả trở lại sự luân hồi như trước. *Trường hợp có Tín và Nguyện bền chắc nhưng Hạnh còn yếu kém, hành giả vẫn đạt tới sự Vãng Sanh.*

Cần lưu tâm: Có hai hạng hành giả được hưởng lợi ích của môn tu Niệm Phật: *Hạng tối dốt, dần độn vô minh* chỉ vững tin tuyệt đối một bề với tâm chân thật bất thối trong khi hành trì và hạng *trí tuệ cao thâm* thông suốt Lý và Sự. Ngoài ra, rất khó được hưởng lợi ích mọi hạng trí thức thông thường, vừa không vững tin một bề vừa chưa thông suốt rốt ráo tận cùng Lý và Sự. Thuật ngữ dân gian có phần khiếm nhã gọi hạng này thuộc loại *dở dở ương ương*. Người phát nguyện Vãng Sanh muốn đạt tới Nhất Tâm Niệm Phật không nên quên điều này.

5 HÀNH TRÌ THIẾT THỰC

Hành trì thiết thực là Niệm Phật chuyên tu không gián đoạn, vượt qua hết tất cả mọi chướng duyên tiến tới *Nhất Tâm Bất Loạn*, nghĩa là *Tâm Thanh Tịnh* mới đạt tới cứu cánh *Vãng Sanh*. Đây là phương cách Thiền Tịnh song tu ứng dụng trong môn Niệm Phật.

Về mặt hành trì dẫn đến kết quả thiết thực, môn Niệm Phật có **Tứ**

Hạnh nghĩa là bốn cách Niệm Phật trong Tịnh Độ tông có phối hợp hay không phối hợp với môn tu thuộc các Tông phái khác:

1. *Thiền Tịnh*: Đây là lối song tu lấy Niệm Phật Vãng Sanh (Tịnh Độ Tông) làm phần chánh, sự Kiến Tánh Ngộ Đạo (Thiền Tông) chỉ là phần trợ duyên.

2. *Giáo Tịnh*: Đây là lối song tu lấy Niệm Phật Vãng Sanh làm phần chánh, sự thông suốt lý giải Giáo Pháp chỉ là phần trợ duyên.

3. *Mật Tịnh*: Đây là lối song tu lấy Niệm Phật Vãng Sanh làm phần chánh, sự trì chú chỉ là phần trợ duyên. Lối song tu này chỉ thích hợp với hạng *thượng căn* vì lý do hành giả cần thông suốt môn đà-la-ni (Mật tông) có nghĩa là Tổng Trì để phối hợp với Niệm Phật, chọn một trong nhiều môn sao cho ăn khớp khi song tu với môn Niệm Phật.

4. *Thuần Tịnh*: Đây là lối tu đơn thuần chỉ có môn Niệm Phật duy nhất, không cò môn phụ nào đóng vai trợ duyên. Lối tu Thuần Tịnh này rất thích hợp với đại đa số thuộc loại *trung căn* và *hạ căn.*

Về mặt phân loại, có **Bốn môn Niệm Phật:**

1. *Thật tướng Niệm Phật*: Đây là quán Pháp thân thật tướng của Phật, tức niệm *Phật tánh bản lai* của chính mình, hành giả thâm quán sẽ chứng Chân Như tam muội nhập vào Đệ Nhất Nghĩa Tâm. Phương pháp này thuộc về Thiền Tịnh, tâm thiền nhiếp về cảnh Tịnh Độ chỉ thích hợp với bậc thượng căn, bậc trung và hạ căn không thể ngộ nhập.

2. *Quán tưởng Niệm Phật*: Đây là chiếu theo Kinh Vô Lượng Thọ để quán tưởng *y báo* và *chánh báo* nơi Tây phương Cực Lạc. Phương pháp này rất khó hành trì.

3. *Quán tượng Niệm Phật*: Dùng bức tượng Phật A-di-đà để trước mặt rồi quán tưởng cho đến khi không có tượng, mở mắt hay nhắm mắt đều thấy hình tượng Phật hiện ra rõ ràng. Phương pháp không thấy nói đến trong kinh, chỉ là cách thức phụ cho sự trì danh, do đó nếu không khéo dùng hành giả dễ bị hư hỏa xông lên mắc bệnh nhức đầu khó trị.

4. *Trì danh Niệm Phật*: Đây là cách thông dụng nhất, rất dễ hành trì, niệm ra tiếng hay niệm thầm, sáu chữ hay bốn chữ Hồng Danh (*A-di-đà Phật*) đều được. Tốt hơn hết là niệm ra tiếng, niệm rõ ràng từng tiếng đừng quá nhanh khi niệm liên tục 5 hay 10 hay nhiều lần, và niệm cả sáu chữ Hồng Danh. Như vậy dễ nhiếp tâm hành giả dễ tập trung tư tưởng không bị vọng động làm tán tâm, dễ trở nên Thanh Tịnh cả Tâm lẫn Thân.

Trì danh Niệm Phật nói riêng có 10 phương thức ứng dụng tùy theo căn tánh của hành giả:

1. *Phản văn trì danh*: Miệng vừa niệm ra tiếng, tai vừa lắng nghe chính mình, nghe bằng tai rồi bằng Tâm cho đến khi *không trụ nơi nào*, tức chỉ còn nghe thấy có câu niệm Phật hiệu. Phương pháp này nhằm dứt trừ vọng tưởng.

2. *Sổ châu trì danh*: Miệng vừa niệm, tay vừa lần chuỗi dần dần đi đến chỗ Nhất Tâm. Khi thuần thục và định Tâm thì không niệm vẫn như là tự niệm, *niệm trong tiềm thức một cách phản xạ tự nhiên*. Phương thức này có hiệu năng rất tốt, từ từ nhưng chắc chắn.

3. *Tùy tức trì danh*: Niệm Phật nương theo nhịp hơi thở, *mỗi hơi thở một câu* niệm Phật hiệu. Phương thức này làm cho sự niệm danh thực hiện từ từ, không thể nhanh được, rất dễ dứt trừ vọng tâm, tán tâm, tiến tới tĩnh tâm, định tâm. Nên niệm mỗi ngày một lượt hay nhiều hơn càng tốt, nhưng mỗi lượt niệm 5 hay 10 câu trở lên.

4. *Truy đảnh trì danh*: Niệm nhỏ tiếng, liên tục, hơi nhanh, tiếng sau như đuổi tiếng trước không đứt đoạn, chữ Hán *truy đảnh* có nghĩa là đuổi theo cái đầu. Phương thức này niệm liên tục, làm cho tạp niệm không có chỗ xen vào để tiến tới định tâm.

5. *Giác chiếu trì danh*: Vừa Niệm Phật, vừa hồi quang phản chiếu lại Chân Tánh của chính mình để tiến tới *Tâm mình hội nhập với Tâm Phật*. Phương thức này dành cho bậc thượng căn, bậc trung và hạ căn không thể hội nhập.

6. *Lễ bái trì danh*: Vừa lạy vừa niệm, lễ niệm song hành, *mỗi câu niệm một lạy* để thân, khẩu hợp nhất. Thêm vào đó, hành giả có ý thành tha thiết, như vậy tập trung cả ba nghiệp thân, khẩu, ý nhằm diệt trừ vọng niệm. Phương thức này khó thực hành, dễ nản vì lạy nhiều làm mệt mỏi thân xác. Có thể thay thế mỗi lạy (quỳ lạy) bằng một vái (đứng vái) cho đỡ mệt khi niệm nhiều câu một lượt.

7. *Ký thập trì danh*: Đếm 10 lần niệm lấy làm một *đơn vị* (một chục), sau mỗi đơn vị lần một hạt chuỗi tức mười niệm một lần chuỗi. Như vậy, tâm chú ý đến hai việc: Niệm và Nhớ số đơn vị. Phương thức này rất hợp với người nhiều tạp niệm tán tâm, hay nghĩ lăng xăng lộn xộn, dễ tiến tới chuyên chú nhất tâm.

8. *Liên Hoa trì danh*: Vừa niệm vừa tưởng tuần tự đến Hoa Sen có bốn màu xanh, vàng, đỏ và trắng, sau đó lại quay về màu xanh. Đồng thời lại

tưởng đến có hương sen thanh nhẹ phảng phất thoảng quanh. Đây là cách trì danh trong Liên Hoa Tông lấy tướng hoa sen làm biểu tượng cho Chân Tâm Thanh Tịnh: *Một câu Di-đà, một đóa Bảo Liên* (hoa sen quý). Giống Bảo Liên trồng trong ao Thất Bảo, nuôi bằng nước Tịnh Thủy nơi Tây phương Cực Lạc (3). Phương thức này phối hợp Thiền Tịnh, do đó còn có tên là Niệm Phật Diệu Liên Hoa Tam muội.

9. *Quang trung trì danh*: Vừa niệm vừa tưởng tượng mình đang ở giữa vùng *ánh sáng* quang minh rộng lớn. Do đó, thần trí dễ được sáng suốt mát mẻ, dứt trừ tạp niệm uế trược.

10. *Quán Phật trì danh*: Đây là pháp Quán Tưởng rất trọng yếu trong Quán Kinh, công đức cực lớn nhưng chưa được phổ thông trong thời mạt pháp. *Lấy Trì Danh làm Chánh và Quán Phật làm Phụ*: Tướng Đức A-di-đà thân cao một trượng sáu, sắc vàng ròng, đứng bên bờ ao Thất Bảo, hoặc đứng giữa Hư Không trong vùng Ánh Sáng, tay trái đưa ngang ngực bắt ấn kiết tường, tay mặt buông xả xuống theo cái thế sẵn sang tiếp dẫn hành giả Niệm Phật. Thoạt đầu quán toàn thân Phật, sau chuyên quán tướng lông trắng giữa đôi mày. Tướng Bạch Hào này rỗng không, trong suốt như bạch ngọc có tám cạnh, xoay về bên hữu thành năm vòng. Bạch Hào là tướng căn bản trong 32 tướng tốt của Phật, biểu tượng của Trí Tuệ Toàn Giác, tức Phật Trí. Pháp này công đức vô biên nhưng khó thành tựu hơn chín pháp nói ở trên.

Ngoài 10 phương thức chánh yếu vừa kể, còn có những pháp chi tiết thứ yếu như niệm tiếng cao tiếng thấp, lúc nhanh lúc chậm… tùy người hành trì chọn lựa.

6 ĐOẠN TUYỆT PHIỀN NÃO

Theo từ ngữ, PHIỀN là buồn rầu, NÃO là lo lắng tinh thần rối loạn. Trong Phật học, đây là đặc tính của tâm thức sanh ra các pháp bất thiện và làm cho con người vướng mắc trong vòng Luân hồi. Có nhiều cách phân loại, trong Thanh Tịnh Đạo chia làm 10 phiền não gồm có: Tham, Sân, Si, Mạn, Kiến hoặc, Nghi, Hôn trầm, Trạo cử (lăng xăng vọng động), Vô tàm (không biết tự thẹn) và Vô quý (không biết xấu hổ với người khác).

Có cách chia làm hai nhóm:

Căn bản phiền não: Tham, Sân, Si, Mạn, Nghi, Đảo kiến (tức Kiến hoặc).

Tùy phiền não: Các tâm bất thiện do căn bản phiền não sanh ra.

Phương thức đoạn tuyệt phiền não

Mỗi thứ phiền não một cách đối trị.

Tham dục: Thâm quán Tứ Niệm Xứ: Quán thân Bất Tịnh, quán thọ thị Khổ, quán tâm Vô Thường, quán pháp Vô Ngã.

Tham vi tế: Như tham chấp tướng Phật, tướng Thanh Tịnh, cảnh Bồ-tát hiện thân… Cần quán *Cảnh duyên như huyễn*. Đây là trường hợp Nhân Lành cảm Quả Lành, không phủ nhận nhưng cũng cần không tham nhiễm chấp trước, như vậy mới hoàn toàn Giải thoát. *Sau khi lìa Khổ lại rơi vào chấp Lạc* là còn tham vi tế chưa đoạn tuyệt.

Sân hận: Đây là tướng trạng phiền não thô bạo, phá hoại mạnh nhất, làm cho không khai mở được Chân Tâm. Kinh Pháp Hoa dạy cách đối trị: *Lấy Đại Từ Bi làm nhà, Nhu Hòa Nhẫn Nhục làm áo giáp, tất cả Pháp Không làm tòa ngồi.* Nói cách khác là Vào nhà Như Lai, Mặc áo Như Lai và Ngồi tòa Như Lai.

Thị phi: Đây là tiếng khen lời chê làm tán loạn vọng tâm người nghe. Cách đoạn tuyệt thị phi là *tai có thể nghe* nhưng không chấp, *miệng giữ kín không nói,* không tác nghiệp bất thiện (khẩu nghiệp). Chỉ xét sửa lỗi mình, không phán xét lỗi người. Thấy người có lỗi, nên xót thương, không chê bai khinh ghét.

Khi bị thị phi khinh báng, *không tìm cách biện minh*, nên AN NHẪN. Người mới tu thường thấy mình phải và kẻ khác quấy. Tu hơi lâu, thấy người và mình đều có phải có quấy. Tu càng lâu, chỉ thấy có mình là quấy. Lý do hành trì hạnh An Nhẫn: Nếu đời này mình không mắc lỗi, tất đời trước đã có, do đó đời này chịu quả báo. Nếu đời trước cũng không có biệt nghiệp gây nên lỗi thì cũng có cộng nghiệp gây nên điều ác, do đó mới sanh ra cơ sự. Đây là trường hợp bị vu oan giá họa. *An Nhẫn chịu hàm oan để giảm nhẹ bớt tội chướng.* Còn có trường hợp An Nhẫn là chịu đựng để vượt qua thử thách như truyện Quan Âm Thị Kính, dân gian thường nói *oan Thị Kính* (4).

Bị người khác dèm pha phỉ báng, nên quán người đó *đem phước đến cho mình.* Từ vô thủy đến nay thế tất ta có gây nên tội chướng vô biên, nay có người chê bai nói xấu, chính đây là duyên may làm giảm tội chướng, lại thêm có công đức An nhẫn. Lục Tổ Huệ Năng dạy: *Nếu là bậc Chân Tu, không thấy lỗi của người đời*. Lý do: Tâm trụ nơi Tịch Định, chỉ tự nhìn mình để sửa lỗi.

Si mê: Tham, Sân cũng như Mạn, Nghi, Ác kiến đều có nguồn gốc là Si mê. Để đối trị Si mê có bốn điều:

– Dùng Tâm: Giữ Tâm Thanh Tịnh, tránh bị ô nhiễm.

– Dùng Lý: Quán Lý như các pháp Quán Từ Bi, Bất Tịnh, Khổ, Vô Thường, Vô Ngã…

– Dùng Sự: Dùng hình tướng như hít thở hơi dài từ từ, uống nước lạnh từng ngụm nhỏ để nén cơn giận, tâm si mê sẽ giảm dần.

– Dùng Sám tụng: Đốt nhang, đảnh lễ đọc tụng Sám Hối.

7 KHẮC KỲ CẦU CHỨNG NGHIỆM

Hành giả cần ấn định hạn kỳ nhằm đạt tới chứng nghiệm. Trong Kinh không nói rõ hạn kỳ là bao nhiêu lần nhập thất, tuy vậy vẫn nói là kiết thất thì đạt tới đạo quả (5). Kinh chỉ dạy mỗi lần kiết thất kéo dài từ một đến bẩy ngày. Mục tiêu sự kiết thất là cốt sao dứt trừ hết tạp duyên, tạp niệm để tiến tới chuyên tu *Nhất Tâm Bất Loạn*, như đem tất cả Tâm thức luyện thành một khối duy nhất gọi là khối *Tịnh Niệm*. Tùy căn cơ, hành giả tự định lấy hạn kỳ kiết thất dài ngắn miễn sao đạt tới chứng nghiệm, một vài năm, mười năm, hai ba chục năm… hay trọn đời không rời bỏ.

Chứng nghiệm là Lý Sự phải viên dung. Niệm Phật có hai thứ hành trì: Sự trì và Lý trì. Sự trì là tin có cõi Tây phương Cực Lạc và Phật A-di-đà. Lý trì là tin hiểu Phật A-di-đà ở cõi Tây phương Cực Lạc do chính ở Tâm ta sẵn có đủ tạo nên. Lý Sự viên dung là không chấp CÓ (chấp Tướng) cũng không chấp KHÔNG (chấp Tánh). *Đạo không thuộc về Sắc, cũng không thuộc về Không*. Câu **Tự tánh Di-đà, duy tâm Tịnh Độ** cần phải hiểu là Nhiếp Tướng về Tánh, đem Dụng về Thể để hiển bày *Đệ nhất nghĩa KHÔNG*. Người thiên kiến trọng Lý khinh Sự thường chấp vào sự lập luận phủ nhận cõi Cực Lạc và sự tiếp dẫn vãng sanh nên đã hiểu *thiên lệch*: Di-đà là bản tánh Phật của mình có sẵn, cõi Tịnh Độ là cảnh Tịnh trong Tâm của mình, do đó *khỏi đi tìm ở bên ngoài.* Hiểu như thế là sai nhầm.

Về mặt hành trì, người Niệm Phật cần nhận thức rõ ràng: **Lý tuy đốn ngộ, Sự cần phải lần lượt tu hành. Người chưa bước lên bờ chớ vội phá bỏ chiếc bè.** Người chưa viên tu thực chứng Giải Thoát *chớ vội chấp Lý bỏ Sự*. Với môn Tịnh Độ, duy chỉ có bậc Trí Tuệ mới dung thông Tánh Tướng hiểu đến chỗ tận cùng. Bằng không, *thà chấp Tướng mà tu hành dần dần*, càng chấp lại càng có kết quả màu nhiệm!

Nhất Tâm Bất Loạn là Sự nhất tâm, Lý nhất tâm. Bất luận Sự trì hay Lý trì, niệm đến hàng phục phiền não, kiến hoặc tư hoặc không khởi hiện, không bị chúng làm loạn, đó là cảnh giới *Sự nhất tâm*. Bất luận Sự trì hay Lý trì, niệm đến Tâm khai ngộ, thấy rõ bản tánh Phật, đó là cảnh giới *Lý nhất tâm*, cũng gọi là *cảnh giới Định Tuệ nhất như*, không bị nhị biên làm loạn.

8 BỀN LÂU KHÔNG GIÁN ĐOẠN

Trì danh Niệm Phật **chuyên tốt hơn cần**. *Chuyên* là bền lâu, đều đặn mỗi ngày không gián đoạn. *Cần* là chăm chỉ cố làm cho nhiều một khi đã làm, nhưng gián đoạn không đều. Điều căn bản: Câu niệm rõ ràng, Tâm và Tiếng dung hòa với nhau. Niệm đều đặn mỗi ngày một định số, tối thiểu là mười niệm mới có hiệu lực, do đó có tên là *Thập Niệm pháp*.

Niệm Phật là pháp môn rất dễ tu. **Dễ tu nhưng cần bền lâu không gián đoạn** mới hội đủ điều kiện diệt trừ hết được vọng niệm quá nhiều do gieo nhân bất thiện từ vô lượng đời trước. **Mỗi ngày một chút, người nhất tâm sẽ diệt hết vọng niệm**, do đó *dễ mà khó*. Cần am tường chu đáo ý nghĩa hai chữ Dễ Tu thì *khó mà dễ*. Có nhiều nghĩa như sau:

– Dùng Tự Lực đi từ Giáo đến Ngộ, công phu ít nhất cũng *vài mươi năm* vì lý do Giáo Lý vô biên cần lần lượt Giải để Ngộ.

– Dùng Tự Lực đi từ Luật đến Ngộ thì phải *xuất gia trì giới nghiêm minh*, trí tuệ mới biết tùy duyên ứng hợp. Phương thức này không ứng hợp với người tu tại gia.

– Dùng Tự Lực đi từ Thiền đến Ngộ thì cần có *trí tuệ thượng căn* mới đạt tới được.

– Tu Tịnh Độ Niệm Phật cũng dùng Tự Lực nhưng *cộng thêm Tha Lực* là Nguyện Lực của Phật A-di-đà. Do đó, dễ tu vì nhanh chóng nhờ có thêm Tha Lực. Cổ nhân đã so sánh: *Tu các môn khác chỉ dùng Tự Lực khó khăn vất vả như kiến bò lên núi cao. Niệm Phật Vãng Sanh mau chóng dễ dàng như đi thuyền theo nước xuôi (Tự Lực) lại có gió thuận (Tha Lực).*

Trong mười phương Quốc Độ có vô số cõi Phật, có ba lý do để *chỉ nguyện sanh về Tây phương Cực Lạc của Phật A-di-đà*: Do Bản Nguyện Di-đà; do lời khuyên của Đức Bổn Sư Thích Ca khuyên dạy đó là nơi thích hợp nhất với mọi căn cơ; và do chúng sanh ở cõi Ta-bà có Nhân Duyên lớn với Phật A-di-đà và Bồ-tát Quán Thế Âm, chứng minh ở câu chào A-di-đà Phật và câu niệm Đức Quán Thế Âm Bồ-tát mỗi khi gặp rủi ro tai nạn.

9 AN NHẪN CÁC CHƯỚNG DUYÊN

An nhẫn theo từ ngữ có nghĩa là chịu đựng thiệt thòi, cố gắng nhịn không có phản ứng đối lại như trả thù, cãi lại minh oan, không chịu trách nhiệm trước dư luận và pháp lý. An nhẫn là lặng lẽ chịu hàm oan thiệt thòi mà nguyên nhân sự kiện không do mình gây ra. Nói tổng quát, có ba loại thiệt thòi: Tài sản, thể xác và tâm linh. Thiệt thòi về tài sản như bị dựt tiền, có người vay rồi quịt nợ không trả. Thiệt thòi về thể xác như vô cớ bị hành hung. Thiệt thòi về tâm linh như bị vu oan làm điều gian ác xấu xa, bị sỉ nhục oan uổng. Trong ba loại, thiệt thòi về tâm linh là nặng nề, gây phiền não khó An Nhẫn nhất và đúng nghĩa nhất với chữ NHẪN, chữ Hán viết gồm hội ý hai chữ ĐAO và chữ TÂM. Do đó, đúng nghĩa chữ NHẪN là chịu đựng sự thiệt thòi về tâm linh đến mức độ như bị người khác cầm dao chém vào trái tim mình mà vẫn cố gắng chịu đựng. Thông dụng thường dùng tiếng ghép đôi NHẪN NHỤC (thiệt thòi về tâm linh) khác với NHẪN NẠI (thiệt thòi nói chung về tài sản và thể xác).

Trong Phật học, An nhẫn hay Nhẫn Nhục là *đạo hạnh hóa giải các chướng duyên* thường xuyên khảo đảo người tu trong cuộc sống hàng ngày. Có rất nhiều chướng duyên gây trở ngại trên đường hành trì Đạo pháp, tóm lược có sáu loại:

– *Nội khảo*: Chướng duyên do nội tâm sanh ra như Tham, Sân, Si…

– *Ngoại khảo*: Chướng duyên do ngoại cảnh sanh ra như mưa bão, hạn hán, ồn ào bụi bặm…

– *Nghịch khảo*: Chướng duyên do nghịch cảnh sanh ra như cha mẹ già yếu, bệnh tật, bị vu khống tình ngay lý gian…

– *Thuận khảo*: Chướng duyên do thuận cảnh sanh ra như tham luyến danh lợi, say mê thanh sắc, rượu chè…

– *Minh khảo*: Trường hợp gặp thử thách mà không tự tỉnh ngộ như có tài ít bị người ngoài khen nịnh tâng bốc rồi tin là thực sự có nhiều tài.

– *Ám khảo*: Trường hợp gặp thử thách âm thầm khó nội quán để nhận thấy như hành trì lâu rồi chưa thấy chứng nghiệm rồi dần dà sanh ra chán nản bỏ dở…

Hóa giải chướng duyên là việc phải làm trên đường tiến tu. Điều căn bản là quán mọi chướng ngại như mối Duyên Tiến Đạo, nghĩa là coi chướng duyên như cơ hội thử thách cần phải vượt qua, dùng niệm lực Nhất Tâm để *chuyển nghiệp từ dữ sang lành, từ động sang tịnh*. Chướng duyên có rất nhiều, từ trong sanh ra đến ngoài đem đến, ở nghịch cảnh hay thuận cảnh cũng đều có, dù căn cơ thông minh hay ám độn cũng đều gặp. Để hóa giải mọi chướng duyên có bốn hạnh:

– *Báo oan hạnh*: An Nhẫn coi như trả nghiệp bất tịnh đã gieo từ đời trước, nhất là *ái* và *sát* là hai nghiệp nặng nhất.

– *Tùy duyên hạnh*: An phận tùy duyên vì lý do tất cả chướng duyên chỉ là *huyễn cảnh* tùy nghiệp mà hiện lên.

– *Xứng pháp hạnh*: Đây là Chân Như pháp, đối với người tu Tịnh Độ là Niệm Phật tam muội.

– *Vô sở cầu hạnh*: Đây là trường hợp gồm cả *Tam Giải Thoát Môn*: Không môn, Vô tướng môn và Vô nguyện môn.

Riêng *Vô sở cầu hạnh*, cũng gọi là *Bất cầu hạnh* ứng dụng để phá mười chướng ngại lớn, đạt tới an nhiên tự tại. Thập bất cầu hạnh gồm có:

- Lấy bệnh khổ làm thuốc hay.
- Lấy hoạn nạn làm giải thoát.
- Lấy chướng ngại làm tiêu dao.
- Lấy các ma làm bạn pháp.
- Lấy việc khó làm an vui.
- Lấy bạn xấu làm giúp đỡ.
- Lấy kẻ nghịch làm vườn hoa.
- Lấy sự quên việc thi ân như quên chiếc dép rách.
- Lấy thanh đạm làm giàu sang.
- Lấy sự oan ức làm duyên tiến đạo.

Bậc thượng trí có thâm tín kiên định nên không ngại chướng duyên, chỉ mỗi khi gặp thì quán chướng duyên làm phương tiện hóa giải để tiến tu, nhưng *không tự cầu chướng ngại* đến, Phật học gọi là mỗi khi gặp thì *ứng duyên hóa giải* mà không cầu. Nếu không giữ được hạnh vô cầu là người kiêu mạn.

10 DỰ BỊ LÚC LÂM CHUNG

CHẾT là một từ ngữ, là *giả danh*, là phương tiện truyền đạt một nội dung, là sự tướng biểu lộ một chân tánh, chân thực nghĩa của từ ngữ này. Đó là kết liễu một thời *quả báo*, xả thân này để lại thọ thân khác, không có nghĩa *Chết là hết* như dân gian thường nói, mạch nguồn nghiệp lực vẫn tiếp tục tuôn chảy, không có ngừng đứt. Do đó, người thông suốt lý sanh tử luân hồi cần **dự bị lúc lâm chung** để được *an thuận vãng sanh*. Ở Tây Tạng có pháp môn *Tập Chết* để hành giả được an nhiên tự tại lúc lâm chung. Phương thức cụ thể gồm có:

Ngoại duyên cần hai điều: Tìm sẵn bạn đồng tu để kịp thời để trợ niệm cho nhau lúc lâm chung và sắp xếp mọi hậu sự như lập di chúc, phân chia tài sản, dặn dò quyến thuộc không tỏ vẻ sầu bi, khóc lóc…

Nội tâm cần giữ vững tinh thần Giải Thoát, dứt trừ tâm tham luyến tài sản, danh vọng, quyền thế và niềm thương nhớ thân nhân.

Sau khi thân nhân mãn phần, điều quan trọng người nhà cần tĩnh tâm thực hiện để giúp cho người vừa mãn phần được an thuận vãng sanh: Không nên vội di động thân thể hay khóc thương ngay sau khi thân nhân vừa tắt thở vì lý do A-lại-da thức chưa ngưng hoạt động. Làm như vậy là gây thêm phiền não thương nhớ cho người vừa tắt thở. Cần làm việc tẩm liệm sau 8 giờ. Người trợ niệm vẫn tiếp tục niệm Phật cho đến 3 giờ sau mới dứt, được 8 giờ sau thì rất tốt vì lý do chỉ khi đó người chết mới hoàn toàn không còn cảm thức. Sau 8 giờ, nếu tay chân có lạnh cứng thì đắp nước nóng quanh chỗ khớp xương là có thể chỉnh lại dễ dàng cho ngay ngắn.

Đối với người mãn phần, Thần thức thoát xác từ chỗ nào thì chỗ đó còn hơi nóng sau cùng trong khi các chỗ khác đều đã lạnh. Căn cứ vào điểm nóng sau cùng, thân nhân có thể biết người mãn phần sẽ tái sanh trở lại vào cõi nào do nghiệp lực dẫn chuyển tới theo lý Luân hồi:

– Đảnh đầu nóng sau cùng, sẽ sanh về cõi Cực Lạc, cõi Thánh, cõi Phật.

– Mắt nóng sau cùng, sẽ sanh về cõi Trời, cõi Tiên, chữ Hán là Thiên giới.

– Chỗ tim nóng sau cùng, sẽ sanh về cõi người, chữ Hán là Nhân giới.

– Bụng nóng sau cùng, sẽ đọa xuống cõi Ngạ Quỷ.

– Đầu gối nóng sau cùng, sẽ đọa xuống cõi Súc sanh.

– Lòng bàn chân nóng sau cùng, sẽ đọa xuống Địa ngục.

KẾT LUẬN

Khi tìm hiểu và sưu tầm tài liệu viết hai bài *Nam-mô A-di-đà Phật* và *Niệm Phật Thập Yếu*, kẻ cầm bút nội quán tự thấy mình như chợt tỉnh, mở choàng mắt sau giấc ngủ dài mê muội đầy mộng mị, ác mộng cũng như mộng đẹp đều còn nhớ cả!

Kẻ cầm bút thấy đau nhói ở đầu như bị gõ thật mạnh và văng vẳng bên tai tiếng nói nhỏ nhẹ nhưng rất rõ ràng: **Già mà dại, có học mà ngu**! (6). Thoạt nghe thấy bực mình, cảm nhận đó là câu mắng đầy tức giận, sau bình tĩnh lại, kẻ cầm bút cảm nhận thấy đó là lời răn dạy đầy lòng xót thương sâu đậm vô cùng. Tác giả bài viết này vui mừng chân thành ngỏ đôi lời tâm sự với bạn đọc, nhắn nhủ thiết tha như sau:

Sống cho ra sống, chết cho ra chết. Đó là bổn phận lo trọn đạo làm Người của chúng sanh, sao cho xứng danh con Người linh hơn con Vật. Sống thì người con Phật lo trì giới, niệm kinh, làm điều lành tránh điều dữ, ăn chay, cúng dường…; chết thì lo nguyện cầu siêu thăng Tịnh Độ. **Chẳng lẽ đang sống mà không lo cho tương lai đời sau sẽ đi về đâu? Có lo cho đời sau, chẳng lẽ lại không Nhất Tâm Trì Danh Niệm Phật** nguyện vãng sanh Cực Lạc? Đã tự nhận là con Phật, bạn còn suy tính ngờ vực điều gì mà không tin ở Bản Nguyện Di-đà?

Một ẩn dụ rất dễ hiểu dùng để dẫn giải *năng lực vô lượng vô biên* của pháp môn Trì Danh Niệm Phật. Ẩn dụ này đơn giản, cụ thể lý giải được giáo lý uyên thâm thường diễn tả bằng lời lẽ trừu tượng khó hiểu, *tiêu trừ được Nghi Tâm* của người chưa có niềm tin, chưa chuyên tu Trì Danh Niệm Phật: Hành giả coi như du khách đường hàng không, điểm đi khởi hành là cõi Ta-bà đầy uế tạp, điểm tới là cõi Cực Lạc thanh tịnh an vui. Phật A-di-đà và Thánh chúng đến đón tiếp người niệm Phật lúc lâm chung là phi hành đoàn. Du khách muốn lên phi cơ phải *bỏ tiền mua vé*, tấm vé là công phu Niệm Phật. Du khách dù bậc trí giả hay hạng ngu đần, hễ ai có tiền đủ để mua vé là được phi hành đoàn chào đón khi bước chân lên phi cơ. Đi máy bay là *quyền bình đẳng* của tất cả mọi người. Số tiền mua một tấm vé máy bay dù cao đến đâu cũng có hạn định, không phải vô lượng vô cùng, người nghèo đến đâu chịu khó tích lũy từng đồng cũng đủ điều kiện tài chánh để mua được một tấm vé. *Mỗi đồng tiền tích lũy là một lần Niệm Phật* chỉ tốn thời gian mỗi ngày có mấy phút ai cũng làm được, tích lại lâu ngày thế nào cũng đủ tiền mua được một tấm vé cho tự thân mình, không ai mua vé hộ ai được. **Trì Danh Niệm Phật dễ tu mà có năng lực bất tư nghị là như thế.**

CHÚ THÍCH

❶ **A-di-đà kinh:** Một trong ba bộ kinh *quan trọng nhất* của Tịnh Độ Tông được lưu hành rộng rãi tại Trung Hoa, Nhật Bản và Việt Nam. Nguyên văn bằng tiếng Sanskrit đã thất lạc, chỉ còn tìm thấy hai bản dịch bằng chữ Hán, một của dịch giả Cưu-ma-la-thập và một của dịch giả Huyền Trang. (Xin đọc bài có tựa đề Nam-mô A-di-đà Phật). Ba bộ kinh quan trọng của Tịnh Độ Tông gồm có: Đại Thừa Vô Lượng Thọ Trang Nghiêm (cũng gọi là Lạc Hữu Trang Nghiêm), A-di-đà kinh, và Quán Vô Lượng Thọ kinh.

❷ **Lục Đạo Luân Hồi:** Sáu đường tái sanh trong vòng sanh tử tử sanh do nghiệp lực vận hành, cũng gọi là sáu cõi hay sáu nẻo Luân Hồi. Lục Đạo chia làm hai hạng: Ba Thiện Đạo gồm có Người, Thiên, A-tu-la và ba Ác Đạo gồm có Ngạ Quỷ, Súc sanh, Địa Ngục. Trong số ba Thiện Đạo, cõi Người được coi trọng hơn cõi Thiên vì lý do sanh ra ở cõi Thiên có nhiều cảnh đẹp dễ sanh ra tham đắm, trọng hơn cõi A-tu-la vì lý do sanh ra ở cõi A-tu-la dễ sanh ra hiếu thắng, kiêu mạn. *Chỉ sanh ra ở cõi người mới có nhiều cơ duyên quý báu để Giác Ngộ, hoàn toàn Giải Thoát*. Do đó, sanh ra được làm Người là hiếm quý.

❸ **Bảo Liên:** Hoa sen quý có bốn màu tiêu biểu cho bốn trong số Ngũ Lực: Xanh (Tín lực), Vàng (Tinh tấn lực), Đỏ (Niệm lực) và Trắng (Định lực). Lực thứ năm là Tuệ lực có tiêu biểu là màu Cam. Lý do Bảo Liên không có màu Cam: Trì Danh Niệm Phật nhằm đạt tới Vãng Sanh Cực Lạc chỉ cần đến bốn lực, tiến thêm để đạt tới hoàn toàn Giải Thoát thành Phật mới cần có thêm màu Cam tức Tuệ lực (*Ao Thất Bảo, nước Tịnh Thủy* xin xem chú thích dưới bài Nam-mô A-di-đà Phật).

❹ **Oan Thị Kính:** Sự tích truyện này xuất phát từ Cao Ly, truyền sang Trung Quốc rồi đến Việt Nam. Truyện gốc ở Cao Ly: Thị Kính là người Cao Ly, kiếp trước có thân phái nam tu hành viên mãn sắp thành Phật. Đức Thích Ca lại muốn thử một lần nữa về hạnh *Nhẫn Nhục* nên cho đầu thai làm thân con gái nhà họ Mãng, suốt đời gặp nhiều oan ức phiền não. Thị Kính đã *An Nhẫn* chịu đựng không thanh minh nỗi oan lần nào, đến lúc mãn phần mệnh chung nỗi oan mới được bạch hóa. Sau đó Thị Kính thành Phật nhưng tự nguyện làm Bồ-tát để cứu độ vãng sanh tất cả chúng sanh, khi nào hoàn tất viên mãn lời Nguyện mới chịu thành Phật. Theo truyền thuyết, Thị Kính là tiền thân của Phật A-di-đà nên mới có Bản Nguyện Di-đà. (Xin đọc điều 18 Bản Đại Nguyện Di-đà trong bài có tựa đề Nam-mô A-di-đà Phật).

Câu truyện bạch hóa nỗi oan Thị Kính

Con gái họ Mãng tên là Thị Kính, tự là Diệu Thường một lòng phát nguyện xuất gia tu Phật. Thời bấy giờ tại Cao Ly chỉ cho phái nam xuất gia, không cho phái nữ tu chùa viện cớ có thân xác không sạch sợ làm cho hoen ố Phật môn. Để đạt tâm nguyện chí thiết, Thị Kính giả phái nam đến chùa xin quy y, vị tăng hoan hỷ chấp nhận ban cho pháp danh là Chánh Tâm. Một nữ Phật tử hay đến chùa lễ Phật tên là Thị Màu đem lòng tưởng mến chú tiểu Chánh Tâm nhưng chót dại chửa hoang với một người trai tầm thường. Họ Mãng là thành phần giàu có quyền thế tại địa phương, Thị Màu không muốn nói ra sự thật nhục nhã cho gia phong, liền nghĩ đến chú tiểu Chánh Tâm và vu oan cho chính chú tiểu Chánh Tâm là cha cái bào thai trong bụng nàng. Tiếng đồn đến tai mọi người, vị Sư hỏi xem thực hư, chú tiểu Chánh Tâm *chỉ niệm Phật, không nhận là CÓ cũng không chối là KHÔNG,* trong thâm tâm tự nghĩ: Nếu nhận CÓ thì phạm tội nói dối, nếu chối KHÔNG thì mất cơ duyên hành trì hạnh Nhẫn Nhục. Vị Sư tưởng là chú tiểu tuy không xác nhận bằng lời nhưng đã mặc nhiên phạm tội tà dâm, ôn tồn khuyên dạy chú tiểu trở về đời sống thế tục, tiếp tục tu Phật ở cương vị Phật tử tại gia và lo tròn bổn phận làm chồng làm cha. Đó là dạng ăn năn sám hối thích ứng nhất có hiệu năng giải trừ tội căn nhiều hơn cả. Việc An Nhẫn chịu hàm oan của Thị Kính kéo dài cho đến thời điểm được bạch hóa: Khi Thị Kính mãn phần, dứt nghiệp thế gian, mọi người lo tẩm liệm nhập quan mới hay người từ trần bỏ vợ con lại thế gian là phụ nữ. Cả hai người cha đẻ và mẹ đẻ đứa con còn nhỏ đều lên tiếng minh oan. Tất cả mọi người đều thán phục công đức siêu phàm vị Đại Bồ-tát hóa thân làm Thị Kính nay mãn nguyện trở về cõi Phật, liền lập đền thờ và từ đó có danh xưng Quan Âm Thị Kính (Quan Âm là tên một vị Phật).

Khi lan sang Trung Hoa, câu truyện có phần sai lệch: Nhận thấy có một nữ thần có tên là Thị Kính, người Hoa tin rằng Thị Kính trong câu truyện ở Cao Ly là vị nữ thần này. Đó là Phật Quan Âm giáng thế độ sanh. Lập luận của người Hoa không đúng sự thật, không nói đến chi tiết cụ thể việc hàm oan và việc bạch hóa nỗi oan Thị Kính.

Sang đến Việt Nam, giới Phật tử tin ở câu truyện gốc tại Cao Ly là sự tích Đức Quán Thế Âm Bồ-tát. *Về mặt văn chương*, Việt Nam có một tác phẩm thơ lục bát rất có giá trị được lưu truyền trong dân gian về sự tích Quan Âm Thị Kính, rất tiếc giới sưu khảo chưa tìm ra tên tác giả. *Về mặt ngôn ngữ*, cần phân biệt thành ngữ *Nỗi oan Thị Kính* với trường hợp chịu hàm oan vì *Tình ngay Lý gian.* Nỗi oan Thị Kính là trường hợp tự nguyện An Nhẫn chịu hàm oan, không thanh minh, không oán hận kẻ vu oan vì lý do *an trụ ở Tâm Bồ-đề* của người đang trì hạnh Nhẫn Nhục Ba-la-mật trong đạo Bồ-tát. Trường hợp Tình ngay Lý gian là người chịu hàm oan có tâm oán hận kẻ vu oan giá họa cho mình, *muốn thanh minh bạch hóa* sự vu oan cho ra lẽ Tình ngay nhưng không đủ chứng cớ để giải oan cho mình về mặt pháp lý và dư luận xã hội (Lý gian) nên *đành chịu* hàm oan.

❺ **Kiết Thất:** Cũng gọi là Nhập Thất nghĩa là tu pháp môn Tĩnh Tâm trong căn phòng hay trong am (cái chòi nhỏ lợp lá) là nơi vắng vẻ nhằm thuận lợi cho việc hành trì. Kinh chỉ nói mỗi lần kiết thất thời gian kéo dài từ một đến bẩy ngày, không nói cần bao nhiêu lần kiết thất mới đạt tới chứng nghiệm đạo quả, điều này tùy ở căn cơ của hành giả mà tự quyết định. Cần phân biệt một chi tiết nhỏ về nhân số: *Nhập Thất*, chữ Hán NHẬP có nghĩa là vào, không hạn định nhân số là bao nhiêu hay chỉ có một người vào ở một phòng để tu Tĩnh Tâm. *Kiết Thất*, chữ Hán KIẾT có nghĩa là chỉ có một mình, một người duy nhất hành trì Tĩnh Tâm trong một cái am nhỏ.

❻ **Già mà dại, có học mà ngu:** Thoạt nghe nhận thấy như câu mắng nói lên sự *nghịch lý*, già thì khôn có học thì sáng mới là *thuận lý* thường tình thế gian. Quán sâu mới thấy đây là lời răn dạy nói lên sự *thuận lý theo quan điểm Giáo lý trong Phật học*: Già thường cậy khôn, có học thường cậy sáng mà không biết đến sự bất túc, nhân vô thập toàn, làm người (chưa thành bậc Đại Trí như chư Phật) thế tất ai cũng còn cái dại cái ngu chưa tỉnh giác viên dung, chưa thông suốt vạn pháp. *Cái dại ngu của hạng cậy khôn cậy sáng rất vi tế khó nhận thấy hơn nhiều khi so sánh với cái dại của tuổi trẻ, cái ngu của người thất học*. Sự khôn hay dại không tùy thuộc vào tuổi tác mà tùy thuộc vào mức độ Giác Ngộ. Tục ngữ có câu nghịch ngôn nhưng thuận lý: *Khôn thì từ thuở lên ba, dại thì đến già vẫn dại.*

Sự sáng hay ngu cũng vậy, không tùy thuộc vào sự có học hay thất học mà tùy thuộc vào căn cơ, vào Trí Tuệ. Sự khai mở Trí Tuệ theo một tiến trình mà chỉ khi nào thực chứng mới nhận ra được, giống như người leo lên một tòa nhà có nhiều tầng, leo lên đến tầng nào biết tầng ấy, không biết được đầy đủ chính xác những tầng ở cao hơn. Theo tiến trình Giác Ngộ, sự khai mở Trí Tuệ diễn ra như sau:

Học thì biết Lý, Thức thì biết Sự, Học mà không Thức thì ngu gàn, Thức mà không Học thì ngông cuồng. Để đạt tới Lý Sự viên dung, cần cả hai Học và Thức. Có cả Học và Thức lại thường sanh ra kiêu mạn. Để đối trị tiêu trừ kiêu mạn, cần phải khiêm nhường an nhẫn và Trí. Có khiêm nhường an nhẫn mới không Chấp Ngã, có Trí mới không Chấp Pháp. Có vô chấp mới khởi phát tâm Bồ-đề, tiến đến Viên Giác, đồng thời cần Thực Chứng tiến đến Viên Ngộ. Sau khi Giác Ngộ cần hòa nhập viên dung với lý Chân Như, cũng gọi là lý Nhất Như mới viên mãn Đạo quả.

Người viết bài này tự nhận thấy *già*, đã sống ba phần tư thế kỷ và tự nhận là *có học*, đã có bằng Đại học, làm giáo sư và viết sách giáo khoa bậc Trung học và Đại học. Tự nhận là già và có học từ lâu *nhưng đến bây giờ là cuối năm 2003 mới học được và hiểu được lời răn dạy*, nhờ vậy tự nhận thấy mình còn dại còn ngu mà bao lâu nay không nhận ra. Về mặt tu học Phật pháp, người viết bài này cũng đã từ lâu tìm đọc kinh sách, đi chùa nghe thuyết pháp, tham dự các buổi Pháp đàm với các bạn đồng tu, viết bài được đăng ở nhiều tập san Phật học, soạn thảo tác phẩm Tu Tại Gia để phổ biến rộng rãi lời Phật dạy đến giới mộ Phật… Tuy nhiên, mãi đến khi viết hai bài Nam-mô A-di-đà Phật và Niệm Phật Thập Yếu *mới tỉnh ngộ và bắt đầu thực hành pháp môn Trì Danh Niệm Phật*, trong tâm cảm thấy phần nào nhưng rõ ràng diệu năng của sáu chữ Hồng Danh **NAM-MÔ A-DI-ĐÀ PHẬT**! Có HỌC mới HIỂU, xong cần phải HÀNH thì mới CHỨNG. Nếu không Hành thì Học và Hiểu để làm gì? Phải không các bạn? **MÔ PHẬT!**

14 TAM PHÁP ẤN

***P**háp ấn* là dấu vết chứng nhận đích thực là chánh pháp. Đạo Phật có *Tam pháp ấn* là Vô thường, Vô ngã và Niết-bàn. Giáo lý nào không mang ba dấu chứng đó thì không phải là chánh pháp của đạo Phật, không đúng với ý Phật truyền dạy đạo Giải thoát cứu độ chúng sanh.

Có hai chủ trương khác nhau về Tam pháp ấn. Theo chủ trương thứ nhất, đó là *Vô thường, Vô ngã* và *Khổ*. Theo chủ trương thứ hai, đó là *Vô thường, Vô ngã* và *Niết-bàn tịch diệt.* Sự trình bày khác nhau về pháp ấn thứ ba—Khổ hoặc Niết-bàn tịch diệt—được giải thích như sau: Cả hai chủ trương tuy trình bày khác nhau nhưng không làm sai lệch chánh pháp. Khi nói *khổ* là thiên về mặt pháp tướng, có tính cách tiêu cực cảm thọ trong tâm thức chúng sanh còn đang vọng động. Khi nói *Niết-bàn tịch diệt* là thiên về mặt pháp tánh, có tính cách tích cực thực chứng trong tâm thanh tịnh của con người. Có khổ mới diệt khổ, mới tịch diệt thực chứng Niết-bàn. Khổ và Niết-bàn tuy nói là *hai* nhưng thực là *một* theo lý bất nhị, lý tương tức tương nhập trong đạo Phật, người thiện học quán sâu ắt nghiệm thấy. Tuy nhiên, chủ trương thứ hai nói pháp ấn thứ ba là Niết-bàn hoàn chỉnh thông suốt hơn vì đạo Phật là đạo Giải thoát thực chứng Niết-bàn.

1 TAM PHÁP ẤN TUY BA NHƯNG LÀ MỘT

Vô thường, Vô ngã và Niết-bàn là ba pháp ấn, quán sâu lại thấy là *một* theo lý tương tức tương nhập. Sự dẫn giải lần lượt như sau:

Vô thường

Vô thường là hiện tượng không giống nhau một cách liên tục, luôn luôn đổi thay chuyển hóa. Vô thường là pháp tướng theo lý trùng trùng duyên khởi, tóm lại là *pháp duyên sinh.* Hiện tượng vô thường thấy ở mọi nơi, mọi lúc, không lúc nào không có, dễ dàng nghiệm thấy.

Trong vũ trụ từ mặt trời, mặt trăng, các ngôi sao đến trái đất đều vô thường.

Trong thiên nhiên khoáng vật, thực vật và động vật đều vô thường, đất lở đá mòn, cây cối mọc rồi tàn lụi, động vật sinh rồi tử.

Con người cũng vậy, phần thân xác đổi thay từng giây phút, tế bào hữu cơ sinh rồi chết, phần tâm linh vui buồn sướng khổ nối theo nhau, nỗi khổ nguôi ngoai, cuộc vui tàn dần, tất cả đều là lẽ tự nhiên trong kiếp người sống ở thế gian.

Trước hiện tượng vô thường trong cuộc sống, con người cảm thấy khổ nhiều hơn vui, phiền não nhiều hơn hân hoan. Dân gian phàn nàn tình đời đổi trắng thay đen, cảnh đời dâu bể đa đoan. Người đa sầu đa cảm thấy buồn khi nhìn bông hoa sớm nở tối tàn. Thi sĩ Trần Tế Xương nhìn khúc sông bên lở bên bồi đã có những vần thơ cảm tác tuyệt vời:

Sông kia nay đã nên đồng,
Chỗ làm nhà cửa, chỗ trồng ngô khoai.
Đêm nghe tiếng ếch bên tai
Giật mình chợt tưởng tiếng ai gọi đò.

Thi sĩ đã *giật mình* nhớ đến tiếng gọi đò sang ngang năm xưa. Khi thấy cảnh đất bồi có nhà cửa, bãi ngô vườn khoai. Hiện tượng vô thường của ngoại cảnh có tác động đến vô thức nói lên cảm xúc trong tâm thức tác giả được diễn tả ở sự *giật mình nhớ đến tiếng gọi đò.* Dĩ nhiên thi sĩ là người đã nhìn quen cảnh bến đò năm xưa nên mới có cảm xúc như vậy, một em nhỏ mới lớn lên không có cảm xúc này, rất có thể lại vui mừng khi ngô khoai thu hoạch trúng mùa, gia đình em sẽ sung túc hơn. Cùng một hiện tượng vô thường đã gây nên hai niềm cảm xúc khác nhau, nổi tưởng nhớ của thi sĩ và niềm vui của em nhỏ.

Nổi tưởng nhớ của thi sĩ có nguyên do tâm lý như sau: Vốn thuộc giới khoa bảng Hán học, thi sĩ cảm xúc trước cảnh người Pháp sang đô hộ nước ta. Sự vô thường về tình cảnh đất nước dẫn đến mối cảm xúc vì sự vô thường của khúc sông bên lở bên bồi.

Quán vô thường người thiện học thấy hiện tượng đổi thay chỉ là lẽ đương nhiên của sự vật, là lẽ sống của con người. Nỗi tưởng nhớ u buồn hay niềm vui hớn hở là do ở tâm con người. Như vậy nói vô thường gây nên cảnh đau khổ là không đúng, thực ra vô thường đem đến đau khổ hay vui mừng là tùy ở tâm người sống trước hiện tượng vô thường. Hiện tượng vô thường không có sẵn tánh đau khổ hay vui mừng để đem đến cho ai.

Trong cuộc sống thực tế hằng ngày biết bao nhiêu hiện tượng vô thường đã đem đến vui mừng sung sướng trong mọi lãnh vực sinh hoạt khác nhau, từ phạm vi cá nhân đến tập thể cộng đồng. Một em bé ra đời, cặp vợ chồng trẻ vui mừng lên chức làm cha làm mẹ. Ông già trồng cây cảnh hân hoan nhìn hoa nở đẹp. Một phát minh khoa học cung ứng thêm cho loài người tiện nghi liên lạc như điện thoại cầm tay. Nông dân nhìn cánh đồng mạ xanh đến mùa gặt đã thành cánh đồng lúa vàng. Một chế độ độc tài chuyên chế sụp đổ làm dân chúng mừng rỡ. Cho đến toàn thể nhân loại có nền văn minh tiến bộ nói chung cũng đều là hiện tượng vô thường. Ngay trong việc tu tập, sám hối dứt bỏ điều tội lỗi và tăng trưởng đạo hạnh cũng là hiện tượng vô thường.

Trường hợp *cảnh dẫn tâm*, ở đây hiểu là *vọng tâm* chịu ảnh hưởng tác động của ngoại cảnh, dẫn đến hậu quả cảnh vô thường làm cho tâm vô thường, luôn luôn vọng động chao đảo, không có an định nên tuệ giác không hiển lộ làm cho con người si mê dễ lạc vào vòng tội lỗi. Phật học nói *tâm viên ý mã,* có nghĩa tâm ý không yên như khỉ vượn nhảy lung tung, như ngựa chạy lăng xăng để chỉ trường hợp cảnh dẫn tâm. Người thiện học tỏ rõ *vạn pháp duy tâm tạo,* vui buồn sướng khổ đều do tâm mình tạo ra, con người cần tự làm chủ mình, đừng làm nô lệ cho ngoại cảnh hiện tượng vô thường.

Tự làm chủ mình là trường hợp *tâm dẫn cảnh,* ở đây hiểu là *chánh tâm* luôn luôn đóng vai chủ động, không chịu ảnh hưởng tác động của ngoại cảnh. Chân tâm an định giữ nguyên bản thể thanh tịnh nên tuệ giác hiển lộ làm cho con người sáng suốt đi theo chánh pháp. Về mặt tu tập, cần tùy duyên ứng dụng vào hai trường hợp trước cảnh vô thường trong cuộc sống hằng ngày:

Thấy không như ý, cảm thấy buồn khổ thì quán lý vô thường nhận thấy cảnh vô thường đó sẽ đổi thay. Hơn nữa, tự cảnh vô thường đó chỉ là lẽ đương nhiên như vậy, vui buồn là do tại tâm mình, nỗi buồn khổ hiện đang cảm thấy là do mình tự tạo nên, cần hóa giải là tan hết ngay. Một trường hợp điển hình có hai người sống chung một gia đình bất hòa gây buồn khổ, tức giận cho nhau. Người quán lý vô thường nhận thấy sự bất hòa thế nào cũng thay đổi, không có tính cách thường trực mãi mãi, thời gian sẽ xoa dịu làm lành tất cả vết thương. Quán sâu hơn nhận thấy cần nương theo thời gian làm cho vết thương mau lành hơn bằng sám hối xem nguyên do bất hòa tự ở đâu, tại mình hay tại người thân, tại mình thì làm lành xin lỗi, tại người thì bao dung tha thứ nghĩ rằng ai chả có lúc phạm lỗi lầm, người cũng như mình. Quán càng sâu, quán càng lâu thì vết thương càng lành hẳn một cách chắc chắn.

Thấy như ý, cảm thấy vui mừng cũng quán lý vô thường nhận thấy cảnh vô thường đó sẽ đổi thay. Đó là lẽ đương nhiên như trường hợp cảm thấy buồn khổ vừa nói ở trên. Trong một gia đình mọi người thấy an vui hạnh phúc. Người quán lý vô thường nhận thấy niềm hạnh phúc nào cũng đổi thay làm cho kẻ đang thụ hưởng thấy luyến tiếc. Quán sâu hơn nhận thấy cần nương theo thời gian vun bồi cho mức độ an vui không tăng thêm thì cũng đừng để cho sút giảm. Hạnh phúc là pháp duyên sinh ắt sẽ biến đổi vô thường, không có thứ hạnh phúc nào thường hằng vĩnh cửu. Con sông luôn luôn có nước trôi đi và có nước đổ về, không có nước đổ về sông sẽ cạn. Tiền trong quỹ chi ra cần có khoản nhập vào, nếu không có khoản nhập vào quỹ sẽ hết. Vườn cây đang có hoa đẹp không chăm tưới bón sẽ không còn hoa nở tiếp tục thay thế cho hoa tàn rụng... Có rất nhiều trường hợp cụ thể chứng minh cảnh hài lòng vô thường cần phải bảo vệ duy trì, nếu không sẽ đương nhiên chấm dứt. Tâm lý phàm nhân thường quên lý vô thường trong cảnh hài lòng như ý, thường nghĩ sai lầm rằng đã vui mừng như ý rồi thì an hưởng dài lâu, không cần phải bảo vệ vun bồi miễn là đừng có tự phá đi là đã đủ. Đây là một ngộ nhận lớn lao về lý vô thường. Ngay như việc học văn chương hay võ nghệ, việc tu đạo cũng vậy. Văn không ôn, võ không luyện, hành trì đạo pháp không tinh tấn chuyên cần thế tất trình độ đã gặt hái được sẽ giảm sút dần dần.

Vô ngã

Vô thường là luôn luôn thay đổi, không cố định ở yên một hình tướng nào, một tình trạng hay sắc thái nào. Sự không cố định này là *vô ngã*, không có tự ngã. Cái gọi là *ngã* hay *hữu ngã* do đặt tên để gọi nên mới có, thực ra không có nó, đó chỉ là *giả danh.* Vô ngã là vô thường và vô thường là vô ngã theo lý tương tức tương nhập. Quán theo chiều dọc thời gian thì thấy pháp vô thường, quán theo chiều ngang không gian thì thấy pháp vô ngã. Cả hai đều là *pháp duyên sinh.*

Dẫn chứng một trường hợp cụ thể: Cái cây. Nhìn thường thì cái cây có tình trạng đứng yên, không có gì chuyển động thay đổi. Khi quán theo thời gian thì thấy cái cây lúc nào cũng đang mọc thêm hay tàn lụi, nghĩa là luôn

luôn thay đổi một cách liên tục. Đó là *vô thường*. Khi quán theo không gian, cái mà gọi tên là *cái cây* thực ra không có, chỉ có một hệ thống tổng hợp nhiều thành tố hội lại gồm có gốc rễ, cành lá, hoa trái. Tên gọi là *cái cây* chỉ là giả danh cần đặt ra để gọi hệ thống tổng hợp những thành tố vừa kể. Trường hợp quán cái lá cũng vậy, chỉ là giả danh để gọi hệ thống tổng hợp các tế bào thực vật đã hình thành ra cái lá. Đó là *vô ngã.*

Quán ngay con người cũng dẫn đến vô ngã. Phần thân xác chỉ là giả danh để gọi hệ thống tổng hợp các bộ phận cơ thể. Phần tinh thần chỉ là giả danh để gọi hệ thống tình cảm, ý niệm, tư tưởng.

Trong sinh hoạt hằng ngày những từ ngữ *tôi* hay *ta* chỉ là giả danh, là vọng ngã mà phàm nhân cứ tưởng là có thật và thường hằng.

Niết-bàn tịch diệt

Quán pháp vô thường, quán pháp vô ngã thì thấy tự tánh của vạn pháp là *không.* Không là *tịch diệt,* là vắng lặng, chấm dứt tất cả mọi vọng động. Tịch diệt chính là *Niết-bàn. Vô thường* và *vô ngã* thuộc phạm vi *pháp tướng,* phạm vi hiện tượng. *Không* hay *Niết-bàn tịch diệt* thuộc phạm vi *pháp tánh,* phạm vi bản thể. Quán vô thường, vô ngã dẫn đến thực chứng Niết-bàn tịch diệt, nói cách khác là nương theo pháp tướng để hội nhập vào pháp tánh, chữ Hán nói ngắn gọn hơn *Tùng tướng nhập tánh.* Tóm lại, theo lý tương tức tương nhập Vô thường, Vô ngã và Niết-bàn tịch diệt tuy gọi là Tam Pháp Ấn nhưng chỉ là *Một.* Kinh Tạp-A-Hàm có nói:

Nhất thiết hành vô thường,
Nhất thiết pháp vô ngã,
Niết-bàn tịch diệt.

Diễn nghĩa: Hết tất cả mọi hiện tượng trong tâm thức đều vô thường, hết tất cả mọi pháp đều vô ngã, như vậy tự tánh của mọi pháp là Niết-bàn tịch diệt, là không.

Chú ý: Từ ngữ *nhập* khi nói nhập Niết-bàn, nhập diệt có nghĩa đen là *vào,* trái với *xuất* là *ra* như thường nghe thấy xuất kho, nhập kho, xuất cảng, nhập cảng... Hiểu theo nghĩa đen cụ thể có hai vị trí khác nhau, một vị trí ở ngoài và một vị trí ở trong, hiểu như vậy là đúng trong không gian vũ trụ. Hiểu như vậy trong trường hợp nói nhập Niết-bàn, nhập diệt là điều ngộ nhận vì lý do tâm giới con người không có hai vị trí khác nhau như trong không gian. *Nhập* cần hiểu theo nghĩa bóng là hội nhập, chứng nhập, hòa nhập, nói nôm na dễ hiểu hơn là *chuyển hóa thành,* không có sự thay thế đổi cái này lấy cái khác, di chuyển từ vị trí này sang vị trí khác. Hiểu với nghĩa bóng là đúng với từ ngữ *Hiện Pháp Niết-bàn* một pháp *có ngay ở đây và bây giờ,* không phải đi tìm kiếm đâu xa, có ngay trong tâm giới con người thì làm gì có nhập với xuất hiểu theo nghĩa đen. Niết-bàn là tự tánh có sẵn trong tâm giới, người phàm không hiểu nên tưởng Niết-bàn là cõi giới cao xa ngoài tầm tay với của con người. Niết-bàn tịch diệt là chấm dứt, dập tắt hết ý niệm thường và ngã, luôn cả ý niệm vô thường và vô ngã. Tại sao? Xin thưa: Vô thường và Vô ngã là *phương tiện* dùng để đối trị với Thường và Ngã, để diệt khổ, diệt vô minh. Sau khi đạt đến cứu cánh thực chứng Niết-bàn, mọi phương tiện không còn cần đến nữa. Khi qua sông từ bến Mê đến bến Giác cần có con đò, khi cặp bến Giác cần rời con đò. Chấp vô thường, chấp vô ngã cũng như chấp thường chấp ngã đều là trở ngại cho sự thực chứng hiện pháp Niết-bàn. Mới xuống đò đang còn ở giữa ngang sông hay cặp bến Giác mà không chịu rời con đò là chưa phải thực chứng Niết-bàn tịch diệt.

2 TAM GIẢI THOÁT MÔN

Tam Giải Thoát môn là ba cánh cửa cần mở ra để giải thoát, diễn nôm là Ba Cửa Giải Thoát, một tên gọi khác là *Tam Tam Muội,* ba pháp Tam Muội (Samadhi). Tam Giải Thoát Môn gồm có Không môn, Vô tướng môn và Vô tác môn, tương đương với Tam Tam Muội gồm có Không tam muội, Vô tướng tam muội và Vô tác tam muội.

Tam Pháp Ấn và Tam Giải Thoát môn có liên quan đến nhau như bóng với hình, người thiện học cần tỏ rõ cả hai mới hữu ích, nhất là về mặt thực hành quán tưởng.

Không môn

Không môn, Phật môn, Thiền môn hay nôm na là cửa Không, cửa Phật, cửa Thiền là những từ ngữ quen thuộc thường hiểu có nội dung tương tự như nhau. *Không môn* nói ở đây cần hiểu thông suốt hơn trong việc quán tưởng. Từ ngữ *không* là biểu tượng cốt lõi của đạo Phật, là cứu cánh của công phu hành trì đạo pháp. Chưa hiểu từ ngữ *không* coi như chưa hiểu gì về đạo Phật.

Phàm nhân thấy vạn pháp là thường, có ngã vì vô minh và tham dục, phàm nhân còn chìm đắm trong dục giới và sắc giới. Khi quán thấy vạn pháp vô thường, vô ngã là đã rời dục giới và sắc giới, nhưng người này vẫn chưa giải thoát khỏi vô sắc giới. Khi hoàn toàn giải thoát cả tam giới là dục giới, sắc giới và vô sắc giới, người này mới thực chứng Hiện Pháp Niết-bàn tịch diệt, rời bỏ cả *thường* lẫn *vô thường*, cả *ngã* lẫn *vô ngã*. Hiện pháp Niết-bàn tịch diệt là Không môn trong Tam Giải Thoát môn. Không môn còn được diễn tả bằng những từ ngữ khác tùy theo trường hợp sử dụng như cõi Tịnh Độ, cõi Hư Vô, cõi Tịch Diệt.

Vô tướng môn

Khi người hành trì đạo pháp đã rời dục giới và sắc giới, đã quán thấy vạn pháp vô thường vô ngã, người này thấy vạn pháp là *vô tướng*. Phật học gọi là *ly tướng,* rời khỏi tướng, không còn bị tướng của vạn pháp làm cho mê mờ tham đắm nữa. Nói cách khác theo lối ẩn dụ: Khi đứng trước Không môn còn khóa kín, phàm nhân thấy vạn pháp là *thường* và *có ngã*. Khi tu đạo mở được cửa Không, người này thấy vạn pháp là *vô thường vô ngã* và đứng trước Vô tướng môn, cửa này còn khóa kín. Tại sao đã qua được Không môn, nghĩa là đã quán thông lý vô thường, vô ngã mà còn có Vô tướng môn khóa kín chặn đường đi? Xin thưa: Qua được Không môn là mới phá được chấp thường, chấp ngã, *chưa hoàn toàn là ly tướng,* không thấy có tướng gì nữa, rất có thể người phá được chấp thường, chấp ngã lại rơi vào chấp vô thường, vô ngã vì lý do kiêu thượng mạn, mới chứng đạo pháp một chút đã tự kiêu tự mãn cho là đã chứng đầy đủ hoàn toàn. Đó là lý do cần có Vô tướng môn, người tu đạo mở được và đi qua cửa này mới thực chứng vô tướng một cách viên mãn, nghĩa là phá luôn cả chấp vô thường, chấp vô ngã.

Kinh Kim Cang có nói: *Phàm sở hữu tướng, giai thị hư vọng, nhược kiến chư tướng phi tướng tức kiến Như Lai.* Diễn nghĩa: Hễ cái gì có tướng thì cái đó là hư dối, nếu thấy ở các tướng thực ra không có tướng gì cả như vậy là thấy được Như Lai. Kinh này xác định: *Ly nhất thiết chư tướng tức danh chư Phật.* Diễn nghĩa: Rời xa tất cả hết mọi tướng là xứng đáng với danh chư Phật.

Vô tác môn

Bước qua Không môn là giải thoát khỏi vọng tưởng, thấy tự tánh vạn pháp là *không*. Đây là Không đế hay Chân đế nói về pháp tánh. Bước qua Vô tướng môn là giải thoát, xa lìa hết mọi tướng, không còn rơi vào chấp tướng *không*, hiểu là *ngoan không,* nghĩa là còn chấp vô thường, chấp vô ngã. Xa lìa hết mọi tướng mới là *chân không.* Quán vô tướng là Giả đế hay Tục đế nói về pháp tướng. Đến cửa *Vô tác* là sang phần *diệu dụng,* đây là Trung đế nói về phương tiện ứng xử, không phải *có* mà cũng không phải *không*. Ba cửa giải thoát tương ứng với Tam Đế là Chân đế, Giả đế và Trung đế. *Vô tác* còn gọi là *Vô nguyện,* có nghĩa không có đối tượng để theo đuổi vì lý do tâm đã tịch diệt thực chứng Hiện pháp Niết-bàn.

Theo từ ngữ, Vô tác là không có làm, Vô nguyện là không có trông mong. Sự hiểu theo từ ngữ dễ gây ngộ nhận cho rằng một khi bước qua của Vô tác là hoàn toàn giải thoát, không làm gì nữa, không có ước nguyện gì nữa, sống như vô tri không có liên hệ gì đến nhân quần xã hội hiện là môi trường trong đó mình đang sống. Vô tác khác hẳn với vô tri, trường hợp *vô tác* ở đây cần hiểu là thực chứng Vô tướng nên hiện đang làm điều gì cũng không cảm nhận thấy việc mình đang làm. Đây là trường hợp chư Bồ-tát, chư Phật đã giải thoát hoàn toàn, tâm tịch diệt không vướng mắc vào bất cứ tướng gì. không trụ vào lục trần gồm có sắc, thanh, hương, vị, xúc và pháp. Chư Bồ-tát, chư Phật làm việc cứu độ chúng sanh mà không thấy có việc cứu độ, không thấy có chúng sanh được độ. Cứu độ mà không thấy cứu độ nên mới gọi là *vô tác*. Kinh Kim Cang nói: *Ưng vô sở trụ nhi sinh kỳ tâm.* Diễn nghĩa: Khi không còn trụ vào tướng nào nữa thì nẩy sinh ra tâm Bồ Đề, tâm vô trụ. Ở đây có thể nói: *Qua cửa Vô tác là phát tâm vô trụ, tâm Bồ Đề.* Chính vì lý do đã qua cửa Vô tác nên có sự kiện sau khi đắc pháp dưới cây Bồ Đề và đi thuyết pháp suốt đời để cứu độ chúng sanh, Đức Phật nói không có đắc một mảy may pháp nào và không có thuyết pháp.

KẾT LUẬN

Kết luận về Tam Pháp Ấn và Tam Giải Thoát môn có nhận xét chung: Niết-bàn tịch diệt trong Tam Pháp Ấn và Không môn trong Tam Giải Thoát Môn là *một,* cùng nói đến tự tánh của vạn pháp là *không.* Đây là cốt lõi đạo Phật, bao trùm toàn phần giáo lý và tu chứng cũng như hoằng pháp, có trong tất cả các tông phái. Tam Pháp Ấn dẫn từ tướng vô thường, vô ngã đến tánh Niết-bàn tịch diệt. Tam Giải Pháp Môn dẫn từ Tánh không đến Vô tướng, Vô tác. Tướng thuộc về Sắc, tánh thuộc về Không. Bát-nhã Tâm Kinh có nói: **Sắc bất dị không, không bất dị sắc. Sắc tức thị không, không tức thị sắc.**

Diễn nghĩa: *Sắc chẳng khác Không, Không chẳng khác Sắc. Sắc chính là Không, Không chính là Sắc.* Kinh này xác nhận: Chiếu kiến ngũ uẩn giai không, độ nhất thiết khổ ách. Diễn nghĩa: *Soi tỏ ngũ uẩn đều là không thì qua khỏi được hết tất cả mọi khổ ách.* Đó chính là giải thoát.

15 QUÁN MỘT CHỮ

Trong pháp giới vô biên có thiên hình vạn trạng sắc tướng, người tu học phát nguyện tâm thành ý định đến mức độ nào chăng nữa cũng khó tránh được sự lạc lõng bơ vơ như người đi tìm một cái gì mà chưa biết ở đâu, như kẻ lang thang trong rừng chỉ nhìn thấy cây mà không thấy rừng ở đâu. Đó là tâm thức thường trải qua đối với người đang tinh tấn cất bước trên con đường dài, con đường Giải Thoát dẫn đến mục tiêu Chứng Ngộ Chân Như.

Một nhóm đạo lữ đồng tu thường trao đổi chỉ dẫn cho nhau những điều lý giải và kinh nghiệm hành trì. Trong một buổi pháp đàm thân mật cởi mở, mọi người coi nhau như con một nhà, cùng là con Phật, một đề nghị nêu lên: Mỗi người duyệt lại hành trình đã qua, gian nan đã vượt khỏi cũng như quả phúc đã từng thọ hưởng hãy tự chọn đưa trình với đồng đạo ***một chữ*** để quán, coi như tạm kết một chặng đường. Tất cả đều hoan hỷ tán thành, sau đây lần lượt ghi lại thành tích tạm thời:

PHẬT: Phật là bậc Đại Giác, Chánh Giác, Viên Giác... Pháp quán này nhằm soi tỏ vạn pháp như thực, Chứng Ngộ Chân Như Tự Tại.

TÂM: Đây là pháp nội quán nhằm tự soi tỏ tâm mình, thấy rõ phần Chân Tịnh và phần Vọng Động, ngõ hầu tiến tới trừ tà hiển chánh.

KHÔNG: Đây là pháp quán nhằm soi tỏ bản thể pháp tánh là Không, là Chân Không. Hình sắc pháp tướng do ngũ uẩn cảm nhận chỉ là Giả Hữu, không phải Thắng Nghĩa Đế chân thực. Cũng đừng nhầm lẫn Chân Không còn gọi là Nguyên Không với Ngoan Không, cái Không Trống Rỗng không có gì.

VÔ: Đây là pháp quán có phạm trù rộng lớn tùy theo mục tiêu nhằm tới để soi tỏ, người hành trì nói chung đều có thể đạt tới sự không còn chấp thủ, sự phá chấp một đối thể nào đó. Vô ngã dẫn đến không còn chấp ngã. Vô pháp dẫn đến không còn chấp pháp. Vô tướng dẫn đến không còn chấp vào pháp tướng, dẫn đến ly tướng, theo tướng để dùng làm phương tiện đi đến tánh rồi xa lìa tướng. Vô niệm dẫn đến không niệm mà vẫn như có niệm. Vô học dẫn đến không cần đến học mà vẫn như có học, thông suốt vạn pháp. Vô tác dẫn đến vẫn hành động mà không có tác nghiệp. Vô trụ dẫn đến vô phân biệt, dẫn đến sinh tâm Bồ-đề... Pháp quán này dẫn đến Tứ vô lượng tâm, đến lòng Từ vô duyên.

TÙY: Đây là pháp quán diệu ứng pháp dụng, tùy duyên tùy thuận, tùy theo thời thế cảnh ngộ mà ứng biến cho thích hợp, ngõ hầu đạt tới cứu cánh bất biến của chánh pháp. Tùy là phá chấp, không có biên kiến, thiên kiến, định kiến, tà kiến. Tùy là giữ vững chánh kiến, chánh tư duy, đi đúng chánh đạo thích hợp với mục tiêu hữu ích trong thực tế, không thái quá không bất cập trong đạo xử thế.

DIỆT: Đây là pháp quán nội tâm hướng đến tĩnh tịch, diệt trừ hết vọng động từ thô đến tế. Pháp quán cao diệu này nhằm tới hiện chứng Niết-bàn ngay trong đời sống thế tục đầy đảo điên, phiền não.

Còn một vài chữ nữa đưa ra, nhưng thiết nghĩ như trên liệt kê đã tạm đủ, không cần nói tiếp nữa.

NHẬN ĐỊNH

Đức Phật là bậc Đạo Sư chỉ bày cho chúng sanh mê lầm lạc lối rất nhiều con đường khác nhau tùy theo nghiệp căn, nghiệp chướng của mỗi chúng sanh có vọng tâm dung tục. Tất cả những con đường được chỉ bày lưu lại hậu thế ở Kinh tạng đều theo một hướng Giải Thoát khỏi đau khổ tội lỗi, tiến tới Giác Ngộ, tự giác tự độ và giác tha độ tha. Đức Phật cũng như bậc Dược Vương kê toa thuốc trị bệnh cho chúng sanh trong cõi Ta Bà. Có nhiều toa thuốc khác nhau tùy theo bệnh căn, bệnh trạng của mỗi chúng sanh, nhưng tất cả các toa thuốc được kê ra đều theo một mục đích là trị lành bệnh cho chúng sanh.

Người thiện học khéo tu phải nhận thấy điều ấy. Nhiều con đường khác nhau, nhiều toa thuốc khác nhau là lẽ đương nhiên của phép chỉ đường của bậc Đạo Sư đại giác, phép trị bệnh của bậc Dược Vương đại trí.

Về mặt tìm hiểu Giáo lý, mỗi chúng sanh lầm đường lạc lối không cần thiết phải biết hết thảy mọi con đường thoát khổ mà chỉ cần chọn một con đường thích hợp với riêng cá nhân mình hơn cả, giống như con bệnh chỉ cần đến một toa thuốc là khỏi bệnh, không cần dùng đến tất cả các toa thuốc của vị thầy thuốc đã kê ra cho giới bệnh nhân, cần phải nhớ câu ***bệnh nào thuốc ấy***.

Về mặt hành trì, mỗi chúng sanh cần phải hiểu rõ tình trạng mê đường lạc lối của mình, ngõ hầu mới chọn được con đường gần nhất, dễ vượt qua nhất để ra khỏi vòng u mê chướng ngại. Cũng như con bệnh cần phải thấu rõ bệnh căn, bệnh lý của mình trong khi dùng toa thuốc đã được vị thầy thuốc kê cho thì con bệnh dễ được trị lành một cách nhanh chóng hơn.

Chỉ đường, kê toa thuốc là Phật độ. Biết mình lạc lối đang tìm đường thoát thân, biết mình mắc bệnh ra sao để dùng thuốc, biết liên hệ nghiệp lực và tâm lực của mình, cảnh dẫn tâm hay tâm dẫn cảnh ra sao để chọn một chữ mà quán tưởng, quán niệm là tự giác tự độ. Đó là kết luận đề tài Quán Một Chữ.

Đố Ai...

Đố ai bắt gió đứng yên,
Vớt trăng dưới nước để lên trên bờ,
Bắt chim ngưng hót thôi đùa
Để Ta to nhỏ chuyện trò với Trăng?
Đố ai đức trí tài năng
Dỗ sao chị Nguyệt hé răng mỉm cười?
Đố ai lên hỏi ông Trời
Ai là soạn giả tuồng đời trần gian?
Diễn viên vinh nhục, hợp tan
Đến lúc hạ màn ai kẻ an vui?

CHÚ THÍCH

Tựa đề Đố Ai kể ra mấy việc không ai làm được, ra ngoài phạm vi khả thi của con người. Nội dung bài thơ hàm ý nói con người có tâm phàm phu thường sống với vọng thức, tham cầu, mơ những việc không tưởng giả hữu trong kiếp sống thế gian. Người tỉnh thức biết nội quán tự vấn sẽ tìm thấy câu giải đáp: Trên sân khấu tuồng đời, diễn viên đóng vai gì cũng là giả tạm nhất thời. Đến lúc tan vở tuồng hạ màn, người nào thấy tâm an vui mới là cảnh thực an lạc thường hằng. An vui hay không là ở tự mình, không phải ở tại vai trò đóng trên sân khấu khi trình diễn tuồng đời.

Đây là trường hợp diễn tiến quán một chữ **BẤT**, đi từ chỗ không tin vào giả tướng, vinh nhục, hợp tan trong cuộc sống thế gian, để đi đến chỗ tin vào chân tướng, bản tánh là sự an vui trong tâm khi đã chứng ngộ lẽ vô thường, vô ngã.

16 HOA VỚI ÔNG GIÀ QUÉT RÁC

Riêng tặng bạn họ Mai đã khuyên viết về Phật học sao cho hấp dẫn, bớt khô khan mới lôi cuốn được người đọc.

Đang nở Hoa là hoa,
Lúc tàn Hoa là rác
Khi cánh rơi lác đác
Theo gió bay gần xa!

Hoa nở ai cũng yêu
Sắc hương khen đẹp tuyệt!
Hoa tàn ai thương tiếc
Mặc làn gió cuốn theo!

Nỗi buồn thoảng nhẹ lan
Bâng khuâng đi vun quét,
Hỏi cùng ai thương tiếc
Không muốn thấy hoa tàn?

Hoa ơi! Chớ buồn thương
Mặc đời bao thay đổi,
Giữ lòng không bối rối
Trước đối cảnh Vô thường!

Ông ơi! Hoa không kiêu
Khi tuôn hương phô sắc,
Không buồn khi là rác
Gió thổi cánh bay theo!

Hoa đẹp? Tại NGƯỜI khen
Hoa tàn? Tại NGƯỜI tiếc,
Tự Hoa, Hoa không biết
Kiêu hãnh lẫn ưu phiền!

Khi nở vui chào đời,
Khi tàn vui trọn kiếp,
Phô sắc hương mãn nghiệp
Lòng Thanh Tịnh thảnh thơi!

DẪN GIẢI

Đây là bài thơ có nội dung xúc cảnh sinh tình rồi nội quán, tác giả tự phân làm hai bên đối thoại, một bên là Hoa một bên là Ông già quét rác. Hình thức gọi là đối thoại nhưng nội dung là tự mình nói với mình, tự giác tự thức trong khi nội quán.

Xúc cảnh sinh tình

Phần đầu gồm có ba đoạn diễn tả cảm tác của tác giả xúc cảnh sinh tình khi vun quét những cánh hoa tàn rụng. Đây là cảm hứng của nhà thơ phần nào có tính cách ước lệ, xúc động trước cảnh đời vô thường: Công danh, quyền thế, địa vị cao sang cũng như hương sắc bông hoa, có nở thì có tàn. Khi nở thì nhân tình phù thịnh khen đẹp khen thơm, khi tàn trở thành rác thì mọi người lạnh nhạt lãng quên. Hai câu mở đầu đã khẳng định nhân tình thế thái trước đối cảnh Vô thường, thậm chí danh xưng cũng đổi thay, lúc nở gọi là HOA lúc tàn gọi là RÁC. Âm thanh của hai từ ngữ từ trầm chuyển ra bổng, từ thanh bằng ra thanh trắc, diễn tả hai ý đối nhau làm người nghe cảm thấy như phũ phàng khắc nghiệt. Đó là sự thực, là thực tế trong cuộc sống nhân sinh không thể phủ nhận được. Nỗi buồn bâng khuâng thoảng nhẹ là như thế! Tình do đối cảnh làm nẩy sinh ra.

Nội quán

Trồng hoa cho đẹp nhà đã thành một tập quán thông thường. Thưởng hoa thì nhiều người thích mà cắt hoa tàn quét hoa rụng thì ít người ưa. Đó là lẽ tự nhiên ở thế gian. Ông già có thói quen quét dọn sân vườn, trong thời gian đầu thấy việc làm là mối bận tâm mất thì giờ, nhất là khi có gió to hoa giấy rụng nhiều nay vừa quét sạch mai đã đỏ ngập cả sân vườn. Nhẩn nha ông tự tìm cho mình lối thoát, quán chiếu cảnh quét hoa tàn rụng nhận thức ra lý Vô thường trong Vạn pháp: Hoa sớm nở tối tàn, bèo mây khi hợp khi tan cũng như cảnh đổi thay dâu biển, biển dâu liên tục vô cùng. Đó là lý đương nhiên trong trời đất cổ kim. Nghĩ thế, Ông già có lời nhắn nhủ khuyên HOA chớ có buồn thương khi nhận thức ra lúc đã tàn rụng thấy nhân mạng mình là RÁC, không còn ai gọi là Hoa nữa. Bốn câu thơ khuyên nhủ Hoa chính là lời Ông già tự khuyên nhủ khi nội quán nhận thấy mình tuổi đã già, đất gần mà trời xa, đã hết thời cường kiện dũng mãnh, dọc ngang vùng vẫy như hồi trai tráng. Đây là nội dung đoạn thơ thứ tư, mở đầu cho phần Nội quán, tự Tâm quan sát Tâm, hành giả đã rời Cảnh.

Kế đến là ba đoạn chót của bài thơ và là phần quan trọng nhất trong nội dung toàn bài. Sau khi nghe Ông già khuyên nhủ, Hoa nhẹ nhàng tỉ tê như lời tự bạch phát xuất tự thâm tâm, tự bản thể bẩm sanh hay nói theo thuật ngữ Phật học là phát xuất từ tự tánh Không của Hoa. Nói cách khác, đây chính là lời Ông già bừng tỉnh khi tự giác tự ngộ nhận ra Bản lai diện mục của mình, nói theo thuật ngữ nhà Thiền đó là nhận thức của Ông già khi xuất nhập từ Dục giới vào Sắc giới rồi từ Sắc giới chợt thấy đường vào Vô sắc giới.

Lời khuyên nhủ của Ông già nói với Hoa cho biết tâm thức của hành giả quán chiếu và thực chứng lý Vô thường nhưng Tâm còn buồn còn thương trước đối cảnh Hoa tàn rụng. Tâm thức Ông già vẫn còn vương mắc mê lầm trong Dục giới và Sắc giới.

Lời tự bạch của Hoa nói để Ông già nghe cho biết tâm thức của hành giả chợt tỉnh giác nhận ra lối vào Vô sắc giới: Hoa có tự tánh Không nên không kiêu hãnh cũng không ưu phiền. Khen hoa có hương thơm sắc đẹp cũng như thương tiếc hoa khi tàn rụng là tại Tâm của NGƯỜI thưởng hoa. Đã gọi là thưởng hoa thời còn vương mắc mê lầm của Vọng duyên Giả tướng, còn quanh quẩn trong Trần Cảnh ở Dục giới và Sắc giới. Lời tự bạch của Hoa kết thúc ở đoạn thơ chót cùng cho biết tâm thức của hành giả chợt chứng chợt ngộ: Đã mang thân mạng là Hoa, nghiệp thế gian của Hoa là phô sắc phô hương. Đã có thân mạng tất có thọ nghiệp: Cung cấp lúa gạo là thọ nghiệp của cây lúa, hót líu lo là thọ nghiệp của hoàng oanh, cũng như săn sóc bệnh nhân là thọ nghiệp của người thầy thuốc. Đó là lý Nhân Quả Nghiệp Báo thường hằng bất biến. Hoa nở chào đời là bắt tay vào việc thọ nghiệp thế gian, Hoa tàn rụng là mãn nghiệp thế gian. Chứng ngộ được sự thọ nghiệp thế gian, lòng Hoa trở nên Thanh tịnh thảnh thơi, tiến một bước dài trên đường Giải thoát.

KẾT LUẬN

Chào đời bằng tiếng khóc như hài nhi vừa lọt lòng mẹ sinh ra. Quán chiếu được Cảnh Thế Gian là thọ nghiệp chúng sanh thời suốt đời tâm Thanh Tịnh thảnh thơi. Theo thuật ngữ nhà Thiền là trước Đối Cảnh giữ được Tâm vô Nhiễm, đó là Giải Thoát khỏi Trần lao trong khi vẫn hòa nhập vui cùng Thế Gian.

17 TỪ LỜI KINH ĐẾN Ý KINH

Sự đọc tụng lời kinh nhằm mục đích hiểu biết ý kinh. Lời kinh diễn tả ở tiếng nói hay chữ viết là **phương tiện** truyền thông đem ý kinh tức ý Phật truyền dạy Chánh pháp cho đệ tử chúng sanh. Ý kinh tức Chánh pháp là **cứu cánh** việc đọc tụng lời kinh. Ẩn dụ *Ngón tay chỉ mặt trăng* dẫn giải sự phân biệt lời kinh với ý kinh: Phật dùng ngón tay chỉ mặt trăng cho đệ tử chúng sanh nhìn. Ngón tay là phương tiện, là lời kinh để lại cho hậu thế. Mặt trăng là đối tượng việc chỉ cho nhìn, là dụng tâm cứu độ của Đức Phật. Việc nhận thấy mặt trăng là cứu cánh việc nhìn của đệ tử chúng sanh. Người sáng suốt nhìn thấy mặt trăng, nghĩa là tiếp nhận được Chánh pháp do Phật truyền cho; người mê mờ lại chú tâm vào ngón tay của Phật dù với tất cả tấm lòng kính tín, tin rằng ngón tay của Phật tức lời kinh là Chánh pháp được Phật truyền cho. Ẩn dụ này chỉ dẫn cho người đọc tụng kinh Phật *cần nương theo lời kinh để nhận thức ra ý kinh,* nhờ phương tiện ngôn ngữ văn tự để hội nhập Chánh pháp.

Một ẩn dụ khác dẫn giải nội dung tương tự, đó là lời khuyến tu *Qua sông hãy bỏ bè lại.* Con sông là sự ngăn cách hai bên bờ làm cho không thông nhau. Bờ bên này gọi là Bờ Mê tiêu biểu cho chỗ đứng của người còn vô minh mê muội chưa nhận ra Chân lý. Bờ bên kia gọi là Bến Giác tiêu biểu cho chỗ đứng của người giác ngộ thông hiểu Chân lý. Cái bè chở người qua sông từ Bờ Mê sang đến Bến Giác tiêu biểu cho các pháp môn hành giả đã tín giải và hành trì. Cái bè là phương tiện chở khách sang ngang mặt sông từ bên này sang bên kia. Khi cập bến bên kia người bộ hành rời bỏ cái bè để tiếp tục cuộc hành trình cho tới đích là Giải thoát, tự giác tự độ và giác tha độ tha, *Các pháp môn là phương tiện, Giải thoát là cứu cánh,* là đích tối hậu cần quan tâm đạt tới. Do đó, người thiện học cần rời bỏ các pháp môn khi đã chứng đắc để tiếp tục con đường Giải thoát. Khi đã cập Bến Giác nghĩa là đã chứng đắc các pháp môn tốn công phu hành trì bấy lâu, hành giả cảm thấy hoan hỷ dễ sinh tâm kiêu mạn, chấp lấy các pháp môn sở đắc ngộ nhận đó là cứu cánh con đường Giải thoát. Đây là trường hợp *tăng thượng mạn,* mới chứng đắc một số các pháp môn đã ngộ nhận cho rằng chứng quả Bồ Đề, Quả Phật. Nguyên do là hành giả chưa tẩy sạch hết trong tâm thức những chủng tử ô nhiễm vi tế vừa tham vừa si. Nói là *tham* vì còn ham nhanh chóng đắc quả Phật chứng nhập Niết-bàn, nói là *si* vì không sáng suốt nhận ra mới đi được một vài chặng đã tin tưởng là đi đến tận cùng con đường Giải thoát.

Một ẩn dụ cụ thể từ trong đời sống thực tế làm sáng tỏ đề tài TỪ LỜI KINH ĐẾN Ý KINH đồng thời giới hạn nội dung bài viết, đó là việc *chuyên chở thực phẩm bằng xe vận tải.* Thực phẩm coi như nội dung ý kinh tức Chánh pháp là món ăn tinh thần đầy chất bổ dưỡng dùng để nuôi cho trưởng thành Chân tâm bẩm sanh vốn có tính thiện của đệ tử chúng sanh. Chiếc xe vận tải là lời kinh tức chữ viết khi đọc kinh hay tiếng nói khi nghe thuyết pháp. Nơi gửi là chư Phật và hàng ngũ Sứ giả Như Lai đảm trách việc thuyết pháp giảng kinh. Nơi nhận là mười phương đệ tử chúng sanh.

Bài viết trình bày trong giới hạn chỉ nói đến việc nhận hàng thực phẩm, không nói đến việc gửi hàng. Đó là *sự tiếp nhận lời kinh và hội nhập ý kinh của người tu Phật.*

1 VÔ TỰ CHÂN KINH, VÔ NGÔN CHÁNH PHÁP

Đây là câu cảnh giác người trì kinh tu Phật: Chân kinh là Chánh pháp không thể diễn tả bằng chữ viết hay lời nói được. Lời kinh là phương tiện truyền đạt hữu hình có sắc tướng nhìn thấy được bằng mắt, nghe thấy được bằng tai. Ý kinh tức Chân kinh tức Chánh pháp là cứu cánh truyền đạt thì vô hình vô tướng, không có sắc không có thanh nên không thể tiếp nhận bằng mắt bằng tai. Sự tiếp nhận và hội nhập ý kinh do ở bộ óc, ở trí khôn hay lý trí, Phật học gọi là *trí tuệ* của người đọc kinh hay nghe kinh. Sự bất toàn của cơ quan thị giác, cơ quan thính giác được dẫn chứng ngay trong lời nói thông thường hàng ngày: nói ra lời *ăn hai bát cơm*, người nghe hiểu được ý *ăn hai lượng cơm*, mỗi lượng cơm đựng trong cái bát. Nếu chấp vào lời, người nghe thiếu trí khôn sẽ hiểu là *ăn hai cái bát,* trong mỗi bát có đựng cơm. Thí dụ này nghe trái tai nực cười nhưng dẫn giải được rõ ràng nội dung câu **Vô tự Chân kinh, vô ngôn Chánh pháp**. Lối nói *ăn hai bát cơm* nghe nực cười vì không ai nhầm lẫn như vậy, cái bát và hột cơm đều là vật cụ thể hữu hình có sắc tướng. Trường hợp Chân kinh, Chánh pháp khó nhận ra sự khác biệt với lời kinh, chữ viết hay lời nói vì Chân kinh Chánh pháp là thực thể (cái có thực) nhưng vô hình không có sắc tướng.

Trường hợp ẩn dụ *xe chở hàng thực phẩm* cũng vậy. Chiếc xe và thực phẩm đều là vật cụ thể hữu hình, trong khi lời kinh thì hữu hình ý kinh lại vô hình. Dùng ẩn dụ là phương tiện bất đắc dĩ để dẫn giải một đối tượng không thể dẫn giải được trung thực, chính xác và trọn vẹn bằng chữ viết hay lời nói. Phật học gọi cách dùng này là một dạng của *Ly tướng nhập tánh*, diễn nôm là rời khỏi Pháp tướng để nhận ra Pháp tánh, ý nói rời khỏi hiện tượng biểu lộ ra ngoài là lời kinh để nhận biết ra nội dung bản thể ẩn dấu bên trong là ý kinh.

2 SỰ HỘI NHẬP CHÂN KINH

Cứu cánh việc tu Phật là giải thoát cho tự thân và tha nhân ra khỏi Tam giới (Dục giới, Sắc giới và Vô sắc giới). Lễ Phật, ăn chay giữ giới, trì kinh niệm chú, tham thiền nhập định đều là **phương tiện** để hành giả tiến bước trên đường Giải thoát. *Chân kinh hay Chánh pháp là thực phẩm, tất cả các phương tiện vừa kể chỉ là chiếc xe chở hàng.* Người con Phật vâng theo lời Đức Từ phụ với lòng kính tín phải làm sao để nhận xe chở thực phẩm, bốc rỡ thực phẩm ra khỏi xe đem vào cất trong nhà, trong kho để dùng nuôi dưỡng thân tâm. *Vai trò của chiếc xe chở thực phẩm đến đây là chấm dứt,* không cần đến nữa. Người sáng suốt không ai lưu giữ chiếc xe đã không dùng đến lại thêm choán một chỗ đậu gây cản trở sinh hoạt cho người chủ nhà, chủ kho sau khi nhận hàng. Việc cất thực phẩm vào trong nhà, trong kho là *sự hội nhập Chân kinh*, hay nói cách khác là sự *thực chứng Chánh pháp.*

Để nhận thức tường tận sự hội nhập Chân kinh thực chứng Chánh pháp cần quán chiếu đầy đủ ba giai đoạn:

Giai đoạn tiền hội nhập

Giai đoạn này thuộc thời quá khứ hồi quán ngược dòng thời gian nhìn về những tiền kiếp của hành giả. Sự thành tựu hội nhập Chân kinh do ở **Thiện căn** đã gieo nhân lành từ nhiều kiếp trước. Nhân lành này hội với Pháp duyên ở hiện thời đang sống kiếp thế gian. Nhân và Duyên hội ngộ đưa đến cơ hội có kinh sách, có thầy truyền dạy, có bạn khuyến tu làm phát khởi tín tâm và nhất tâm tu học.

Giai đoạn này bắt đầu từ thời điểm trong một tiền kiếp nào đó hành giả gieo hạt **nhân lành** đầu tiên. Nhiều hạt nhân lành tiếp tục được gieo trải qua nhiều kiếp trong quá khứ tạo thành Thiện căn, cũng gọi là Căn tu hay Nghiệp căn. Giai đoạn này chấm dứt ở thời điểm trong hiện kiếp khi hành giả bắt đầu đọc tụng, trì kinh. Đối chiếu với ẩn dụ chiếc xe hàng chở thực phẩm có những nhận định như sau:

Hành giả phát tâm cầu học tu đạo là khi người con Phật đang tin tưởng và ngóng chờ xe hàng chở thực phẩm đến nhà mình, cảm thấy đói ăn là đau khổ phiền não, cần có thực phẩm để ăn cho no đủ. Đây là Thiện căn báo ứng cho biết nên cảm thấy đói, hiển lộ ở hành vi đón đợi xe hàng chở thực phẩm. Đây là sự cầu học, tìm thầy tìm bạn để tiến tu.

Hành giả gặp cơ hội có kinh sách, có thày bạn. Đây là **Pháp duyên** hội với nhân lành vừa nói ở trên. Đức Phật có trí tuệ vô ngại nhìn thấu suốt tâm tư của từng đứa con đang đón đợi thực phẩm, đang cầu ơn cứu độ của đức Phật. Cần hội đủ cả hai yếu tố Nhân và Duyên thì việc nhận xe hàng chở thực phẩm mới thể hiện. Thiếu Nhân thì dù xe hàng chở thực phẩm đến đậu ngay trước nhà, chúng sanh vô minh mê mờ không biết mở cửa ra để nhận thực phẩm. Thiếu Duyên là trường hợp chiếc xe hàng chở thực phẩm chưa đi đến đích địa điểm nơi nhận hàng và sẽ tới trong tương lai. Nguyên do tại Thiện căn tích lũy chưa đầy đủ, chưa đủ lực cảm ứng hội với Pháp duyên. Khi Thiện căn đầy đủ thì Pháp duyên hiện tới ngay, đó là lý *Nhân Duyên tương ứng* (1).

Giai đoạn tiền hội nhập này hành giả chưa phát tuệ đến mức độ có thần lực soi tỏ quá khứ tiền kiếp của chính mình, chỉ vững tin sự kiện xẩy ra như thế, chưa nhận biết được chi tiết rõ ràng.

Giai đoạn hiện thời hội nhập

Giai đoạn kế tiếp này bắt đầu ở kiếp hiện tại vào thời điểm hành giả cất bước đầu tiên trên đường tu học hành trì Chánh pháp và chấm dứt ở thời điểm hội nhập Chân kinh. Đối chiếu với ẩn dụ xe hàng chở thực phẩm, đây là thời gian đón nhận xe, bốc rỡ hàng và đem hàng vào trong nhà, trong kho. *Đón nhận xe chở đầy hàng là việc đọc tụng kinh, bốc rỡ hàng ra khỏi xe là việc hành trì kinh, bỏ xe lại chỉ đem hàng vào trong nhà, trong kho là việc hội nhập ý kinh.* Chỗ chứa hàng trong nhà hay kho chứa hàng là thức thứ tám trong Bát thức, gọi là A-lại-da thức hay Tàng thức (2).

Giai đoạn đón nhận xe, bốc rỡ hàng và đem hàng cất trong nhà trong kho cần được nhận định và phân tách tường tận vì chính trong giai đoạn này dễ xẩy ra sự sai sót nhầm lẫn như giữ lại cả xe lẫn hàng, không biết cách bảo trì hàng sau khi đã cất vào trong nhà trong kho. Điều ngộ nhận quan trọng và chót cùng là tin rằng *hết việc không còn gì phải làm* sau khi hàng đã đem vào nhà hay nhập kho, quên mất việc phải đem ra ăn. Do đó hàng thực phẩm gửi đến đem cất giữ trong nhà trong kho cẩn thận một cách vĩnh cửu. Đem thực phẩm ra ăn để nuôi sống tự thân và tha nhân mới là *cứu cánh hành đạo*. Sau khi hội nhập ý kinh, thực chứng Chánh pháp còn phần cứu cánh hành đạo, đó là *hóa độ tự thân và tha nhân*. Đây là giai đoạn hậu hội nhập kế tiếp trình bầy dưới đây.

Giai đoạn hậu hội nhập

Giai đoạn này mang tên hậu hội nhập hàm ý có liên hệ nối liền với hai gian đoạn trên. Chú trọng đến cứu cánh hành đạo thì gọi là giai đoạn *hóa độ* hay *hành hóa*. Giai đoạn này bắt đầu từ thời điểm khởi phát tâm Bồ Đề, hành trì Lục độ ba-la-mật và chấm dứt ở thời điểm nhập diệt Niết-bàn, thể hiện ở kiếp này hoặc ở những kiếp sau.

3 PHÂN TÁCH SỰ HỘI NHẬP CHÂN KINH

Chân kinh là Chánh pháp, khác lời nhưng cùng một nội dung. Khi nói Chân kinh là hàm ý nội dung chân thực do từ Đức Phật nói ra, Kinh là lời nói do Đức Phật nói ra. Khi nói Chánh pháp là hàm ý tính cách chân chánh của Pháp Bảo, khế hợp với Chân đế tức Chân lý tuyệt đối.

Phân tách sự hội nhập Chân kinh chỉ nói đến giai đoạn thứ hai Hiện thời hội nhập là cách phân tách với *con mắt thế gian*, mức độ quán chiếu còn thiếu chiều sâu, chỉ thực hiện trong thời gian hiện tại xẩy ra sự việc, không hồi quán về quá khứ. Sự phân tách này chỉ đem lại việc nhìn thấy Quả kết thành trong thời hiện tại mà không nhìn thấy Nhân đã gieo trồng trong thời quá khứ. Sự phân tách đầy đủ rốt ráo cần thực hiện với *con mắt xuất thế gian* có khả năng thâm quán chiếu suốt không gian và thời gian, nhận định rõ ràng sự khác nhau giữa Nhân, Duyên, Quả và Báo cũng như mối liên hệ tương ứng mật thiết giữa bốn yếu tố này. Đó là sự *vận hành diễn tiến thành tựu* một sự việc, một hiện tượng, Phật học gọi là Pháp hay Sự. Sự vận hành gọi là Lý, cũng gọi là Đạo.

Một câu hỏi then chốt: Làm sao có được con mắt xuất thế gian để nhìn thấy Nghiệp căn tức Nhân đã gieo trồng từ nhiều kiếp trước? Hay rõ ràng hơn, làm sao có được khả năng quán chiếu thấy được Chân kinh trong khi mình chỉ có hai con mắt để nhìn thấy chữ viết kinh và hai cái tai để nghe thuyết pháp giảng kinh? Câu giải đáp: Con mắt thế gian chỉ có khả năng nhìn thấy chữ viết kinh, cái tai thế gian chỉ có khả năng nghe được lời thuyết pháp giảng kinh. Khả năng này gọi là THỨC, con người thế gian bình thường ai cũng có tám khả năng nhận biết gọi là Bát thức (2). Con mắt xuất thế gian, cái tai xuất thế gian có khả năng nhận biết sâu xa, chính xác và trọn vẹn, do đó nhận biết ra được Chân kinh, hiểu thấu Chánh pháp. Khả năng này gọi là TRÍ TUỆ, nói tắt gọn là TRÍ. Theo từ ngữ, Trí là sự hiểu biết thông suốt bao trùm khắp cả, dân gian thường gọi là *trí thông minh, lý trí, óc sáng suốt bén nhậy linh động, nhận thức tinh vi tế nhị*. Phật học chia Trí tuệ thành năm bậc gọi là Ngũ trí (3). Người có khả năng hội nhập Chân kinh, nhận thấy lời kinh mà hiểu ra được ý kinh là người có công phu tu tuệ, trau dồi tuệ lực đạt đến mức độ *chuyển hóa Bát thức người thế gian ai cũng có thành ra Ngũ trí chỉ người giác ngộ mới đạt tới*.

Câu giải đáp này rõ ràng mạch lạc nhưng chưa thông suốt đầy đủ vì làm nẩy sinh ra câu hỏi thứ hai: Làm sao để chuyển hóa từ Thức thành ra Trí, từ Vô minh mê mờ thành ra Giác ngộ sáng suốt? Sự chuyển hóa này diễn tiến ra sao? Do động lực nào? Tha lực cầu xin Phật ban ân cứu độ hay tự lực hành trì các pháp môn theo học? Có nhiều câu giải đáp khác nhau:

Chuyển hóa từ Bát thức thành ra Ngũ trí

Theo Pháp tướng tông chỉ có Tứ Trí, sự chuyển hóa từ Bát Thức thành ra Tứ Trí như sau:

– Năm thức đầu (Nhãn thức, nhĩ thức, tỵ thức, thiệt thức và thân thức) chuyển thành *Thành sở tác trí*, cũng gọi là *Thành sự trí.*

– Thức thứ sáu Ý thức chuyển thành *Diệu quan sát trí.*

– Thức thứ bẩy Mạt-na thức chuyển thành *Bình đẳng tánh trí.*

– Thức thứ tám A-lại-da thức chuyển thành *Đại viên kính trí.*

Theo Mật tông có thêm trí thứ năm là *Pháp giới trí*. Đây là trí tuệ có khả năng thấu suốt trực tiếp Pháp tánh của vạn pháp không cần nương theo Pháp tướng. Chính vì lý do này Pháp tướng tông không thừa nhận Pháp giới trí và lập luận Bát thức chuyển hóa thành Tứ trí. Trong Phật học khi dẫn chứng về các loại trí tuệ thường nói đến Ngũ trí nhiều hơn là Tứ trí. (Xin xem dẫn giải chi tiết ở chú thích 2 và 3.)

Chuyển hóa theo thứ bậc trong Ngũ nhãn

Theo từ ngữ Ngũ nhãn là năm loại mắt, năm cách nhìn. Ở đây nghĩa theo Phật học là năm thứ bậc nhận thức vạn pháp, năm trình độ hiểu biết về mọi sự việc, năm nhãn quan, năm quan niệm về nhân sinh và vũ trụ. Năm cách nhìn này kể từ hàng ngũ phàm phu đến bậc viên mãn Phật quả, nghĩa là từ trình độ người thường mê muội đến trình độ cao siêu nhất chỉ thấy ở chư Phật. Năm nhãn quan gồm có:

1. *Nhục nhãn*: Nhận biết nông cạn của giới phàm phu mê muội, chậm lụt. Theo từ ngữ là con mắt thịt như dân gian thường nói *Người trần mắt thịt, có mắt như mù có tai như điếc.* Trường hợp nói ngoa *Có mắt như mắt lợn luộc*. Thành ngữ nói *Ngu như lợn,* ở đây còn tệ hơn là con lợn đã đem luộc không được như con lợn đang còn sống.

2. *Thiên nhãn:* Nhận biết siêu nhiên của chư Thiên, nhìn thấy cả quá khứ vị lai, Địa ngục Niết-bàn…

3. *Pháp nhãn*: Nhận biết thấy các pháp hiện hữu có đa dạng, một hiện tượng thay đổi nhiều trạng thái sắc tướng khác nhau…

4. *Tuệ nhãn*: Nhận biết xuyên qua Pháp tướng thông suốt đến Pháp tánh Chân Không của vạn pháp, nghĩa là nhận ra chân lý tuyệt đối trong mọi sự kiện. Phật học gọi là *thực chứng tánh Không, thấy được Chân Như, thấy được Như Lai.*

5. *Phật nhãn*: Nhận biết thấu suốt cả vạn pháp, không còn một trở ngại nào từ tánh Chân Không duy nhất đến tướng ứng hóa vô số vô lượng, bao trùm tất cả pháp giới vô biên vô cùng. Phật nhãn được gọi bằng nhiều danh xưng khác, thường nói đến là *Phật trí, Phật tuệ, Nhất thiết chủng trí, Chánh biến trí…*

Chuyển hóa theo lý Nhân Quả

Sự chuyển hóa từ Bát thức thành ra Ngũ trí căn cứ vào sự phân loại bộ phận trong cơ thể con người đảm trách chức năng nhận biết như Nhãn thức tức thị giác do con mắt, Nhĩ thức tức thính giác do cái tai… Sự chuyển hóa theo thứ bậc trong Ngũ nhãn căn cứ vào mức độ khả năng nhận biết từ thấp đến cao. Hiểu rõ hai sự chuyển hóa này cần biết thêm sự chuyển hóa theo lý Nhân Quả để thông suốt sự hội nhập Chân kinh, ngõ hầu sau đó mới thực hiện được sự **hành hóa cứu độ.**

Dẫn giải bằng trường hợp cụ thể, mượn ẩn dụ đi xe từ điểm đi đến điểm tới. Điểm đi là sự tiếp nhận lời kinh, đọc tụng hay nghe thuyết pháp. Điểm tới là sự hội nhập ý kinh, chứng nghiệm Chân kinh. Người lái xe mới có cái xe (Sự tiếp nhận lời kinh) nhưng chưa rõ hành trình ra sao để đi tới đích (Sự hội nhập ý kinh). Giao cho người lái xe bản đồ là chỉ rõ cách đi, qua mấy chặng đường (Bát thức, Ngũ trí, Ngũ nhãn). Câu hỏi đặt ra: Người lái xe đã hội đủ điều kiện cần thiết để đi tới đích chưa? Xin thưa: *Chưa,* còn cần đủ xăng để chạy suốt hành trình. Xăng nói ở đây là **động lực**, là nguyên do thúc đẩy chiếc xe chuyển bánh. Xe tốt, bản đồ rõ ràng nhưng thiếu xăng thì chỉ đứng tại chỗ nhìn xe, cầm bản đồ để ước mơ tới đích, cái đích không tới được. Ẩn dụ người lái xe cho thấy rõ sự bổ túc cần thiết sự chuyển hóa theo lý Nhân Quả trong việc hội nhập Chân kinh.

Sự hội nhập Chân kinh là một sự kiện thực hữu được dẫn giải theo lý Nhân Quả bắt đầu từ *động lực* tức *tác dụng của Thiện Căn.*

Sự kiện nào cũng do Nhân hội với Duyên mới sinh ra. Nhân đóng vai trò chính yếu *Nhân nào Quả ấy*. Duyên đóng vai trò phụ trợ cần thiết nên gọi là *Trợ Duyên*. Nhân lành thường gọi là Thiện Căn tương ứng với Duyên may thường gọi là Pháp Duyên, Phúc Duyên hay Thuận Duyên chỉ cơ hội thích ứng với Thiện Căn để dẫn tới Thiện Quả cũng gọi là Quả Phúc. Nhân bất thiện thường gọi là Ác Căn, Tội Căn tương ứng với Nghịch Duyên chỉ những điều kiện xấu gặp phải, tiếp tay với Tội Căn để dẫn tới Ác Quả tức Tai Họa. Hội nhập Chân kinh là sự kiện tốt lành có Nhân là Thiện Căn vun trồng từ nhiều kiếp trước, hội với Pháp Duyên ở kiếp này là việc đọc kinh, nghe kinh. *Vun bồi Thiện Căn là Tự lực, Trợ Duyên là Tha lực*. Sự hội nhập có hay không, nhiều hay ít, liên tục trọn vẹn hay bỏ ngang thiếu sót, chính xác với Chân kinh hay lạc sang Tà đạo, tai nghe lời Phật mà óc hiểu được ý Phật hay hiểu nhầm sang ý Ma… *Tất cả đều do ở Nghiệp Căn là Thiện hay Ác. Trợ Duyên cần thiết vẫn giữ vai trò phù trợ dù lời kinh ở pháp môn nào, tông phái nào.* Người thiện học không thể sao nhãng điều then chốt này, tránh trường hợp *chấp lời kinh là ý kinh rồi tự suy tự diễn ra nội dung ý kinh không đúng với Chân kinh*. Chính tác dụng của Tự lực Thiện Căn làm cho khai mở trí tuệ, làm cho người tiếp nhận lời kinh có được Tha lực đọc đâu hiểu đó, dễ dàng nhanh chóng hội nhập ý kinh thực chứng Chân kinh. Người trần mắt thịt thường bảo là trường hợp may mắn có được thông minh do Trời Phật cho. Người hiểu biết thấy rõ giáo lý đạo Phật không nói đến may mắn hay rủi ro, mọi sự kiện xẩy ra đều do Nhân hội với Duyên. Cái gọi là phúc họa do Trời Phật ban cho hay giáng xuống thực ra là Thiện Quả hay Ác Quả do tự con người gieo trồng. *Sự ban phúc giáng họa chỉ là sự vận hành của lý Nhân Quả trong đạo Phật hay Thiên lý (lẽ Trời) trong đạo Khổng*. Ông Trời ông Phật không tự dưng vô cớ ban phúc giáng họa cho ai. Trời Phật chỉ làm việc giáo hóa con người làm điều lành tránh điều ác, nghĩa là *tự gieo lấy Nhân để đương nhiên hái Quả* theo lý Nhân nào Quả ấy. Tin nghe và làm theo hay không là do tự con người, Trời Phật không bắt ai phải tin nghe hay phải làm theo. Đó là Chân lý tuyệt đối, cổ nhân có câu diễn ý này *Họa phúc vô môn duy nhân tự triệu*, diễn nôm Họa và Phúc không tự dưng bước qua cửa để vào nhà ai mà chính chủ nhà tự ý đón rước vào.

KẾT LUẬN

Để chấm dứt đề tài TỪ LỜI KINH ĐẾN Ý KINH kẻ cầm bút xin mượn sáu câu thơ ở đoạn kết truyện Thúy Kiều của Nguyễn Du:

Có Tài mà cậy chi Tài,
Chữ Tài liền với chữ Tai một vần.
Đã mang lấy Nghiệp vào thân
Cũng đừng trách lẫn Trời gần Trời xa,
Thiện căn ở tại lòng ta
Chữ Tâm kia mới bằng ba chữ Tài.

Đây là lời tự nhủ của Thúy Kiều có tài sắc vẹn toàn sau mười lăm năm chìm nổi được tái ngộ với Kim Trọng. Đây cũng là lời của Nguyễn Du trình bầy nhân sinh quan của tác giả thấm nhuần sâu đậm lý Nhân Quả trong Phật giáo. Ở cương vị người trì niệm kinh Phật, hành giả nhận thấy đây là lời khuyến tu chân thành tha thiết: Đã trì kinh ắt có ít nhiều Thiện căn, trí tuệ đã phần nào sáng dần dần. *Chớ có cậy Tài chỉ mới lý giải được ý kinh nhưng chưa hội nhập đươc Chân kinh dã tưởng là giác ngộ*. Sự ngộ nhận này gốc từ tăng thượng mạn, vừa tham vừa si, mới nhận thức được một phần nhỏ đã tin là hội nhập tròn đầy. Đây là nhân bất thiện vi tế người đi trên đường Giác ngộ thường dễ mắc phải vì chỉ nhìn thấy Quả là sự thông hiểu lời kinh mà không nhìn thấy Nhân là Thiện căn đã vun trồng từ bao kiếp trước. *Nhân bất thiện này làm suy giảm tiêu mòn Thiện căn* đem đến tai họa mà không hay (4). Chữ Tài cùng một vần với chữ Tai là như vậy.

Điều cốt yếu là luôn luôn vun bồi Thiện Căn. Đã có đủ thì vun bồi cho thêm thâm hậu, nếu chưa đủ thì lại càng cần cố gắng hơn cho được đầy đủ. Cái Tài chỉ là Quả, một khi đã gieo Nhân thì đương nhiên có Quả. Quan tâm đến Tài mà quên vun bồi Thiện Căn tức chữ Tâm là tự rước họa vào thân. Người khéo tu biết thận trọng chăm chú vào việc gieo Nhân, kẻ vụng tu thì tự mãn và chăm chú vào việc hái Quả. Ca dao có câu:

Nước đời ba bẩy đường tu,
Khéo tu thì nổi vụng tu thì chìm.

Người thiện học chân tu nhất tâm tín nguyện như thế.

CHÚ THÍCH

❶ **Lý Nhân Duyên tương ứng:** Cũng gọi là Nhân Duyên tương ưng, Nhân và Duyên đáp ứng lời mời gọi của nhau, bên này gọi bên kia thưa, ăn khớp với nhau vì lý do cùng bản chất. Nhân lành và Duyên thuận ứng với nhau, Nhân dữ với Duyên nghịch ứng với nhau. Còn gọi là *Nhân Duyên tương dung tương nhiếp*, diễn ý cùng hòa hợp với nhau cùng nắm giữ lấy nhau. Tiếng Hán có câu *Ngưu tầm ngưu, mã tầm mã* diễn ý trâu đi tìm trâu, ngựa đi tìm ngựa. Tiếng Việt có câu *Nồi nào vung ấy, cha nào con ấy*… diễn ý hai yếu tố thích hợp với nhau.

❷ **Bát thức:** Tám khả năng nhận biết mọi vật mọi việc của con người. Năm thức đầu *Nhãn, Nhĩ, Tỷ, Thiệt và Thân* là năm giác quan tiếp nhận Pháp tướng (hiện tượng) từ ngoại cảnh đem giao cho Ý thức, đó là hệ thống thần kinh cảm giác. Thức thứ sáu là Ý thức có khả năng nhận Pháp tướng do năm thức đầu giao cho rồi suy ngẫm mà biết. Có ấn tượng là do năm thức đầu, có ý niệm là do Ý thức. Sáu thức này gọi là *Lục thức*.

Thức thứ bẩy là *Mạt-na thức* có khả năng nắm giữ lấy cái nhận biết của Lục thức. Đây là nguồn gốc của Vọng thức do Vọng ngã chủ động, phân biệt cái Tôi, cái Của Tôi với cái Phi ngã, cái không phải Tôi. Đây là căn nguyên của Vô minh gây nên khổ não cho kẻ phàm phu chưa tỉnh thức.

Thức thứ tám là *A-lại-da thức* có khả năng lưu giữ, tích lũy tất cả những chủng tử do bẩy thức vừa kể giao nộp. Vì vai trò này nên có tên là *Tàng thức*. Tàng tiếng Hán là chứa đựng như cái kho chứa hàng.

❸ **Ngũ trí:** Sự liệt kê năm bậc Trí tuệ đã trình bầy trong bài viết. Ở đây giải thích thêm một số từ ngữ Hán Việt thường dùng trong Phật học để chỉ sự nhận biết:

TRI: Nghĩa tổng quát là biết, có nhiều dạng khi diễn nghĩa chi tiết:

– *Tri giác*: Biết do cảm nhận của ngũ quan.

– *Tri kiến*: Biết tường tận đầy đủ như thấy tận mắt, quan sát kỹ càng.

– *Tri thức*: Biết rõ ràng sát với thực tế, không do suy luận ra.

GIÁC: Biết chính xác, cùng tột và bao trùm tất cả. Giác giả là Phật.

– *Giác ngộ*: Hiểu biết sâu xa, vỡ lẽ ra như người tỉnh dậy sau giấc ngủ mơ, cùng nghĩa như tỉnh ngộ.

– *Chánh giác:* Sự hiểu biết đúng như Chân lý, không chút sai lầm.

THỨC: Nhận ra rồi biết ở năm thức đầu, suy ngẫm rồi biết ở ba thức sau:

– *Vọng thức*: Biết sai nhầm do tác động của tham sân si làm lung lạc chức năng của bẩy thức đầu.

– *Tỉnh thức*: Biết sáng suốt thấu đáo của A-lại-da thức.

– *Tâm thức*: Nhận biết của bẩy thức đầu thường dẫn đến Vọng thức.

– *Thức tâm*: Cái thức chỉ đạo trong một nhóm thức. Ý thức là thức tâm trong Lục thức, A-lại-da thức là thức tâm trong Bát thức.

Khi chú trọng đến vai trò của Thức thường gọi là Tâm:

– *Duyên lự tâm*: Ý thức giữ vai trò suy ngẫm những thứ do năm thức đầu giao cho như thường nói tư lự.

– *Tư lượng tâm*: Mạt-na thức giữ vai trò phân biệt, cân nhắc cái gì thuộc về thân tâm, cái gì thuộc về ngoại cảnh.

– *Tập khởi tâm*: A-lại-da thức giữ vai trò lưu kho, nhận thứ nhập kho và giao thứ xuất kho.

TRÍ: Khả năng biết đầy đủ, sáng suốt hơn TRI. Theo chiết tự chữ Hán phân tách chữ (trí) thành hai phần (tri: biết) và (nhật: mặt trời), Trí có nghĩa chỉ sự biết sáng suốt và bao trùm tất cả mọi sự vật như mặt trời chiếu sáng trong vũ trụ. Theo Phật học, Tri là biết Pháp tướng, Trí là biết cả Pháp tướng và Pháp tánh của mọi sự vật. Khi cần nhấn mạnh ý nghĩa, thường dùng tiếng ghép đôi *Trí tuệ* cho sáng tỏ nội dung hơn. Trí tuệ đồng nghĩa với Minh, Thông, Bát-nhã (tiếng Sanskrit: Prajnã)

Trí tuệ của Phật dùng ba danh xưng để phân biệt ba ý nhấn mạnh khác nhau:

– *Phật trí*: cũng gọi là Phật tuệ có nghĩa tổng quát chỉ khả năng giác ngộ, chứng nhập Chân Như.

– *Như Lai trí*: Khả năng xuất phát từ Chân Như đi đến cõi Ta-bà đau khổ, khả năng siêu việt hơn Phật trí, dùng Phật trí để cứu độ chúng sanh.

– *Tự nhiên trí*: Trí tuệ phát sanh từ niềm tin bẩm sanh, hội nhập với vạn pháp một cách an nhiên tự tại, không có trở ngại nào.

④ **Sự vun bồi hay tiêu mòn Thiện Căn:** Sống là tác nghiệp, có một ý niệm là ý nghiệp, nói một câu là khẩu nghiệp, làm một việc là thân nghiệp. Tác nghiệp là gieo nhân, thọ nghiệp là trả quả. Hàng ngày mỗi người đã gieo nhiều nhân và trả nhiều quả. Nhân gọi là *chủng tử* có nghĩa là hạt giống, là mầm sống được tích lũy chứa trong A-lại-da thức, cả nhân lành lẫn nhân dữ. Nhiều nhân tích lũy qua nhiều kiếp gọi là Nghiệp căn. Trường hợp nhân lành gọi là Thiện Căn, cũng gọi là Phúc Căn hay Căn Tu, trường hợp nhân dữ gọi là Ác Căn hay Tội Căn. Do vai trò tàng trữ chủng tử như nhà kho chứa hàng A-lại-da thức có tên nữa gọi là *Tàng thức*.

Ngoài vai trò tàng trữ được nhiều người biết đến, thức thứ tám này còn giữ vai trò quan trọng ít người quan tâm đến, đó là *chuyển hóa* các chủng tử cùng lưu trữ chung với nhau cả hai loại lành và dữ. Chúng sanh nào cũng có cả hai loại chủng tử lành và dữ, chỉ khác nhau ở tỷ lệ loại nhiều loại ít. Sự chuyển hóa rất linh diệu như sau: *Loại chủng tử nào chiếm đa số có năng lực chuyển hóa loại chủng tử chỉ có thiểu số theo diễn tiến bên này tăng thì bên kia giảm để giữ tổng số hai loại chủng tử như cũ, không tăng không giảm.* Nói cách khác, bên đa số chỉ chuyển hóa mà không diệt trừ bên thiểu số. Người khéo tu gieo nhiều nhân lành vun bồi Thiện Căn thì đương nhiên Ác Căn bị tiêu mòn. Khi tổng số chủng tử trở nên tất cả đều là nhân lành, Ác Căn bị diệt trừ vì không còn chủng tử dữ. Đây là trường hợp Đạo quả viên mãn, người khéo tu không còn có một mầm mống tội gì. Ngược lại, trường hợp gieo nhiều nhân dữ, Ác Căn tăng trưởng thì Thiện Căn cũng đương nhiên bị tiêu mòn và chắc chắn Ác Quả sẽ đến, Tai họa không sao thoát khỏi. Năng lực chuyển hóa linh diệu của Tàng thức trong Phật học gọi là *Thần lực Như Lai.* Vì lý do này có lập luận: Tàng thức xứng đáng tách làm đôi, một giữ vai trò tàng trữ gọi là Tàng thức hay A-lại-da thức, và một giữ vai trò chuyển hóa gọi là *Như Lai thức*, như vậy nâng tổng số Bát thức thành *Cửu thức*. Lập luận này không được đa số luận sư tán đồng, viện dẫn đây chỉ là hai vai trò khác nhau của một thức, không phải của hai thức khác nhau, sự kiện chuyển hóa thực hiện trong cùng thời gian các chủng tử lành và dữ được tàng trữ chung với nhau trong cùng một thức duy nhất. Đây là bằng chứng A-lại-da thức có tên gọi là *Tập khởi tâm*, Tập là quy tụ lại để tàng trữ, Khởi là khởi động sự chuyển hóa giữa các chủng tử, hai việc Tập và Khởi được thực hiện cùng một lúc do thần lực Như Lai.

18 LY TƯỚNG

Đây là một khái niệm căn bản trong giáo lý đạo Phật, coi như chìa khóa cửa của căn nhà kín cổng cao tường mở ra cho chủ nhân là hành giả bắt đầu cất bước trên con đường Giải Thoát. Kinh Kim Cang phẩm 14 Ly tướng tịch diệt có câu: *Ly nhất thiết chư tướng, tức danh chư Phật*. Diễn nghĩa: Xa lìa hết thảy mọi tướng, ngay lúc đó có thể xứng đáng gọi là chư Phật. Khi xa lìa hết thảy mọi tướng, không nắm giữ trong tâm thức một tướng nào, hành giả mới có được cái tâm gọi là *Tâm Vô Chấp, Tâm Vô Nhiễm, Tâm Thanh Tịnh, Tâm Không*… Trong kinh Kim Cang gọi là Tâm Vô Sở Trụ, có nghĩa Tâm không có chỗ để bám tựa vào. Khi đó, Tâm của hành giả không còn là Tâm Vô Minh, Tâm Si Mê của kẻ phàm phu dung tục, vì đã chuyển thành *Tâm Giác Ngộ, Tâm Bồ Đề:* Tâm của hành giả xa lìa hết thảy pháp tướng của vạn hữu, thực chứng hội nhập vào chư pháp giới Chân Như.

TƯỚNG và TÁNH là hai thuật ngữ nói tắt của **Pháp tướng** và **Pháp tánh**, người tìm hiểu đạo Phật cần nhận biết rõ ràng rành rẽ trong khi lý giải cũng như hành trì.

1 PHÁP TƯỚNG VÀ PHÁP TÁNH

Trong Phật học, từ ngữ PHÁP diễn tả nội dung của *Dharma* tiếng Sanskrit, *Dhamma* tiếng Pali, phiên âm là Đạt-ma hay Đàm-ma. Đây là một khái niệm có nội dung rất rộng mang nhiều nghĩa:

– Quy luật bao trùm toàn thể vũ trụ như lý Nhân Quả, lý Duyên Sinh, lý Vô Ngã, lý Vô Thường…

– Quy tắc hướng dẫn nhân sinh như Giáo pháp của Đức Phật, Chánh pháp, Pháp bảo, quy y Pháp…

– Giới luật trong đời sống tu hành như pháp môn, pháp luân, pháp quy…

– Sự hiển lộ của thể tánh, mọi hiện tượng, mọi sự vật, mọi thực thể…

– Nội dung tâm thức, tức đối tượng của mọi quán chiếu, tưởng niệm, suy tư…

– Những thành phần tạo dựng nên thế giới hiện hữu, tức pháp giới.

Nói tổng quát, theo Phật học đại từ điển của Đinh Phúc Bảo, **PHÁP là tất cả những gì có đặc điểm riêng biệt, khiến cho người nhận thức không lầm với cái khác, có những khuôn khổ riêng có khả năng làm phát sinh trong đầu óc người nhận thức có khái niệm về nó**. Đây là định nghĩa cổ điển diễn nghĩa từ chữ Hán: *Nhậm trì tự tánh quỹ sinh vật giải*. Nói cách khác, PHÁP là đối tượng của khái niệm, tất cả những gì tạo nên ấn tượng cho giác quan hay nhận thức, do đó con người mới có khái niệm về cái đó. Cái gọi là *cái đó* bao gồm tất cả những thực thể vật chất hay tinh thần, hữu hình hay vô hình, những vật thể hay hiện tượng trong vũ trụ hay những sự kiện trong sinh hoạt hàng ngày hay trạng thái tâm lý của con người trong cuộc sống.

Pháp được cảm thọ nhận thức qua hai lăng kính PHÁP TƯỚNG và PHÁP TÁNH, gọi tắt là TƯỚNG và TÁNH.

Tướng

Tướng là tiếng đơn, tiếng ghép đôi thường dùng là *Sắc tướng, Hình tướng, Giả tướng, Hư tướng*. Đó là sắc thái, hình dạng, trạng thái của một vật thể, một sự kiện hiển lộ ra ngoài, gây nên ấn tượng cho con người nhận thấy. Tướng là cái biểu tượng ra ngoài, bên trong là bản tánh, thực chất. Ca dao có câu:

Tốt gỗ hơn tốt nước sơn,
Xấu người đẹp nết còn hơn đẹp người.

Nước sơn, dung nhan vóc dáng con người gọi là *Tướng*. Chất của gỗ, tính nết con người là *Tánh*.

Tánh

Tánh hay **Tính** là tiếng đơn, tiếng ghép đôi thường dùng là *Thể tánh*, *Bản* *tánh, Chân tánh*. Từ ngữ này có nhiều nghĩa tùy theo từng trường hợp ứng dụng:

– Cái cốt tủy, gốc rễ chính yếu ẩn tàng ở trong như căn tánh, đức tánh, tánh khí…

– Bản thể, thực chất như tự tánh, tánh mạng, tánh tham dục…

– Nguyên lý bất biến, không đổi rời, không hoại diệt như Phật tánh, Như Lai tánh, Thiện tánh…

– Điểm đặc thù của từng loại như tánh chăm chỉ, tánh lười biếng, tánh hay nói hay cười…

Trong Phật học, hai thuật ngữ *Tướng* và *Tánh* thường dùng khi có ý đối nhau như Sự đối với Lý, pháp Hữu Vi đối với pháp Vô Vi, Giả đối với Thực, Vọng đối với Chân…

Phân biệt Tướng với Tánh

Về mặt lý giải sự phân biệt Tướng với Tánh không quá khó khăn, về mặt hành trì sự phân biệt không dễ dàng trong thực tế cuộc sống. Cổ nhân có câu *Họa hổ họa bì nan họa cốt, tri nhân tri diện bất tri tâm.* Diễn nghĩa: Vẽ con hổ chỉ vẽ được bộ da mà khó vẽ được bộ xương, biết người chỉ biết được mặt mà không biết được lòng.

Trường hợp *pháp* là một vật hữu hình, một sự kiện cụ thể sự phân biệt tướng và tánh dễ nhận thấy rõ ràng, thường được dùng làm ẩn dụ để suy ra trường hợp pháp vô hình, trừu tượng.

Bóng chim bay hay mặt trăng sáng nhìn thấy trên mặt nước hồ trong lặng là *tướng,* con chim hay mặt trăng ở trên trời mới là *tánh.* Tướng bao giờ cũng là giả tạm, tánh bao giờ cũng là chân thực. Người vô minh có tà kiến nhận thức sai lầm mới đi bắt chim hay tìm trăng ở dưới nước. Người thức tỉnh có chánh kiến nhận thức đúng sự thật không ai làm điều đó. Đây là một ẩn dụ về *tà kiến*, trong thực tế không có ai đi bắt chim hay tìm trăng ở dưới nước.

Truyện ngụ ngôn năm người thầy bói mù sờ voi trong Kinh Phật được lưu truyền rộng rãi trong dân gian đã chỉ dạy một bài học quý giá, đó là sự mê muội về **biên kiến, thiên kiến** chỉ cho mình là đúng còn người khác là không đúng: Người thứ nhất sờ cái vòi bảo con voi như con đỉa thật to, người thứ nhì sờ cái ngà bảo con voi như que củi, người thứ ba sờ cái tai bảo con voi như cái quạt, người thứ tư sờ cái đuôi bảo con voi như cái chổi, người thứ năm sờ cái chân bảo con voi như gốc cây. Năm người tranh cãi nhau, ai cũng bảo chỉ có mình nói đúng vì chính giác quan tức tay mình sờ thấy. Đến khi nhờ người sáng mắt dắt cho sờ đủ cả năm bộ phận của con voi, năm người thầy bói mù mới nhận thức ra đầy đủ hình tướng con voi, thừa nhận sự thiên kiến của cá nhân mình đã không nhận thức ra toàn vẹn sự thật là thể xác con voi. Đây cũng là mê nhầm của sự **chấp kiến, chấp pháp** nhưng không phải là tà kiến như ẩn dụ chim bay hay mặt trăng vì không phải hoàn toàn sai. Đây là *biên kiến* hay *thiên kiến chỉ chấp thủ có một phần sự thật* rồi tưởng là đã nhận thức trọn vẹn toàn phần sự thật. Trong thực tế cuộc sống hàng ngày, đây là trường hợp mê muội rất nhiều người mắc phải mà không hay, tự nói thiên lệch thiếu sót một cách chủ quan mà không biết.

Nước có ba hình thể, lỏng như nước ở sông biển, hơi như mây bay và dắn như khối băng sơn. Con mắt người thường nhận thấy rõ ràng ba vật thể có hình thể khác nhau, Phật học gọi là ba *pháp tướng.* Con mắt nhà khoa học nhận thấy cả ba trường hợp có ba hình thể khác nhau chỉ là một thực chất gồm có hy-drô và ốc-xy theo công thức 2H+O tức một nguồn gốc, Phật học gọi là *pháp tánh.* Tướng thường có nhiều hình thể, dạng thái khác nhau và luôn luôn thay đổi chuyển hóa theo lý Vô Thường: Nước lỏng gặp khí nóng bốc thành hơi, gặp khí lạnh đông lại thành băng; mây gặp khí lạnh đọng lại thành nước mưa; khối băng gặp khí nóng tan thành nước lỏng… Tánh luôn luôn thường hằng vĩnh cửu theo lý Chân Như bất biến hay lý Nhất Như bất sanh bất diệt: Dù ở Tướng nào, Tánh của nước vẫn như nhau gồm có hy-drô và ốc-xy. Ba tướng khác nhau của nước là lỏng, hơi và dắn là *Sự Thật tương đối*, Phật học gọi là **Giả Đế**, một tánh duy nhất của nước là hợp chất hy-drô và ốc-xy là *Sự Thật tuyệt đối*, Phật học gọi là **Chân Đế.** Khí nóng hay khí lạnh là Duyên của nước, nói đầy đủ là Cảnh Duyên, ý nói môi trường ngoại cảnh hay Trợ Duyên khi dụng ý nói đến vai trò phụ của Duyên, không phải là yếu tố căn bản làm nên Tánh. Lý Vô Thường được dẫn giải như sau: Khi Duyên giữ y nguyên không thay đổi thì cả Tướng và Tánh vẫn y nguyên, khi Duyên thay đổi thì Tướng thay đổi theo trong khi Tánh vẫn y nguyên không hề thay đổi.

Ứng dụng vào con người thay cho nước, *Tướng* của con người có rất nhiều hình dạng thay đổi: Về mặt sinh lý có sinh, lão, bệnh, tử. Về mặt kinh tế xã hội có thành công và thất bại, phát triển và suy vong. Về mặt tâm lý có vui buồn, sướng khổ, yêu ghét, nhớ thương hay hận thù… Về mặt đạo đức có xấu tốt, gian manh thật thà, bội bạc thủy chung… Còn *Tánh*, con người chỉ có một duy nhất: Đó là Nhân tánh làm người ai cũng có như nhau một cách bình đẳng đồng đều. Đây là tánh bẩm sanh thường gọi là tánh Trời phú cho, tánh này vốn Chân Thiện, ai giữ được là người tốt, ai không giữ được trở thành người xấu. Trong Tam Tự Kinh có câu:

Nhân chi sơ
Tánh bản thiện,
Cẩu bất giáo
Tánh nãi thiên.

Diễn nghĩa: Lúc mới sanh ra, Tánh con người ai cũng thiện, có bản chất tốt lành. Nếu không được dậy dỗ, Tánh đó liền dời đi mất, ý nói Tánh bẩm sanh vốn tốt lành sẽ trở nên tánh xấu.

Lưu truyền trong dân gian, ca dao có câu nhận xét về giá trị thực sự ở con người:

Hơn nhau cái áo cái quần,
Bóc ra mình trần ai cũng như ai.

Ở đây áo quần là *Tướng*, là Cảnh Duyên đóng vai trò hình thức hư giả phụ thuộc bề ngoài như danh vọng tài sản, quyền thế, địa vị xã hội… Mình trần là *Tánh* chỉ giá trị nội tại thực sự của bản chất con người, chỉ Tánh bẩm sanh vốn thiện ai cũng có đồng đều như nhau. Phật học gọi Tánh bản thiện là *Chân tánh, Phật tánh, Như lai tánh, Pháp tánh Như Lai*… Trong thực tế, về mặt văn hóa xã hội có danh xưng là *Nhân tánh* chỉ bản tánh con người đang sống trong thực tại, nghĩa là đại đa số thành phần con người đang sống trong tập thể cộng đồng xã hội giữ Tánh Thiện bẩm sanh không còn được nguyên vẹn tốt lành như bẩm sanh mà đã để chuyển hóa suy hao ít nhiều. Số rất ít còn lại gồm hai loại: Thứ nhất thuộc thành phần giữ được hoàn toàn trọn vẹn, giữ được viên mãn Chân tánh vốn tốt lành, thứ hai thuộc thành phần đã chuyển hóa hoàn toàn tánh bẩm sanh từ Thiện trở nên Ác. Giữ được trọn vẹn Chân tánh là thiện nhân có trí tuệ giác ngộ; đánh mất Nhân tánh, không còn tánh người là kẻ phạm tội ác sống theo vô minh dục vọng và sẽ chuyển kiếp đọa làm súc sanh, không được làm người. Do đó, tu Phật là tu Tâm, giữ cho trọn vẹn Chân tánh bẩm sanh bằng cách hành trì pháp môn Ly tướng, xa lìa tất cả mọi tướng, không để mọi Giả tướng mê hoặc lừa gạt mình.

Hai thanh sắt ở đường rày xe lửa trông xa thì chúng sẽ gặp nhau ở điểm chân trời, trong thực tế chúng là hai đường song song không bao giờ gặp nhau. Nhìn mặt biển yên lặng người đi tắm thấy mặt biển phẳng nằm ngang như mặt tờ giấy để trên mặt bàn, khoa học không gian chụp hình trái đất thấy mặt biển cong giống như mặt đất liền bọc xung quanh trái đất hình khối cầu như vỏ trái cam bọc kín ruột trái cam. *Tướng* là hình hai thanh sắt đường xe lửa gặp nhau, *Tánh* là chúng không bao giờ gặp nhau vì chúng song song với nhau. *Tướng* của mặt biển là mặt phẳng nằm ngang, *Tánh* của mặt biển là cong bọc lấy khối cầu.

Trường hợp dẫn chứng này về hình học phẳng và hình học không gian quy kết cho bài học quán chiếu như sau: Tướng chỉ là Sự Thật tương đối, là Giả Đế nên có tên gọi rõ ràng là GIẢ TƯỚNG. Tánh mới là Sự Thật tuyệt đối, là Chân Đế nên có một tên gọi rõ ràng là CHÂN TÁNH. *Ý thức và giác quan của con người chỉ có khả năng tiếp nhận được Tướng của vạn pháp, chỉ có Trí tuệ con người mới đủ khả năng nhận ra được Tánh của vạn pháp*. Trong cuộc sống hàng ngày, người Vô Minh chỉ tiếp nhận được Tướng, người Giác Ngộ mới có đủ Trí tuệ nhận ra Tánh.

Cùng một con dao, người thợ rừng coi đó là phương tiện chặt cây và phòng thân chống lại thú dữ, kẻ đạo tặc coi là phương tiện uy hiếp nạn nhân để đòi tiền khảo của, nạn nhân lại coi đó là phương tiện đe dọa mạng sống của mình. *Tự con dao không hề chứa sẵn một vọng niệm vọng thức nào* như chặt cây, uy hiếp, đe dọa mạng sống. Những vọng niệm vọng thức này có sẵn trong tâm thức của ba nhân vật nói trên. Đó là những *giả tướng hư vọng* không có thực chất, tích lũy huân tập trong tâm thức từ lâu của ba nhân vật khác nhau trong hiện kiếp và nhiều tiền kiếp, hội với duyên Vô Minh của mỗi người tạo nên nghiệp chướng làm cho chúng sanh trôi nổi trong biển Khổ thế gian. Trường hợp dẫn chứng này cho thấy Ly Tướng là pháp môn thiết yếu giúp cho hành giả giải thoát mọi nghiệp chướng ở thế gian.

Cùng là một con tôm, lúc còn tươi sống có màu xanh, ăn thấy tanh; lúc chiên chín có màu đỏ, ăn thấy thơm ngon; lúc để quá lâu có màu xỉn và mùi thiu, không ăn được. Đó là **pháp tướng cụ thể hữu hình** tức con tôm. Nhìn thấy tôm tươi nghĩ đến dân chài lưới, nhìn thấy tôm chín nghĩ đến bữa ăn ngon, nhìn thấy tôm thiu nghĩ đến vi trùng bệnh tật. Những ý nghĩ này là **pháp tướng trừu tượng vô hình.** Trường hợp con tôm, pháp tánh là vật tánh, sống dưới nước, dùng làm thực phẩm cho con người. Sự phân biệt pháp tướng trừu tượng vô hình tức hiện tượng tâm lý với pháp tánh có phần tinh vi tế nhị như sau: *Tướng thuộc đối thể của nhận thức đồng thời cũng thuộc chủ thể đóng vai nhận thức. Trong khi đó Tánh bao giờ cũng chỉ ở đối thể của nhận thức*. Người sơ tâm dễ nhầm lẫn ở điểm này.

Cùng một đối thể của nhận thức là người phụ nữ để ngực trần hay mặc áo quá hở hang đứng trước ba nhân vật khác nhau: Một em bé đang khát sữa nhìn thấy mẹ để ngực trần liền sanh tâm niệm đòi bú. Một người phái nam háo sắc liền sanh tà tâm bất chánh. Một nghệ sĩ như nhà điêu khắc hay họa sĩ liền nghĩ đến người mẫu cho tác phẩm có giá trị nghệ thuật. Ở đây trường hợp người phụ nữ để ngực trần khác với trường hợp con dao và con tôm: Con dao vô tri giác, con tôm không có phản ứng gì đối với con người đóng vai chủ thể nhận thức trong khi người phụ nữ là linh vật có cảm tánh nên có phản ứng như âu yếm bồng con cho bú, cảm thấy e thẹn trước con mắt người khác phái có tà tâm, cảm thấy hãnh diện đóng vai người mẫu tạo nên tác phẩm nghệ thuật. Sự phân biệt Tướng vá Tánh có phần tinh vi phức tạp hơn: Tánh ở người phụ nữ khi đóng vai đối thể nhận thức trước mắt của ba nhân vật khác nhau chỉ là *Một giống nhau*, đó là Nhân tánh phái nữ, không mang sẵn những ý niệm âu yếm bồng con cho bú, e thẹn trước con mắt người khác phái hay giá trị của tác phẩm nghệ thuật. Thái độ để ngực trần là một hình sắc làm cho người phụ nữ *đóng thêm vai trò pháp tướng trừu tượng vô hình*, tạo nên cảm ứng tâm linh ở ba nhân vật nhận thức khác nhau. Trước cùng một đối thể của nhận thức vừa là Tánh vừa là Tướng, ba nhân vật chủ thể của nhận thức có ba phản ứng tâm lý khác nhau, tức ba pháp tướng trừu tượng khác nhau.

Một trường hợp đặc biệt để phân biệt rõ ràng *Tướng* và *Tánh* trong lịch sử Phật học: Lục Tổ Huệ Năng (638–713), Tổ thứ 6 của Thiền tông Trung Hoa, một môn đệ của Ngũ Tổ Hoằng Nhẫn. Trước Huệ Năng, Thiền tông Trung Hoa mang sắc thái Ấn Độ, do đó Huệ Năng được coi như Sơ Tổ khai sáng ra Thiền tông Trung Hoa. Huệ Năng đã ngộ đạo khi nghe thấy một vị tăng tụng kinh Kim Cang đến câu *Ưng vô sở trụ nhi sinh kỳ tâm*. Diễn nghĩa: Hãy để cho tâm mình không bám dựa vào một thứ gì thì sẽ tự khởi sanh Tâm Giác Ngộ, ý nói giữ cho Tâm Vô Nhiễm thì Giác Ngộ. Cùng là tiếng tụng kinh, Huệ Năng nghe thì ngộ đạo, kẻ phàm phu vọng tâm có nghe tụng đến bao nhiêu lần cũng không đạt đến sự ngộ đạo. Lý do: *Tuy có nghe tụng kinh, Huệ Năng không chấp vào âm thanh lời kinh mà chỉ thọ nhận pháp tánh của câu kinh*, nghĩa là không thọ nhận lời kinh mà chỉ thọ nhận ý kinh. Âm thanh lời kinh là hình thức, pháp tướng câu kinh. Ý kinh diễn tả nội dung điều Phật dạy là pháp tánh câu kinh. *Nghe lời để chỉ nhận ý, nhận ý rồi thì rời bỏ lời, đó là Ly Tướng để Nhập Tánh.*

Một Phật tử lễ Phật là tạo đủ Tam Nghiệp: Thân nghiệp là chắp tay cúi đầu vái lạy, Phật học gọi là Thân lễ; khẩu nghiệp là miệng niệm kinh hay niệm chú, Phật học gọi là Khẩu lễ; ý nghiệp là tâm quán tưởng đến Pháp thân Như Lai, tỏ lòng kính mộ và tri ân, Phật học gọi là Tâm lễ. *Pháp tướng là Thân lễ và Khẩu lễ, Pháp tánh là Tâm lễ.* Nếu lễ Phật mà chỉ câu chấp chăm chú vào Thân lễ và Khẩu lễ thì chưa phải là người đã phát nguyện quy

Phật vì lý do đã chấp vào Giả tướng lễ Phật, chưa thực chứng được Chân tánh lễ Phật.

Trong tất cả những trường hợp vừa kể dẫn chứng sự phân biệt TƯỚNG và TÁNH, quy kết lại đưa đến một nhận xét căn bản, thiết yếu, không thể thiếu được trên con đường Giải Thoát: Trong vạn pháp, bất cứ pháp nào cũng có Tướng và Tánh luôn luôn liên hệ *tương duyên tương nhiếp* dính mắc vào nhau, không tách rời riêng lẻ ra được. Không có Tướng đứng một mình, không có Tánh đứng một mình, do đó gọi là HAI. Tuy nhiên, Tướng và Tánh tương duyên tương nhiếp để tạo thành một PHÁP duy nhất, do đó gọi là MỘT. Tóm lại, **tuy Hai mà Một, tuy Một mà Hai.** Đó là lý Nhất Như, còn gọi là Lý Bất Nhị. Đó là Thắng Đế, là Chân Lý Tuyệt Đối trong Phật học.

2 CHẤP TƯỚNG, ĐOẠN TƯỚNG, LY TƯỚNG VÀ VÔ TƯỚNG

Sự phân biệt Tướng và Tánh dù trình bầy tỉ mỉ rành rẽ đến đâu cũng thuộc về phần kiến giải. Hành giả cần am tường về mặt hành trì pháp môn Ly Tướng mới đạt tới được cứu cánh Giải Thoát. Hành trình từ Vô Minh Vọng Thức đến Trí Tuệ Giải Thoát lần lượt chỉ dẫn từng bước như sau: Chấp Tướng, Đoạn Tướng, Ly Tướng và Vô Tướng.

Chấp Tướng

Chấp là cầm cho chắc, nắm cho chặt, giữ khư khư không để lọt khỏi tay, nói đầy đủ là Chấp thủ (cầm lấy rồi nắm giữ lấy), Chấp trước (cầm lấy rồi vướng mắc, không biết tùy nghi ứng dụng). Sự trở ngại do sự chấp trước gây nên làm cho mê mờ thiên lệch gọi là **Chấp chướng**. Có hai thứ chấp chướng:

Ngã chấp, nói đầy đủ là *Ngã chấp phiền não chướng* có nghĩa sự trở ngại gây nên buồn khổ do nhận thức sai lầm: Vạn pháp vốn tự tánh là Không lại tin chắc chắn là Có.

Pháp chấp, nói đầy đủ là *Pháp chấp sở tri chướng* có nghĩa sự trở ngại gây nên mê muội do sự ngộ nhận: Vạn pháp đều vốn do nhân duyên hội lại mà khởi sanh nên luôn luôn chuyển hóa thoạt có thoạt không, lúc hiện thực lúc hư ảo lại tin chắc chắn là trường tồn vĩnh cửu.

Vạn pháp tự tánh vốn là Không, vạn pháp có giả tướng hư ảo tạm thời, đó là Chân Đế. Người Vô Minh chấp tướng lại tin chắc chắn vạn pháp có tự tánh là Có và do đó tin là pháp tướng thường hằng vĩnh cửu, bất biến. Chính đó là cội nguồn Tham, Sân, Si của con người khi thọ nghiệp thế gian.

Đoạn Tướng

Đoạn là cắt đứt, không còn tiếp nối nữa. *Đoạn tướng là thái độ đối nghịch với Chấp tướng*. Thay vì cầm nắm lấy là thái độ Chấp tướng, thái độ Đoạn tướng là cắt đứt, không để cho pháp tướng tiếp xúc với cảm quan trong sinh hoạt hàng ngày. Một ví dụ dẫn giải như sau: Tâm thức con người coi như căn nhà có chủ nhân đang ở. Vạn pháp coi như khách đến chơi. Chủ nhân tiếp nhận để khách vào trong nhà thăm hỏi, nhận thức rõ ràng người khách chỉ tạm thời có mặt trong nhà mình một thời gian nào đó rồi sẽ từ biệt ra về. Đó là trường hợp chủ nhân có nhận thức sáng suốt: Sự có mặt của người khách trong nhà mình là GIẢ TƯỚNG tạm thời, người khách đến chơi không có CHÂN TÁNH chủ nhà. Trường hợp chủ nhân có nhận thức sai nhầm coi người khách là chủ nhà, như vậy là CHẤP TƯỚNG nghĩa là để khách vào trong nhà rồi tin chắc khách ở luôn tại nhà mình, giữ luôn người khách không cho ra về. Trái lại, trường hợp ĐOẠN TƯỚNG là trường hợp chủ nhân đóng chặt cửa, không để bóng dáng người khách xuất hiện trong nhà mình, coi như không hề có người khách nào muốn đến nhà mình. Phật học gọi **Chấp Tướng là Chấp CÓ, Đoạn Tướng là Chấp KHÔNG**, cả hai đều là *biên kiến*, có nhận thức thiên lệch, không đúng với Sự thực khách quan. Có khách là có người đóng vai khách, không phải có người đóng vai chủ, có thêm một chủ nhân nữa, nhưng cũng không phải là không có người khách nào muốn vào nhà chủ nhân. Tóm lại, Đoạn tướng là thái độ *không tưởng*, chủ trương theo khuynh hướng tiến tới cảnh giới Hư Vô, cuộc sống con người không là cái gì cả.

Trong lịch sử Phật giáo, Đoạn tướng là một phương pháp tu tập rất độc đáo của một số dân tộc thiểu số tại Tây Tạng. Phương pháp này gọi là *Đoạn Giáo*, cũng gọi là *Hy Giải Giáo* truyền sang từ phía Nam Ấn Độ hồi đầu thế kỷ 12. Giáo lý gồm có hai phần thiền quán:

– Thừa nhận ma quỷ là có thật và mời gọi chúng đến.

– Chúng phát sanh ra tự tâm của hành giả, chúng không có tự tánh.

Ngày nay giáo môn chủ trương Đoạn tướng này chỉ còn rất ít tín đồ ở Tây Tạng tin theo.

Ly Tướng

Ly là rời bỏ, xa lìa, buông rơi như thường nói *ly biệt, ly gián, thoát ly*, *viễn ly.* Trong Phật học có từ ghép đôi *xả ly*, có nghĩa đối nghịch với chấp thủ, chấp trước, nói gọn là *LY* đối nghịch với *Chấp.* LY TƯỚNG là rời xa, lìa bỏ, thoát khỏi mọi sự ràng buộc vướng mắc của tất cả các Tướng bên ngoài cũng như bên trong tâm thức. Tướng bên ngoài là Lục Trần gồm có Sắc, Thanh, Hương, Vị, Xúc và Pháp. Tướng bên trong gồm tất cả các Tâm Pháp, tức các Tâm Sở cũng gọi là Tâm Vương. Nói cách khác, Ly Tướng là trong tâm thức không có sự phân biệt *ngã tướng* (tướng tự chính mình), *nhân tướng* (tướng người), *chúng sanh tướng* (tướng chúng sanh) và *thọ giả tướng* (tướng thọ mạng). **Ly Tướng** cũng gọi là **Ly Pháp, Vô Tướng, Phi Tướng**. Ly Tướng đối nghịch với Chấp Tướng như sau:

– Ly Tướng là chân thực, Tịch diệt Niết-bàn; Chấp Tướng là Hư vọng, sanh tử luân hồi.

– Ly Tướng là Vô vi; Chấp Tướng là Hữu Vi.

Bậc Bồ-tát tu Lục độ ba-la-mật (Bố thí, Trì giới, Nhẫn nhục, Tinh tấn, Thiền định và Trí tuệ), tự mình rời khỏi tất cả các tướng một cách Vô Vi. Ly Tướng là bậc thứ nhì trong Tam Giải Thoát Môn:

– **Giải Thoát Tướng** là thực chứng Không Môn, nhận ra sanh tử luân hồi có tự tánh vốn Không.

– **Ly Tướng** là thực chứng Vô Tướng Môn, không còn chấp cảnh Tịch thú Niết-bàn.

– **Diệt Tướng** là thực chứng Vô Tác Môn, phi hữu phi vô, chẳng phải Có mà cũng chẳng phải Không, theo Trung đạo: Tác mà Vô Tác, Vi mà Vô Vi.

Theo từ ngữ, *Chấp* là cầm lấy rồi giữ luôn, nắm cho chắc không bỏ ra. *Đoạn* là từ chối nhất quyết không cầm. *Ly* là có cầm lấy rồi sau mới buông ra, không hề cầm lấy thì không gọi là Ly được.

Trở lại ví dụ dẫn giải chủ nhân căn nhà với người khách đến nhà, sự phân biệt như sau:

– *Chấp Tướng* là thái độ mời khách vào nhà rồi coi khách như chủ nhà một cách mê muội sai nhầm.

– *Đoạn Tướng* là thái độ đóng chặt cửa không để khách vào nhà một cách cực đoan quá khích.

– *Ly Tướng* là thái độ mời khách vào nhà thù tạc giao dịch, xong rồi khi tiễn khách ra về chủ nhân coi như không có ai tới nhà mình, căn nhà không hề có khách bước vào, ý nói tâm thức chủ nhân trở lại thanh tịnh như trước khi có khách vào trong nhà thù tạc xã giao.

Dẫn giải theo Phật học: Chủ nhân là *Tâm*, người khách là *Cảnh*, sự gặp nhau là *Duyên.* Pháp môn Ly Tướng dạy: **Khi Duyên hội thì ta kết, khi Duyên tán thì ta liễu, ta không bao giờ Phan Duyên**. Diễn nghĩa**:** Khi Duyên đến thì ta kết, khi Duyên đi thì ta thôi (chấm dứt), ta không bao giờ vướng mắc vào Cảnh Duyên.

Vô Tướng

Vô là *Không, Không có.* Hiểu tường tận, từ ngữ này có sáu nghĩa:

1. Rốt ráo là không, không có cái gì cả. Ví dụ: Vô ngã, vô thủy vô chung…

2. Tùy lúc mà không có, lúc khác thì là có. Ví dụ: Vô ý, vô tình…

3. Có ít, không đủ mức độ cần thiết. Ví dụ: Vô mưu vô trí…

4. Không thọ lãnh điều gì đáng lẽ phải nhận thấy. Ví dụ: Vô sỉ, vô tâm (không biết hổ thẹn khi làm điều xấu)…

5. Có thọ lãnh điều gì sai quấy nên coi như không. Ví dụ: Vô kế hoạch, vô định hướng…

6. Có nghĩa đối nghịch, ngược lại. Ví dụ; Vô minh (không sáng suốt, nghĩa là mê muội), vô lậu (không có gì rò rỉ, thiếu sót nghĩa là rốt ráo hoàn hảo)…

Tâm Vô Tướng cũng gọi là *Tâm Vô,* có nghĩa như *Tâm Vô Sở Trụ, Tâm Vô Nhiễm, Tâm Tịch Diệt*… Đó là Tâm thức không trụ vào một cảnh nào, một pháp nào. Đó là Tâm Bình đẳng, không phân biệt, không lúc nào xao động, lúc nào cũng An Nhiên Tự Tại.

Trở lại ví dụ chủ nhân căn nhà và người khách đến nhà, đối chiếu với ba trường hợp đã nói về Chấp Tướng, Đoạn Tướng và Ly Tướng, ở đây trường hợp *Vô Tướng* được dẫn giải như sau: Tâm của chủ nhân đã thoát khỏi Tam giới đủ cả Dục Giới, Sắc Giới và Vô Sắc Giới. Đây là *Tâm Vô Phân Biệt*, không còn đối đãi, không còn ý niệm về chủ nhân và người khách đến nhà. Đây cũng gọi là *Tâm Bình Thường,* thanh tịnh thênh thang như Thái Hư với thái độ An Nhiên Tự Tại, nghĩa là chủ nhân vẫn tiếp nhận giao dịch với người khách đến nhà như mọi trường hợp bình thường ở thế gian nhưng *Tâm đã Vô Tướng, Vô Nhiễm*, không có một pháp nào làm xao động.

Pháp Bảo đàn kinh của Lục Tổ Huệ Năng, phẩm tư Định Tuệ có câu:

Này Thiện trí thức, pháp môn của ta từ xưa tới nay lấy Vô Niệm làm Tông, lấy Vô Tướng làm Thể, lấy Vô Trụ làm Gốc. Vô Tướng là nơi Tướng mà lìa khỏi Tướng... Lìa khỏi Tướng thì Pháp thể trở nên thanh tịnh...

Kinh Kim Cang phẩm năm Như Lý Thực Kiến, diễn nghĩa: Thấy Sự Thực đúng như Lẽ Thật có câu: Đức Phật bảo ông Tu Bồ Đề *Phàm sở hữu tướng giai thị hư vọng; nhược kiến chư tướng phi tướng tức kiến Như Lai*. Diễn nghĩa: Bất cứ điều gì hễ có hình tướng đều là giả dối; nếu thấy các tướng chẳng phải là tướng, như vậy mới gọi được là có thấy Như Lai.

Cũng Kinh Kim Cang, phẩm 26 Pháp thân phi tướng, Đức Thế Tôn có nói bài kệ dạy người phát tâm cầu đạo:

Nhược dĩ sắc kiến ngã,
Dĩ âm thanh cầu ngã,
Thị nhân hành tà đạo
Bất năng kiến Như Lai.

Diễn nghĩa:

Nếu căn cứ vào sắc tướng hình tượng của ta do mắt nhìn thấy hay trong óc tưởng tượng ra rồi tin rằng như thế là đã thấy gặp được ta,

Hay căn cứ vào âm thanh lời cầu nguyện do miệng mình thốt ra rồi tin rằng như thế là đủ để ta nghe thấy lời cầu nguyện,

Chính người đó đã theo tà đạo

Và không thể nào thấy được Như Lai tức Pháp thân hay Pháp tánh Như Lai, nghĩa là Đức Như Lai chân thật. Lý do: Người đó chỉ thấy Tướng mà không thấy Tánh của Phật.

Vô Tướng cũng còn gọi là *Diệt Tướng* với nghĩa Tịch Diệt, không có Tướng nào trong Tâm thức, tương đương như Vô Dư Niết-bàn.

Một dẫn chứng cụ thể về Vô Tướng trong lịch sử Phật giáo Việt Nam, một tấm gương sáng ngời ánh Đạo quang lưu lại cho Phật tử hậu thế soi chung. Đó là trường hợp vua Trần Nhân Tông (1258–1358), Sơ Tổ thiền phái Trúc Lâm có Tông chỉ Nhập thế Hành đạo. Trong suốt cuộc đời, nhà vua đã hiển lộ *sự thực chứng Vô Tướng và Ly Tướng*, hòa nhập vào cuộc sống thế gian trong mọi tình thế cảnh ngộ khác nhau, tùy duyên diệu ứng trong việc hoằng pháp độ sanh:

Vốn sẵn thiện căn thâm hậu, Thái tử Trần Khâm năm 16 tuổi đã quên mình là Thái tử tương lai sẽ lên ngôi Hoàng đế nối nghiệp nhà Trần, xin phép vua cha là Trần Thánh Tông cho xuất gia nhưng đã không được chấp thuận. Trần Khâm đóng vai Thái tử ở thế gian mà đã *Ly Tướng Thái tử.*

Lên ngôi năm 20 tuổi, vua thứ ba đời nhà Trần ở cương vị hoàng đế vua Trần Nhân Tông đã coi việc trị quốc an dân là thọ nghiệp thế gian. Người con Phật tên Trần Khâm đã tùy duyên hóa độ, thương dân như con đẻ nên *ở ngôi vua mà Vô Tướng, trong Tâm không có Tướng làm vua*. Quốc dân cảm nhận thấy đức Từ bi trong tình cha con ấy nên đã tôn xưng gọi là Vua Bồ-tát, Vua Phật.

Năm 27 tuổi, vua Trần Nhân Tông đích thân cầm quân ứng chiến nơi trận tiền, đồng lao cộng khổ với quân lính đánh đuổi quân Mông Cổ đem binh hùng tướng mạnh sang mưu toan xâm chiếm đất nước của tổ tiên. Khi chiến thắng, giặc đã thua chạy không có lệnh truy kích tận diệt, không cầm tù hàng binh lại cấp cho lương thực trở về nước. Ở cương vị làm vua làm tướng chiến thắng quân ngoại xâm, nhà vua *trong Tâm đã Vô tướng, không có Tướng người chiến thắng và Tướng quân thù.*

Ở cương vị Thiền sư Sơ Tổ thiền phái Trúc Lâm, vua Trần Nhân Tông chú trọng đến việc giáo hóa quốc dân, bài trừ mê tín dị đoan để tẩy sạch vô minh trong tâm thức toàn dân. Bài phú Cư Trần Lạc Đạo đã biểu lộ rõ ràng tông chỉ Nhập thế, sống an vui theo Chánh đạo. Ngay trong Tâm vị Thiền sư Sơ Tổ cũng thấy dấu ấn *Vô Tướng, làm Thiền sư mà không có Tướng thiền định nữa*. Bài phú Cư Trần Lạc Đạo có câu:

Đối Cảnh Vô Tâm mạc vấn Thiền!

Diễn nghĩa: Đối với mọi Cảnh Duyên giữ Tâm Vô Tướng thì há còn học hỏi thiền định làm gì, ý nói không còn cần thiết nữa.

KẾT LUẬN

Ly Tướng là pháp môn thiền quán khi hành trì Chánh Pháp tiến tới cứu cánh là Giải Thoát khỏi Luân Hồi, chứng nhập Tịch Diệt Niết-bàn. Hành giả cần nhất tâm tín nguyện:

Không Chấp Tướng để thoát khỏi Dục giới và Sắc giới.

Không Đoạn Tướng để thoát khỏi Vô Sắc giới, thoát khỏi thái độ quá khích Chấp Không, lạc vào Không Tướng.

Hành trì Ly Tướng, coi đó là Tông chỉ, là Pháp dụng ở nơi Tướng mà lìa khỏi Tướng.

Thực chứng Vô Tướng, coi đó là Pháp thể Chân Như, đây mới là cứu cánh Giải Thoát, chứng nhập Vô Dư Niết-bàn: *Niệm mà Vô Niệm, Tu mà Vô Tu, Tác mà Vô Tác, Hóa độ chúng sanh mà không có sự chúng sanh được độ.*

19 VÔ TỰ CHÂN KINH

Giáo lý đạo Phật phổ biến truyền lại hậu thế ở Tam tạng gồm có Luận tạng, Kinh tạng và Luật tạng. Luận tạng gồm chứa những lời bàn giải làm sáng tỏ lời kinh Phật dạy. Kinh tạng gồm chứa những lời dạy do Đức Thích Ca thuyết giảng. Luật tạng gồm chứa những qui định giới hạnh của giới tu đạo. Như vậy, Kinh tạng là thành phần cơ bản trọng yếu hơn cả vì lý do gồm những lời Đức Thích Ca giảng dạy, sau được kiết tập lại dùng làm yếu chỉ Phật pháp đáng tin theo hơn cả.

Đã nói Kinh là lời Phật dạy cho chúng sanh con đường Giải thoát, diệt khổ đến chỗ thường lạc, tại sao lại còn có khái niệm VÔ TỰ CHÂN KINH, nghĩa là thứ kinh không diễn tả bằng ngôn ngữ văn tự? Đã không diễn tả bằng ngôn ngữ văn tự thì ai đã phát biểu thứ kinh này? Do chính Đức Thích Ca đã phát biểu hay do vị Phật nào khác? Chúng sanh hậu thế muốn tiếp nhận hành trì thứ chân kinh này phải làm sao để mở mắt sáng lòng? Chúng ta đã nhận là con Phật, thiết nghĩ nên tìm câu trả lời những vấn nạn vừa nêu trên.

Sự hiện hữu Vô Tự Chân Kinh

Khái niệm VÔ TỰ CHÂN KINH có hai hệ luận:

1. Có hai thứ chân kinh, một thứ diễn tả bằng ngôn ngữ văn tự, ghi lại lời nói của Đức Thích Ca và một thứ truyền đạt bằng một phương tiện khác, không phải là ngôn ngữ văn tự.

2. CHÂN KINH là lời dạy có hiệu năng truyền đạt trung thực Chánh pháp như thị đến người tiếp nhận, hóa độ người này hội nhập Chân Như đi đến Giải thoát. Nếu không đạt được đạo quả dẫn người tiếp nhận đến tỏ ngộ chánh pháp thì chưa gọi được là CHÂN KINH.

Sự phát biểu Chân Kinh

Theo từ ngữ, KINH là lời thuyết giảng của Đức Thích Ca truyền đạt những pháp môn dẫn đến tỏ ngộ Chánh pháp. Khái niệm VÔ TỰ CHÂN KINH nêu lên hai nghi vấn người khéo tu cần phải giải đáp:

1. Ngoài Đức Thích Ca, có vị Phật nào để lại CHÂN KINH cho hậu thế chúng sanh hay không? Xin thưa: Đức Thích Ca là Thái tử Tất-đạt-đa, con của Tịnh Phạn vương, là vị Phật lịch sử thời đại chúng ta, hóa thân của Như Lai nhập thế thuyết giảng đạo Giải thoát cho chúng sanh. Ngoài Đức Thích Ca, kinh sách có nói đến 13 vị Phật trước Đức Thích Ca. Những vị Phật này có truyền đạt chánh pháp nhưng không trực tiếp truyền đạt đến chúng sanh thuộc thời đại chúng ta. Nói cách khác, chúng ta không hội đủ pháp duyên để tiếp nhận CHÂN KINH từ những vị Phật này. Chỉ có Đức Thích Ca mới trực tiếp truyền lại CHÂN KINH cho chúng sanh hiện nay, nhưng CHÂN KINH đã có từ trước Đức Thích Ca.

2. Nói riêng trường hợp Đức Thích Ca, ngoài thứ kinh để lại hậu thế diễn tả bằng phương tiện ngôn ngữ văn tự kiết tập trong Kinh tạng Đức Thích Ca có để lại thứ kinh gọi là VÔ TỰ CHÂN KINH hay không? Xin thưa: Đây là nan đề quan yếu, xin thưa ngay là CÓ. Để lại bằng phương tiện gì? Xin thưa: Không để lại bằng phương tiện pháp hữu vi nào như ngôn ngữ văn tự mà dùng phương tiện pháp vô vi, nghĩa là không có cái gì để *truyền lại* và cũng không có cái gì để *tiếp nhận* ngõ hầu độ người chứng ngộ chánh pháp. Đạo sư chỉ tạo ngoại duyên để cho người thiện xảo tự chứng tự ngộ. Không có giác tha độ tha của Đạo sư mà chỉ có tự giác tự độ của người khéo tu. Nói cách khác dễ hiểu hơn, Đạo sư chỉ tạo điều kiện XÚC TÁC để cho người khéo tu tự chứng tự ngộ. Đây là những trường hợp công án thiền giúp cho thiền sinh trực ngộ chân kinh.

Sự chứng ngộ Chân Kinh

Để đạt tới đạo quả, người khéo tu cần phải trải qua nhiều giai đoạn từ tín giải đến hành trì, từ hành trì đến chứng ngộ. Chưa đạt đến chứng ngộ là chưa đến đích Giải thoát hòa nhập với cảnh giới vạn pháp, chưa Tịch Diệt Niết-bàn, mới là người đi quãng giữa trên con đường dài và dĩ nhiên còn gặp nhiều chướng ngại: Tín lực nhiều mà thiếu giải thì dễ thành mê tín lạc vào tà đạo, lý giải nhiều thì dễ thành hiếu biện hý luận mà vẫn chưa thông, hành trì miên mật lâu chưa chứng thì dễ thành giãi đãi, hôn trầm hoặc tăng thượng mạn khi mới nếm chút ít pháp vị nhiệm màu rồi vội tự mãn cho là đã chứng ngộ Chánh pháp.

Về thể xác con người cần có ăn mới sống, về tinh thần con người cần nhận thức mới tăng trưởng tâm trí. Chứng ngộ chân kinh là khai mở tâm trí người khéo tu, coi như tương đương việc ăn để sống, những thực phẩm là kinh Phật. Ngôn từ trong đạo Phật gọi việc ăn những thực phẩm tinh thần này là THỨC THỰC, có nghĩa ăn những nhận thức để nuôi dưỡng trí tuệ để chuyển hóa người ăn từ vô minh đến giác ngộ.

Trường hợp ăn thông thường thực phẩm qua cửa miệng vào bao tử gọi là ĐOÀN THỰC. Để dẫn giải sự chứng ngộ chân kinh, hãy phân tách việc ĐOÀN THỰC để sáng tỏ dễ dàng việc THỨC THỰC: Chư Phật là người cung cấp món ăn, kinh là những món ăn, chúng sanh tu tập là những kẻ được nuôi ăn. Có ba trường hợp khác nhau:

Thứ nhất, người cung cấp có đem thức ăn để trao cho kẻ đang đợi bữa. Kẻ này có nhận và ăn, cảm thấy ngon miệng nhưng không tiêu hóa được thức ăn nên không bổ dưỡng gì mà có khi còn đầy hơi sình bụng sinh bệnh.

Thứ nhì, người cung cấp có đem thức ăn đến, kẻ đang đợi bữa đón nhận và ăn, cảm thấy ngon miệng và tiêu hóa tốt lành đem lại sức khỏe và an vui cho mình.

Thứ ba, người cung cấp không đem thức ăn đến nhưng chỉ vẽ cho kẻ đang đợi bữa tự làm lấy thức ăn mà ăn. Kẻ này nghe theo, tự nấu nướng lấy thức ăn rồi ăn, cảm thấy ngon miệng tiêu hóa tốt lành đem lại sức khỏe và an vui y như trường hợp được người cung cấp đem thức ăn làm sẵn đến cho mình ăn.

DẪN GIẢI

Nhận thức ăn do người cung cấp trao cho rồi ăn thấy ngon miệng là trường hợp đã phát tín tâm mộ Phật. Thái độ đợi bữa ăn là tâm đã phát nguyện theo Chánh pháp. Tín nguyện là yếu tố cần thiết đầu tiên cho người tu đạo.

Thức ăn là văn kinh, lời kinh ghi lại bằng phương tiện văn tự. Cảm thấy ăn ngon miệng là cảm nhận bằng vị giác, thấy thích thú khi ăn tương đương như đọc văn kinh cảm nhận bằng thính giác, thấy vui mừng khi tin rằng như thế là đã tiếp nhận được nghĩa kinh. Đây mới là pháp tướng của kinh, chưa hẳn là pháp tánh của kinh.

Trường hợp thứ nhất ăn ngon miệng nhưng không tiêu hóa được là chấp vào pháp tướng của văn tự diễn tả ý kinh. Trường hợp thứ nhì ăn ngon miệng và tiêu hóa được thức ăn, do đó cảm thấy bổ dưỡng ích lợi cho sức khỏe và tinh thần là chứng ngộ được chân kinh, mắt có nhìn tai có nghe lời tụng nhưng đã lìa pháp tướng của kinh. Chỉ khi nào rời lìa pháp tướng mới hội nhập được pháp tánh của kinh, nghĩa là chứng ngộ chân kinh, thông suốt được áo nghĩa của lời kinh. Trường hợp thứ ba, kẻ thức thực không có thức ăn đem sẵn mà tự làm lấy thức ăn mà dùng. Đây là trường hợp thân chứng, không có pháp tướng nên kẻ thức thực đã trực ngộ chân kinh, không cần đến chất xúc tác là văn kinh như trường hợp thứ nhì. Đây là trường hợp VÔ TỰ CHÂN KINH, không có lời văn kinh. Trong trường hợp thứ ba này, kẻ thức thực cần hội đủ một điều kiện thiết yếu không có ở hai trường hợp trên: Đó là tự nấu lấy món ăn sau khi được chỉ vẽ cách làm. Sự kiện này chứng tỏ sự tu tập hành trì đã công phu hơn hai trường hợp trên, không phải kẻ tu hành nào cũng thực hiện được. Ăn sẵn món ăn do người khác đã làm bao giờ cũng dễ dàng nhanh chóng hơn tự làm lấy món ăn mà dùng. Khả năng tự nấu lấy món ăn dù được chỉ vẽ cách làm chính là thiền quán, định lực càng vững quán càng sâu thời tự nấu lấy món ăn càng giỏi, càng đúng y như đạo sư chỉ vẽ, thức ăn khi dùng đem lại đầy đủ pháp vị bổ dưỡng không sai lệch. Kẻ tu hành có pháp căn sâu dày nên tuệ lực sắc bén mới chứng ngộ được VÔ TỰ CHÂN KINH.

Đối với kẻ thức thực bình thường, khái niệm VÔ TỰ CHÂN KINH có đem lại lợi ích gì trong việc hành trì đạo pháp? Xin thưa là CÓ. Kẻ thức thực vẫn tiếp nhận điều Phật dạy qua trung gian phương tiện là văn kinh, nhưng không chấp vào văn tự lời kinh mà cần thấu suốt nghĩa kinh, ngôn từ đạo Phật gọi là LY TƯỚNG NHẬP TÁNH, rời lìa văn tự để hội nhập vào diệu nghĩa, chính nội dung diệu nghĩa của lời kinh được gọi là CHÂN KINH. Lời kinh là giả tướng, ý Phật truyền dạy là chân tánh. Chân kinh là Phật pháp hóa độ chúng sanh rời bờ Mê đến bến Giác, khi đến bến Giác rồi thì bỏ con đò đã chở mình sang sông. Con đò chở người sang sông là phương tiện cần thiết trên hành trình tiến tu, lời kinh là phương tiện truyền đạt thông dụng và có hiệu lực hơn cả đối với giới tu hành. Khi đến bến Giác bỏ con đò lại nghĩa là rời con đò để lên bến, hình ảnh này cho thấy đọc kinh cần rời văn tự mới thông suốt được nghĩa kinh.

Mỗi khi niệm kinh, đừng quên khái niệm VÔ TỰ CHÂN KINH. Đó là lời nguyện của người khéo tu, không phụ ân Đấng Từ Phụ đã để lại lời kinh cho hậu thế.

20 CHÂN NGÃ VÀ VỌNG NGÃ

Con người sống trong môi trường tập thể xã hội có ý niệm về *ta*, về mình và người khác không phải ta, không phải mình. Đó là lối nhìn phân biệt chủ thể và đối thể trong tương quan liên hệ con người với con người, dưới con mắt nhà xã hội học. Về mặt đạo học, trong giáo lý Phật học có ý niệm *tự thân* và *tha nhân*. Tu tập là hành trì đạo pháp để làm tròn Phật tính ở tự thân và tha nhân. Phần tu tập ở tự thân coi như căn bản trong việc hành trì đạo pháp không thể thiếu được, phần ở tha nhân coi như hoằng dương chánh pháp. Nói là hai phần cho dễ nhận thức thấu suốt, nhưng về mặt thực hành tu tập hai phần này đã bổ sung kiên định cho nhau, không tách rời nhau riêng rẽ vì lý Hai là Một, Một là Hai. Nói cách khác, *tự độ*, *tự giác*, *tự lợi*, là tạo điều kiện thuận lợi cho việc *độ tha*, *giác tha*, *lợi tha*. Ngược lại, trong sự việc vì người cũng có sẵn tính vì mình. Người tu tại gia rất dễ nghiệm thấy điều này trong sinh hoạt hằng ngày. Chỉ khi tới bậc đạo vị tu tập Bồ-tát hạnh, hành giả mới thấy trì pháp *tâm không*, dần dần mới không còn ý niệm về tự thân, về cái gọi là *ta* nữa, không còn vì mình nữa trong mọi sinh hoạt hằng ngày.

Trong khi tu tập phần căn bản tự thân, người hành trì chánh pháp cần tỏ rõ ý niệm *chân ngã* và *vọng ngã*, nói chung là ý niệm chân và vọng, chánh và tà như thường nghe nói chân tâm và vọng tâm, chánh ngữ và vọng ngữ, chánh niệm và tà niệm, chánh đạo và tà đạo, chánh giáo và tà giáo hay ma giáo… Tiêu chuẩn phân biệt chân vọng, chánh tà là gì? Căn cứ vào yếu tố gì để tin theo mà tu tập? Để có cái nhìn tổng quát khả dĩ trả lời rõ ràng câu hỏi này, người tu tập cần tỏ rõ những nhận thức từ thô thiển đến tế vi sau đây:

1 XÁC VÀ HỒN

Con người được gọi là đang sống gồm có hai phần kết hợp lại, đó là phần xác và phần hồn. Nếu chỉ có xác không có hồn, đó là tử thi; nếu chỉ có hồn không có xác, đó là hồn ma, là quỷ thần; cả hai trường hợp đều không hội đủ điều kiện để được gọi là con người đang sống, đang hiện hữu. Con người là một hiện tượng sống, một hiện tượng có sinh diệt, có chuyển hóa. Hiện tượng sống ở phần xác biểu lộ ở đời sống sinh lý, sinh lão bịnh tử. Hiện tượng sống ở phần hồn biểu lộ ở đời sống tâm linh, biết vui buồn suy nghĩ. Sinh hoạt trong hai cuộc sống sinh lý và tâm linh có ảnh hưởng hỗ tương lẫn nhau, khoa tâm sinh lý học đã chứng minh điều này, dân gian cũng xác nhận ở tục ngữ như: rầu thối ruột, giận đứng tim, tức hộc máu, no chê cơm hẩm đói lẩm cả cơm thiu, no nên bụt đói ra ma… Người tu Phật ăn chay để cho tâm dễ được thanh tịnh là một dẫn chứng cụ thể ngay trong giới Phật tử.

2 HỒN VÀ VÍA

Trong đời sống tâm linh cần phân biệt hoạt động của hồn và hoạt động của vía. *Hồn* gồm có ba thành tố là *sinh hồn*, *giác hồn*, và *linh hồn*. Sinh hồn làm cho có sống chết; giác hồn làm cho biết những cảm nhận như nóng lạnh, vui buồn…; linh hồn làm cho biết suy nghĩ phải trái nên chăng. Khoáng vật như đất đá thuộc loại vô hồn, không có hồn nào cả. Thực vật thuộc loại chỉ có sinh hồn, có sống chết, nhưng không có giác hồn và linh hồn nên không có cảm giác và đời sống lý trí suy xét. Động vật thuộc loại có sinh hồn và giác hồn, nhưng không có linh hồn. Chỉ riêng loài người mới có đủ ba hồn là sinh hồn, giác hồn và linh hồn. Vì có linh hồn nên con người mới gọi là vật linh thiêng hơn muôn vật. Nhiều động vật, cầm thú kể cả côn trùng có giác hồn bén nhạy tinh vi hơn con người như mắt chim cú nhìn tỏ rõ trong đêm tối không trăng sao, tai thỏ thính hơn tai người, khứu giác kiến đánh hơi tinh vi hơn mũi người… Tuy nhiên, vì không có linh hồn đời sống thú vật hầu như không có tiến bộ từ xưa đến nay so với loài người có rất nhiều tiến bộ về mọi mặt trong cuộc sống kinh tế, chính trị, văn hóa, xã hội.

Vía còn gọi là phách như thường nói hồn vía, hồn phách. Vía là năng khiếu tiếp nhận của phần hồn. Phái nam có ba hồn bảy vía, phái nữ có ba hồn chín vía. Bảy vía của phái nam gồm có hai mắt, hai tai, hai lỗ mũi và miệng. Phái nữ có thêm hai vía là đôi vú.

Hồn và *vía* là ý niệm thường thấy trong lời nói dân gian như sợ mất vía, sợ hết hồn, hú hồn hú vía, nói trộm vía, cúng cô hồn… Ý niệm hồn và vía thông dụng không đủ giải thích rõ ràng sinh hoạt tâm linh con người trong giáo lý đạo Phật. Trong kinh sách thường thấy từ ngữ *thức* và *trí* dùng để dẫn giải cuộc sống tâm linh của chúng sanh. Thông suốt được ý niệm này người tu tập mới hiểu được cái *ta* của mình.

Ý niệm linh hồn ở con người chỉ giải thích sự tinh anh thông minh của con người khi so sánh với con vật. Ý niệm này không cắt nghĩa được cùng một cá nhân con người, tại sao có lúc nghĩ đến điều thiện rồi làm việc thiện, có lúc lại nghĩ đến điều ác rồi làm việc ác? Cùng một cá nhân, con người không thể có hai linh hồn, một linh hồn có khả năng thiêng liêng chuyên nghĩ và làm điều thiện, một linh hồn khác cũng tinh anh thông minh không kém, chuyên sai khiến nghĩ và làm điều ác. Ai cũng thấy những kẻ đại gian đại ác là kẻ tinh khôn ma quái hơn người trung bình rất nhiều, có thông minh hơn người mới nghĩ ra mưu mô xảo quyệt để lừa dối người khác. Thông minh là khả năng đáng quý, dùng vào việc thiện thì tốt, dùng vào việc ác thì xấu. Ý niệm linh hồn không đủ để giải thích *thiện căn* bẩm sinh ở con người luôn luôn hướng về điều thiện và tránh điều ác.

3 THỨC VÀ TRÍ

Ý niệm *thức* và *trí* trong giáo lý đạo Phật giải thích rõ ràng sự tinh anh thông minh của con người. Theo từ ngữ thường nói, cả hai chữ Hán này đều dịch sang tiếng Việt Nam là *biết*, không có sự phân biệt tinh vi tế nhị như trong kinh Phật đã dùng. Theo Phật học, sự phân biệt này rất quan trọng trong việc tu tập hành trì đạo pháp, nhằm mục đích nhìn rõ thật chính xác cái *ta* của mình để bỏ tà theo chánh, bỏ vọng theo chân, bỏ ác theo thiện, tận diệt nhân ác gieo trồng nhân lành, hóa cải tâm chúng sanh thành tâm thanh tịnh…

Theo Duy thức học, căn cứ vào *pháp tướng* tức *hiện tượng* sinh hoạt của con người trong cuộc sống hằng ngày, sự nhận biết trong tâm linh con người được phân tách thành ba yếu tố căn bản: Trần, căn và thức. *Trần* là ngoại cảnh bên ngoài cái *ta* của con người dùng làm đối chứng cho sự nhận biết trong quá trình sinh hoạt tâm linh con người. *Căn* là cơ năng nhận biết cái gọi là trần khi tiếp xúc với ngoại cảnh. *Thức* là sự tiếp nhận cái gọi là trần do căn chuyển từ ngoại cảnh đến nội tâm, thường gọi là tâm thức. Ví dụ nhìn cái cây, ta thấy màu xanh. Cái cây lá xanh là *trần*, con mắt là *căn*, sự nhận biết có cái cây lá xanh là *thức*.

Trần ở ngoài tâm thức nên gọi la *trần cảnh*, gọi tắt là *cảnh* để ứng đối với tâm. Trần cảnh chia làm sáu thứ gọi là *lục trần*, gồm sắc trần, thanh trần, hương trần, vị trần, xúc trần và pháp trần, gọi tắt là sắc, thanh, hương, vị, xúc, pháp hiểu là pháp tướng, hiện tượng sự việc.

Căn là giác quan, là cơ năng tiếp nhận lục trần ở ngoại cảnh. Tương ứng với lục trần có lục căn. Đó là nhãn căn, nhĩ căn, tỵ căn, thiệt căn, thân căn và ý căn. Nói dễ hiểu hơn, đó là sáu giác quan gồm có thị giác, thính giác, khứu giác, vị giác, xúc giác, và tri giác. Căn thứ sáu tức ý căn hay tri giác đóng vai trò phối hợp hoạt động của nhiều căn trước để hình thành một ý niệm trong nội tâm. Ví dụ cầm tách cà phê nóng, pha chút đường rồi uống từng ngụm nhỏ ta thấy dễ chịu. Phân tách sự việc đơn giản này có nhận xét như sau:

1. Màu nâu của sắc cà phê (sắc trần) đập vào mắt ta (nhãn căn): Thị giác.

2. Tiếng động khi dùng muỗng quấy cho đường tan (thanh trần) đập vào tai ta (nhĩ căn): Thính giác.

3. Mùi thơm cà phê (hương trần) đập vào mũi ta (tỵ căn): Khứu giác.

4. Vị đắng và ngọt (vị trần) đập vào lưỡi ta (thiệt căn): Vị giác.

5. Hơi nóng thấm vào tay khi cầm tách cà phê (xúc trần) đập vào da thịt ở tay ta (thân căn): Xúc giác.

6. Toàn thể sự việc nói trên (pháp trần) đập vào tri giác ta (ý căn), phối hợp kiện toàn cho nhau để hình thành một cảm giác dễ chịu, một ý niệm thích thú khi uống cà phê: Tri giác.

Thức là biết, thuộc về nội tâm nên thường gọi là *tâm thức*. Tất cả có tám thức, sáu thức tương ứng với sáu căn và hai thức nữa. Sáu thức tương ứng với sáu căn là nhãn thức, nhĩ thức, tỵ thức, thiệt thức, thân thức và ý thức. Thứ bảy là Mạt-na thức, thứ tám là A-lại-da thức. Thức thứ bảy đóng vai trò chủ chốt làm nảy sinh ra cái gọi là *ta* và cái *không phải là ta*. Thức thứ tám đóng vai trò lưu trữ giống như kho tàng, nên còn gọi là *tàng thức*, tích trữ những thành tích hoạt động tâm linh huân tập từ nhiều tiền kiếp cho đến kiếp hiện tại. Sự nảy sinh ra ý niệm *ta* và *không phải ta*, còn gọi là *ngã* và *phi ngã* dẫn đến ý niệm chủ thể và đối thể, dẫn đến tâm bất bình đẳng. Sở dĩ có ý niệm phân biệt như vậy là do tâm vô minh, u mê không nhận thức được chính xác đâu là cái *ta chân chính* gọi là *chân ngã*, đâu là cái *không phải ta mà cứ nhận lầm là ta*, gọi là *vọng ngã*. Cả tám thức đều góp phần tạo nên tâm vô minh, làm cho con người vướng mắc vào sai lầm tội lỗi. Có nhiều dẫn chứng sự u mê sai lầm của tám thức rất dễ nhận thấy:

Trong bóng tối, mắt nhìn sợi dây thừng tưởng là con rắn nên tâm sinh ra sợ hãi.

Trong phòng có bàn ghế, ngoài vườn có cây cối, ban đêm không có đèn, không trăng sao, mắt nhìn không thấy gì.

Lấy tay dụi mắt tự nhiên thấy hoa đốm trong hư không.

Nằm ngủ chiêm bao thấy nhiều sự việc xảy ra vui buồn, mừng sợ, sướng khổ, chợt tỉnh dậy, không thấy có gì là thực cả.

Điển hình là chuyện ngụ ngôn năm người mù sờ con voi trong kinh Trường-A-Hàm. Người thứ nhất sờ cái tai bảo con voi như cái quạt. Người thứ hai sờ cái vòi bảo con voi như con đỉa rất lớn. Người thứ ba sờ cái ngà bảo con voi như cây gỗ. Người thứ tư sờ cái đuôi bảo con voi như cái chổi. Người thứ năm sờ cái chân bảo con voi như gốc cây. Cả năm người đều tin chắc là mình nói đúng vì chính tay sờ thấy như vậy, tranh cãi nhau, ai cũng bảo chỉ có riêng mình nói đúng còn bốn người kia là nói sai.

Dân gian có thành ngữ *trông gà hóa cuốc* để chỉ sự sai lầm mắt nhìn con gà lại tưởng ra con chim cuốc.

Sự sai lầm của tám thức tạo nên tâm vô minh của người thế tục chúng ta ai cũng vướng mắc kẻ ít người nhiều. Chỉ có người khéo tu theo lời Phật dạy mới dần dần gỡ bỏ được những vướng mắc sai lầm, giải thoát khỏi màn vô minh che mờ tâm thức chúng sanh. Muốn vậy, cần hiểu rõ vai trõ và sự sai lầm của mỗi thức ngõ hầu dễ việc tháo gỡ từng phần vướng mắc trong mọi sự gieo nhân tạo nghiệp, gieo nhân lành tránh nhân ác.

Sự hoạt động chung của tám thức gọi là sinh hoạt tâm linh hay cuộc sống nội tâm, đời sống tinh thần. Để dễ hiểu, hãy coi sự hoạt động chung của tám thức như sự điều hành cai trị một quốc gia gồm có bốn thành phần:

Năm thức đầu coi như dân và quân. Đây là thành phần nền tảng của nội tâm vì không có dân và quân thì không thành một quốc gia. Năm thức đầu đóng vai trò thừa hành, giống như dân đặt dưới quyền cai trị của chính quyền, quân đặt dưới quyền chỉ huy của tướng lãnh.

Thức thứ sáu tức ý thức coi như chính quyền hay tướng lãnh, đóng vai trò điều hợp, chỉ huy lực lượng thừa hành gồm có dân và quân.

Thức thứ bảy tức Mạt-na thức coi như nhà vua, tổng thống, tổng tư lệnh quân đội, nghĩa là người giữ chức năng tối thượng, có quyền lực tối cao đối với toàn dân và toàn quân.

Thức thứ tám tức A-lại-da thức hay Tàng thức coi như người thủ kho đóng vai trò bảo vệ tài sản quốc gia lưu trữ trong công khố.

Khi con người biết giữ đạo tâm theo chánh pháp, biết phân biệt thiện ác, chánh tà, phải quấy, là trường hợp tám thức đã sáng suốt làm tròn chức năng trọn vẹn. Đó là cảnh quốc thái dân an, dân chăm chỉ sống trong hạnh phúc ấm no, quân luyện tập tinh nhuệ để phòng hờ chinh chiến, sẵn sàng bảo vệ quốc gia, chính quyền liêm khiết, tướng lãnh nghiêm minh, thủ kho tôn trọng tài sản quốc gia...

Khi con người u mê bị dục vọng lôi cuốn sai khiến, không còn sáng suốt biết thiện ác, chánh tà, phải quấy là trường hợp tám thức đã bị màn vô minh che mờ nội tâm, không làm tròn chức năng được giao phó. Đó là cảnh loạn lạc đói khổ, dân quân nổi loạn, tướng lãnh bất tài, chính quyền tham ô, thủ kho vơ vét của công làm của tư, quốc gia tất nhiên đi đến suy yếu tiêu vong...

Trí cũng là khả năng như thức, nhưng sáng suốt và trọn vẹn hơn thức. Trí là biết đầy đủ mọi mặt, từ nguyên nhân đầu tiên đến hậu quả sau cùng, cứu cánh rốt ráo, từ ban đầu đến lúc chót một sự việc, từ chính việc đến ảnh hưởng xa gần, từ tổng thể đến chi tiết. Trí không phải là khả năng biết siêu việt ở bên ngoài thức, mà chính là thức được cải hóa chuyển thành trí nhờ ở công phu tu tập. Sự cải hóa chuyển thức thành trí như sau:

– Năm thức đầu chuyển thành *thành sở tác trí*.

– Thức thứ sáu hay ý thức chuyển thành *diệu quan sát trí*.

– Thức thứ bảy hay Mạt-na thức chuyển thành *bình đẳng tánh trí*.

– Thức thứ tám hay A-lại-da thức, tàng thức chuyển thành *đại viên kính trí*.

Thức và trí ví như hai con dao cùng một thể chất kim loại thép y như nhau, cùng là khả năng biết bẩm sinh có sẵn ở tất cả mọi người, không có sự kẻ có người không, không có phân biệt thép tốt thép xấu. Con dao không gìn giữ lau chùi, để bẩn sét han rỉ nên trơ cùn, đó là *thức*. Con dao được lau chùi cẩn thận, sạch sẽ không han rỉ nên sắc bén, đó là *trí*. Trơ cùn hay sắc bén không phải là tính bẩm sinh tự có sẵn của con dao, đó là công phu gìn giữ con dao do người dùng sở hữu chủ tự ý quyết định, có làm hay không làm,

làm cẩn thận hay làm qua loa. Sự cải hóa chuyển *thức* thành *trí* là do công phu tu tập của người hành giả tự định lấy, tự làm lấy, không ai làm hộ được kể cả Phật. Phật chỉ độ cho, nghĩa là chỉ cách thức cho hành giả tự làm lấy. Người tu học đừng có nhận thức sai lầm khi cho rằng nghiệp của mình nặng, đọa làm con dao đúc bằng kim loại xấu không có cách gì làm cho con dao sắc bén được, đành cam tâm làm con dao trơ cùn suốt đời mãn kiếp. Đây là trường hợp pháp trần tiếp xúc với ý căn lệch lạc làm cho ý thức trở nên sai lầm. Ý thức sai lầm này là sự gieo nhân chẳng lành tạo nên ý nghiệp chẳng lành, dẫn đến quả chẳng lành là sự ngu muội không chịu khởi tâm tu tập, cam phận làm con dao trơ cùn mãi mãi. Tâm vô minh tác hại lớn lao như vậy, người tu tập cần luôn luôn cẩn trọng.

Thức và *trí* còn được ví như hai cây nến, còn gọi là đèn cầy, cùng làm bằng một chất sáp giống y nhau. Thức là cây nến chưa được thắp sáng, trí là cây nến đã được thắp sáng. Việc thắp sáng thuộc quyền tự do của người dùng nến.

Tâm vô minh ai cũng có ví như căn phòng tối. Trong phòng có sẵn tám cây nến chưa thắp nên tối om, chủ nhân không nhìn rõ ràng đồ đạc trong phòng: đó là tám thức. Người hành trì tu tập thắp sáng dần dần cả tám cây nến, căn phòng trở nên sáng tỏ, chủ nhân nhìn rõ ràng mọi thứ trong phòng. Đó là tám trí. Về mặt thực hành, trong số tám cây nến chưa được thắp, cây nến thứ sáu và cây nến thứ bảy là khó thắp sáng hơn cả, đòi hỏi tốn nhiều công phu tu tập hơn cả. Lý do: Ý thức và Mạt-na thức là hai thức có thẩm quyền cao hơn, có chức năng trọng hơn năm thức kia, do đó dễ lạm quyền lợi dụng chức năng để làm điều bất thiện, chạy theo dục vọng sai khiến mà cứ tưởng là mình làm chủ *cái ta* của mình. Khi tám cây nến được thắp lên, căn phòng tối trở thành sáng, ánh sáng đã đuổi bóng tối ra khỏi phòng, tâm vô minh mê mờ trở thành tâm thanh tịnh Bồ-đề, người tu tập đã thực sự nhìn thấy rõ và làm chủ được tâm mình, làm chủ được cái *ta* của mình, giống như chủ nhân nhìn thấy rõ và làm chủ căn phòng của mình.

Theo khoa học, căn là giác quan như mắt, tai, mũi, lưỡi, da; thức là hệ thần kinh, trung khu thần kinh kể cả hoạt động của thần kinh, nghĩa là cả phần thể lẫn phần dụng của thần kinh hệ.

4 THÚ TÍNH, NHÂN TÍNH VÀ PHẬT TÍNH

Đây là ý niệm phân hạng sinh hoạt tâm linh của con người. Ai cũng có đủ cả thú tính, nhân tính và Phật tính, chỉ khác nhau ở điểm có hay không biểu lộ thành ý tưởng, lời nói và việc làm, ở điểm có hay không gieo nhân tạo thành ý nghiệp, khẩu nghiệp và thân nghiệp. Trường hợp gieo nhân bất thiện nhiều, con người sống theo *thú tính* nhiều hơn cả, sống theo bản năng sinh tồn tự nhiên của con vật nhiều hơn lý trí biết suy xét của con người. Nói cách khác, lý trí không đủ khả năng kìm hãm, chế ngự được dục vọng, con người đâm ra có tội lỗi, dân gian gọi hạng này là *nửa người nửa ngợm*, *lòng lang dạ sói*. Trường hợp gieo nhân vừa thiện vừa bất thiện, con người làm điều tốt và điều xấu một cách vừa phải, không hẳn thánh thiện không hẳn đại gian ác, đây là người sống theo nhân tính bình thường. Trường hợp gieo nhân thiện nhiều hay toàn nhân thiện, con người khéo tu này sống theo Phật tính nhiều hơn cả. Tu tập không phải là diệt hết phần thú tính, nhân tính để chỉ còn sống theo Phật tính. Tu tập chỉ có nghĩa là cải hóa thú tính, nhân tính chuyển thành Phật tính. Như vậy cả ba phần đều là Phật tính, con người đạt đến tâm thanh tịnh Bồ-đề, không còn gieo nhân bất thiện nữa. Phật tính biểu lộ ở ba đức tính lớn là **đại bi**, **đại trí** và **đại dũng**. Đại bi là xót thương chúng sanh đau khổ, đại trí là sáng suốt không còn điều gì mê lầm, đại dũng là nhất tâm cương quyết cắt đứt hết ác căn và vun trồng thiện căn ở tự thân và tha nhân. Ba đức lớn trọn vẹn này bổ sung, kiện toàn cho nhau thành ra **Phật tính**.

5 CHÂN NGÃ VÀ VỌNG NGÃ

Như đã trình bày ở trên, thức và trí là một: thú tính, nhân tính và Phật tính cũng là một. Chân ngã và vọng ngã cũng vậy, cũng là một. Nói nghe có vẻ như là hai, nhưng chỉ là một cái *ta*, một tự thân. Sống theo thú tính là **vọng ngã**, sống theo Phật tính là **chân ngã**. Con người sống theo nhân tính là trường hợp đã thoát khỏi nghiệp súc sanh nhưng chưa hoàn toàn dứt hẳn, đồng thời cũng chưa vun bồi thiện căn đầy đủ, chưa hoàn toàn sống theo Phật tính. Do đó, chúng sanh làm người ai cũng có tội lỗi, cũng biết mình gieo nhân ác, đồng thời cũng biết hướng về điều thiện và gieo nhân lành. Câu *kiến tính thành Phật* có nghĩa là một khi tu tập đến mức thấy được Phật tính trong tự thân mình, thấy được chân ngã của mình, hành giả đã ngộ đạo. Có thấy mình có Phật tính thì mới thành Phật được, người tu tập bước đầu cần thiết là cố sao nhìn cho thấy chân ngã của mình.

21 VÔ NGÃ

Đạo Phật là con đường do Phật chỉ dẫn cho kẻ phàm phu có tâm thức Vô minh đi từ chỗ mê lầm khổ não đến nơi Thanh tịnh An lạc. Khi đi đến nơi đến chốn kẻ phàm phu trở thành người tỉnh thức, *tâm thức Vô minh chuyển hóa thành Trí tuệ Giác ngộ*, dứt trừ hết mê lầm khổ não trong cuộc sống thế gian. Do đó đạo Phật được gọi là đạo GIẢI THOÁT. Danh xưng này nhấn mạnh vào *cứu cánh* nhằm đạt tới, danh xưng đạo GIÁC NGỘ chú trọng đến *phương tiện ứng dụng* để đạt tới Giải thoát, danh xưng đạo TỪ BI đề cao *động lực* thúc đẩy hành giả tiến bước trên con đường Giải thoát.

Pháp giới vô số, Phật pháp vô biên, siêu việt cả hai phạm trù không gian và thời gian, bao trùm tất cả mọi sự vật *từ hiện tượng đến bản thể*, Phật học gọi là *pháp tướng* và *pháp tánh*. Tuy bao trùm pháp giới vô lượng, lan tràn khắp không gian vô cùng vô tận, xuyên suốt cả thời gian vô thủy vô chung, đạo Phật thâu tóm lại ở *ba dấu tích*, *ba tánh chất* của sự vật nhìn theo nhãn quan Phật học. Đây là ba giáo pháp nòng cốt, tiếng Hán Việt gọi là **Tam pháp ấn:** VÔ THƯỜNG, VÔ NGÃ và KHỔ. Pháp ấn Khổ còn được gọi là TỊCH DIỆT. Danh xưng *Khổ* nhấn mạnh vào hiện tượng tức pháp tướng sự vật do con người cảm nhận thấy trong sinh hoạt hàng ngày. Danh xưng *Tịch diệt* chú trọng đến thực thể tức pháp tánh sự vật để con người nhắm tới trong khi quán chiếu đạt chứng ngộ **Vạn pháp giai Không**, hết thảy mọi sự vật đều có tự tánh KHÔNG.

Tam pháp ấn này tuy nói là ba nhưng có tánh **nhất quán**, tuy BA mà MỘT, tuy MỘT mà BA. Nói cách khác, một sự vật nào cũng hội đủ cả ba tánh chất, nếu thiếu đi một, bất kể tánh chất nào, thì không còn là sự vật đó nữa nhìn theo nhãn quan Phật học. Sự liên quan gắn bó nhất quán này diễn giảng như sau:

1 LÝ GIẢI

Để tiến tới chứng ngộ đạo pháp, thông thường cần lý giải cho thông suốt, sau đến hành trì và đạt tới thực nghiệm. Sự lý giải Tam pháp ấn lần lượt như sau:

Vô thường

Pháp ấn này có danh xưng đầy đủ là **Vô thường biến dị,** cũng gọi là *Phi thường, Đoạn*, trái nghĩa với *Thường, Thường trụ*, *Phi đoạn.*

Nghĩa nôm na Vô thường là *lúc có lúc không, khi thế này khi thế khác, luôn luôn xê dịch biến chuyển không ngừng* như đời người thấm thoát lúc mạnh lúc yếu, khi vui khi buồn, mới trẻ liền già, đang sống thoạt chết... Trong thế gian, tất cả các pháp hữu vi đều vô thường, lưu hành chuyển hóa theo quá trình **sinh, trụ, hoại, diệt** như cây cối nứt mầm nẩy rễ, lớn lên trổ bông kết trái, tàn rụng rồi khô chết. Trường hợp con người, quá trình vô thường là **sinh, lão, bệnh, tử**. Đây là lý Vô thường đương nhiên như vậy không bao giờ sai khác, dù con người có ý thức nhận ra hay không nhận ra hoặc cố tình chối bỏ.

Có hai cách xếp loại Vô thường:

NHỊ CHỦNG VÔ THƯỜNG gồm có hai thứ *Sát-na Vô thường* chỉ sự trải qua hình tướng một cách nhanh chóng trong giây lát và *Tương tục Vô thường* chỉ sự trải qua hình tướng nối tiếp nhau mà hiện ra.

TAM CHỦNG VÔ THƯỜNG cũng gọi là TAM CHỦNG KHỔ gồm có ba cảnh biến chuyển khởi sanh ra khổ não cho chúng sanh: *Cảnh thuận lạc biến đổi* thành ra khổ não, *cảnh khổ não hiện đến* làm cho sợ hãi muốn trốn lánh và *trường hợp quán thấy sự hoại diệt của thân mình* nên sinh ra khổ não, tiếc thương cuộc sống.

Không ai có thể hai lần rửa chân ở một giòng sông. Câu này thường dùng như một trường hợp điển hình cụ thể để chứng minh lý Vô thường. Nói cho dễ hiểu một cách chính xác hơn: *Ai cũng có thể nhiều lần rửa chân ở một vị trí nhất định của một giòng sông, nhưng không ai có thể hai lần rửa chân với cùng một lượng nước trôi trên sông*. Lý do: Sau lần rửa chân thứ nhất lượng nước đã trôi đi về cuối sông, lần thứ hai rửa chân là lượng nước khác trôi đến từ đầu sông. Nước trôi trên sông ví như thời gian trôi đi liên tục từng sát-na nối tiếp nhau và không bao giờ trở lại. Việc rửa chân là một sự kiện xẩy ra ở một thời điểm trong phạm trù thời gian. Không một sự kiện nào hiển lộ ở thế gian mà không ở trong phạm trù thời gian và phạm trù không gian, Phật học gọi là *Pháp hữu vi.*

Vô ngã

Pháp ấn này cũng gọi là *Phi ngã*, có nghĩa là **không có bản thể** nhất định, thường hằng vĩnh cửu.

Trong thế gian, *tất cả pháp hữu vi đều vô thường đồng thời đều vô ngã*: Vô thường vì chuyển hóa theo quá trình sinh, trụ, hoại, diệt; Vô ngã vì tự nó không có thực, cái mà nhận thức được chỉ là *duyên hợp giả tạo nhất thời.*

Vô ngã bao trùm tất cả các pháp hữu vi. Cũng như Vô thường, Vô ngã là chân lý rốt ráo của mọi vật, mọi pháp. Xếp loại một cách đại cương, có hai thứ Vô ngã:

NHÂN VÔ NGÃ: Con người thực ra *không có bản thể*. Cái gọi là *con người* chỉ là *Ngũ uẩn* (Sắc, thọ, tưởng, hành và thức) tạm thời hợp lại mà thành ra có. Chúng sanh vô minh mê lầm tin rằng con người có bản thể chân thực nên sinh ra phiền não. Đến khi tỉnh thức nhận ra lý Vô ngã thì dứt hết *phiền não chướng.*

PHÁP VÔ NGÃ: Pháp tự nó không có thực, chỉ có *nhân duyên* hội lại mà hiển lộ sanh ra. Kẻ vô minh ngộ nhận là có thực, người tỉnh thức nhận ra lý Vô ngã thì dứt hết *sở tri chướng.*

Tiếng Hán Việt *ngã* thường diễn nôm là *tôi* hay *ta*. Sự diễn nôm này không trọn nghĩa, chỉ có nghĩa ở *Nhân vô ngã* khi chỉ cái NGÃ ở con người, không diễn được nghĩa ở *Pháp vô ngã* khi chỉ cái NGÃ ở vạn pháp. Người thiện học cần lưu tâm đến từ ngữ này. Trong Phật học, *Ngã* cần hiểu là CHÂN LÝ, là **sự có thực thường tồn bất biến**, dù ứng dụng vào con người hay sự vật.

Về phương diện chứng ngộ có hai thứ Ngã:

VỌNG NGÃ cũng gọi là GIẢ NGÃ. Đây là trường hợp cái Ngã của kẻ vô minh mê lầm cố chấp yêu mến thân mình, bênh vực ý tưởng của mình, bảo tồn vật sở hữu của mình như người thân, nhà cửa, tiền bạc, quyền thế… Sự mê lầm cố chấp này là *Chấp ngã, Chấp kiến* gây nên phiền lụy, khổ não… Người thiện học, khéo biết hành trì lý Vô ngã sẽ chứng nghiệm thấy cái Ngã của mình là giả tạm, là Không, là không thực sự có.

CHÂN NGÃ cũng gọi là THỰC NGÃ, ĐẠI NGÃ. Đây là trường hợp

cái Ngã của chư Phật, Bồ-tát. Cái Ngã này chính là cái NGÃ BA-LA-MẬT, còn gọi là *Phật tánh, Như Lai tánh, Như Lai tạng.* Cái Ngã chân thực rốt ráo này có đầy đủ bốn đức Thường, Lạc, Ngã và Tịnh. Cái Ngã giả tạm và riêng biệt của kẻ Vô minh có đủ bốn tánh xấu Vô thường, Vô lạc (khổ), Vô ngã và Bất Tịnh.

Phật và chúng sanh đồng nhất thể, cùng có cái NGÃ cả. **Tu Phật là chuyển hóa từ tâm chúng sanh Vô minh thành tâm Đại giác của chư Phật**, nghĩa là:

– Vô thường chuyển hóa ra Thường,

– Khổ (Vô lạc) chuyển hóa ra Lạc,

– Vọng ngã chuyển hóa ra Chân ngã,

– Bất tịnh chuyển hóa ra Tịnh.

Hội đủ bốn đức Thường, Lạc, Ngã, Tịnh là Đại giác, Đại ngộ, là Giải thoát, là Tịch Diệt, ngộ nhập Niết-bàn, **là chuyển hóa từ Vọng ngã thành Chân ngã.**

Vô thường và Vô ngã là hai pháp ấn tuy HAI mà MỘT, tuy MỘT mà HAI. Là MỘT vì lý do cả hai pháp ấn đều là sự chuyển hóa từ cái này sang cái khác, kế tiếp nhau và liên tục không ngừng, cả hai đều là **pháp duyên sanh**. Là HAI vì lý do: *Vô thường là sự chuyển hóa theo thời gian*, theo từng thời điểm nối tiếp nhau không ngừng, từ vô thủy đến vô chung, từ quá khứ xuyên qua hiện tại đến tương lai; *Vô ngã là sự chuyển hóa trong không gian* vô cùng vô tận, trong **pháp giới vô biên**; khi nói chung nhất quán là trong cả hai phạm trù thời gian và phạm trù không gian (theo ngôn từ ngày nay là khái niệm *thời-không*).

Một trường hợp dẫn chứng điển hình: Giọt nước. Nước chuyển hóa vô thường lúc là mây, hơi nước, khi là nước lỏng hay băng tuyết. Nước tự nó không có thực, nước Vô ngã, cái tên gọi NƯỚC chỉ là giả danh duyên hợp. Phân tích ra, nước là sự tổng hợp hội lại của khí Hydrô và khí Oxy. Mây trời, nước biển và băng sơn chỉ là ba hình tướng khác nhau của nước trong khi chính nước không có bản thể chân thực. Nước chỉ là sự duyên hợp của khí Hydrô và khí Oxy, khi hội lại thì có hình tướng và tên gọi là Nước, khi phân tán ra thì không có hình tướng và tên gọi là Nước. Khi có thì đó là cái **Giả Ngã** của nước, khi không thì đó là cái **tự tánh Không** của nước, CÓ mà KHÔNG, KHÔNG mà CÓ là như thế.

Khổ

Pháp ấn thứ ba này có danh xưng thường gọi là *Khổ*, cũng gọi là *Tịch diệt*, diễn tả thực nghĩa là *Vô lạc*. Cả ba pháp ấn đều gọi bằng tiếng ghép đôi *Vô thường, Vô ngã, Vô lạc*, đều bắt đầu bằng VÔ, nhấn mạnh vào tự tánh KHÔNG trong vạn pháp. Người vô minh chưa sáng tỏ được lý Chân Không nên cảm nhận thấy *Khổ*, khi thực chứng được *Vạn pháp giai không* thì hết khổ, tức chứng nhập *Tịch diệt*.

Thực nghĩa Vô lạc cần được lý giải chính xác, phân biệt ***Chân lạc* với *Giả lạc*: Vạn pháp đều Không, nghĩa là không khổ, không lạc**. Trường hợp chấp vào *giả tướng khổ* thì sanh phiền não khi cố gắng chịu đựng, trường hợp chấp vào *giả tướng lạc* (Giả lạc) thì sanh tiếc nuối khi không còn nữa. Chỉ khi nào ly tướng, không còn chấp tướng nữa thì mới thực chứng được *Tịch diệt*, mới cảm nhận thấy *an nhiên tự tại*. Đây là sự vui sướng thực sự (Chân lạc), vui sướng trong an nhiên không phát sanh tham dục vọng động, Phật học gọi là *Tịnh lạc*. Đây là trường hợp người ngộ đạo, đã thực chứng diệt khổ hội nhập vào *Pháp giới Chân không,* cũng gọi là *Nhập diệt Niết-bàn*, nói nôm na là cảm nhận thấy tâm *Thường Lạc* trong cuộc sống hàng ngày ở cõi thế gian.

2 HÀNH TRÌ

Tiến trình tu học tóm tắt ngắn gọn gồm bốn giai đoạn Tín, Giải, Hành và Chứng. Nói rõ ràng hơn, bốn giai đoạn dẫn giải như sau:

– *Khởi tín tâm do nhân lành và pháp duyên hội kết,*

– *Lý giải để thấu hiểu tường tận lời Phật dạy,*

– *Hành trì để thực nghiệm điều đã lý giải thông suốt,*

– *Chứng ngộ đạo pháp, chuyển hóa tâm từ Vô minh thành Đại giác.*

Bài viết này chú trọng vào giai đoạn chuyển hóa **từ Lý giải đến Hành trì lý Vô ngã.** Thực nghiệm được Vô ngã thì kiện toàn luôn Vô thường và Vô lạc. Chỉ cần thực nghiệm được một trong ba pháp ấn thì đương nhiên thông suốt luôn hai pháp ấn còn lại. Tùy theo căn cơ duyên nghiệp của mỗi người khác nhau, hành giả chọn pháp ấn nào để hành trì đều được cả, cứu cánh chứng ngộ đều giống nhau. Nội dung bài viết này chỉ là một trường hợp thực tập hành trì có tánh chất điển hình, ứng dụng ở người có trung căn, duyên nghiệp thông thường.

Nội dung từ ngữ NGÃ

NGÃ là tiếng Hán Việt, nôm na gọi là TA, tiếng Sanskrit là *àtman*, tiếng Pali là *attà,* có nội dung chỉ *thể tánh thường tồn,* không bị tác động của lý duyên sanh, không theo quá trình chuyển hóa sanh, trụ, hoại, diệt.

Giáo lý đạo Phật *không công nhận sự hiện hữu của Ngã.* Toàn thể mọi hiện tượng vật lý và tâm lý đều không có chủ thể độc lập, thường hằng. Theo đạo Phật, khái niệm cho rằng có Ta, có Người là do Vô minh khởi động, do si mê sanh ra. Đây là sự vận hành của Ý thức (thức thứ sáu trong Lục thức) căn cứ vào khả năng suy nghĩ phân biệt trong thế giới nhị nguyên, có Ta có Người, có Năng có Sở, có Chủ thể có Đối thể. Tâm thức phân biệt trong cuộc sống hàng ngày làm cho người Vô minh chấp vào cái Ta, sanh ra những ý nghĩ: *Ta yêu cái này, người này; Ta ghét cái này, người này; cái này là của Ta, cái này là của Người*. Cái Ta này thống trị cuộc sống tâm linh người Vô minh, trực tiếp dẫn người này đến khổ não, xa rời Chân tánh Thanh tịnh ở con người. Hành giả thực chứng lý **Vô ngã** sẽ tự độ cho mình giải thoát khỏi hết mọi khổ não.

Từ ngữ NGÃ vốn là tiếng Hán Việt, thường diễn thành ba tiếng nôm khác nhau, người thiện học cần lưu tâm khi dùng tiếng nôm cho đúng với ý của mình muốn truyền đạt diễn tả:

TÔI là tiếng tự xưng đối với tha nhân diễn ý phân biệt chủ thể và đối thể đều là người *chỉ định* trong môi trường sinh hoạt cộng đồng xã hội.

TA là tiếng tự xưng chỉ chung con người *phiếm định*, không phải chủ thể và đối thể là người chỉ định, nhưng vẫn diễn ý phân biệt bên nói bên nghe.

MÌNH là tiếng tự xưng *không còn phân biệt chủ thể và đối thể*. Hai bên Ta và Người, Năng và Sở đã hội nhập làm Một, mình nói cho chính mình nghe, mình tự nhủ với lòng mình. Trường hợp này Phật học gọi là *tự quán* hay *nội quán* ứng dụng khi hành giả sám hối, phát nguyện.

Nói cách khác, TÔI và TA diễn tả nội dung tương đương như *Vọng ngã, Giả ngã*, MÌNH diễn tả nội dung tương đương như *Chân ngã, Như Lai tánh, Chân tâm, Phật tánh, Phật tâm*… Ba thí dụ cụ thể như sau:

– Được anh giúp đỡ lúc hoạn nạn, *tôi* không bao giờ quên ơn anh.

– Gặp lúc hoạn nạn được người giúp đỡ, *ta* nhớ mãi không quên ơn người thi ân.

– Hết lòng giúp đỡ kẻ hoạn nạn là *mình* tự tạo cho *mình* niềm vui sống, đó là Hỷ tâm của người hành trì Phật pháp.

Quán Vô ngã

Pháp môn quán Vô ngã gồm có hai phần chánh có tánh bổ sung và kiện toàn cho nhau, chứng tỏ lý duyên sanh.

– Cái Ngã của mình không phải thuộc riêng mình.

– Cái Ngã của những người thân không phải thuộc riêng mình.

Cái Ngã của mình không phải thuộc riêng mình

Con người là một giống động vật có *cuộc sống tập thể xã hội từ xưa đến nay trên khắp mặt trái đất.* Đây là *tương quan xã hội* mật thiết gắn bó cá nhân này với cá nhân khác. Cầm thú, sâu bọ cũng vậy, chúng sống từng đàn, từng bày để nương tựa lẫn nhau trong cuộc sanh tồn. Lý duyên sanh này là sự thật hiển nhiên, nghiệm thấy rất dễ dàng, dù có ý thức hay không có ý thức, hoặc cố tình phủ nhận thì mối tương quan xã hội này vẫn vận hành ứng dụng trong sinh hoạt thực tế trong tập thể nhân loại.

Trong sinh hoạt hằng ngày, **ai cũng có nhiều cương vị khác nhau**, ở mỗi cương vị một cá nhân có mối liên hệ riêng với từng thành phần khác nhau thể hiện ở nhiệm vụ và quyền lợi khác nhau. Đó là *đạo làm người*, nền tảng xây dựng cuộc sống chung của nhân loại về mọi phương diện kinh tế, chính trị, văn hoá, xã hội…Sau đây là một số dẫn chứng.

Mối liên hệ huyết thống trong *gia đình, gia tộc*: Một cá nhân có nhiều cương vị khác nhau như làm con đối với cha mẹ, đồng thời là cha hay mẹ đối với con cái, làm cháu chắt đối với chú bác, cô dì, cậu mợ, ông bà, các cụ, đồng thời là bề trên đối với thế hệ kế tiếp, là anh chị em đối với người bằng vai ở cả bên nội bên ngoại, bên chồng bên vợ…

Rộng hơn nữa là mối liên hệ *chủng tộc, màu da* và *cộng đồng nhân loại*. Một cá nhân vừa là thành phần trong gia đình, gia tộc vừa là công dân trong nước, một đơn vị con người trong cộng đồng nhân loại nhìn theo cả hai khía cạnh thời gian lịch sử và không gian địa bàn hoạt động. Người dân nhớ ơn các vị anh hùng vị quốc vong thân. Toàn thể nhân loại đã vinh danh tôn thờ các nhà khoa học, triết gia đã để lại cho hậu thế bao nhiêu phát minh, sáng chế, học thuyết, định lý đóng góp chung xây dựng nền Văn minh nhân loại, những tiện nghi lợi ích cho tất cả mọi người hưởng chung. Đạo làm người bao gồm cả bổn phận đối với bậc tiền bối và bổn phận đối với kẻ hậu sanh mai sau.

Mối liên hệ *kinh tế nghề nghiệp*: Ai cũng có một nghề, một chức nghiệp để mưu sanh. Vị bác sĩ không phải chỉ là một thành phần trong gia đình riêng, một người dân trong một nước mà còn là người chăm lo săn sóc bệnh nhân không phân biệt thân sơ, đồng chủng hay dị chủng. Tương tự như vậy, thày cô giáo là người của học sanh, công nhân là người của xí nghiệp sản xuất, thương gia là người của giới tiêu thụ, công chức và quân nhân là người của toàn dân…

Mối liên hệ *cùng một niềm tin, một nếp sống văn hóa* như phong tục, tập quán, nghi thức ứng xử thù tạc: Cùng là tín đồ một tôn giáo, cùng theo một nghi thức về hôn lễ, tang lễ… Cùng một lý tưởng, một chí hướng theo đuổi…

Cái Ngã của những người thân không phải thuộc riêng mình

Mình không phải thuộc riêng mình và những người thân cũng không thuộc riêng mình. Nói cách khác, *không có cái Ngã nào thuộc riêng mình, kể cả tự mình và những người thân của mình.* MÌNH và CỦA MÌNH chỉ là những âm thanh diễn tả một *giả tướng*, không phải một *thực thể* chân tánh, kẻ phàm phu vô minh có tâm thức mê lầm chấp Ngã nên ngộ nhận là thực thể có thực, do đó sanh ra ái dục, tham vọng, chấp thủ và tự tạo cho mình ưu phiền khổ não.

Bất cứ một người thân nào có liên hệ dưới hình thức nào cũng không phải thuộc riêng mình. Cha mẹ mình lệ thuộc vào bao nhiêu người khác: Cùng là cha mẹ của anh chị em mình, một thành phần trong tập thể gia đình, gia tộc, một công dân, một phần tử trong cộng đồng nhân loại… Cha mẹ mình không thể nào dành trọn cuộc sống, để hết tâm tư và thời giờ để liên hệ với riêng cá nhân mình, không còn biết đến ai khác nữa. Người con yêu thương cha mẹ là do lòng hiếu thảo nhưng khởi niệm độc chiếm cha mẹ dành riêng cho mình là sự mê lầm của tâm Vô minh. Trường hợp những người thân khác cũng vậy như liên hệ giữa vợ chồng, họ hàng con cháu, anh chị em, chú bác cô dì, bạn hữu…

Tóm lại, trong loại *Nhân Vô ngã* **cái Tự Ngã của mình và cái Ngã của tha nhân đều là giả tướng không có thực thể**. Người con Phật tỉnh thức không phải chỉ sống cho mình một cách riêng biệt, phải hòa mình vào nếp sống của mọi người, đồng thời không chấp vào vọng niệm tin là người thân của mình chỉ sống cho riêng mình, không quan tâm và dành thì giờ sống cho nhiều người khác nữa, không *độc chiếm* người thân. Trong lúc yêu đương, trai gái thường thốt nên lời nói với nhau là *người yêu duy nhất.* Đây chỉ là lời nói *thực lòng, chân tình* trong lúc bồng bột đúng với cảm thức chợt thốt ra ở cửa miệng. Đây không phải là lời nói đúng với bản thể chân tánh ở con Người, không đúng với *Tâm Tịnh Lạc* của người đã thực chứng lý Vô ngã. Nói cách khác, đây là lời nói ứng hợp đúng với tâm thức kẻ *chấp vào Giả Ngã, Vọng Ngã* nhưng không ứng hợp đúng với tâm thức người giữ *Chánh Niệm sống với Chân Ngã, Đại Ngã*. Người thực chứng lý Vô ngã không phải phủ nhận sự sống với chính mình mà chỉ **chuyển hóa rời bỏ Vọng Ngã để sống trọn vẹn với Chân Ngã tức bản thể Thanh Tịnh có sẵn ở chính mình**, sống trọn vẹn nghĩa là 100 phần 100 không còn vương vấn chút ít gì với Vọng Ngã. Do đó, *Chân Ngã* còn có danh xưng là *Đại Ngã, Ngã Ba-la-mật.*

Trong loại *Pháp Vô ngã* sự quán chiếu như sau: Bất cứ pháp hữu vi nào tức vật gì hay sự kiện gì xuất hiện xẩy ra đều có tự tánh KHÔNG. Đó là nội dung câu **Vạn pháp giai Không**. Hiện tượng do con người cảm nhận được chỉ là giả tướng, là cái CÓ không thực, *nhân duyên hội lại thì thấy CÓ, nhân duyên tán ra thì thấy KHÔNG, đó là lý Sắc-Không*. Thái độ của người tỉnh thức đối với lý Vô thường, Vô ngã khi quán thấy Nhân Duyên lúc hội lúc tán, khi sanh khi diệt, CÓ đấy lại KHÔNG đấy là **diệu ứng lý Tùy duyên:** *Duyên hội thì kết, duyên tán thì liễu, không bao giờ phan duyên*. Câu này diễn nghĩa người thông suốt lý Pháp Vô ngã thấy cơ duyên đến thì suy ngẫm nếu là thiện duyên, hạnh duyên thì giữ lại, ứng dụng sanh lợi cho mình và cho tha nhân, nếu là chướng duyên, nghịch duyên bất lợi cho mình, cho người thì rời bỏ. Trường hợp duyên đã hội kết đến một thời điểm nào đó duyên hết, rã tan thì chấm dứt kết liễu việc ứng dụng để tránh thiệt hại cho mình, không bao giờ níu kéo luyến tiếc một khi cơ duyên đã hết không còn nữa. Đó là thái độ *tự tại* của người tỉnh thức.

Ví dụ cụ thể để sáng tỏ lý Pháp Vô ngã: Giọt nước có tự tánh KHÔNG, danh xưng gọi là *Nước* chỉ là *giả tướng*, sự hội lại của hai khí Hydrô và khí Oxy. Khi duyên hội kết lại với nhau thì CÓ nước, khi duyên tách rời nhau thì KHÔNG CÓ nước. Âm thanh thốt ra ở cửa miệng NƯỚC chỉ là *giả danh* không thực. Ngay cả danh xưng gọi là *Nước* cũng thay đổi theo lý Vô thường: Nước ở thể lỏng, gặp khí nóng bốc hơi bay lên cao tụ lại thành *Mây*, Mây trên cao gặp khí lạnh tụ lại thành *Giọt mưa* trở lại thể lỏng, gặp khí lạnh xuống thấp thì thành *Tuyết*, thành *Băng*. Vô thường và Vô ngã là hai lý đương nhiên của vạn pháp có liên hệ mật thiết với nhau, không có sự vận hành riêng rẽ.

3 THỰC CHỨNG VÀ DIỆU DỤNG

Vạn pháp Vô thường và Vô ngã, con người phải ứng xử ra sao để sinh tồn và an lạc? Sau khi thực chứng, con người không phải chỉ dương mắt nhìn khoanh tay chịu trận để mặc cho cảnh ngộ lôi cuốn theo một cách tiêu cực đi về đâu không biết. Con người phải biết hành động tích cực, diệu dụng tùy duyên tùy cảnh ngộ để đạt tới điều sở nguyện. Phật học gọi là lý **Tùy Duyên**, nói đầy đủ là *Tùy duyên diệu ứng* hay *Tùy duyên diệu dụng*. Có như vậy con người mới vượt qua hết được chướng ngại, thăng tiến đạt tới an lạc tự tại.

Vẫn lấy Giọt nước làm trường hợp điển hình dẫn chứng: Con người đã *diệu dụng khai thác Giọt nước Vô thường Vô ngã để xây dựng nền văn minh của nhân loại*. Động cơ hơi nước là trường hợp diệu dụng chuyển hóa từ thể lỏng sang thể hơi để tạo nên một năng lực bằng cách cho hội duyên nước lỏng với khí nóng. Con người đã khai thác ứng dụng lý Vô thường Vô ngã vận hành ở giọt nước để tạo nên năng lực chạy máy như động cơ hơi nước ở đầu máy xe lửa, ở tàu thủy… Nước gặp khí lạnh đóng thành băng dùng để ướp lạnh thực phẩm…

Đối với hiện cảnh Vô thường Vô ngã khi quán vạn pháp, nếu khoanh tay chịu trận đầu hàng cảnh duyên một cách tiêu cực thụ động là trường hợp **Cảnh dẫn Tâm**, Cảnh sẽ dẫn đến ưu phiền, khổ não; nếu biết Tùy duyên diệu ứng tích cực ứng phó là trường hợp **Tâm dẫn Cảnh**, Tâm sẽ dẫn đến Thanh Tịnh, An nhiên Tự tại.

KẾT LUẬN

Thông thường thực tập pháp quán lý Vô ngã nên khởi đầu từ Nhân Vô ngã sau đến Pháp Vô ngã. Quán hình tướng và sự kiện Giọt nước tan biến vào Đại dương là một trường hợp điển hình vừa sáng tỏ lý Vô thường và lý Vô ngã, vừa *nhất quán* bao quát cả *Nhân Vô ngã* khi coi một giọt nước như một cá nhân con người, đại dương là cộng đồng nhân loại và *Pháp Vô ngã* khi coi một giọt nước như một sự vật, một hiện tượng trong toàn bộ sinh hoạt hàng ngày của mọi người.

22 TỊNH TÂM

Lòng ta như buổi trời trong
Tình đời như áng mây hồng nhẹ bay,
Hỏi mây hình sắc đổi thay
Vì đâu tan hợp, mỏng dày, thắm phai?
Lững lờ mây cứ trôi hoài,
LẶNG YÊN là trả lời ai đợi chờ!

Không gian là cõi HƯ VÔ,
Thời gian dệt mãi Giấc Mơ cuộc đời!
Mau mau tỉnh thức ai ơi!
Liệu mà dạy sớm kẻo rồi chợ trưa!
Mải mê kẻ bán người mua
Tính toan lỗ lãi hơn thua ồn ào!
Thế gian vạn nẻo ra vào
TÂM KHÔNG DÍNH MẮC lối nào cũng vui!

DẪN GIẢI

Bài thơ gồm có hai đoạn sáng tác ở hai thời điểm cách nhau gần sáu mươi năm, quãng thời gian chiếm gần trọn đời người sống ở thế gian. Hai đoạn thơ nối ý nhau đánh dấu sự chuyển hóa tâm thức của tác giả, từ tâm thức ở tuổi đôi mươi đến tâm thức một ông già nội quán hồi chiếu lại chính mình. Hai tâm thức đều có *niềm vui* của con người đang thọ nghiệp thế gian.

Đoạn đầu diễn tả cảm hứng của một thanh niên có tâm hồn trong trắng bén nhạy trước sự *đổi thay vô thường* của áng mây trong buổi chiều tà. Đây là cảnh thực trong thiên nhiên: Tác giả đi giữa cánh đồng mạ non trong một buổi chiều gió nhẹ. Ánh nắng nghiêng dần lúc hoàng hôn buông xuống làm đổi thay hình sắc áng mây đang nhẹ nhàng bay trong không gian bát ngát, từ trắng nhạt sang ửng hồng rồi thoáng cái đã thành đỏ rực ở cuối chân trời. Xúc cảnh sinh tình, mối nghi tình nẩy sinh trong tâm chân thật, tác giả đã lên tiếng hỏi mây:

Hỏi mây hình sắc đổi thay
Vì đâu tan hợp, mỏng dày, thắm phai?

Câu hỏi vừa thiết tha vừa ngỡ ngàng phát xuất từ đáy lòng một thiếu niên chưa từng trải mùi đời cay đắng! Những từ ghép đôi đối ý dồn dập nối nhau *tan hợp, mỏng dày, thắm phai* trong câu hỏi hồn nhiên chân thật tạo thành một nhịp điệu về âm hưởng diễn tả sự nghi tình mỗi lúc một gia tăng cường độ. Câu hỏi đã trở thành lời cầu xin khẩn khoản có được câu trả lời ngõ hầu giải tỏa nỗi trầm tư ưu phiền.

Lững lờ mây cứ trôi hoài,
LẶNG YÊN là trả lời ai đợi chờ!

Thoạt nghe hai câu thơ diễn tả thái độ đáp ứng của áng mây *cứ lững lờ trôi hoài,* thiên nhiên LẶNG YÊN triền miên, thính giả như cảm thấy sự tàn nhẫn phũ phàng của ngoại cảnh vô cảm không chút xót thương đối với kẻ đang cầu khẩn van xin câu trả lời! Nhất là tác giả đang còn giữ nguyên tâm chân thật ở tuổi thiếu thời, yêu đời một cách hồn nhiên vô tư:

Lòng ta như buổi trời trong,
Tình đời như áng mây hồng nhẹ bay.

Đoạn thứ hai, người thiếu niên mẫn cảm trong trắng thời trước, chưa hội Pháp duyên khởi tâm tín nguyện về Phật pháp, ngày nay (2004) đã thành một ông già có nguồn vui sống hàng ngày ở thế gian trong câu kệ lời kinh. Sau thời gian dài tìm hiểu, lý giải và hành trì lời Phật dạy, ông già vui sống những năm chót trong chặng đường thế gian. Có một hôm ông già thấy mình như mới thức dậy sau cơn mê đêm dài đầy mộng mị, bừng chợt tỉnh nghe thấy câu trả lời LẶNG YÊN của thiên nhiên, câu trả lời *vô tướng* không hiển lộ bằng âm thanh. Ông già hoan hỷ vô cùng khi nhận thấy rõ **Pháp giới Tịch Diệt không hề vô cảm vô tình**, không hề ngoảnh mặt làm thinh trước chúng sanh đang nghi hoặc cầu khẩn câu trả lời. Chúng sanh bị màn vô minh che lấp nên *có tai như điếc, có mắt như mù.* Tai có nghe được âm thanh, mắt có nhìn thấy hình sắc nhưng tai nghe mà không thủng, mắt nhìn mà không tỏ, *không nhận ra thanh trần và sắc trần chỉ là giả tướng*, sự hiển lộ ra chỉ tạm bợ nhất thời.

Câu trả lời có tánh chân thật là tiếng nói *vô tướng*, hiển lộ ở thái độ LẶNG YÊN của thiên nhiên, ở sự TỊCH DIỆT trong chư Pháp giới. Đó cũng là tiếng nói LẶNG YÊN trong **Chân Tâm giữ nguyên bản thể thanh tịnh nguyên sơ**, không lệ thuộc vào không gian và thời gian, không ô nhiễm vọng động bởi Tam Độc Tham, Sân, Si. Ngôn từ Phật học gọi bằng nhiều danh xưng như Tịnh Tâm, Tâm Thanh Tịnh, Tâm Vô Nhiễm, Tâm Không, Tâm Không Dính Mắc, Tâm Tịch Diệt, Chân Tâm, Phật Tâm, Phật Tánh… Tất cả các pháp môn Tịnh Độ như niệm Phật, niệm chú, tụng kinh cũng như thiền quán đều nhằm mục tiêu thanh tịnh hóa tâm thức, nghĩa là Tịnh Tam Nghiệp: Thân không làm điều ác, Khẩu không nói điều bậy, Ý không nghĩ điều tà. **Tịnh được Tâm là Tịnh Quốc Độ**, là chứng ngộ nghe thấy tiếng nói LẶNG YÊN trong Chân Tâm của tự thân mình.

Sự kiện nhận thức ra tiếng nói LẶNG YÊN vang lên trong ngoại cảnh thiên nhiên, Phật học gọi là Trần Cảnh. Đó là sự *duyên hợp* của Tâm giữ nguyên Bản thể Thanh Tịnh có tự tánh Không với sự Thanh Tịnh trong Không gian vắng lặng và Thời gian vô thủy vô chung trong Thiên Nhiên. Trường hợp nhị nguyên Tâm và Cảnh còn phân biệt, Tâm chưa chứng nhập cõi Tịnh Độ, chưa là Tịnh Tâm: Nếu Cảnh dẫn Tâm thời vô minh, nếu Tâm dẫn Cảnh thời giác thức. **Chỉ khi Tâm và Cảnh hội nhập vào nhau mới là Tịnh Tâm, tuy Hai mà Một, tuy Một mà Hai**. Ngay câu thứ nhất đoạn đầu có thuật ngữ *Lòng ta,* suốt đoạn thứ hai, cái TA không được nhắc lại nữa, lời thơ toàn là những câu phiếm định khách quan. Thuật ngữ *không gian, thời gian* có nội dung vừa là không gian, thời gian của ngoại cảnh thiên nhiên vừa là không gian, thời gian trong tâm thức của tác giả.

Tâm và Cảnh hội nhập thành Một, hành giả mới chợt tỉnh thấy mình đang thọ nghiệp thế gian: *THÂN vẫn ra vào chốn thị trường chợ búa, ồn ào nhộn nhịp kẻ bán người mua nhưng TÂM lúc nào cũng giữ được an vui thanh tịnh*. Tâm Thanh Tịnh không hẳn phải đi tìm cầu ở nơi cách biệt thế gian, tu khổ hạnh trong hang động núi rừng vắng lặng. Một khi đã thấy thì ở ngay giữa chợ nơi tụ họp đông người vẫn thấy. Trường hợp khi Chánh Nhân đã chín, Phụ Duyên đã hội thì bất cứ ở đâu và lúc nào trong Ngoại Cảnh thế gian, Tâm Thanh Tịnh cũng hiển lộ như *ánh Quang Minh của mặt Trời tỏa chiếu khắp Không gian.*

Về tựa đề bài thơ, khi mới có đoạn đầu tựa đề là NGẪU CẢM ghi lại những vọng động trong Tâm lúc thiếu thời: Tâm Thanh Tịnh ai cũng có sẵn từ khi đầu thai trong bụng mẹ thành người thọ nghiệp thế gian, chúng sanh vô minh không tự biết. Đến khi trước cảnh thiên nhiên vắng lặng, xúc cảnh sanh tình nên ngẫu cảm thành thi tứ. Đây là chứng cớ *Tâm Thanh Tịnh là báu vật ai cũng có sẵn, không phải đi tìm cầu ở đâu xa. Thứ đến Tu Tâm chỉ là lau sạch tấm gương vốn trong sáng bị bụi bặm làm hoen mờ, không phải là đi mua một tấm gương khác trong sáng để thay thế cho tấm gương cũ bị hoen mờ.* Pháp duyên hạnh ngộ, khởi tín tâm rồi phát nguyện hành trì Chánh Pháp là giây phút chợt nhận thấy lớp bụi phủ trên mặt gương rồi nhất tâm lau chùi, giữ gìn miên mật cho lúc nào cũng trong sáng. Đây là sự **hành trì Chánh Pháp** để tiến tới Minh Tâm Kiến Tánh, chứng ngộ được Đạo pháp viên dung, thọ hưởng sự Thường Lạc ở thế gian.

Đoạn thứ hai sáng tác sau gần sáu mươi năm khi nội quán hồi chiếu lại dĩ vãng, chợt tỉnh thức **phản văn văn tự tánh**. Do đó có một tựa đề chung cho toàn bài gồm cả hai đoạn là TỊNH TÂM, đánh dấu một chặng đường thọ nghiệp thế gian dần dần dứt hết nghi tình.

Tóm lại: **Nhận ra mình vốn có Tấm Gương Trong Sáng bị bụi phủ hoen mờ, không phải chỉ cần lau chùi cho sạch một lần rồi thôi, cần phải lau chùi thường xuyên không gián đoạn**. Có như vậy hành giả mới hội đủ điều kiện hưởng được THƯỜNG LẠC trong sinh hoạt hàng ngày dù xuất thế gian hay nhập thế gian như hai câu thơ chót:

Thế gian vạn nẻo ra vào
TÂM KHÔNG DÍNH MẮC lối nào cũng vui!

23 NIỀM TIN

Niềm Tin là tiếng nôm có gốc từ chữ Hán **Niệm** và **Tín.** NIỆM có nghĩa là NHỚ ĐẾN, NGHĨ ĐẾN, TƯỞNG ĐẾN như *hồi niệm, lưu niệm* hay *niệm Phật, niệm kinh, niệm chú.* TÍN có nghĩa là TIN như *tín tâm, tín nghĩa,* hay *chánh tín, tà tín, bất tín*...Đó là **lẽ sống** ở con Người, là **nguồn sinh lực** cung ứng sức mạnh cho con Người trong cuộc sống hàng ngày, là **bản năng sinh tồn** đương nhiên ai cũng có, chỉ khác nhau ở những chi tiết như đối tượng tin điều gì, vững chắc hay hồ đồ, chánh hay tà, liên tục hay gián đoạn, hướng nội tự tin ở chính mình hay hướng ngoại tin ở tha nhân ngoại giới...

Niềm tin là một đề tài *quan trọng bao quát* trong nhiều lãnh vực như triết học, tôn giáo, nhân chủng học, văn hóa, chính trị, xã hội... Trong giới hạn một bài viết, ở đây chỉ nói đến NIỀM TIN trong phần giáo lý cũng như phần hành trì Phật đạo, được gọi là **Tín Hạnh** hay **Đức Tin.**

1 KHÁI NIỆM TỔNG QUÁT

Niềm tin là **bản năng sinh tồn bẩm sanh thiên phú**, ai cũng có Niềm Tin: Tin mình là NGƯỜI, mình đang SỐNG, nghĩa là đang hít thở, có cảm giác vui mừng hay phiền não, có tình yêu thương hay oán hờn, có tư duy lẽ phải hay điều trái... Niềm Tin nói ở đây có tánh **nhân bản** của người lương thiện, tin ở nhân phẩm, nhân cách của tự thân và tha nhân. Niềm Tin này có tánh **bình đẳng** ai cũng như ai, có tánh **tự do** không ai ngăn cấm hay tước đoạt được của ai trong cuộc sống tâm linh. Do đó, Niềm Tin này thuộc **nhân quyền,** trong lãnh vực chánh trị thường gọi *là tự do nhân quyền, tự do tôn giáo, tự do ngôn luận*... Giá trị nhân bản của Niềm Tin không được tôn trọng trong những chế độ độc tài chuyên chế như quân phiệt, tài phiệt, cộng sản...

Trong trường hợp đối tượng của Niềm Tin là giáo lý một tôn giáo, lời chỉ dạy của một vị giáo chủ, danh xưng thường dùng là **tín ngưỡng** nghĩa là kính trọng, mến mộ mà tin theo, không do một uy lực nào cưỡng ép. Người có Niềm Tin này gọi là **tín đồ** như Phật tử là tín đồ Phật giáo, con chiên là tín đồ Thiên Chúa giáo... Có Niềm Tin ở giáo lý một tôn giáo gọi là có *tín tâm*, nhờ có tín tâm mà sanh ra *tín lực* hay *đạo lực*, nghĩa là sức mạnh của Niềm Tin làm cho tín đồ quyết tâm tu đạo. Khi bắt đầu dấy lên Niềm Tin gọi là *khởi tín tâm* hay nói ngắn gọi là *khởi tín*, nghĩa là bắt đầu vận hành trên con đường tu đạo. Tín đồ tu đạo đi đúng đường là trường hợp làm theo đúng lời chỉ dạy của vị giáo chủ, đó là *Chánh đạo*. Trường hợp đi lạc đường, không làm theo đúng lời chỉ dạy của vị giáo chủ gọi là theo *Tà đạo*. Theo Chánh đạo hay Tà đạo là do nơi có **Chánh tín** hay **Tà tín**. *Khởi tín tâm là do hội đủ Thiện Nhân và Thuận Duyên, bồi dưỡng cho tăng trưởng tín tâm là do công phu hành trì.* Người khéo tu không được sao lãng những khái niệm căn bản tổng quát này.

2 SỰ HÀNH TRÌ NIỀM TIN

Niềm Tin là **nguồn sinh lực** ở con Người, ai sống cũng có Niềm Tin để *sống khoẻ, sống vui và sống hữu ích* cho tự thân và tha nhân. Ai không giữ vững được Niềm Tin có tánh nhân bản bẩm sanh thì thể lực yếu kém, tinh thần bạc nhược, tự làm khổ mình và gây phiền lụy đến cho người khác.

Ở cương vị một Phật tử, người khéo tu cần tỏ rõ **sự hành trì Niềm Tin,** nói theo ngôn từ Phật học là **diệu ứng Tín lực** để đạo quả sớm được viên mãn. Đó là sự quán chiếu cho thông đạt *tánh chất* và *vai trò* của Tín lực.

Tánh chất của Niềm Tin

Về mặt lý giải, Niềm Tin có tánh *nhân bản, bình đẳng, tự do...* như đã trình bày ở phần Khái niệm tổng quát. Về mặt hành trì ứng dụng trong cuộc sống thực tế, Niềm Tin có *hai tánh chất căn bản không tương phản mà còn bổ sung kiện toàn cho nhau* trong việc tạo dựng an ninh trật tự và hạnh phúc cho cuộc sống cộng đồng xã hội. Đó là tánh **khách quan** và tánh **chủ quan.**

Niềm Tin khách quan

Niềm Tin khách quan là Niềm Tin trong *khoa học thực nghiệm* tìm hiểu về Sự thật khách quan trong *thế giới vật chất hữu hình, thế giới hiện tượng*, Phật học gọi là *thế giới pháp tướng*. Đó là Sự thật được kiểm chứng trong Động vật học, Thực vật học, Vật lý, Hóa học, Cơ khí học… Niềm Tin khách quan này **kiểm chứng trước thấy đúng thì sau mới tin** đã là động lực thành tựu của nhân loại đem đến nền tảng *văn minh kỹ thuật* trong đời sống vật chất hiện nay. Đây là Sự thật khách quan không ai phủ nhận được. Nhân loại càng ngày càng tiến nhanh và tiến xa trong lãnh vực này như khoa học điện tử, khoa học không gian, khoa học sinh hóa…

Niềm Tin chủ quan

Niềm Tin chủ quan là Niềm Tin trong *khoa học nhân văn* tìm hiểu về Sự thật chủ quan trong *thế giới tâm linh vô hình, thế giới bản thể,* Phật học gọi là *thế giới pháp tánh* hay *pháp giới vô tướng*. Niềm Tin chủ quan này **đặt Niềm Tin giả định trước, sau chứng nghiệm thấy đúng thì mới xác quyết Niềm Tin, nếu thấy không đúng thì rời bỏ Niềm Tin.** Niềm Tin chủ quan sau khi đã được xác quyết gọi là *Chánh tín,* nếu không được xác quyết là đúng mà vẫn còn bám vào Niềm Tin gọi là *Tà tín, Mê tín.* Niềm Tin chủ quan này đã là động lực xây dựng nền tảng *văn minh tinh thần* ngày nay. Đối chiếu tiến trình hai nền văn minh vật chất và văn minh tinh thần ngày nay, nhân loại đã tiến nhanh theo hướng vật chất hơn theo hướng tinh thần như luân lý, đạo đức, tôn giáo, tâm lý, xã hội…

Vai trò của Niềm Tin

Trước hết là tầm quan trọng của Niềm Tin trong cuộc sống tâm linh và sinh hoạt tôn giáo của con Người. Theo từ ngữ, danh xưng **Tín đồ** chỉ người tin theo giáo lý một tôn giáo, chữ Hán TÍN là *tin,* ĐỒ là *người học trò* làm theo lời chỉ dạy của bậc thày như thường nói *đồ đệ.* Trong Phật học, *Đạo lực* là sức mạnh ở người tu hành gồm có năm thành phần gọi là Ngũ lực: **Tín lực,** Niệm lực, Tinh tấn lực, Định lực và Tuệ lực. **Tín lực đứng hàng đầu trong Ngũ lực**. Sự dẫn giải tầm quan trọng của Tín lực trong sự hình thành Đạo lực là ở **mối liên hệ tác động hỗ tương hai chiều** giữa Tín lực và bốn thành phần kế tiếp. *Không thể đánh giá Tín lực quan trọng hơn hay kém* khi so sánh với những tâm lực khác trong sự viên thành Đạo lực để đạt tới Phật lực khi hành giả đã tự độ tự giác thành Phật. Một mình Tín lực **dĩ nhiên là không đủ** nhưng Tín lực đóng vai trò **rất cần thiết** trong tác động hỗ tương hai chiều với những tâm lực khác, **thiếu Tín lực là vô hiệu hóa tất cả.**

Với Niệm lực: *Có tin thì mới nhớ* lời Phật dạy.

Với Tinh tấn lực: *Có tin thì mới cố gắng* hoàn thành sứ mạng Đức Như Lai đã giao phó cho xứng đáng với danh xưng là Chân tử.

Với Định lực: *Có tin thì công phu hành trì Chánh pháp mới kiên cố,* không lúc nào chao đảo khi gặp nhiều chướng duyên gây trở ngại trên đường Giải thoát.

Với Tuệ lực: *Có tin đến mức độ nhất tâm hành trì thì Giác trí mới phát quang bừng sáng*, chứng ngộ được lý Chân Như.

Một dẫn chứng khác: Trong nhiều mô thức trình bày tiến trình chuyển hóa tâm thức của hành giả, Tín lực thường đứng đầu như: *Tín Giải Hành Chứng, Tín Giải Thọ Trì, Tín Nguyện Hành, Tín Niệm, Tín Tuệ, Tín Thuận, Tín Ngộ…*

Tóm lại, con Người **không có Niềm Tin là không có nguồn sinh lực,** cuộc sống tâm linh không còn nữa, con Người *vẫn sống phần thể xác nhưng trở nên vô hồn*. Quán sâu hơn về mặt pháp dụng, vai trò của Niềm Tin là gì? Niềm Tin có thể phân ra làm mấy loại? Xin thưa: Vai trò của Niềm Tin là **tác động của Tín lực** trong sự chuyển hóa tâm thức theo tiến trình Giải thoát. Niềm Tin có ba loại nghĩa là *ba tác động* khác nhau, có khi vận hành một thứ, có khi hai thứ và có khi cả ba thứ tùy từng trường hợp đối tượng của Niềm Tin, chiều hướng của Nguyện lực: *Xác định, Chỉ đạo và Tạo thành.*

Vai trò xác định

Vai trò xác định là tác động *thông thường* vận hành trong tâm thức mọi người, ai cũng sử dụng quen thuộc, nhiều khi trở nên vô thức không được lưu tâm chú ý đến vì lý do đó là tánh bẩm sanh đương nhiên NHƯ THẾ ở con Người trong sinh hoạt tập thể cộng đồng xã hội về mọi mặt: Những người trong một gia đình *tin ở nhau* có tình tương thân tương trợ như cha mẹ với con cái, vợ chồng, anh chị em, họ hàng… Trong một công ty kinh doanh, một trung tâm nghiên cứu, một hội đoàn, một đảng phái… cũng có niềm tin lẫn nhau như vậy, cách ngôn có câu *Tín nghĩa vi lập nghiệp chi bản* nghĩa là Tín nghĩa là điều cốt yếu trong việc gây dựng nên sự nghiệp. Trong một quốc gia, chánh quyền không được lòng dân thì không đứng vững được như tục ngữ nói *Dân bất tín bất lập.* Những tổ chức quốc tế thành lập và hoạt động đều do sự *tín nhiệm* của quốc gia hội viên như Tổ chức Liên Hiệp Quốc, Tổ chức Y tế Quốc tế, Tổ chức Thương mại thế giới… Những khế ước hôn nhân, hợp đồng thương mại, nội quy hội đoàn, hiệp ước quốc tế đều là những bản văn **xác định Niềm Tin** của hội viên đã ký kết. Sự xác định Niềm Tin thể hiện rõ ràng ở ba trường hợp cụ thể như sau:

Lương tâm xác định: Đây là trường hợp Niềm Tin được mặc nhiên xác định theo *bản thể Thiện tánh bẩm sanh* ở con Người. Đây là *Niềm Tin chủ* *quan* nhiều khi vô thức như tình huyết thống gia đình giữa những người thân cảm nhận thấy trong lúc sống chung đối xử với nhau hàng ngày. Sự xác định này do **lương tâm** chứng giám, không cần nói thành lời, không cần người làm chứng vì lý do đương nhiên NHƯ THẾ. Trường hợp này cũng gọi là **Lẽ phải xác định, Đạo lý xác định**, điều đó là đúng hay sai, nên làm hay nên tránh là do *Lương tâm* bảo như thế, *Lẽ phải* bảo như thế hay *Đạo lý* bảo như thế.

Chánh nghĩa xác định: Đây cũng là trường hợp Niềm Tin được xác nhận theo *Thiện tâm ở con Người.* Nhưng có điểm đặc thù khác biệt vi tế cần minh xác: Nếu con Người nói ở đây hiểu là *tự thân* chính mình có tánh *chủ quan* thì gọi là *Lương tâm xác định*, nếu hiểu là *tha nhân* tức người khác có tánh *khách quan* thì gọi là *Chánh nghĩa xác định* hay *Đạo nghĩa xác định.* Điều đó là đúng hay sai, nên làm hay nên tránh là do *Thuần phong Mỹ tục* bảo như thế, *Dư luận* bảo như thế, hay *thiên hạ* ai cũng tin như thế. Sự xác định này không cần giấy tờ văn bản làm bằng.

Luật pháp xác định: Đây là trường hợp Niềm Tin được xác nhận và bảo đảm tôn trọng bằng *Công lý,* nghĩa là Luật pháp do cơ quan lập pháp và tư pháp đảm nhận trong tổ chức chánh quyền. Sự xác định này có văn bản làm bằng để duy trì an ninh trật tự trong cuộc sống nhân sanh hàng ngày.

Vai trò chỉ đạo

Vai trò chỉ đạo là tác động kế tiếp có *hiệu năng cao* hơn cần tập trung nghị lực nhiều hơn trường hợp vai trò xác định có tác động thông thường phổ cập: **Niềm tin dẫn đến lập chí**, vạch ra đường lối để đi đến mục tiêu đã xác định. Trường hợp vai trò xác định Tín lực phối hợp với Định lực nhiều hơn, trường hợp vai trò Chỉ đạo Tín lực phối hợp với Tuệ lực nhiều hơn.

Ví dụ: Một người có Niềm Tin mình có khả năng đi bộ từ điểm A đến điểm B. Đây là vai trò *xác định*. Kế tiếp, người này biết được lộ trình từ A đến B có ba lối đi khác nhau, một lối đi có độ dài xa hơn cả nhưng có phong cảnh đẹp hơn, một lối đi có ngang qua một tiệm sách, một lối đi có ngang qua một tiệm giải khát. Cuối cùng người này quyết định theo lối đi có ngang qua tiệm sách. Đây là vai trò *chỉ đạo.*

Vai trò tạo thành

Vai trò tạo thành là tác động có *hiệu năng vi diệu ứng biến* biết tùy nghi sử dụng theo cảnh duyên vô thường chuyển hóa. Trong trường hợp này Tín lực cần đến sự hỗ trợ của Tuệ lực nhiều hơn cả, nói cách khác hành giả cần vận hành nhiều nhất đến *trí thông minh bén nhạy*, *óc tưởng tượng dồi dào* có thể dẫn đến những *phát minh* nhận thức ra những điều bí ẩn mà trước đây chưa ai biết đến hoặc *sáng tạo* ra những tâm thức mới lạ từ xưa đến nay chưa hề xuất hiện. Đây chính là **Chất Xám**, là **Thiên Tài** ở các nhà khoa học thành công trong công trình nghiên cứu, các bậc vĩ nhân lập nên những hệ thống tư tưởng mới cho nhân loại.

3 TÍN GIẢI HÀNH CHỨNG

Trong số những mô hình diễn tả tiến trình tu đạo **Tín Giải Hành Chứng** là mô hình chia làm bốn chặng dẫn giải rõ ràng vai trò của Tín lực.

Tín

Tín là nguồn sinh lực, là lẽ sống của con Người. Tín không hiện hữu đơn độc một mình, **đã có Tín là có Nghi** giống như đã có Sống là có Chết. Đây là lẽ *tất yếu* đương nhiên như thế, *nếu không có Nghi thì không có Tín* giống như đã có Ngày là có Đêm, đã có Đêm là có Ngày, *nếu không thì không tất cả*. Đây là lý Sắc Không trong Vạn pháp, hai khí Âm Dương trong Vũ trụ. Đây là sự dẫn giải lẽ trừu tượng uyên áo có phần khó nhận thức.

Con Người sinh ra, bắt đầu có tri giác, nẩy sanh ra *tánh tò mò ham thích sự quan sát và tìm hiểu* từ lúc còn ấu thơ. Đó là hiện tượng **Khởi Tín** và **Khởi Nghi** trong tâm thức con Người. Nghi càng nhiều thì Tin càng mạnh, bộ óc phát triển nhanh, con Người trở nên thông minh nhanh nhẹn. Nghi càng ít thì Tín càng yếu, bộ óc phát triển chậm, con Người thành ra khờ khạo lừng khừng. Đây là những sự kiện rất dễ nhận thấy trong sinh hoạt thực tế hàng ngày.

Giải

Giải là *cởi bỏ, gỡ hết những ràng buộc, thoát khỏi bế tắc, chấm hết trở ngại…* Có Tín là có Nghi, đã có Nghi thì cần phải Giải cho hết Nghi. **Giải Nghi tức là Giải Tín**: Giải Nghi cho không còn trở ngại có *thực thể* như Giải Tín nghĩa là làm kiên định Niềm Tin, để **xác quyết là Chánh Tín, không thể lầm lẫn với Tà Tín, Mê Tín.**

Quán thật sâu và minh bạch hai chặng tâm thức Tín và Giải có những điểm đặc thù như sau:

Tín là **chặng đầu tiên**, kế đó mới đến Giải, bao giờ cũng Khởi Tín trước sau đó mới đến Lý Giải.

Khởi Tín là vận hành **từ chỗ Không có gì chuyển sang có Tín đồng thời có Nghi**. Lý Giải là vận hành **từ chỗ có cả hai vừa Tín vừa Nghi**, nghĩa là có điều Khả Tín nhưng cũng có điều Khả Nghi, hay nói cách khác là có điều Bán Tin Bán Nghi, nôm na là Nửa Tin Nửa Ngờ **chuyển sang tâm thức Chánh Tín** diệt trừ hết Nghi Tâm. Phật học gọi đây là **Thuần tịnh hóa Tín tâm.**

Khởi Tín là do **Thiện Căn** hay **Thiện Nhân** đã gieo từ những kiếp trước, đến kiếp này gặp được **Thuận Duyên** nên hóa thành tâm thức Khởi Tín. Lý Giải là do **Thuận Duyên hội đủ ở kiếp này**, *thể hiện ở công phu hành trì, gặp được minh sư thiện hữu, tác động của Tuệ lực ở hành giả.* Ví dụ dẫn giải: Có hạt giống từ nhiều kiếp trước do tu Nhân tích Đức mà có. Đến kiếp này hạt giống nhờ có đất, hơi ẩm, khí nóng mới nứt mầm nẩy rễ, nhờ công phu chăm bón bắt sâu, cây mới đâm cành ra lá, trổ hoa kết trái.

Hành

Hành là **thực hiện, ứng dụng phần Lý Giải vào thực tế**, nói đầy đủ là HÀNH TRÌ. Từ ngữ *Trì* có nghĩa là nắm giữ lấy thường xuyên, không buông bỏ. *Hành trì* là thực hiện liên tục, không sao nhãng.

Sau khi hoàn tất hai chặng Khởi Tín và Lý Giải *bắt buộc* phải chuyển sang chặng thứ ba là Hành Trì. Lý do: Tín Giải rồi không Hành Trì thì sự nhận biết tuy là biết đúng Chân lý, chỉ là **Tri Thức**, nghĩa là *hiểu biết suông* do sự suy ngẫm mà có, không có kinh nghiệm thực hành, đến khi bắt tay vào việc vẫn thường dẫn đến kết quả sai lệch không như mong cầu. Ngôn từ Phật học gọi đây là *tri thức*, chưa phải *giác trí* hay *tuệ giác* diễn nghĩa sự hiểu biết tròn đầy có cả lý giải và kinh nghiệm thực hành, tục ngữ có câu **Có làm thì mới biết**. Chủ thuyết thực nghiệm (pragmatism) nói lên tầm quan trọng của vai trò *Hành* trong cuộc tiến hóa của nhân loại. Những từ ghép đôi trong tiếng Việt như *học hành, tu hành* diễn tả ý nghĩa *đã học thì phải hành, đã tu thì phải hành* cũng nói lên tầm quan trọng của vai trò *Hành* trong sinh hoạt hằng ngày. Dân gian còn châm biếm khi nói *Học mà không Hành là Học vẹt, Tu mà không Hành là Tu hú.*

Chứng

Chứng có nghĩa **nhìn nhận là Chân lý**, thường dùng trong những từ ghép đôi như *chứng ngộ, chứng nhập, chứng đạo, chứng quả*... Theo khoa học kỹ thuật thuộc thế giới vật chất, hiện tượng hay sự kiện gì có **kiểm chứng** được mới được thừa nhận là Sự thật là Chân lý. Căn cứ theo tiêu chuẩn thực chứng này, khoa học kỹ thuật đã đem lại những thành quả tốt đẹp, những khám phá và phát minh xây dựng sự tiến hóa của nhân loại ngày nay. Phật học thuộc khoa học nhân văn thuộc cuộc sống tâm linh con Người cũng chủ trương **Chánh đạo phải được chứng ngộ mới hội nhập lý Chân Như**, giáo pháp nào không thực chứng được là thuộc loại *ma giáo tà đạo,* Niềm Tin nào không dẫn đến chứng ngộ là thuộc loại *Mê Tín, Tà Tín* không phải Chánh Tín.

Trong mô hình tu đạo **Tín Giải Hành Chứng**, chặng thứ tư chót cùng đóng vai kết thúc diễn tả cứu cánh việc hành trì Đạo pháp: **Chứng ngộ là Viên thành Đạo quả.**

KẾT LUẬN

Để chấm dứt đề tài NIỀM TIN, kẻ cầm bút xin mượn hai câu thơ của đại thi hào Nguyễn Du ở đoạn kết Truyện Thúy Kiều:

Có Trời mà cũng có Ta,
Tu là cõi Phúc, tình là giây Oan.

Hai câu thơ hàm ý gửi tới con Người đang thọ nghiệp thế gian, đang lênh đênh trên biển Khổ gặp nhiều chướng duyên hoạn nạn như nàng Thúy Kiều một lời khuyên thiết tha chân chính theo giáo lý đạo Phật: Trong bất cứ cảnh ngộ nào hãy giữ vững NIỀM TIN, không rời **Chánh Tín**. Niềm Tin gồm có bốn điều:

1. Tin là *có Trời,* tin ở Thiên lý hiển lộ ở Tha lực vận hành vạn pháp theo diễn trình Luân hồi Nghiệp báo có tánh cảnh duyên khách quan.

2. Tin là *có Ta,* tin ở Nội lực tiềm ẩn trong tự thân của mỗi chúng sanh, mỗi cá nhân con Người ai cũng có. Nội lực là nguồn sống bẩm sanh có tánh tâm linh chủ quan ai cũng có.

3. Tin việc *Tu hành là gieo Nhân lành dẫn đến Quả Phúc*. Đây là tác Nhân của Nội lực.

4. Tin sự *vướng mắc vào Vọng tình, Vọng thức là gieo Nhân bất thiện dẫn đến Nghiệp quả oan trái*. Đây cũng là tác Nhân của Nội lực nhưng theo hướng Tà Vọng, do đó nên tránh.

Nguyện cho tất cả chúng ta **nhất tâm giữ vững Chánh Tín.**

24 ĐI HÀNH HƯƠNG

Rủ nhau đi HÀNH HƯƠNG là việc làm quen thuộc của giới mộ đạo thuộc mọi tôn giáo, không dành riêng cho Phật tử đi viếng cảnh chùa lễ Phật. Theo từ ngữ nói tổng quát HÀNH là *đi,* di chuyển từ nơi này đến nơi khác, HƯƠNG là *mùi thơm* tiêu biểu cho tinh hoa thiêng liêng, một năng lực siêu phàm được cụ thể hóa ở những nơi thờ phượng như chùa miếu, đền đài, nhà thờ, lăng tẩm…

Trong phạm vi Phật học, một số danh xưng thường dùng dưới dạng tiếng ghép đôi có tiếng đơn *hương* diễn nghĩa cụ thể và nghĩa trừu tượng như sau:

HƯƠNG ĐĂNG là chữ Hán, diễn nôm là hương đèn, nhang đèn chỉ vật dụng dùng trong việc lễ Phật.

HƯƠNG HOA là phẩm vật chay tịnh dùng để lễ Phật.

TÂM HƯƠNG chỉ sự thanh tịnh của Chân Tâm không bị ô nhiễm bởi trần cấu.

HƯƠNG THẤT là nơi cư ngụ của Phật hóa thân, cũng diễn ý nơi thờ Phật tức chùa tháp, biểu tượng lòng tín mộ Phật.

Trong phạm vi ngôn ngữ học, HÀNH HƯƠNG gốc ở chữ Hán đã Việt hóa trở thành tiếng Hán Việt *chỉ có người Việt Nam dùng.* Để diễn ý đi viếng cảnh chùa lễ Phật, người Trung Hoa dùng danh xưng TRIỀU BÁI hay TRIỀU SAN, cũng gọi là TRIỀU SƠN diễn nôm là *chầu và lạy Phật,* chầu Phật ở chùa xây cất ở vùng *núi cao thanh tịnh*, xa nơi kẻ chợ ồn ào.

Quán tưởng diệu ý của hai danh xưng, người thiện học nhận thấy: HÀNH HƯƠNG chú trọng về mặt tâm linh ở người đi lễ Phật, TRIỀU BÁI hay TRIỀU SAN chú trọng về mặt nghi thức lễ bái ở người Phật tử đi hành hương. Càng quán sâu hành giả càng thấy vi tế và vô lượng trong liễu nghĩa hai tiếng HÀNH HƯƠNG.

Hành hương là một việc làm hiện thực, cụ thể

Trước hết về phương diện *sự tướng*, HÀNH HƯƠNG là một việc làm do người mộ Phật thực hiện bằng thân xác, di chuyển từ nơi mình cư ngụ đến nơi thờ Phật, ở trong nước hay đi ra nước ngoài. Nhiều cuộc hành hương có nhiều người tham dự do nhà chùa hay một tổ chức du lịch đảm nhận việc hướng dẫn. Đây là **thân hành hương.**

Tại Việt Nam có chùa Hương Tích, thường gọi là chùa Hương tọa lạc tại phủ Mỹ Đức, tỉnh Hà Đông (Bắc Việt) hằng năm mở hội vào tháng hai tháng ba âm lịch. Khách thập phương đi trẩy hội rất đông, thuộc đủ mọi thành phần không riêng gì giới Phật tử, kể cả người ngoại quốc du lịch đến thăm thắng cảnh ở Việt Nam. Phong cảnh toàn bộ gồm có nhiều chùa xây cất rải rác theo dãy núi Hương Sơn, có suối Giải Oan, có am Phật Tích, có khu rừng trồng mơ. Cảnh trí núi rừng u tịch, qua khe đến chùa, qua chùa đến động, một hang động thiên nhiên cao rộng. Vua Lê Thánh Tôn, vua thứ tư nhà Lê lên ngôi lấy vương hiệu là Quang-Thuận (1460–1469), sau đổi là Hồng-Đức (1470–1497) là bậc anh quân. Nhà Vua cho tạc một tấm bia đá có năm chữ Hán thật to *Nam thiên đệ nhất động*, diễn ý Hang động bậc nhất ở trời Nam, ca tụng cảnh thiên nhiên *vừa u tịch vừa hùng tráng* dùng làm nơi thờ Phật.

Hành hương là một việc làm siêu thực, trừu tượng

Thứ đến về phương diện *bản thể,* HÀNH HƯƠNG là một việc làm do người mộ Phật thực hiện trong tâm thức, có tánh siêu thực và trừu tượng. Đây là **tâm hành hương**, tâm hướng về Phật tánh, cầu được chứng ngộ pháp tánh Như Lai. Khách đi hành hương không có tín tâm niệm Phật trong lúc di chuyển thời không phải là *hành hương thực sự* phát xuất từ lòng kính ngưỡng đến Như Lai, đó chỉ là *hành hương hư giả,* làm ra vẻ hành hương về mặt hình tướng. **Kẻ hành hương hư giả chỉ đi ngoạn cảnh chùa, nhìn thấy tượng Phật ở cương vị khách du lịch,** đến thăm chùa viếng Phật như đến thăm viện bảo tàng, viện khảo cổ, đến thăm phòng triển lãm tài liệu di tích văn hóa tôn giáo. **Người hành hương thực sự** đúng với ý nghĩa cao thâm vi diệu của từ ngữ HÀNH HƯƠNG là **đi đến nhà Như Lai, nhìn thấy pháp thân Phật ở cương vị tín đồ chân thực**, Phật học gọi là Chân tử giống như người con từ xa trở về nhà ở của Cha mình để thăm đấng phụ thân.

Phân loại việc hành hương

Sự phân loại việc hành hương thành hai trường hợp *thân hành hương* và *tâm hành hương*, hay là *hành hương hư giả* và *hành hương thực sự* có giá trị rõ ràng trên nguyên tắc nhưng không phù hợp với sinh hoạt cụ thể trong thực tế. Trường hợp **thân hành hương**, khách du ngoạn thăm cảnh chùa tuy không có tín tâm như giới Phật tử nhưng cũng có lòng cảm mến cảnh thanh tịnh nơi chùa chiền, vẻ trang nghiêm ở bức tượng Phật. Trường hợp **tâm hành hương**, giới Phật tử ít ai nhiếp tâm niệm Phật đến mức độ cảm nhận thấy mình **đến nhà Như Lai** như *Con đến nhà Cha*, thường cảm thấy ít nhiều sự vui vẻ tập thể cùng các bạn đồng hành trong những lúc vãn cảnh chùa hay thọ lộc sau khi lễ Phật, cùng nhau trò chuyện mọi việc thế tục bình thường hàng ngày.

Người thiện học khéo tu ứng dụng lý **Tùy Tướng Nhập Tánh**, nương theo sự kiện cụ thể thân hành hương mà hội nhập vào thể tánh tâm hành hương. Một trường hợp điển hình cụ thể: Giới Phật tử *chí thành nhiếp tâm niệm Phật* để chứng ngộ được pháp tánh Như Lai đã TAM BỘ NHẤT BÁI, đi ba bước thì lạy một lạy khi đi đến chùa trong cuộc hành hương. Quãng đường đến chùa đi chân bình thường hết độ mười lăm hai mươi phút, những người con Phật chí hiếu phải mất bốn năm giờ mới hoàn tất. Người chưa chí thành nhiếp tâm niệm Phật sẽ cảm thấy mệt mỏi, nản lòng không sao hoàn tất được. Người đã nhập tánh thấy hoan hỷ, không chút mệt mỏi sau khi hoàn tất việc *tam bộ nhất bái*, trong tâm tràn đầy niềm tin nhờ ơn Phật độ. Về mặt hành trì, việc hành hương chia làm ba giai đoạn theo sự diễn biến của thời gian: Từ nhà đến chùa, hành lễ niệm hương tại chùa và từ chùa trở về nhà.

Từ nhà đến chùa

Giai đoạn thứ nhất chú trọng đến HÀNH ở cả hai phần:

Thân hành hương: Hành giả di chuyển từ nơi xuất phát đến nơi lễ Phật cùng với các bạn đồng hành, đem theo lễ vật, lộ phí…

Tâm hành hương: Hành giả tu tại gia tạm xa mọi sự lo toan, phiền não hay hưởng lạc trong thế giới hữu vi hàng ngày, chuẩn bị tâm thức tiến tới thế giới vô vi, coi như sống xuất gia một thời gian ngắn với chư Tăng, chư Phật. Hành giả coi như *đang tiến bước trên đường Giải Thoát,* tạm rời cuộc sống thế tục tiến sang cuộc sống thanh tịnh.

Hành lễ niệm hương tại chùa

Giai đoạn thứ hai này là *phần chính*, quyết định giá trị nhiều hay ít cuộc hành hương. Nếu không hành lễ niệm hương, việc đi hành hương chỉ là đi du lịch ngắm cảnh chùa. Việc niệm hương lễ Phật coi như **lễ phát nguyện của người Con Phật trước sự chứng giám của bậc Từ Phụ** là pháp thân Như Lai, diễn ra trong bầu không khí cảnh chùa vừa trang nghiêm vừa ngọt ngào ấm cúng.

Việc hành lễ niệm hương có *tác dụng tâm linh* nhiều hay ít, nói dễ hiểu hơn là hiệu năng Phật độ người phát nguyện, Người Cha lành thương đứa con biết vâng lời Cha dạy ra sao, điều này tùy thuộc vào **nguyện lực** của người hành lễ. Cha chỉ có dạy, còn con có làm theo lời Cha thời Con mới nên người hữu dụng.

Tâm Phật là *Đại Bi Tâm* vô cùng vô tận lúc nào và ở đâu cũng sẵn sàng cứu độ chúng sanh. Tâm hành giả *thành kính ngưỡng mộ* nguyện vâng lời làm theo đúng lời Phật dạy trong khi hành lễ niệm hương lễ Phật tại chùa. Hai tâm này đều tỏa ra **mùi hương thơm,** do đó có danh xưng là TÂM HƯƠNG. Khi hai mùi hương này tương giao, hội nhập vào nhau, đó là hiện tượng **Phật độ** hay nói cách khác đó cũng là người con Phật **chứng ngộ** đạo pháp vi diệu. Nhờ sự tương ưng tương giao này, tâm hương ở người con Phật được tâm hương ở Đức Phật nuôi dưỡng thêm phần thơm ngát, tỏa rộng bay xa hơn cho đến khi mức độ mùi hương ở hai bên ngang bằng nhau. Đó là lúc người con Phật chứng ngộ Phật quả. Nói nôm na là *Cha nuôi dạy Con khôn lớn, khi đã trưởng thành Con nối nghiệp Cha* như tục ngữ có câu *Cha nào Con ấy*. Đây là tánh Nhân bản và tánh Bình đẳng trong đạo Phật: **Phật là chúng sanh đã ngộ, chúng sanh là Phật sẽ ngộ.** Cha và Con đều mang chung một huyết thống của tổ tông, một **pháp tánh Chân Như.**

Phật ban ơn cứu độ là chỉ dạy để hóa độ chúng sanh sống theo Chánh pháp, Phật không đem *cho không* chúng sanh những thứ người lễ Phật sơ tâm thường cầu xin như tiền tài, danh vọng, quyền thế, địa vị trong xã hội… Những thứ này thường được gọi là PHÚC, chúng sanh muốn có hãy tự kiếm lấy, bỏ công sức xây dựng thì mới đạt tới được. *Người chân tu tỏ lòng biết ơn và báo ơn Phật bằng cách vâng lời làm theo đúng lời Phật dạy*, không phải chỉ tụng kinh dâng lễ vật hậu hĩnh hoa trái rồi sì sụp khấn cầu vái lạy và coi làm như thế là xong. Người Con có hiếu đối với Cha cũng vậy, tỏ lòng biết ơn và báo ơn Cha không phải mua món quà đắt tiền tặng Cha nhân dịp sinh nhật Cha và coi như thế là đã trọn đạo làm con. Người Con có hiếu đối với bậc sinh thành phải làm nên danh phận, rạng rỡ tông môn, đẹp mặt Cha Mẹ trong cuộc sống xã hội. Đây mới là hiếu tử thật sự.

Theo từ ngữ, NIỆM là *chú tâm nhớ tới* như niệm Phật, niệm kinh; HƯƠNG là *mùi thơm*, biểu tượng sự cao quý của **pháp tánh Chân Như, pháp thân Như Lai, Chân Tâm Thanh Tịnh**. TÂM HƯƠNG gồm có năm phần: *Giới hương, Định hương, Tuệ hương, Giải thoát hương và Giải thoát tri kiến hương.* Ngũ phần hương cũng gọi là Ngũ phần pháp thân gồm có: *Giới pháp thân, Định pháp thân, Tuệ pháp thân, Giải thoát pháp thân và Giải thoát tri kiến pháp thân*. Theo nghi thức hành lễ, bài kệ NIỆM HƯƠNG được tụng trước khi tụng kinh, mang ý nghĩa hành giả nhiếp tâm chân thành nguyện xin được *gặp Phật, tiếp cận Đức Như Lai, hòa nhập với pháp tánh Chân Như*. Bài kệ NIỆM HƯƠNG tụng bằng tiếng Hán như sau:

Giới hương, Định hương dữ Tuệ hương,
Giải thoát, Giải thoát tri kiến hương,
Quang minh vân đài biến pháp giới,
Cúng dường thập phương Tam Bảo tiền.

Câu thứ hai nói ngắn dồn lại có bẩy tiếng, cần hiểu đầy đủ: *Giải thoát phiền não hương dữ Giải thoát sở tri chướng hương*. Năm phần pháp thân Như Lai gồm có: **Giới, Định, Tuệ, Giải thoát phiền não** và **Giải thoát sở tri chướng.**

Nội dung bài kệ: *Nguyện xin nhiếp tâm chân thành tự kiểm điểm năm phần tâm hương tức năm phần công đức thân tâm đã đạt tới thanh tịnh chưa: Trì giới trọn vẹn không? Tâm có an thường không? Trí có thông suốt không? Có còn buồn phiền điều gì không? Có vướng mắc vào vọng thức tà kiến hay thiên kiến định kiến nào không? Nguyện xin trì niệm đầy đủ năm phần tâm hương để được hội nhập pháp giới Như Lai, cúng dường thập phương Tam Bảo.*

Khi dâng hương thắp năm cây nhang lễ Phật tiêu biểu cho năm phần tâm hương, người khéo tu quán tưởng mình **đã đến chùa, đã vào nhà Như Lai, đang được pháp thân Phật truyền tâm ấn cho,** như người đang được tắm gội bằng nước mưa pháp, Phật học gọi là *Pháp vũ.* Nhờ thọ ơn pháp vũ thân tâm mình được sạch sẽ không còn chút bụi trần dơ dáy. **Thân tâm mình được xông hương như tẩm thấm năm mùi thơm nhẹ nhàng thanh thoát tỏa ra từ pháp thân Phật**. Hành giả cảm nhận thấy an nhiên tự tại, tịnh lạc trong pháp giới Chân Như của chư Phật. Đây là tâm thái giải thoát, hành giả đã RỜI BẾN MÊ ĐẾN BỜ GIÁC. Tâm thức này *ai tu viên mãn đạo quả người* *ấy chứng*, không diễn tả được bằng suy lý, không truyền đạt được bằng ngôn ngữ văn tự.

Từ chùa trở về nhà

Giai đoạn thứ ba chót cùng cuộc hành hương **Từ chùa trở về nhà** cần được lưu tâm *hành trì một cách cẩn mật,* người sơ tâm thường ít quan tâm đến việc này. Người khéo tu quán tưởng và trì niệm: Sau khi rời cảnh chùa *không lúc nào quên trong tâm tưởng pháp giới Như Lai, pháp thân Phật như theo chân mình đến nhà mình để thường hằng theo dõi hóa độ cho người Con đã phát nguyện khi hành lễ niệm hương*. Nói một cách khác, người Con Phật luôn luôn giữ lấy năm mùi thơm đã được xông ướp tại chùa. **Dư hương này chính là Phật lực** thúc đẩy hành giả thẳng tiến trên đường giải thoát. Phật lực còn gọi là **Ngũ Lực** gồm có: Tín lực, Niệm lực, Tinh Tấn lực, Định lực và Tuệ lực. Hội đủ viên mãn năm lực này hành giả chứng đắc đạo quả thành Phật.

Giai đoạn thứ hai ở chùa là tiến trình NGỘ ĐẠO, giai đoạn thứ ba trở về nhà là tiến trình HÀNH ĐẠO. **Chứng ngộ đạo pháp mà không hành trì là rơi vào mê lầm chấp pháp,** vọng tưởng là chứng ngộ nhưng thực ra chưa phải là chứng ngộ, chỉ là chứng ngộ giả không phải là chứng ngộ thật. Lý do: *Hành giả chưa chứng ngộ được Giải thoát tri kiến hương, còn vướng mắc vào sở tri chướng.*

Hành đạo có hai phần **Tự giác tự độ** và **Giác tha độ tha**. Từ Tự giác tự độ hành giả phát tâm Bồ-đề tiến sang Giác tha độ tha. Trường hợp không phát tâm Bồ-đề chỉ *vì mình cho mình*, hành giả dễ đắm chìm trong Tịch thú Niết-bàn, chỉ sống **xuất thế** an nhiên tự tại, dứt bỏ mọi ràng buộc với thế tục. Trường hợp phát tâm Bồ-đề hành Bồ-tát đạo sống *vì người cho người*, hành giả luôn luôn giữ tâm thanh tịnh nhưng dấn mình **nhập thế** đầy phiền não ràng buộc để hóa độ chúng sanh. Thay vì say mê Tịch thú Niết-bàn, hành giả thấy nguồn Chân Lạc ở việc cứu giúp tha nhân. Người con Phật hành đạo Bồ-tát đi hành hương lúc rời chùa **đem dư hương về không phải chỉ dành riêng cho tự thân mà còn đem san sẻ ướp thơm cho tha nhân.** Đó là ý nghĩa cao diệu của việc ĐI HÀNH HƯƠNG trong Bồ-tát đạo.

KẾT LUẬN

ĐI HÀNH HƯƠNG có lộ trình *hai chiều* từ nhà đến chùa và từ chùa trở lại nhà. Đây là *pháp hữu vi* hiện thực, thân tướng tức xác phàm của hành giả đảm nhận. Đây cũng là *pháp vô vi* siêu thực, tâm thế gian chuyển hóa thành tâm Phật tức pháp tánh Như Lai. Chiều đi từ nhà đến chùa là **tiến trình tịnh hóa tự thân,** tự giác tự độ. Chiều trở lại từ chùa về nhà là **tiến trình phát tâm bồ-đề hành trì Bồ-tát đạo**, giác tha độ tha. *Đi đến nơi về đến chốn* cả hai chiều là Giải thoát viên mãn, Giải thoát tự thân và Giải thoát tha nhân.

Dọc theo con đường Giải thoát ở cả hai chiều, người con Phật xuất gia cũng như tại gia cần **xác định đạo vị** của mình hiện đang trụ ở pháp giới nào? Người, Trời, Thanh văn hay Duyên giác ở chiều đi xuất thế? Bồ-tát bậc nào ở chiều trở lại nhập thế? Có xác định được đạo vị, mỗi bước chân trên tiến trình Giải thoát mới vững vàng chắc chắn, không rơi vào tình trạng chập choạng vấp té, mê lầm lạc vào vọng tưởng tà kiến, biến thành *đệ tử của ma đạo* lúc nào không hay. Có xác định được đạo vị tức mức độ đạo quả đã thực chứng, người khéo tu mới hoan hỷ an lạc trong việc **cất bước không ngừng** trên con đường Giải thoát.

Luôn luôn không ngừng tiến trên con đường Giải thoát, người khéo tu luôn luôn soi tỏ từng bước đi của tự thân. Sau đây là hai bài thi kệ có nội dung ghi lại cảm nhận của hành giả mới **sơ ngộ pháp giới Chân Như:**

Phút Giây Tỉnh Thức

Đến chùa đi tìm Phật
Chỉ thấy tượng ngồi im,
Tiếng mõ kêu Cốc! Cốc!
Nghe vang động cửa Thiền.
Niệm cầu xin gặp Phật
Trong pháp giới vô biên,
Chợt thấy mình không thật
Bấy lâu mộng triền miên!
Bỗng dưng bừng mở mắt
Thấy Phật đang dịu hiền
Nhìn mình!... Tâm tràn ngập
Niềm hoan hỷ an nhiên!

Đi Chùa Hoài Cảm

Boong! Boong! Nghe đổ tự bên tê,
Trời rạng mây tan khắp mọi bề.

Tỉnh mộng mới hay là có mộng,
Đương mê cứ tưởng quyết không mê!
Trăm năm quán cảnh còn vương mắc,
Một niệm sanh tâm đã nguyện thề.
Tự thấy lòng mình vang vọng mãi
Hồi chuông như dục sớm quay về!

Về nhà hay về chùa? Hàm ý tu nhập thế hay tu xuất thế? Về nơi nào cũng là hội nhập vào pháp giới Chân Như, có được **tri kiến Như Lai**. (1)

CHÚ THÍCH

❶ **TRI KIẾN NHƯ LAI:** Cũng gọi là **TRI KIẾN PHẬT**. Đây là nói tắt, nói đầy đủ là KIẾN (mắt), VĂN (tai), GIÁC (mũi, lưỡi, thân), TRI (ý, tâm). Tri kiến của Phật và của phàm phu đều do sáu căn mà ra, *ở phàm phu thì vọng động, ở Phật thì thuần tịnh bất động.*

25 TU LÀ CHUYỂN NGHIỆP

Tội nghiệp! Quả báo hay **Nghiệp báo** là những tiếng ghép đôi dân gian thường dùng khi tỏ ý sót thương một người khổ não hay tỏ ý đáng tiếc một việc không hay đã xẩy ra. Phật học nói đến Tam Nghiệp gồm có Thân Nghiệp, Khẩu Nghiệp và Ý Nghiệp. Phật học cũng nói đến Nghiệp Nhân và Nghiệp Quả, nói tắt là Nhân và Quả.

1 TAM NGHIỆP VÀ PHÂN BIỆT NHÂN VỚI QUẢ

Theo từ ngữ, tiếng đơn NGHIỆP (tiếng Sanskrit: Karma) có nội dung diễn tả một việc làm, một sự kiện do một vai trò thực hiện: Do Thân đảm trách gọi là *Thân Nghiệp*, do Miệng đảm trách gọi là *Khẩu Nghiệp*, do Óc đảm trách gọi là *Ý Nghiệp*. Nói đến Tam Nghiệp là có hàm ý chú trọng đến vai trò diễn xuất. Nói cách khác, Tam Nghiệp trình bầy sự xếp loại Nghiệp trong Phật học lấy vai trò thực hiện làm tiêu chuẩn phân biệt.

Sự phân biệt *Nghiệp Nhân* với *Nghiệp Quả* khó nhận ra, không dễ dàng như trường hợp Tam Nghiệp Thân, Khẩu và Ý. Theo từ ngữ NHÂN có nghĩa cụ thể là hạt giống, nghĩa trừu tượng là nguyên do, lý do chính tạo nên một sự kiện như gieo hạt giống xuống đất sẽ mọc lên cây có trái. QUẢ có nghĩa cụ thể là trái cây, nghĩa trừu tượng là kết cuộc một sự kiện như trồng cây để lấy trái. Không ai có sự nhầm lẫn Nhân với Quả theo nghĩa cụ thể trong thực vật học như nhầm tưởng hạt cam là trái cam. Sự nhầm lẫn chỉ có và dễ mắc phải khi nói đến Nghiệp Nhân và Nghiệp Quả trong Phật học. Sự phân biệt Nhân với Quả đã tùy thuộc vào sự quán chiếu, sự soi tỏ và phân tách một sự kiện, nói cách khác là tùy thuộc vào cách nhìn của người quan sát. Nói đại cương có hai quán niệm căn bản như sau:

Quán niệm sự kiện trong thời gian và không gian

Trong sinh hoạt thực tế hàng ngày, một sự kiện xẩy ra, một hành động do con người thực hiện bao giờ cũng xẩy ra trong một bối cảnh thời gian và không gian. Thân nghiệp, Khẩu nghiệp và Ý nghiệp đều thành tựu ở một thời điểm và một địa điểm nào đó. Con người cũng như vạn vật không thể sinh hoạt ở ngoài phạm trù của thời gian và không gian. Đây là một sự thật hiển nhiên ai cũng nhận thấy.

Theo cách quán niệm thứ nhất, Nhân và Quả là hai sự kiện khác nhau thể hiện ở hai thời điểm và hai địa điểm khác nhau. Vai trò diễn xuất có khi là một người: Chăm chỉ làm việc thì dễ thành đạt khá giả, lười biếng ham chơi thì sẽ phiền muộn nghèo khó. Có trường hợp vai trò diễn xuất là hai người sống cách nhau cả thế hệ: cha mẹ hiền lành để phúc cho con, đời cha ăn mặn đời con khát nước.

Đây là cách quán niệm sự kiện của người mang tâm thế gian, nhìn vào sinh hoạt nhân sinh với con mắt thế gian để nhận thức lý Nhân Quả: *Nghiệp Nhân và Nghiệp Quả là Hai, không phải Một*.

Quán niệm Nhân Quả nhất như

Đây là cách quán niệm sự kiện siêu thời gian và siêu không gian, nghĩa là không đặt sự kiện được quán chiếu vào trong một bối cảnh thời gian và không gian. Cách quán niệm này của Thiền tông nhìn thấy *Nhân và Quả chỉ là Một, không phải Hai* (chữ Hán: Nhất như). Lập luận như sau:

Dòng thời gian vốn vô thủy vô chung liên tục tiếp nối không lúc nào ngưng lại ở một điểm nào. Khi nhìn một sự kiện, con người đem đặt vào bối cảnh thời gian tại một điểm nhất định gọi là thời điểm xẩy ra sự kiện. Do đó mới nẩy sinh ra ý niệm quá khứ, vị lai lấy thời điểm xẩy ra sự kiện làm hiện tại coi như giao điểm giữa hai thời quá khứ và vị lai. Quá khứ, vị lai cũng như hiện tại chỉ có *hư nghĩa,* không có *thực nghĩa* vì lý do chính thời điểm gọi là hiện tại dùng làm cái mốc chia quá khứ với vị lai lại luôn luôn di chuyển, không đứng yên một chỗ. Người nói ra lời, âm thanh chưa kịp đến tai người nghe thì cái gọi là hiện tại đã trở thành quá khứ. Căn cứ vào hư nghĩa quá khứ và vị lai nẩy sinh ra ý niệm Nhân và Quả, tin rằng đó là hai thực thể khác nhau, *Nhân có trước Quả sinh sau.*

Đem sự kiện đặt vào bối cảnh không gian tại một điểm nhất định gọi là địa điểm nơi xẩy ra sự kiện. Do đó mới nẩy sinh ra ý niệm chỗ xa chỗ gần, người này người nọ. Thực ra, không gian vốn vô cùng vô tận, không có cái gọi là xa gần trên dưới hay đông tây nam bắc. Những ý niệm về khoảng cách trong không gian là những quy ước có giá trị tương đối khi cần sự phân biệt, không có giá trị tuyệt đối, Phật học gọi là *Chân Như.* So với bầu khí quyển bao quanh trái đất, mặt trăng ở xa hơn nhiều; so với mặt trời, mặt trăng lại ở gần hơn nhiều. Hoa Kỳ ở phía nam của Canada nhưng ở phía bắc của Mexico.

Lập luận như trên nên Thiền tông có quán niệm *Nhân Quả nhất như*, Nhân và Quả là Một, không phải Hai. Người quán chiếu nhìn thấy Nhân tức khắc biết cả Quả, nhìn thấy Quả tức khắc biết cả Nhân. Thâm quán hơn khi nhìn vào một sự kiện duy nhất, người này thấy ngay cùng một sát na cả Nhân lẫn Quả, không cần suy ngẫm gì. Đạt tới trình độ này gọi là trực quán, trực giác, trực ngộ, đốn giác hay đốn ngộ. Theo cách quán niệm thứ hai này, khi nhìn trái cam người quán chiếu thấy ngay hạt cam trong quá khứ đã ương trồng thành cây cam tức là Nhân của trái cam nhìn thấy ở thời điểm hiện tại, đồng thời thấy luôn cả cây cam trong thời gian vị lai do hạt cam trong ruột trái cam nhìn thấy trước mắt sẽ nẩy mầm mọc thành cây tức là Quả của trái cam ở trước mắt. Nói cách khác, từ sự kiện hiện hữu trong hiện tại người quán chiếu thấy luôn cả Nhân trong quá khứ và Quả trong tương lai. Hiện tại, quá khứ và tương lai thâu lại chỉ là một điểm duy nhất, tính cách siêu thời gian được dẫn giải như vậy theo Thiền tông. Bằng cách dẫn giải tương tự, tính cách siêu không gian cũng vậy: Trái cam cụ thể nhìn thấy trước mắt có một vị trí trong không gian. Cũng từ vị trí duy nhất này người quán chiếu thấy cả hai vị trí có trong quán tưởng, một của Nhân trong quá khứ và một của Quả trong tương lai.

Trường hợp sự kiện trừu tượng cũng vậy. Nhìn thấy trước mắt một người thành đạt khá giả sẽ biết ngay do Nhân trong quá khứ là chăm chỉ làm ăn, đồng thời cũng biết ngay sẽ dẫn đến Quả trong tương lai là được an vui sung sướng. Ngược lại, nhìn thấy trước mắt một người phiền muộn nghèo khó sẽ biết ngay do Nhân trong quá khứ là lười biếng ham chơi, đồng thời cũng biết ngay sẽ dẫn đến Quả trong tương lai là tủi nhục thất vọng.

Đây là cách quán niệm sự kiện của người tu thiền mang tâm xuất thế gian, nhìn vào sinh hoạt nhân sinh với con mắt xuất thế gian để nhận thức lý Nhân Quả nhất như: Nhân và Quả là Một, không phải Hai. Gọi là *xuất thế gian* vì lý do siêu thời gian và không gian, coi như không có thời gian và không gian dùng làm bối cảnh quán chiếu mà chỉ nhìn thấy một sự kiện xẩy ra một cách trực tiếp và chính xác.

2 SỰ CHUYỂN NGHIỆP TRÊN ĐƯỜNG GIẢI THOÁT

Sinh hoạt của con người luôn luôn tiếp diễn không lúc nào ngừng, nói văn hoa gọi là dòng đời trôi nổi ví như dòng sông tuôn chảy lúc mạnh lúc yếu, khi đục khi trong, không lúc nào tĩnh lặng. Nước sông bắt nguồn từ chỗ cao thượng lưu chảy xuống chỗ thấp hạ lưu theo lẽ tự nhiên từ cao xuống thấp: Đó là sự lưu chuyển do *thủy lực* của nước sông. Sinh hoạt của con người hàng ngày vui buồn sướng khổ, an nguy sống chết theo lý vô thường nối đuôi nhau tạo thành cuộc sống nhân sinh. Tất cả mọi sinh hoạt của con người thâu tóm lại là nghĩ, nói và làm. Phật học gọi là tam nghiệp gồm có Ý nghiệp, Khẩu nghiệp và Thân nghiệp. Sự diễn tiến cuộc sống nhân sinh do sinh lực tức sức sống của con người, Phật học gọi là *Nghiệp lực.*

Nghiệp lực trong quá trình chuyển nghiệp

Thế nào là chuyển nghiệp? Câu thường nghe nói trong Phật học *Tu Phật là tu Tâm* vì lý do Phật tại Tâm, Phật chính là Chánh Tâm bẩm sinh vốn tự tánh Chân Thiện nên cũng gọi là Chân Tâm, Thiện Tâm. *Tu Tâm là chuyển Tâm* từ Tà Tâm thành Chánh Tâm, từ Vọng Tâm thành Chân Tâm, từ Ác Tâm thành Thiện Tâm. Nói rõ ràng dễ hiểu hơn, *Chuyển Tâm là Chuyển Nghiệp*, từ Nghiệp Dữ sang Nghiệp Lành.

Theo từ ngữ, CHUYỂN NGHIỆP có hai nghĩa cần phân biệt tường tận:

Nghĩa thứ nhất

Chuyển hiểu theo nghĩa *lưu chuyển, chuyển dịch, chuyển biến…* diễn ý rời chỗ này đến chỗ kia, lìa bỏ sắc tướng hình dạng này để mang sắc tướng hình dạng khác. Ứng dụng vào lý Nhân Quả, đây là quá trình từ Nghiệp Nhân đã gieo trong quá khứ dẫn đến Nghiệp Quả đang nhận trong hiện tại, hay từ Nghiệp Nhân gieo trong hiện tại đến Nghiệp Quả sẽ nhận trong tương lai. Tóm lại là từ Nhân đến Quả theo dòng thời gian.

Sự lưu chuyển này là lý Nhân Quả đương nhiên chân thật, là Sự thật tuyệt đối. Con người biết đến hay không biết, tin theo hay không tin thì lý Nhân Quả vẫn đương nhiên diễn tiến theo quá trình từ Nhân đến Quả. Sự đương nhiên không thể nghĩ bàn, chỉ dẫn chứng để kiên định niềm tin là nương theo lẽ đương nhiên mà hành trì Chánh pháp:

Đã gieo Nhân thì ắt nhận Quả, nhìn thấy Quả ắt phải biết là có Nhân. Nhân và Quả không bao giờ hiện hữu đơn lẻ một mình. Đây là lý *Tương sinh tương nhiếp* nghĩa là cùng sinh ra cùng nắm giữ lấy nhau.

Nhân nào Quả ấy, lời Phật dạy: *Trồng dưa được dưa, trồng đậu được đậu.* Nhân lành sanh Quả phúc, Nhân dữ sanh Quả họa. Cổ nhân có câu *Họa phúc vô môn duy nhân tự triệu,* diễn nôm là Họa và Phúc không tự dưng bước qua cửa vào trong nhà, tất cả đều do chủ nhân mời rước vào. Tục ngữ có những câu *Ở hiền gặp lành, Gieo gió gặt bão, Cây thối tự rễ, Nước đục tự nguồn…*Ca dao nói về lẽ đương nhiên Nhân nào Quả ấy một cách nhẹ nhàng nhưng rất thâm thúy:

Trồng sung thì hái quả sung,
Trồng sung mong hái quả hồng được sao!
Trồng mơ đừng ước được đào,
Trồng chanh chẳng có khi nào được cam!

Nghĩa thứ hai

Chuyển hiểu theo nghĩa *chuyển hóa, hóa độ* diễn ý rời thể tánh phẩm chất này sang thể tánh phẩm chất khác. Ứng dụng vào lý Nhân Quả, đây là quá trình thay đổi từ Ác sang Thiện, từ Tà sang Chánh, từ Họa sang Phúc. Đây là nghĩa chánh yếu trong lý Nhân Quả khi nói Tu là Chuyển Nghiệp.

Một câu hỏi then chốt: Mới thoạt nghe hai nghĩa khác nhau của quá trình Chuyển Nghiệp, người sơ tâm thấy như mâu thuẫn trái ngược nhau. Theo nghĩa thứ nhất thì *Nhân nào Quả ấy,* Nhân lành Quả lành, Nhân dữ Quả dữ. Theo nghĩa thứ hai thì *Nhân dữ lại chuyển hóa thành Quả lành* do sự hành trì Chánh pháp, tại sao? Hơn nữa trường hợp chuyển hóa từ Nhân lành sang Quả dữ có xẩy ra hay không?

Xin thưa: Quá trình Chuyển nghiệp có hai nghĩa khác nhau, bổ sung và kiện toàn cho nhau trong lý Nhân Quả, không có sự mâu thuẫn nghịch ý nhau.

Thứ nhất, lý Nhân Quả trình bầy *một Chân lý tuyệt đối*, một lẽ đương nhiên như vậy, một nguyên tắc bất di bất dịch: Một khi đã gieo Nhân nào ắt hái Quả ấy, không hề có sự sai khác. Gieo Nhân lành hưởng Phúc, không cầu Phúc vẫn đến và không ai tranh dành được. Gieo Nhân dữ mang Họa, dù có van lạy xin tha đừng giáng xuống cũng không tránh được, hoặc có người sót thương tự nguyện xin gánh đỡ phần nào cũng không được. Đây là uy lực của lý Nhân Quả tác động đến sinh hoạt nhân sinh.

Thứ hai, lý Nhân Quả trình bầy *một hệ luận bổ sung* nhằm mục đích khuyến tu làm điều Lành tránh điều Dữ: muốn hái Quả nào thì hãy gieo

Nhân ấy, không hề có sự ép buộc làm mất quyền tự do chọn lựa của từng cá nhân. Muốn hưởng Quả Phúc hãy gieo Nhân Lành, muốn tránh Tai Họa đừng bao giờ gieo Nhân Dữ. Đây là *quyền tự do tuyệt đối của người gieo Nhân* đã nương theo lý Nhân Quả mà hành xử và được lý Nhân Quả có tính cách khách quan yểm trợ một cách công bằng vô tư. Phật tử có niềm tin nhưng chưa thông suốt lý giải hệ luận bổ sung một cách tường tận thường hiểu đây là ân cứu độ của Đức Phật ban Phúc cho tín đồ làm điều lành tránh điều dữ. *Ân cứu độ chúng sanh của Đức Phật là ân giáo hóa lý Nhân Quả, làm cho đệ tử hiểu rõ và sử dụng quyền tự do gieo Nhân*. Đó là ân đã pháp thí, không phải là ân ban Phúc hay che chở cho thoát khỏi Họa một khi đệ tử đã gieo Nhân. Phúc hay Họa là do chính đệ tử quyết định tự chọn, không phải do Đức Phật.

Nguyên tắc quy định Nhân nào Quả ấy có hệ luận bổ sung xác nhận quyền tự do gieo Nhân của con người. Sự bổ sung này *cần thiết không thể thiếu được* có tầm quan trọng tránh sự ngộ nhận cho rằng lý Nhân Quả là một dạng của thuyết Định Mệnh trong triết lý nhân sinh. Thuyết này chủ trương số phận con người được an bài định sẵn do một quyền năng thiêng liêng tối cao, có tính cách khách quan, không lý hội kể đến phần nào khả năng tự lực có tính cách chủ quan ở con người. Câu tục ngữ *Người làm Trời định* diễn ý thuyết Định Mệnh trong tin tưởng của người thường dân không thông hiểu lý Nhân Quả. Trong Truyện Thúy Kiều, thi hào Nguyễn Du là bậc túc Nho uyên thâm đạo Phật hiểu thấu lý Nhân Quả đã có câu thơ:

Có Trời mà cũng có Ta…

Ở một đoạn khác có câu thơ nói rõ ràng hơn khả năng tự lực tức quyền tự do gieo Nhân của con người trong việc định đoạt số phận mình:

Xưa nay Nhân định thắng Thiên cũng nhiều.

Trời và Thiên ở đây là lẽ Trời, Thiên lý hiểu là lẽ vận hành mọi sinh hoạt trong cuộc sống con người tức lý Nhân Quả trong Phật học.

Sau lý Nhân Quả kế đến việc sử dụng từ ngữ trong Phật học. Theo định nghĩa, Chuyển Nghiệp là chuyển hóa theo hai chiều: Thứ nhất theo chiều đi lên từ thấp lên cao, từ Ác thành Thiện, từ Tà thành Chánh; thứ hai theo chiều đi xuống từ cao xuống thấp, từ Thiện hóa ra Ác, từ Chánh hóa ra Tà. Tuy nhiên, theo thông dụng từ ngữ Chuyển Nghiệp dùng trong việc khuyến tu chỉ diễn ý chuyển hóa theo chiều đi lên vun bồi Quả Phúc. Năng lực chuyển hóa gọi là *Nghiệp lực* hay *Nguyện lực*. Trường hợp diễn ý chuyển hóa theo chiều đi xuống bị Tai Họa dùng từ ngữ *Đọa Nghiệp*, năng lực chuyển hóa gọi là *Đọa lực* (Tiếng Hán Đọa nghĩa là rớt xuống như nói đọa Địa ngục, đọa Súc sinh).

Vai trò A-lại-da thức trong quá trình chuyển nghiệp

Con người đứng hàng đầu hơn hết các giống động vật khác nhờ ở đời sống tâm linh có trí tuệ linh diệu. Năng lực của trí tuệ do ở Bát thức là tám khả năng nhận biết mọi vật mọi sự việc. Trong Bát thức vai trò tối thượng là thức thứ tám mang tên A-lại-da thức, phiên âm tiếng Sanskrit là *Alaya*. Đây là thức Chúa tể có quyền năng tối cao và bao trùm cả bẩy thức kia, định đoạt cuộc sống con người đọa xuống Địa ngục hay chứng đắc Phật quả nhập Niết-bàn. Với chức năng vừa tinh vi linh diệu vừa thông suốt vạn pháp, A-lại-da thức mang nhiều tên gọi khác nhau, mỗi danh xưng dịch sang tiếng Hán Việt tương ứng với mỗi vai trò riêng biệt tùy từng trường hợp muốn nhấn mạnh đề cao. Người thiện học cần lưu tâm những danh xưng sau đây:

Hàm tàng thức hay gọi tắt *Tàng thức* diễn ý vai trò chứa đựng, lưu trữ một thời gian những nhận biết, giống như nhà kho chứa hàng hóa.

Nghiệp thức diễn ý vai trò nhận biết tất cả mọi nghiệp do con người đảm trách trong sinh hoạt hằng ngày.

Chủng tử thức diễn ý vai trò nhận biết mọi hạt giống tức mầm sống chứa đựng sinh lực tức nghiệp lực của con người.

Căn bản thức diễn ý vai trò nền tảng của trí tuệ, nguồn gốc của nhận biết.

Thức tâm diễn ý vai chính cầm đầu trong Bát thức. Thức tâm trong Lục thức là Ý thức tức thức thứ sáu.

Tập khởi tâm diễn ý vai trò thâu nhận quy tụ (tiếng Hán: Tập, tập trung, tập hợp) và phân phối tác động (tiếng Hán: Khởi, khởi sinh, khởi động) tất cả mọi nghiệp chủng tức hạt giống Nhân để rồi sanh ra Quả.

Như Lai tàng và *Như Lai thức* diễn ý vai trò có chức năng linh tri diệu ứng, những Nghiệp chủng lưu trữ, vừa sáng suốt nhận biết vạn pháp vừa tùy duyên ứng hóa khi thể hiện thành hành động. Chức năng này còn có tên gọi là *Thần lực Như Lai.*

Đại viên kính trí diễn ý vai trò giác ngộ đã đắc đạo quả Tâm Không tức Tâm Thanh Tịnh Vô Nhiễm. Tâm này coi như một tấm gương trong sáng có khả năng vừa tịch vừa chiếu: *Tịch* là phần bản thể tĩnh lặng an nhiên như Hư không bất động, không có một hoen ố nào; *Chiếu* là phần hiện tượng ứng dụng khi nhập thế chiếu soi thông suốt vạn pháp. Khi duyên chưa hội thì Tịch, khi duyên hội thì Chiếu, khi duyên liễu chấm dứt thì trở lại Tịch thường hằng, giống như Tấm Gương (tiếng Hán: Tâm kính) vốn trong sáng không có dấu vết gì, lúc có một vật gì ở trước gương thì gương soi tỏ hình tướng vật ấy thấy rõ trên mặt gương, đến lúc vật ấy rời đi chỗ khác thì mặt gương trở lại trong sáng như cũ không lưu trữ lại dấu vết gì. Chiếu là tác động của Tâm Hỷ vui vẻ đi vào đời và Tịch là tác động của Tâm Xả buông bỏ mọi thứ không luyến tiếc. Nói cách khác, *Chiếu là Tâm Nhập thế gian* và *Tịch là Tâm Xuất thế gian.*

Sự thông dịch từ một tiếng Sanskrit là *Alaya* sang nhiều tiếng Hán Việt khác nhau chứng tỏ vai trò của thức thứ tám vừa đa năng đa dạng vừa quán xuyến quy về một mối, đó là chức năng Chủ Tướng cai quản toàn bộ sinh hoạt tâm linh con người. Dịch sang tiếng Hán Việt không có danh xưng nào diễn đầy đủ trọn vẹn ý nghĩa nội dung tiếng *Alaya*, do đó danh xưng thường dùng nhất để diễn tả trung thực hơn cả là tiếng phiên âm *A-lại-da*, thêm tiếng Hán Việt là *thức* chỉ khả năng nhận biết. Hãy coi sự vận hành chuyển nghiệp tức guồng máy sinh hoạt tâm linh con người như cơ chế chánh quyền một quốc gia: *A-lại-da thức* là cấp trung ương đóng vai trò Lãnh đạo, bẩy thức còn lại đều là thuộc cấp dưới quyền của nhà Lãnh đạo trung ương. *Mạt-na thức* đóng vai tham mưu cố vấn, *Ý thức* đóng vai trực tiếp chỉ huy, năm thức đóng vai cấp thừa hành là Nhãn thức, Nhĩ thức, Tỵ thức, Vị thức và Thân thức. Sự vận hành trong quá trình chuyển nghiệp đại cương chia làm ba giai đoạn chứng tỏ khả năng lãnh đạo của cấp trung ương tức *A-lại-da thức*: *Tập hợp, tàng trữ* và *khởi động.* Đây cũng là sự liên hệ phân định khả năng giữa cấp Lãnh đạo trung ương với các thuộc cấp dưới quyền.

Giai đoạn tập hợp

Trong sinh hoạt hằng ngày Lục thức thu lượm những nhận biết đem giao nộp cho *A-lại-da thức*, có sự tham mưu cố vấn của *Mạt-na thức*. Phần việc của bẩy thức này là những động tác gieo Nhân tạo Nghiệp, bao gồm cả Nhân lành Nhân dữ thuộc Tam Nghiệp Thân, Khẩu, Ý. Nói theo ngôn từ khoa học, đây là phần việc của Giác quan do Ý thức chỉ huy trực tiếp thu lượm những dữ kiện trong cuộc sống để giao nộp cho Bộ Óc là *A-lại-da thức* theo hệ thống thần kinh cảm giác. Do đó con người mới biết mầu sắc, âm thanh, hương thơm nhẹ hay nồng, vị ngọt hay chua, nóng hay lạnh và vui buồn, đúng sai…

Trong quá trình Chuyển Nghiệp cần lưu tâm hai điều then chốt về hiệu năng và phẩm chất khả năng của *Lục thức* và *Mạt-na thức*:

Lục thức có nhiều động tác thiếu sót và sai nhầm trong phần việc gieo Nhân, Phật học gọi là *Vọng thức*, nguyên do sinh ra Tà niệm, Vọng niệm, Thành kiến, Định kiến, Thiên kiến, Tà kiến. Đây là Vô Minh mê mờ dẫn con người trên con đường đau khổ luân hồi. Đây chính là nghiệp căn *Chấp pháp,* làm cho con người nhìn thấy pháp tướng tức hiện tượng hiển lộ của sự kiện mà không nhận biết ra pháp tánh tức bản thể ẩn tàng của sự kiện, Phật học gọi là chưa có khả năng *tùy tướng nhập tánh*, nương theo pháp tướng mà nhận biết ra pháp tánh.

Mạt-na thức đóng vai tham mưu cố vấn cho *Lục thức*, nói rõ hơn là có tác dụng chi phối đến Ý thức trong việc điều động năm thức đầu tức năm giác quan. *Mạt-na thức* nhận biết ra *Bản Ngã*, cái Tôi của con người, phân biệt tự thân với tha nhân. Sự phân biệt này dẫn đến Vị kỷ, *Chấp ngã* và do đó suy tư thiên lệch cái gì của mình hay thuộc về mình cũng hơn của người khác.

Tóm lại trong giai đoạn tập hợp, *A-lại-da thức* đã thâu nạp những Chủng tử tức Nghiệp Nhân cả lành lẫn dữ *mang sẵn nghiệp căn Chấp pháp và Chấp ngã*. Đây chính là nguồn gốc mầm mống của Tam độc Tham, Sân và Si.

Giai đoạn tàng trữ

Sau việc tập hợp đến việc tàng trữ những Chủng tử do Lục thức giao nộp, do đó A-lại-da thức có tên gọi là *Tàng thức*. Ngoài vai trò tàng trữ, *A-lại-da thức* còn có một vai trò khác quan trọng hơn trong giai đoạn này, đó là *chuyển hóa*.

Tàng trữ những Chủng tử, những Nghiệp Nhân đã gieo kể cả lành lẫn dữ. Không hẳn chỉ tập hợp thâu nhận những Nhân gieo hàng ngày mà tàng trữ tích lũy những Nhân đã gieo trong quá khứ từ vô lượng tiền kiếp. Khối chủng tử tích lũy này tạo thành Nghiệp Căn ngày một sâu nặng thêm, chia làm hai trường hợp: *Thiện Căn* hay *Phúc Căn* khi tỷ lệ Chủng tử Nhân lành nhiều hơn và *Ác Căn* hay *Tội Căn* khi tỷ lệ Chủng tử Nhân dữ nhiều hơn. Làm việc Thiện là gieo Nhân lành, vun bồi Thiện Căn; làm điều Ác là gieo Nhân dữ, đắp thêm cho Ác Căn.

Chuyển hóa những Chủng tử cùng tích lũy tức Nghiệp Căn từ Ác sang Thiện, từ Tà sang Chánh, từ Hư sang Thực. Vai trò này là *tinh hoa nhân bản* của con người làm cho con người dung tục phàm phu có đủ khả năng thăng hoa thành Bồ-tát, thành Phật. Do đó *A-lại-da thức* có tên gọi là *Như Lai tàng*, *Như Lai thức*. Khả năng linh diệu này gọi là *Thần lực Như Lai.*

Điểm cần lưu tâm: *A-lại-da thức* chỉ chuyển hóa Chủng tử nghĩa là cải tà quy chánh những Nhân dữ trở thành Nhân lành, không hề diệt trừ Nhân dữ và sinh ra Nhân lành mới.

Giai đoạn khởi động

Khởi động tất cả những Chủng tử chứa sẵn năng lực tiềm ẩn, giống như làm cho nẩy mầm những hạt giống một khi đã gieo, Phật học gọi là *tác nghiệp* hay *tạo nghiệp*. Nếu không được khởi động, Nhân không chuyển thành Quả, không còn có lý Nhân Quả.

Vừa chuyển hóa vừa khởi động kết hợp thành sự vận hành Chuyển Nghiệp, một mặt từ Ác sang Thiện, một mặt từ Nhân ra Quả. Sau khi kết thành Quả là sự hiển lộ thành Báo Ứng, cụ thể hóa ra một sự kiện, một việc xẩy ra trong sinh hoạt thực tế, dân gian thường dùng tiếng ghép đôi Quả báo để diễn tả hai động tác nối tiếp liền nhau là kết thành Quả và hiển lộ thành Báo.

Tất cả ba giai đoạn tập hợp, tàng trữ và khởi động trong quá trình Chuyển Nghiệp người mang tâm thế gian với con mắt phàm phu không hay biết, chỉ nhận thấy có hai sự kiện trước và sau: Sự kiện trước là gieo Nhân mà chính mình không nhận thức ra là gieo Nhân vì Vô Minh và Tham Dục không phải chỉ ở kiếp hiện tại mà đã gieo Nhân từ rất nhiều kiếp trước; sự kiện sau là trả Quả mà không rõ từ đâu dẫn đến, nhận Quả lành thì bảo là Phúc Trời ban cho hay số may số tốt, nhận Quả dữ thì bảo là Tội Trời giáng họa hay số phận hẩm hiu bạc bẽo. Người hiểu lý Nhân Quả nhận thấy cái gọi là Phúc Trời hay Tội Trời là *lẽ đương nhiên như thế* trong quá trình Chuyển Nghiệp xuyên qua nhiều kiếp liên tục.

KẾT LUẬN

Tu Phật là Tu Tâm. Tu là Chuyển Nghiệp, phần lý giải tuy có tế nhị tinh vi nhưng phần hành trì tóm lại chỉ một câu tâm nguyện là đủ: LÀM ĐIỀU LÀNH TRÁNH ĐIỀU DỮ. *Trên đường Giải thoát làm một điều lành là tiến một bước, làm một điều dữ là lui một bước.* Trong sinh hoạt hàng ngày người khéo tu thấy việc lành rất nhỏ vẫn nhất tâm thực hiện, thấy việc dữ rất nhỏ vẫn nhất tâm cố tránh. Phúc hay Họa đều do ở đấy mà ra, lý Nhân Quả về mặt hành trì thật đơn giản dễ hiểu nhưng có hiệu ứng linh diệu vô cùng, đừng thấy đơn giản dễ hiểu mà khinh xuất không tu tập để uổng kiếp làm người ở thế gian.

26 THỆ NGUYỆN VÀ NHÂN QUẢ

Gieo NHÂN nào, gặt QUẢ ấy. *Trồng dưa hái dưa, trồng đậu hái đậu.* Đây là lời dạy về lý Nhân Quả rất quen thuộc, phổ biến rộng rãi Phật tử thuộc mọi căn cơ trình độ đều biết. Đây là lẽ tự nhiên ai cũng có thể chứng nghiệm được dễ dàng, trồng cây sung chát không bao giờ được ăn trái hồng thơm cũng như trồng cây cam ngọt không bao giờ lại có trái chanh chua. Sự ẩn dụ đã trình bầy chính xác *lý Nhân Quả bất biến,* không bao giờ sai khác tùy thuộc vào thời gian và không gian.

Lý Nhân Quả dẫn giải dễ hiểu như vậy, nhưng quán cho sâu và hành trì cho miên mật thì ít ai thực hiện được viên mãn, do đó nẩy sanh ra trường hợp nghi ngờ, thậm chí không còn vững lòng tin vào lý Nhân Quả, vốn là một *yếu chỉ* trong Phật pháp. Trong giới hạn một bài viết, ở đây chỉ nêu lên một vài nghi vấn thường gặp trong lúc hành trì Chánh pháp. Nẩy sanh ra nghi ngờ là lẽ tất yếu đối với người thiện học khéo tu. *Nghi ngờ rồi không giải được, sanh ra lơ là thoái chí, đó là trường hợp thiếu tín lực và tinh tấn lực. Nghi ngờ rồi nhất tâm tín giải là cái giá phải trả để đạt tới chứng ngộ đạo pháp cao thâm.* Không một chút nghi ngờ thì rất dễ lầm đường lạc lối trên lộ trình dẫn đến Giác Ngộ.

1 NGHIỆP LỰC VÀ NGUYỆN LỰC

Cuộc sống của người con Phật nhất tâm hành trì Chánh pháp được định hướng và dẫn dắt là do hai sức mạnh tâm linh, đó là NGHIỆP LỰC và NGUYỆN LỰC. Trong khi phàm nhân vô minh chưa khởi tín tâm vào Chánh pháp thì cuộc sống chỉ do tác động của một lực duy nhất, đó là NGHIỆP LỰC dù là Nghiệp lành hay Nghiệp dữ. Sự phân biệt chánh yếu giữa Nghiệp lực và Nguyện lực như sau:

Thế vận hành

Hai lực này đều do Tâm phát xuất nhưng khác nhau ở cái THẾ vận hành: **Nghiệp lực ở thế thụ động**, Tâm của hành giả *đóng vai trò ứng phó* khi thọ nghiệp, dù là Nghiệp lành khi hưởng Quả Phúc hay Nghiệp dữ khi trả Quả Tội; **Nguyện lực ở thế chủ động**, Tâm của hành giả *đóng vai trò tự quyết* khi tạo nghiệp, bao giờ cũng là Thiện Nghiệp một khi đã nhất tâm hành trì Chánh pháp.

Tánh cách vận hành

Hai lực này đều tác động vào cuộc sống của hành giả nhưng khác nhau ở TÁNH CÁCH vận hành: **Nghiệp lực thay đổi vô thường**, tùy theo Nhân đã gieo lành hay dữ, tăng giảm lúc mạnh lúc yếu; **Nguyện lực thường hằng bất biến** kể từ thời điểm phát nguyện. Thời điểm này hiển lộ khi hành giả đã đạt tới chỗ *có một nhân sanh quan rõ ràng và nhất định*, không thay đổi nữa giống như người đi xa đã có một bản đồ cầm trong tay trước khi khởi hành, hành giả chỉ còn một việc theo đúng chỉ dẫn của bản đồ để đi tới đích. Ví dụ: *Phật tử phát nguyện Quy y Tam Bảo, hành trì Ngũ Giới.*

Thời điểm khởi động và chấm dứt vận hành

Hai lực này khác nhau ở THỜI ĐIỂM khởi động và chấm dứt vận hành:

Nghiệp lực bắt đầu từ khi thọ mạng chúng sanh chịu luân chuyển theo vòng Luân Hồi do lý Nhân Quả dẫn dắt và chấm dứt khi chúng sanh giải thoát khỏi vòng Luân Hồi. Nói cách khác, Nghiệp lực có thời gian vận hành liên tục từ nhiều tiền kiếp, trải qua hiện kiếp và tiếp tục ở những hậu kiếp. Con người đã mang sẵn Nghiệp từ khi đầu thai vào bụng mẹ và mang theo Nghiệp sang kiếp kế tiếp khi chấm dứt cuộc sống thế gian.

Nguyện lực bắt đầu tác động từ khi phát nguyện, không lệ thuộc vào kiếp sống là tiền kiếp, hiện kiếp hay hậu kiếp. Hành giả đang thọ nghiệp thế gian phát nguyện ở hiện kiếp làm người, chư Phật phát nguyện từ những tiền kiếp trước khi thị hiện thành hóa thân ở thế gian để cứu độ chúng sanh. Ví dụ: *Người mới tu phát nguyện giữ giới và ăn chay.*

Trường hợp Đức Thích Ca khi mới xuất gia có phát nguyện bốn điều:

– *Nguyện tế độ chúng sanh khỏi mọi sự khốn ách.*

– *Nguyện trừ chúng sanh khỏi mọi hoặc chướng.*

– Nguyện dứt đoạn chúng sanh khỏi mọi tà kiến.

– Nguyện độ chúng sanh ra khỏi vòng luân hồi khổ não.

Người hành trì pháp môn niệm Phật đều biết đến *Đại Nguyện* gồm có 48 điều của Đức A-di-đà. Đây là những trường hợp *Biệt Nguyện*, cũng gọi là *Bổn Nguyện* của riêng từng vị quyết tâm thành Phật, khác với *Tổng Nguyện* là trường hợp nguyện chung của người tu hành.

Ý thức vận hành

Hai lực này khác nhau ở Ý THỨC vận hành: **Nghiệp lực vận hành không lệ thuộc vào ý thức của hành giả**, dù hành giả có nhận thức ra hay không nhận thức ra; **Nguyện lực vận hành trong khi hành giả có ý thức** về mọi sự quyết định khởi động, theo dõi và chiêm nghiệm tiến trình của Nguyện lực. Nói cách khác, chúng sanh vô minh thường không biết đến sự vận hành của Nghiệp lực, từ khi gieo Nhân đến lúc thọ Quả, dù là Nghiệp lành hay Nghiệp dữ, thường tin đó là May Rủi, Trời thương hay Quỷ ám. Trong khi đó, chỉ người tỉnh thức mới nhận định ra sự vận hành của Nguyện lực đang chuyển hóa tâm thức của chính mình.

2 LUÂN HỒI VÀ NGUYỆN LỰC

Để bổ sung và kiện toàn sự phân biệt khác nhau giữa Nghiệp lực và Nguyện lực, thuận lợi cho việc hành trì CHÁNH NGHIỆP của người khéo tu, hành giả cần tỏ rõ sự Luân Hồi và Nguyện lực:

Nói đến Luân Hồi là nói đến Nghiệp báo, nói đến Nhân và Quả. Theo từ ngữ, LUÂN là bánh xe, HỒI là trở về, quay về chỗ cũ, diễn ý lênh đênh trôi dạt. LUÂN HỒI là sự quay tròn như cái bánh xe, chuyển động mãi không lúc nào ngừng, thường gọi là **Vòng Luân Hồi**, cũng gọi là **Vòng Sanh Tử** diễn ý con người hết sống rồi thác, sau khi thác lại đầu thai sanh trở lại, lăn đi lộn lại quanh quẩn trong Tam giới, Lục đạo (1). Nói một cách cụ thể trong sinh hoạt thực tế hằng ngày ai cũng nhận thấy dễ dàng, đời sống con người trong kiếp thế gian là một *sự nối tiếp* liên miên hết vui đến buồn rồi hết buồn lại đến vui, hết yêu thương đến giận hờn rồi hết giận hờn lại đến yêu thương… cứ như vậy quanh đi quẩn lại vẫn trong phạm vi của Tam giới, Lục đạo. Khi nào tu thành Đạo, hành giả giác ngộ mới giải thoát ra khỏi cái vòng Luân Hồi quanh quẩn này. Thời điểm ra khỏi có thể ở ngay trong kiếp này hay ở trong những kiếp sau.

Tác lực chuyển động tâm thức con người chạy quanh vòng Luân Hồi là *Nghiệp lực vận hành theo lý Nhân Quả, từ Nhân đến Quả hiển lộ ở sự Báo Ứng*. Do đó có danh xưng **Nghiệp báo**, hay **Quả báo**. Nghiệp lực vận hành chuyển động theo đường tròn, biểu tượng của vòng Luân Hồi, chuyển động theo hướng tiến lên cao hơn trong trường hợp gieo Nhân lành, từ ba ác đạo (Súc sanh, Ngạ quỷ và Địa ngục) chuyển lên ba thiện đạo (Người, A-tu-la và chư Thiên), hoặc theo hướng ngược lại đọa xuống từ ba thiện đạo tới ba ác đạo trong trường hợp gieo Nhân dữ (2). Trong khi Nghiệp lực dẫn dắt hành giả di chuyển theo đường tròn *cả hai hướng tiến lên và đọa xuống* tùy theo Nhân lành hay Nhân dữ hành giả đã gieo thì Nguyện lực vận hành chuyển động theo *đường thẳng và là đường một chiều*, dục dã hối thúc hành giả nhanh chân tiến bước cho mau tới đích đạt được điều sở nguyện. Đó là con đường TIẾN HÓA, càng đi hành giả càng thấy **cảnh mới lạ,** không gập lại cảnh cũ đã qua, cảnh mới luôn luôn vui đẹp hơn cảnh cũ. Càng đi càng nhiều cảnh mới lạ, càng nhiều điều vui đẹp, do đó còn gọi là con đường SÁNG TẠO. Đây chính là con đường GIÁC NGỘ, con đường GIẢI THOÁT, *chỉ có ai đạt đạo thực chứng mới cảm nhận thấy, không thể dẫn giải được bằng ngôn từ.*

3 LIỄU NGHĨA CỦA SỰ PHÁT NGUYỆN

Phát Nguyện là *cất bước đi* trên con đường Đạo nhằm *tiến tới* Giác Ngộ và Giải Thoát. Câu này có nghĩa chính xác và đầy đủ, bao gồm cả hành động và cứu cánh nhưng chưa có **liễu nghĩa**, chưa diễn tả rốt ráo hết tất cả những chi tiết tinh vi tế nhị trong nội dung từ ngữ NGUYỆN.

Liễu nghĩa thuộc thực chất là *pháp tánh*, ngôn từ thuộc phương tiện là *pháp tướng*. Tuy ngôn từ không diễn tả được trọn vẹn liễu nghĩa nhưng không có phương thức nào hơn là *nương vào Tướng để đạt tới Tánh*. Trong phạm vi giới hạn của từ ngữ, có nhiều tiếng Hán Việt ghép đôi trong đó có tiếng đơn NGUYỆN. Điểm qua những tiếng ghép đôi này, người thiện học dễ tiếp nhận được phần nào liễu nghĩa của sự PHÁT NGUYỆN:

NGUYỆN: Tiếng đơn chữ Hán, nói theo giọng Việt Nam là *Nguyền,* tiếng ghép đôi chữ Hán *Thệ Nguyện* nói theo giọng Việt Nam là *Thề Nguyền*. Người Việt Nam dùng cả hai tiếng đơn với hai nội dung khác nhau: NGUYỆN là mong mỏi gặp được điều tốt lành. Ví dụ: *Nguyện ăn chay, Nguyện giữ giới…* NGUYỀN là mong xẩy ra điều bất hạnh như *Nguyền rủa* có nghĩa như *Trù yếm*. Ví dụ: *Nguyền cho kẻ thù bị phá sản.*

Ý NGUYỆN, CHÍ NGUYỆN: Mong mỏi trong lòng một điều rõ ràng, cụ thể và cố gắng đạt được. Ví dụ: *Chí nguyện làm giàu.*

ƯỚC NGUYỆN, NGUYỆN VỌNG: Ước ao, mong mỏi, nói chung chung không diễn ý có cố gắng hay không cố gắng để đạt được. Ví dụ: *Ai cũng có nguyện vọng sống lâu và sung sướng.*

CẦU NGUYỆN, NGUYỆN CẦU: Mong mỏi một điều khó đạt được với tự lực của mình, mong sự giúp đỡ của tha lực ở một Quyền năng thiêng liêng cao cả. Ví dụ: *Cầu nguyện Phật cứu độ chúng sanh.*

THỆ NGUYỆN: Xác định điều mong mỏi trong tâm, tỏ lộ ra thành lời thề gọi là *Phát thệ*, thành lời nguyện gọi là *Phát nguyện* trước sự chứng giám của một Quyền năng thiêng liêng, cam kết cố gắng thực hiện cho được điều sở nguyện. Ví dụ: *Thệ nguyện hy sinh Tất Cả cho Đạo pháp.*

ƯỚC MƠ, CẦU XIN, PHÁT NGUYỆN: Ước mơ là mong mỏi điều không có tánh hiện thực như thường nói ước mơ hão huyền. Ví dụ: *Ước mơ lên cung Trăng sống chung với Chị Hằng.*

Cầu xin là mong mỏi điều do tha lực giúp đỡ. Ví dụ: *Cầu xin chư Phật độ trì cho thoát khỏi khổ nạn.*

Phát nguyện là mong mỏi điều do tự lực chính mình cố gắng thực hiện. Ví dụ: *Các tu sĩ phát nguyện quên mình giúp người hoạn nạn.*

KẾT LUẬN

Đối với Phật tử, phát nguyện là *cất bước đi trên con đường Đạo* như đã nói ở trên, là tự tìm ra ở chính mình NGUỒN SỐNG CHÂN THẬT và NGUỒN VUI VÔ BIÊN, là nương theo lý Nhân Quả để *tự giác giác tha, tự độ độ tha*. Muốn xứng danh là Phật tử, người khéo tu phát nguyện mình là CON PHẬT, theo truyền thống văn hóa để lại trong câu tục ngữ *cha nào con ấy*, nghĩa là làm con noi gương cha để nối nghiệp tông đường, Phật học gọi là **Kiến tánh thành Phật.**

Điều đáng tiếc nhất là nhiều người có công phu tìm hiểu giáo lý đạo Phật mà suốt cuộc sống ở thế gian chưa PHÁT NGUYỆN lần nào, chỉ PHÁT NGÔN suông khi thọ lễ Quy y và khi pháp đàm hội luận với các bạn đạo.

Về mặt hành trì, người CON PHẬT cần nhận định đầy đủ quá trình Tu Đạo là **Tín–Giải–Hành–Chứng**: *Nếu chỉ Tín và Giải, thông suốt lý Nhân Quả* *mà không Hành thì tất nhiên không bao giờ đạt tới Chứng*, như kẻ đi đường có bản đồ đầy đủ và chính xác, rất đáng tin cậy nhưng chưa hề phát nguyện khởi hành, cất bước lên đường quyết tâm **gieo Nhân Lành** trong khi đang thọ nghiệp thế gian. Lý do tại thiếu NHẤT TÂM, nghĩa là thiếu niệm lực, tinh tấn lực, định lực và tuệ lực. Thật đáng thương nhiều hơn đáng trách.

CHÚ THÍCH

❶ **Tam giới:** Ba cõi ở của chúng sanh chưa giải thoát gồm có Dục giới, Sắc giới và Vô sắc giới. Tam giới có thể hiểu là *Vũ trụ quan* trong Phật học.

DỤC GIỚI, tiếng Sanskrit *Kàmaloka:* Chúng sanh hữu tình bị luân hồi trong Lục đạo vì có tâm tham dục về giới tính và những tham dục khác.

SẮC GIỚI, tiếng Sanskrit *Rùpaloka:* Ở cõi này, năm giới đã chấm dứt tham dục về vật chất nhưng vẫn còn ham thọ lạc về tinh thần. Hành giả tu tập Tứ Thiền có thể tái sanh vào cõi Sắc.

VÔ SẮC GIỚI, tiếng Sanskrit *Arùpaloka*: Cõi này gồm có Bốn xứ, hành giả tu tập Tứ Thiền bát Định có thể tái sanh vào cõi này. Bốn xứ tức Tứ Định xứ gồm có: Không vô biên xứ, Thức vô biên xứ, Vô sở hữu xứ và Phi tưởng phi phi tưởng xứ.

❷ **Lục đạo:** Sáu đường tái sanh, cũng gọi là sáu nẻo Luân Hồi. Chúng sanh tùy theo nghiệp căn mà tái sanh vào trong một đạo. Theo nguyên nghĩa tiếng Sanskrit *SAMSÀRA* có nội dung là *lênh đênh trôi dạt* diễn ý chúng sanh do nghiệp lực dẫn dắt nên bị luân chuyển vòng vo trong lục đạo. Nghiệp là động cơ tác động vào sự luân hồi tái sanh. Lục đạo gồm có hai phần Tam thiện đạo và Tam ác đạo.

TAM THIỆN ĐẠO: Ba đường lành gồm có Thiên (Tiên), A-tu-la (Thần) và Nhân (Người).

A-tu-la là phiên âm tiếng Sanskrit *Àsura* có nghĩa là Thần hay Phi Thiên, một dạng Thiên thấp hơn, chưa đạt tới thể tánh đoan chánh trang nghiêm như chư Thiên. Người tu hành ham bố thí cúng dường nhưng tánh còn nóng giận, kiêu ngạo thọ cảm sanh vào hạng A-tu-la. Ở hạng A-tu-la tiến tu thêm thuộc hạng *A-tu-la thiện đạo* thọ cảm sanh vào hàng Thiên, nếu còn mê muội thuộc hạng *A-tu-la ác đạo* thọ cảm đọa sanh vào các hàng Địa Ngục, Ngạ quỷ hay Súc sanh.

TAM ÁC ĐẠO: Ba đường ác gồm có Địa ngục, Ngạ quỷ và Súc sanh.

Được làm NGƯỜI trong đời hiện tại, hành giả quán Lục đạo nhận thấy mình có phước do thiện căn đã gieo nên mới được xếp hạng trong Tam thiện đạo. Quán sâu hơn nữa, NGƯỜI là hạng thấp nhất trong Tam thiện đạo, cần nhất tâm **phát nguyện** tiến lên hạng cao hơn và đừng bao giờ đọa xuống Tam ác đạo.

Đó là nhân sanh quan và ĐẠO LÀM NGƯỜI của người con Phật.

27 QUẢ BÁO

Trong dân gian thường nghe nói QUẢ BÁO để chỉ trường hợp chịu sự thiệt thòi phiền não sau khi đã làm một việc xấu ác, nghĩa là *gieo nhân dữ thì lãnh quả dữ*. Chỉ hiểu như vậy là còn **thiếu sót** và **nông cạn**, hiểu **đầy đủ** và **sâu xa** hơn mới hữu ích trong việc hành trì Chánh pháp.

Thiếu sót: Chỉ hiểu trường hợp *gieo nhân dữ thì lãnh quả dữ* là còn thiếu trường hợp *gieo nhân lành thì lãnh quả lành*. LÝ NHÂN QUẢ đầy đủ là **Trồng dưa ăn dưa, trồng đậu ăn đậu** hay **Gieo nhân nào lãnh quả ấy**.

Nông cạn: Chỉ hiểu trường hợp có *gieo nhân thì ắt có báo ứng* là còn nông cạn vì chỉ lý giải một cách **đại cương tổng quát**, chưa đi vào **chi tiết ứng dụng** trong sinh hoạt thực tế cuộc sống hàng ngày mà mọi người đều có thể nghiệm thấy dễ dàng: *Có gieo nhân mà chẳng thấy báo ứng*, nhất là những trường hợp nghe như nghịch lý làm cho người sơ tâm khó tin vào lý Nhân Quả trên đường tu học *gieo nhân lành lại thấy ra quả dữ* hoặc *gieo nhân dữ lại thấy ra quả lành*. Người thiện học cần hiểu tường tận những chi tiết này mới vững niềm tin, giữ được **Chánh tín** trên đường hành trì Chánh pháp.

Trong phạm vi một bài viết chỉ nêu ra hai đề mục thiết yếu:

– *Lý giải tiến trình từ NHÂN đến QUẢ.*

– *Những trường hợp chứng nghiệm trong cuộc sống thực tế.*

1 TIẾN TRÌNH TỪ NHÂN ĐẾN QUẢ

Về từ ngữ danh xưng, QUẢ BÁO thường dùng trong *đối thoại* mọi người trao đổi với nhau bằng lời nói phát ra ở cửa miệng, do đó *ngắn gọn* và nhiều khi dẫn đến *thiếu sót* và *nông cạn*, không diễn hết liễu nghĩa trong ngôn từ

Phật học. Truyền đạt đầy đủ hơn thường dùng NHÂN QUẢ BÁO ỨNG, LUÂN HỒI NHÂN QUẢ, LUÂN HỒI NGHIỆP BÁO, v.v... Theo danh xưng thời nay nên hiểu là **Tiến trình từ NHÂN đến QUẢ** hay nói ngắn gọn là **tiến trình NHÂN QUẢ**, cũng gọi là **Hành trình Tâm linh**. Khai triển tiến trình này thấy có những chi tiết liên hệ đến nhau như sau:

Xác định NHÂN với QUẢ

NHÂN và QUẢ là hai tiếng đơn đều chỉ *một việc*, *một sự kiện* hay *một năng lực* xẩy ra trong một không gian, một thời gian nào đó, trong Phật học gọi là NGHIỆP, nói đầy đủ bằng tiếng ghép đôi là **Nghiệp Nhân** và **Nghiệp Quả.** Mọi người thường nói ngắn gọn là NHÂN và QUẢ.

Theo lý giải đơn thuần và cạn hẹp, NHÂN là sự việc có khả năng tạo nên NGHIỆP LỰC thường gọi là *tác nghiệp* hay *gieo nhân*; QUẢ là sự việc diễn ra sau NHÂN và do NHÂN dẫn đến thường gọi là *thọ nghiệp, trả nghiệp* hay *nhận quả, hái quả*. NHÂN đóng vai *chủ động, năng hành*; QUẢ đóng vai *thụ động, sở hành*. Theo thời gian luôn luôn chuyển động, NHÂN xẩy ra *trước,* QUẢ xẩy ra *sau* như thường nói **Gieo NHÂN rồi hái QUẢ** giống như gieo hạt giống xuống đất, sau đó hạt mới nẩy mầm thành cây và đâm hoa kết trái.

Quán chiếu lý NHÂN QUẢ thoạt tiên cần xác định trong sinh hoạt hàng ngày sự việc nào là NHÂN, sự việc nào là QUẢ, sau đó mới đến sự liên hệ giữa NHÂN và QUẢ.

Tiến trình từ NHÂN đến QUẢ

Theo từ ngữ, TIẾN TRÌNH hay *Trình tự* hoặc *Quá trình* là sự **di chuyển** của một vật, một sự việc từ *điểm khởi hành* đến *điểm đến* và sự di chuyển này chiếm một quãng thời gian lâu hay mau từ *giờ khởi hành* đến *giờ đến*, nghĩa là có TRƯỚC có SAU. Tiến trình hàm ý MỘT sự việc nhưng có HAI thời điểm khác nhau.

Không gian thì vô cùng vô tận nếu không xác định một vị trí nào đó, *thời gian thì vô thủy vô chung* luôn luôn lưu chuyển Vô thường không lúc nào ngừng. Trong khi đó sự việc xẩy ra thì **hữu hạn**, chỉ xẩy ra ở *một vị trí* nào đó trong không gian và ở *một thời điểm* nào đó trong thời gian. Lấy thí dụ trong hình học, một sự việc xẩy ra giống như một động tử M di chuyển trên *một đường thẳng* từ trừ vô cực ($-\infty$) đến cộng vô cực ($+\infty$). Sự việc xẩy ra trong một tiến trình NHÂN QUẢ giống như một đoạn thẳng AB nằm trên đường thẳng vừa nói. A là Nhân và B là Quả, *Nhân đứng trước* và *Quả đứng sau*.

Đường thẳng không có điểm khởi phát, không có điểm chót cùng, do đó không có vị trí TRƯỚC hay SAU để có thể xác định được. Đoạn thẳng AB có điểm khởi phát A, có điểm chót cùng B, do đó có vị trí TRƯỚC và SAU để xác định một cách dễ dàng.

Trong giới hạn **một đoạn thẳng AB**, điểm A đứng *trước* và điểm B đứng *sau*. Sang đến đoạn thẳng BC, điểm B đứng trước và điểm C đứng sau. Tiếp tục cứ như vậy, trong đoạn thẳng CD điểm C đứng trước và điểm D đứng sau… Tóm lại: **Điểm B đứng sau ở đoạn AB nhưng lại đứng trước ở đoạn BC**, điểm C đứng sau ở đoạn BC nhưng lại đứng trước ở đoạn CD…

Thời gian trôi liên tục không lúc nào ngừng, nếu xét trên **đường thẳng** thì không thể nói riêng một điểm nào là có vị trí TRƯỚC hay SAU. Đây là lý giải theo hình học cho dễ hiểu. Theo Phật học, lý Nhân Quả cần phải lý giải như sau: Quả đứng sau Nhân trong tiến trình *đang được quán sát*. Chính Quả này lại trở thành Nhân đứng trước trong tiến trình kế tiếp, **Nhân thành Quả rồi Quả lại thành Nhân** và cứ như thế nối tiếp hết tiến trình này đến tiến trình khác. Do đó, lý Nhân Quả cũng gọi là lý LUÂN HỒI, diễn ý *di chuyển rồi quay về vị trí cũ* giống như một động tử M di chuyển theo chu vi một hình tròn rồi quay về điểm khởi hành (chữ Hán LUÂN là bánh xe, hình tròn, và HỒI là quay về, trở lại vị trí cũ). Nói đến lý LUÂN HỒI thường dẫn chứng **Sinh Tử Tử Sinh** diễn ý cuộc sống con Người sinh ra rồi chết, chết rồi lại đầu thai sinh ra ở đời sau kế tiếp, cứ như vậy hoài, chỉ khác nhau có đời hưởng an lạc sung sướng, có đời chịu phiền não khổ sở do gieo Nhân lành hay Nhân dữ.

Dẫn chứng điển hình: Một gia đình trở nên giàu có sau một thời kỳ làm ăn chăm chỉ, chi tiêu tiết kiệm, biết dành dụm lo xa, mọi người trong gia đình đều cảm thấy an vui sung sướng. Trong tiến trình này, *sự chăm chỉ cần kiệm* là NHÂN và *sự giàu có an vui* là QUẢ. Sau một thời gian an hưởng sự giàu có, mọi người sinh tâm hưởng thụ, không chịu làm ăn cần kiệm như trước lại đâm ra ăn chơi trụy lạc, mọi người đều cảm thấy sự phá sản và lo âu phiền não. Trong tiến trình này, *sự giàu có là QUẢ trong tiến trình trước trở thành NHÂN* và sự lo âu, phiền não là QUẢ.

Chính sự luân chuyển NHÂN QUẢ QUẢ NHÂN này đã phát sinh ra lập luận: Quán chiếu sự luân hồi NHÂN và QUẢ không phải là *hai sự kiện khác nhau riêng biệt*. Mắt nhìn thấy HAI sự kiện là do vọng niệm của Tâm phân biệt, quán chiếu viên dung thì chỉ thấy *một sự kiện duy nhất*: **HAI là MỘT, MỘT là HAI**, hoặc **TẤT CẢ là MỘT, MỘT là TẤT CẢ.** Một bàn tay gồm có mu bàn tay và lòng bàn tay. *Bảo có MỘT là đúng, bảo có HAI cũng đúng* mà *bảo có MỘT là sai, bảo có HAI cũng là sai,* tất cả những nhận thức vừa kể đều cảm nhận thấy rõ ràng. Lý do: Quán chiếu viên dung thì chỉ thấy có MỘT, nhận thức với Tâm phân biệt thì thấy có HAI. Người sơ tâm thường không soi tỏ chân lý này.

Các loại chủng quả báo

Có nhiều loại chủng quả báo khác nhau tùy theo bình diện tiêu chuẩn phân loại:

Theo tiêu chuẩn HƯỚNG THIỆN KHUYẾN TU trên căn bản đạo đức có hai loại:

Quả lành, cũng gọi là *Thiện quả, Quả phước* hay *Thiện báo, Phước báo* do Nhân lành dẫn đến.

Quả dữ, cũng gọi là *Quả bất thiện, Ác báo* hay *Nghiệp chướng* do Nhân dữ dẫn đến.

Theo tiêu chuẩn KHOẢNG CÁCH THỜI GIAN trong tiến trình từ Nhân đến Quả có ba loại Quả báo:

Hiện báo: Sự báo ứng hiện ra *ngay trong đời hiện tại* tức đời gieo Nhân. Trong trường hợp sự báo ứng hiện ra trong thời hạn quá ngắn gọi là **Tốc báo** hay **Quả báo nhãn tiền** diễn ý hiện ra ngay tức khắc, ngay trước mắt khi người tạo nghiệp chưa quên việc gieo Nhân.

Sanh báo: Sự báo ứng hiện ra trong đời kế tiếp, người gieo Nhân không có điều kiện thời gian để chứng nghiệm lý Nhân Quả ngay trong đời hiện tại.

Hậu báo: Sự báo ứng hiện ra ở nhiều đời sau, người gieo Nhân càng không có thể chứng nghiệm được lý Nhân Quả giống như trường hợp Sanh báo.

Sự phân loại này nhằm mục tiêu chứng minh sự *linh diệu* của lý Nhân Quả *không hề thay đổi theo thời gian* dù bao nhiêu đời sau vẫn linh ứng. Người thiện học phải giữ vững Chánh Tín ở lý Nhân Quả trên đường hành trì Đạo pháp, *phải kiên cường không được thối lui khi không thấy báo ứng ngay trong đời hiện tại.*

Theo tiêu chuẩn PHÁP GIỚI ỨNG HIỆN QUẢ BÁO có ba loại:

Nghiệp báo thế gian: Sự báo ứng hiển lộ trong *pháp giới thế gian*. Do đó nhiều người có tín tâm là có thể nhận thấy dễ dàng và đầy đủ.

Nghiệp báo xuất thế gian: Sự báo ứng hiển lộ trong *pháp giới xuất thế gian* một cách tinh vi, phức tạp. Do đó chỉ có hành giả thực chứng và đạo quả thâm hậu mới hội đủ điều kiện nhận thức được sự báo ứng.

Nghiệp báo Bồ-tát đạo: Sự báo ứng hiển lộ trong *pháp giới Bồ-tát*, hành giả đã tự nguyện đóng vai *Bồ-tát Hóa Thân* để cứu độ chúng sanh đang chìm nổi trong biển khổ thế gian.

Theo tiêu chuẩn CHÁNH và PHỤ có hai loại:

Chánh báo: Cũng gọi là **Chánh quả**, chánh bản thân trực tiếp trả nghiệp như thọ hay yểu, thông minh hay ngu muội, tốt hay xấu…

Y báo: Cũng gọi là **Y quả** có tánh phụ thuộc như hoàn cảnh môi trường mình thọ nghiệp như gia đình, dân tộc, bạn bè xã hội…

Quán chiếu sâu hơn, sự phân loại theo nhiều tiêu chuẩn khác nhau còn chứng tỏ tính NHÂN BẢN trong giáo lý Phật học. **Ai gieo Nhân nào thì lãnh Quả ấy**, dù không thấy chứng nghiệm báo ứng trong đời hiện tại. Muốn chuyển Nghiệp hướng đi từ Nhân đến Quả thì **chính mình phải chuyển Tâm**, cố làm điều lành tránh điều dữ, làm như thế liên tiếp không ngừng từ đời này qua đời khác. Không một năng lực nào, *thần tiên* hay *ma quỷ*, có thể thay đổi được hướng đi trong tiến trình từ Nhân đến Quả, thay đổi được nghiệp lực ở con Người. **Chỉ con Người mới làm chủ được vận mệnh con Người**. Đây là điểm độc đáo của đạo Phật, khác với nhiều tôn giáo khác chủ trương vị Giáo chủ là một THIÊN THẦN, có quyền năng tối thượng, linh diệu, siêu nhân có toàn quyền định đoạt vận mệnh con Người, nhất là vận mệnh của tín đồ đã tin theo và trao vận mệnh mình cho Giáo chủ. Người thiện học **giữ vững Chánh giác tin theo lời Phật dạy** về lý Nhân Quả, do đó muốn hưởng Phước lành thì *chính mình phải gieo Nhân lành tránh gieo Nhân dữ*. Người giữ vững Chánh tín và Chánh giác *không bao giờ vọng tưởng sai lầm*, tin rằng cầu xin Phật độ có nghĩa là *cầu xin Phật ban Phước cho mình và che chở cho mình tránh khỏi tội, thoát được phiền não đau khổ*. Trường hợp này là **Mê tín, Si mê** đã coi đức Phật như một *Thiên thần* hay *Ma quỷ* có quyền năng ban phước giáng họa cho tín đồ. Theo lý Nhân Quả trong đạo Phật, con Người tự làm chủ vận mệnh, *tự mình tạo nên Phước hay Họa cho chính mình,* đó là tính NHÂN BẢN, chính Phật hay bất cứ một vị Thiên thần hay Ma quỷ cũng không thay thế con Người làm việc này. Phật ĐỘ nghĩa là Phật **chỉ dạy** con Người làm điều lành tránh điều dữ, còn có nghe và làm theo hay không là *tùy ở con Người xử lý*. **Phật không làm việc này thay thế con Người**, dù Người này hết lòng sùng bái mong cầu van xin. Phật đại từ đại bi cứu độ chúng sanh là chỉ **giáo hóa tín đồ để cho tín đồ biết phương tiện rồi tự độ lấy chính**

mình. Chữ ĐỘ trong đạo Phật không hề có nghĩa là CHO KHÔNG hay CƯỠNG BÁCH tín đồ phải nhận lãnh một điều gì không do mình tạo ra. Người học Phật tin sai lệch lý Nhân Quả là trường hợp MÊ TÍN, *dù đối tượng niềm tin là giáo lý đạo Phật,* do đó không phải là CHÁNH TÍN.

Biệt nghiệp và Cộng nghiệp

Tiến trình từ NHÂN đến QUẢ càng trở nên tinh vi và phức tạp, đa đoan hơn, khó quán chiếu tường tận được lý Nhân Quả khi xét sự kiện xẩy ra qua khía cạnh **Biệt nghiệp** và **Cộng nghiệp.** Trường hợp Biệt nghiệp thì lý giải có phần *dễ dàng*, trường hợp Cộng nghiệp thì *khó khăn* hơn: Trong một tập thể cộng đồng chỉ một số người tạo ra Nhân, không phải tất cả mọi người đều tạo Nhân *một cách đồng đều*. Đến lúc lãnh Quả trả nghiệp thì ra sao? Những cá nhân không góp phần tạo ra Nhân không lãnh Quả (dù ít hơn nhóm người đã tạo ra Nhân) thì không gọi được là CỘNG NGHIỆP; nếu có phần lãnh Quả thì cá nhân nào lãnh Quả ít hơn, cá nhân nào lãnh Quả đồng đều như nhóm người đã tạo ra Nhân? Dẫn chứng: Trong một gia đình, một người tốt và chăm chỉ, cả nhà đều hưởng an vui, sung túc. Trong một nước thành phần lãnh đạo tài giỏi toàn dân được nhờ, thành phần lãnh đạo hư xấu toàn dân đều chịu khổ.

Đề mục Biệt nghiệp và Cộng nghiệp có liên quan đến lý Nhân Quả nhưng đã sang phạm vi lý **Nhân Duyên tương nhiếp tương dung** là phần chính yếu. Do đó bài viết này có đề tài QUẢ BÁO không dẫn giải lan man quá xa đề tài. Trong giới hạn đề tài QUẢ BÁO, người thiện học có tầm nhìn tổng quát, đầy đủ *không bỏ sót khía cạnh* này để nhận thức rõ ràng sự tinh vi và phức tạp của **lý Nhân Quả có liên hệ đến lý Duyên sinh**, nói cách khác sự liên hệ giữa ba sự kiện NHÂN, QUẢ và DUYÊN, Phật học gọi là **Nhân Duyên Quả Báo.**

2 NHỮNG TRƯỜNG HỢP CHỨNG NGHIỆM

Sự lý giải lý Nhân Quả dù tinh vi và phức tạp đến đâu cũng khó dẫn đến sự chứng ngộ Pháp tánh Chân Như. Những trường hợp chứng nghiệm trong thực tế đóng vai bổ túc giúp người thiện học hành trì Chánh pháp đạt tới được điều sở nguyện.

Trường hợp thông thường tưởng là đơn giản

Đây là những sự kiện diễn tiến xẩy ra hằng ngày trong cuộc sống thực tế, đó là *kiếm lợi kiếm danh*. Trong sự sinh hoạt kiếm sống, mọi người thường chỉ quan tâm nhận thức sự việc ở hai khía cạnh LỢI và DANH nhằm chủ đích sung túc và có quyền thế tiếng tăm. Người có thiện tâm nhìn sự việc ở khía cạnh thứ ba nữa, đó là khía cạnh ĐẠO ĐỨC do Lương Tâm phán xét *Tốt* hay *Xấu*. Nhận thức sự việc qua ba khía cạnh vừa kể là **những trường hợp thông thường** theo tập quán sinh hoạt hằng ngày của *Người bình thường*, không nhìn cuộc sống qua khía cạnh đặc biệt như tôn giáo, triết học, chánh trị, khoa học, v.v... Do đó, ai cũng **tưởng là đơn giản**.

Dẫn chứng: Hai vợ chồng còn trẻ cùng làm công cho một tiệm ăn, chồng nấu ăn vợ phụ việc dọn bàn, có ba con hai trai và một gái. Cuộc sống có phần vất vả nhưng cả hai vợ chồng đều vui vẻ, chi tiêu tần tiện, cố gắng nuôi ba con ăn học cho đầy đủ để mai sau thành tài có cuộc sống hơn cha mẹ về lợi tức cũng như danh vọng trong xã hội. Khách quan vô tư, mọi người đều nhận thấy đây là một **trường hợp thông thường**, không có gì đặc biệt: Cha mẹ thương con lo cho ăn học thành tài, con cái chỉ lo học hành không bận tâm lo lắng về sự mưu sinh của gia đình.

Quán chiếu sự việc cuộc sống gia đình nói trên, người thiện học nhận thấy **không đơn giản** như thường nghĩ khi cần giải đáp những câu hỏi sau đây:

Sự việc *cha mẹ thương con, lo cho ăn học thành tài*, cũng như sự việc *các con chăm lo học hành, không bận tâm về cuộc sống mưu sinh* là NHÂN hay QUẢ?

Hai sự việc nói trên có *liên hệ hỗ tương* như thế nào? Sự việc nào là NHÂN? Sự việc nào là QUẢ? hay cả HAI chỉ là MỘT?

Nếu là NHÂN, cha mẹ cố gắng thương lo cho con cái như vậy có chắc rằng mai sau cả ba con đều nên người khá giả hay không? Hoặc có đứa học hành thành tài lại đức hạnh vẹn toàn, có đứa thành tài mà không thành nhân có đức hạnh trung bình hay có đứa tương lai còn thua cả cha mẹ nữa? Sự thực trong thực tế cho thấy cùng một NHÂN lành do cha mẹ gieo, đến khi thành QUẢ ở con cái *không có sự phân chia đồng đều* giữa các con, như vậy giải thích lý Nhân Quả ra sao?

Nếu là QUẢ, cha mẹ vất vả lo lắng nuôi cho con ăn học là một sự kiện thiệt thòi, một sự *báo oán* vì lý do những đời trước trong quá khứ cha mẹ đã gieo Nhân bất thiện nên đời nay phải *trả nghiệp*? Nếu đúng như vậy, sinh con ra nuôi cho con ăn học nên người lại là điều bất hạnh hay sao?

Lý Nhân Quả có ứng dụng vào trường hợp liên hệ *cha mẹ với con cái* hay không? Nếu CÓ, tiến trình từ Nhân đến Quả phải là *Người này gieo Nhân, Người khác lãnh Quả*, không phải là **Ai gieo Nhân người ấy lãnh Quả?** Tại sao? Tập tục văn hóa Phật giáo có câu chữ Hán *Hiếu thuận hoàn sinh hiếu thuận tử, ngỗ nghịch hoàn sinh ngỗ nghịch nhi*, diễn nôm *Làm con hiếu thuận đối với cha mẹ thời lại sinh ra con hiếu thuận, làm con ngỗ nghịch đối với cha mẹ thời lại sinh ra con ngỗ nghịch*. Câu này diễn ý **báo ân báo oán** trong đạo làm con theo lý Luân Hồi Nghiệp báo hay chỉ là câu **khuyến thiện** dạy con đạo ăn ở với cha mẹ? Tục ngữ Việt Nam cũng có những câu diễn ý tương tự *Cha nào con ấy* hay *Rau nào sâu ấy*.

Quán càng sâu về mối liên hệ cha mẹ với con cái càng có thêm nhiều câu hỏi đặt ra về lý Nhân Quả. Điều này chứng tỏ rằng những **trường hợp chứng nghiệm** lý Nhân Quả *tưởng là đơn giản nhưng thực ra rất tinh vi và phức tạp*.

TƯỞNG LÀ ĐƠN GIẢN, tại sao? Lý do là lập luận **đơn thuần, giản dị**, rất dễ nhận thức sự chuyển hóa NHÂN QUẢ: *Hễ có Nhân tất có Quả, hễ có Quả tất có Nhân, không bao giờ có Nhân mà không có Quả, không bao giờ có Quả mà không có Nhân và Nhân nào thì Quả ấy.*

Thực chứng: Trồng cây chanh, có cây chanh tất có ngày ra quả, có quả chanh tất phải có cây chanh; không có cây chanh không bao giờ ra quả, không có quả chanh không do cây chanh kết thành và cây chanh chỉ kết thành quả chanh, không bao giờ ra được quả khác như cam, bưởi, nhãn, hồng...

THỰC RA RẤT TINH VI VÀ PHỨC TẠP, tại sao? Lý do là sự chuyển hóa NHÂN QUẢ *không diễn tiến riêng biệt mà có liên quan đến lý DUYÊN SINH* hay lý NHÂN DUYÊN TƯƠNG NHIẾP TƯƠNG DUNG. Chữ Hán NHIẾP là *nắm giữ lấy*; DUNG là *trộn lẫn, hòa hợp, tan biến vào nhau* để thành một yếu tố duy nhất. Sự liên hệ giữa ba yếu tố NHÂN, DUYÊN và QUẢ trở nên **tinh vi** và **phức tạp**, DUYÊN đóng vai trò quan trọng không kém NHÂN: có duyên nối lại thì NHÂN mới kết thành QUẢ, không có DUYÊN thời không kết thành QUẢ. Để diễn tả vai trò quan trọng của DUYÊN trong việc kết bạn, nhất là trường hợp chọn người phối ngẫu kết duyên thành vợ chồng, dân gian thường nói:

Hữu duyên thiên lý năng tương ngộ,
Vô duyên đối diện bất tương phùng.

Diễn nôm: có DUYÊN thì dù xa cách cả ngàn dặm cũng có cơ hội quen biết kết thân với nhau; VÔ DUYÊN thì dù có nhìn thấy mặt nhau cũng không trở thành quen thân được. Lý NHÂN QUẢ cho biết NHÂN là **sự kiện chính yếu** dẫn đến QUẢ. Lý DUYÊN SINH cho biết DUYÊN là **điều kiện bắt buộc cần hội đủ** thì NHÂN mới chuyển hóa thành QUẢ được.

Trường hợp thiên chấp thấy QUẢ mà không thấy NHÂN

Một trong những khiếm khuyết người sơ tâm thường mắc phải là khi quán chiếu lý Nhân Quả là THẤY QUẢ MÀ KHÔNG THẤY NHÂN. Thời gian trôi chảy không lúc nào ngừng, vạn pháp chuyển hóa Vô thường. Cùng một sự kiện quán chiếu trong *tiến trình trước* thì nhận thấy là QUẢ, sang đến *tiến trình sau kế tiếp* thì sự kiện ấy là NHÂN. Không nhận thức được cả hai sự tướng QUẢ và NHÂN, chỉ nhận thấy có một sự tướng duy nhất, sự vô minh sai lệch này Phật học gọi là **Thiên chấp**, cũng gọi là **Biên chấp**, **Thiên kiến** hay **Biên kiến**. Chữ Hán *Thiên* là lệch qua một bên, một phía; *Biên* là cạnh, bên, bờ, ranh giới, không ở giữa. CHÁNH KIẾN là nhìn thấy đầy đủ tất cả gồm có hai bên và ở giữa, THIÊN KIẾN là chỉ nhìn thấy có một bên. *Vì lý do Biên kiến nên thành ra Thiên kiến*. Để nhắc nhở dân gian luôn luôn giữ vững Chánh kiến, tránh sự Thiên chấp **thấy Quả mà không thấy Nhân**, tục ngữ có những câu *Nước có nguồn, cây có cội*, hay rõ ràng hơn *Uống nước nhớ nguồn, ăn quả nhớ kẻ trồng cây.*

Sự thiên chấp thường xẩy ra ở trường hợp *thấy Quả mà không thấy Nhân*, ít xẩy ra trường hợp *thấy Nhân mà không thấy Quả*. Tại sao? Sự dẫn giải như sau:

Trước hết là do tinh thần **tiêu cực thụ động** của dân tộc Việt Nam đa số sống bằng nông nghiệp từ thời đại xa xưa, chậm phát triển khai hóa về mặt khoa học kỹ thuật. Được mùa hay mất mùa chỉ là QUẢ của mưa thuận gió hòa hay hạn hán bão lụt. Đây là bệnh thiên chấp chung của đa số quốc gia nông nghiệp chậm tiến, không riêng gì Việt Nam.

Quán chiếu uyên thâm hơn, vì tinh thần tiêu cực thụ động vừa trình bầy nẩy sinh ra sự **tôn sùng tha lực thần quyền**, hiểu là *thiên thần* có quyền năng tuyệt đối siêu nhân, không phải là *nhân thần* có tính nhân bản chỉ các bậc thánh hiền như thánh quân, hiền thần. Trước thiên tai hạn hán thì làm lễ Đảo vũ cầu Trời mưa xuống, khi lụt lội thì tế thần Hà Bá, tức thần Sông. Dẫn chứng đồng dao có câu:

Lạy Trời mưa xuống,
Lấy nước tôi uống,
Lấy ruộng tôi cầy,

Lấy đầy bát cơm,
Lấy rơm đun bếp.

Ngày nay dân tộc Việt Nam không còn duy trì nghi thức làm lễ Đảo vũ hay tế thần Hà Bá nữa. Tuy nhiên *tinh thần tiêu cực thụ động* trong nhân sinh quan và vũ trụ quan *vẫn còn*, Phật học gọi là **Cảnh dẫn Tâm**, do tập khí nếp sống cũ lâu đời lưu truyền lại, giống như chai đựng nước mắm lâu rồi nay đã hết nước mắm và được xúc rửa sạch nhưng mùi nước mắm vẫn còn. Trong khi đó tại các quốc gia đã phát triển về mặt khoa học kỹ thuật, dân tộc tại các nước này có *tinh thần tích cực chủ động*, Phật học gọi là **Tâm dẫn Cảnh.**

Trường hợp CẢNH DẪN TÂM được dẫn giải theo lý *Nhân Quả* và lý *Duyên Sinh* như sau: Trong tiến trình từ Nhân đến Quả **cần hội đủ có Duyên trợ lực thì Nhân mới kết thành Quả** hiển lộ ở sự BÁO ỨNG, dân gian thường gọi là QUẢ BÁO. Người mộ Phật hiếu học nhưng *sơ tâm* chỉ tỏ tường khi THỌ NGHIỆP tức lúc nhận lãnh QUẢ BÁO, *không truy tầm quán chiếu* cho rành rẽ khi TÁC NGHIỆP tức lúc gieo NHÂN dù Nhân lành hay Nhân dữ. Nhất là người này chưa thông suốt sự CHUYỂN NGHIỆP: Trong tiến trình chuyển hóa từ Nhân đến Quả, tuy Nhân đã gieo nhưng chưa hội đủ với Duyên để trở thành Quả thì **Nghiệp Nhân này vẫn chưa định hình về sự tướng,** nghĩa là *chưa có một tình trạng nhất định xác quyết là lành hay dữ*, và như vậy vẫn có thể chuyển hóa từ lành sang dữ hoặc từ dữ sang lành tùy theo Nghiệp lực, nhất là nguyện lực của hành giả. Nói cách khác, chính nhờ ở giai đoạn Duyên chưa hội đủ, Nhân chưa kết thành Quả **sự hành trì chánh pháp đã tạo nên đạo lực Chuyển Nghiệp**. Đây là tinh yếu lý Nhân Quả ứng dụng vào nhiều pháp môn để người thiện học nhất tâm hành trì, **Tu Đạo là Tu Tâm, Tu Tâm là Chuyển Nghiệp:** Có Chuyển Nghiệp từ dữ sang lành thời sự *ăn năn sám hối mới có năng lực giảm thiểu và đi đến tiêu trừ Tội Căn Nghiệp Chướng*. Có Chuyển Nghiệp thời mới có sự *chứng ngộ Đạo quả từ Vô Minh đạt tới Tuệ Giác*. Có Chuyển Nghiệp thời mới có tâm *Từ Bi Hỷ Xả* thay vì LẤY ÂN BÁO ÂN, LẤY OÁN BÁO OÁN lại chuyển sang LẤY ÂN BÁO ÂN và LẤY ÂN ĐỂ GIẢI TRỪ OÁN. Tóm lại: Có Chuyển Nghiệp thì con Người mới nhất tâm phát nguyện **Tu thành Phật**, nghĩa là gột rửa cho sạch Tâm Ô Nhiễm ở con Người để trở thành Tâm Thanh Tịnh như Tâm Phật. câu tục ngữ **Đức năng thắng số** diễn tả trường hợp này: Làm điều lành có khả năng thắng được nghiệp lực khi đã chót gieo Nhân dữ nhưng chưa hội duyên để kết thành Quả.

Người thiện học giữ vững Chánh Tín, có đầy đủ Tinh Tấn Lực và Tuệ Lực quán chiếu cho tường tận lý Nhân Quả trong sinh hoạt hằng ngày nhận thấy lý Nhân Quả không phải chỉ là *lời khuyến tu* làm điều lành, tránh điều dữ mà còn là một *Chân lý Tuyệt đối*, Phật học gọi là CHÂN ĐẾ. Ứng dụng Chân đế này vào đời sống thực tế trong môi trường xã hội và môi trường thiên nhiên, người thiện học phải giữ *tinh thần tích cực chủ động*, đừng thối lui xuống *tinh thần tiêu cực thụ động*, phải sống với TÂM DẪN CẢNH đừng để cho CẢNH DẪN TÂM. Chỉ khi đó nhân sinh quan ở người học Phật mới thấy **con Người sống An Lạc, không Phiền Não** như câu than *Đời là biển khổ*. Đấy chính là *Cánh cửa khép kín* cần phải mở ra để đi trên đường GIẢI THOÁT: Tâm thức con Người *luôn luôn di động chuyển hóa*, không lúc nào đứng yên chết cứng, giữ mãi một trạng thái cố định bất biến, chữ Hán có câu *Tâm viên ý mã* diễn ý Tâm con Người như con vượn luôn luôn nhẩy nhót, Ý con Người như con ngựa đang chạy không lúc nào đứng yên một chỗ. Tâm con Người thế gian *tuy bất tịnh nhưng chuyển hóa vô thường*, do đó mới có sự **chuyển nghiệp**. trong trường hợp chuyển nghiệp từ dữ sang lành thường gọi là GIẢI NGHIỆP.

KẾT LUẬN

Người thiện học tâm niệm tiến trình Tu Đạo gồm có năm giai đoạn: *Khởi tín, Lý giải, Hành trì, Thực nghiệm* và *Chứng ngộ*. Sự phân đoạn giản tiện hơn gồm có LÝ GIẢI, HÀNH TRÌ và CHỨNG NGỘ. Những giai đoạn này có liên hệ mật thiết đến nhau:

Khởi tín do ở *nghiệp căn* cũng gọi là *chủng tử* của hành giả, tập khí hun đúc từ nhiều đời trước vẫn tàng trữ trong A-lại-da thức đến đời hiện tại mới có cơ duyên hiển lộ ra. Tín lực này dễ làm nẩy sanh *Nghi tình* cần được giải để có *Chánh Tín*, tránh khỏi *Mê Tín.*

Lý giải nhằm mục tiêu *sáng tỏ niềm Tin*, kiên định Chánh Tín.

Hành trì nhằm mục tiêu trở thành Hành giả, chỉ Lý giải không thôi thì có thể trở thành Học giả giỏi về lý luận nhưng chưa đạt được Đạo quả.

Thực nghiệm là *kết quả* của công phu Hành trì.

Chứng ngộ là *viên mãn Đạo pháp.*

Bài viết này chỉ mong giúp được phần nào đạo hữu độc giả sự LÝ GIẢI lý Nhân Quả Báo Ứng. Sự Hành trì, Thực nghiệm và Chứng ngộ đều do ở *Tự Lực* của hành giả vì lý do *Nhân nào Quả ấy, Ai tu người ấy chứng.*

Với đề tài QUẢ BÁO có thể tóm lược như sau:

Đã khởi Tín tâm thì **quyết giữ vững** không để chao đảo, thối lui bất cứ vì nguyên do nào, chướng ngại nào ngăn cản.

Luân Hồi Quả Báo vừa là *lời khuyến tu tha thiết* LÀM ĐIỀU LÀNH, TRÁNH ĐIỀU DỮ vừa là **Chân Đế**, là Chân lý Tuyệt đối có hiệu năng chi phối bất biến: *Đã làm Người là có Luân Hồi Quả Báo*, không một ai có ngoại lệ tránh khỏi, dù là Người có Tín tâm hay không có Tín tâm ở Đạo pháp, Người lý giải thông suốt hay u mê về Quả Báo, Người có hay không có công phu hành trì Chánh pháp, Người là tín đồ tôn giáo khác không phải đạo Phật...

Sự Lý giải tường tận *sẽ giúp cho sự Hành trì vững chắc*, dễ vượt qua những nghi vấn chướng ngại: Nếu gặp trường hợp chỉ thấy Nhân mà không thấy Quả thì nhận thức rằng **Đã gieo Nhân thì thế nào cũng có ngày hái Quả**, chưa thấy Quả ở đời hiện tại thời sẽ thấy ở đời sau kế tiếp gọi là SANH BÁO hoặc ở nhiều đời sau gọi là HẬU BÁO; nếu gặp trường hợp gieo Nhân lành mà nhận Quả dữ hoặc gieo Nhân dữ mà nhận Quả lành thì nhận thức rằng đấy là có sự CHUYỂN NGHIỆP. Người thông suốt sự chuyển hóa Nhân Quả biết *tùy nghi sử dụng* cho thích ứng: Trong trường hợp **gieo Nhân lành mà nhận Quả dữ** thì quán rằng Quả dữ đang nhận là do Nhân dữ đã gieo từ những đời trước, đến đời hiện tại mới hội đủ cơ duyên báo ứng kết thành Quả dữ, Nhân lành mới gieo ở đời hiện tại chưa đủ nghiệp lực để chuyển hóa tội căn từ dữ sang lành, do đó thái độ nên theo là *tiếp tục gieo Nhân lành* để giảm thiểu Quả dữ đang phải nhận ở đời hiện tại, nói dễ hiểu là **cố trả món nợ đã chót vay từ những đời trước**. Trong trường hợp **gieo Nhân dữ mà nhận Quả lành** thì cũng quán rằng Quả lành đang nhận là do Nhân lành đã gieo từ những đời trước, Nhân dữ chót gieo ở đời hiện tại chưa hội đủ cơ duyên báo ứng để kết thành Quả dữ ở đời hiện tại *nhưng chắc chắn sẽ báo ứng trong tương lai* ngay đời hiện tại hay ở những đời sau, nói dễ hiểu là **món nợ đã chót vay thì thế nào cũng phải trả**. Như vậy thái độ nên theo là: Lúc nào cũng lo làm ăn chăm chỉ dành dụm để cho *vốn được gia tăng* để phòng hờ lúc phải chi tiêu nhiều, cố tránh *sự phải vay nợ*. Nói cách khác là: Lúc nào cũng cố LÀM ĐIỀU LÀNH, TRÁNH ĐIỀU DỮ. Đó là thuyết **Nhân Quả ba đời** nghĩa là bất cứ lúc nào trong hiện tại, quá khứ và tương lai, liên tục không bao giờ gián đoạn.

PHỤ CHÚ

❶ Một truyền thuyết trong giới nhà Thiền chứng minh lý Nhân Quả Báo Ứng:

Buổi giảng pháp đã xong, mọi người đã ra về, Tổ Bá Trượng thấy một ông già còn ở lại, biết đây không phải là trường hợp bình thường liền cất tiếng hỏi:

– Ông là ai?

– Bạch Hòa Thượng, con không phải là người. Nguyên đời Đức Phật Ca Diếp con là Tăng. Có một đệ tử hỏi con **Bậc đại tu hành có còn bị Nhân Quả chi phối hay không**? Con đáp **không còn bị Nhân Quả chi phối**, (chữ Hán *Bất lạc Nhân Quả*). Thế là từ đó con bị đọa làm thân chồn đến nay đã năm trăm đời. Không biết chỗ sai ở đâu, con xin Hòa Thượng giải đáp cho đúng để con được thoát thân chồn.

– Bây giờ ông hỏi lại ta.

– Bạch Hòa Thượng, *bậc đại tu hành có còn bị Nhân Quả chi phối hay không?*

– Không còn mơ hồ về Nhân Quả (chữ Hán *Bất muội Nhân Quả*).

Ngay khi nghe câu nói ông già bèn đại ngộ, thưa:

– Thế là từ nay *con thoát được thân chồn*, dám xin Hòa Thượng theo nghi thức Tăng chết mà tống táng cho con.

Nói xong ông già liền biến mất. Tổ Bá Trượng tuyên bố sau giờ thọ trai sẽ đưa đám một vị tăng. Tăng chúng đều ngạc nhiên vì không thấy có ai chết. Sau giờ thọ trai, Tổ dẫn chúng tăng vòng sau núi đến một cái hang thấy xác một con chồn liền đem về làm lễ trà tỳ.

NHẬN XÉT: Phủ nhận lý Nhân Quả là *phủ nhận giáo lý nhà Phật* nên bị quả báo rất nặng năm trăm đời làm thân chồn. Nhờ phước làm tăng nên tội căn đã *giảm thiểu dần.* Đến lúc *hội được phước duyên* nghe Tổ Bá Trượng hạ một **chuyển ngữ** phá tan được cái thiên chấp từ năm trăm năm đời trước. Khi ông già đại ngộ là lúc đã *tiêu trừ* được tội căn, chấm dứt nghiệp báo làm thân chồn. Đây là trường hợp CHUYỂN NGHIỆP điển hình: Tâm thức của vị tăng thọ báo vốn sẵn có *Bản thể thanh tịnh* như tấm gương trong sáng không một vết nhơ. Phủ nhận lý Nhân Quả là một *thiên chấp* coi như một vết nhơ đã làm hoen ố mặt gương. Đến khi đại ngộ giải tỏa được thiên chấp *Bản thể thanh tịnh sẵn có trở lại trong sáng như trước* giống như tấm gương đã được lau sạch vết nhơ.

❷ Một dẫn chứng lý Nhân Quả Báo Ứng trong Kinh Hiền Ngu và luật Sa Di của Phật giáo Bắc Tông:

Một chú Sa Di vô tình đã chê tiếng tụng kinh của một vị A-la-hán nghe giống như tiếng *chó sủa*. Nhờ biết sám hối chú Sa Di này thoát được quả báo địa ngục nhưng vẫn phải *thọ nghiệp làm thân chó năm trăm đời.*

NHẬN XÉT: Phỉ bang tiếng tụng kinh của một vị A-la-hán, dù là *vô tình,* là một trọng tội coi như phỉ báng *Phật bảo* phải đọa xuống Địa Ngục. Trường hợp chú Sa Di ở đây nhờ biết *sám hối* và *công đức* làm Sa Di nên chỉ đọa làm súc sinh năm trăm đời mang thân chó.

28 NGƯỜI TU THÀNH PHẬT

Tựa đề bài viết này gồm có bốn tiếng nối kết thành một câu ngắn gọn: NGƯỜI TU THÀNH PHẬT. Nội dung câu ngắn gọn này *hàm ý vi diệu*, càng thâm quán càng thấy cao minh uyên bác như đi trên con đường vô cùng vô tận. Sự tỏ ngộ tới mức độ nào, thấp cao hẹp rộng, cất bước thấy đường đi gập ghềnh hay bằng phẳng thênh thang, tiến lên hoặc ngừng lại hay thối lui, tất cả đều tùy ở tâm lực và công phu hành trì của hành giả.

Dưới đây là một số lý giải người khéo tu đã đạt tới:

1 MỘT LỜI KHUYÊN DỄ HIỂU

Về hình thức, đây là câu văn ngắn gọn dễ nhớ, dễ tâm niệm thường xuyên. Về nội dung, đây là một lời khuyến tu dễ hiểu, có tác dụng dễ khởi tín tâm đối với người vừa mới hội duyên với Đạo pháp và tăng trưởng tín lực đối với hành giả đã mộ Đạo. Nói chung, câu văn ngắn gọn gây được ấn tượng khắc sâu trong tâm khảm tín đồ: *Phật gần gũi với con người*, không có sự cách biệt sức người thế gian không thể với tới. **Phật không phải là Thượng Đế, một vị Linh Thần** cai quản thế gian nắm trọn trong tay quyền định đoạt số mạng người trần mắt thịt không biết gì đến Phật pháp vi diệu cao thâm. **Con Người nhất tâm Tu sẽ thành Phật**. Hãy TIN vào Phật, làm theo lời Phật dạy là đã cất chân bước đi những bước đầu tiên trên đường Giải Thoát. Đây là một LỜI KHUYÊN DỄ HIỂU, ai cũng có thể tin và làm theo được.

2 MỘT QUÁ TRÌNH TIẾN TU

Câu văn gồm có bốn phần, mỗi tiếng một phần trong quá trình tiến tu:

NGƯỜI là phần trước tiên, hành giả khéo tu cần *tự biết mình*, Phật học gọi là **Tự Tri,** hành giả vừa đóng vai chủ thể vừa đóng vai đối thể tự xem xét chính mình. Mình là NGƯỜI, một chúng sanh trong Lục Phàm (Địa ngục, Ngạ quỷ, Súc sanh, A-tu-la, Người và Thiên tiếng Sanskrit là *Deva* tức chúng sanh đứng đầu trong Lục Phàm có trí tuệ sáng suốt, đạo đức, hạnh phúc và trường thọ nhưng vẫn còn ở trong Luân Hồi). Ở cương vị làm Người tức có cái tốt có cái xấu như thường nói *Nhân vô thập toàn,* không ai mười điều tốt cả mười. Nhận định như vậy, đã là Người tất phải TU, tăng trưởng những cái tốt và giảm trừ những cái xấu.

TU là phần thứ hai kế tiếp sau Tự Tri. Đây là **nghĩa vụ trong đạo làm Người**, có tính cách bắt buộc phải lo tròn, từ nghĩa vụ đối với bản thân đến nghĩa vụ đối với gia đình, họ hàng thân thích, dân tộc và cộng đồng nhân loại, đối với cả ba thế hệ quá khứ, hiện tại và tương lai. Không tu hay vụng tu, trễ nải, mù quáng… chúng sanh đang được làm Người sẽ *đọa xuống* làm Súc sanh, Ngạ quỷ, sống dưới Địa ngục. Khéo tu, nhất tâm hành trì Chánh pháp hành giả sẽ *thăng tiến* trên đường Giải thoát.

THÀNH là phần thứ ba làm sáng tỏ công việc tu trì. **Tu là chuyển hóa tâm thức**, từ cái xấu TRỞ THÀNH cái tốt, Phật học thường nói là từ ác nghiệp chuyển thành thiện nghiệp, diệt trừ tội căn và làm tăng trưởng phúc căn, tránh họa tăng phúc… Tu là việc làm thường xuyên hàng ngày, không lúc nào ngưng lại giống như kẻ bộ hành di chuyển từ điểm xuất phát ở cương vị làm Người tiến tới đích là viên thành Đạo quả thành Phật. Kẻ bộ hành tự kiểm điểm *mỗi ngày tiến được bao xa, ít nhất cũng được vài ba bước* hay dừng lại chán nản không bền tâm vững chí, tai hại hơn nữa lại đi thụt lùi vì u mê mù quáng lầm đường lạc lối rơi vào Tà đạo mê tín. Sống làm Người thời phải Tu, phải luôn luôn TRỞ THÀNH mới hơn, *hôm nay tốt hơn hôm qua và ngày mai sẽ tốt hơn hôm nay*. Hai tiếng TU và THÀNH ghép lại diễn ý **năng động** hành trì thực chứng, không phải chỉ làm xong việc lý giải, hiểu rõ lời Phật dạy là đã Tu xong, đã Ngộ Đạo.

PHẬT là phần thứ tư và là phần chót cùng diễn ý **viên mãn Đạo quả.** Đây là điểm tới trong quá trình tiến tu, cứu cánh việc hành trì Chánh pháp. *Tu là minh Tâm, kiến Tánh thành Phật*. Phật là bậc Đại Giác, Nhất thiết chủng Trí, thông suốt hết tất cả mọi pháp giới cũng từ Người chuyển hóa thành Phật.

3 TÁNH HƯỚNG THƯỢNG TRONG GIÁO LÝ ĐẠO PHẬT

Người là chúng sanh trong Lục Phàm. Phật là chúng sanh đã tiến tu đạt tới chứng ngộ viên mãn Đạo quả, bậc cao nhất trong Tứ Thánh (Thanh Văn, Duyên Giác, Bồ-tát và Phật). Sự xếp hạng trong Thập loại chúng sanh chia làm hai hạng Lục Phàm và Tứ Thánh cho thấy tính **hướng thượng lúc nào cũng thăng tiến** trong giáo lý đạo Phật. **Hành trì Chánh Đạo không bao giờ đứng yên tại chỗ hay đọa xuống bậc thấp hơn**. Sở dĩ nói chúng sanh bị nghiệp lực dẫn dắt luân hồi, *đi lên đi xuống* trong Lục Đạo, đó là tại *chúng sanh chưa hoàn toàn Nhất Tâm hành trì Chánh Đạo*: Lúc giữ vững Thiện Tâm thì đi lên, khi không giữ được thì đi xuống. Chánh Pháp lúc nào cũng hướng thượng, chỉ tại công phu hành trì lúc tăng lúc giảm nên hành giả bị nổi chìm lên xuống trong Sáu Nẻo Luân Hồi. Tu đạo như người bơi dưới nước, biết đạp nước thì nổi, không biết đạp cho đúng cách hay đứng im thì chìm.

4 TÁNH NHÂN BẢN TRONG GIÁO LÝ ĐẠO PHẬT

Con người ở *hạng giữa* trong Thập loại chúng sanh: Trên có Chư Thiên, Thanh Văn, Duyên Giác, Bồ-tát và Phật; dưới có A-tu-la, Súc sanh, Ngạ Quỷ và Địa Ngục. Có hai cách xếp loại về Người và A-tu-la:

– Người dưới A-tu-la vì A-tu-la coi như Thần có vóc dáng cao đẹp, thông minh hơn Người, do đó dễ tu chứng lên Chư Thiên hơn người.

– Người trên A-tu-la vì A-tu-la kiêu mạn, hiếu thắng, hung dữ, tự tôn hơn Người, vì thế dễ đọa xuống làm Súc sanh hơn người.

Trong quá trình tu chứng, giáo lý đạo Phật có tánh **Nhân bản** ở cả hai chiều:

– Chiều đi lên từ *Người tu thành Phật*, Phật học gọi là THƯỢNG CẦU.

– Chiều đi xuống từ *Phật giáng xuống Nhân giới* để hóa độ con Người. Pháp thân Phật diệu ứng vào một con Người sống ở thế gian có danh xưng là Hóa thân Phật như Phật Thích Ca. Trường hợp này Phật học gọi là HẠ HÓA.

Cộng cả hai chiều gọi là *Thượng cầu Phật đạo, hạ hóa chúng sanh.* Người tu để thành Phật là **Tự độ tự giác**; Phật đã thành hạ hóa chúng sanh là **Độ tha giác tha.** Đó chính là tánh NHÂN BẢN trong giáo lý đạo Phật: Người tu thành Phật, Phật độ Người viên thành Đạo quả, *Người và Phật cùng có Nhân tánh và Phật tánh dung thông với nhau.*

5 ĐẠO PHẬT LÀ TÍN NGƯỠNG VÔ THẦN

Các tôn giáo nói chung thường thuộc loại *tín ngưỡng hữu thần*, vị Giáo chủ được kính ngưỡng như bậc Thần Linh có quyền năng cao cả thiêng liêng, tín đồ sùng bái tu hành không thể đắc đạo đạt tới mức độ có quyền năng tương đương như vị Giáo chủ. Thiên Chúa giáo, Do Thái giáo, Hồi giáo, Ấn Độ giáo thuộc loại tín ngưỡng hữu thần.

Phật giáo là tín ngưỡng vô thần: Chúng sanh nào cũng có Phật tánh, tu Phật là tu Tâm, nhìn thấy rõ Tâm của chính mình có Phật tánh còn *tiềm ẩn.* Người khéo tu đã vâng nghe làm theo lời Phật dạy hành trì Chánh Pháp, làm *hiển lộ* Phật tánh trong Tâm mình. Đó là lúc *chứng ngộ viên mãn Đạo quả thành Phật*. Quá trình tu chứng này thu gọn lại thường nói là MINH TÂM–KIẾN TÁNH–THÀNH PHẬT.

Nói cách khác, tín đồ Phật giáo khéo tu khi chứng ngộ có TUỆ GIÁC như vị Giáo chủ. *Con Người nhất tâm tu trì sẽ thành Phật,* do đó mới có ý niệm *Phật giáo vô thần* nhằm mục đích nhấn mạnh vào tánh Nhân bản trong giáo lý đạo Phật.

Khoa Thần học cho biết theo dòng lịch sử, con Người đã tôn thờ ba loại thần: Vật thần, Thiên thần và Nhân thần.

VẬT THẦN: Thời cổ đại, con Người còn vô minh chưa soi tỏ nội TÂM và ngoại CẢNH, sống trong môi trường thiên nhiên quá bao la rộng lớn sanh tâm sùng bái cầu khẩn những *năng lực thiên nhiên* tin là Thần linh huyền bí giúp mình những phương tiện sinh sống trường tồn. Con Người đã thờ Thần Đất tức Thổ Thần đã cho phương tiện trồng trọt để làm thực phẩm, Thần Mưa gọi nôm na là Ông Trời đã làm cho mùa màng tươi tốt có năng xuất cao. Thần Sấm Thần Sét gọi nôm na là Ông Thiên Lôi đã trừng phạt đe răn người làm điều ác… Niềm tin vào Vật thần dẫn đến mê tín dị đoan như thờ Thần Sông, tức Thần Hà Bá, Thần Núi tức Sơn Thần, Thần Cây Đa… Đây là tín ngưỡng *hữu thần*, hiểu là VẬT THẦN. Ngày nay loại tín ngưỡng Vật thần hầu như không còn được tôn sùng nữa.

THIÊN THẦN: Đây là những bậc tài giỏi thông minh vượt xa hẳn con Người và sống ở cõi Trời, ở thế giới khác không sống cùng với con Người ở thế gian. Mọi người thường nói tín ngưỡng *hữu thần*, ở đây cần hiểu là THIÊN THẦN để tránh nhầm lẫn với Vật thần hay Nhân thần.

NHÂN THẦN: Đây là những bậc tài giỏi xuất chúng như Thiên thần, nhưng *sống chung với con Người ở thế gian*. Tiếng đơn THẦN nói ở đây thường đi liền với tiếng đơn THÁNH thành tiếng ghép đôi *Thần Thánh* hay *Thánh Thần*. Bậc tài giỏi xuất chúng có công với đất nước, giúp ích lớn lao cho người đồng loại thường được gọi là THÁNH khi đang còn sống, gọi là THẦN khi đã qua đời được hậu thế tôn xưng để tỏ lòng tri ân. Lịch sử dân tộc Việt Nam cho biết có nghi lễ *Phong Thần* do Vua ban, gọi là *Sắc phong Thần* cho người có công lớn. Sắc phong Thần trao cho dân làng địa phương lập đền thờ để tỏ lòng tri ân hằng năm cúng tế. Nhiều địa phương thờ ngay ở Đình làng, vị Nhân thần này gọi là Thần hoàng làng. Tại bàn thờ có *Hòm Sắc* đựng Sắc do Vua phong cho.

Một thời đã xảy ra cuộc tranh luận có tiếng vang quốc tế về vấn đề Phật giáo vô thần hay hữu thần? Hai phe có lập luận như sau:

Chủ trương **Phật giáo vô thần** lập luận: Phật là chúng sanh đã tu đắc đạo. Như vậy Phật không phải là vị Thần thiêng liêng cao cả, *Phật chỉ là con Người* đã tiến tu từ Vô Minh đạt tới Giác Ngộ.

Chủ trương **Phật giáo hữu thần** lập luận: Đạo Phật là Đạo Giải Thoát, ra khỏi vòng Luân Hồi Khổ Não. *Tu Phật là Tu Tâm*, nhờ quyền năng thiêng liêng để tu Tâm.

Sự tranh chấp về giáo lý này đã được giải tỏa minh bạch, chấm dứt sự thiên lệch ở cả hai chủ trương: Nguyên do nẩy sanh ra sự thiên chấp chỉ vì từ ngữ danh xưng dùng chưa đầy đủ chính xác, *không phải vì lý do có sự khác biệt về nội dung giáo lý đạo Phật*. Giải đáp thỏa đáng như sau:

Nói Phật giáo **vô thần là đúng** nếu hiểu đây là THIÊN THẦN.

Nói Phật giáo là **hữu thần cũng đúng** nếu hiểu đây là NHÂN THẦN.

Phật giáo **vô thần, duy tâm** và đề cao NHÂN BẢN, không thể hiểu mù quáng đây là *vô thần, duy vật* và *phi nhân bản*. Nói cách khác, Phật giáo dẫn dắt tín đồ **trở thành Nhân Thần như vị Giáo chủ Thích Ca**, tín đồ **không cầu xin điều gì ở một vị Thiên Thần Giáo chủ.** Đây chính là điểm đặc thù của Phật giáo trong lịch sử tôn giáo của nhân loại: **Phật giáo tôn sùng Nhân Thần nhưng không thờ Thiên Thần**.

6 LÝ NHÂN QUẢ LUÂN HỒI NGHIỆP BÁO

NHÂN QUẢ là phần then chốt trong giáo lý đạo Phật, hiểu đầy đủ là NHÂN QUẢ LUÂN HỒI NGHIỆP BÁO. Lý Nhân Quả được Phật giảng rất dễ hiểu, cụ thể trong đời sống thực tế: **Trồng dưa hái dưa, trồng đậu hái đậu.** Lý Nhân Quả có ứng dụng thực nghiệm đã thấm nhuần vào đời sống tâm linh dân Việt Nam, thể hiện ở tục ngữ ca dao:

– *Gieo gió gặt bão.*

– *Ở hiền gặp lành, ở ác gặp ác.*

– *Đời cha ăn mặn, đời con khát nước.*

– *Ở hiền thì lại gặp lành,*
Ở ác thì lại tan tành ra tro...

Trong câu NGƯỜI TU THÀNH PHẬT, tu trì Chánh Đạo là gieo *Nhân lành*, giác ngộ thành Phật là hái *Quả lành*. Nếu mê theo Tà Đạo là gieo *Nhân bất thiện*, vun trồng ác căn, nghiệp báo sẽ phải trả *Quả bất thiện*, chịu nhiều khổ não. **Nhân nào Quả ấy** là chân lý bất biến trong giáo lý đạo Phật, ứng nghiệm bao trùm cả không gian và thời gian vô cùng vô tận. Tu Phật là gieo Nhân lành, tránh gieo Nhân chẳng lành thì *Quả lành hay Phúc sẽ đương nhiên đến, không cần cầu xin ai, và Quả chẳng lành hay Tội sẽ không bao giờ đến, không cần làm lễ trừ tà đuổi ma*. Cổ nhân có câu **Họa Phúc vô môn, duy nhân tự triệu**, diễn nôm *Họa hay Phúc không bao giờ tự dưng vào nhà ai, chỉ tại người chủ nhà tự ý mình mời vào*. Đây chính là Lý Nhân Quả.

Hiểu như vậy, ở cương vị chủ nhà người khéo tu tự biết nên mời ai và tin rằng không gieo Nhân thì không có Quả, KHÔNG CÓ LỜI MỜI THÌ KHÔNG CÓ AI ĐẾN NHÀ MÌNH, dù người được mời mang tên Họa hay Phúc, dân gian thường gọi là Hung Thần hay Phúc Thần.

7 TINH THẦN BÌNH ĐẲNG

NGƯỜI TU THÀNH PHẬT là lời tâm niệm hàm chứa **tinh thần bình đẳng** giữa NGƯỜI và PHẬT: Người nhất tâm hành trì Chánh Đạo sẽ thành Phật và Phật trước khi chứng ngộ Đạo quả viên mãn cũng chỉ là Người. Người và Phật *cùng có thể tánh Chân Như tức Phật tánh*, chỉ khác nhau ở thời gian *trước sau*: Trường hợp Phật đã hiển lộ, trước kia cũng tiềm ẩn như Người;

trường hợp Người nay còn tiềm ẩn, mai sau sẽ hiển lộ như Phật, nói gọn là **Phật trước Người sau.**

Lời tâm niệm này làm *tăng trưởng tâm lực của hành giả,* vượt hết những trở ngại trên con đường Giải Thoát, vững tâm cất đều bước tiến lên, không ngừng lại, không thối lui, không lạc vào Tà đạo. Người nhất tâm tín ngưỡng Phật, tự nhận mình là CON PHẬT coi Phật là TỪ PHỤ, cảm nhận thấy thấm nhuần tình Cha Con, phát nguyện tu sao cho xứng đáng với câu tục ngữ *Cha nào Con ấy* hay câu cách ngôn *Làm Con phải nối nghiệp Cha.*

8 TU LÀ BÁO ÂN PHẬT, CÚNG DƯỜNG PHẬT VÀ ĐẢM TRÁCH NHƯ LAI

Cha từ con Hiếu, đạo làm con phải báo hiếu đền ơn sinh thành. Tiếng ghép đôi HIẾU THUẬN thường được hiểu chung chung tổng quát chỉ người con ngoan, vâng lời cha mẹ, phụng dưỡng song thân lúc tuổi già sức yếu, nối nghiệp bậc sinh thành làm rạng rỡ tông môn, bảo tồn và vun đắp danh dự của tổ tiên. Hiểu chính xác hơn cần sáng tỏ thêm chi tiết như sau:

THUẬN TỬ là người con lo trọn đạo đối với song thân trong *cảnh thuận,* cha mẹ có tình thương chăm lo dưỡng dục con cái nên người có danh phận: Thuận tử là *trường hợp thông thường* dễ hoàn tất đạo làm con.

HIẾU TỬ là người con vẫn lo trọn đạo đối với song thân trong *cảnh nghịch* có tính cách bất thường, trong cơn gia biến như cha mẹ tàn tật, không nuôi dạy con cái, nhiều khi còn ruồng bỏ hành hạ giọt máu của mình: Hiếu tử là *trường hợp gia biến bất thường* rất khó hoàn tất đạo làm con mà phận làm con vẫn chu toàn được. **Hiếu tử ít thấy và đáng khen hơn thuận tử.**

Trường hợp người Phật tử, tức Con Phật đối với bậc Từ Phụ tùy theo mức độ công phu hành trì và chứng ngộ có hai tên gọi như sau:

PHẬT TỬ, nói đầy đủ là PHẬT ĐỆ TỬ có nghĩa *người đệ tử* của Phật khởi tín tâm theo Phật để tu học, đã thọ lễ Tam Quy và nguyện giữ Ngũ Giới, không kể xuất gia hay tại gia. Nói nôm na Phật tử là *học trò* của Phật.

CHÂN TỬ, nói đầy đủ là CHÂN PHẬT TỬ có nghĩa người *đệ tử thực thụ* của Phật đã thọ lãnh và hành trì được nhiều điều giáo hóa của Phật. Nói nôm na Chân tử là *đệ tử ruột, học trò ruột* coi như *con cái trong nhà* của Phật. Chân tử là hành giả tu chứng tới bậc **Sơ địa Bồ-tát**, bậc thứ nhất trong số mười bậc Bồ-tát, đã chứng ngộ Pháp Không và Ngã Không. Khi so sánh với hàng ngũ Phật tử nói chung, số lượng dày công phu hành trì thì nhiều nhưng số lượng chứng ngộ xứng danh Chân tử thì ít. Nói cách khác, chứng ngộ Bồ-tát đạo khó đạt tới hơn chứng ngộ hàng Thanh Văn, Duyên Giác. Tiến thêm vượt qua Bồ-tát đạo, Chân tử *sẽ thành Phật*, giống như người Con được Cha nuôi dạy đến tuổi trưởng thành *sẽ nối nghiệp Cha.*

Trong khi tu trì Chánh Pháp, người Phật tử thông thường và người Chân tử đã cảm nhận và quán thấy giống nhau khác nhau như thế nào? Sau đây là một vài nhận xét:

Tu là báo ân Phật

Tu là tiếp nhận những lời Phật giáo hóa, làm theo ý Phật để tránh điều xấu làm điều tốt. Hành giả nhận thấy Tu là hữu ích vì được Phật độ nên khởi tâm TRI ÂN tức BIẾT ƠN PHẬT. Điểm này chung cho cả Phật tử và Chân tử.

Tri ân thì chung nhưng BÁO ÂN tức ĐỀN ƠN thì khác biệt:

Phật tử báo ân Phật bằng cách đi chùa lễ Phật, làm công quả, cúng dường hoa trái, đèn nhang hay tiền bạc để in kinh, đúc chuông đúc tượng… Phật tử báo ân Phật như vậy với tâm niệm được Phật độ ban Phúc lành cho, thoát khỏi tai ương khổ não, nghĩa là **tin vào Tha Lực ở Phật hơn là Tự Lực ở mình.**

Chân tử báo ân Phật bằng cách Tự độ, tự giác và Độ tha, giác tha, tâm niệm **hành trì Bồ-tát Đạo là làm vui lòng bậc Từ Phụ**, tăng trưởng tín lực thêm niềm tin ở Tự Lực. Chân tử cảm nhận thấy mình là CON RUỘT của Phật, được CHA thương yêu nên cố gắng sửa mình để *báo hiếu, đền ơn dưỡng dục của CHA* đã dành cho mình, cảm nhận thấy thân mật gần gũi như tình cha con sống chung một nhà, Phật học gọi là **sinh ra và sống trong nhà Như Lai.** Trong khi đó, Phật tử có tâm thức mình là TÍN ĐỒ và Phật là GIÁO CHỦ, *hai người sống ở hai nơi cách biệt,* Tín đồ sống ở Nhân giới và Phật sống ở Phật giới tức Pháp giới Như Lai, không có cảnh sống chung trong tâm thức **Cha Con Một Nhà.**

Tu là cúng dường Phật

CÚNG DƯỜNG có gốc phát âm từ chữ Hán CUNG DƯỠNG. Nghĩa từ chữ CUNG là *trao một vật gì cho người khác* như cung cấp, cung ứng, cung cầu…; DƯỠNG là *nuôi sống* như dưỡng dục, dưỡng nhi, phụng dưỡng… Cúng dường là tiếng ghép đôi dùng riêng trong Phật học có nghĩa như *cung dưỡng*, diễn tả thêm ý *tôn kính* của tín đồ như cúng dường Phật, cúng dường Tam Bảo, cúng dường chư Tăng…

Tôn giáo nào cũng vậy chỉ trường tồn khi có niềm tin và hành trì của tín đồ. **Nếu không có tín đồ, tôn giáo không có đạo lực**, chỉ là một hệ thống tư tưởng giáo lý *nằm yên* trong thư viện hay viện khảo cổ. Đức Thích Ca hiển lộ ở nhân gian có 80 năm, Phật tử không thể cúng dường Đức Thích Ca để nối dài thêm tuổi thọ của bậc Từ Phụ. Nhưng Pháp thân Như Lai không sanh không tử, hiện hữu vĩnh cửu từ lâu trước khi Thái tử Tất-đạt-đa ra đời và trường tồn mãi mãi sau khi Đức Thích Ca nhập diệt, chấm dứt đời sống ở nhân gian.

Một câu hỏi then chốt: Pháp thân Như Lai bất sanh bất tử, như vậy **Phật tử có cần cúng dường để Pháp thân Phật trường tồn hay không?** Nếu Phật tử không cúng dường nữa Pháp thân Phật sẽ ra sao? Xin thưa: *Pháp thân Phật bất sanh bất tử*, đây là Chân đế, Sự thực tuyệt đối không bàn cãi. Tuy nhiên, *sự hiển lộ của Pháp thân Phật ở Nhân giới để giáo hóa nhân gian có thời gian hữu hạn*, kể từ khi Phật tử phát tâm hành trì Chánh pháp cho đến khi hành giả không còn tu trì nữa. Trường hợp giả sử không còn một tín đồ Phật giáo nào hành trì nữa, Pháp thân Phật vẫn trường tồn bất diệt nhưng *liễu duyên với Nhân giới* không còn hiển lộ để cứu vớt con người ở trần gian nữa. Nói ngắn gọn: Phật hiển lộ để cứu độ nhân loại, **Phật tử có cúng dường để báo ân Phật thì Phật tồn tại ngay trong tâm thức của người con Phật, Phật tử không thường hằng cúng dường nữa thì Phật vân du hóa độ sang Pháp giới khác**, không còn tiếp tục hiển lộ ở Nhân giới nữa. Thời gian Phật hiển lộ ở Nhân giới dài lâu hay mau chóng tùy ở sự cúng dường của Phật tử. Do đó mới có câu **Tu là cúng dường Phật,** tu là cung ứng thức ăn tinh thần để nuôi dưỡng cho lớn mạnh Đạo lực tức Chân tâm Phật tánh của chính mình. *Tu là chuyển tâm thức tự thân mình, tâm chuyển là nghiệp chuyển*, *là trưởng dưỡng Phật tánh ở chính mình, là chuẩn bị cho mình thành Phật trong tương lai.* **Cúng dường Phật là nuôi dưỡng Đạo lực cho trường tồn.** Nếu không còn tín đồ chăm lo cúng dường, Đạo lực sẽ chấm dứt ở nhân gian.

Về mặt hành trì, Phật tử cúng dường Phật cần sáng tỏ danh xưng *Phật* nói ở đây là *Pháp thân Như Lai*, không phải là *Nhục thân của Đức Thích Ca.* Hiểu đầy đủ nội dung câu **Tu là cúng dường Phật** như sau:

Về phương diện vật chất, phương tiện tài chánh, Cúng dường Phật là *cung cấp những phương tiện cần thiết để Giáo Hội Phật giáo có đủ điều kiện hoạt động*. Đại đa số Phật tử hiểu đầy đủ về mặt vật chất phương tiện.

Về phương diện tinh thần, cứu cánh tâm linh, Cúng dường Phật là *cung cấp thức ăn tinh thần để Pháp thân Như Lai có đầy đủ thuận duyên hiển lộ ở thế gian*, nghĩa là Phật tử nhất tâm tu trì Chánh đạo từ thế hệ này qua thế hệ khác liên tục không ngừng, như vậy là tạo dựng cơ duyên đón mời Pháp thân

Như Lai diệu ứng trường tồn ở thế gian để cứu độ chúng sanh, không vân du đi Pháp giới khác.

Một trường hợp dẫn chứng điển hình: Pháp thân Như Lai, Như Lai tánh hay Phật tánh thuộc PHÁP TÁNH CHÂN NHƯ vô tướng vô hình diệu ứng trong **Pháp giới Vô Vi,** tên gọi trong Khoa học nhân văn ngày nay là *thế giới bản thể*. Pháp thân Như Lai bất sanh bất tử, giải thoát khỏi Luân Hồi vì lý do đã viên mãn Đạo quả, chứng nhập Tịch Diệt Niết-bàn. *Danh xưng thông thường hay gọi tắt là PHẬT nên dễ gây nhầm lẫn Pháp thân Phật với Hóa thân Phật.*

Đức Phật Thích Ca tức Thái tử Tất-đạt-đa sanh năm 563 trước Tây lịch, nhập diệt năm 483 trước Tây lịch thọ 80 tuổi. Nhục thân Thái tử Tất-đạt-đa tức Phật Thích Ca thuộc **Pháp giới Hữu Vi,** tên gọi ngày nay là *thế giới hiện tượng*. Nhục thân Phật Thích Ca có sanh có tử thuộc PHÁP TƯỚNG có sắc tướng có hình dạng giống như người thế gian. Quán tưởng Phật Thích Ca trong thời gian tại thế, người khéo tu nhận thấy **Pháp thân Như Lai đã diệu nhập vào nhục thân Phật Thích Ca,** đồng thời **Phật Thích Ca là Hóa thân của Như Lai** hiển lộ ở thể xác của Thái tử Tất-đạt-đa để thực hiện việc giáo hóa chuyển nghiệp cho chúng sanh. Khi Phật Thích Ca nhập diệt không còn ở thế gian nữa, Pháp thân Như Lai bất sanh bất tử liền rời khỏi nhục thân Phật Thích Ca, chấm dứt việc hóa độ chúng sanh ở Nhân giới.

Kể từ khi Đức Thích Ca nhập diệt năm 483 trước Tây lịch, Pháp thân Như Lai không còn hóa hiện ở nhân gian nữa. Đạo lực Phật pháp tuy vẫn còn nhưng yếu dần, do đó có danh xưng thời *Mạt pháp* chỉ thời đại hiện nay của nhân loại. **Thời Mạt pháp sẽ chấm dứt khi có sự hóa hiện Phật Di Lặc ở nhân gian.** Thời điểm Pháp thân Như Lai hiển lộ hóa nhập vào Phật Di Lặc đến với nhân loại *sớm hay muộn* tùy thuộc vào công phu cúng dường của toàn thể giới Phật tử ngày nay.

Tu là đảm trách Như Lai

Người Con có hiếu được Cha nuôi dạy đến tuổi lớn khôn *tự nhận lấy công việc phụ giúp Cha* trong việc mưu sinh cho cả gia đình. Người Phật tử báo đền ân Phật, cúng dường Phật bằng cách *đóng vai trợ tá cho Phật trong việc hóa độ chúng sanh*. Từ cương vị người **đệ tử trung thành,** hành giả trở nên **nhân viên thừa hành tận tâm** giúp việc cho Phật. Nói dễ hiểu hơn, thời gian tu trì Chánh Đạo coi như thời gian *tập sự để đảm nhận chức vụ làm Phật.* **Muốn thạo việc cần phải tập sự, muốn thành Phật cần phải tu.**

9 ĐẠO PHẬT LÀ HỆ THỐNG GIÁO HÓA VIÊN DUNG

Theo từ ngữ VIÊN là tròn đầy, trọn vẹn hoàn toàn, DUNG là nóng chảy ra và hòa tan vào nhau. Trong Phật học, *giáo hóa viên dung* là dạy sao cho đệ tử chứng ngộ hoàn toàn và hòa nhập vào nhau **Hai tâm như Một**, tâm đệ tử và tâm Phật, nghĩa là người con Phật trở thành Phật, cũng đạt tới bậc Đại Giác, Nhất Thiết Chủng Trí. Đây chỉ là lối giải thích theo từ ngữ, theo phương tiện diễn tả.

Theo cứu cánh nội dung, giáo lý đạo Phật không thể diễn tả được bằng ngôn ngữ văn tự, phải dùng cách *tâm truyền tâm* để làm cho đệ tử minh tâm, kiến tánh và thành Phật. Câu **Vô tự chân kinh** diễn ý này.

Để gây một ấn tượng về hiệu năng tu chứng, kinh sách thường dùng những thành ngữ *vô cùng vô tận, vô lượng vô biên, không thể nghĩ bàn, không thể cân đo đong đếm được*... Sau đây là một số dẫn giải cụ thể hơn:

Phật pháp không độ riêng cho loài người mà độ cho *tất cả mọi loài hữu tình, mọi loài chúng sanh* như cầm thú sâu bọ...

Tất cả mọi loài chúng sanh đều *được độ vô điều kiện* dù hạ căn thấp xuống đến mức nào cũng không bỏ sót như con giòi sống trong đống phân.

Phật pháp độ cho đến *tận cùng* viên mãn Phật quả như vị Bồ-tát đến mai sẽ chứng ngộ thành Phật, hôm nay vẫn còn được độ cho hoàn tất Phật quả.

Phật pháp không độ riêng cho thành phần có ưu thế như chư tăng, Phật tử, vua chúa, người trí thức... Càng u mê càng khổ não càng được độ đầy đủ. Phật pháp *bình đẳng* trong việc hóa độ chúng sanh, không bỏ sót một thành phần nào.

10 GIÁO LÝ ĐẠO PHẬT CHỈ HÓA ĐỘ, KHÔNG CÓ PHÁP MÔN NÀO TRỪNG PHẠT CHÚNG SANH

Đạo Phật là đạo TỪ BI, tất cả các pháp môn đều nhằm mục đích *hóa độ chúng sanh,* làm cho bớt khổ thêm vui, chuyển hóa tâm thức tín đồ từ Vô Minh đến Giác Ngộ, từ Phiền Não đến An Lạc, từ Vọng Động đến Thanh Tịnh. **Không có pháp môn nào trừng phạt chúng sanh** dù trong trường hợp có tội vì Tham Sân Si, có mắt như mù có tai như điếc, không nhìn thấy Phật, không nghe thấy lời Phật dạy. Giáo hóa chúng sanh là tìm mọi cách để *nâng* *lên* càng cao càng tốt, không có chiều hướng *dìm xuống* như nhiều tôn giáo khác.

KẾT LUẬN

Người Phật tử xuất gia hay tại gia phát nguyện hành trì chánh pháp quán sâu Chánh Niệm NGƯỜI TU THÀNH PHẬT: *Ta là Người* **nhất tâm tu, chắc chắn Ta sẽ thành Phật**. Sự viên thành Phật quả chưa ở đời này thì cũng ở một đời sau trong tương lai theo sự chuyển nghiệp của Luân Hồi Quả Báo.

Hành giả tiến tu trên đường Giải Thoát giống như *người leo thang*. Người đang thọ nghiệp thế gian ở bậc thang khoảng giữa, mỗi bậc là một pháp giới. Bậc tận cùng thấp nhất là Địa Ngục, bậc tận cùng cao nhất là Phật. Lý Nhân Quả dạy *gieo Nhân lành là leo lên bậc thang trên, gieo Nhân ác là tụt xuống bậc thang dưới*. Sau khi nhận thức tường tận Chân lý như vậy, hành giả có **toàn quyền tự do quyết định** việc leo lên hay tụt xuống. Phật không hề *cõng ai leo lên* khi người này đứng yên tại chỗ rồi miệng khấn tay vái cầu xin Phật độ. Cũng không có trường hợp nào Phật dùng lực vô biên *ra lệnh cho ai bắt buộc phải tụt xuống hay đẩy ai cho té xuống vì đã làm trái lời Phật dạy.*

Tóm lại, Tu để cầu Phật độ. **Phật độ chính là Tự độ** theo sự giáo hóa của Phật. Đó là tự nguyện hành trì Chánh pháp để *làm hiển lộ* Chân Tâm Phật tánh còn ở dạng *tiềm ẩn* có sẵn trong Tâm mình. **Phật tánh hiển lộ là thành Phật.**

29 TIẾN TU LÀM NGƯỜI

Sau một thời gian gửi tới các bạn đọc, bài NGƯỜI TU THÀNH PHẬT đã là tiếng **hô** gợi cảm dội lại tiếng **vang** nhiệt tình cả khen lẫn chê. Khen là *rõ ràng dễ hiểu*, làm người ai cũng có Phật tánh ở dạng *tiềm ẩn*, Tu thành Phật là làm *hiển lộ* Phật tánh, vốn đã có sẵn, không phải đi cầu xin van lạy ở đâu. Chê là *thiếu sót cần phải bổ sung*. Đây chính là động cơ gợi ý khiến kẻ cầm bút viết bài TIẾN TU LÀM NGƯỜI để hành trình Giải Thoát được đầy đủ vẹn toàn: **Trước khi tu thành Phật cần phải tu làm Người**, được làm Người rồi chưa phải là đã đạt tới đạo quả viên mãn, cần phải tiếp tục tiến tu trên đường Giải Thoát.

1 XÁC ĐỊNH ĐIỂM KHỞI HÀNH

Hành giả tiến tu trên đường Giải Thoát giống như *người leo thang*. Người đang thọ nghiệp thế gian ở bậc thang **khoảng giữa**, mỗi bậc là một pháp giới. Bậc tận cùng thấp nhất là Địa Ngục, bậc tận cùng cao nhất là Phật. Lý Nhân Quả dạy gieo Nhân lành là leo lên bậc thang trên, gieo Nhân dữ là tụt xuống bậc thang dưới.

Phần kết luận bài NGƯỜI TU THÀNH PHẬT đã trình bày đoạn ở trên. Như vậy, *điểm khởi hành bắt đầu tiến tu là Nhân giới.* Đây chính là điểm thiếu sót cần phải bổ sung: **Cần phải xác định điểm khởi hành**, điểm xuất phát trên lộ trình Giải Thoát *không nhất thiết chỉ có một điểm duy nhất* là Nhân giới, nghĩa là từ Người tu dần tiến lên thành PHẬT. Nhìn vào sinh hoạt thực tế trong cuộc sống hàng ngày của nhân loại, người khách quan vô tư phải xác nhận rằng có nhiều trường hợp con người ở thế gian chỉ có thân xác là Người nhưng *tâm thức không ở Nhân giới* mà có tâm thức Súc sanh.

Dân gian thường khinh rẻ, mắng chửi những thành phần này là *Đồ súc sanh, đồ chó má*.

2 QUÁN CHIẾU ĐIỂM KHỞI HÀNH

Điểm khởi hành là gì? Theo từ ngữ, đây là điểm xuất phát trên một con đường, *điểm bắt đầu cất bước ra đi.* Đối với hành giả tiến tu trên đường Giải Thoát, đây là thời gian **khởi tâm** tin Phật và làm theo lời Phật dạy. Thời gian khởi tâm tín hành có thể hiện thực ở *đời này*, nghĩa là trong khoảng thời gian hành giả đang thọ nghiệp thế gian ở cương vị con NGƯỜI trong Lục đạo luân hồi. Sự khởi tâm tín hành cũng có thể hiện thực ở *đời trước* trong khoảng thời gian hành giả còn thọ quả báo ở cương vị **chưa được làm Người**, nghĩa là hành giả còn ở trong vòng chưa thoát khỏi Tam ác đạo.

Lục đạo luân hồi nói nôm na là Sáu nẻo luân hồi gồm có:

– Tam thiện đạo tức Ba đường thiện: Chư thiên, A-tu-la và Người (1).

– Tam ác đạo tức Ba đường ác: Súc sanh, Ngạ quỷ và Địa ngục.

Điểm khởi hành ở Nhân giới thì lộ trình tiến tu là từ **Người thành Phật**. Điểm khởi hành ở một trong Tam ác đạo thì lộ trình tiến tu là từ **Địa Ngục tiến lên thành Ngạ quỷ**, từ **Ngạ quỷ tiến lên thành Súc sanh**, và từ **Súc sanh tiến lên thành Người.**

Trong sinh hoạt hàng ngày coi như biển khổ, chúng sanh ví như cái bèo cái bọt trôi dạt, lúc nhô lên khi chìm xuống theo sức nước do sóng vỗ, theo chiều này hướng nọ tùy dòng nước cuốn theo. Đó là **Nghiệp lực**, dù là Nghiệp thiện hay Nghiệp ác. Câu hỏi đặt ra: Khi bắt đầu cất bước ra đi nghĩa là bắt đầu khởi hành tiến tu, hành giả cần tự hỏi và tự trả lời **Ta là Người tu thành Phật** hay **Chưa Được Làm Người tu thành Người?**

3 SỰ VẬN HÀNH CỦA NGHIỆP BÁO

Muốn xác định điểm khởi hành tiến tu cần nội quán tự mình *đã thành Người*, nghĩa là đã ở trong Tam thiện đạo, hay *chưa làm Người* nghĩa là đang còn ở trong Tam ác đạo? Thân tuy có hình hài là Người nhưng Tâm chưa hẳn là Người, đang còn là Súc sanh? Đây là trường hợp **Tâm chưa đầy đủ Nhân tánh, đang còn ô nhiễm bởi Thú tánh** do tham dục si mê tạo nên. Để soi tỏ điểm này cần am tường sự vận hành của Nghiệp báo, *Nghiệp là gì và vận hành ra sao?*

NGHIỆP theo từ ngữ có nghĩa là *công việc làm*. Trong Phật học, đây là dịch nghĩa tiếng sanskrit KARMA gồm có hai ý **Nhân** và **Quả**, *việc làm* và *hiệu năng* đem lại do chính việc mình đã làm tạo ra như tục ngữ thường nói *Nhân nào Quả ấy*. Nhân và Quả đều là Nghiệp, nói đầy đủ là **Nghiệp nhân** và **Nghiệp quả** hay **Nghiệp báo**, cũng gọi là **Quả báo**.

Sống là **làm việc** và **nhận lấy hiệu năng** của việc mình đã làm. Khi làm việc gọi là *Tác nghiệp* hay *Tạo nghiệp* tức *Gieo Nhân*, khi nhận lấy hiệu năng của việc mình đã làm gọi là *Thọ nghiệp* hay *Thọ báo* tức *Lãnh Quả*.

Sự phân loại các nghiệp có nhiều cách khác nhau:

Theo sự báo ứng có Hai nghiệp:

PHƯỚC NGHIỆP tức THIỆN NGHIỆP, NGHIỆP LÀNH do Nhân lành đem đến Quả lành như hạnh phúc, an vui, thành đạt…

TỘI NGHIỆP tức ÁC NGHIỆP, NGHIỆP DỮ do Nhân dữ đem đến Quả dữ như phiền não, khổ đau, thất bại…

Theo tánh chất riêng chung, có Hai nghiệp:

BIỆT NGHIỆP do một cá nhân gieo Nhân đem đến *Quả riêng* cho người này dù là thiện hay ác gọi là *Chánh báo* hay *Chánh quả* như thọ yểu, thông minh hay ngu đần.

CỘNG NGHIỆP hay ĐỒNG NGHIỆP do một tập thể gieo nhân như gia đình, dân tộc hay toàn thể nhân loại đem đến *Quả chung* dù là thiện hay ác gọi là *Y báo* như tình tương thân tương trợ hay tương hại tương tàn, mưa thuận gió hòa hay thiên tai dịch tễ, hòa bình hay chiến tranh…

Theo vai trò tác nghiệp, có Ba nghiệp:

THÂN NGHIỆP là việc làm do thân thể, tay chân thực hiện như nhảy xuống nước cứu người chết đuối, can người đấm đá lẫn nhau…

KHẨU NGHIỆP là việc làm do lời nói ở cửa miệng thốt ra như nói lời ái ngữ, dịu dàng làm đẹp lòng người nghe hay nói lời vọng ngữ, dối trá làm phiền lòng người nghe.

Ý NGHIỆP là việc làm do ý niệm, suy tư thực hiện như tâm từ bi hay tâm oán thù.

Theo sự chiêu cảm hỗ tương giữa Nhân và Quả, có Bốn nghiệp:

HẮC NGHIỆP tức *Nghiệp đen* do Nhân dữ chiêu cảm Quả dữ, cả hai đều là ác cả như khinh ghét người thì bị người khinh ghét lại… Tục ngữ có câu *Gieo gió gặt bão* diễn tả ý này.

BẠCH NGHIỆP tức *Nghiệp trắng* do Nhân lành chiêu cảm Quả lành cũng gọi là LẠC QUẢ, cả hai đều trắng sạch như yêu kính người thì được yêu kính lại…Tục ngữ có câu *Bánh ú đi bánh dì lại* diễn tả ý này.

HẮC NGHIỆP BẠCH NGHIỆP tức *Nghiệp đen và Nghiệp trắng* có lúc làm điều ác có lúc làm điều thiện, do đó quả báo có khổ não có vui sướng như mọi người đa số chứng nghiệm thấy trong sinh hoạt hàng ngày.

BẤT HẮC BẤT BẠCH NGHIỆP tức *Nghiệp chẳng đen cũng chẳng trắng.* Đây là Nghiệp Vô lậu, Vô vi của bậc Đắc Đạo, tâm thức đã đạt tới Tịch diệt Niết-bàn.

Theo sự đầu thai sau khi chết, có Bốn nghiệp:

CỰC TRỌNG NGHIỆP tức *Nghiệp mạnh nhất* có tác động lớn nhất trong lúc còn sống, dù là thiện hay ác. Đến lúc chết đi đầu thai ở đời kế tiếp thì theo sự dẫn dắt của Nghiệp cực trọng này mà báo ứng được hưởng Quả phúc đặc thù hay bị Tai ương lớn lao.

CẬN TỬ NGHIỆP tức *Nghiệp lúc lâm chung*, khi gần chết có tâm thức lành hay dữ thì theo đó mà đi đầu thai. Vì lý do này, Phật tử có tín tâm mộ Đạo lúc biết mình sắp từ giã cõi đời thường *tâm niệm* Phật A-di-đà cầu được vãng sanh về Tây phương Cực lạc. Trong gia đình, người thân cũng thường *hộ niệm* cho người lâm chung sớm được siêu thoát. Đây là trường hợp vận dụng **tín lực** và **nguyện lực** của tự thân và tha nhân để dẫn dắt đầu thai sang cảnh giới khác.

TẬP QUÁN NGHIỆP tức *Nghiệp do thói quen* hành động hằng ngày tạo nên lành hay dữ thì lúc thác theo đó mà đi đầu thai, dù là thói quen nhỏ nhặt người sơ tâm thường không quan tâm đến. Tục ngữ có câu *Năng nhặt chặt bị* diễn tả ý này.

TÍCH LŨY NGHIỆP tức *Nghiệp tạo nên ở những đời trước chưa kịp báo ứng, dồn lại ở những đời kế tiếp* hiện tại và tương lai cho đến khi trả hết nghiệp, dù lành hay dữ cũng đều theo đó mà đi đầu thai để tiếp tục thọ nghiệp.

Nói dễ hiểu hơn: Nhân lành đã gieo từ nhiều đời trước tạo nên Quả phúc, nếu ở những đời trước chưa hưởng hết thì đời nay tiếp tục hưởng, nếu vẫn chưa hết thì sẽ hưởng ở những đời sau cho đến khi hết phúc. Nhân dữ đã gieo từ nhiều đời trước tạo nên Quả tội, nếu ở những đời trước chưa trả đền hết thì đời nay tiếp tục đền trả, nếu vẫn chưa hết thì sẽ đền trả ở những đời sau cho đến khi đền trả hết sạch tội. **Lý Nhân Quả rất phân minh**. Lời khuyên *Tu nhân tích đức* diễn tả ý này.

4 TÁC NGHIỆP VÀ THỌ NGHIỆP

Tác nghiệp hay **tạo nghiệp** là **Gieo Nhân** dù lành hay dữ đóng vai CHỦ ĐỘNG khi thực hiện một việc làm theo ý nguyện của mình. **Thọ nghiệp** hay **Thọ quả** là **Trả Quả** dù lành hay dữ đóng vai THỤ ĐỘNG khi nhận lãnh hiệu năng một việc mình đã làm. Khi thọ thiện quả thường gọi là *hưởng phúc*, khi thọ ác quả thường gọi là *chịu tội, phải tội*. HƯỞNG quả lành hay CHỊU quả dữ đều là THỌ nghiệp

Sự dùng danh xưng gọi là Nhân và Quả dễ đem lại ấn tượng thiên lệch cho rằng đó là *hai việc làm riêng biệt khác nhau*. Quán sâu hơn thì Nhân và Quả chỉ là MỘT, sở dĩ có *hai tên* gọi khác nhau là tại nhìn vào MỘT sự việc ở HAI khía cạnh, HAI vai trò, HAI cương vị, HAI giai đoạn khác nhau như sự phân loại đa dạng cái gọi là Nghiệp vừa liệt kê ở trên. Người thiển cận sơ tâm nhìn vào một việc làm duy nhất *thường cho đó là Quả, không nhận ra đó cũng chính là Nhân.* **Đừng bám vào danh xưng rồi chấp lấy ý niệm, sinh ra vọng tưởng, vọng thức**. Như vậy, không phải là Chánh Kiến, Chánh Tư duy hay Chánh Niệm.

Căn cứ vào **pháp tướng** như danh xưng, ý niệm thì có sự *phân biệt* giữa Nhân và Quả, giữa Tác nghiệp và Thọ nghiệp hay có sự *phân loại* các Nghiệp từ hai, ba đến bốn Nghiệp khác nhau.

Căn cứ vào **pháp tánh** tức **pháp thể Chân Như** thì những pháp tướng khác nhau đều quy về *một bản thể*. Đó là lý *tương duyên tương nhiếp* của vạn pháp, hiểu là pháp tướng. Đây là *vạn pháp viên dung*, cũng gọi là *vạn pháp viên thông* diễn ý không có pháp nào đứng riêng biệt một mình mà tất cả các pháp đều nương tựa vào nhau, có mối liên hệ hỗ tương kết lại với nhau. Người sơ tâm chấp vào sự phân biệt nên tách rời ra và không đạt tới chứng ngộ **Pháp tánh Chân Như**. Người thiện học quán sâu nhận thấy: Tu Phật mà *chấp vào sở tri sở kiến* tức *pháp tướng* thì chỉ nhìn thấy **hình Phật, tượng Phật**; Thiện hành Chánh pháp cần *buông bỏ sở tri sở kiến* tức *ly tướng,* kể cả tướng Phật thì mới chứng ngộ được **pháp tánh Như Lai** tức gặp được **Chân Phật.**

Một trường hợp dẫn chứng cụ thể: Một thanh niên nhà nghèo nhưng chăm chỉ học hành, gây dựng nên sự nghiệp và trở thành giàu có, sung sướng.

Người sơ tâm bình thường nhận thức cho đây là một trường hợp *vận hên tốt số, Trời thương Phật độ*. Người học Phật không chấp nhận suy nghĩ quá *đơn sơ hời hợt* như vậy vì lý do không thông suốt được vấn nạn: Tại sao người này có vận hên số tốt, Trời thương Phật độ mà không giống như nhiều người khác gặp vận xui số xấu, Trời không thương Phật không độ? **Tại con Người ở thế gian hay tại Trời tại Phật?**

Người tín mộ Phật nhất tâm hành trì Chánh pháp quán sâu nhận thấy có ba nghiệp: Cảnh nhà nghèo, chăm chỉ học hành gây nên sự nghiệp và cảnh giàu có, sung sướng.

Cảnh nghèo, chịu đựng sự túng thiếu là *Quả* xấu báo ứng ở đời này, có thể do *Nhân* dữ đã gieo từ nhiều đời trước như ăn chơi phung phí, lười biếng. Đây cũng là *Nhân* tốt gieo ở đời này làm cho sinh tâm lập chí thoát khỏi cảnh nghèo.

Sự chăm chỉ lập nghiệp là *Quả* lành do Nhân tốt đã gieo ở đời này tức sự cam nhẫn cảnh nghèo quyết tâm lập chí gây nên sự nghiệp. Đây cũng là *Nhân* tốt dẫn đến *Quả* lành ngay ở đời hiện tại tức là sự giàu có sung sướng.

Cảnh giàu có sung sướng là *Quả* lành do Nhân lành chăm chỉ gây nên, đồng thời lại là *Nhân* dẫn tới Quả sẽ báo ứng ở ngay đời hiện tại hay ở những đời sau. Quả này *có thể lành* trong trường hợp hành giả giữ vững tâm thiện làm lành tránh dữ, Quả này *có thể dữ* trong trường hợp hành giả ỷ vào sự giàu có đâm ra trụy lạc, ăn chơi trác tang, tâm thiện trở thành si mê tham đắm dục lạc, sự nghiệp sẽ tiêu tan, sống trong tiếc nuối phiền não.

Mặt khác, đây vừa là *biệt nghiệp* vừa là *cộng nghiệp*: Cảnh nghèo khó hay giầu sang cá nhân hành giả thọ lãnh, đồng thời thân nhân trong gia đình đều thọ chung.

Một nhận xét khác: Đây vừa là *tập quán nghiệp* vừa là *tích lũy nghiệp* không phải *cực trọng nghiệp* hay *cận tử nghiệp*.

5 BỔN PHẬN LÀM NGƯỜI

Người là một chúng sanh có cương vị trong Tam thiện đạo, **bổn phận làm Người** là giữ sao cho khỏi đọa xuống Tam ác đạo và tu tiến lên cho đến khi thành Phật. Trong trường hợp nội quán tự tri, soi tỏ nghiệp báo của mình thấy chưa hội đủ điều kiện làm Người thì *đương nhiên* cần phải TIẾN TU LÀM NGƯỜI, sau đó mới khởi tu tiến lên thành Phật.

Theo đạo Phật, bổn phận làm Người gồm có hai phần đối với TỰ THÂN và đối với THA NHÂN.

Bổn phận đối với Tự thân: Tự giác tự độ

Đức Thích Ca đã dạy một thường dân tên là Dìghajànu bổn phận đối với Tự thân để sống có an vui hạnh phúc. Đây là phần xây dựng **biệt nghiệp.**

Hạnh phúc đời hiện tại

Muốn có cần hành trì *bốn* điều:

– Giữ Chánh nghiệp, nghĩa là thành thạo một nghề lương thiện và giữ trọn lương tâm nghề nghiệp.

– Kiếm lợi tức tương xứng với công lao bỏ ra, không khai thác người khác để trục lợi.

– Chọn bạn tốt để giao du, giúp nhau cùng tu theo Chánh đạo.

– Sống tri túc, không bỏn sẻn cũng không hoang phí, dành tiền tiết kiệm phòng hờ khi cần đến và làm việc từ thiện.

Hạnh phúc những đời sau

Muốn có cũng cần hành trì *bốn* điều:

– Cần có niềm tin tự giác tức Chánh tín, đặt niềm tin vào Chánh đạo, Thiện tâm và Trí tuệ.

– Giữ Ngũ Giới một cách nghiêm túc và thành thực.

– Tu hạnh Bố thí, Từ tâm.

– Tăng trưởng Trí tuệ để diệt khổ, đạt tới thực chứng Niết-bàn.

Bổn phận đối với Tha nhân: Giác tha độ tha

Bổn phận đối với tha nhân là những mối *tương quan* giữa những thành phần trong sinh hoạt cộng đồng xã hội. Đức Thích Ca dạy một thanh niên tên là Sigàla, con một nhà tư sản giàu có ở khu Trúc Viên gần Ràjagrha. Kinh Sigàla (tên người thanh niên thọ giáo) nói rõ: Có *sáu* mối tương quan khắng khít, giữ cho chúng **hòa hợp** thì đời sống có an vui hạnh phúc, nếu để chúng **rối loạn** thì đời sống khổ đau, phiền não. Đây là phần xây dựng **cộng nghiệp**.

Tương quan cha mẹ với con cái

Bổn phận làm cha mẹ đối với con cái gồm có: Dạy dỗ nên người lương thiện hữu ích, giáo dục theo nếp nhà, dựng vợ gả chồng và để lại di sản cho con, di sản vật chất như của cải nhà ruộng hay di sản tinh thần như tiếng thơm, công đức làm cho xã hội.

Bổn phận làm con đối với cha mẹ gồm có: Phụng dưỡng khi già yếu, bảo vệ danh dự tổ tiên, gìn giữ gia phong, bảo vệ di sản của ông cha để lại và cúng giỗ khi tử vong.

Tương quan thày trò

Bổn phận thày cô giáo đối với học trò gồm có: Dạy cho nên người về mặt đạo hạnh, mở mang kiến thức về mặt trí tuệ, giới thiệu với bạn bè quen thuộc để học trò tiến bộ về mặt giao dịch xã hội, lo việc làm cho học trò về mặt nghề nghiệp mưu sinh.

Bổn phận học trò đối với thày giáo, cô giáo gồm có: Kính trọng và vâng lời, hết lòng học hỏi, thăm viếng và giúp đỡ thày cô khi cần thiết.

Tương quan vợ chồng

Bổn phận người chồng đối với vợ gồm có: Tôn trọng, yêu thương và trung thành, giao trách nhiệm cho vợ và giúp vợ mọi cách để làm tròn chức năng tề gia như cung ứng đầy đủ phương tiện và quyền hạn tương xứng với chức năng đảm nhiệm, lâu lâu có dịp vui tặng quà hay nữ trang.

Bổn phận người vợ đối với chồng gồm có: Tận tụy lo tề gia, yêu thương và trung thành, can đảm vả khéo léo trong giao dịch với họ hàng bên chồng, bạn bè của chồng, bảo vệ tài sản của gia đình.

Tương quan họ hàng, bạn bè, xóm giềng

Bổn phận đối với họ hàng, bạn bè, xóm giềng gồm có: Cư xử bình đẳng, niềm nở, tránh mọi tranh cãi, giúp đỡ khi cần đến, không được thờ ơ khi gặp trường hợp khó khăn, hoạn nạn bất thường.

Tương quan cấp chỉ huy với nhân viên

Bổn phận cấp chỉ huy đối với nhân viên gồm có: Giao việc thích hợp với khả năng nhân viên, trả lương tương xứng, lo y phí, khen thưởng nhân viên khi làm việc tốt.

Bổn phận nhân viên đối với cấp chỉ huy gồm có: Vâng lời, thật thà không lừa dối, tỏ ra có tinh thần trách nhiệm, can đảm, lanh lẹ, tháo vát và xuất sắc.

Tương quan thường dân với giới Phật tử

Bổn phận thường dân đối với giới Phật tử gồm cả tu sĩ xuất gia và cư sĩ tại gia là tôn kính và sẵn sàng nghe và làm theo lời chỉ dạy. Riêng đối với giới tu sĩ thêm sự cúng dường chư tăng.

Bổn phận giới Phật tử đối với thường dân là vui hòa, sẵn sàng chỉ dẫn làm điều lành tránh điều dữ theo Chánh đạo.

KẾT LUẬN

Kinh Sigàla là bằng chứng cụ thể tỏ rõ đạo Phật có tánh **Nhân bản**, rất quan tâm đến đời sống thế tục. Có ngộ nhận cho rằng đạo Phật chỉ dạy trở thành Thanh văn, Duyên giác, Bồ-tát và thành Phật. Đây là một thiếu sót quan trọng.

So sánh phần chỉ dạy đạo làm NGƯỜI, đạo Phật và đạo Khổng đều có chung một mục tiêu: **Tránh điều dữ làm điều lành, diệt khổ để mưu cầu an vui hạnh phúc cho chính mình và cho mọi người.** *Tự giác tự độ, giác tha độ tha* trong đạo Phật giống như *Tu thân, tề gia, trị quốc, bình thiên hạ* trong đạo Khổng. Lời chỉ dạy có khác nhau nhưng cứu cánh giống nhau là làm hiển lộ **Nhân tánh vốn tốt lành** ở dạng tiềm ẩn trong con Người. Nếu chưa sống thực sự với Nhân tánh, chúng ta chưa phải là Người, chỉ mới có *hình hài thân xác* con Người, chưa sống với *Chân Tâm, Thiện Tánh* con Người. Và trong trường hợp này, lẽ đương nhiên là cần phải TIẾN TU LÀM NGƯỜI.

CHÚ THÍCH

❶ **Tam thiện đạo:** Chư thiên ở bậc cao trên hết, kế đến A-tu-la và Người có hai cách xếp hạng:

Cách thứ nhất: *A-tu-la ở bậc trên Người* vì lý do có *thần lực* hơn Người, do đó còn gọi là **Thần**, dễ tiến tu thành Chư tiên hơn Người.

Cách thứ hai: *A-tu-la ở bậc dưới Người* vì lý do có *tánh sân hận, kiêu mạn, hiếu thắng, vị kỷ hại nhân*, do dó cũng gọi là **Phi thiên**, dễ bị đọa xuống làm Súc sanh, Ngạ quỷ hay Địa ngục hơn Người.

Riêng A-tu-la được phân tách chi tiết làm ba hạng:

– *A-tu-la thiện đạo* coi như **Phúc thần**.

– *A-tu-la quỷ đạo* coi như **Yêu quái**.

– *A-tu-la súc đạo* coi như **Hung thần**.

Về mặt hành trì, người khéo tu luôn luôn sám hối, tự vấn mình đã gieo đầy đủ Nhân lành để làm Thiện Nhân hay chưa? Câu trả lời **dễ đáp** là *mình không còn là Súc sanh*. Câu trả lời **khó đáp hay dễ sơ sót** là mình có phải là *A-tu-la quỷ đạo hay A-tu-la súc đạo hay không?*

❷ **Nhân tướng:** Đây là *hình dạng* con Người có đầu, mình và tay chân, có tiếng nói. Đây là một hình dạng *đặc thù* dành riêng cho con Người, không có con Vật nào có. Cần lưu ý ba điểm đặc thù ở Nhân tướng có ý nghĩa quan trọng:

Chỉ con Người mới có thế **đứng thẳng**, đầu đội trời chân đạp đất. Thân mình con Vật ở thế **nằm ngang**, đầu và đuôi nằm ngang nhau. Ý nghĩa: Chỉ con Người mới có Nhân tánh biết tôn trọng Lẽ Trời tức Thiên lý và biết khai thác Địa Lợi để sinh tồn, biết dung hòa Thiên lý với Địa lợi như chọn thời tiết thích hợp để gieo trồng cây cối hoa mầu dùng làm thực phẩm.

Chỉ con Người mới có **hai tay và hai chân**. Con Vật không có chân như giun, rắn; có bốn chân nhu trâu bò, có hai cánh và hai chân như chim, có bốn tay như khỉ, vượn… Ý nghĩa: Có hai tay và hai chân *dễ sinh hoạt tiện lợi hơn cả*, do đó con Người **khéo léo** hơn con Vật. Phân biệt TAY và CHÂN: Bàn tay có năm ngón, ngón cái quặp lại *ngược chiều* với bốn ngón khác; bàn chân cũng có năm ngón, tất cả năm ngón chân đều quặp lại *theo một chiều*. Do đó, tay nắm chắc được đồ vật, chân không nắm được.

Chỉ con Người mới có **tiếng nói** thích hợp với *sinh hoạt tâm linh bậc cao*, con Vật chỉ có **tiếng kêu** thích hợp với *sinh hoạt tâm linh bậc thấp*. Do đó con Vật *không có ý niệm thiêng liêng như con Người.*

30 CUỘC SỐNG TÂM LINH VÀ SINH HOẠT TÔN GIÁO

Sự sống của CON NGƯỜI gồm có *hai phần* **Thân xác** và **Tâm linh**, cũng thường nói là **Thể xác** và **Linh hồn**. Hai phần này có mối liên hệ gắn bó chặt chẽ với nhau, không thể tách rời ra được, dùng từ chính xác hơn nên nói là *hai mặt* của Con Người vì lý do của cùng một cá thể nhân sinh: Nếu chỉ có phần Thân không có Tâm thì là *Thi thể, Thân xác* hay *cái Thây*; nếu chỉ có phần Tâm không có Thân thì là *Hồn ma* hay *Quỷ thần.*

Người thiện học tự quán và tự tri thấy mình đang sống ở thế gian, đang thọ nghiệp ở nhân giới, nghĩa là *đang sống cả hai mặt của Con Người.* Giữ trọn đạo làm Người ở cõi Uế Độ Ta-bà, người con Phật không được sao lãng coi nhẹ mặt nào ở tự thân và ở tha nhân: *Coi nhẹ mặt thân xác, con Người sẽ thiếu bổn phận về tiến bộ khoa học, kỹ thuật, kinh tế...nói chung là về cuộc sống vật chất; coi nhẹ mặt tâm linh, con Người sẽ thiếu bổn phận gìn giữ Nhân tánh, Nhân phẩm, luân lý, đạo đức...nói chung là về cuộc sống tinh thần trong cộng đồng xã hội nhân sinh.*

Trong cuộc sống vật chất, sự phân biệt khác nhau giữa các bộ môn khoa học kỹ thuật thuộc *phạm trù hiện tượng,* Phật học gọi là **pháp giới sắc tướng** có phần dễ dàng và đạt được kết quả ứng dụng cụ thể, tiến hóa nhanh hơn như vật lý, hóa học, cơ khí học, sinh học, y dược... Trong cuộc sống tinh thần, các bộ môn thuộc *phạm trù bản thể,* Phật học gọi là **pháp giới vô tướng**, do đó kết quả ứng dụng trong đời sống thực tế *khó đạt được sự thực nghiệm chứng ngộ Diệu lý Chân Như.*

Bài viết này nói đến CUỘC SỐNG TÂM LINH và SINH HOẠT TÔN GIÁO ở cương vị một cá thể người tu Phật tại gia, *tự quán* và *tự tri* về mặt hành trì Chánh pháp trong cuộc sống hàng ngày, hòa mình trong môi trường tập thể gia đình và xã hội.

1 KHÁI NIỆM TỔNG QUÁT

Làm Người ai cũng có bổn phận đối với bản thân và đối với những người khác từ trong gia đình đến ngoài xã hội, cộng đồng dân tộc cũng như toàn thể nhân loại. Đây là bổn phận LÀM NGƯỜI nhận thức được giá trị *Nhân cách, Nhân phẩm* ở chính tự thân và ở tha nhân, không phân biệt chủng tộc, giới tánh, tuổi tác, tôn giáo, tri thức… Nói cách khác, đây là **giá trị Nhân bản**, một giá trị thiêng liêng chỉ thấy có ở CON NGƯỜI, các giống động vật khác như cầm thú, sâu bọ… đều không có, Cổ nhân thường nói **Nhân linh ư vạn vật,** diễn nôm là *Con Người có khả năng linh thiêng trong tổng số muôn vật.* Người nào không bảo tồn được khả năng linh thiêng này, không gìn giữ Nhân phẩm cho xứng đáng với tên gọi là NGƯỜI thường bị khinh rẻ, cười chê là *đồ súc sinh, loài cầm thú, đồ chó má…* Dẫn chứng: Dân gian thường nói con Người có ba hồn bẩy viá (phái nam) hay chín viá (phái nữ). Ba hồn ở con Người gồm có Sinh hồn, Giác hồn và Linh hồn. Sự phân biệt như sau:

– *Khoáng vật là vật Vô hồn*, không có hồn nào cả.

– *Thực vật chỉ có một Sinh hồn*, có sống và chết nhưng không biết cảm giác và suy tư, do đó không biết sung sướng đau khổ hay phải trái.

– *Động vật có hai hồn Sinh hồn và Giác hồn*. Nhờ có Giác hồn động vật mới biết cảm giác nhưng chưa biết suy tư như con Người.

– *Chỉ con Người có đủ cả ba hồn Sinh hồn, Giác hồn và Linh hồn* nên cuộc sống có sinh tử, cảm giác và suy tư, do đó **chỉ có con Người mới biết phải trái.**

Bẩy vía hay Thất phách ở phái nam là bẩy trung tâm thần kinh gồm có: hai mắt, hai tai, hai lỗ mũi và miệng. Phái nữ có chín vía là thêm cặp vú.

Danh xưng CUỘC SỐNG TÂM LINH là chỉ khả năng hoạt động của LINH HỒN, chỉ riêng con Người mới có. Để giữ trọn đạo làm Người, hành giả cần *tự quán* và *tự tri* trên đường tiến tu, soi tỏ **thế nào là cuộc sống tâm linh thế nào là sinh hoạt tôn giáo?** Đây là hai ý niệm có những điểm tương đồng và những điểm đặc thù, người thiện học cần lý giải minh bạch để được dễ dàng khi hành trì Chánh pháp.

Những điềm tương đồng

NHÂN BẢN là điểm tương đồng **căn bản, then chốt và chính yếu nhất** vì *con Người ai cũng có* và muốn có cuộc sống tâm linh hay sinh hoạt tôn giáo *điều kiện tiên quyết phải là con Người.* Tất cả các giống động vật khác đều không có vì không có Linh hồn. Cá nhân nào không có niềm tin và sinh hoạt tôn giáo thường gọi là thành phần vô tôn giáo, là người vẫn có tánh Nhân bản bẩm sanh nhưng không diệu dụng, vẫn có cuộc sống tâm linh biết yêu ghét, vui mừng, sợ hãi và phải trái nhưng không theo giáo lý một tôn giáo nào, không kính ngưỡng làm theo lời dạy của một giáo chủ nào.

TỰ DO là điểm tương đồng kế tiếp, coi như hệ luận của tánh Nhân bản thường được nói đầy đủ hơn là **Tự do Nhân quyền,** tức Tự do làm Người và **Tự do Tôn giáo** hay **Tự do Tín ngưỡng.** Cá nhân nào cũng có Tự do này trong tập thể xã hội, nhất là trong đời sống cá nhân. Nếu con người nào, công dân nào bị tước đoạt, ngăn cấm hay hạn chế thứ tự do này thì đó là trường hợp chế độ độc tài chuyên chế, người bóc lột người như những chế độ quân phiệt, tài phiệt, cộng sản…

BÌNH ĐẲNG là điểm tương đồng thứ ba, cũng coi như hệ luận của tánh Nhân bản. Đã là Người, ai cũng có Tự do và Bình đẳng. Sự tương quan giữa Tự do và Bình đẳng ở con Người trong cuộc sống tập thể xã hội như sau: Ai cũng có Tự do như nhau không có người nhiều người ít nên **sự tự do của người này bị giới hạn bởi sự tự do của người khác** nhằm mục đích duy trì và bảo tồn sự An ninh Trật tự trong sinh hoạt cộng đồng xã hội. Sự giới hạn đồng đều này là tác dụng của *lương tâm* (cuộc sống tâm linh), *niềm tin* (sinh hoạt tôn giáo), *dư luận* (tập quán, phong tục) và *pháp chế* (luật pháp). Nói cách khác, sinh hoạt cộng đồng xã hội có Tự do và Bình đẳng, đồng thời có An ninh Trật tự.

Muốn có An Ninh Trật tự cần phải có **chế tài** khi Tự do và Bình đẳng bị xâm phạm. Có ba loại chế tài để bảo vệ An ninh Trật tự xã hội:

Chế tài của lương tâm trong cuộc sống tâm linh hay sinh hoạt tôn giáo. Người có lương tâm là người có liêm sỉ, biết tự trọng, biết xấu hổ với chính mình khi làm điều xấu dù người ngoài không ai biết đến, *tự mình làm quan tòa để xét xử mình và ngăn cấm mình làm điều xấu.* Do đó có thành ngữ *bản án lương tâm, tòa án lương tâm.* Trong sinh hoạt tôn giáo, đó là trường hợp *giữ giới.*

Chế tài của phong tục, dư luận trong cuộc sống tập thể cộng đồng. Làm điều lành tránh điều dữ để được mọi người *kính trọng,* không bị mọi người chê cười dù luật pháp không khen thưởng hay trừng phạt.

Chế tài của luật pháp để duy trì An ninh Trật tự trong liên hệ giữa người công dân trong nước với nhau do *chính quyền làm trọng tài phán xét,* do cơ quan lập pháp và cơ quan tư pháp đảm nhận.

Cả ba loại chế tài này chính là **lý duyên sanh** trong Phật học. Ý niệm tương duyên tương nhiếp tức liên hệ hỗ tương này được diễn tả một cách dễ hiểu hơn: **Sự bình đẳng trong xã hội chỉ thực sự hiển lộ khi có sự đồng đẳng giữa mọi người, ai cũng có bổn phận và quyền lợi ngang nhau.** Bổn phận và quyền lợi không đồng đẳng thì không có Bình đẳng, không có Tự do và do đó Nhân bản không được bảo tồn đầy đủ, tôn trọng đúng mức.

TINH DIỆU là điểm tương đồng thứ tư, coi như điểm tương đồng sau cùng và khó quán chiếu cho thông suốt và rốt ráo hơn cả. Lý do nội dung danh xưng thường dùng *Cuộc sống tinh thần* gồm có ba thành phần là *Tâm linh*, *Tình cảm* và *Lý trí*. Ba thành phần này cần phân biệt rõ ràng: **Tâm linh** chỉ sự *tinh diệu* của bản thể Nhân tánh bẩm sanh ở con Người; **Tình cảm** chỉ sự *hiển lộ ra sắc tướng* của Nhân tánh trong cuộc sống của con Người; **Lý trí** chỉ sự *ứng dụng* của Tâm linh để ấn định thái độ trong mọi sanh hoạt ở con Người. Trong ba thành phần của cuộc sống tinh thần, **chỉ phần Tâm linh mới có điểm tương đồng với Sinh hoạt tôn giáo**. Trong trường hợp sinh hoạt tôn giáo nào thiếu yếu tố Tâm linh, đó là *ma giáo tà đạo* không phải là *chân giáo chánh đạo*. Đó chỉ là sinh hoạt lợi dụng thành phần tín đồ nặng phần mê tín, có lòng tín ngưỡng cuồng nhiệt nhưng thiếu sáng suốt, không phân biệt được chánh tín và mê tín. Những trường hợp hoạt đầu tín ngưỡng nhằm mục đích vì tư lợi nhận thấy không hiếm trong cuộc sống thực tế ở cõi Ta-bà ô trược này.

Những điểm đặc thù

Ngoài những điểm tương đồng, cuộc sống tâm linh và sinh hoạt tôn giáo còn có những điểm đặc thù. Người thiện học cần quán chiếu tinh tường, soi tỏ những vi tế riêng biệt khi hành trì để tránh những sai lầm hay thiên lệch đáng tiếc.

ĐƯƠNG NHIÊN BẨM SANH và NHIỆM Ý CHỦ ĐỘNG là hai điểm đặc thù đầu tiên. Để giải thích những ý niệm trừu tượng khó nhận thức, hãy mượn một ví dụ cụ thể dễ hiểu:

Cuộc sống tâm linh ví như nguồn nước ở dòng sông *luôn luôn chảy một cách tự nhiên, không lúc nào ngừng*. Đây là tánh **đương nhiên bẩm sanh** của dòng sông, *không cần lý giải và cũng không thể lý giải được*. Đây là tánh y nhiên NHƯ THẾ theo ngôn từ Phật học: Đã là Người thì có cuộc sống tâm linh, nếu không có cuộc sống tâm linh thì đã không phải là Người; đã được gọi là dòng sông thì có nguồn nước chảy, nếu không có nguồn nước chảy thì đã không có dòng sông. Lý Chân Như tức lý Đương nhiên rõ ràng dứt khoát, không bao giờ sai lệch nhưng chúng sanh vô minh ở cõi Ta-bà ô trược vẫn thường không nhận ra. *Dòng nước ở lòng sông không lúc nào ngừng chảy cũng như cuộc sống tâm linh vận hành liên tục suốt theo cuộc sống con Người.* Danh xưng gọi *đời người, cuộc sống thế gian* là **dòng đời, nguồn sống** hàm ý diễn tả tánh đương nhiên bẩm sanh này.

Sinh hoạt tôn giáo ví như công tác của con Người có tánh **nhiệm ý chủ động** nhằm mục đích khai thác sức nước chảy ở lòng sông, cung ứng những tiện ích thuận lợi cho cuộc sống con Người như uốn nắn dòng nước chảy, vét bùn ở lòng sông tránh xói lở, xây đập đắp bờ… Đây là những công trình thủy lợi, con Người *có nhiệm ý chủ động thực hiện thì mới có,* không phải đương nhiên có sẵn trong thiên nhiên.

Cuộc sống tâm linh và sinh hoạt tôn giáo là **hai nguồn lực có tác dụng hỗ tương, hàm dung và viên thông với nhau**, tạo nên phẩm giá Nhân cách thiêng liêng của con Người, các giống động vật khác đều không có dù cho giác quan và thể lực của chúng hơn hẳn con Người như tai chó thính hơn tai người, mắt mèo tinh hơn mắt người, voi ngựa có thể lực khỏe hơn người…

VỌNG ĐỘNG và THƯỜNG TỊNH là hai điểm đặc thù kế tiếp, ở đây cũng mượn ví dụ cụ thể nước chảy ở dòng sông để lý giải và dễ chứng nghiệm hơn:

Cuộc sống tâm linh luôn luôn **vọng động vô thường** vì *Tâm chạy theo Cảnh* hay nói cách khác là *Cảnh dẫn Tâm*: Cảnh thì chuyển hóa thay đổi từng sát-na nên Tâm nương theo mà *vọng động vô thường*. Nước ở lòng sông chỉ biết chảy không ngừng, còn dòng nước lưu chuyển nhanh hay chậm là tùy ở độ cao hay thấp của hai vùng thượng lưu và hạ lưu, nước chảy thẳng hay quanh co là tùy ở hai bờ sông chặn nước… Dòng nước chảy nơi lòng sông *ở thể thụ động, không ở thể chủ động* tự quyết lấy tốc độ và hướng đi của chính mình. Tâm thức của chúng sanh cũng vậy, luôn luôn *lăng xăng* đây đó, yêu thích cái này chán ghét cái kia, chạy theo long tham dục *luôn luôn vô thường bất định*, Phật học gọi là **tâm viên ý mã** có nghĩa tâm như con vượn luôn luôn nhảy chuyền cành trên cây, ý như con ngựa phải chạy đây đó.

Sinh hoạt tôn giáo có tánh **thường tịnh**, nương theo quy cách giáo điều của tôn giáo, lấy giáo điều làm *khuôn mẫu định sẵn* cuộc sống tâm linh của tín đồ. Ở đây tín đồ đã nhờ ở tín lực và định lực *hàng phục được vọng tâm, lý giải được tà niệm và chuyển hóa được tâm thức* từ vọng động sang thường tịnh, từ khổ não sang an lạc, Phật học gọi là *Tâm dẫn Cảnh*. Những công trình thủy lợi đem tiện nghi lợi ích cho cuộc sống con Người được tiến hành theo *kế hoạch chương trình định sẵn* thì mới đem lại kết quả tốt đẹp như ý. Sự thành công này ví như trường hợp người khéo tu **đã nhất tâm hành trì Chánh pháp và chứng ngộ Đạo quả**. Công phu tu chứng ví như *sự việc đã bắt dòng nước chảy ở lòng sông chỉ được lưu hành theo đúng như công trình thủy lợi đã thực hiện.*

HÀNH TRÌ và CHỈ ĐẠO là hai điểm đặc thù thứ ba, nhìn theo lăng kính *phương tiện pháp dụng:*

Cuộc sống tâm linh là hành động liên tục nhiều khi không cần suy nghĩ, tiếp nối nhau từ tâm thức này sang tâm thức khác theo **thói quen phản xạ đã trở thành nếp gấp**, giống như người cỡi ngựa hay cỡi trâu bò di chuyển trên con đường quen thuộc không cần nắm giữ giây cương hay giây thừng để điều khiển con vật mình cỡi. Đó chính là ý nghĩa của danh xưng **hành trì**.

Sinh hoạt tôn giáo luôn luôn là hành vi chỉ đạo, chỉ đường hướng dẫn cho tín đồ đi đúng đường tức *Chánh đạo*, tránh mọi trường hợp lầm đường lạc lối rơi vào cạm bẫy của *tà đạo ma giáo*. Nói cách khác, sinh hoạt tôn giáo đóng vai trò *hóa độ, làm thức tỉnh* những kẻ si mê mù quáng, không phân biệt được Chân Giả, Thiện Ác, Đẹp Xấu trong cuộc sống hàng ngày.

THEO BẢN NĂNG SINH TỒN và THEO GIÁO PHÁP TINH TẤN là hai điểm đặc thù thứ tư, nhìn theo lăng kính *cứu cánh pháp dụng*:

Cuộc sống tâm linh là nguồn sinh lực vận hành theo **bản năng sinh tồn** ở con Người, nói đơn giản *ai đang sống là đang có sinh hoạt tâm linh*. Khi chết, hồn lìa khỏi xác là khi con Người chấm dứt cuộc sống tâm linh ở thế gian, chấm dứt cuộc sinh tồn chung sống với mọi người để đi sang một *pháp giới* khác, dân gian thường gọi là lìa nơi *dương thế* về cõi *âm phủ*.

Sinh hoạt tôn giáo là hành vi thực hiện theo **giáo pháp tinh tấn**, theo giáo lý của vị giáo chủ chỉ đạo cho tín đồ tiến tu tới Chân Thiện Mỹ làm cho cuộc sinh tồn của con Người có sinh hoạt tâm linh cao đẹp, tốt lành an vui hơn.

NGHIỆP LỰC và NGUYỆN LỰC là hai điểm đặc thù thứ năm, coi như sau cùng và khó quán chiếu hơn cả. Chưa quán chiếu được rốt ráo thì *chưa thể chuyển được nghiệp* từ giai đoạn tín giải sang giai đoạn hành chứng đạo quả:

Cuộc sống tâm linh là hành vi **tạo nghiệp**, cũng gọi là **tác nghiệp**. Xét về vai trò thì có tam nghiệp tức ba nghiệp gồm có thân nghiệp, khẩu nghiệp và ý nghiệp. Xét về phẩm chất thì có hai nghiệp gồm có nghiệp lành tức thiện nghiệp và nghiệp dữ tức ác nghiệp hay chướng nghiệp. Xét về tiến trình chuyển hóa thì có hai nghiệp gồm có nghiệp nhân và nghiệp quả.

Theo lý Nhân Quả thì **gieo Nhân nào lãnh Quả ấy**, tục ngữ có những câu *Ở hiền gặp lành*, *Gieo gió gặt bão*… Kinh điển nói rõ ràng cụ thể hơn: **Trồng dưa hái dưa, trồng đậu hái đậu**. TẠO NGHIỆP là hành vi sinh ra NGHIỆP LỰC, dù là nghiệp lành hay nghiệp dữ rồi *chuyển hóa từ Nghiệp Nhân thành Nghiệp Quả* như gieo hạt giống thì cây mọc lên rồi đâm hoa kết trái. Lý **Nhân Quả** chính là sự chuyển hóa từ Nghiệp Nhân thành Nghiệp Quả, dân gian thường gọi nôm na là *Nghiệp báo* hay *Quả báo*. Sở dĩ dân gian gọi như vậy vì lý do đại đa số chúng sanh vô minh mù quáng trong sinh hoạt hằng ngày *chỉ nhận thức ra Nghiệp Quả* khi thọ nghiệp dù nghiệp lành hay nghiệp dữ, *không nhận thức ra Nghiệp Nhân* khi gieo Nhân lành hay Nhân dữ. Thọ Nghiệp lành thì cho là số hên được hưởng phước báu, thọ Nghiệp dữ thì cho là số sui nên mang họa. Kẻ vô minh không nhận thức ra **Họa Phúc vô môn, duy nhân tự triệu**, nghĩa là Họa hay Phúc không phải tự dưng đến cửa rồi vào nhà mình mà do chính mình tự mời gọi đến.

Sinh hoạt tôn giáo giống như cuộc sống tâm linh cũng là hành vi tạo nghiệp nhưng có *điểm khác biệt*: Trong cuộc sống hằng ngày, người tín đồ khéo tu nhận thức ra đầy đủ trong tổng số hành vi do mình thực hiện, hành vi nào là Nghiệp Nhân, hành vi nào là Nghiệp Quả. Sau khi nhận thức chính xác cả Nghiệp Nhân và Nghiệp Quả, hành giả quyết tâm vận hành **nguyện lực** nghĩa là *phát nguyện và nhất tâm tiến tu đạt tới chí nguyện* gồm những chi tiết như sau:

Nếu là **Nghiệp Nhân lành** thì theo dõi xem có dẫn tới đúng Quả lành hay không, nếu đúng thì tiếp tục hành trì, nếu sai lệch thì soát lại chỉnh cho đúng.

Nếu là **Nghiệp Nhân dữ** thì cũng theo dõi xem có dẫn tới Quả dữ hay không. Trong khi chờ đợi hãy *tạm ngưng việc gieo Nhân nghĩ là dữ này*. Khi trả Quả, nếu là Quả dữ thì chấm dứt hẳn việc gieo Nhân dữ, nếu không phải là Quả dữ thì xét kỹ lại cho chính xác, *tránh mọi hoài nghi* làm hoang mang trễ nải đường tu.

Nếu là **Nghiệp quả lành** thì truy tầm ra Nhân lành và yên tâm nhất trí tiếp tục gieo Nhân lành như vậy.

Nếu là **Nghiệp quả dữ** thì cũng truy tầm ra Nhân dữ để *đoạn diệt ác căn, tội căn*, không hề gieo nhân dữ như vậy nữa.

Tóm lại, sinh hoạt tôn giáo là dùng **nguyện lực để quyết tâm làm lành tránh dữ**, chuyển hóa nghiệp lực của mình từ dữ sang lành một cách viên mãn.

2 TỪ TÍN GIẢI ĐẾN HÀNH CHỨNG

Đạo Phật là đạo Giác Ngộ, hành giả như kẻ bộ hành đi từ điểm khởi hành đến mục tiêu nhắm tới. Con đường tiến tu chia làm bốn chặng gồm *có Khởi tín tâm, Lý giải, Hành trì* và *Chứng ngộ,* gọi tắt là **Tín Giải** và **Hành Chứng**. Bốn chặng nối liền nhau, liên hệ mật thiết, không thể tách rời ra và bỏ sót một chặng nào, lập luận như sau:

TÍN GIẢI là tên gọi tắt nối liền hai chặng *Khởi tín* và *Lý giải* vì lý do **Giải bổ sung và kiện toàn cho Tín**: Có Tín lực, hành giả mới cất bước trên đường tu đạo nhưng cần phải lý giải cho sáng tỏ niềm tin, giữ vững *Chánh tín* tiến bước trên đường Chánh đạo, không bị *Mê tín*, *Tà tín* làm cho mù quáng lạc vào Tà đạo, Ma giáo mà không hay.

Tín tâm và Nghi tâm cùng một lúc có *tác động hỗ tương* cần thiết và hữu ích: Tín mà không Nghi, khởi Tín tâm mà không khởi Nghi tâm thì hành giả dễ rơi vào Mê tín, Tà tín. **Có Tín thì phải có Nghi mới thấy cần phải Giải nghi cho hết nghi** theo diễn trình *Khởi nghi, Giải nghi* và *Đoạn nghi* hay *Diệt nghi.*

Trường hợp có Tín tâm và Nghi tâm mà không tốn công phu tìm hiểu chỗ nghi vấn nên không đạt tới được Giải nghi, hành giả *dễ sanh tâm giải đãi, chán lòng nản chí* bỏ dở đường tu. Đây chính là vai trò của Giải đã bổ sung và kiện toàn cho Tín. Ví dụ cụ thể điển hình dễ hiểu: Muốn đi xa cần chuẩn bị xe và xăng, xăng là nhiên liệu làm cho xe chạy giống như tín lực làm cho hành giả cất bước trên đường tu đạo. Xe chạy không có nghĩa chỉ cần lăn bánh mà cần có người lái, nhắm mục đích đi dâu, *đi đúng đường hay đi lạc đường,* người lái xe cần phải thuộc đường hay có bản đồ mới cho xe chạy đến được mục đích nhắm tới.

HÀNH CHỨNG là tên gọi tắt nối liền hai chặng *Hành trì* và *Chứng ngộ* vì lý do **liên hệ mật thiết**: Có Hành mới có Chứng, không Hành thì không bao giờ Chứng; muốn đạt tới Chứng cần phải Hành miên mật đến mức độ cần thiết và đầy đủ, có Hành nhưng công phu tinh tấn chưa đầy đủ thì vẫn chưa Chứng.

Hành trì thì diễn tiến liên tục có tánh *đều đặn*, chỉ cốt không bị gián đoạn và thoái lui. **Chứng ngộ** thì tùy theo căn cơ của hành giả thuộc thượng căn, trung căn hay hạ căn mà dẫn đến kết quả khác nhau; *đốn ngộ* nghĩa là chứng ngộ nhanh chóng và viên mãn ngay một lần, hay *tiệm ngộ* nghĩa là chứng ngộ theo tiến trình dần dần chuyển hóa từ *sơ ngộ* đến *đại ngộ*. Ví dụ cụ thể điển hình dễ hiểu: Người tu đạo giống như cái cây được gieo trồng và mọc lên trên mặt đất. Cây lớn lên thêm nhiều cành nhiều lá cần một thời gian lâu dài, và cây lớn lên đều đều mỗi ngày một chút: Đó là *hành trì*. Cây lớn thêm mãi, đến một thời điểm nhất định nào đó thì trổ hoa kết trái, hoa nở và trái chín chỉ cần một thời gian ngắn hạn: Đó là *chứng ngộ*. Người thiện học khéo tu cần tự quán và tự tri xem mình di chuyển trên đường đạo qua cả bốn chặng như thế nào? Tín tâm có kiên định hay không? Có lúc nào bị chao đảo? Đi đúng đường hay bị lạc lối? Đi nhanh hay chậm? Đã gần tới nơi chưa?

KẾT LUẬN

Cuộc sống tâm linh và sinh hoạt tôn giáo có những điểm tương đồng và những điểm đặc thù. Cả hai lãnh vực đều thuộc về đời sống tinh thần, **những điểm tương đồng** chứng tỏ một cách dễ hiểu *sự hòa hợp hàm dung, nương tựa và bao trùm lẫn nhau*. Người thiện học khéo tu cần quan tâm nhiều hơn về những điểm đặc thù. Tuy *riêng biệt khác nhau*, **những điểm đặc thù không mang tánh trái ngược, tương phản và tương tàn lẫn nhau.**

Người con Phật đã khởi Tín tâm cất bước trên đường Giải Thoát cần xác định tỏ tường hai cương vị **học giả** và **hành giả**. *Học thì phải Tập, phải Hành cũng như Tu thì phải Hành*. Học mà không Tập, không Hành thì chỉ giỏi nói lý thuyết suông, không đem lại lợi ích gì cho đời, dân gian thường cho là *học vẹt*. Tu mà không Hành thì không Chứng ngộ, không Minh giác, không phải là bậc Chân tu. Theo ngôn từ Phật học, **học giả là người giỏi về lý giải**, chưa hẳn là đã chứng ngộ; **hành giả là người đã hành trì** đạt tới chứng ngộ dù chưa lý giải được trọn vẹn.

Nguyện cho tất cả chúng ta **hoàn tất tròn đầy cả cuộc sống tâm linh và sinh hoạt tôn giáo.**

31 CÚNG DƯỜNG TAM BẢO

Trong dân gian người mộ đạo thường nói CÚNG DƯỜNG TAM BẢO khi đem lễ vật đến chùa lễ Phật hay dâng y cho chư tăng. Từ ngữ TAM BẢO thường được hiểu đầy đủ gồm có *Phật bảo*, *Pháp bảo* và *Tăng bảo*. Từ ngữ CÚNG DƯỜNG thường được hiểu một cách nông cạn là *dâng hiến một cách kính trọng*. Hiểu như vậy là không liễu nghĩa hết ý.

Theo từ ngữ, CÚNG DƯỜNG do chữ Hán CUNG DƯỠNG đọc trại ra và thêm vào ý có sự *tín mộ kính trọng*. Như vậy, **Cúng dường là Cung dưỡng với tấm lòng tin tưởng và tôn kính**. Theo gốc chữ Hán, CUNG là *giao cho* để đáp ứng một sự cần thiết như *sự cung cấp, luật cung cầu*… DƯỠNG là *nuôi sống* để duy trì sự tồn tại như *sự dinh dưỡng, ơn dưỡng dục*… Chữ Hán *Cung dưỡng* không hàm ý tin tưởng tôn kính như tiếng nôm *Cúng dường.*

1 NHỮNG LOẠI CÚNG DƯỜNG

Có nhiều cách phân loại cúng dường tùy theo tiêu chuẩn chọn lựa như phẩm vật hiến dâng, nơi thọ nạp nhận lấy, tâm nguyện kẻ cúng dường…

Cúng dường Tam bảo

Đây là cách phân loại theo tiêu chuẩn *tâm nguyện* kẻ cúng dường, tin tưởng và hành trì Chánh đạo có tính cách tổng trì bao quát và trọn vẹn, nghĩa là phát nguyện làm sao cho **Tam bảo trường tồn và lan rộng** khắp nơi và mãi mãi.

CÚNG DƯỜNG PHẬT BẢO: **Phật** là Ngôi Báu thứ nhất trong Tam bảo, đó là bậc Giác Ngộ, đã tự giác lại giác tha, đã tự độ lại độ tha. Cúng dường Phật bảo là hành trì miên mật hai đại hạnh *tự giác tự độ* và *giác tha độ tha.*

CÚNG DƯỜNG PHÁP BẢO: **Pháp** là Ngôi Báu thứ hai trong Tam bảo diễn hai nghĩa căn bản. Nghĩa thứ nhất trừu tượng thuộc tâm pháp là *giáo pháp* do chư Phật thuyết để độ chúng sanh. Nghĩa thứ hai cụ thể thuộc *pháp dụng vật chất* như tượng, kinh, chuông mõ, áo cà-sa… Phật Thích Ca đã từng dạy: **Khi ta tịch rồi, ta để cái PHÁP lại**. **Hãy coi Nó như Ta**. **Tôn kính Ta thế nào** thì **sùng thượng cái PHÁP cũng như thế**…Đa số tín đồ thường hiểu Pháp bảo với nghĩa là *giáo pháp*. Cúng dường Pháp bảo là truyền bá giáo pháp cho mọi người, mọi thế hệ.

CÚNG DƯỜNG TĂNG BẢO: **Tăng** là ngôi báu thứ ba trong Tam Bảo, đây là yếu tố nhân sự nghĩa là *Chư tăng* giữ gìn tịnh hạnh, có khả năng khuyên dạy và hộ niệm cho người đời trong cuộc sống thế gian. Do đó, có danh xưng tôn quý gọi chư tăng (hiểu là Chân tăng, Thánh tăng, không phải là Phàm tăng) là **Sứ giả của Như Lai**, *người thừa lệnh ủy thác của Đức Như Lai* trong việc cứu độ chúng sanh ở cõi Ta-bà. Vì lý do này, tín đồ cúng dường Tăng bảo cũng như cúng dường Phật bảo và Pháp bảo. Trong sinh hoạt thực tế, tín đồ cúng dường Tăng bảo thường gọi là *Tứ sự cúng dường.*

Phật bảo là *pháp thể Chân Như*, Pháp bảo là *pháp dụng diệu ứng,* Tăng bảo là *nhân sự thừa hành*. Ba Ngôi Báu có liên hệ mật thiết với nhau, do đó việc Cúng dường Tam bảo tuy nói ra lời là ba việc nhưng liễu nghĩa cần tỏ rõ Chân đế **Ba là Một, Một là Ba**. Dẫn chứng cụ thể: Phật tử cúng dường tịnh tài để đúc tượng, in kinh… Người thiện quán nhận thấy MỘT VIỆC cúng dường tịnh tài mà hóa thành BA VIỆC:

Bức tượng là vật chất nhưng là *biểu tượng Sắc thân Phật*. Khi vào chùa lễ Phật, Phật tử nhìn thấy bức tượng, cúi đầu hành lễ, tâm khởi **tín lực** và kiên cố **định lực**… Kẻ hành lễ đã trì hạnh *tự giác tự độ* và như vậy là đã *khởi sanh hay hiển lộ Pháp thân tự ngã ở chính mình*. Đó chính là **cúng dường Phật bảo,** làm cho Pháp thân Như Lai trường tồn vĩnh cửu.

Kinh sách cũng như bức tượng là vật chất nhưng là *phương tiện cần thiết* cho nơi thờ Phật đề quảng bá giáo pháp Như Lai. Như vậy cúng dường tịnh tài cũng là **cúng dường Pháp bảo**, cung ứng phương tiện cho Chánh Đạo được truyền lan rộng rãi.

Chư tăng trụ trì tại chùa khi hành trì tâm nguyện độ sanh, bức tượng Phật an vị trong chánh điện và kinh sách là *phương tiện cần thiết*, là *trợ duyên diệu ứng* giúp cho Chư tăng hoàn tất pháp sự do Đức Phật giao phó. Như vậy cúng dường tịnh tài cũng là **cúng dường Tăng bảo.**

Tứ sự cúng dường

Đây là cách phân loại theo tiêu chuẩn *phẩm vật* hiến dâng, thường được gọi nôm na dễ hiểu hơn là **Bốn món cúng dường Chư tăng**. Đó là bốn thứ nhu cầu cần cho sự sống về *thể xác* của Chư tăng gồm có: Y phục, thức ăn uống, phòng ở hay giường nằm và thuốc men.

Đây là cách cúng dường Tăng bảo thiết thực và trực tiếp nhất.

Ngũ xứ cúng dường

Đây là cách phân loại theo tiêu chuẩn *tâm nguyện* kẻ cúng dường như báo ân người thi ân, đối tượng khởi sanh hay tăng trưởng tâm từ bi. Đó là năm nơi nhận sự cúng dường gồm có: Cha, mẹ, vị thày đích thân trực tiếp dạy mình, vị thày làm gương mẫu cho mình noi theo và những người có bệnh cần sự giúp đỡ.

Ngũ chủng cúng dường

Đây là cách phân loại theo tiêu chuẩn *phẩm chất thanh tịnh* của món cúng dường. Năm món cúng dường gồm có: Nước có mùi thơm, hoa, nhang (hương), thức ăn uống thanh tịnh và dàu đèn để thắp sáng.

Tam chủng cúng dường

Đây là cách phân loại theo tiêu chuẩn *phương tiện thích ứng* với kẻ cúng dường. Ba phương tiện tùy nghi ứng dụng gồm có:

LỢI CÚNG DƯỜNG là cúng dường bằng tài lợi như tịnh tài, hương hoa, trái cây…

KÍNH CÚNG DƯỜNG là cúng dường bằng lễ kính, tán thán…

HẠNH CÚNG DƯỜNG là cúng dường bằng đạo hạnh tức sự thọ trì diệu pháp mà tu hành.

2 QUÁN GIẢI SỰ CÚNG DƯỜNG

Quán giải sự cúng dường là suy ngẫm Chân lý để hiểu biết đầy đủ và rành rẽ về cả hai mặt *pháp dụng* và *pháp thể*. Sự cúng dường được quán giải như sau:

PHÁP DỤNG thuộc về sự tướng, hiện tượng hay việc làm cụ thể cảm nhận được bằng giác quan. Về mặt pháp dụng, sự cúng dường cần hội đủ hai điều kiện căn bản: Điều kiện thứ nhất là có *chủ thể* và *đối thể*, nghĩa là có người hiến dâng và có nơi nhận như trường hợp cúng dường Chư tăng; điều kiện thứ hai là có người hiến dâng và có món hiến dâng có hình tướng như hương hoa hay một hành vi cụ thể như trường hợp Kính cúng dường, chắp tay lễ Phật.

PHÁP THỂ thuộc về bản chất vô tướng có tánh cách trừu tượng chỉ cảm nhận được bằng trí tuệ giác ngộ. Về mặt pháp thể, sự cúng dường *không còn chia hai* chủ thể và đối thể, năng và sở, người cúng dường và nơi nhận sự cúng dường. Trong Phật học, đây gọi là pháp môn **Bất Nhị**, nghĩa là *Không phải Hai, tuy Hai mà Một*. Ví dụ cụ thể: Giúp đỡ người đói khổ chính là tự giúp đỡ mình trong việc làm tăng trưởng tâm từ bi mau đạt tới viên mãn đạo quả. *Độ tha là tự độ.*

KẾT LUẬN

Sự cúng dường tuy có nhiều cách phân loại, người con Phật phát tâm cúng dường *không cần quan tâm* đến sự chọn lựa cách cúng dường *có tính cách quy lệ*, cách này hay cách khác, chỉ cần biết *tùy duyên ứng dụng*, tùy cảnh ngộ đương gặp mà chọn cách cúng dường thích hợp thuận lợi nhất. Người khéo tu hành trì sự cúng dường sẽ đạt tới trình độ **Cúng dường mà không phải Cúng dường:** Về hiện tượng tuy có thực hành việc cúng dường nhưng trong tâm thức thấy *không có người cúng dường, không có nơi nhận mà cũng không có món gì đem cúng dường*. Đây là trường hợp ĐỐI CẢNH VÔ TÂM của hành giả đã chứng ngộ viên mãn.

32 ĐẠI TỬ NHẤT PHIÊN

Ở Tây Tạng giới Phật tử có một pháp môn tu tập Thiền Quán nhằm đạt tới sự thông suốt thực chứng lý *Sinh Tử Luân Hồi*, tiếng nôm gọi là TẬP CHẾT. Danh xưng này không diễn được hết nghĩa của bốn chữ Hán ĐẠI TỬ NHẤT PHIÊN.

Liễu nghĩa của pháp môn này như sau:

ĐẠI có nhiều nghĩa: *To lớn*, *rộng lớn* như đại dương; *Đáng tôn kính* như đại sư; *Hoàn toàn rốt ráo* như đại từ, đại bi. Ở đây Đại tử có nghĩa là *chết hẳn*, chết hoàn toàn không thể nào hồi sinh lại được.

TỬ có hai nghĩa: Thứ nhất là *Chết về phần thể xác*, không còn hơi thở nữa như tử vong, tử thi, tử thương... Thứ hai là *chấm dứt*, *hết hẳn* như lưu danh bất tử (để tiếng lại mãi mãi về sau, không khi nào dứt hẳn). Ở đây, **Tử** có nghĩa như **Diệt**, *Sanh tử* cùng nghĩa như *Sanh diệt*. **Đại tử** có nghĩa như **Tận diệt**.

NHẤT PHIÊN là *một phen*, *một lần*. Ở đây nên hiểu đầy đủ trọn vẹn hơn: Khi nói một lần là có hàm ý *lần thứ nhất*, sau đó còn có nhiều lần khác kế tiếp, bước đi thứ nhất trên con đường dài, sau đó còn có nhiều bước nữa kế tiếp.

Đại tử nhất phiên có thể diễn nôm thành câu: *Hãy thử chết hẳn một lần*, tập chết đi thì mới *thực chứng* được lý Sinh Tử Luân Hồi khi làm người thọ nghiệp ở thế gian.

NHẤT PHIÊN còn có nghĩa là **một lần, chỉ một lần là đủ để hoàn tất trọn vẹn được điều sở nguyện** như nhất tâm (một lòng một dạ), nhất thiết (một mà bao gồm tất cả)...

Đại tử nhất phiên còn hàm ý: *chỉ một khi chết hẳn trọn vẹn* thì mới *thực chứng được viên mãn* lý Sinh Tử Luân Hồi, sự Tái Sanh ở thế gian theo hướng thăng tiến đến Niết-bàn.

Đối tượng và mục tiêu pháp môn Đại tử

Để sáng tỏ pháp môn Đại tử người khéo tu cần *trả lời minh bạch* những câu hỏi: Hành trì pháp môn này là *khai tử cái gì*, *tận diệt cái gì* trong tự ngã? Sau khi thực hiện vẹn toàn người tự nguyện hành trì pháp môn này *còn lại cái gì*? Con Người mình sẽ ra sao? Làm như vậy có đem lại *lợi ích* gì cho mình và cho mọi người trong cuộc sống nhân sinh?

Trong khi thọ nghiệp thế gian, con Người có hai phần: *Thân thể* và *Tâm linh*. Dĩ nhiên ở đây không có vấn đề tận diệt con Người. Phần Tâm linh gồm có hai thành tố **Vọng Tâm** và **Chân Tâm**, còn gọi là **Vọng ngã** và **Chân ngã**. Hai thành tố này ai cũng có đủ cả hai, chỉ khác nhau ở tỷ lệ nhiều ít, người nhiều kẻ ít thứ này hay thứ kia. Cả hai thành tố này đều lưu trữ trong Tàng thức con Người tức thức thứ Tám hay A-lại-da thức. Đây chính là *Nghiệp căn* của con Người bao gồm cả Nghiệp lành lẫn Nghiệp dữ. Nghiệp lành thuộc Chân Tâm, Chân Ngã; Nghiệp dữ thuộc Vọng Tâm, Vọng Ngã. Đến đây câu trả lời thấy rõ ràng: **Khai tử Vọng Tâm, tận diệt hết Nghiệp dữ.**

Câu trả lời vừa kể đem đến những hệ luận: Khai tử Vọng Tâm để chỉ *còn lại Chân Tâm*, tận diệt hết Nghiệp dữ để chỉ *còn lại Nghiệp lành*. Khi đó tâm thức hành giả sẽ trở nên *Thanh Tịnh*, không còn ô nhiễm bởi vọng tình, vọng thức, tham sân si, khổ não… Như vậy cuộc sống con Người từ cá nhân đến tập thể xã hội đều được *an vui hạnh phúc*.

Tóm lại, pháp môn Đại tử dạy hành giả **tập trừ bỏ nết xấu** để sống với Chân Tâm bẩm sanh vốn lành của mình. Sự trừ bỏ nết xấu coi như *khai tử* một phần Tâm thức con Người một cách dũng mãnh để có một cuộc sống an vui khác trước. Cuộc sống thứ hai an vui khác cuộc sống trước đầy ưu phiền khổ não đã dẫn giải sự Luân Hồi Tái Sanh trong đạo Phật.

Thực hiện pháp môn Đại tử

Đại tử là một pháp môn Thiền quán có hiệu năng **tổng trì**, nghĩa là thâu tóm Tất cả các môn khác quy về làm Một, ứng dụng lý *Một là Tất Cả*, *Tất Cả là Một*. Hành trì pháp môn Đại tử coi như hành trì tất cả các môn khác, loại bỏ tất cả những điều Xấu và giữ lấy tất cả những điều Tốt. Quán sâu và hành trì pháp môn Đại tử mới thực chứng có được nhận xét này, nghĩa là mới *khởi phát Giác Tâm*.

Trong Phật học thường nói đến hai Tâm gồm có *Vọng Tâm* và *Chân Tâm*. Quán sâu hơn, con Người có **ba Tâm** giữ ba chức năng khác nhau:

THỨC TÂM: Năng khiếu *cảm nhận* của giác quan như mắt nhìn, tai nghe, mũi ngửi, lưỡi nếm, sờ chạm và ý thức. Thường gọi là *Lục thức*.

TRI LƯỢNG TÂM: Năng khiếu căn cứ vào *pháp tướng* để tư tưởng, suy luận, phân biệt, cân đo đong đếm. Cũng gọi là *Tâm phân biệt* hay *Tâm sinh diệt*. Vọng Tâm gồm có Thức Tâm và Tri lượng Tâm.

GIÁC TÂM: Năng khiếu *tự biết*, *linh tính trực giác*, không lý luận, không phân biệt hữu lý với vô lý, không đi vào Nhị Nguyên, dung thông quán chiếu tất cả dị biệt, mâu thuẫn, đối nghịch. Đây là năng khiếu ứng dụng lý Nhất Như, đi thẳng tới ngọn nguồn Nhất Nguyên, viên thông lý Chân Như hay Nguyên Không. Giác Tâm còn gọi là *Tuệ Tâm*, *Chân Tâm*, *Tâm Vô phân biệt*, *Tâm Vô sinh diệt, Tâm vô sinh, Trí Vô sinh*. Những tên gọi khác nhau này đều diễn ý chứng ngộ TỊCH DIỆT NIẾT BÀN.

Hạng phàm phu dung tục, Phật học gọi là Phàm Ngã, Vọng Ngã sống với Vọng Tâm *chỉ khởi động có hai Tâm là Thức Tâm và Tri lượng Tâm*, do đó hóa vô minh nên không nhận thức ra Chân Lý viên dung. **Bậc Giác trí**, Phật học gọi là Chân Ngã sống với Chân Tâm, *thường xuyên vận hành Giác Tâm*, do đó thông suốt thực chứng pháp tánh Chân Như.

Đại tử là vô hiệu hóa, không nghe theo Thức Tâm và Tri lượng Tâm khi hành nghiệp ở thế gian. Người khéo tu chỉ khởi động và nghe theo Giác Tâm trong sinh hoạt thực tế hàng ngày. Thức Tâm và Tri lượng Tâm coi như đã CHẾT HẲN, khi đó và chỉ kể từ khi đó hành giả mới ĐẠI NGỘ. *Cuộc sống mới với Giác Tâm Đại Ngộ coi như một dạng TÁI SANH, cuộc sống cũ với Vọng Tâm đã hoàn toàn dứt hẳn*. Hành giả coi như trở thành một người khác, cùng Một thân xác nhưng Hai tâm đã khác nhau. Hành giả tự thân và tha nhân cũng như ngoại cảnh, tất cả đều đổi thay khác trước. *Hành giả đã nhận thức ra và hành động theo một nhân sinh quan mới*, khác với nhân sinh quan cũ trước đây của chính mình.

Sau đây là dẫn chứng hiệu năng TỔNG TRÌ của pháp môn Đại tử:

Vô Thường

Quán sâu pháp môn này sẽ thực chứng lý **Vô Thường**, vạn pháp đều *chuyển hóa đổi thay*, không một pháp nào đứng yên một chỗ không di dịch, không một pháp nào giữ nguyên một dạng thái không chuyển hóa. Ngay cả con

Người chính mình cũng chết đi sống lại bao nhiêu lần. Trong vũ trụ bao la vô biên vô tận những tinh tú luôn luôn chuyển vận theo quỹ đạo. Trái đất quay xung quanh mặt trời và quay xung quanh mình nó, sông cạn núi mòn, hoa nở lại tàn; cho đến tế bào, nguyên tử, điện tử... nói chung là vi trần cực nhỏ cũng hợp tan, tan hợp.

Vô Ngã

Từ Vô Thường dẫn đến lý **Vô Ngã** (Nhân Vô Ngã và Pháp Vô Ngã). Vô Thường và Vô Ngã liên hệ mật thiết với nhau: *Vô thường là chuyển hóa theo thời gian* như bông hoa sớm nở tối tàn; *Vô Ngã là chuyển hóa theo không gian* như bông hoa gồm có cánh, đài, nhị, cuống... Khi những thành tố này hội tụ lại thì CÓ hình tướng bông hoa, khi những thành tố này tách rời ra thì KHÔNG CÓ bông hoa, hình tướng bông hoa không còn nữa.

Nhân Vô Ngã: Con Người thực ra không có cái gọi là NGÃ, là TA. Danh xưng này chỉ là *giả tướng*. Phân tách theo Phật học, con Người gồm có hai phần Thân và Tâm. Thân gồm có bốn thành tố là Đất, Nước, Gió và Lửa gọi là *Tứ đại*. Cả Tứ đại đều là Không, do đó **Thân là KHÔNG**. Tâm gồm có năm thành tố là Sắc, Thọ, Tưởng, Hành và Thức gọi là *Ngũ uẩn*. Cả Ngũ uẩn cũng đều là Không, do đó **Tâm cũng là KHÔNG**. Cả hai phần Thân và Tâm đều là Không, vậy cái gọi là Ngã hay Ta là KHÔNG. Đó là *Nhân Vô Ngã. Bao nhiêu cái KHÔNG cộng lại vẫn là KHÔNG.*

Pháp Vô Ngã: Giáo lý đạo Phật dạy *Vạn pháp Giai Không,* diễn nôm Vạn pháp, hiểu như Tất cả các pháp đều KHÔNG. Cái gọi là CÓ chỉ là *giả tướng* do giác quan cảm nhận thấy, không phải là *bản thể* của các pháp, danh xưng trong Phật học gọi là *pháp tánh*, nói đầy đủ là *pháp tánh Chân Như* hay *Tự tánh Thanh Tịnh* và nhiều danh xưng khác nữa tùy theo trường hợp ứng dụng như *Phật tánh, pháp thân, Như Lai tạng, viên thành thật tánh...*

Nhiều trường hợp dẫn chứng như sau:

Võ Tắc Thiên đời nhà Đường (618–906) bên Trung Hoa lúc đã suy khi phát tâm tu Phật dâng nước tắm cho chư tăng quán thấy lý Vô Ngã: *Ta chỉ thật là Ta khi ta tắm*. Diễn ý tương tự, ca dao Việt Nam có câu:

Hơn nhau cái áo cái quần,
Cởi ra mình trần ai cũng như ai.

Áo quần nói đầy đủ là *pháp tướng*, cái bề ngoài che phủ cái Ta là bản thể chân thật ở con Người, Phật học gọi là *pháp tánh.* Tướng và Tánh là HAI nhưng ở chung cùng MỘT con Người. Đó là lý **Bất Nhị** MỘT là HAI, HAI là MỘT, cũng gọi là **Chân Như**, **Lý Sự viên dung** (Lý thuộc pháp tánh, pháp thể; Sự thuộc pháp tướng, pháp dụng). Người có tuệ giác quán thấy rõ ràng **Sự Thật Như Vậy**: Chỉ bám vào pháp tướng tức căn cứ vào áo quần mặc che thân là kẻ vô minh *chấp tướng*, đây là trường hợp nhận thức bằng *Vọng Tâm, Tâm Phân Biệt*. Áo quần nói đây là tiền tài, địa vị xã hội, quyền thế...nói chung là *pháp tướng*. Căn cứ vào áo quần mà đánh giá con Người thì có hơn có kém, có giàu sang có nghèo hèn. Nếu *cởi hết ra* Phật học gọi là *Ly Tướng* thì con Người *bình đẳng* ai cũng mình trần như ai, đây là trường hợp nhận thức bằng *Chân Tâm, Giác Tâm, Tâm Vô Phân Biệt.*

Trường hợp dẫn chứng ai cũng thực chứng được dễ dàng lý Vô Thường và Lý Vô Ngã: Thức ăn dùng để nuôi sống con Người hay động vật khác. Tên gọi *Thức ăn* đã hàm ý được *Người* hay động vật nào khác *ăn*. Người là *Chủ thể*, là NĂNG, thức ăn là *Đối thể,* là SỞ. Khi nhận thức được hai thứ NĂNG và SỞ khác nhau, đó là Tâm Phân Biệt suy luận theo lý Nhị Nguyên thuộc Vọng Tâm. Khi nhận thức không có NĂNG và không có SỞ, **Hai** thứ chỉ là **Một**, đó là Tâm Vô Phân Biệt nhận thức trực tiếp theo lý Nhất Nguyên thuộc Chân Tâm, *Vạn pháp đồng nhất thể*. Dẫn chứng cụ thể: Trước khi ăn, Người đóng vai chủ động và Thức ăn đóng vai *ngoại vật* ở ngoài con người, Người và Thức ăn là **hai vật thể** khác nhau. Sau khi ăn, Thức ăn đã *nhập vào* con Người theo đường tiêu hóa, từ miệng xuống dạ dày, ruột non, ruột già; trong thời gian này Người và Thức ăn là **một thể** duy nhất: Thức ăn trở nên một thành tố cấu tạo nên hình thể thân xác con Người giống như thịt xương, máu mủ...Khi đã tiêu hóa, Thức ăn bị đào thải ra ngoài, bài tiết thành phân và nước tiểu, khi đó *Một* thể là cái TA trở lại thành *Hai* gồm có cái TA và cái KHÔNG PHẢI TA ở ngoài TA. Lý **Hai mà Một**, **Một mà Hai** là như vậy.

Đối Trị

Một cách đại cương các pháp môn chia làm hai loại chính nhằm mục đích giữ gìn nuôi dưỡng điều Thiện và diệt trừ điều Ác. Loại gìn giữ nuôi dưỡng điều Thiện gọi là *Bảo trì môn* hay *Bảo môn*, loại diệt trừ điều Ác gọi là *Đối trị môn* hay *Đối môn.* Tâm con Người coi như mảnh vườn, Phật học gọi là *Vườn Tâm*, người hành trì Đạo pháp là người trồng cây cần hai thứ: Phân bón và Thuốc trừ sâu. Phân bón coi như Bảo trì môn; Thuốc trừ sâu coi như Đối trị môn. **Đại tử là đối trị môn rất mạnh** có hiệu năng loại trừ tận diệt những ác căn trong Tâm con Người một cách trọn vẹn và tức khắc.

Vì lý do vừa kể, chỉ hành giả thuộc bậc thượng căn mới ứng dụng được đối trị môn này và đem lại kết quả như ý. Hành giả thuộc hạng hạ căn hay trung căn chưa đủ đạo lực để thực chứng đạt được điều sở cầu, nhất là thành phần yếu kém về định lực và tuệ lực. Thuốc trừ sâu rất mạnh, nếu không dùng cho đúng cách sẽ làm cho *chết cây* thay vì giúp ích cho cây tươi tốt. Do đó người khéo tu ứng dụng pháp môn Đại tử cần sự hướng dẫn của bậc Sư tăng hay Thiện trí thức để tránh sự lầm đường lạc lối rơi vào *Tà đạo Ma giáo*, coi đời sống thực tế là ảo tưởng không có Chân lý để noi theo, con Người không có Chân Tâm Thanh Tịnh. Làm Người ai cũng ham sống sợ chết, đối trị môn này lại dạy cách TẬP CHẾT, mới nghe như nghịch lý với tâm thế gian. Có hành trì và thực chứng hành giả mới thông suốt **Tập Chết để rồi Tái Sanh**, để chuyển nghiệp Giải Thoát, đổi cách sống của mình.

Vận Hành Nguyện Lực

Con Người sống ở thế gian do nguồn *Sinh lực* cung ứng, khi nguồn sinh lực khô cạn không còn nữa con Người sẽ chết tức là mạng vong chấm dứt sự sinh tồn. Trong đời sống con Người sinh hoạt trong cộng đồng xã hội là *Tạo Nghiệp* gồm cả ba nghiệp: Thân nghiệp, Khẩu nghiệp và Ý nghiệp. Trong khi tạo nghiệp kẻ vô minh làm cả điều Thiện điều Ác, do đó có Nghiệp lành Nghiệp dữ lúc gieo nhân. Gieo Nhân lành dẫn đến Quả Phúc, gieo Nhân dữ dẫn đến Tai Họa. Theo lý Nhân Quả, *Họa hay Phúc là do chính mình tạo nên* không phải là điều MAY RỦI do sự ngẫu nhiên đưa tới hay do *quyền năng thiêng liêng* của vị thần linh nào quyết định. Khả năng Tạo Nghiệp gọi là NGHIỆP LỰC. Người khéo tu phát nguyện nhất tâm làm điều lành tránh điều dữ, vận dụng ý chí và nghị lực hành trì Chánh pháp. Trong trường hợp này Nghiệp lực gọi là NGUYỆN LỰC, người phát nguyện vận dụng nội lực **làm chủ việc định nghiệp cho mình**, không do một *ngoại lực* nào.

So sánh Chết thực sự với Tập chết có điểm khác biệt rõ ràng như sau:

Chết thực sự nói chung là sự sống chết do **Nghiệp lực** hướng dẫn và vận hành. Vì lý do này đời sống con Người có danh xưng là *thời gian thọ nghiệp thế gian* kể từ khi đầu thai trong bụng mẹ cho đến khi tử vong từ giã cõi trần. Thọ yểu, sướng khổ, vui buồn đều do *Nghiệp lực* định đoạt dù nghiệp lành hay nghiệp dữ. Khi bắt đầu thọ nghiệp thế gian đầu thai trong bụng mẹ gọi là LẬP MỆNH, khi từ giã cõi trần gọi là MỆNH CHUNG. Người hành trì Chánh pháp thì tạo được *Chánh Nghiệp*, do đó lập được *Chánh Mệnh*. Kẻ mê lầm rơi vào Tà đạo thì tạo nên *Tà Nghiệp*, do đó lập nên *Tà Mệnh*. Khi mệnh chung chấm dứt thời gian thọ nghiệp thế gian, con Người TÁI SANH bắt đầu **một đời sống mới** khởi sự bằng sự đầu thai vào bụng mẹ là người đàn bà khác không phải người đàn bà cũ trong đời sống vừa mới qua. Trường hợp tái sanh này vẫn do *Nghiệp lực* dù có thay đổi, nặng thêm do làm nhiều điều

Ác hay nhẹ bớt đi do làm nhiều điều Thiện trong đời sống mới vừa qua. Đây là lý *Sinh Tử Luân Hồi Nghiệp Báo* theo diễn trình Sinh Tử Tử Sinh.

Tập chết là đóng vai *Giả Chết* và *Tái Sanh* trong trường hợp này là *Giả Tái Sanh*, thời gian thọ nghiệp thế gian vẫn liên tục không bị gián đoạn chuyển sang đời sau kế tiếp. Ở đây TÁI SANH khác với trường hợp HỒI SANH (cũng gọi là Phục Sanh): Tái Sanh là *sống lại ở đời kế tiếp* sau khi đã chết, Hồi Sanh là *sống lại ở ngay tại đời hiện tại* sau khi đã chết một thời gian như trường hợp người bệnh đã chết sau được cứu sống trở lại. Chết thực sự và Tái Sanh đều do **Nghiệp lực** vận hành, Tập Chết và Giả Tái Sanh đều do **Nguyện lực** vận hành khi nhập xuất Thiền Định. Tập Chết và Tái Sanh là **rút ngắn diễn trình Luân Hồi** trong đời hiện tại thay vì phải trải dài trong nhiều đời kế tiếp nhau. Đây là trường hợp *Đốn Giác Đốn Ngộ* trên đường Giải Thoát tức khắc ra khỏi Tam giới (Dục giới, Sắc giới và Vô Sắc giới).

KẾT LUẬN

Trong số các pháp môn Thiền quán Đại Tử Nhất Phiên có nhiều điểm đặc thù *siêu việt*, vừa có tính cách **Tổng Trì** vừa có công năng **Đối Trị** cực mạnh, có **diệu ứng toàn diện**. Người khéo tu cần có Chân Sư hay Thiện Trí Thức chỉ dẫn để tránh lạc vào Tà đạo Ma giáo. Đây là thứ thuốc sát trùng *cực mạnh* diệt trừ hết TẤT CẢ các loại vi trùng phá hoại Chân Tâm con Người, nhưng nếu không dùng đúng cách sẽ gây nên PHẢN ỨNG PHỤ khôn lường như loạn tưởng dẫn đến hội chứng bệnh tâm thần.

Đạo Phật là đạo Giải Thoát, tự giác giác tha, tự độ độ tha. Trên tiến trình Giải Thoát có nhiều tông phái, nhiều pháp môn coi như PHƯƠNG TIỆN di chuyển. Điểm khởi hành là lúc khởi Tín Tâm và Hành Trì Chánh Pháp, điểm tới là khi chứng ngộ viên mãn Đạo quả. Điểm khởi hành và điểm tới đích chỉ có MỘT, *ai cũng giống ai* nhưng phương tiện di chuyển thì có NHIỀU: Hành giả khéo tu cần *tùy duyên* chọn phương tiện cho *thích ứng khế hợp* với căn cơ cảnh ngộ của mình có tính cách riêng biệt *không ai giống ai.* Ví dụ cụ thể như đi bộ, dùng xe hơi, tàu thủy, phi cơ...Pháp môn Đại Tử Nhất Phiên hàm ý *Tận Diệt Nhất Phiên, Tịch Diệt Niết-bàn* nói nôm na là *Phá Trừ Tất Cả, Tiêu Diệt Dứt Khoát*... Ví dụ cụ thể về phương tiện di chuyển, đây là phi cơ siêu thanh cực nhanh.

Rủ nhau cùng tu là rủ nhau *nhất tâm cất bước khởi hành*, không nên hấp tấp bất đạt rủ nhau cùng dùng *một phương tiện di chuyển* cho vui tình đồng đạo, nhất là dùng phi cơ siêu thanh cực nhanh như pháp môn nói trong bài này.

33 HỘ NIỆM

Theo giáo lý Phật học Tịnh Độ tông pháp môn NIỆM PHẬT, một niệm của hành giả lúc lâm chung có *tầm quan trọng rất lớn* đối với nơi sẽ đi đến ở đời sau kế tiếp. Đó là **Cận tử nghiệp** tức cái nghiệp do hành giả tạo tác lúc gần chết. Tất cả có ba nghiệp là *thân nghiệp, khẩu nghiệp* và *ý nghiệp*. Ba nghiệp này dẫn dắt con Người **từ Nghiệp Nhân đến Nghiệp Quả**.

Trong cuộc sống thực tế, hành giả lúc lâm chung sắp lìa đời thời gian ngắn ngủi so với toàn thể thời gian cuộc sống, cử động thân xác và nói năng đều suy giảm, mệt nhọc, yếu ớt, do đó thân nghiệp và khẩu nghiệp không còn năng lực tác động đáng kể như lúc khỏe mạnh bình thường. Trong lúc đó, *ý nghiệp vẫn tiếp tục hoạt động*, ngay cả lúc phổi không còn thở, tim không còn đập, thân xác đã lạnh dần, thức thứ sáu (Ý thức) đã hôn mê hay ngưng hẳn. Thức thứ tám (A-lại-da thức, dân gian thường gọi là Thần thức hay Thần hồn) vẫn hoạt động khi chưa lìa khỏi xác và sau khi đã xa lìa khỏi xác nhưng chưa đi đầu thai vào thân sau ở đời sống kế tiếp. Trong thời gian này gọi là thời kỳ **Thân trung ấm** hồn đã lìa khỏi xác nhưng còn *bơ vơ, hoang mang, sợ hãi* chưa rõ sẽ đi về đâu. Phật học gọi là *thân mệnh* đã cáo chung thường gọi là *mệnh chung* tức là *chết*, nhưng *thân nghiệp* vẫn hoạt động, không dứt hẳn. Cận tử nghiệp được tạo tác trong thời kỳ thân trung ấm này có *hiệu năng rất lớn* đối với đời sống của hành giả ở đời sau kế tiếp. Hành giả cần *giữ vững Chánh Niệm*, do đó **cần có sự Hộ Niệm lúc lâm chung.**

1 VAI TRÒ CỦA BAN HỘ NIỆM

Theo từ ngữ, HỘ có nghĩa là giúp đỡ, che chở như *ủng hộ*, *hộ vệ*, NIỆM có nghĩa là đọc lên dù là đọc thầm để ghi nhớ trong lòng như *tụng niệm*, *niệm*

Phật. Trong Phật học, HỘ NIỆM có nghĩa đầy đủ tùy theo từng cảnh duyên khác nhau:

Đối với người chưa tin Phật Pháp, hộ niệm là đem giáo lý giảng cho họ phát khởi tín tâm, luôn luôn tưởng nhớ đến điều lành.

Đối với người mới khởi phát tín tâm thì tùy tiện giáo hóa cho họ tinh tấn tu hành.

Đối với người đã có công phu hành trì đạo pháp lâu dài thì giúp cho họ tiến lên đạt tới bậc bất thối, không bao giờ trở lui buông bỏ đạo pháp.

Đối với kẻ bệnh hoạn thì cầu nguyện cho họ mau lành, tránh khỏi mọi tai ương.

Đối với kẻ lâm chung thì cầu nguyện cho tâm thức họ được minh mẫn, biết tưởng nhớ đến Phật và Pháp để khỏi đọa vào ác đạo khi tử vong.

Trong các kinh Phật thường có ghi: Ai thường đọc tụng kinh Phật thì được chư Phật, chư Bồ-tát, chư Tiên và Quỷ Thần *hộ niệm*, giữ gìn, che chở cho dễ bề tu học. Trong kinh A-di-đà, đức Phật có phán với ông Xá-lợi-phất rằng: Như có thiện nam, thiện nữ nào nghe được Kinh này mà thọ trì, và cũng nghe luôn danh hiệu chư Phật thì những thiện nam, thiện nữ ấy đều được tất cả chư Phật *hộ niệm*, đều chẳng thối bước đối với quả Phật.

Ngoài các kinh vừa kể nói về pháp môn niệm Phật còn có tác phẩm Niệm Phật Thập Yếu trình bày quan điểm của nhiều bậc cao tăng, đại sư cũng nói đến Hộ niệm lúc lâm chung. Quan điểm này trình bày *chi tiết cụ thể* về *phương cách hành trì hơn là lý giải* trong các kinh về giáo pháp thâm diệu của môn tu niệm Phật. Mười điều Niệm Phật gồm có:

1. Giải thoát sanh tử.

2. Phát tâm Bồ-đề.

3. Dứt trừ nghi tâm.

4. Phát nguyện Vãng sanh.

5. Hành trì thiết thực.

6. Đoạn tuyệt phiền não.

7. Khắc kỳ cầu chứng nghiệm.

8. Bền lâu không gián đoạn.

9. An nhẫn các chướng duyên.

10. Dự bị lúc lâm chung.

Trong Phật học, ban HỘ NIỆM còn có danh xưng gọi là đoàn NIỆM PHẬT SỨC CHUNG hay đoàn LIÊN HỮU TRỢ NIỆM. Chữ Hán *Sức* có nghĩa là làm cho nghiêm chỉnh, đẹp đẽ hơn như *trang sức*; *Chung* có nghĩa là chót hết, cuối cùng như *lâm chung*, *mệnh chung*, diễn ý sự chấm dứt đời sống; *Trợ* có nghĩa là giúp đỡ như *cứu trợ*, *viện trợ*. SỨC CHUNG hay TRỢ NIỆM có nội dung tương tự như HỘ NIỆM.

Tầm quan trọng của việc cần thiết có sự hộ niệm như sau:

Trong lúc lâm chung tình trạng thập tử nhất sanh, hành giả rất khó giữ vững được chánh niệm như trong những lúc khỏe mạnh bình thường. Tâm thức thường *bị những vọng niệm làm chao đảo*: Có niệm tham thì chìm vào ngạ quỷ, có niệm sân thì đọa xuống địa ngục, có niệm si thì trở thành súc sanh, cảm ứng những ràng buộc thế tục như ái dục, thương nhớ thì trở lại cõi trần ai uế trọc, **chỉ có giữ được chánh niệm vững chắc, rõ ràng mới hội đủ điều kiện được vãng sanh về cõi Tịnh Độ**. Người thiện học quan tâm đến **cận tử nghiệp** được tạo tác trong thời gian lâm chung của bệnh nhân rất ngắn ngủi so với toàn thể đời sống con người ở thế gian.

Tu là CHUYỂN NGHIỆP, từ dữ sang lành, từ vô tánh sang lành, từ lành ít sang lành đầy đủ để viên mãn Phật quả. Tu là hành trì chánh pháp dù theo tông phái nào cũng bắt đầu *từ lúc hành giả khởi phát tín tâm và nương theo lời Phật dạy cho đến lúc mệnh chung*. Nhưng sự chuyển nghiệp bắt đầu từ lúc con người thọ nghiệp thế gian, nghĩa là từ lúc đầu thai còn nằm trong bụng mẹ cho đến khi đầu thai ở thân sau thuộc đời sống kế tiếp, không phải chỉ đến lúc mệnh chung là chấm dứt. Trong thời gian từ lúc mệnh chung đến lúc đi đầu thai ở thân sau, *con người vẫn tiếp tục chuyển nghiệp*. Đây là thời kỳ **thân trung ấm**, phần cảm ứng vẫn tồn tại dù đã rời khỏi thân xác. Nói cách khác, **thời gian chuyển nghiệp là thời gian thọ nghiệp thế gian**, dài hơn đời sống con người kể từ lúc lọt long mẹ cất tiếng khóc chào đời cho đến lúc thở hơi cuối cùng. *Sự thọ nghiệp thế gian có trước lúc chào đời và kéo dài sau khi tắt thở.*

Động năng chuyển nghiệp gồm có hai nguồn lực dung thông nhau:

Tha lực từ bên ngoài hành giả *gia hộ* cho người tu đạo. Đây là nguồn trợ lực của chư Phật, chư Bồ-tát ban ân cứu độ chúng sanh trong cõi Ta-bà Uế Độ.

Tự lực cũng gọi là **Nội lực** ở chính ngay tự thân của hành giả đã công phu tinh tấn hành trì Đạo pháp trong cuộc sống hàng ngày.

Nguồn tự lực này đã *suy giảm* khi hành giả bị bệnh ở thời điểm lâm chung, tâm thức vọng động chao đảo, hoang mang lo sợ không còn giữ vững được Chánh Niệm. Việc hộ niệm trong thời điểm này là *một dạng tha lực* do ban hộ niệm cung ứng đã **phụ giúp cho hành giả không xa rời Chánh Niệm, nhất tâm niệm Phật.**

2 NHỮNG VIỆC CẦN THỰC HIỆN

Trong gia đình Phật tử khi có thân nhân lâm bệnh nặng muốn được hộ niệm lúc lâm chung, gia đình thông báo cho ban Hộ Niệm tại ngôi chùa gia đình thường xuyên đến lễ Phật. Một ủy viên trong ban Hộ Niệm liền đến thăm bệnh nhân để xem xét và xác định tình trạng đã đến lúc cần có sự hộ niệm. Sau đó các ủy viên trong ban Hộ Niệm lần lượt niệm Phật một cách liên tục cho đến khi bệnh nhân tắt thở, toàn thân đã lạnh. Đây là giai đoạn đầu trong số ba giai đoạn (nói đầy đủ ở sau). Bệnh nhân nhờ thế mà trừ bỏ vọng tâm, nhất tâm tưởng niệm Chánh pháp trong lúc vãng sanh về cõi Phật. Sau đây là những việc cụ thể cần thực hiện:

Trần thiết

Trong phòng kê một cái bàn có đặt hình tượng **Tây phương Tam Thánh** gồm *Phật A-di-đà* ở giữa, bên trái Phật là *Quán Thế Âm Bồ-tát*, bên phải Phật là *Đại Thế Chí Bồ-tát*. Hình vẽ trên giấy hay tượng bằng gỗ, kim loại hay đất đều được. Trường hợp không có đủ Tam Thánh, chỉ một hình tượng Phật A-di-đà cũng được.

Trên mặt bàn đặt một lư hương hay bát hương, một đôi chân đèn cầy (chân nến), một bình hoa, một đĩa trái cây, một cái chuông nhỏ và một cái khánh.

Dặn dò gia quyến

Khuyên gia quyến giữ *không khí trang nghiêm*, *yên tịnh*, không cười nói lớn tiếng, đi đứng vội vàng... Mọi động tác nên nhẹ nhàng, chậm rãi. Không nói chuyện thế sự có thể làm người bệnh quan tâm đến. Không nói những chuyện buồn phiền về gia cảnh, không hỏi về hậu sự của gia đình hay bất cứ điều gì có thể khơi dậy *tình cảm thế tục trong tâm người bệnh.*

Dù người bệnh vừa chết, gia quyến không nên khóc than vì người bệnh chỉ mới chấm dứt hơi thở nhưng thức thứ tám tức A-lại-da thức chưa lìa thân xác. Thân nhân *vẫn tiếp tục niệm Phật* cho đến khi toàn thân người quá vãng đều lạnh toát, sau đó mới thực hiện những việc cần thiết như lau xác, thay áo, tẩm liệm, nhập quan, khóc lóc v...v...Thời gian vẫn tiếp tục niệm Phật này thường kéo dài từ 3 giờ đến 8 giờ **rất cần thiết** nhằm mục đích giúp cho người vừa tắt hơi thở được **an thuận vãng sanh về cõi Tây phương Tịnh Độ**. Chỉ sau thời gian này A-lại-da thức mới lìa thân xác, người đã tắt hơi thở mới không còn cảm thức gì nữa, nghĩa là mới *thực sự chết hẳn*. Nếu trong khoảng thời gian ngắn ngủi này tâm thức người đã tắt hơi thở bị vọng động do phiền não, tình cảm thế tục thì đương sự sẽ *bị đọa vào ba ác đạo súc sanh, ngạ quỷ hay địa ngục*. Sau khi toàn thân người quá vãng lạnh toát, nếu tay chân có lạnh cứng, gây khó khăn cho việc tẩm liệm, nên đắp nước nóng quanh chỗ khớp xương thì có thể chỉnh lại dễ dàng cho ngay ngắn.

Dẫn giải sự kiện vừa trình bầy một cách dễ hiểu hơn: *Khi tắt hơi thở, tim không đập nữa, con người mới chỉ mới chết có phần THÂN XÁC nhưng cảm thức tâm linh vẫn còn tiếp tục hoạt động vận hành chuyển nghiệp đương sự; chỉ khi A-lại-da thức lìa khỏi thân xác, con người mới chết nốt phần TÂM LINH, linh khí vận hành chuyển nghiệp mới không còn hoạt động nữa.*

Dặn dò người lâm chung

Những người hộ niệm dùng lời hòa ái khuyên người lâm chung buông bỏ tất cả mọi sự, đừng khởi tạp niệm, chỉ chuyên làm một việc **nhất tâm niệm Phật**. Nếu đương sự còn giữ tâm thức hoang mang lo sợ không rõ sắp sửa đi về đâu, cần khéo léo giãi bày cảnh *trang nghiêm tịnh lạc* ở cõi Tây phương Cực Lạc để đương sự được thanh thả yên tâm bước qua cửa tử.

Cứu độ thân trung ấm

Thân trung ấm là thần thức (chỉ năng lực linh ứng của A-lại-da thức) của người vừa tắt thở tuy đã lìa thân xác nhưng chưa đi đầu thai vào thân sau ở đời sống kế tiếp. Thân trung ấm (dân gian thường gọi là vong linh người mới chết) còn lưu luyến thân xác vẫn quanh quẩn trong không khí gia đình tang quyến. Trong thời gian này gọi là thời kỳ thân trung ấm, vong linh người mới chết vẫn nhận biết mọi sinh hoạt của mọi người thân như lau rửa thân thể, mặc áo cho mình, khóc than...Lúc này những người sống cần biết thần thức người mới chết đang trải qua tâm trạng buồn thảm, kinh ngạc, ngờ vực, lo sợ...vì *chưa bao giờ có tâm trạng như vậy*. Đây là lúc ban hộ niệm cần **cứu độ thân trung ấm** bằng cách vẫn nên nói pháp, khuyên họ dứt bỏ tham ái, chuyên chú nhất tâm niệm Phật, cầu vãng sanh Tịnh Độ. Sự cứu độ thân trung ấm của người mới chết trong lúc này vẫn *tiếp tục có hiệu năng gia hộ cho họ thanh tịnh hóa tâm thức để dễ dàng vãng sanh cõi Phật.*

Nội dung bài này không nói đến **những trường hợp tử vong bất thường** như bị ngộ sát, bị tai nạn chết ngay tại chỗ...và **những trường hợp đặc biệt** không cần đến sự hộ niệm, vãng sanh một cách an nhiên tự tại như biết trước ngày giờ ra đi, tắm gội sạch sẽ, lễ cáo gia tiên, từ biệt thân hữu hoặc tĩnh tọa niệm Phật, miệng nói kệ, mắt thấy cảnh giới Cực Lạc đang chờ đón mình, dung mạo vui mừng cho đến khi mệnh chung.

Trong những trường hợp lâm chung thông thường, việc hộ niệm gồm có ba giai đoạn như sau:

Giai đoạn tâm thức người bệnh vẫn còn tỉnh táo

Sự hộ niệm giúp cho người bệnh **quán chiếu tỏ tường lý luân hồi sanh tử**: Mệnh chung chỉ là *kết liễu một thời quả báo*, xả thân này để lại đi đầu thai thọ thân khác, không có nghĩa chết là hết như dân gian thường nói, *mạch nguồn nghiệp lực vẫn tiếp tục vận hành*, không có lúc nào ngừng dứt. Sanh lão bệnh tử là lẽ đương nhiên của trời đất, không ai tránh được. Do đó tâm thức cần được thanh tịnh lúc mãn phần, rời thân này sang thân khác giống như đổi địa chỉ, rời nhà này sang ở nhà khác.

Giai đoạn tâm thức người bệnh đã hôn mê

Sự hộ niệm giúp cho tâm thức người bệnh *không bị vọng động* trong khi thân xác đang dần dần hết sanh khí, không còn sống nữa. Nhờ đó tâm thức người bệnh tránh được sự lo âu, sợ hãi.

Giai đoạn cứu độ thân trung ấm

Giai đoạn này bắt đầu từ lúc A-lại-da thức, dân gian thường nói là *hồn lìa khỏi xác*, kéo dài cho đến lúc *đi đầu thai ở thân sau*. Nói cách khác, giai đoạn này bắt đầu từ lúc toàn thân người mãn phần đã lạnh, không còn hơi nóng ở chỗ nào cho đến hết 49 ngày. Thời gian 49 ngày là một quy ước trung bình cho mọi người, có những *ngoại lệ*, có người ít hơn hay nhiều hơn tùy theo *nghiệp lực quả báo* của từng người. Người gieo nhiều nhân lành có thời gian ngắn hạn hơn, người gieo nhiều nhân dữ có thời gian dài hạn hơn.

Việc hộ niệm trong giai đoạn cứu độ thân trung ấm thường thể hiện dưới nghi thức lễ an táng và lễ 49 ngày, cũng gọi là lễ Thất tuần. Trong nghi thức lễ Thất tuần, việc hộ niệm không thực hiện liên tục như ở hai giai đoạn 1 và 2 mà ở một ngày nhất định thường là chủ nhật.

3 DẤU HIỆU BÁO SẼ TÁI SANH VỀ CÕI NÀO

Trong thân xác người mãn phần, thần thức thoát ra ở chỗ nào thì chỗ đó *còn hơi nóng sau cùng* trong khi các chỗ khác đều đã lạnh. Căn cứ vào điểm nóng sau cùng, thân nhân có thể biết **người mãn phần sẽ tái sanh trở lại ở đời sau vào cõi nào** do nghiệp lực dẫn tới theo lý Luân hồi Quả báo:

– Đảnh đầu nóng sau cùng, sẽ sanh vào cõi Cực Lạc, cõi Thánh, cõi Phật.

– Mắt nóng sau cùng, sẽ sanh về Thiên giới tức cõi Trời, cõi Tiên.

– Tim nóng sau cùng, sẽ sanh về Nhân giới tức cõi Người thế gian.

– Bụng nóng sau cùng, sẽ đọa xuống cõi Ngạ Quỷ.

– Đầu gối nóng sau cùng, sẽ đọa xuống cõi Súc Sanh.

– Lòng bàn chân nóng sau cùng, sẽ đọa xuống Địa ngục.

Nói một cách tổng quát, hơi nóng trong thân xác người mãn phần thoát dần ra ngoài theo chiều hướng *từ dưới lên trên*, từ lòng bàn chân lên đến đảnh đầu, người mãn phần sẽ tái sanh vào **thiện đạo**. Nếu hơi nóng *từ trên xuống dưới*, từ đảnh đầu xuống đến lòng bàn chân, người mãn phần sẽ tái sanh vào **ác đạo.**

KẾT LUẬN

Cuộc sống con Người là *thọ nghiệp thế gian*, mạch sống lưu thông vận hành do NGHIỆP LỰC dẫn dắt theo lý Luân hồi Quả báo. Nghiệp lực do **Tha lực** của chư Phật, chư Bồ-tát ban ân cứu độ chúng sanh và **Tự lực** của hành giả do công phu tự giác tự độ tạo nên. Đến lúc lâm chung, nguồn Tự lực suy giảm cần được *phụ giúp* để hành giả giữ vững Chánh Niệm khi vãng sanh về cõi Phật. Nguồn Tha lực phụ giúp này là sức HỘ NIỆM, là nguồn **Trợ lực** cần thiết cho mọi chúng sanh khi lìa bỏ cõi trần.

Nguồn Trợ lực này có hay không, mạnh hay yếu tùy thuộc vào hai yếu tố: **Chánh Nhân** tức Tự lực của hành giả và **Trợ Duyên** tức Trợ lực của ban Hộ Niệm. *Có Nhân và Duyên hội lại mới thành Nghiệp để chuyển vần theo Luân hồi Quả báo.* Quán đầy đủ **Nhân**, **Duyên** và **Quả báo** tất hiểu tường tận vai trò và tầm quan trọng việc Hộ Niệm trong đời sống con Người vào giai đoạn chót ở thế gian.

PHỤ CHÚ

Một trường hợp điển hình

Trích trong truyện *Cận Đại Vãng Sanh truyện.*

Ông Dương Liên Hàng người tỉnh Triết Giang, nhà nghèo, làm nghề buôn bán, ít học nhưng *giải ngộ Phật pháp* lại hơn người.

Tháng 9 năm Quý Hợi, ông theo các đạo hữu cùng nhau làm lễ phát nguyện *Phát Bồ-đề tâm*. Mùa xuân năm sau ông bị bệnh bèn lén phá giới bất sát và xa dần các đạo hữu.

Bệnh nặng thêm, ông tự biết không khỏi được. Ngày 8 tháng 7 ông lễ Phật, chí thành phát lộ, gieo mình sám hối và từ đó ông *nhất tâm niệm Phật chờ chết*. Các đạo hữu biết sự tình đến thăm và từ ngày rằm các đạo hữu luân phiên đến trợ niệm. Từ đó, tinh thần ông dần dần thanh sảng, thân thể mạnh khỏe.

Đến ngày 17, thấy ông vẫn tươi tỉnh khỏe mạnh như thường, tin rằng ông đã hết bệnh, các đạo hữu ngưng hộ niệm sắp sửa về nhà. Ông thấy yên lặng, hộ niệm đã dứt bèn kêu lên: *Trong giấc mộng, tôi thấy quang minh như năm sáu ngọn đèn điện, tôi chưa đến được Tây phương, cần phải nhờ các đạo hữu hộ niệm suốt đêm nay.*

Mọi người nghe nhận thấy có ý lạ bèn cùng nhau to tiếng niệm Phật. Nửa giờ sau, ông bỗng cười và nói: *Tôi đã đến Cực Lạc. Ôi! Hoa sen đẹp quá! Ôi! Ao báu rộng lớn quá! Quang minh sáng đẹp quá*! Sau đó, ông nằm yên không cử động trong khi các đạo hữu vẫn tiếp tục hộ niệm, hai mắt ông chăm chú nhìn tượng Phật đặt trên bàn trước giường bệnh. Đến sáng sớm ngày 18 hai mắt ông mới nhắm dần dần và trút hơi thở cuối cùng. Việc hộ niệm vẫn tiếp tục. Đến 10 giờ trưa, mọi người cùng khám thân xác ông thấy mọi chỗ đều lạnh, *chỉ trên đỉnh đầu còn ấm nóng.* Ông đang vãng sanh về nơi Cực Lạc ở tuổi 30. Đây là dấu hiệu được *siêu phàm nhập Thánh.*

Kết quả tốt đẹp này do hai điều kiện:

1. TRỢ DUYÊN

– Giúp người lúc lâm chung dứt bặt hết tất cả sự bận tâm như gia cảnh, sự nghiệp, quyến thuộc khóc than…

– Ban hộ niệm phải chí thành tâm niệm đúng pháp.

2. CHÁNH NHÂN

– Người sắp chết phải quên hết tất cả việc thế gian.

– Phải nhất tâm tha thiết niệm Phật như trẻ thơ rớt xuống hố sâu mong mẹ đến cứu.

34 NHẤT TÂM NIỆM PHẬT

Niệm Phật là yếu chỉ của **Tịnh Độ tông**, là pháp môn rất quen thuộc trong giới Phật tử, được thực hành bằng sáu tiếng **Nam-mô A-di-đà Phật**, chữ Hán gọi là *Lục tự Di-đà*. Theo từ ngữ, NIỆM là *nghĩ đến và ghi nhớ lấy, lưu lại trong tâm*; NHẤT TÂM là *chỉ có một đối tượng trong tâm thức,* không nghĩ đến một đối tượng thứ hai nào khác, có nghĩa như CHUYÊN TÂM.

Về mặt hành trì, hành giả cần thấu hiểu tường tận *liễu nghĩa* bốn chữ NHẤT TÂM NIỆM PHẬT ngõ hầu mới đạt được đạo quả viên mãn là vãng sanh Tây phương Cực Lạc. Sau đây là một tài liệu trong lịch sử Phật giáo Trung quốc dẫn giải pháp môn Tịnh Độ rõ ràng hữu ích cho việc hành trì.

Ưu Đàm Tông Chủ họ *Tưởng,* người Đơn Dương, xuất gia ở Lô Sơn Đông Lâm Tự. Đầu năm Chí Đại triều Nguyên, có chiếu chỉ truyền bãi bỏ Liên Tông. Ngài liền lễ Phật phát nguyện quyết tâm khôi phục lại, soạn bộ *Liên Tông Bửu Giám* gồm có mười quyển. Khi soạn xong, Ngài đưa đi cầu chứng giám khắp các bậc thạc đức, ai cũng tán thành không đổi một chữ. Ngài dâng sách lên vua nhà Nguyên xin phục hồi lại Giáo pháp của Liên Tông. Triều đình chuẩn y và tôn Ngài làm **Tông Chủ,** phụng hiệu là Hổ Khê Tôn Giả. Bộ **Liên Tông Bửu Giám** có mấy đoạn khẩn yếu tóm tắt như sau:

Tịnh Niệm liên tục

Phàm người tu Tịnh Độ rõ ràng là phải đối địch sanh tử, *chẳng phải nói mà không làm*, phải coi đó là một **công cụ rất quan trọng** mà bổn phận mình phải làm cho xong. Nên nghĩ đến vô thường mau chóng, ngày tháng chẳng chờ ai. Nếu mà nửa tin nửa ngờ, nửa tiến nửa thối, lúc vô thường đến thời làm thế nào? Làm sao thoát khỏi luân hồi? Nếu là người tin thuận, thời bắt đầu *ngay từ ngày hôm nay* phát tâm đại dũng mãnh, phát chí đại tinh tấn. **Không luận ngộ lý không ngộ lý, không luận kiến tánh không kiến tánh**, cứ thẳng một mặt chấp trì một câu NAM-MÔ A-DI-ĐÀ PHẬT, vững chắc như dựa vào trái núi to, không gì làm lay chuyển được. Phải chuyên tâm, phải chú ý, hoặc tham cứu mà niệm, hoặc quán tưởng mà niệm, hoặc niệm luôn, hoặc mười niệm, hoặc chuyên niệm thầm, hoặc niệm ra tiếng, hoặc xướng niệm, hoặc lễ niệm... **Niệm nào cũng là Phật, tâm nào cũng không rời Phật**. Sáng cũng niệm, tối cũng niệm, đi cũng niệm, ngồi cũng niệm. Không để tâm niệm luống qua, niệm Phật không rời tâm. Tất cả giờ, tất cả ngày không được buông rời, kín đáo liền nhau. *Như gà ấp trứng phải cần hơi nóng nối tiếp luôn.* Niệm Phật như vậy gọi là TỊNH NIỆM LIÊN TỤC. Thêm dùng trí quan sát rõ ràng **Tịnh Độ chính là tự tâm**. Đây là công phu tấn tu của bậc thượng trí. Dầu gặp những cảnh duyên khổ hay vui, nghịch hay thuận cũng chỉ niệm A-di-đà Phật. Không một manh tâm biến đổi, không một chút niệm thối đọa, cũng không một mảy may tạp tưởng. Nhẫn đến hơi thở cuối cùng quyết không một niệm nào khác, chỉ mong mỏi được về Tây phương Cực Lạc Thế giới. *Dụng công được như thế thời vô minh nghiệp chướng tự nhiên tiêu mất, trần lao phiền não tự nhiên diệt hết*. Tất sẽ tận mắt thấy Phật A-di-đà, khi lâm chung chắc chắn vãng sanh bậc thượng phẩm.

Kiên trì Chánh Niệm

Nếu người niệm Phật mà phiền não chưa sạch, lúc tâm niệm xấu ác móng khởi **phải lập tức tự kiểm điểm.** Nếu có những tâm niệm như xan tham, sân hận, si ái, tật đố, khi dối ngã nhân, cống cao, ngã mạn, dua nịnh, tà kiến... *phải gấp to tiếng niệm Phật, nhiếp tâm nơi Chánh Niệm*, đừng để niệm xấu được tương tục cho đến lúc chúng tiêu diệt, không còn sức tái khởi nữa. Nếu có những tâm niệm tốt như thâm tín, chí thành, hồi hướng, từ bi, khiêm hạ, bình đẳng, phương tiện, nhẫn nhục, trì giới, hỷ xả, thiền định, tinh tấn, chánh trí... phải giữ gìn cho được tăng trưởng. Rất phải *nghiêm trì giới hạnh*, chớ làm việc quấy ác, chớ nuôi mèo chồn gà lợn, chớ làm nghề săn bắn lưới chài. Nên biết rằng các bậc *Thường Thiện Nhân nơi Cực Lạc* đều do vất bỏ tất cả điều ác, tu tập hạnh lành mà được *vãng sanh Tịnh Độ trụ bậc bất thối chuyển* nơi đạo Vô Thượng Bồ-đề. **Người niệm Phật phải học đòi theo Phật, coi việc bỏ dữ làm lành là nhiệm vụ của mình.**

Quán lý Vô Thường

Người niệm Phật muốn được vãng sanh Tịnh Độ phải thường nghĩ tất cả sự vật thế gian đều là VÔ THƯỜNG: Có thành tất có hoại, có sanh tất có tử, nếu không chuyên tu Phật pháp thời chết đây sanh kia, luân chuyển trong tứ sanh lục đạo không biết bao giờ được giải thoát. Nay ta có duyên lành được nghe Phật pháp, được tu tịnh nghiệp nên **chuyên tâm niệm Phật**, khi bỏ thân này sẽ vãng sanh Tịnh Độ vào trong hoa sen báu, thuần hưởng những điều vui thanh tịnh, thoát hẳn sanh tử nhiệm vận chứng quả Bồ-đề. Đó chính là *công vụ* của bậc Đại trượng phu. Khi vừa nhuốm bệnh, liền phủi sạch thân tâm không chút do dự, hướng về Tây phương chuyên tưởng A-di-đà Phật cùng Quán Thế Âm và Đại Thế Chí rồi nhất tâm niệm NAM-MÔ A-DI-ĐÀ PHẬT không ngớt tiếng. Đối với tất cả thế sự không được lo nghĩ đến, không được tham luyến. Nếu tạp niệm móng khởi phải gấp xưng niệm A-di-đà Phật và tha thiết cho được mau vãng sanh về Tịnh Độ. Được như vậy, quyết định vãng sanh. Nếu là mạng số chưa mãn thời *tự dặng lành mạnh.* Vì **nhất tâm niệm Phật có năng lực diệt được vô lượng tội chướng.** Cẩn thận *chớ sanh lòng lưu luyến thế gian.* Thân giả tạm này có còn thời còn, có hết thời hết, chỉ cầu cho được vãng sanh, không chút ngần ngại. Như cởi đồ dơ rách thay y phục sạch lành, vất bỏ thân phàm bước lên Phật địa, còn gì cao quý bằng!

Tín tâm chân thật

Sự tín tâm chân thật tu hành chính là vì muốn vãng sanh Cực Lạc thế giới nên **chuyên tâm trì niệm một câu A-di-đà Phật**. *Chỉ một niệm này là Bổn Sư của mình, chỉ một niệm này là hóa Phật, chỉ một niệm này là mãnh tướng phá địa ngục, chỉ một niệm này là bửu kiếm chém bày tà, chỉ một niệm này là đèn lớn soi tối tăm, chỉ một niệm này là thuyền to chở qua biển khổ, chỉ một niệm này là phương thuốc thần diệu của lương y, chỉ một niệm này là con đường tắt ra khỏi tam giới* **chỉ một niệm này là bổn tánh Di-đà, chỉ một niệm này là duy tâm Tịnh Độ.** Cố gắng làm sao ghi rõ một câu A-di-đà Phật này khắng nơi lòng chớ cho quên lãng. *Niệm niệm thường hiện tiền, niệm niệm chẳng rời tâm. Vô sự cũng niệm như vậy, lúc hữu sự cũng niệm như vậy, an vui cũng niệm như vậy, bịnh khổ cũng niệm như vậy, sống cũng niệm như vậy, chết cũng niệm như vậy.* Một niệm rành rành không mê mờ như vậy thời cần gì hỏi thăm người để dò đường về nhà ư!

Sau khi mãn nhiệm việc hoằng pháp, Ngài Ưu Đàm Tông Chủ an tường viên tịch vào năm Chí Thuận nguyên niên.

KẾT LUẬN

Trường hợp chứng ngộ giáo pháp NIỆM PHẬT có rất nhiều trong lịch sử Phật giáo, bao gồm đủ mọi thành phần tăng và ni, thiện tín nam và nữ. Ưu

Đàm Tông Chủ là bằng chứng điển hình trong số chư tăng đã ngộ đạo vãng sanh về Tây phương Cực Lạc.

Diệu năng đạo lực được dẫn giải như sau: Đây là trường hợp tối ưu do *sự khế hợp viên dung* của **Tự lực** ở hành giả niệm Phật và **Tha lực** ở Phật A-di-đà. Người sơ tâm đã ngộ nhận đáng tiếc là chỉ tin pháp môn NIỆM PHẬT có một Tha lực ở Phật A-di-đà, *không có Tự lực ở hành giả*, cho rằng người niệm Phật chỉ tiêu cực thụ động cầu mong Phật độ. Thực ra người niệm Phật cần phải vận hành Tự lực, tự giác tự độ thì mới **tương ưng** với sự cứu độ của Phật. Hành giả tâm phàm như người ngã xuống giếng nước sâu, không tự lên được bờ giếng. Phật như người trên bờ sẵn sàng giơ tay cứu. Người ở dưới giếng *phải giơ tay lên nắm lấy tay Phật* thì mới được cứu thoát. Sự cố gắng giơ tay lên của hành giả để nắm lấy tay Phật, chính là **Tự lực tương ưng với Tha lực** trong giáo lý Phật học.

Chú thích: Bài viết theo hai bộ Trần Giang Phủ Chí và Liên Tông Bửu Giám.

35 QUAY LẠI CÁI ĐẦU

Anh trước tôi sau,
Quay lại cái đầu,
Anh sau tôi trước:
Ta đều bằng nhau.

Anh phải tôi trái,
Quay lại cái đầu,
Anh trái tôi phải:
Ta chẳng hơn nhau.

Thương kẻ cứng đầu
Chẳng ngó trước sau,
Chỉ nhìn một phía.
SỰ THẬT rõ đâu!

DẪN GIẢI

Các *học giả* không thể tiếp nhận một cách chính xác và đầy đủ giáo lý vi diệu cao thâm của đạo Phật bằng *từ ngữ trừu tượng và suy luận tinh tế*. Pháp tánh Chân Như có khi *trực tiếp thực chứng đại ngộ* ở một sự kiện, một hành vi giản dị thông thường bất cứ ai cũng thực hiện được.

QUAY LẠI CÁI ĐẦU là một bằng chứng cụ thể trình bày trường hợp Đốn Giác Đốn Ngộ của *hành giả* nhất tâm phát nguyện theo Chánh pháp.

Trước hết là cần phải có hai người ANH là *đối thể* và TÔI là *chủ thể* thì sự kiện nhận thức NHÌN NHAU để đối chiếu mới thành tựu, ai trước ai sau, ai phải ai trái. Tôi là NĂNG nhìn, Anh là SỞ nhìn theo phân tích của Phật học.

Thứ đến là cả hai người Anh và Tôi đều *ở trong một không gian, đứng trên cùng một mặt phẳng*, Phật học gọi là cùng một *cảnh giới.* Nếu không cùng một cảnh giới thì không có đối thể và chủ thể, không có Năng, không có Sở. Đây là lý **Duyên Sinh** giống như sợi giây nối hai người cho có liên hệ với nhau, mối liên hệ hỗ tương hai chiều từ Anh đến Tôi và từ Tôi đến Anh.

Những nhãn quan khác nhau

Cùng một đối tượng, một vật thể hay một sự kiện, cùng một người quan sát có nhiều nhãn quan khác nhau tùy theo vị trí đứng nhìn, cương vị ứng xử và tùy theo cách nhìn, phương tiện dùng để nhìn. Ví dụ dẫn chứng:

Cùng là một ngôi nhà, có nhiều nhãn quan khác nhau tùy ở **vị trí** đứng của người quan sát: Đứng ở ngoài đường phía trước, phía sau, hai bên hông, trên máy bay nhìn xuống, ở trong ngôi nhà mỗi phòng hay ở hành lang…

Cùng là một phụ nữ, có nhiều nhãn quan khác nhau tùy ở **cương vị** của người ứng xử: Đứa con nhỏ của bà này nhìn đó là người mẹ, người chồng nhìn đó là vợ mình, người cha của bà này nhìn đó là con gái mình…

Cùng là một vật thể, có nhiều nhãn quan khác nhau tùy ở **phương tiện** dùng để nhìn: Một đốm trắng nhìn thấy nhỏ bằng mắt thường, thấy to bằng kính hiển vi, có màu khác không phải trắng nếu đeo kính màu…

Câu hỏi đặt ra: Có rất nhiều nhãn quan như vậy, **cách nhìn** nào đem đến nhận thức Chân lý, đem đến Sự thật đáng tin cậy hơn cả? Trả lời: Cách nhìn nào cũng ĐÚNG và cũng SAI, nghĩa là *đều phản ánh Sự Thật* nhưng là *Sự Thật tương đối*, Sự Thật giả tạm, Sự Thật một phần, Phật học gọi là *Giả Đế*, không phải là *Sự Thật tuyệt đối*, Sự Thật trọn vẹn tròn đầy, Phật học gọi là *Chân Đế*, *Thánh Đế* hay *Diệu Đế.* Quán sâu hơn, người khéo tu thấy có *năm cách nhìn bằng năm con mắt khác nhau* gọi là **Ngũ Nhãn:**

NHỤC NHÃN là mắt ở thân thể con người, nôm na gọi là *Mắt thịt* trong từ ngữ *Người trần mắt thịt*. Theo nghĩa đen cụ thể, đó là *cơ quan thị giác*. Theo nghĩa bóng trừu tượng, đó là *sự nhận thức thiển cận* của phàm phu dung tục chỉ căn cứ vào hình tướng bên ngoài. Theo Phật học, đó là sự nhận thức bên ngoài của đối tượng chỉ tiếp nhận được *pháp tướng* tức hiện tượng của đối tượng, không đủ khả năng tiếp nhận được *pháp tánh* tức bản thể của đối tượng. Khả năng nhìn thiếu sót này gọi là **Thức Tâm.**

THIÊN NHÃN là mắt của bậc tu Thiền định đã đạt tới trình độ Chư Thiên, có tầm nhìn xa trông rộng hơn Nhục nhãn, có khả năng nhìn thấu suốt *Sắc giới* bất luận xa gần, trong ngoài, sáng tối…Đây là khả năng có tầm nhìn không còn bị chướng ngại bởi Không gian, ánh sáng…

TUỆ NHÃN là mắt của bậc tu đã đạt tới đạo vị Thanh Văn và Duyên Giác có tầm nhìn xa trông rộng hơn Thiên nhãn, chiếu tỏ *Chân Không Vô Tướng* nghĩa là *pháp tánh* tức *bản thể* của sự vật.

PHÁP NHÃN là mắt của bậc Bồ-tát đã giác ngộ nhận ra *tất cả* các pháp môn để độ chúng sanh, từ *pháp tướng* đến *pháp tánh* và *phương tiện* hóa độ chúng sanh. Pháp nhãn có tầm nhìn toàn diện và sâu xa hơn Tuệ nhãn. Khả năng nhận thức cao thâm vi diệu này gọi là **Giác Tâm.**

PHẬT NHÃN là mắt của chư Phật có khả năng riêng biệt, *dung thông và siêu việt* hơn cả bốn loại mắt vừa kể trên.

Người thiện học khéo tu đã hành trì pháp môn KHAI THỊ nghĩa là **mở rộng tầm nhìn cho thấu suốt Vạn Pháp Chân Như** theo tiến trình lần lượt mở mắt đủ cả năm loại, từ Nhục nhãn cho đến Phật nhãn. Người chưa Khai Thị nghĩa là *nhắm mắt*, chưa mở cả Nhục nhãn thời tâm mê mờ Vô Minh không nhận thức ra điều gì hết. Thế gian thường tình nói là **Có mắt như mù, có tai như điếc** nghĩa là *Tuy có nhìn mà không thấy, có nghe mà không thủng.* Thành ngữ này dịch từ câu chữ Hán *Thị nhi bất kiến, thính nhi bất văn.*

Nội dung bài thơ

Bài thơ rất giản dị cả hình thức lẫn nội dung. Về hình thức, đây là bài thơ gồm ba đoạn, mỗi đoạn bốn câu, mỗi câu bốn tiếng. Về nội dung, mỗi đoạn trình bày *một hành vi cụ thể* diễn ý *một cách nhìn* và hiệu năng của nhãn quan này. Sự trình bày nội dung có tính cách *biểu tượng điển hình.*

Đoạn 1: Anh và Tôi đứng xếp *hàng dọc*, Anh đứng trước, Tôi đứng sau. Chỉ cần QUAY LẠI CÁI ĐẦU 180 độ thứ tự xếp hạng sẽ đảo ngược lại thành Anh đứng sau, Tôi đứng trước. Như vậy, chúng ta đều *bằng nhau*: Mỗi người có một lần đứng trước và một lần đứng sau. Sự xếp thứ tự TRƯỚC SAU chỉ là *Sự thật tương đối* giả tạm nhất thời. *Sự Thật tuyệt đối* thường hằng vĩnh cửu là KHÔNG CÓ thứ tự trước sau.

Đoạn 2: Anh và Tôi đứng xếp *hàng ngang*, Anh bên phải, Tôi bên trái. Khi QUAY LẠI CÁI ĐẦU 180 độ thứ tự xếp hàng sẽ đảo ngược thành Anh bên trái, Tôi bên phải. Như vậy, chúng ta *chẳng ai phải*, *chẳng ai trái*, chẳng ai hơn, chẳng ai kém. Tóm lại, thay đổi cách xếp hàng thì thay đổi thứ tự. Nói cách khác, khi có sự so sánh, đối chiếu, phân biệt, cân đo thì mới có trước sau, phải trái, tốt xấu, trọng khinh, yêu ghét... Khả năng nhận thức này gọi là **Tri lượng tâm.**

Đoạn 3: Những kẻ cứng đầu, không chịu QUAY LẠI thực hiện một hành vi đơn giản dễ dàng chỉ có một nhãn quan duy nhất, một cái nhìn phiến diện không có cái nhìn toàn diện thông suốt sự vật nên không nhận thức ra Sự Thật tuyệt đối. Thật đáng thương cho những kẻ cứng đầu cứng cổ, chỉ biết khư khư chấp kiến, không biết tùy cơ ứng biến thay đổi nhãn quan trong cuộc sống thực tế.

KẾT LUẬN

Nội dung bài thơ nói đến *ba* cách nhìn khác nhau ở ba đoạn, có thể rút lại còn *hai* cách nhìn khác nhau: Cách thứ nhất *có* quay đầu, cách thứ hai *không* quay đầu. Quán sâu hơn, cách thứ nhất CÓ QUAY ĐẦU gồm có *rất nhiều* cách khác nhau tùy theo mức độ quay đầu nhiều hay ít, từ 1 độ đến 360 độ. Theo Phật học, QUAY CÁI ĐẦU là *phá chấp*, không còn thành kiến, định kiến, CỨNG ĐẦU KHÔNG QUAY là *chấp kiến*.

Sự lý giải đến đây là hết, chỉ nói được CÓ QUAY ĐẦU và CỨNG ĐẦU KHÔNG QUAY. Còn câu hỏi thực dụng QUAY ĐẦU bao nhiêu độ thì *đúng mức*, nhận thức được SỰ THẬT TUYỆT ĐỐI thì không thể lý giải bằng lý luận lời lẽ được vì lý do **Ai hành trì thì chỉ có người đó chứng ngộ.**

36 LÀM VIỆC THIỆN CÓ ĐÚNG CÓ SAI

Làm việc thiện là Đúng, nên nghe theo; làm việc ác là Sai, nên tránh. Đây là một Chân lý hiển minh, không có điều gì cần bàn cãi. Đề tài bài viết này là *Làm việc thiện có ĐÚNG có SAI* cần được biện giải rõ ràng ngõ hầu ứng dụng tùy nghi mới hợp tình hợp lý. Đây chính là điểm *thiết yếu* trong Chánh Pháp: Đạo quả cần được THỰC CHỨNG mới là **Chân đế**, nếu chỉ được LÝ GIẢI thông suốt, SUY LUẬN khúc chiết cũng chưa hẳn là Chân đế, đó chỉ là **Tục đế** (1). *Người hành trì Chánh pháp không được coi nhẹ điểm thiết yếu này.*

CHÂN ĐẾ hay CHƠN ĐẾ là Sự Thật tuyệt đối, căn cứ vào **cứu cánh** hay **thể tánh** tốt hay xấu, hữu ích hay tác hại trong đời sống cụ thể cuộc sống để quyết định là Đúng hay Sai. TỤC ĐẾ là Sự Thật tương đối, căn cứ vào **phương tiện** hay **sắc tướng** do giác quan cảm nhận có tánh cách chủ quan để quyết định là Đúng hay Sai. Chân đế cần *thực nghiệm*, sau đó mới *chứng ngộ*. Tục đế dựa vào *suy ngẫm theo thiên chấp* như định kiến, ngôn ngữ văn tự, giáo điều tập tục… Chân đế thuộc *pháp xuất thế gian*, Tục đế thuộc *pháp thế gian*.

1 LÝ GIẢI VÀ THỰC CHỨNG

Một mô hình diễn tả tiến trình Tu Đạo thường được hành giả ứng dụng gồm có bốn chặng là TÍN–GIẢI–HÀNH–CHỨNG, nói đầy đủ hơn là *Khởi Tín tâm, Lý giải, Hành trì* và *Chứng ngộ*. Mô hình có thể tóm gọn lại hai chặng là *Lý giải* và *Thực chứng*, lập luận như sau: Có Tín Tâm thì phải Lý giải mới là *Chánh Tín*, nếu không Lý giải rất có thể lạc vào *Mê Tín*; có Hành Trì mới tiến tới *Thực nghiệm* và *Chứng ngộ*, nếu không hành trì thì không sao có được kết quả là Thực nghiệm và Chứng ngộ.

Cùng một việc làm được gọi là Thiện đánh giá là ĐÚNG ở nơi này nhưng lại SAI ở nơi khác, ĐÚNG vào lúc này nhưng SAI vào lúc khác, nhất là ĐÚNG ở người này nhưng SAI ở người khác trong khi cả hai người đều có *Thiện tâm* khi làm việc này. Đây là lý **Tùy duyên diệu ứng** trong Phật học, nghĩa là tùy theo thời thế, cảnh ngộ, đối tượng khác nhau mà định thái độ hành động cho ĐÚNG, cho *thích hợp* để đem lại cứu cánh là sự *hữu ích vẹn toàn*. Trong thực tế, việc *diệu ứng* này rất khó thực hiện vì lý do không có trường hợp nào giống trường hợp nào, *vạn pháp vô thường*.

Một sự tích trong lịch sử văn hóa Á đông đã chứng minh rõ ràng lý **Tùy duyên diệu ứng**, kẻ hậu học ngày nay nên lấy đó làm gương:

Đức Khổng tử (551–479 trước Tây lịch) người nhà Chu nước Lỗ (Trung Hoa) tuy làm quan nhưng nổi danh là bậc Thánh Sư, được tôn xưng là Vạn Thế Sư nghĩa là bậc THẦY của thiên hạ thuộc mọi thế hệ. Số môn sinh của Ngài lên đến hằng ngàn, có 72 đệ tử lưu danh hậu thế gọi là 72 vị hiền sĩ, trong số đó có Tử Cống và Tử Lộ.

TỬ CỐNG: Vào thời Xuân Thu, nước Lỗ có luật định rằng nếu có người nước Lỗ bị nước khác bắt đi làm nô lệ, ai dùng tiền chuộc ra thì người đó có thể đến quan phủ lãnh tiền thưởng. Tử Cống dùng tiền chuộc nô lệ ra nhưng không chịu nhận tiền thưởng, viện dẫn lý do *giúp người do lòng tốt mà không vì tiền thưởng.* Mọi người ai cũng bảo là Tử Cống đã làm một việc THIỆN rất ĐÚNG. Nhưng Đức Khổng tử biết được việc này thấy không vui và dạy rằng: **Việc này Tử Cống đã làm Sai**. *Phàm Thánh Hiền hễ làm việc gì đều phải nghĩ đến hậu quả của việc mình làm sẽ ảnh hưởng đến phong tục tốt đẹp, ví như dạy bảo, dẫn dắt dân chúng trở nên người tốt nhưng không nên vì cá nhân mình cảm thấy thích là làm. Hiện nay trong nước Lỗ đa số là dân nghèo, mọi người đã không có tiền lại sợ mang tiếng là tham tài nên không muốn đi chuộc những kẻ nô lệ. Như vậy, e rằng sau này sẽ không có ai đi chuộc kẻ nô lệ nữa.*

TỬ LỘ: Một người rủi ro bị té xuống sông, Tử Lộ thấy vậy liền cứu người đó thoát chết. Để đáp ân, người đó đem biếu tạ Tử Lộ một con trâu. Tử Lộ nhận ngay. Đức Khổng tử biết được việc này tỏ ý rất vui và nói: *Từ nay về sau, nước Lỗ sẽ có rất nhiều người chủ động cứu vớt người té xuống sông. Câu nói này hàm ý:* **Việc làm của Tử Lộ là Đúng!**

Trong dân gian, nhìn theo con mắt thế tục Tử Cống không nhận tiền thưởng là tốt, Tử Lộ nhận con trâu là không tốt. Theo bậc Thánh Sư là Đức Khổng tử thì *Tử Cống lại đáng trách, Tử Lộ lại đáng khen*. Lý giải như sau:

Muốn biết một người làm việc Thiện là ĐÚNG đáng khen hay SAI đáng trách, không thể căn cứ vào kết quả tức khắc trước mắt mà phải xét đến ảnh hưởng lâu dài, không thể phán xét Đúng Sai ngay trong hiện tại mà phải phán quyết Đúng Sai trong tương lai, không thể xét vấn đề theo sự Thành Bại một cá nhân mà phải xét theo sự Lợi Hại xẩy đến cho đại chúng, không thể xét theo tâm lý chủ quan cá nhân mà phải xét theo nhận định khách quan của hậu thế. Tử Cống không nhận tiền thưởng khi chuộc nô lệ vì *tâm thiên chấp vào hạnh liêm khiết của chính mình*, không nghĩ xa đến ích lợi việc giải thoát thành phần nô lệ. Tử Lộ khi cứu người té xuống sông là do lòng *vị tha,* không có tâm *vị kỷ* nghĩ đến việc sẽ được nạn nhân tạ ân hay được tiếng khen của mọi người.

2 KINH NGHIỆM TRONG DÂN GIAN

Phần trên là trường hợp Đức Khổng tử phán xét ĐÚNG hay SAI việc làm của hai vị đệ tử mà dân gian đều tin rằng đó đều là việc THIỆN nên làm. Trong cuộc sống thực tế hằng ngày, người tinh ý đều nhận thấy những **bài học kinh nghiệm đáng giá** như sau:

Đối với trường hợp kẻ có tâm xấu làm hại người khác để mưu lợi cho mình có nên **tha thứ** với tâm độ lượng khoan dung hay không? Tha thứ chỉ là việc Thiện, làm là ĐÚNG nếu gặp kẻ phạm tội biết *xấu hổ, ăn năn hối lỗi, nguyện không tái phạm nữa*. Tha thứ có thể là việc tưởng là Thiện, làm là SAI nếu gặp kẻ phạm tội tham lam coi đó là việc nhỏ và *tiếp tục làm hại người khác nhiều hơn nữa* để mưu lợi cho mình. Như vậy tha thứ đã là việc SAI không nên làm vì lý do mang tội **trưởng ác**, nghĩa là tội giúp cho kẻ khác làm điều ác nhiều hơn. Ở đây cần **không tha thứ** mà còn cảnh cáo hay trừng phạt khiến hắn không dám tái phạm, đó mới là việc ĐÚNG nên làm, *không tha thứ tốt hơn là tha thứ.*

Lễ độ là một hạnh tốt, một việc Thiện nên làm khi tiếp xúc đối xử với người khác, chứng tỏ *vừa biết tự trọng vừa trọng tha nhân,* nghĩa là trọng nhân phẩm. Lễ độ chỉ ĐÚNG khi có mức độ trong vòng **lễ giáo**. Trường hợp tôn sùng quá đáng khiến người mình tiếp xúc dễ trở nên kiêu ngạo, hoặc có thái độ ve vãn, nịnh bợ là phi lễ, là việc SAI không nên làm vì mang tội không biết tự trọng và không biết trọng nhân phẩm người mình tiếp xúc.

Yêu thương người khác vốn tự lòng từ, đó là việc ĐÚNG nên làm. Nhưng yêu thương quá đáng trở nên *nuông chiều* khiến cho người mình yêu thương trở nên ỷ lại, hư hỏng, đó lại là việc SAI không nên làm. Yêu thương thắm thiết nhất là tình yêu thương dành cho con cháu, nhất là ở phái nữ như mẹ yêu con, bà yêu cháu. Tục ngữ có câu răn trường hợp yêu thương quá đáng là *Con hư tại mẹ, cháu hư tại bà*. Tục ngữ còn có câu khuyên dạy yêu thương con cháu cho ĐÚNG: *Yêu cho roi cho vọt, ghét cho ngọt cho bùi.* ĐÚNG là dẫn đến kết quả tốt, dạy con cháu nên Người.

Thấy người đói rách cảm thấy thương và đem tiền bạc giúp đỡ là việc Thiện do lòng từ, đó là việc ĐÚNG nên làm để giúp người khác qua lúc khốn cùng hoạn nạn. Trong trường hợp người đói rách cầu xin sự trợ giúp chỉ vì lý do lười biếng không chịu chăm chỉ làm ăn hay bê tha trụy lạc, sự giúp đỡ tưởng là việc Thiện đã là việc SAI vì lý do kẻ đó chỉ chấm dứt sự lười biếng và bê tha khi không còn sự giúp đỡ. Người giúp đỡ mang tội vì lý do vô minh, không sáng suốt. Tục ngữ có câu cảnh giác **Làm phúc phải tội**. Câu này diễn ý rất thâm thúy như sau:

Có con tim thương người là điều tốt, nhưng cần thêm có khối óc sáng suốt thì việc làm mệnh danh là LÀM PHÚC mới là việc Thiện thực sự nên làm. Phật học gọi là **Phước Tuệ song tu.** Việc làm này ĐÚNG và người làm việc này được hưởng quả Phúc, không bao giờ mang Tội.

Nếu có con tim thương người một cách *sai lệch, lại không có khối óc sáng suốt* tu chỉnh lại thì việc làm vẫn gọi là LÀM PHÚC nhưng không phải là việc Thiện thực sự mà còn là **việc Bất Thiện**. Việc làm này SAI và người làm phải chịu quả Tội đúng theo *lý Nhân Quả*, gieo Nhân nào lãnh Quả ấy.

KẾT LUẬN

LÀM VIỆC THIỆN CÓ ĐÚNG CÓ SAI là đề tài đã được bậc Thánh Sư là Đức Khổng tử *giải thích tường tận* qua việc làm cụ thể của hai đệ tử Tử Cống và Tử Lộ. Hơn nữa sự việc này đã được kinh nghiệm dân gian *thực chứng* qua nhiều thế hệ. Người hành trì Phước Tuệ song tu cần soi tỏ: Tu Phước do Thiện tâm coi như một NĂNG LỰC do từ tâm vận hành, tu Tuệ do giác trí coi như NGỌN ĐÈN soi sáng cho hành giả di chuyển trong đêm tối. Hành giả coi như người lái xe đi ban đêm, Thiện tâm là xăng dầu, Giác trí là đèn pha. Nếu thiếu xăng dầu hay bình điện hết hơi thì người lái xe không thể di chuyển được.

Đa số Phật tử hạ căn thường thiên chấp về TU PHƯỚC, coi nhẹ TU TUỆ, thường có niềm tin Tu cầu Phước do đó chăm làm việc Thiện. Người khéo tu khắc tâm bốn chữ **Duy Tuệ thị Nghiệp** diễn ý *Hãy nghiêng về Tuệ, đó* *là cái Nghiệp* (2). Nói nôm na về mặt hành trì: **Việc tin là Thiện mà ĐÚNG thì nên làm vì làm thì hưởng Phước. Việc tin là Thiện mà SAI thì nên tránh vì làm thì mang tội.**

CHÚ THÍCH

❶ **Chân đế:** Cũng gọi là *Thánh đế* hay *Diệu đế*. Đây là nghĩa lý đúng với Sự thật tròn đầy, căn cứ vào *bản thể* sự vật, bậc có thánh trí mới nhận thức ra.

Tục đế: Cũng gọi là *Thế đế*. Đây là nghĩa lý theo tâm thế gian, căn cứ vào *hình tướng* sự vật, *hiện tượng* xẩy ra, thích hợp với nhận thức của người bình thường ở thế gian.

❷ **Tuệ:** Một âm khác là **Huệ** theo cách phát âm của người Việt Nam có nghĩa như nhau, do cùng một gốc chữ Hán chỉ *sự sáng tỏ, thông suốt*. Có nhiều tiếng ghép đôi như Trí tuệ, Thông tuệ, Huệ giác, Huệ minh…

Chữ Hán hai chữ Tuệ và Huệ viết khác nhau và có nghĩa khác nhau:

Tuệ, 慧, có nghĩa là *thông minh, sáng suốt* như trí tuệ, thông tuệ, tuệ tâm…

Huệ, 惠, có nghĩa là *lòng tốt giúp đỡ người khác* như ơn huệ.

Người Việt Nam phát âm *tuệ* thành *huệ* đã là thói quen thông thường. Người thiện học hiểu rõ nội dung ý nghĩa, không chấp vào sự phát âm giống nhau mà hiểu sai nội dung ý nghĩa:

Phát âm là *phước huệ song tu*, *huệ giác*, *Lục tổ Huệ Năng*…

Nội dung có ý nghĩa là *phước tuệ song tu*, *tuệ giác*, *Lục tổ Tuệ Năng*…

37 THẬP BÁT GIỚI

THẬP BÁT GIỚI diễn nôm là *Mười tám cõi, Mười tám khu vực* đóng khung tầm nhìn của con Người. Tiếng ghép đôi thông dụng như giới hạn, biên giới, báo giới… Trong Phật học hay dùng tiếng ghép đôi như cảnh giới, pháp giới, nhân giới, ma giới, Phật giới…Đây là *nhãn quan tổng quát* của người thiện học khi nhận định về cuộc sống con Người trong môi trường xã hội và môi trường thiên nhiên, tương đương như TẦM NHÌN vừa là **Nhân sinh quan** vừa là **Vũ trụ quan**.

Đây cũng là *Đối trị môn* có hiệu năng diệu ứng **triệt phá Chấp Ngã** khi hành giả thâm quán nhận ra **Thập bát giới giai Không**, nghĩa là *cả mười tám cõi đều là Không*. Chưa đạt tới nhận thức này thì chưa Chứng Ngộ được Đạo pháp viên dung.

1 TỔNG QUÁT

Thập bát giới gồm có sáu nội giới tức **Lục căn**, sáu ngoại giới tức **Lục trần** và sáu trung giới tức **Lục thức**.

LỤC CĂN: Tiếng đơn **Căn** nghĩa là *rễ*, nguồn gốc phát sinh ra năng lực như căn bản, căn nguyên… Trong Phật học thường dùng tiếng ghép đôi như thiện căn, nghiệp căn, ngũ căn (tín căn, tinh tấn căn, niệm căn, định căn và tuệ căn)…Ngũ căn là nguồn gốc phát sinh ra ngũ lực (tín lực, tinh tấn lực, niệm lực, định lực và tuệ lực)… Lục căn trong Thập bát giới là sáu *nội giới* đóng vai **chủ thể Năng hành** gồm có Nhãn căn, Nhĩ căn, Tỷ căn, Thiệt căn, Thân căn và Ý căn. Nói nôm na, đây là sáu bộ phận *trong cơ thể* con Người đóng vai trò nhận biết sự vật ở ngoại cảnh: Mắt, tai, mũi, lưỡi, thể xác và bộ óc. Lục căn còn gọi là LỤC NHẬP diễn ý là chỗ cho Lục trần nhập vào, là nơi tiếp nhận Lục trần.

LỤC TRẦN: Tiếng đơn **Trần** nghĩa là *bụi,* vật rất nhỏ, tầm thường như hồng trần, trần ai, trần gian… Trong Phật học thường dùng tiếng ghép đôi như vi trần, trần sa, trần cảnh, trần duyên… Lục trần trong Thập bát giới là sáu *ngoại giới ở ngoài cơ thể* con Người đóng vai **Đối thể Sở hành** gồm có Sắc trần, Thanh trần, Hương trần, Vị trần, Xúc trần và Pháp trần.

Có Chủ thể thì phải có Đối thể, có Năng hành thì phải có Sở hành, thường nói ngắn gọn là Năng và Sở, nếu thiếu một thì sự vật không hiện hành, việc làm không xẩy ra. Vì lý do *tương hội tương nhập* này, một danh xưng gọi chung tập hợp Lục căn với Lục trần là **Thập nhị xứ**, nôm na là *Mười hai vùng*. Ban đầu gọi là **Thập nhị nhập**, sau đến đời nhà Đường bên Trung quốc Trần Huyền Trang (602–644) mới gọi là **Thập nhị xứ.**

LỤC THỨC: Tiếng đơn **Thức** nghĩa là *nhận biết* như nhận thức, kiến thức, thức giả… Trong Phật học thường dùng tiếng ghép đôi như thức tâm, thức thực (coi sự hiểu biết là món ăn để nuôi sống con người), thức uẩn (biết phân biệt Tâm với Cảnh)… *Căn tiếp xúc với Trần, hội nhập vào nhau sinh ra Thức.* Vì lý do này Lục thức có tên gọi là *trung giới* nghĩa là *ở giữa* nửa bên trong nửa bên ngoài cơ thể con Người. Lục thức gồm có Nhãn thức, Nhĩ thức, Tỷ thức, Thiệt thức, Thân thức và Ý thức. Nói nôm na là Thị giác, Thính giác, Khứu giác, Vị giác, Xúc giác và Tri giác.

Tổng quan trong giáo lý đạo Phật chỉ gồm có Thập bát giới, ngoại giới chỉ gồm có Lục trần. Vật gì, sự kiện gì vô lý, không hề có, không hề xẩy ra thường gọi là *Thập cửu giới*, *Đệ thất trần* cũng như *Lông rùa, sừng thỏ*, chữ Hán là *Quy mao, thỏ giác.*

Một sự việc đơn giản dẫn giải Thập bát giới: Một người trông thấy bông hoa thơm bị gió lay làm rụng cánh xuống đất. Phân tách sự việc như sau:

Mắt có ấn tượng về hình dáng và mầu sắc bông hoa: Người nhìn thấy bông hoa. Mắt là *nhãn căn*, hình dáng và mầu sắc bông hoa là *Sắc trần*, sự nhìn thấy bông hoa là *nhãn thức.*

Mũi có ấn tượng về hương thơm bông hoa: Người ngửi thấy hương thơm. Mũi là *tỷ căn*, hương thơm bông hoa là *hương trần*, khả năng ngửi thấy hương thơm bông hoa là *tỷ thức*.

Gió lay làm rụng cánh hoa xuống đất có ấn tượng một sự việc xẩy ra. Nhận biết gió làm rụng cánh hoa là *ý căn*. Sự cánh hoa rụng xuống đất là *pháp trần*. Khả năng có khái niệm gió làm nguyên nhân làm cho cánh hoa rụng cánh xuống đất là *ý thức.*

Sự phân tách một sự việc là CĂN, TRẦN và THỨC là **Duy Thức luận** nhằm mục đích làm sáng tỏ mọi việc ở thế gian do con Người quán chiếu nhận thấy bằng cách phân biệt, tách rời ra làm ba CĂN, TRẦN và THỨC. Thực thể thì không phải là ba thứ rời tách nhau vì sự liên hợp viên dung Ba là Một, Một là Ba: Có Trần mới sanh Căn, có Căn Trần hợp nhau mới sanh Thức.

2 DIỆU QUÁN THẬP BÁT GIỚI GIAI KHÔNG

Khái niệm tổng quát Thập bát giới vừa là *Nhân sinh quan* vừa là *Vũ trụ quan* dựa trên nền tảng **phân tách** chia MỘT Tổng thể Thập bát giới làm BA chi tiết gồm có sáu *nội giới*, sáu *ngoại giới* và sáu *trung giới*. Sự phân tách này do sự vận hành của **Tâm Phân biệt** thiên chấp về đối chiếu, so sánh để cân đo đong đếm những chi tiết đặc thù nhiều khi dẫn đến **Vọng thức**, **Vọng tưởng**, do đó Tâm phân biệt còn gọi là **Vọng Tâm** bị sai lầm vì *chấp kiến*, chỉ nhìn thấy những chi tiết đặc thù rồi quên đi đại thể duy nhất, không khế hợp với lý **Một là Tất cả, Tất cả là Một**. Để chỉ sự sai lầm của Tâm Phân biệt dẫn đến chấp kiến, tục ngữ có câu *Chẻ cái tóc làm tư, chẻ cái tóc làm tám.* Một câu khác dí dỏm hơn và chính xác dễ hiểu hơn là chê kẻ có mắt mà không nhìn thấy SỰ THẬT hiển nhiên *đi vào giữa rừng chỉ thấy đủ các loại cây mà không thấy rừng đâu.*

Từ Thập bát giới đến Tam đế

Một câu hỏi thực tế cần được giải đáp minh bạch: Rừng *thực sự* là CÓ hay KHÔNG? Bảo là CÓ, tại sao đi vào giữa rừng lại *không thấy* rừng đâu? Bảo là KHÔNG, tại sao lại *có ý niệm* về rừng như phá rừng, cháy rừng, rừng rậm, rừng thưa?... Để giải đáp nghi vấn này có pháp thiền quán gọi là *Tam Quán* để đạt tới thực chứng **Tam Đế**, ba pháp quán nhằm đạt tới nhận thức ra ba SỰ THẬT.

KHÔNG QUÁN nhận thấy *Vạn pháp giai không*, bản thể tất cả mọi pháp, mọi sự vật vốn là **Không**, không có thật tánh, thật tướng. Đây là **Không Đế** cũng gọi là **Chân Đế**, hiểu như *Sự Thật tuyệt đối*. Đây chính là cốt tủy giáo lý đạo Phật, do đó *Cửa Phật* có tên gọi là **Cửa Không**, chữ Hán là **Không Môn.**

HỮU QUÁN cũng gọi là GIẢ QUÁN nhận thấy *sự Có mặt của vạn pháp chỉ là giả định,* không phải *xác định* là CÓ, chỉ là sự CÓ *giả tạm nhất thời* trong một khía cạnh, một giai đoạn nào đó, không phải là CÓ *vĩnh cửu thường hằng*. Đây là **Giả Đế** cũng gọi là **Tục Đế** hay **Thế Đế**, hiểu như *Sự Thật tương đối* nhận thức được do Tâm người thế gian dung tục.

TRUNG QUÁN nhận thấy ở *giữa* Không Quán và Hữu Quán, ở *giữa* CÓ và KHÔNG, nghĩa là *chẳng phải CÓ, chẳng phải KHÔNG*. Đây là **Trung Đế** theo chủ trương *chẳng phân hai*, nghĩa là *hòa hợp viên dung,* không thiên chấp về CÓ hay KHÔNG, chẳng thái quá, chẳng bất cập. Đây chính là **Trung Đạo** hay **Chánh Đạo** trong Phật học, là **pháp dụng** dạy hành giả *nhập thế độ sanh*, hành động thực tế đem lợi ích cho mọi người, tránh sự cực đoan đi vào **pháp thể**, rơi vào *lý luận tranh cãi CÓ với KHÔNG*. Đây là *tính cách nhân bản và thực chứng* của đạo Phật, **Đạo không có xa đời, cách biệt với nhân thế.**

Ứng dụng vào đề tài **CÓ** rừng hay **KHÔNG CÓ** rừng, sự giải đáp như sau:

Không đế bảo là KHÔNG có rừng vì lý do con mắt người đứng ở giữa rừng *không nhìn thấy* rừng. Như vậy là không có *Sắc trần* nên không có sự tiếp nhận của *Nhãn thức*, nói tổng quát là **KHÔNG nên bảo là KHÔNG**. Đây là *Sự Thật tuyệt đối.*

Giả đế bảo là CÓ rừng vì lý do con Người *có ý niệm* về rừng như phá rừng, bảo vệ rừng, rừng rậm, rừng thưa...Như vậy là có *Ý thức* do sự tiếp nhận *Pháp trần* của *Tri giác*, nói tổng quát là **CÓ nên mới bảo là CÓ**, mặc dầu đây chỉ là cái CÓ *giả hữu, tạm thời*, không phải cái CÓ *thực hữu, thường hằng vĩnh cửu*. Đây là *Sự Thật tương đối.*

Trung đế bảo là *chẳng phải CÓ chẳng phải KHÔNG* vì lý do **Duyên sinh**, khi *Duyên hội* thì CÓ, khi *Duyên tán* thì KHÔNG, lúc Có lúc Không tùy thuộc vào **Cảnh Duyên**: Nhiều cây tụ lại thì CÓ rừng, cây không tụ lại thì KHÔNG CÓ rừng, hoặc là khi đứng ở giữa rừng thì KHÔNG thấy rừng, chỉ thấy cây; khi đứng thật xa hay đi máy may nhìn xuống thì lại CÓ rừng, không thấy cây.

Từ Thập bát giới đến lý Vô Ngã

Lục căn thuộc phần *Thân*, lục thức thuộc phần *Tâm* con Người, nói chung cả mười hai giới này đều thuộc về con NGƯỜI đóng vai **chủ thể** trong cuộc sống thế gian. Lục trần thuộc *pháp ngoại vi* ở ngoài con Người, thường gọi là

Cảnh trần đóng vai **đối thể** trong môi trường thiên nhiên khi hòa nhập với cuộc sống nhân sinh trong môi trường xã hội.

Ứng dụng vào lý Vô Ngã, tất cả **Thập bát giới đều KHÔNG, đều VÔ NGÃ**:

Lý VÔ NGÃ gồm có hai phần gọi là Nhị Vô Ngã: Nhân Vô Ngã và Pháp Vô Ngã.

Nhân Vô Ngã

Nhân Vô Ngã cũng gọi là *Chúng sanh Vô Ngã, Sanh Không, Nhân Không* hay *Ngã Không*. NHÂN là NGƯỜI gồm có *Thân* và *Tâm*. **Thân** do *Tứ đại* (Địa đại, Thủy đại, Hỏa đại và Phong đại) *tạm thời hợp lại* thành thân xác con Người, thực ra là **Không có**. Chữ Hán ĐẠI có nghĩa là *to lớn, phần chính yếu căn bản.*

Tứ đại ở con Người là bốn *vật chất* chính yếu tạm thời hợp lại thành cơ thể con Người nên hiểu rõ ràng như sau:

ĐỊA ĐẠI tức là **Đất** ở thể *cứng đặc* như xương, thịt, răng, tóc, tim, gan, phổi, ruột, phân…

THỦY ĐẠI tức chất **Nước** ở thể *lỏng* như máu, mủ, mồ hôi, nước dãi, nước mắt, nước tiểu…

HỎA ĐẠI tức chất **Lửa** cung cấp *sức nóng*, nhiệt lượng để thân thể ấm áp, làm tiêu hóa những thức ăn, thức uống…

PHONG ĐẠI tức chất **Khí** tạo nên *những luồng hơi* lưu chuyển trong thân thể như hơi thở vô thở ra trong phổi, hơi trong bao tử và trong ruột…

Khi Tứ đại *hội lại hòa hợp* thì mới CÓ Thân, khi *cách biệt, xa lìa* nhau thì KHÔNG CÓ Thân. Thân con Người chỉ là **Giả Hữu,** không phải **Thực Hữu.** Nói theo toán học, Thân con Người chỉ là *một tập hợp* gồm nhiều chi tiết, nhiều thành tố cộng lại, không phải là *một đơn vị* duy nhất.

Tâm do *Ngũ uẩn* (Sắc uẩn, Thọ uẩn, Tưởng uẩn, Hành uẩn và Thức uẩn) *tạm thời hợp lại* mà thành, thực ra là **Không Có**, chỉ là **Giả Hữu**, không phải **Thực Hữu**. Nói theo toán học, cũng như Thân, Tâm con Người cũng chỉ là *một tập hợp*, không phải *một đơn vị.*

Ngũ uẩn là năm món đóng vai trò *che khuất* chân lý, làm cho chúng sanh vô minh chịu luân hồi khổ não. Chữ Hán UẨN có nghĩa là *che dấu, sâu kín*, khó nhận ra.

SẮC UẨN là *hình tướng* sự vật, cũng gọi là *Sắc tướng, Pháp tướng.* Sắc tướng thường che dấu *Pháp tánh* tức bản thể sự vật làm cho mọi người dễ nhận thức thiên lệch, sai lầm.

THỌ UẨN là *sự cảm nhận sai lệch* do Sắc uẩn gây ra.

TƯỞNG UẨN là *sự suy ngẫm sai lệch* do Thọ uẩn gây ra.

HÀNH UẨN là *sự sinh lòng ham thích hay giận ghét sai lệch* do Tưởng uẩn gây ra.

THỨC UẨN là *sự nhận biết sai lệch* do Hành uẩn gây ra, thường gọi là *Vọng thức* hay *Vô minh.* **Sự thiên chấp, chấp ngã và chấp pháp, đều do Ngũ uẩn gây ra.**

Pháp Vô Ngã

Pháp Vô Ngã diễn ý *Vạn pháp Giai Không*, tất cả mọi sự vật đều là *không thực*. Thập bát giới trong số Vạn pháp đương nhiên là *không thực.* Lục căn và Lục thức đã dẫn giải ở trên là *không thực*. Lục trần coi như *Tứ đại trong thiên nhiên*, đối thể của Lục thức cũng là *không thực*. Tứ đại trong thiên nhiên hiểu rõ ràng như sau:

ĐỊA ĐẠI là tất cả những chất *cứng đặc* như Đất, đá, kim loại…

THỦY ĐẠI là tất cả những chất *lỏng* như Nước, hơi nước, các dung dịch…

HỎA ĐẠI là tất cả những chất *cung cấp nhiệt năng* như lửa, ánh sáng mặt trời…

PHONG ĐẠI là tất cả những chất *khí chuyển động* như không khí chuyển động thành gió…

Nhân Vô Ngã và *Pháp Vô Ngã* gọi chung là **Nhị Vô Ngã** chính là lý SẮC KHÔNG. **Ma-ha Bát-nhã Ba-la-mật-đa tâm kinh** đoạn đầu có dẫn giải: *Đức Quán Tự Tại Bồ-tát tức Đức Quán Thế Âm Bồ-tát, trong khi Ngài hành trì Bát-nhã Ba-la-mật-đa tức nền Trí tuệ sâu xa đưa đến Bờ Giác, khi ấy Ngài soi tỏ thấy rằng Ngũ uẩn đều là Không. Sự soi tỏ thấy như vậy độ thoát khỏi các sự khổ não tai ương. SẮC chẳng khác gì KHÔNG, KHÔNG chẳng khác gì SẮC, SẮC tức là KHÔNG, KHÔNG tức là SẮC. Cho đến THỌ, TƯỞNG, HÀNH, THỨC cũng đều như vậy.*

Để hiểu tường tận lý SẮC KHÔNG, *tuy HAI mà MỘT, tuy MỘT mà HAI* hai trường hợp cụ thể dẫn giải minh bạch như sau:

Con Người mang tâm phàm tục chúng sanh thường CHẤP NGÃ, thấy cái TA là **Có**, cái CỦA TA là **Sự Thật** như người thân trong gia đình, họ hàng, của cải, danh vọng… tất cả đều là **của Ta**, Ta có quyền chiếm giữ và bảo vệ. Đây chỉ là VỌNG NGÃ cái TA *giả hữu*, là *Tục đế*. **Không quán** sâu xa thì mới nhận ra cái gọi là TA, là CỦA TA là **Không Có**, Ta chỉ là một thành phần trong gia đình, một người dân trong nước, một cá nhân trong tập thể cộng đồng của nhân loại. Đây mới là CHÂN NGÃ, là *Chân đế* trong cuộc sống thực tế của con Người hòa nhập vào môi trường nhân sinh xã hội. Cá nhân con Người ví như giọt nước hòa nhập vào đại dương, *giọt nước là của đại dương, đại dương không phải là của giọt nước*. Đây là NHÂN VÔ NGÃ trong lý Sắc Không.

Ca dao Việt Nam đã dạy người dân nếp sống *Vô Ngã Vị Tha* ngay từ lúc còn bé thân mình KHÔNG PHẢI là của riêng mình:

Bé là thân của mẹ cha,
Lớn lên thân của quốc gia sau này.

Một người đứng yên trên mặt đất ở một vị trí nhất định: Trường hợp này bảo là KHÔNG CÓ sự di chuyển. Tuy người này không di chuyển trên mặt đất nhưng người này CÓ di chuyển trong không gian vũ trụ vì lý do lúc nào trái đất cũng đang di chuyển quay xung quanh mặt trời và tự quay xung quanh mình nó, tạo nên bốn mùa và ngày đêm. Như vậy là *chẳng phải KHÔNG CÓ, chẳng phải CÓ*. Đây là PHÁP VÔ NGÃ trong lý Sắc Không. Đây mới là **Chân Không Diệu Hữu** trong Phật giáo Đại thừa.

Có những trường hợp đơn giản hơn nữa, ai cũng có thể chứng nghiệm được: Đêm sáng trăng, trên trời có gió làm mây bay, người ở dưới đất nhìn lên có cảm nhận như mặt trăng di chuyển, khi luồn dưới mây khi ra khỏi đám mây. Người đi thuyền trên sông thấy cây trồng ở bờ đê di chuyển. Người đi xe trên xa lộ thấy cảnh vật chạy lùi về phía sau… Tóm lại, tất cả VỌNG THỨC đều SAI LẦM vì lý do **Chấp Ngã, Chấp Tướng.**

KẾT LUẬN

Nhân Vô Ngã và Pháp Vô Ngã là một cách khác diễn tả **Thập bát giới giai KHÔNG**. Hiệu năng của đối trị môn này là *đốn giác đốn ngộ*, **triệt phá Chấp Ngã** một cách viên mãn tận cùng. Nói nôm na, ví như một người đang ngủ say sưa, tâm thức đắm chìm trong giấc mộng *vị ngã lợi kỷ*, thấy mình là TRUNG TÂM trong cảnh giới thế gian, đột nhiên bị *đánh thức* dậy bằng một tiếng quát thật to hay một cái đập thật mạnh vào người. Hậu quả như sau:

Hoặc người đang ngủ mê **choàng thức tỉnh**, thấy mình vừa VỠ MỘNG dù là mộng đẹp hay ác mộng, biết mình đã lầm đường lạc lối Chấp Ngã *vừa tủi vừa mừng.*

Tỉnh mộng mới hay là có mộng,
Đương mê cứ tưởng quyết không mê.

Hoặc người đang ngủ mê có cựa mình nhưng **chưa tỉnh hẳn**, vẫn đắm chìm trong cơn mộng mị sai lầm Chấp Ngã, đôi khi còn *nổi giận* vì bị quấy rầy trong cơn mộng đẹp hay *hoảng sợ* trong cơn ác mộng.

Chưa tỉnh làm sao tan giấc mộng?
Còn lầm nên vẫn tiếp cơn mê!

Khi ĐÁNH THỨC người đang ngủ mê, chọn cách nào cho *khế hợp* với từng trường hợp cá biệt căn cơ khác nhau của người đang mộng mị, đó là bí quyết của bậc Thiền Sư sáng suốt trong việc truyền Tâm ấn cho đệ tử.

38 CHÁNH TRỊ TRONG ĐẠO PHẬT

Theo từ ngữ PHẬT cũng đọc là **Bụt**, nói đầy đủ là **Phật-đà**, phiên âm tiếng Sanskrit *Buddha,* diễn nghĩa *Giác giả, Người Sáng suốt*. Đó là tiếng để gọi bậc VIÊN GIÁC tức **Giác ngộ hoàn toàn** đã tự giác lại giác tha: Tự giác để Tự độ tiến tới *Giải thoát*; Giác tha để Độ tha do tâm *Đại Từ Đại Bi* muốn Diệt khổ ở cõi Ta-bà đầy tai ương phiền não. Do đó đạo Phật thường được gọi bằng *ba* danh xưng quen thuộc:

Đạo Từ Bi diễn ý đề cao *động cơ tâm lý* muốn cứu khổ cứu nạn.

Đạo Giải thoát diễn ý đề cao *cứu cánh* nhằm đạt tới.

Đạo Giác ngộ diễn ý đề cao *phương tiện* hành trì.

Đối tượng của Phật giáo bao trùm **tất cả pháp giới** vô số vô biên, vô cùng vô tận, không thể lấy số lượng đơn vị mà cân đo đong đếm được. Đạo Phật là một **tôn giáo** vượt ra ngoài giới hạn của không gian và thời gian, *giải thoát con Người ra khỏi Nhân giới*, cõi bụi hồng ở thế gian, dẫn con Người *chứng nhập vào những pháp giới siêu nhân xuất tục*. Đạo Phật là một **đạo giáo** chỉ dạy con Người pháp môn *nhập thế gian*, diệt khổ đem vui đến cho tự mình và mọi người trong cuộc sống cộng đồng nhân loại. Đạo Phật là một **triết học** lấy sự *tuệ giác* làm kim chỉ nam cho mọi sinh hoạt, chữ Hán là *Dĩ tuệ thị nghiệp*. Đạo Phật là một **khoa học** tôn trọng *giá trị thực nghiệm*, điều hữu ích cần phải được thực chứng, nếu không chỉ là lý luận, bàn xuông... Tóm lại, giáo lý đạo Phật là TẤT CẢ.

CHÁNH là ngay thẳng, làm cho gọn gàng, TRỊ là yên ổn, làm cho hết rối reng. CHÁNH TRỊ là *xếp đặt việc điều hành* trong nước hay tại một địa phương cho cuộc sống của người dân *hợp với lẽ phải, có an ninh trật tự và đem lại ấm no hạnh phúc* cho người dân. Vấn đề đặt ra là **Chánh trị trong đạo Phật,** Chánh trị và đạo Phật có mối tương quan liên hệ như thế nào?

Nói cách khác, đạo Phật có đối tượng bao trùm TẤT CẢ, như vậy đạo Phật đã *nhìn vào sinh hoạt chánh trị* trong cuộc sống của con Người ra sao? Giới Phật tử đã tin theo và chứng ngộ đạo Pháp có *làm chánh trị*, trực tiếp can thiệp vào việc thế gian trị quốc an dân hay không? Nếu có, *hoạt động ở cương vị Phật tử hay cương vị chánh trị gia?*

1 LÝ GIẢI TỔNG QUÁT

Một trong những nét rõ ràng nổi bật trong đạo Phật là tính NHÂN BẢN, tu Phật là tu Tâm, *mọi nghiệp đều do tự con Người tạo ra:* Người gieo Nhân lành thì tiến lên cho đến khi thành Phật; Người gieo Nhân dữ thì đọa xuống làm Súc Sanh, Ngạ Quỷ hay Địa Ngục. Đạo Phật bao trùm TẤT CẢ mọi sinh hoạt của con Người, như vậy là **có tương quan liên hệ đến chánh trị** giống như văn hóa, xã hội và kinh tế hay *bất cứ một sinh hoạt nào trong cuộc sống của con Người.*

Theo Phật giáo, **cứu thế độ nhân** là CỨU CÁNH, sinh hoạt chánh trị là PHƯƠNG TIỆN giống như những phương tiện khác, *tùy duyên hành sử* như sinh hoạt kinh tế, xã hội và văn hóa v…v… Người làm chánh trị giống như người làm thương mại, công nghiệp, nông nghiệp, giáo dục, y tế… Tất cả *mọi phương tiện khác nhau* đều nhằm đạt tới một cứu cánh duy nhất là **phục vụ nhân sinh.** Nếu chỉ phục vụ một cá nhân, một giòng họ hay một bè phái thì không phải là quan điểm của Phật giáo về sinh hoạt chánh trị. Theo Phật giáo, chánh trị là **phương tiện phục vụ tất cả mọi người** giống như những phương tiện khác. Đây chính là CHÁNH NGHIỆP, nếu chỉ phục vụ quyền lợi riêng một cá nhân, một giòng họ hay một bè phái thì là TÀ NGHIỆP.

Bàn đến đề tài **Chánh trị trong đạo Phật**, có ý kiến nên xác định thu hẹp phạm vi cho dễ tham khảo hơn, đó là đề tài **Vương đạo trong đạo Phật.**

Theo từ ngữ, VƯƠNG ĐẠO là bổn phận của nhà vua khi đảm nhận trách nhiệm *Trị quốc an dân*. Nhiều người thường có *thành kiến* cho rằng Vương đạo là đạo **Nhập thế** trong Khổng giáo, đạo Phật là đạo **Xuất thế** nên không đề cập đến Vương đạo. Thật là một *thiên kiến*, một ngộ nhận, một thiếu sót đáng tiếc.

Theo Khổng giáo, nhà vua có địa vị độc tôn ở ngôi **Thiên tử**, diễn nôm là **Con Trời** do đó nhà vua theo Vương đạo là *Thế thiên hành đạo* tức *Thay Trời trị dân*. Do đó suy ra phần ứng dụng thành thể chế *Quân chủ độc tài, Quân chủ chuyên chế*. Theo tinh hoa đạo Khổng không phải như vậy. Đó là *hôn quân* tức nhà vua mê muội sai lầm, không làm tròn bổn phận ở cương vị Thiên tử thay Trời trị dân; bậc *minh quân thánh đế* tức nhà vua sáng suốt, biết lo tròn bổn phận làm Thiên tử, hiểu tường tận *Ý Trời* muốn điều gì và biết cách tiếp nhận được Ý Trời. Khổng giáo chỉ dạy Vương đạo **Thiên ý tại Dân tâm** tức *Ý Trời ở lòng Dân*, người dân cầu mong điều gì là Ý Trời muốn nhà vua làm điều đó. Đây là *Chánh Nghiệp* của vị Thiên tử anh minh. Đây là *Chánh Kiến* của người thiện học. Nhà vua có *quyền độc tôn*, nghĩa là *quyền tối thượng cao hơn hết* nhưng không vì thế mà *lạm quyền* trở nên độc tài chuyên chế. Quyền tối thượng này cần được sự anh minh và lòng thương dân như con đẻ của nhà vua hướng dẫn và dùng làm động lực hành sử vương quyền.

Theo Phật giáo, nhà vua là *biểu tượng của cả triều đình* thời xưa. Triều đình là một bộ phận trong cộng đồng dân tộc có cương vị **biểu tượng cho toàn dân** để trị quốc an dân. Nhà vua cũng như cả triều đình *không do dân bầu* ủy nhiệm cho quyền lãnh đạo quốc gia nhưng *tự ý phát nguyện* đảm trách với đạo hạnh Bồ-tát vị tha.

Đối chiếu hai trường hợp Vương đạo có những nhận xét sau đây:

Cả hai trường hợp *giống nhau* đều không có quyền dân cử, không phải là *dân chủ*, do đó chỉ có VƯƠNG QUYỀN, không có DÂN QUYỀN. Cả hai trường hợp đều là **Quân chủ**.

Về mặt **thọ mạng**, Vương quyền do đâu mà có, hai trường hợp *khác nhau*: Theo Khổng giáo, nhà vua *Thế thiên hành đạo,* nhà vua ở ngôi *Thiên tử*, được **Ngọc Hoàng Thượng Đế** tức *Ông Trời* ủy thác cho việc thay Trời trị quốc an dân. Do đó, Vương quyền có tánh chất thiêng liêng phát xuất từ một *Đấng Tối Cao siêu nhân,* có nguồn gốc *Thần quyền* (hiểu là Thiên thần) hơn là *Nhân quyền* (hiểu là những bậc Thánh Hiền). Theo Phật giáo, nhà vua *tự ý phát nguyện đảm trách* Vương quyền với đạo hạnh Bồ-tát vị tha. Do đó, Vương quyền tuy có ứng dụng vi diệu nhưng phát xuất từ nguồn gốc **Đạo Tâm** con Người Chân Thiện, mang tánh *Nhân quyền* hơn là *Thần quyền*.

Quán sâu hơn thì hai trường hợp Vương đạo chỉ khác nhau về mặt *thọ mạng* tức *pháp dụng*, khác nhau về *hình tướng* nhưng vẫn giống nhau về *pháp thể*, giống nhau về *bản tánh*. Điểm giống nhau đó là TÁNH BẢN THIỆN làm Người theo Khổng giáo ai cũng có, hay PHÁP TÁNH NHƯ LAI, PHẬT TÁNH đã làm Người đều có bình đẳng như nhau theo Phật giáo. Nói dễ hiểu hơn **điểm giống nhau là cùng có nguồn gốc NHÂN BẢN**, phục vụ con Người, chỉ khác nhau *về phương tiện hành sử*. Về danh xưng, Khổng giáo gọi là **Thiên ý** trong khi Phật giáo gọi là **Phật tánh.** Nhà vua trị quốc an dân nói là theo *Thiên ý* hay theo *Phật tánh* thì cũng đều nhằm một mục đích duy nhất là đem lại cho dân sự an cư lạc nghiệp.

2 MƯỜI PHƯƠNG CHÂM PHẬT DẠY VIỆC TRỊ QUỐC AN DÂN

Theo lời kinh Đức Thích Ca dạy nhà vua và triều đình việc trị quốc an dân **Mười phương châm**, tiếng Sanskrit là *Mahàsammato*, một từ ngữ duy nhất tiếng Phạn rất khó dịch theo ngôn từ chánh trị học ngày nay. Đây không phải là một hệ thống tư tưởng có liên hệ mạch lạc đến nhau như học thuyết chánh trị hay chế độ chánh trị. Đây chỉ là *mười điều dạy trực tiếp, dễ hiểu* như *phương châm, cách ngôn* dùng làm KIM CHỈ NAM trong sinh hoạt thực dụng về mặt chánh trị theo giáo lý đạo Phật.

Mahàsammato gồm mười phương châm như sau:

– **Tài sản quốc gia là của toàn dân** phải dùng để lo việc ích lợi cho dân với lòng từ bi và quảng đại.

– **Giữ đạo hạnh**, giữ ngũ giới một cách nghiêm túc.

– **Hy sinh tất cả mọi thứ** cho ích lợi của toàn dân, kể cả ngai vàng, danh tiếng và tánh mạng.

– **Chánh trực, liêm khiết**, không được dối dân, mị dân.

– **Đối xử hòa nhã** với tất cả mọi người.

– **Sống tri túc, giản dị**, không hoang phí.

– **Không hận thù, ganh ghét** một ai.

– **Bất bạo động**, tránh mọi chiến tranh đổ máu.

– **Kiên nhẫn, khoan dung tha thứ**, thông cảm chịu đựng khó khăn thử thách để cố gắng vượt qua.

– **Phải tôn trọng hòa hợp với ý dân**, không được làm trái ý dân.

Tìm hiểu về Mahàsammato, người thiện học cần lưu tâm đến những điểm chánh yếu như sau:

Phải đặt vấn đề vào *bối cảnh lịch sử Ấn Độ* ở thời gian 25 thế kỷ trước đây khi Đức Thích Ca còn sinh tiền tại thế: Toàn thể nhân loại nói chung và dân Ấn Độ nói riêng ở thời đó không có ý niệm gì về Dân chủ, Dân quyền, tức *chủ quyền quốc gia thuộc về toàn dân*. Do đó, không có vấn đề *bầu cử*, người dân chọn vị đại diện lo việc quốc gia. Nói cách khác ngắn gọn hơn là không có DO DÂN mà chỉ có thể có CỦA DÂN và VÌ DÂN trong trường hợp có được minh quân thánh đế.

Mãi đến hậu bán thế kỷ 18 học thuyết **Dân chủ** mới ra đời với tác phẩm *Xã Ước* (Le Contrat Social) của *Jean Jacques Rousseau* (1712–1778), một đại văn hào Pháp coi như ông Tổ học thuyết Dân chủ và đến năm 1789 mới có cuộc Cách Mạng Dân Chủ ở nước Pháp.

Mahàsammoto không hẳn là một học thuyết chánh trị hay một thể chế chánh trị theo thuật ngữ trong chánh trị học ngày nay. Đây chỉ là PHƯƠNG CHÂM, lời Đức Phật Thích Ca chỉ dạy nhà vua lý **Tùy Duyên**, cách thức đem *Đạo vào Đời ở cương vị người lãnh đạo quốc dân*, chỉ dạy Vương đạo cho nhà vua khi phát nguyện trị quốc an dân với tâm Bồ-đề cứu thế độ tha. Đây là trường hợp *Nhập thế Bồ-tát* trong giáo lý đạo Phật.

Mahàsammoto không phải chỉ là *Phương Châm*, lời chỉ dạy làm lành tránh dữ mà còn là một **sự kiện thực chứng**, một *thực tại lịch sử, một bằng cớ chánh trị* trong cuộc sống nhân loại. Hai dẫn chứng cụ thể như sau:

Vua A-Dục ở Ấn Độ

A-Dục vương tức vua *A-Dục*, tiếng Sanskrit là *Asoka* là thực tại lịch sử diễn ra tại Ấn Độ ngay thời kỳ Đức Thích Ca còn tại thế. A-Dục có nghĩa là VÔ ƯU, thoát khỏi mọi sự phiền não.

Theo sự khảo cứu trên những bia đá để lại hậu thế, vua A-Dục là bậc đại anh hùng, thống nhất toàn cõi Ấn Độ vào thế kỷ thứ 3 trước Tây lịch, đóng đô tại thành *Hoa Thị*, tiếng Sanskrit là *Pâtaliputra,* lên ngôi năm 273 trước Tây lịch, chánh thức tôn vương năm 269 trước Tây lịch, trị vì 37 năm, viên tịch năm 256 trước Tây lịch (sau khi Phật nhập Niết-bàn).

Về mặt đạo pháp, vua A-Dục *quy y* năm 261 trước Tây lịch (sau 8 năm lên ngôi), thọ giới *Tỳ kheo* nhập vào Giáo hội Tăng già năm 259 trước Tây lịch nhưng vẫn giữ ngôi vua để **tùy duyên có nhiều phương tiện** hoằng dương Phật pháp, tạo được *đạo nghiệp* rất lớn như xây tháp thờ Phật khắp nơi, dựng nhiều bia đá ở ngã ba ngã tư đường chỉ dẫn cho quốc dân làm điều lành tránh điều dữ, nêu gương từ thiện, mở những cuộc Đại thí hội, chẩn bần và cúng dường chư tăng. Nhà vua truyền bá Phật pháp cho giới Phật tử, không phân biệt xuất gia hay tại gia.

Trường hợp vua A-Dục là một bằng chứng lịch sử nêu rõ việc hoằng dương Đạo pháp **hành trì Đại hạnh Bồ-tát *ở cương vị* bậc Quân Vương,** diệu ứng Quân quyền để trị quốc độ dân. Mười phương châm Phật dạy vua A-Dục là *những phương cách trị quốc an dân* ở cương vị Quân Vương, đồng thời cũng là *những giáo pháp để hành đạo* ở cương vị Bồ-tát nhập thế cứu đời: *Vua A-Dục nắm Quân quyền với tâm Bồ-đề độ tha.*

Vua Trần Nhân Tông ở Việt Nam

Đây là trường hợp dẫn chứng thứ hai, diễn ra trong lịch sử dân tộc Việt Nam chứng minh đạo Phật đã **hòa nhập vào sinh hoạt chánh trị** một dân tộc để lại những trang sử vẻ vang về cả hai mặt trị quốc an dân và hoằng dương Đạo pháp. Theo giáo lý đạo Phật, đây là ĐEM ĐẠO VÀO ĐỜI ở cương vị một Quân Vương, một **Phương tiện môn** ứng dụng để cứu nhân độ thế. Nhà vua đóng hai vai trò, vừa là *bậc Lãnh đạo quốc dân* vừa là *vị Bồ-tát nhập thế cứu đời*: Nhập thế cứu đời là *Cứu cánh*, lãnh đạo quốc dân là *Phương tiện.*

3 SỰ VIỆT HÓA PHẬT HỌC TRONG SINH HOẠT CHÍNH TRỊ

Đạo Phật du nhập vào Việt Nam từ những thế kỷ đầu sau Công nguyên do hai ngả Ấn Độ và Trung Hoa qua đường *thương mại* của thương nhân ngoại quốc. Phật giáo ngoại lai thời đó mang theo tinh thần *hướng thiện cầu an,* mong cho được buôn may bán đắt. Kể từ đời nhà Lý và đời nhà Trần, Phật giáo đã trở thành VIỆT PHẬT, đóng vai trò quan trọng trong *nếp sống tinh thần dân tộc Việt Nam*, rõ ràng nhất trong **sinh hoạt chánh trị**.

Lý Thái Tổ

Lý Thái Tổ (974–1028) sáng lập nên nhà Lý, lên ngôi năm 1010 ở tuổi 36, hiệu là Thuận Thiên có nhiều nhân duyên với Phật pháp.

Về lý lịch cá nhân, nhà vua tên là **Lý Công Uẩn**, mồ côi cả cha lẫn mẹ, cha mất từ khi ông còn ở trong bụng mẹ và mẹ cũng qua đời sau khi sinh ra ông. Một vị tăng đem ông về nuôi trong chùa. Khi ông tám chín tuổi, vị tăng gửi ông theo học với thiền sư Vạn Hạnh. Thiền sư Vạn Hạnh nhận thấy ông rất thông minh, truyền Đạo pháp cho ông, tin rằng ông là người có Vương nghiệp nối theo nhà Lê.

Về mặt lịch sử, khi nhà Lê hết phước suy vong, vua Lê Long Đĩnh tức Lê Ngọa Triều băng hà, triều đình đổ nát, đình thần tôn xưng đệ tử của thiền sư Vạn Hạnh lên làm vua để chấn hưng triều chính lo cho quốc thái dân an. Sự kiện thay đổi triều đại đã diễn tiến hài hòa, đặt quyền lợi của quốc dân trên hết, không phân biệt huyết thống hoàng tộc, không câu nệ tín ngưỡng, không tranh chấp bè phái, không có đảo chánh hay dùng đến binh lực. *Tân vương chấp chánh với tinh thần độ dân như một bậc chân tu phát nguyện độ sanh cứu khổ cho thế gian*. Sau khi lên ngôi, vua Lý Thái Tổ dời đô từ Hoa Lư chật hẹp về thành Đại La, tức La Thành, lấy tên là thành Thăng Long (Hà Nội ngày nay).

Về mặt Đạo pháp, vua Lý Thái Tổ đã đưa đạo Phật thành **Quốc giáo** chính thức để toàn dân được tu học Chánh pháp, không phân biệt tu sĩ hay thường dân như xây cất trên 300 ngôi chùa khắp nơi, in ấn và phổ biến kinh sách… Lý Thái Tổ và những vua kế tiếp đời nhà Lý có công đức lớn lao đã đem *hạt giống Đạo pháp gieo trồng* trong vườn nhà của dân tộc Việt Nam.

Trần Nhân Tông

Trần Nhân Tông (1258–1308) là vị vua thứ ba đời nhà Trần đã có công đức rực rỡ làm hiển lộ Đạo pháp là sáng lập ra **Thiền phái Trúc Lâm** ở núi **Yên Tử**, *thiền phái đầu tiên ra đời tại Việt Nam mang đậm mầu sắc dân tộc.*

Trước khi thiền phái Trúc Lâm ra đời đã có *dòng thiền Yên Tử* do Thiền sư Hiện Quang sáng lập có công khai phá núi Yên Tử, do đó trở thành *Sơ Tổ dòng thiền Yên Tử.*

Vua Trần Nhân Tông là *Lục Tổ dòng thiền Yên Tử* đã tùy duyên chuyển thành *thiền phái Trúc Lâm* và trở thành **Sơ Tổ dòng thiền Trúc Lâm.** Dân gian thường nói liền bốn tiếng TRÚC LÂM YÊN TỬ hàm ý diễn nghĩa dòng Thiền Trúc Lâm bắt nguồn từ dòng ThiềnYên Tử ở núi Yên Tử: Phật giáo có nguồn gốc ngoại lai đã hoàn toàn trở thành VIỆT PHẬT..

Vua Trần Nhân Tông là **Sơ Tổ Trúc Lâm Đại Đầu Đà,** lên ngôi năm 20 tuổi niên hiệu *Thiếu Bảo*, tôn xưng là *Điều Ngự Giác Hoàng* nôm na gọi là *Vua Phật* diễn ý vị vua giác ngộ như Phật có khả năng chế ngự thuần hóa được cả voi điên ngựa dữ. Nhà vua có tục danh là **Trần Khâm**, noi gương ông nội là vua Trần Thái Tông Sơ Tổ Trúc Lâm đã thực chứng THIỀN ĐỊNH để lại cho hậu thế bài phú CƯ TRẦN LẠC ĐẠO có giá trị như bản *Tuyên ngôn* của thiền phái Trúc Lâm, nội dung tương đương như tác phẩm KHÓA HƯ LỤC của vua Trần Thái Tông. Đó là NHẬP THẾ HÀNH ĐẠO, *tìm thấy nguồn vui sống ngay trong nội tâm là sự An Lạc Thanh Tịnh trong lúc đang thọ nghiệp thế gian.* Sống trong cộng đồng nhân loại, làm người ai cũng đang **thọ nghiệp thế gian**, dù làm vua quan hay dân dã, thày thuốc, thày giáo, cày ruộng, làm thợ hay đi buôn, đi lính…, hơn nữa, dù là tu sĩ, cư sĩ hay thường dân dung tục. *Đã ở cương vị tư thế quốc vương phải lo tròn phận sự một quốc vương.* Đã nhận mình là con Phật nguyện vâng lời làm theo lời

Phật dạy: *Trị quốc an dân là trả nghiệp thế gian khi đã thọ vương nghiệp*. Đó chính là **đảm trách sứ mạng của Đức Như Lai giao phó.** Đem hạt giống Đạo pháp *gieo trồng* ở vườn nhà của dân tộc Việt Nam là công đức các vua đời nhà Lý, *vun tưới cho cây đã trồng đâm bông kết trái* là công đức các vua đời nhà Trần, nổi bật huy hoàng nhất là vua Trần Nhân Tông.

Hãy điểm qua hành tung lý lịch của vua Trần Nhân Tông để chứng minh Pháp yếu CƯ TRẦN LẠC ĐẠO, nhất là sự **tùy duyên** hành trì Đạo pháp.

Vốn sẵn tín tâm mộ Phật, xuất thân trong hoàng tộc, năm 16 tuổi đã nuôi ý tưởng không muốn làm vua, thái tử Trần Khâm xin xuất gia nhưng vua cha không chấp thuận. Thái tử vâng theo lời cha lên ngôi vua năm 20 tuổi. Đây là **tùy duyên** hóa độ hành trì vương đạo, coi đó là *trả nghiệp thế gian.*

Lúc quốc gia lâm nguy trước quân Mông Cổ hùng mạnh mưu toan xâm chiếm đất nước, vua Trần Nhân Tông năm 27 tuổi đích thân cầm quân ứng chiến nơi trận tiền, đồng lao cộng khổ với quân lính cùng đem thân mạng trả nợ giang san. Những chiến công hiển hách như trận cửa biển Vân Đồn dẹp tan 50 vạn quân Nguyên, bắt nhiều danh tướng địch, trận Bạch Đằng giang làm tan vỡ hơn 400 chiến thuyền của địch bằng chiến thuật đóng cọc. Tinh thần khoan dung trong Phật giáo còn hiển lộ ở vị cầm quân chống xâm lăng *thắng mà không kiêu*: Khi giặc đã thua chạy không truy kích tận diệt, không cầm tù hàng binh mà lại còn cấp cho lương thực để về nước. Dân gian đã lưu truyền công đức vị tướng từ bi ở câu: Khi giặc đến xâm lăng thì **cởi áo cà sa khoác chiến bào**, khi giặc thua chạy thì **cởi chiến bào mặc áo cà sa**. Đây là trường hợp **diệu ứng lý Tùy duyên** một cách tuyệt vời, Phật học gọi là LÝ SỰ VIÊN DUNG.

Đối với quốc dân, vua Trần Nhân Tông không phải chỉ hành đạo nhập thế ở cương vị *một quốc vương, một tướng lãnh* mà còn ở cương vị *Thiền sư Sơ Tổ Trúc Lâm:* Nhà vua pháp sư này đi rao giảng khắp nơi chánh pháp, bài trừ bói toán dị đoan, chú trọng đến hiệu quả tác động cụ thể đến đại đa số người dân có trính độ thấp kém về trí thức, không thuyết giảng những pháp môn vi diệu cao thâm. Đây là **tùy duyên hóa độ** ở cương vị pháp sư, không câu chấp ở phương tiện hành đạo, *pháp môn văn kinh chỉ là Pháp tướng, ý kinh mới là Pháp tánh* cần truyền đạt đến người dân để tẩy sạch vô minh trong sinh hoạt tâm linh toàn dân.

KẾT LUẬN

Người thiện học khéo tu quán tỏ LÝ SỰ VIÊN DUNG trong đạo Phật. Sinh hoạt chánh trị, làm vua hay các quan trong triều thời xưa cũng như tổng thống, thủ tướng, đại biểu dân cử ngày nay cũng chỉ là PHƯƠNG TIỆN hành trì Chánh pháp. Trị quốc an dân mới là CỨU CÁNH của sinh hoạt chánh trị. **Phương tiện thì tùy duyên ứng xử** cốt sao cho khế hợp với nhân sinh nên có nhiều để chọn lựa; **cứu cánh thì bất biến** chỉ có một không bao giờ sai lệch. Nếu Lý Sự không khế hợp viên dung thời là *Tà Đạo* không phải *Chánh Đạo* theo lời Phật dạy.

39 THỜI GIAN TU TẬP HÀNH TRÌ

Về mặt từ ngữ**, Tu tập** và **Hành trì** là những tiếng ghép đôi gồm có hai tiếng đơn. Mỗi tiếng đơn có một nghĩa chính xác khác nhau, người thiện học cần hiểu tường tận nội dung từng tiếng đơn ngõ hầu giúp cho sự thăng tiến trên đường đạo được vững chắc và đúng hướng hơn. Liễu nghĩa từng tiếng đơn như sau:

TU là *sửa chữa* cho được hoàn hảo, trọn vẹn như ý nguyện. Khi có quyết định sửa chữa, tất nhiên là đã xác nhận có sự sai lầm hay thiếu sót. *Tu chính* là sửa chữa chỗ sai lầm cho ngay, cho đúng. *Tu bổ* là thêm vào chỗ thiếu sót cho đầy đủ, hoàn hảo. *Tu chứng* là thực hiện cho đạt được kết quả cụ thể như ý.

TẬP là *làm nhiều lần cho quen* một điều gì đã quyết tâm thực hiện cho đến lúc đạt được kết quả như ý, không nhất thiết là điều lành hay điều dữ. *Tập quán* là thói quen làm nhiều lần một điều gì đã trở thành nếp sống trong sinh hoạt hằng ngày. *Tập tục* là thói quen có từ lâu đời trong nếp sống của người dân tại một vùng, một nước. *Tập luyện* là làm nhiều lần để trở nên thành thạo.

HÀNH là việc làm đem ra ứng dụng trong thực tế như *hành động, hành vi, hành quân*… Trong Phật học, HÀNH có hai nghĩa chính:

Chuyển hóa từ ý nghiệp hay khẩu nghiệp thành ra thân nghiệp, hiển lộ ở động tác hữu vi của thân thể, tay chân. *Hành thiện* là làm điều lành. *Hành hung* là dùng sức mạnh đánh người khác. *Hành chánh* là đem điều hay lẽ phải ra ứng dụng trong việc trị quốc an dân.

Thực hiện đạo hạnh, ứng dụng giáo lý trong sinh hoạt thực tế. *Hành đạo* là ứng dụng đạo học vào đời sống thực tế. *Hành giả* là người thực hiện đạo hạnh. *Hành khất* là người đi xin của bố thí.

TRÌ là *nắm giữ*, không buông bỏ hay để gián đoạn. *Trì giới* là giữ gìn làm theo điều răn cấm, không lúc nào sao nhãng. *Trì kinh* là luôn luôn nhớ lời kinh và làm theo lời Phật dạy. *Tu trì* là luôn luôn thực hiện sự sửa mình theo chánh đạo.

Về mặt ứng dụng trong nếp sống thực tế, người thiện học quán càng sâu càng hiểu kỹ diệu ý của bốn tiếng đơn trình bày ở trên có **mối tương quan liên hệ mật thiết với nhau.** Sự dẫn giải như sau:

Bốn tiếng đơn có liễu nghĩa khác nhau có thể hợp thành một mô thức gồm bốn sự việc liên tục TU–TẬP–HÀNH–TRÌ: Đã quyết tâm *Tu thì phải Tập*; đã gọi là *Tập thì phải Hành*, đem ứng dụng trong thực tế để đạt được kết quả cụ thể xem tốt hay xấu, nên tiếp tục hay ngừng lại; đã *Hành thì phải Trì* nghĩa là thực hiện liên tục, không có bỏ dở nửa chừng, Phật học gọi là *Tu trì miên mật* hay *Hành trì miên mật*.

Mô thức gồm bốn tiếng đơn có thể rút gọn thành mô thức gồm hai tiếng ghép đôi TU TẬP–HÀNH TRÌ. Lý do: *Tu thì phải Tập*, nếu không Tập thì không phải là TU mà là trang bị một lý thuyết suông, trở nên giỏi về hý luận (bàn cãi mà chơi cho vui) không đem lại ích lợi gì cho tự thân và tha nhân; *Hành thì phải Trì*, nếu không Trì thì Hành nhất thời chỉ uổng công phí sức vì không đem lại lợi ích lâu dài thiết thực giống như Tu mà không Tập.

Mô thức gồm hai tiếng ghép đôi có thể rút ngắn hơn nữa thành mô thức chỉ còn một tiếng ghép đôi TU HÀNH. Lý do: *Tu thì phải Hành*, Tu để trở nên *hành giả* mà không phải để trở nên *học giả*, cần thực chứng hơn là lý giải.

Mô thức còn một tiếng ghép đôi lại có thể cô đọng lại thành mô thức chỉ còn một tiếng đơn HÀNH. Lý do: *Có Hành mới có Chứng Ngộ,* đạt được cứu cánh là Giải Thoát, Tự giác tự độ và Giác tha độ tha.

Tóm lại, **Bốn rút lại thu về thành Một, Một khai triển ra thành Bốn**. Điều này chứng tỏ đạo Phật vừa có phần lý giải uyên bác, khúc triết vừa có phần thực nghiệm ứng dụng vào đời sống nhân sinh. Đây chính là **lý Duyên Sinh** (1).

Dẫn chứng một trường hợp cụ thể: Một người phát tâm quyết dạy sớm khi nhận thấy dạy trễ là một thói quen xấu bất lợi cho sức khỏe thể xác cũng như sự minh mẫn tinh thần. Bốn chặng đường chuyển hóa như sau:

TU là *sửa lại* thói quen dạy trễ thành thói quen dạy sớm, có nhận thức sự sửa lại là điều nên làm và *quyết tâm làm*. Đây là trường hợp *Tu chính.*

TẬP là *cố gắng thực hiện* việc sửa lại, bỏ thói quen cũ thay thế bằng thói quen mới, thời gian đầu cần vận dụng nhiều ý chí và nghị lực để tránh sự nửa chừng bỏ dở.

HÀNH là thực hiện việc dạy sớm, *tạo thành nếp sống mới* trong sinh hoạt hàng ngày.

TRÌ là *thực hiện liên tục đều đặn hàng ngày* để thói quen mới trở nên *tự nhiên dễ dàng*, không cần cố gắng nhiều như ở chặng đường Tập luyện.

Trong giáo lý đạo Phật, pháp môn nào cũng tu tập và hành trì theo phương thức như trường hợp tập dạy sớm vừa kể. Chỉ người nào có thực hiện mới nhận thức được **diệu ứng đem lại kết quả như ý**, lý giải tinh vi tỷ mỷ đến đâu mà không thực hiện vẫn không bằng. Người chưa thực chứng chớ coi thường việc sửa chữa điều nhỏ, không quan tâm đến việc quyết tâm tập luyện. Lý do: *Không sửa chữa được điều nhỏ thì không sao sửa chữa được điều lớn*. Đây là hiệu năng của Tinh tấn lực và Định lực.

Trên đường Tu tập–Hành trì đạo pháp người con Phật, *nhất là trường hợp tu tại gia* cần giải đáp rõ ràng một đề tài thực tế, đó là THỜI GIAN dành cho công việc tu hành. Trong sinh hoạt thường xuyên hàng ngày người tu tại gia có rất nhiều công việc phải làm như sinh kế, thu xếp việc gia đình, giao dịch ngoài xã hội, thù tạc với mọi người, thể dục thể thao, nghệ thuật, giải trí nghỉ ngơi… trong môi trường cuộc sống cộng đồng xã hội phức tạp đa đoan như vậy, việc hoạch định thời gian dành riêng cho việc tu hành sao cho *thích nghi khế hợp hài hòa* với hoàn cảnh cá biệt của riêng mình quả thật là một đề tài nan giải, *tuy khó nhưng không phải là bất khả thi*, không thể đạt được. Nói nôm na: Cần dành cho việc tu hành một thời gian bao lâu? Mỗi năm, mỗi tháng hay mỗi ngày lúc nào là thời gian niệm Phật, tụng kinh, đi chùa, nghe thuyết pháp, tham khảo về giáo lý Phật học, pháp đàm với các đạo hữu đồng tu, thỉnh vấn bậc thiện trí thức về giáo lý vi diệu vô biên, tham thiền nhập định?... Trong Phật học, sự diễn ý trên như sau: Cần dành thời gian trong cuộc sống **tại thế** để tập sống **xuất thế** (hay gọi là sống **xuất tục**) hoặc tập sống nhập thế. Làm người sống ở thế gian ai cũng có Thân và Tâm. Người không tu hành ai cũng có cuộc sống tại thế, *cả Thân và Tâm*. Người tu hành có Thân tại thế nhưng *Tâm tập sống xuất thế khi theo Tịnh hạnh*. Người tu hành có Thân tại thế nhưng *Tâm tập sống nhập thế khi theo Bồ-tát hạnh.*

Nói cách khác, về mặt Thân, **làm người ác cũng sống tại thế**, *dù tại gia hay xuất gia*, có ý thức hay mê mờ không biết đến những mối tương quan, liên hệ đa phương chằng chịt giữa cá nhân này với cá nhân khác về đủ mọi mặt kinh tế, chính trị, văn hóa và xã hội trong cuộc sống cộng đồng nhân sinh. Nói nôm na, **sống tại thế là sống ở đời**, làm người không có ai *sống* *ngoài đời* tức **sống cách biệt** với thế gian, không có mối liên hệ gì với người khác. Từ khi đầu thai trong bụng mẹ đến khi tử vong, *tất cả mọi người đều sống tại thế cả*. Dẫn chứng: Ăn là có liên hệ đến nông dân trồng lúa, người buôn bán cung cấp thực phẩm; mặc là có liên hệ đến người dệt may; có nhà để ở là có liên hệ với thợ xây cất; bệnh tật thuốc men là có liên hệ với ngành y dược…

Về mặt Tâm, *người không tu hành sống tại thế*, cuộc sống tâm linh do nghiệp lực dẫn dắt theo lý Nhân Quả Luân Hồi mà phàm nhân dung tục vô minh không nhận thức ra. *Chỉ có người tu hành mới biết cách sống xuất thế hay nhập thế*, tùy trường hợp tu theo Tịnh hạnh hay theo Bồ-tát hạnh. Người con Phật đã phát nguyện quy y cần nhận định tường tận ba lối sống để quyết định chọn xuất thế hay nhập thế.

SỐNG TẠI THẾ: Sống ở đời, có mối liên hệ về mặt tâm linh với tất cả mọi người xung quanh, xác nhận đây là **thọ nghiệp thế gian**, nghiệp nhân cũng như nghiệp quả, nghiệp lành cũng như nghiệp dữ, thấy rõ vai trò của tự thân và tha nhân trong cuộc sống tập thể cộng đồng trong gia đình và ngoài xã hội. Sống thọ nghiệp cảm nhận cũng như tác nghiệp hành động, vui buồn mừng giận *như tất cả mọi người khác* do **vọng tình vọng thức lôi cuốn dẫn dắt trong cõi Ta-bà**. Lối sống này của người con Phật trong thời gian tại thế khi chưa phát nguyện nhất tâm tu hành. Khi nhận thức ra điều này, con người mới phát tâm tu Phật vì lý do thấy mình *không làm chủ cuộc sống tâm linh của chính mình.*

SỐNG XUẤT THẾ: Con người thọ nghiệp thế gian, sinh hoạt hằng ngày do nghiệp lực dẫn dắt giống như đào kép diễn tuồng trên sân khấu. Người chưa tu hành đóng tuồng trên sân khấu đã **sống cả Thân và Tâm của người diễn viên**. Cả tam nghiệp thân–khẩu–ý đều phải diễn xuất theo nội dung vở tuồng do người khác là tác giả đã soạn và theo chỉ dẫn của người đạo diễn. Khi người diễn viên Thân vẫn tiếp tục đóng vai nhân vật đã nhận trên sân khấu, cười khóc đứng ngồi đều *không do chính Tâm mình chủ động thực hiện*, người diễn viên vẫn giữ Tâm diễn viên như lời khen dành cho đào kép giỏi là diễn xuất đã *nhập vai*, người này có thêm một tâm thức của người quan sát, đó là **Tâm của khán thính giả** đang xem tuồng. Khi bắt đầu có tâm quan sát này tức *Quán tâm*, người diễn viên đã sống với **tâm thức ở ngoài nội dung vở tuồng**, có thể chủ động khen hay chê vai tuồng mình đang diễn, không còn bị tác giả vở tuồng và đạo diễn chi phối hướng dẫn nữa, khi đó *có sinh hoạt nội tâm ngoài cuộc đời.* Theo Phật học, đó là **sống xuất thế**. Có sống xuất thế đạo hạnh mới trở nên thanh tịnh, có tịnh hạnh thì định lực mới vững chắc và mới phát tuệ trên đường tu Giải Thoát.

SỐNG NHẬP THẾ: Trong ba lối sống, sống nhập thế đòi hỏi công phu tu hành nhiều hơn cả. Sự khác biệt đại cương như sau:

Sống tại thế là sống ở đời, **giữ nguyên tình trạng ô uế ở tự thân và ở tha nhân** trong sinh hoạt tập thể cộng đồng. Tất cả mọi người ai cũng như ai đều bị nhiễm tam độc Tham Sân Si. Người sống tại thế *không phát tâm chủ động tích cực chuyển hóa tâm thức* ở tự thân và ở tha nhân, giống như người định cư cam chịu ở yên một chỗ đầy phiền não u mê. Do đó mới có danh xưng gọi thế gian là cõi hồng trần (chốn bụi hồng), cõi Ta-bà hay cõi Uế Độ.

Sống xuất thế hay **xuất tục** là sống nội tâm **có sự di chuyển từ Trong ra Ngoài**, từ trong cõi Uế Độ đầy phiền não u mê *tự giác tự độ* đi ra cõi Tịnh Độ đầy thanh thản an vui. Con đường đi từ Trong ra Ngoài này là con đường Giải thoát, con đường Diệt Khổ. Cất bước đi trên con đường này là khởi tâm *tu Tịnh hạnh*, giống như người sống trong ao tù nước đọng có bùn nhơ tanh hôi nay đi sang sống ở nơi có nước trong sạch sẽ mát mẻ.

Sống nhập thế là sống nội tâm **có sự di chuyển từ Ngoài vào Trong,** từ ngoài cõi Uế Độ tức từ cõi Thanh Tịnh đi vào trong cõi Uế Độ để *giác tha độ tha* làm cho cõi này trở nên Thanh Tịnh không còn khổ não. Cất bước đi trên con đường này là khởi tâm tu *Bồ-tát hạnh*, giống như người sống ở nơi sạch sẽ an lành tự nguyện vào nơi có bùn nhơ tanh hôi để quét dọn lau chùi cho nơi này trở nên sạch sẽ an lành. Nhờ đó, khắp mọi nơi đều là cõi Thanh Tịnh, tất cả mọi người ai cũng được sống trong an vui, hạnh phúc.

Cuộc sống thế gian là cõi Uế Độ, **ở yên tại chỗ** là tâm thức kẻ phàm phu dung tục vô minh *cam phận do nghiệp lực an bài định đoạt*, sướng nhờ, tin rằng số hên, khổ chịu, tin rằng số rủi, niềm tin này là *Tà tín, Mê tín*, tin ở điều không đúng với Sự Thật. **Đi ra Ngoài** là tâm thức người khởi tín tâm phát nguyện tu hành theo chánh pháp để *chuyển nghiệp tự giác tự độ* nghĩa là *tự Cứu mình* thoát khổ do nguyện lực hướng dẫn và thúc đẩy, tin theo lý Nhân Quả, sướng hay khổ là do chính mình gieo Nhân thiện hay Nhân ác, niềm tin này là *Chánh tín*. **Đi vào Trong** là tâm thức người khởi tâm Bồ-đề phát nguyện tu hành theo Bồ-tát hạnh để *giác tha độ tha* nghĩa là *Vào đời để Cứu đời* với tâm Đại Từ Đại Bi.

Về hành vi cụ thể, từ ngữ THỜI GIAN trong việc tu hành cần hiểu theo hai nội dung khác nhau:

Thời gian kể từ khi khởi phát tâm tu đạo cho đến khi viên mãn đạo quả thành Phật. Trường hợp này có câu trả lời dứt khoát: Thời điểm khởi đầu có thể kể từ một lúc nào, một tuổi nào trong *đời hiện tại* của hành giả, cũng có thể từ trong *đời quá khứ* của hành giả. Trường hợp khởi phát tâm tu đạo từ một trong những đời quá khứ chỉ những bậc có trí tuệ sáng suốt mới nhận thức được, đó là *Túc mạng thông* hay *Túc mạng minh*. Thời điểm viên thành Phật quả có thể ở trong *đời hiện tại* hay một trong những *đời tương lai* của hành giả tùy theo mức độ chứng ngộ của hành giả *đốn ngộ* hay *tiệm ngộ*, nghĩa là chứng ngộ nhanh chóng liền ngay tức khắc hay chứng ngộ từ từ từng phần một.

Thời biểu hay **thời khóa biểu**, nghĩa là sự phân chia thời gian tu hành với thời gian làm việc khác không phải tu hành. Ví dụ: Tụng kinh niệm Phật hằng ngày mỗi sáng sớm nửa giờ, tham thiền mỗi đêm một giờ, ăn chay mỗi tháng hai hay bốn ngày, thọ bát quan trai mỗi tháng một ngày…(2)

Việc thiết lập Thời khóa biểu Tu hành dài lâu hay nhanh chóng, nhiều hay ít tùy theo cá nhân từng hành giả cốt sao cho *hài hòa khế hợp* trong cuộc sinh hoạt hằng ngày. Tuy nhiên, một quy lệ cần thiết: *Thời gian tu hành tăng dần* cho đến khi viên mãn chiếm trọn thời gian cuộc sống của hành giả. Đó là quán niệm TU HÀNH LÀ SỐNG CÒN. Ví dụ: Giữ giới, ăn chay trường, thường xuyên trợ cấp quỹ từ thiện…

Nói cách khác: Cuộc sống thế gian coi như sân khấu tuồng đời. **Hành giả vừa là diễn viên sắm vai nào đó trong vở tuồng vừa là khán thính giả đi xem, là tác giả vở tuồng và nhà đạo diễn nữa.**

GIẢI THÍCH

❶ **Lý Duyên Sinh:** Thường diễn tả ở câu **Một là tất cả, Tất cả là Một.** Diễn ý: Sở dĩ có cái này là nhờ ở cái khác, làm một việc mà có tác động đến nhiều việc khác, làm việc nhỏ mà có tác động lớn. Tục ngữ có câu *Dứt giây động rừng, Cái nẩy sẩy cái ung*. Chữ Hán có câu *Nhất bản tán vạn thù, vạn thù quy nhất bản*, có nghĩa là Từ một gốc suy ra vạn cái riêng biệt, vạn cái riêng biệt thu về một gốc.

❷ **Bát quan trai:** Tám điều trai giới cần giữ khi tu Tịnh hạnh, cũng gọi là *Bát giới trai* hay nói tắt là *Bát giới*. Đây là giới hạnh tinh nghiêm hơn cả của người tại gia tu Phật. Bát quan trai gồm có Ngũ giới và thêm vào ba giới nữa:

– *Ngũ giới*: Không sát sinh, không trộm cắp, không tà dâm, không vọng ngữ (nói sai, nói hỗn xược, nói mỉa, nói móc); không uống rượu hay các chất ma túy.

– *Ba giới thêm vào*: Không nằm giường cao nệm êm; không dùng phấn son và nước hoa; không xem hát xướng, theo kỹ nữ và không ăn sái giờ (ăn quá ngọ).

Giữ trọn Bát quan trai được hưởng tám công đức:

– Tránh đọa vào bốn đường ác: Địa ngục, Ngạ quỷ, Súc sanh và Ác thần (Atula).

– Đi vào bốn đường thiện: Sanh trong cõi Người; sanh lên cõi Trời; sanh ở cõi Phạm Thiên; gặp Phật ra đời và đắc đạo quả Chánh đẳng Chánh giác.

40 CHỨNG NGỘ

Tiến trình tu Đạo có nhiều cách phân đoạn, cách thường hay dẫn chứng vừa đầy đủ vừa dễ nhớ để thực hiện là cách chia làm bốn giai đoạn **Tín–Giải–Hành–Chứng**, nói đầy đủ là KHỞI TÍN, LÝ GIẢI, HÀNH TRÌ và CHỨNG NGỘ.

KHỞI TÍN là *bắt đầu phát sanh* có niềm TIN tạo nên năng lực vận hành gọi là *Tín lực*, đóng vai chuyển hóa Tâm thức hành giả tức *chuyển nghiệp* người tu từ Tà sang Chánh, từ Vọng động sang Thanh tịnh, từ Vị kỷ sang Vị tha.

LÝ GIẢI là *cắt nghĩa làm cho sáng tỏ* niềm TIN, chỉ rõ Sự Thật nên theo là chánh đáng gọi là *Chánh Tín*, tránh sự mê lầm lạc vào *Mê Tín* của Tà Đạo Ma Giáo.

HÀNH TRÌ là *thực hiện liên tục, nắm chắc vững vàng Chánh Tín* nhằm đạt tới kết quả cụ thể, không buông bỏ khi chưa tới mục tiêu.

CHỨNG NGỘ là *đạt tới kết quả thực hiện hữu ích*, đó là *bằng cớ* của Chánh Đạo, giá trị thực dụng của pháp môn hành trì.

Giai đoạn chót cùng CHỨNG NGỘ đóng vai trò **quyết định giá trị thực tế** toàn bộ tiến trình tu Đạo. Chỉ một sự sai lầm ở giai đoạn này cũng đủ làm uổng phí công phu tu tập ở cả ba giai đoạn trước: Một người leo thang có nhiều bậc. Khi lên đến bậc thang áp chót một cách an toàn chỉ còn một bậc cuối cùng là hoàn tất, nếu bước hụt bị té xuống đất coi như chưa leo lên được bậc nào. Ví dụ điển hình này cho thấy sự Chứng Ngộ **quyết định tối hậu** trong việc tu tập hành Đạo. Trường hợp bước hụt bậc thang cuối cùng bị té xuống đất, người bị té còn nhận lấy thương tích thiệt hại nữa, nói cụ thể là hành giả lạc vào con đường Tà Ma *coi Không tưởng, Loạn tưởng là Tịch Diệt* *hay Nhập thế Cứu đời*. Trở ngại tai hại này Phật học gọi là **Ma chướng**, nôm na có thành ngữ *Ma đưa lối, Quỷ dẫn đường.*

1 LIỄU NGHĨA SỰ CHỨNG NGỘ

Đây là tiếng ghép đôi gồm có hai tiếng đơn, mỗi tiếng đơn góp một phần **liễu nghĩa** diễn ý toàn thể và trọn vẹn của tiếng ghép đôi. Người thiện học cần hiểu *ý nghĩa từng phần* và *tác dụng của sự ghép đôi* nghĩa là sự liên hệ hỗ tương giữa hai tiếng đơn ghép lại. Chỉ cần thay đổi một tiếng đơn nội dung tiếng ghép đôi mới sẽ khác nội dung tiếng ghép đôi cũ.

Chứng

Vừa là danh tự có nghĩa là **Bằng cớ** như tiếng ghép đôi *Bằng chứng*, vừa là động tự có nghĩa là **Xác nhận** như tiếng ghép đôi *Chứng nhận*. Bằng cớ có nội dung *một sự kiện, một hiện tượng* biểu lộ cho mọi người nhận thấy. Quán sâu hơn, nội dung này gồm có hai phần: Phần SỞ CHỨNG là *đối thể* tức sự kiện diễn tiến hay hiện tượng hiển lộ ra một cách khách quan và phần NĂNG CHỨNG là *chủ thể* đóng vai trò quan sát nhận thức một cách chủ quan. Chỉ cần thiếu một trong hai phần vừa kể thì Bằng cớ coi như KHÔNG CÓ.

Tại sao lại COI NHƯ Không có mà không xác quyết là KHÔNG hay CÓ? Câu hỏi có phần tế nhị và câu trả lời dẫn giải cụ thể như sau:

Trường hợp *không có Sở chứng*, **Bằng cớ** không hiện hữu trong thực tế, sự kiện không hề xẩy ra, dù có sự quan sát kỹ lưỡng đến đâu cũng không thâu thập được gì. Đây là trường hợp **KHÔNG cho nên KHÔNG**, không có đối thể nên chủ thể dù có xác nhận cũng xác nhận là KHÔNG, Phật học gọi là **Thực Chứng Chân Không** hay **Thực Chứng Nguyên Không.**

Trường hợp *có Sở chứng*, **Bằng cớ** có xuất hiện, sự kiện có xẩy ra nhưng không có Năng chứng, không có sự quan sát nhận thức một cách chính xác và đầy đủ, nghĩa là hoặc không có hẳn hoặc có nhưng hiệu năng sai nhầm thiếu sót. Đây là trường hợp **CÓ mà coi như KHÔNG** nghĩa là không biết đến hay hiểu sai, không đúng với Sự Thật, Phật học gọi là **Giả chứng** nghĩa là xác nhận một điều sai lầm *Có mà xác nhận là Không*. Đây là **Ngoan Không**, không phải là *Chân Không*. Người khéo tu cần phân biệt rõ ràng, *không ngộ nhận Ngoan Không là Chân Không* để tránh lạc vào Tà Giáo Không tướng:

Một khi CHỨNG đã sai lầm, Giả chứng lại nhận là Thực Chứng thì không thể đạt tới Giác Ngộ được.

Ngộ

Trong tiến trình tu Đạo, CHỨNG là giai đoạn chót cùng. Giai đoạn này gồm có nhiều dạng thái nhưng đều dẫn đến NGỘ, do đó có nhiều danh xưng đều nói về Ngộ như *Tiệm ngộ, Đốn ngộ, Sơ ngộ, Đại ngộ...* Danh xưng nói chung thường dùng là *Chứng ngộ, Giác ngộ, Tỉnh ngộ...*

Theo từ ngữ, Ngộ ở đây có nghĩa đen là **Hiểu rõ ra, vỡ nhẽ ra**, Phật tánh vốn có sẵn trong tâm thức còn ẩn tàng nay **bừng sáng lên**. Đây là tiếng đơn trong tiếng ghép đôi hay dùng trong Phật học như *Chứng Ngộ, Giác Ngộ...* Chữ Hán có nhiều tiếng đồng âm khác nghĩa, viết khác nhau như Hội ngộ (gặp gỡ), Đãi ngộ (đối xử), Ngộ nạn (gặp tai nạn), Ngộ nhận (hiểu sai lầm), Ngộ sát (vô ý giết người)...

Sự chuyển hóa giữa Chứng và Ngộ *chỉ có một chiều từ Chứng đến Ngộ*, không có chiều ngược lại từ Ngộ đến Chứng. Có ba mức độ chuyển hóa như sau:

Chứng đắc chuyển hóa thành **Sơ Ngộ**: Năng chứng nhận thức và *giữ vững lấy* Sở chứng, bắt đầu có thực nghiệm về hành trì Đạo pháp.

Chứng ngộ: Có kết quả *đầy đủ* về thực nghiệm pháp môn tu trì, cũng gọi là **Giác ngộ.**

Chứng nhập chuyển hóa hoàn toàn trọn vẹn thành **Đại Ngộ**: Năng chứng và Sở chứng *dung thông khế hợp thành Một*, không còn sự phân biệt chủ thể và đối thể nữa. Đây là trường hợp *viên mãn Đạo quả*. Chứng nhập cũng gọi là **Ngộ nhập**, nói là *Chứng nhập* khi chú trọng đến nguyên do sự chuyển hóa, nói là *Ngộ nhập* khi chú trọng đến kết quả sự chuyển hóa.

2 TRƯỜNG HỢP ĐIỂN HÌNH: CHỨNG NGỘ LÝ NHÂN QUẢ

Trong sự hoằng pháp truyền bá giáo lý đạo Phật sự *lý giải* minh bạch cặn kẽ bằng lời nói văn tự nhiều khi vẫn không đạt tới kết quả là *tận diệt Nghi tâm.* Sự lý giải tinh vi cần được bổ sung bằng sự trình bầy trường hợp điển hình. Sau đây là tiến trình chứng ngộ lý Nhân Quả lần lượt theo thứ tự Tín Giải Hành Chứng:

Khởi tín tâm

Trước khi khởi phát *Tín tâm* là giai đoạn *Nghi tâm*. Hành giả còn chấp thủ sự phân vân ngờ vực, chưa có quyết tâm xác định đường lối nào trong cuộc sống thực tế hàng ngày. Lý Nhân Quả thì dạy **Nhân nào Quả ấy**, chữ Hán có câu *Thiện giả thiện báo, ác giả ác báo*, ca dao có câu diễn ý tương tự:

Ở hiền thì lại gặp lành,

Ở ác thì lại tan tành ra tro!

Ngược lại, kinh nghiệm dân gian lưu truyền hậu thế có câu tục ngữ *Làm ơn nên oán, làm phúc phải tội*. Như vậy biết tin đằng nào là chân lý? Phải chăng lý Nhân Quả không phản ánh được Sự Thật Chân Như mà chỉ là một lời KHUYẾN THIỆN, không dẫn giải được bản thể lý Nhân Quả hay Luân Hồi Nghiệp Báo mà chỉ là một lời khuyên răn nên làm điều lành tránh điều dữ?

Giai đoạn Nghi tâm này chấm dứt khi khởi phát Tín tâm. Sự chuyển hóa tâm thức như sau: *Tín căn* ai cũng có sẵn tiềm ẩn trong A-lại-da thức coi như một thành tố tạo nên *Chân Tâm Thanh Tịnh* ở con Người. Tín căn coi như một *hạt giống* gieo xuống đất, nằm yên một chỗ sau một thời gian thì **nẩy mầm** mọc lên thành cây con. Giai đoạn Nghi tâm là thời gian hạt giống chưa nẩy mầm. **Sự nẩy mầm là sự khởi phát Tín tâm**. Việc nuôi dưỡng hạt giống để nẩy mầm sớm hay muộn là do ở công đức hành giả trong cuộc sống hàng ngày, giống như người làm vườn lo bón phân tưới nước, bắt sâu nhổ cỏ dại để cây mau đâm chồi nẩy lộc, ra hoa kết trái. Tín tâm là một thành tố tạo nên *Sinh lực* tức Nguồn sống ở con Người, Phật học gọi thành phần Sinh lực này là **Tín lực.**

Lý giải

Sau khi có Tín tâm cần phải trả lời câu hỏi nguyên do nào dẫn đến niềm tin Nhân Quả? Lý giải là dùng *suy ngẫm* cân nhắc để trả lời có tính cách chủ quan, nói nôm na là dùng **Lý thuyết** để cắt nghĩa niềm tin. Người *lý giải* giỏi cần có nhiều *học thức*, do đó có danh xưng gọi là *học giả*. Mục tiêu sự Lý giải là hướng dẫn Tín lực đi đến **Chánh Tín**, là một trong Bát Chánh Đạo, tránh sự lạc vào **Mê Tín** của Tà Đạo Ma Giáo.

Bản thể của Nhân tánh là CHÂN THIỆN, lý Nhân Quả có tánh **Nhân bản** lấy Con Người làm gốc, do đó lý Nhân Quả nhằm đạt tới cứu cánh vừa CHÂN vừa THIỆN. Lời nhận định cho rằng lý Nhân Quả chỉ là lời khuyến thiện, không phản ảnh được Sự Thật Chân Như, do đó chỉ *đúng có một nửa* *và sai một nửa*. Hơn nữa, hiệu năng của sự khuyến thiện là NÊN LÀM, làm thì tốt còn không làm thì cũng không sao. Trong khi hiệu năng của lý Chân Như thể hiện ở lý Nhân Quả có tác dụng đến *tất cả mọi người, mọi vật* dù khi tác nghiệp có ý thức hay vô thức, trong *tất cả mọi cảnh duyên* dù thuận cảnh hay nghịch cảnh.

Hành trì

Nhằm tới mục tiêu Chứng Ngộ cần hội đủ hai điều kiện thiết yếu LÝ GIẢI và HÀNH TRÌ, nói nôm na là Lý Thuyết và Thực Hành, Phật học gọi là LÝ SỰ VIÊN DUNG. Người *lý giải* giỏi có nhiều *học thức* nên gọi là *học giả*, người *hành trì* thành thạo có nhiều *kinh nghiệm* nên gọi là *hành giả*. Câu hỏi đặt ra: Học thức và kinh nghiệm, học giả và hành giả bên nào hơn bên nào kém? Phật dạy **Lý Sự Viên Dung** nghĩa là cả hai bên đều cần thiết như nhau vì cần bổ sung điền khuyết cho nhau, *khế hợp hội nhập* vào nhau để tạo thành một *Đạo lực duy nhất.* Nếu thiên lệch về bất cứ bên nào sẽ làm cho suy giảm Đạo lực trên đường tiến tới Chứng Ngộ. Chủ thuyết thực dụng chủ trương *Mười điều hiểu biết không bằng Một việc thực hành*. Lập luận này *thiên chấp* về hành trì, coi quá nhẹ phần lý giải. Ngược lại, lập luận *thiên chấp* về lý giải lại biện hộ rằng *Không hiểu biết tường tận rồi làm sai không đem lại lợi ích gì lại còn tác hại*, như vậy đừng làm còn hơn là làm. Cả hai lập luận thiên chấp đều không phù hợp với chủ yếu *Trung Đạo Lý Sự Viên Dung* trong giáo lý đạo Phật. Lý Sự Viên Dung là kim chỉ nam trong giai đoạn Hành Trì.

Chứng ngộ

Đây là mục tiêu cuối cùng, cứu cánh sự tu Đạo có hiệu năng quyết định **giá trị toàn thể và tối hậu** sự tu hành Đạo pháp. Theo ngôn từ thường nói tiếng ghép đôi *Chứng* trước *Ngộ* sau, không ai đảo ngược thành *Ngộ Chứng*. Quán sâu thì **không có sự phân biệt** trình tự trước sau. Lập luận *thiên chấp* vào trình tự trước sau dẫn giải rằng *Có Chứng thì mới Ngộ*, không có sự Ngộ rồi mới Chứng, giống như việc Ăn No, *có Ăn thì mới No,* không có sự No rồi mới Ăn. Thông đạt liễu nghĩa Nhất Như thì Chứng và Ngộ *tương nhiếp tương dung*, không thể đối chiếu với Ăn và No không có sự tương nhiếp tương dung.

Về mặt thực nghiệm nên có sự nhận định *minh bạch* khi dùng từ ngữ để diễn tả sự chuyển hóa tâm linh vốn là *vô tướng* như sau:

Hai anh em cùng cha cùng mẹ sống trong một gia đình khá giả, lúc nhỏ cùng được học hành, khi lớn lên tiếp xúc va chạm với đời càng nhiều thì *mỗi người có một tâm trạng và ý nguyện khác nhau*. Người anh nhìn vào hiện tại của mình nghĩ rằng gia đình mình có phước là nhờ tổ tiên đã gieo Nhân lành từ nhiều đời trước, cũng như ở đời hiện nay cha mẹ và cả bản thân mình cũng làm điều lành tránh điều dữ. **Nhân lành gieo từ những đời trước nên được hưởng Quả phước ở đời hiện nay và Nhân lành tiếp tục gieo ở đời hiện nay sẽ dẫn đến Quả phước ở những đời sau**. Cuộc sống có nhiều trường hợp bất như ý, hoạn nạn bất ngờ vì nhiều lý do *Nhân vô thập toàn* ai cũng không tránh khỏi những sai lầm đáng tiếc. Do đó có những Nhân dữ đã gieo ở những đời trước, tác nghiệp nên quả báo ứng hiện ở đời hiện nay, *mình phải cam nhẫn trả nghiệp cho tiêu trừ hết cả ở đời hiện nay* để đời sau không còn ưu phiền khổ não. Tin ở lý Nhân Quả có sự vận hành **theo thời gian** từ Quá khứ đến Hiện tại và từ Hiện tại đến Tương lai một cách *bình đẳng công bằng*, mình phát tâm **cam nhẫn** như vậy để tâm được thêm an tịnh ở đời hiện nay.

Người em cũng Chứng Ngộ lý Nhân Quả như anh nhưng **quán sâu** hơn: Lý Nhân Quả có sự **vận hành diệu ứng**, không phải chỉ có *một chiều* theo thời gian từ Quá khứ đến Hiện tại và từ Hiện tại đến Tương lai mà ở cả *hai chiều*, thêm vào *chiều ngược* với thời gian nghĩa là từ Tương lai đến Hiện tại và từ Hiện tại đến Quá khứ. Hơn nữa, sự diệu ứng của lý Nhân Quả còn vận hành *từ cảnh giới này sang cảnh giới khác ở cả hai chiều*, ví như con Người đang ở Nhân giới gieo Nhân lành đắc Quả phúc sẽ *thăng tiến* lên cảnh giới Chư Thiên tức cảnh Trời, ai gieo Nhân giữ thọ Quả tội sẽ *đọa xuống* cảnh giới Súc Sanh, Ngạ Quỷ…

Quán sâu lý Nhân Quả hơn anh, người em nhất tâm phát nguyện **làm điều lành tránh điều dữ:** LÀM ĐIỀU LÀNH để *vun bồi tăng trưởng Phúc căn* đã gieo Nhân lành từ những đời trước và đã gieo Nhân lành ở Quá khứ trong đời nay; TRÁNH ĐIỀU DỮ và SÁM HỐI tội lỗi đã gieo Nhân dữ từ những đời trước và trong đời hiện nay. Nếu sám hối chưa đủ đạo lực để *tiêu trừ* Tội căn trong đời quá khứ và đời hiện nay thì phát nguyện *những đời sau kế tiếp vẫn kham nhẫn sám hối* cho đến khi nào **tận diệt không còn Tội căn.**

Trường hợp người anh là **Chứng đắc Sơ Ngộ** lý Nhân Quả, trường hợp người em là **Chứng nhập Đại Ngộ** lý Nhân Quả. Khi nói tổng quát không chỉ một trường hợp cá biệt dành cho một người thường dùng danh xưng *Chứng Ngộ, Giác Ngộ, Tỉnh Ngộ*…không chú ý đến mức độ ít nhiều, một phần hay trọn vẹn, chỉ diễn ý sự *vận hành* tâm thức từ KHÔNG THẤY đến CÓ THẤY, từ VÔ MINH đến TRÍ TUỆ, từ MÊ SAY đến BỪNG SÁNG…

KẾT LUẬN

Chứng ngộ là sự **vận hành** tâm thức của người tu Đạo, luôn luôn chuyển hóa di động *không lúc nào đứng yên*, vận hành ở cả *hai chiều* lên xuống, tới lui. Chỉ ngoại trừ một trường hợp là khi nào người hành trì Bồ-tát đạo đạt tới quả vị *Bất thối chuyển* có danh xưng là *Bất thối Bồ-tát* có nghĩa là KHÔNG TRỞ LUI nữa, gần đến lúc viên mãn đạo quả Như Lai thành Phật.

Người khéo tu trên đường hành trì Đạo pháp luôn luôn tự hỏi và tự trả lời mình đã **Chứng Ngộ** đến mức độ nào? Không vị minh sư hay thiện hữu nào có thể giúp mình trả lời câu hỏi này được vì lý do dễ hiểu *Ai tu người ấy chứng.*

Có câu thơ Khuyến tu nói về Chứng Ngộ:

Có ĐI mới ĐẾN ai ơi!
Không Đi sao Đến lẽ Trời đương nhiên.
Có Đi không Đến mới phiền,
Lầm đường lạc lối chớ nên coi thường.

41 TÂY PHƯƠNG CỰC LẠC VÀ ĐÔNG PHƯƠNG DIỆU HỶ

Hành giả nhất tâm tu trì Chánh pháp nhằm tiến tới chứng đắc Phật quả. Trên hành trình tiến tu có nhiều biểu tượng cho nhiều đạo vị, có nhiều phương tiện để tùy duyên ứng dụng. Dù đang ở chặng đường nào, dù đang sử dụng phương tiện nào, hành giả luôn luôn hướng tâm về một ĐIỂM TỚI DUY NHẤT: Đó là **cứu cánh bất biến chứng đắc Phật quả.**

Nói cách khác, trong khi trì giới niệm kinh hành đạo người Con Phật cảm nhận được những gì từ bậc Từ Phụ? Cha mình là ai? Cha mình ở đâu? Ở trong chùa hay tại nhà, ở ngoài hay trong Tâm mình? Cha mình ở cõi Ta-bà đầy ô trược hòa nhập với cuộc sống của chúng sanh hay an trú ở một pháp giới xa xôi nào? Mình luôn luôn kính yêu và vâng lời Cha dạy nhưng *làm cách nào gặp mặt Cha, nghe rõ và trình thưa những điều nghi vấn để hiểu tường tận lời Cha dạy?*

Phật học nói đến sự hiển lộ của bậc Từ Phụ ở thành ngữ **Tam thế thập phương chư Phật** có nghĩa ở khắp mọi thời gian quá khứ, hiện tại và tương lai, đồng thời ở khắp mọi không gian mười phương. Đó là pháp giới HƯ KHÔNG nói gọn là CÕI KHÔNG siêu việt vượt ra ngoài cả Thời gian và Không gian. Nói dễ hiểu hơn: *Khi nào và ở đâu có chúng sanh vô minh khổ não thì ngay khi đó và ở đấy có Phật ứng hóa hiện thân để hóa độ*. Tóm lại, có vô số Phật an trú ở vô lượng pháp giới khác nhau, mỗi vị Phật mỗi pháp giới đều có danh xưng riêng. Muốn gặp mặt bậc Từ Phụ, người con Phật không cần quan tâm nhiều về sự chọn thời điểm và nơi gặp, **điều thiết yếu là nhiếp tâm trì niệm dung thông với Cha.**

Chúng ta là NGƯỜI thuộc Nhân giới sống ở pháp giới mang tên cõi TA-BÀ hay TA-BÀ THẾ GIỚI tiếng Sanskrit *Saha* diễn nghĩa là *Kham nhẫn*. Chúng sanh sống ở cõi này phải **chịu đựng** mọi ác trược phiền não, do đó còn có tên gọi là NHẪN ĐỘ, ĐẠI NHẪN THẾ GIỚI và UẾ ĐỘ đối ứng với cõi Tịnh Độ tức Tây phương Cực Lạc. Cõi Ta-bà còn được gọi là TẠP ÁC THẾ GIỚI vì cõi này có đủ mọi điều xấu ác, cũng được gọi là TẠP SANH THẾ GIỚI vì cõi này có nhiều loại chúng sanh tốt xấu cùng thọ nghiệp chào đời.

Vị Phật bổn sư của chúng ta là **Phật Thích Ca**, sanh thân đã tịch diệt năm 483 trước Dương lịch nhưng pháp thân vô tướng vẫn ở cõi Ta-bà ứng hiện vào Tăng đoàn và giới Thiện trí thức, các vị Thánh Tăng và Đại sĩ (Bồ-tát tại gia) để giáo hóa chúng sanh. Những vị truyền bá Phật pháp hiện nay ở cõi Ta-bà coi như *hóa thân Phật Thích Ca.* Phận sự hoằng pháp của những vị này là *Sứ giả của Phật* đảm trách công việc do Đức Như Lai giao phó.

Một trường hợp dẫn chứng điển hình ở Việt Nam: **Thiền phái Trúc Lâm Yên Tử.** Ba vị vua liên tiếp đời nhà Trần là Trần Thái Tông, Trần Thánh Tông và Trần Nhân Tông đều là thiền sư uyên bác về giáo lý đạo Phật. Chịu ảnh hưởng trực tiếp của ông nội và vua cha, vua **Trần Nhân Tông** (1258–1308) sáng lập ra Thiền phái Trúc Lâm ở núi Yên Tử, thiền phái đầu tiên ra đời ở Việt Nam mang đậm mầu sắc dân tộc, có sự phụ giúp đắc lực của **Thượng sĩ Tuệ Trung**, tên là Trần Tung (1230–1291) được vua Trần Nhân Tông coi là sư phụ. Vua Trần Nhân Tông nhận mình là con Phật, nguyện vâng lời Phật dạy hành đạo ở cương vị quốc vương: Trị quốc an dân, đem lại ấm no hạnh phúc cho trăm họ là trả nghiệp thế gian, là *đảm trách sứ mạng của Đức Như Lai giao phó.* Dân Việt Nam thời bấy giờ đã tôn xưng vua Trần Nhân Tông là **Phật Vương,** diễn ý *hóa thân Phật đóng vai Vua.*

Trường hợp dẫn chứng ở Tây Tạng: Những vị Đạt-lai Lạt-ma là một dạng hóa thân Phật, **phần pháp thể thì xuất tục thanh tịnh**, nhưng **phần pháp dụng thì nhập thế** hòa mình vào cuộc sống thế gian để độ sanh, cứu dân giúp nước đem lại ấm no, tự do, hạnh phúc cho dân Tây Tạng. Trường hợp hóa thân Phật ở Tây Tạng thường được gọi là **hoạt Phật.**

Khi còn tại thế Đức Thích Ca Mâu-ni cho biết Đức Di-Lặc Bồ-tát sẽ thành Phật sanh thân ở cõi Ta-bà khi nhân duyên tương ưng với chúng sanh trên trái đất chúng ta. Hiện giờ Đức Di-Lặc Bồ-tát đang ở cung trời Đâu xuất, chưa thành Phật nhưng giới Phật tử vẫn tôn xưng gọi là **Phật Di-Lặc** để tỏ lòng ngưỡng mộ mong cầu. Theo quyển **Phật tổ thống ký** nói các vị Phật kế tiếp nhau sanh thân ở cõi Ta-bà, khoảng cách thời gian từ Đức Thích Ca nhập diệt đến Đức Di-Lặc ra đời và thành Phật là tám triệu một trăm lẻ tám ngàn (8.108.000) năm. Trong khoảng cách thời gian này không có sanh thân vị Phật nào ở cõi Ta-bà. Việc hoằng pháp do các vị Sứ giả Như Lai đảm trách dưới dạng Thánh tăng, Thiện trí thức không có hiệu quả bằng *thời*

Chánh pháp có đích thị sanh thân Phật đảm nhiệm. Vì lý do này thời đại chúng ta hiện nay có tên là *thời Mạt pháp*, nghĩa đen chữ Hán *mạt* là cái ngọn cây không có nhiều nhựa như thân cây. Thời Mạt pháp là thời đại số lượng Phật tử được chân truyền pháp tánh Như Lai sút giảm không bằng thời Chánh pháp và thời Tượng pháp (thời đại gần bằng thời Chánh pháp), dù cho số người phát tâm tu tập có đông hơn.

1 SỰ TÍCH ỨNG HÓA THÂN CỦA PHẬT THÍCH CA

Ở cương vị làm Con cần phải tỏ rõ người Cha của mình thì mới cảm nhận thấy sâu xa thấm thía tình Cha Con, thế nào là *Phụ từ Tử hiếu*. Người Con không thể cảm nhận thấy tình phụ tử thiêng liêng khi chưa làm Cha, không thể cảm nhận thấy tình yêu thương Cha dành cho Con chỉ bằng cách quan sát, tìm hiểu sinh hoạt giữa Cha Con trong gia đình người khác. Tục ngữ Việt Nam có câu nêu rõ giá trị thực nghiệm trong đạo làm con: **Có nuôi con mới biết lòng cha mẹ.**

Giới Phật tử cũng vậy, đã tự nhận là Con Phật người khéo tu cần phải tỏ rõ vị Bổn sư Phật Thích Ca là bậc Từ phụ của mình trong khi tìm hiểu sự hoằng pháp độ sanh của chư Phật: Đó là sự tích ứng hóa thân của Phật Thích Ca. Có phát tâm Bồ-đề hành trì Bồ-tát đạo và thực chứng đến mức độ tri kiến Như Lai mới tỏ rõ tâm vô lượng Đại Từ Đại Bi của Bổn sư Phật Thích Ca trong hành trình hóa độ chúng sanh.

Tóm tắt sự tích ứng hóa thân của Phật Thích Ca như sau:

Một Đại kiếp là một thời kỳ thành và hoại của một Tam thiên đại thiên thế giới tức Đại thế giới. Cõi Ta-bà là đại kiếp hiện nay gọi là *Hiện kiếp* khi so sánh với *Đại kiếp quá khứ* và *Đại kiếp vị lai*. Đại kiếp hiện nay còn gọi là HIỀN KIẾP hay THIỆN KIẾP vì có rất nhiều các vị Thánh Hiền ra đời. Đại kiếp quá khứ gọi là TRANG NGHIÊM KIẾP, Đại kiếp vị lai gọi là TINH TÚ KIẾP. Mỗi Đại kiếp có 1.000 vị Phật ra đời. Phật Thích Ca là vị Phật thứ tư trong Hiền kiếp hiện nay theo thứ tự năm vị đầu tiên:

1. Ca-la-ca-tôn-đại *(Krakucchanda)*,
2. Câu-na-hàm-mâu-ni (*Canakamouni),*
3. Ca-diếp (*Kacyapa),*
4. **Thích-Ca-Mâu-Ni** (*Cakyamouni*),
5. Di-Lặc (*Maitreya).*

Vị Phật sau cùng trong Hiền kiếp là Phật Lâu-chí.

Sanh thân của Phật Thích Ca

SANH THÂN là xác thân có sanh có tử của Phật khi hóa hiện ở cõi Ta-bà để độ sanh, cũng gọi là *sắc thân* hay *nhục thân*. Sanh thân của Phật Thích Ca là nhân vật lịch sử Thái tử **Tất-đạt-đa** (*Siddharta*) có nghĩa là *Bậc chứng đắc đến quả vị hoàn toàn* do vua cha Tịnh-Phạn vương (Souddhodana) cùng các giáo sĩ Bà-la-môn hội ý đặt tên cho. Phật Thích Ca đản sanh năm 563 nhập diệt năm 483 trước Dương lịch thọ 80 tuổi. Mẹ là Hoàng hậu Ma-Da (*Mâya*), vợ là công chúa Da-du-đà-la (*Yasôdhara*) và con trai là La-hầu-la (*Râhula*).

Pháp thân của Phật Thích Ca

PHÁP THÂN là pháp tánh vô tướng, thường hằng không có sanh tử như sanh thân, cũng gọi là *pháp thể Chân Như* hay *Phật tánh*. Nói cách khác, Đức Thích Ca thành Phật từ vô số kiếp trước, không phải đợi đến khi sanh thân Thái tử Tất-đạt-đa năm 29 tuổi bỏ triều đình, bỏ hoàng tộc vợ con đi tu mãi đến năm 35 tuổi mới đắc đạo quả thành Phật dưới gốc Bồ-đề. Thái tử Tất-đạt-đa chỉ là HÓA THÂN của Phật ứng hiện ở cõi Ta-bà đầu thai làm con vua Tịnh Phạn để hành đạo Bồ-tát, thực hiện việc giáo hóa chúng sanh. Phật học gọi đây là trường hợp diệu dụng **lý tùy duyên hành đạo**, nghĩa là *mượn cương vị và tư thế một Thái tử để hội đủ những điều kiện thuận lợi cho việc hành đạo giáo hóa chúng sanh*. Việc đóng vai Thái tử trong đời sống sanh thân kéo dài 80 năm chỉ là pháp môn *phương tiện* của Phật, *cứu cánh* luôn luôn là cứu độ chúng sanh. **Cứu cánh thì bất biến trong tâm Phật, phương tiện thì tùy duyên tùy cảnh mà linh động ứng hóa** cho thích nghi xử lý phù hợp với sự vận hành chuyển nghiệp của chúng sanh cần được hóa độ.

Dẫn chứng điển hình trong sự tích ứng hóa thân Phật Thích Ca: Có đóng vai trò Thái tử Tất-đạt-đa sanh ra ở cõi Ta-bà năm 29 tuổi quyết tâm từ bỏ những gì cao quý thân thương nhất như ngai vàng, cha mẹ vợ con để đi cầu đạo, hóa thân Phật mang tên dòng họ Thích Ca mới để lại cho chúng sanh vạn thế **bài học vô thượng về giá trị Chánh pháp.** Đây là bài học thấm nhập vào tâm thức Phật tử bằng hành vi cụ thể của Phật, không phải bằng lời nói do âm thanh phát ra ở cửa miệng, do đó có hiệu năng **trực ngộ tri kiến Như Lai**. Hành vi rời bỏ tất cả là PHƯƠNG TIỆN thích nghi hữu hiệu đạt tới CỨU CÁNH giáo hóa chúng sanh. Người khéo tu học Chánh pháp không phải chỉ tìm hiểu ở lời kinh mà còn cảm nhận được pháp tánh Như Lai ở hành vi cụ thể của Phật lúc còn tại thế. Phật học gọi đây là VÔ TỰ CHÂN KINH, ý Phật dạy không diễn tả ở văn tự ngôn ngữ, đó mới là **điều chân thật tròn đầy.**

Người thiện học cần thận trọng khi dùng phương tiện ngôn từ để diễn tả những điều muốn truyền đạt trong *pháp giới vô tướng nói về bản thể* để tránh ngộ nhận với những thứ trong pháp giới *sự tướng có hình dạng nói về hiện tượng*: Từ ngữ PHẬT truyền đạt hai nội dung trong hai pháp giới khác nhau:

PHẬT trong **pháp giới thể tánh vô tướng** diễn tả *pháp thân Phật, pháp tánh Như Lai, bản thể Chân Như, Phật tánh, Giác tánh*… Phật Thích Ca mang tên dòng họ Thích Ca có mười danh hiệu. Để tỏ lòng tôn kính, giới Phật tử cữ tên dòng họ nên thường gọi bằng danh hiệu: Dùng danh hiệu **Đức Như Lai** khi muốn diễn ý *pháp tánh Như Lai* ứng hiện ở sanh thân Phật Thích Ca, dùng danh hiệu **Đức Thế Tôn** khi muốn diễn ý *pháp tướng Như Lai* hiển lộ ở sanh thân Phật Thích Ca.

PHẬT trong **pháp giới sự tướng hữu hình** diễn tả *ứng thân Phật, hóa thân Phật* đã hiển lộ ở một cõi riêng biệt để hóa độ chúng sanh ở cõi đó. Phật Thích Ca là hóa thân Đức Như Lai ở cõi Ta-bà, Phật A-di-đà là hóa thân Đức Như Lai ở cõi Tịnh Độ, Phật A-súc là hóa thân Đức Như Lai ở cõi Diệu hỷ.

Sau trường hợp **Phật Thích Ca** mang tên dòng họ hóa độ chúng sanh ở cõi Ta-bà, người thiện học cần tỏ rõ thêm hai trường hợp nữa của hai vị Phật không mang tên dòng họ mà mang tên đạo vị chứng nhập trong pháp giới Như Lai:

Phật A-di-đà tiếng sanskrit *Amitabhâ* có nghĩa Vô Lượng Thọ, Vô Lượng Quang ở cõi *Tây phương Cực Lạc* nên còn có tên gọi là **Tây Phật**. *Amitabhâ* diễn ý đạo vị ĐANG TIẾP TỤC ĐI TRÊN ĐƯỜNG GIÁC NGỘ.

Phật A-súc tiếng sanskrit *Axobya* hay *Aksobhya* có nghĩa Vô Động, Vô Nộ, Vô Sân Nhuế ở cõi *Đông phương Diệu Hỷ* nên còn có tên gọi là **Đông Phật** cũng thường gọi theo đạo vị là **Phật Vô Động**. Ở Nepal nơi sanh của Phật Thích Ca gọi Phật A-súc là **Đức Bất Động Như Lai**. *Axobya* diễn ý đạo vị KHÔNG CÒN VỌNG ĐỘNG KHI NHẬP THẾ ĐỘ SANH và VUI MỪNG KHI HOÀN TẤT.

2 CÕI TA-BÀ VÀ TÂY PHƯƠNG CỰC LẠC

Cõi Ta-bà là cõi *Uế Độ* đầy phiền não dơ dáy, sống ở đây phải chịu đựng kham nhẫn nên còn có tên là *Nhẫn Độ*. Gọi là **Uế Độ** khi chú trọng đến *thực* *trạng ô nhiễm* trong môi trường sinh hoạt, gọi là **Nhẫn Độ** khi quan tâm đến *phương tiện đối trị* để tiến tới chấm dứt sự ô uế.

Tây phương Cực Lạc là cõi *Tịnh Độ* có tính cách **đối ứng** với cõi *Uế Độ*. Gọi là **Tịnh Độ** khi chú trọng đến *thực trạng thanh tịnh* trong môi trường sinh hoạt, gọi là **Cực Lạc quốc** hay **An Lạc quốc** khi chú trọng đến *đạo quả chứng đắc* được vui sướng vô cùng, không còn chút phiền não trong tâm thức.

Hành trì Chánh đạo là chuyển hóa tâm thức từ cõi Uế Độ sang cõi Tịnh Độ, từ Phiền Não thành ra An Lạc. Trong thập phương thế giới có nhiều cõi Uế Độ và nhiều cõi Tịnh Độ, mỗi cõi có một vị Phật an trú. Cõi Ta-bà chúng ta hiện đang sanh sống là cõi Uế Độ của Phật Thích Ca. Cõi Tịnh Độ mà hành giả theo Tịnh Độ tông nguyện được vãng sanh là cõi Tây phương Cực Lạc của Phật A-di-đà. Lối tu theo Tịnh Độ tông với câu niệm Phật quen thuộc Sáu chữ hồng danh NAM MÔ A-DI-ĐÀ PHẬT có rất đông hành giả hành trì vì lý do Sáu chữ hồng danh là *pháp môn dễ dàng thực hiện với tất cả mọi người kể cả thành phần hạ căn một khi đã nhất tâm tín nguyện.*

3 CÕI TA-BÀ VÀ ĐÔNG PHƯƠNG DIỆU HỶ

Chúng sanh sống ở cõi Ta-bà đắm chìm trong phiền não vô minh muốn thoát khỏi khổ nạn trần ai nên khởi tín phát nguyện hành trì Chánh đạo, cầu cứu đến chư Phật mười phương ra tay tế độ cho mau thành Chánh quả. Ở mười phương có vô số Phật, *biết nguyện cầu vị Phật nào, hướng về phương nào* để lễ niệm hành trì? Người khéo tu muốn mau thành Chánh quả cần lý giải nghi vấn này để **chọn một đường lối hành trì** trước khi tinh tấn tiến tu nhằm thẳng tới Chánh quả nguyện cầu.

Tất cả chư Phật ở khắp mọi phương đều có tâm Đại Từ Đại Bi, khi đã hành hóa Bồ-tát đạo thì **cứu độ hết thảy mọi chúng sinh**, không có ngoại lệ nào, không cần hội đủ một điều kiện gì thì mới được thọ ơn cứu độ. Đây là **chân lý bất biến** không thể bàn cãi. Đã như vậy, *tại sao hành giả lại cần có sự chọn lựa bổn sư và đường lối tu hành?* Phần lý giải như sau:

Trước hết cần có chánh niệm về PHÁP THÂN PHẬT, ỨNG THÂN PHẬT và HÓA THÂN PHẬT. Người con Phật cần hiểu về cả hai mặt pháp thể và pháp dụng.

Khi chú trọng về mặt *pháp thể* thì gọi là **Pháp thân Phật, Pháp tánh Như Lai, Pháp tánh Chân Như**. Pháp thể vô tướng và chỉ có MỘT không HAI, do đó không có Phật hiệu (tên của vị Phật). Pháp thân Phật thường được gọi là **Đức Như Lai**. Danh xưng này không phải là Phật hiệu riêng của một vị Phật mà là danh tự chung chỉ *pháp tánh Chân Như*. Pháp thân Như Lai hiện hữu ở mọi không gian mọi thời gian, Phật học gọi là CÕI HƯ KHÔNG hay CÕI KHÔNG, không an trú ở một cõi, một thời đại nào, đó là *pháp thể siêu xuất thế gian.*

Khi chú trọng về mặt *pháp dụng* thì gọi là Ứng thân Phật, Hóa thân Phật. Pháp dụng là sự tướng có NHIỀU vô số vô biên, không phải chỉ có MỘT. Pháp tánh Chân Như tức Đức Như Lai chỉ có MỘT đã **diệu dụng ứng hóa tùy duyên** thành nhiều vị Phật có danh hiệu riêng và có cõi an trú riêng. Đó là lý MỘT LÀ TẤT CẢ, TẤT CẢ LÀ MỘT hay theo chữ Hán NHẤT BẢN TÁN VẠN THÙ, VẠN THÙ QUY NHẤT BẢN diễn nôm *Một gốc chia ra thành vạn cái riêng biệt, vạn cái riêng biệt quay về một gốc.* Sự chia ra và quay về là sự **ứng hóa** của pháp tánh Như Lai.

Người khéo tu cần quán cả ba cõi để có một cái nhìn đối chiếu làm sáng tỏ tổng quát bước đi trên đường Giải thoát:

Cõi Ta-bà của Phật Thích Ca là cõi *Nhân gian* con Người đang sống, cũng gọi là cõi *Thế gian* phàm tục, cõi *Uế Độ* đầy vọng động phiền não. Chúng sanh chúng ta ở đây phải **chịu đựng** khổ não và nguyện cầu Phật độ giải thoát khỏi nghiệp chướng thế gian. Trong cảnh duyên này, tu Phật chú trọng vào giữ giới hạnh NHẪN NHỤC để trả nghiệp thế gian. Trì giới để **thu nhiếp chân tâm, bảo toàn Phật tánh** là điều tiên quyết. Tu để thành THIỆN NHÂN trước khi tiến tới bậc Thánh Hiền.

Cõi Tây phương Cực Lạc của Phật A-di-đà là cõi *Tịnh Độ* không còn ô uế phiền não, không còn phải kham nhẫn chịu đựng như ở cõi Ta-bà. Trong cảnh duyên này, tu Phật là TỊNH HÓA THỂ TÁNH để **an hưởng Lạc nghiệp cho tự thân**, chứng quả A-la-hán, Duyên Giác và tịch thú Niết-bàn Tiểu thừa.

Cõi Đông phương Diệu Hỷ của Phật A-súc là cõi *Vô động* diễn ý không còn vọng động chút nào. Hành giả chứng nhập cõi này *trì tâm bất động*, không còn bị khổ não ở thế gian lung lạc nản lòng thoái chí, không còn bị tham dục cõi trần tục lôi cuốn si mê, đồng thời cũng không còn bị cảnh Cực Lạc ở cõi Tịnh Độ làm sinh tâm phan luyến không muốn rời bỏ. Trong cảnh duyên này, tu Phật là **trì tâm bất động để khởi sinh Bồ-đề tâm, phát Tuệ hành Bồ-tát đạo** (1). Hành giả tiến tu đạt đến pháp giới Diệu Hỷ, nghĩa là tìm thấy nguồn VUI MỪNG NHIỆM MẦU LINH ỨNG trong việc *Giác tha độ tha*, đem lại An Lạc cho tha nhân. Đây chính là tâm **Đại Hỷ** trong Tứ vô lượng tâm của Phật gồm có Từ, Bi, Hỷ và Xả. Theo chữ Hán, LẠC là sung sướng do chính mình cảm thấy, HỶ là vui mừng khi thấy người khác hưởng lạc. Ví dụ: Tìm *lạc thú* cho tự thân mình hưởng; báo *hỷ tín* là báo tin vui của người khác, mình chỉ mừng khi loan tin như trường hợp gửi thiệp cưới.

KẾT LUẬN

Sự trình bày tổng quát có tính cách đối chiếu về ba pháp giới gồm có cõi Ta-bà, cõi Tây phương Cực Lạc và cõi Đông phương Diệu Hỷ làm sáng tỏ sự định hướng đi trên con đường Giải thoát về mặt lý giải.

Câu hỏi đặt ra về mặt hành trì: Đang thọ nghiệp thế gian ở cõi Ta-bà hành giả nên chọn hướng đi nào? Về Tây phương Cực Lạc hay về Đông phương Diệu Hỷ?

Câu trả lời: *Không có giải pháp chung cho tất cả mọi hành giả*. Lý do: mỗi đường lối tu thích ứng cho từng cá nhân hành giả, tùy theo nghiệp căn cá biệt từng người thuộc thượng căn, trung căn hay hạ căn. Người khéo tu khác người vụng tu ở chỗ xét kỹ chính mình xem nghiệp căn và đạo lực ra sao trước khi quyết chọn đường tu nhằm cho **sự lý viên dung khế hợp** ngõ hầu mới nhanh chóng đạt tới chánh quả y như sở nguyện. Ca dao lưu truyền trong dân gian có câu:

Lênh đênh qua cửa Thần Phù (2)
Khéo tu thì nổi, vụng tu thì chìm.

Ca dao cũng có câu diễn ý tương tự:

Nước đời ba bẩy đường tu,
Khéo tu thì nổi, vụng tu thì chìm.

Theo lịch sử Phật giáo Việt Nam, giới Phật tử thường chọn một trong ba lối tu chính như sau:

Theo Tịnh Độ tông hướng về Tây phương Cực Lạc, hành giả chuyển từ Người trở thành A-la-hán, TỊNH HÓA thân tâm để TỰ GIÁC TỰ ĐỘ xuất thế an hưởng Tịch thú Niết-bàn, *tìm nguồn Cực Lạc cho tự thân*, không quan tâm đến tha nhân ngoại cảnh.

Theo Thiền tông hướng về Đông phương Diệu Hỷ, hành giả từ đạo vị A-la-hán phát tâm Bồ-đề nhập thế đồng cư với chúng sanh ở cõi Ta-bà để GIÁC THA ĐỘ THA giáo hóa chúng sanh đồng thời cảm nhận thấy DIỆU HỶ tức là vui mừng khi làm được việc khó khăn ở cõi Ta-bà mà mọi người cho là khổ, tìm cách tránh. *Thế giới Diệu Hỷ tiến tới hội nhập với tự tánh CHÂN KHÔNG, hoàn toàn giải thoát cả PHIỀN NÃO và TRI KIẾN. Trong khi đó, thế giới Thanh Tịnh hướng về hiện tượng, mới giải thoát được PHIỀN NÃO, chưa giải thoát được TRI KIẾN. Lý do: Vẫn còn vướng mắc vào KIẾN CHẤP CỰC LẠC, nghĩa là chưa tròn đầy Phật quả, chưa HOÀN TOÀN GIẢI THOÁT.*

Theo Thiền Tịnh song tu, hành giả từ Người mang tâm tham dục vọng động vừa Tịnh hóa thân tâm vừa phát tâm Bồ-đề, nghĩa là TỰ GIÁC GIÁC THA và TỰ ĐỘ ĐỘ THA. Đây là lối tu thứ ba **sự lý viên dung vô ngại**, hiện tượng và tự tánh không cách ly, không mâu thuẫn mà dung thông hợp nhất. Lối tu này hành giả chưa hội đủ thiện căn thấy khó hành trì và dễ rơi vào tà đạo hay nản lòng bỏ cuộc.

Nguyện cầu cho tất cả chúng ta sớm tự tìm ra cho riêng mình câu trả lời dứt khoát.

CHÚ THÍCH

(1) **TÂM BẤT ĐỘNG** cũng gọi là **TÂM VÔ ÚY**, nghĩa là Tâm thanh tịnh hoàn toàn, không có một thứ gì làm cho lung lay, sợ hãi. Có mười sáu *căn để* tức nguồn gốc dẫn đến chứng ngộ Tâm bất động:

1. Tâm không chán chường, do đó không giải đãi sanh ra lười biếng bỏ dở.

2. Tâm không mừng rỡ, do đó không bị lung lạc, trạo cử.

3. Tâm không bị lôi cuốn, do đó tránh khỏi tham dục.

4. Tâm không khinh ghét, do đó không sanh ra ác ý.

5. Tâm độc lập, do đó không lệ thuộc vào tà kiến.

6. Tâm không vướng mắc, do đó không kẹt vào định kiến, chấp kiến.

7. Tâm giải thoát, do đó không bị ngũ dục lay động quyến rũ.

8. Tâm không liên hệ, do đó không bị cấu uế làm lu mờ.

9. Tâm không có rào ngăn, do đó không bị hạn định chặn cản.

10. Tâm chuyên nhất, do đó không bị cấu uế làm lệch lạc sai hướng, phân tâm.

11. Tâm do tín lực tăng cường, do đó không mất tín tâm.

12. Tâm do tinh tấn lực tăng cường, do đó không lơ là chểnh mảng.

13. Tâm do niệm lực tăng cường, do đó không bao giờ thất niệm, quên lãng.

14. Tâm do định lực tăng cường, do đó không bao giờ trạo cử lăng xăng.

15. Tâm do tuệ lực tăng cường, do đó không bị ngu si không nhìn ra sự thật.

16. Tâm được chiếu sáng, do đó giải thoát khỏi vô minh, gọi là tâm Phát Quang.

❷ **CỬA THẦN PHÙ:** Cửa sông Đáy nơi giáp giới hai tỉnh Ninh Bình (Bắc Việt) và Thanh Hóa (Trung Việt). Nơi đây có dẫy núi Thần Phù làm cho chỗ cửa sông chảy ra biển thường có sóng to. Điển tích mượn địa danh này diễn ý con người thọ nghiệp thế gian sống ở cõi đời như con thuyền di chuyển trên mặt nước, nay đây mai đó, cảnh ngộ luôn luôn thay đổi. Đây là lý VÔ THƯỜNG trong đạo Phật. Lúc gió êm sóng lặng ai cũng như ai, khi gió to sóng dữ ai thoát được cảnh nguy hiểm mới là người biết tu, biết cách xử lý ăn ở theo Chánh Đạo.

42 THẬP NHƯ THỊ

NHƯ THỊ hay đầy đủ hơn NHƯ THỊ NGÃ VĂN hoặc NGÃ VĂN NHƯ THỊ là những tiếng mở đầu trong bản văn các kinh Phật được kết tập ghi lại bằng chữ Hán, thường dịch ra Việt ngữ là: *Tôi nghe như vầy, chính tôi được nghe* hay *chính tôi đích thân nghe*. So với chữ Hán, dịch như vậy chưa hoàn toàn trọn nghiã chữ VĂN, dịch đầy đủ hết ý là tôi NGHE THẤY như vầy hay tôi NGHE BIẾT như vầy. Chữ Sanskrit là **Yathã-bhũtam.**

Cái tai nghe tiếng động là cơ quan thính giác tiếp nhận âm thanh, bộ óc hiểu rõ nội dung ý nghĩa của âm thanh là ý thức nhận biết. Chữ Hán việc của cái tai là THÍNH, việc của bộ óc là VĂN, tiếng Việt thường dịch chưa trọn hết nghĩa bằng một từ đơn duy nhất NGHE. Cũng như mắt nhìn hình sắc là cơ quan thị giác tiếp nhận hình sắc, bộ óc nhận thức nội dung ý nghĩa của hình sắc. Chữ Hán việc của con mắt là THỊ, việc của bộ óc là KIẾN. Khi dùng tiếng ghép đôi, việc của cái tai và con mắt là THÍNH THỊ, việc của bộ óc là KIẾN VĂN hay KIẾN THỨC. Để chỉ người chậm hiểu kém thông minh chữ Hán thường nói *Thính nhi bất văn, thị nhi bất kiến*. Diễn nôm là nghe mà không thủng, nhìn mà không thấy. Tiếng Việt có thành ngữ tương đương *Có tai như điếc, có mắt như mù.*

NHƯ THỊ dịch là NHƯ VẦY, NHƯ THẾ tương đối đúng ý hơn CHÍNH...ĐƯỢC tuy phải lập lại mà chưa dẫn giải được từ NHƯ trong tiếng Hán. Chính từ ngữ này là then chốt sự khó hiểu cần được rõ ràng để tránh khỏi bị lạc vào tà đạo trong lúc hành trì Chánh Pháp qua việc đọc tụng kinh Phật. NHƯ THỊ giải thích rành rẽ và đầy đủ là *Giống như thế này, giống với điều sẽ nói, với cái gọi là.* Sự giải thích dù cặn kẽ, chi tiết đến đâu cũng không khẳng định dứt khoát như trường hợp nói Nghe thấy ĐÍCH THỊ, Y THỊ thế này, nghe thấy hoàn toàn đúng với sự thực. Lý do: **Hiện tánh chư pháp là bất khả ngôn thuyết, bất khả tư nghị** nghĩa là thực tánh của mọi sự vật, sự kiện không thể diễn tả bằng lời nói, không thể suy ngẫm mà nhận thức được. Người thiện học hiểu rõ *Vô Tự Chân Kinh*, nương theo lời mà nhận thức ý trong lúc trì kinh, có như vậy mới chứng nhập được nghĩa kinh, thấu rõ được ý Phật.

Để giúp cho hành giả dễ dàng phần nào hội nhập được chân kinh, thông suốt được liễu nghĩa trong lời Phật dạy, pháp môn QUÁN NHƯ THỊ chỉ cho hành giả nhận thức trọn vẹn đầy đủ mọi chi tiết, mọi khía cạnh của một sự vật, một sự kiện trong cuộc sống. Nguyên lý này nói nôm na là nhận thức một vật, một việc gì đúng y như sự hiện thực của chính nó. Bám vào ngôn ngữ văn tự mà suy ngẫm là chỉ chấp vào hình thái, sắc tướng mà chưa nhận thức ra thực sự CHÍNH NÓ là cái gì. Về mặt hành trì, pháp môn này gọi là THẬP NHƯ THỊ vì đưa ra Mười điều làm đối tượng quán chiếu coi như kim chỉ nam hướng dẫn hành giả trên đường thực chứng một pháp nào đó. Việc khai triển Một thành Mười này tuy vẫn còn dùng phương tiện ngôn ngữ nhưng đã gia tăng hiệu năng quán chiếu, góp phần quan trọng trong việc thành tựu đạo quả. Từ lúc bắt đầu khai thị phát tuệ trải qua suốt thời gian hành trì cho đến lúc thực chứng sơ phần, nghĩa là từ lúc ban đầu đến đoạn chót cùng của hành trình, pháp môn này luôn luôn giữ vai trò quan trọng tránh cho hành giả khỏi lạc vào thiên chấp, rơi vào tà đạo bằng cách cứ nhắm thẳng hướng Chánh pháp mà tiến bước không chút nghi ngờ hay uể oải thoái lui. *Đó chính là Phật lực, là Thần lực Như Lai, cũng gọi là Như Lai Thức (1)* đã giúp cho hành giả đạt được đạo quả viên mãn.

1 THẬP NHƯ THỊ

Đây là mười điều chỉ cách quán chiếu sao cho thực chứng được một sự vật, một sự kiện đúng y như sự hiện thực của chính nó. Nói cách khác, đây là mười cách nhìn vào mười khía cạnh khác nhau của một vật hay một việc gì ngõ hầu đạt tới nhận thức được đầy đủ và trọn vẹn sự vật hay sự kiện ấy. Đây là những chi tiết của việc quán chiếu thâm hậu gồm đủ ba yếu tố *quán thông* (hiểu thấu suốt liên hệ khía cạnh này với khía cạnh khác), *quán triệt* (hiểu thấu tất cả mọi khía cạnh và tận cùng từng khía cạnh) và *quán xuyến* (khai thác ứng dụng tất cả mọi khía cạnh vào mục tiêu duy nhất để gia tăng hiệu năng tối đa, tối hảo). Quán chiếu như vậy mới đạt được định lực và tuệ lực, nếu không thì chưa đạt tới sự hội nhập Chân Như, nhận thức đúng được CHÍNH NÓ là cái gì. Khi tâm thức của hành giả đã đạt tới trình độ chứng nhập thực tánh của vạn pháp, hành giả mới có *Phật trí*, thường gọi là *Nhất thiết chủng trí*.

Mười điều NHƯ THỊ liên hợp với nhau trong một sự vật, một sự kiện đối tượng của quán chiếu gồm có:

– **Như thị tướng:** Hình dạng, sắc thái của nó vốn như thế.

– **Như thị tánh:** Bản chất của nó vốn như thế.

– **Như thị thể:** Biểu hiện của nó vốn như thế.

– **Như thị lực:** Khả năng tác dụng của nó vốn như thế.

– **Như thị tác:** Sự khởi lên ứng dụng của nó vốn như thế.

– **Như thị nhân:** Nguyên do của nó vốn như thế.

– **Như thị duyên**: Cơ hội liên hệ của nó vốn như thế.

– **Như thị quả:** Thành tựu kết cục của nó vốn như thế.

– **Như thị báo:** Ứng đáp của nó vốn như thế.

– **Như thị bổn mạt cứu cánh đẳng**: Toàn bộ gốc rễ ngọn ngành nền tảng rốt ráo của nó như thế.

Mười cách nhìn này là chân lý, là sự hiện thực thể tánh của vạn pháp, cũng gọi là bản tánh hay chân tướng tùy theo từng trường hợp sử dụng. Đây là pháp quán thâm hậu có hiệu năng linh tri diệu ứng, chủ thể quán chiếu đã hội nhập thành *Một* với đối tượng sự quán chiếu, theo ngôn từ Phật học là *năng quán và sở quán đã hội nhập hòa đồng viên dung với nhau thành Một;* chữ Hán gọi là NHẤT CHÂN hay NHẤT NHƯ, CHÂN NHƯ. Đây là sự thực hành cao diệu uyên áo của chư Phật, Đại Bồ-tát. Hai hàng Thanh Văn và Duyên Giác chưa thể lãnh hội được trọn vẹn pháp môn này (2).

2 SỰ VẬN HÀNH LIÊN HỢP CỦA THẬP NHƯ THỊ

Một pháp là một sự vật hay một sự kiện có Mười điều NHƯ THỊ để quán chiếu ngõ hầu mới chứng nghiệm được cái gọi là CHÂN NHƯ duy nhất của Pháp ấy. Giữa mười điều này có sự vận hành liên hợp (3) theo quy luật nhất định, diễn tiến như sau:

– Bất cứ một Pháp hiện hữu nào trong vũ trụ đều đương nhiên có sắc tướng. Đó là *Như thị tướng*.

– Đã có sắc tướng đương nhiên có thực tánh, bản tánh. Đó là *Như thị tánh.*

– Đã có thực tánh đương nhiên có thể chất. Đó là *Như thị thể.*

– Đã có thể chất đương nhiên có năng lực. Đó là *Như thị lực.*

– Đã có năng lực đương nhiên có tác dụng, có chức năng hướng ngoại. Đó là *Như thị tác.*

– Đã có tác dụng của cái này đến cái khác đương nhiên có nguyên nhân. Đó là *Như thị nhân.*

– Đã có nguyên nhân đương nhiên có cơ duyên, điều kiện nào đó mới hội thành. Đó là *Như thị duyên.*

– Đã có nhân hội với duyên đương nhiên có kết quả. Đó là *Như thị quả.*

– Đã có quả đương nhiên có sự đáp ứng thích hợp hoặc nhiều hoặc chỉ có một. Đó là *Như thị báo.*

Chín điều Như thị vừa kể chỉ dễ nhận thức về mặt lý giải. Sự vận hành liên hợp về mặt hành trì chứng ngộ trong tâm thức hành giả thực hành pháp Quán Như thị rất khó phân biệt giữa cái gì là Nhân, cái gì là Duyên, cái gì là Quả, cái gì là Báo. Hành giả rất dễ nhầm lẫn không quán được đúng sự liên hệ giữa nhiều cái Như thị khác nhau. Tuy nhiên mỗi cái Như thị tự nó luôn luôn vận hành liên hợp với một hay nhiều cái khác đúng theo quy luật nhất định từ đầu đến cuối, tức từ Tướng đến Báo. Quy luật vận hành liên hợp này gọi là lý Thập Như thị. Đây là ý nghĩa điều thứ 10 tức *Như Thị Bổn Mạt Cứu Cánh Đẳng.*

Tuy pháp quán Như thị đòi hỏi nhiều công phu hành trì trong thời gian lâu dài mới đạt tới kết quả tốt đẹp, không còn nhầm lẫn nhưng đến khi hành giả đã diệu dụng pháp môn này thì chỉ cần thực hiện trong một khoảng thời gian rất ngắn, một *sát-na* là đạt tới chứng ngộ Chân Như của vạn pháp, Phật học gọi là *Nhất niệm tam thiên*, nghĩa là trong một niệm đã chiếu kiến ba ngàn thế giới, ý nói nhiều vô lượng. Đó là trường hợp Phật tuệ hay Thần lực Như Lai.

Một trường hợp cụ thể quán chiếu vật chất, một hiện tượng thời tiết trong thiên nhiên là trời mưa, hành giả nhận thấy:

– *Tướng*: Mưa rơi, nhiều hạt nước từ trên không gian cao rơi xuống.

– *Tánh:* Nước ướt, trong và mát.

– *Thể:* Nước lỏng, không phải bốc hơi hay đóng băng.

– *Lực:* Có sức nặng rơi từ trên cao xuống thấp.

– *Tác*: Làm rơi một khối lượng nước từ trên không gian xuống mặt đất.

– *Nhân:* Hơi nước trong không khí đọng lại thành giọt rồi rơi xuống.

– *Duyên*: Gặp khí lạnh trong không gian.

– *Quả*: Có nước trên mặt đất.

– *Báo*: Làm mát dịu không khí hay gây ngập lụt.

– *Tổng kết*: Nhận thức trọn vẹn, hiểu được thế nào là trời mưa.

Một trường hợp quán chiếu một sự kiện, một sinh hoạt của con người trong tập thể xã hội là giúp đỡ lẫn nhau, hành giả nhận thấy:

– *Tướng:* Một thanh niên giắt bà lão kém mắt qua đường chỗ có đèn hiệu xanh đỏ.

– *Tánh*: Hay giúp đỡ người khác.

– *Thể:* Tâm thiện, lòng nhân từ.

– *Lực:* Lưu tâm nhận xét, bỏ công sức, thì giờ hay tài vật giúp người khác.

– *Tác:* Thực hiện khi có dịp giúp đỡ người khác.

– *Nhân:* Tình thương người.

– *Duyên*: Gặp trường hợp có người cần được giúp đỡ.

– *Quả*: Sự an toàn của bà lão kém mắt khi qua đường.

– *Báo:* Sự vui vẻ hài lòng ở cả hai, người giúp và người được giúp.

– *Tổng kết*: Một việc làm tốt, ai cũng nên làm.

Nhận xét chung hai trường hợp cụ thể trời mưa và hành vi giúp đỡ người khác là hai đối tượng đơn giản, dễ nhận thấy trong pháp môn Quán Như thị, sự vận hành liên hợp từ đầu đến cuối ở cả hai lãnh vực vật chất và tinh thần trong môi trường thiên nhiên và môi trường xã hội con người. Từ những đối tượng đơn giản, hành giả thực tập dần dần tiến tới những đối tượng phức tạp, tinh vi hơn cho đến khi hội nhập thông suốt thực tánh bản thể của vạn pháp. Đó là lúc chứng ngộ lý Thập Như thị, trí tuệ phát triển viên mãn hiểu biết đến rốt ráo tận cùng mọi vật, mọi việc xuyên suốt thời gian vô thủy vô chung và không gian vô cùng vô tận, Phật học gọi là *Trí tuệ vô ngại*, nghĩa là sự sáng suốt không còn gặp bất cứ trở ngại nào trong việc quán chiếu vạn pháp.

Thế giới ngày nay thường tôn xưng tinh thần khoa hoc thực nghiệm theo *khuynh hướng thực dụng* (pragmatism) lấy *sự luận lý* (logic) làm phương tiện nhận thức sự thực, chân lý. Sự tôn xưng này căn cứ vào nền tảng khoa học kỹ thuật hiện đại đã cung ứng cho nhân loại rất nhiều tiện nghi hữu ích cho cuộc sống hàng ngày về phương diện vật chất. Trong phạm vi tinh thần con người có cuộc sống tâm linh như tình cảm, suy tư, tín ngưỡng, ước nguyện… Đối chiếu với pháp môn Quán Như thị, người thiện học nhận thấy hai điểm căn bản tương đồng:

Thứ nhất, Như thị là Chân lý, Sự thật. Sự thực chứng đạo pháp chính là tinh thần thực nghiệm theo *khuynh hướng thực dụng* theo ngôn từ ngày nay thường dùng. Phật học và khoa học ngày nay chỉ khác nhau về danh xưng, còn nội dung ý nghĩa thì giống như nhau.

Thứ nhì, trong pháp Quán Thập Như thị có sự vận hành liên hợp. Đây chính là phương pháp luận lý trong Phật học nhằm mục tiêu đạt tới là chứng ngộ chân lý. Từ *Như thị tướng* thứ nhất đến *Như thị báo* thứ chín chú trọng đến quan sát và phân tích. Như thị thứ mười *tổng kết* lại thành kết luận khả dụng hữu ích trong việc tăng trưởng trí tuệ chú trọng đến tổng hợp. Quan sát, phân tích rồi tổng hợp để kết thúc chứng ngộ, đó là *quá trình luận lý* trong pháp Quán Thập Như thị.

Tuy nhiên sự ứng dụng phương pháp luận lý có phần khác nhau: Khoa học thực nghiệm hiện đại hướng về *chân lý trong thế giới vật chất* trong khi pháp quán trong Phật học hướng về *sinh hoạt tâm linh*. Nói cách khác, khoa học thực nghiệm *hướng ngoại*, chủ thể quan sát là con người và đối tượng quan sát là vật chất; trong khi Phật học *hướng nội*, chủ thể quan sát là hành giả và đối tượng quan sát cũng là con người chính tự thân hành giả hoặc đồng loại tha nhân.

3 NGUYÊN DO PHÁP QUÁN THẬP NHƯ THỊ

Tại sao lại quán chiếu cái gọi là NHƯ THỊ mà không quán chiếu trực tiếp cái gọi là Y THỊ, ĐÍCH THỊ? Tại sao lại chỉ nói NHƯ THẾ mà không nói thẳng là ĐÚNG THẾ? Có hai nguyên do, một về lịch sử và một về Phật pháp.

Nguyên do lịch sử

Theo sử liệu Phật giáo, tất cả kinh thuật lại lời Phật dạy không được biên chép trực tiếp ngay lúc Đức Thế Tôn thuyết pháp tại thế. Sau khi Đức Thích Ca nhập diệt, chư tăng đệ tử hội tụng kết tập biên soạn ra thành bản văn kinh lưu truyền đến ngày nay. Bản văn kinh là lời chư tăng đệ tử nhớ rồi thuật lại lời Phật dạy, không phải là lời từ miệng của Đức Thế Tôn nói trực tiếp với hậu thế. Vì sự kiện lịch sử này các bản văn kinh mới mở lời bằng *Như thị ngã văn* để tỏ lòng kính lễ của chư tăng đệ tử đối với Đức Thế Tôn và cũng để biểu lộ sự thận trọng của chư tăng đệ tử khi thuật lại lời kinh có ý nghiã cao thâm linh diệu.

Nguyên do lịch sử này căn cứ vào sự kiện cụ thể xẩy ra trong thực tế không có điều gì sai trái nhưng chưa làm sáng tỏ được sự uyên áo của Phật pháp, không chứng minh được tại sao lại chỉ nói cái *Như thị*, cái giống như mà không nói trực tiếp thẳng ngay vào cái *Y thị, Đích thị*, cái *Đúng thế* trong việc truyền thuyết Phật pháp? Câu giải đáp chính là ở nguyên do Phật pháp dưới đây.

Nguyên do Phật pháp

Vẫn theo sử liệu Phật giáo, thoạt mới đầu Đức Thích Ca không có ý định đi truyền thuyết Phật pháp cứu độ chúng sanh, sau khi suy ngẫm cân nhắc nên chăng mới đi đến quyết định du thuyết độ sanh và đã thực hành liên tục trong suốt thời gian 49 năm liền cho đến khi nhập diệt.

Tâm trạng lưỡng lự lúc ban đầu được dẫn giải như sau: Không phải tại Đức Thích Ca chưa viên mãn tâm từ bi cứu độ chúng sanh, nhưng lý nhân quả cho biết nhân nào quả ấy, chúng sanh vô minh luân hồi trong cõi Ta bà phiền não là trả nghiệp đã gieo nhân bất thiện. Như vậy, hiệu năng truyền thuyết giác tha cứu độ chúng sanh liệu có kết quả giải nghiệp cho chúng sanh như lòng từ bi vô lượng thường mong muốn hay không? Sau khi lưỡng lự như vậy, Đức Thế Tôn có trí tuệ toàn giác đã sáng suốt nhận định ra và quyết tâm thực hiện việc du hóa chúng sanh. Có ba thành phần khác nhau đang thọ nghiệp chúng sanh:

– Thành phần *Vô Sư Trí* có trí tuệ cao diệu đạt tới khả năng tự giác tự độ, không cần đến thày chỉ dạy cũng đủ tiến tới giác ngộ, thực chứng Chân Như.

– Thành phần *Hữu Sư Trí* thiếu khả năng tự giác tự độ, cần phải có thày chỉ dạy mới thủ trì được Chánh pháp, không có thày thì dễ lạc vào tà đạo.

– Thành phần *Nhất Xiển Đề* có quả nghiệp chúng sanh ở cõi Ta bà quá nặng nên không đi đến giác ngộ được dù cho có thày dạy đầy đủ đến đâu cũng không thoát được màn Vô Minh.

Hai loại Vô Sư Trí và Nhất Xiển Đề chiếm số rất ít. Đại đa số chúng sanh thuộc thành phần Hữu Sư Trí. Sau khi nhận định như vậy, Đức Thế Tôn mới quyết tâm du hóa.

Tâm Từ Bi vô lượng và Trí Tuệ vô biên của Đức Thế Tôn còn đi xa hơn nhiều đến vô cùng vô tận: Khi Đức Thích Ca sắp nhập diệt, các đệ tử Đại Bồ-tát lo buồn sợ rằng Phật pháp sẽ không còn, người thế gian biết nương vào ai để hành trì Chánh đạo. Nhận thấy vậy, Đức Thích Ca nhiều lần hỏi các đệ tử có còn điều gì thắc mắc về Chánh pháp thì nói ra để được giải đáp cho trọn vẹn. Sau khi không còn ai có điều gì cần hỏi, Đức Thích Ca an tâm về việc hoằng pháp mai sau mới ân cần chỉ dạy: *Chánh Pháp ở tại các con, đâu phải ở tại nhục thân Cồ Đàm này, việc gì mà lo buồn.* Lời kim ngôn phó chúc này nên hiểu như sau: Chánh Pháp được truyền thuyết làm nơi nương tựa cho hậu thế sẽ do lời ở cửa miệng những đệ tử đã giác ngộ có tâm nguyện cứu độ chúng sanh. Chánh Pháp vẫn tiếp tục trường tồn mãi mãi, không cần phải do lời nói từ chính đích thân Đức Thích Ca truyền ra. Chỉ cần người trước giác ngộ người sau, thế hệ này qua thế hệ khác, Chánh Pháp trường tồn và lan rộng khắp nơi mọi chốn. Nhục thân của Đức Thích Ca cũng giống như nhục thân của khắp mọi chúng sanh ở thế gian theo lý Vô thường có sinh thời có diệt. Đó là điều tất nhiên không đáng lo buồn, Chánh Pháp tồn tại thường hằng và hiện hữu khắp nơi mới là điều đáng quan tâm đảm trách.

Đây là *lời kim ngôn sau cùng và quan trọng nhất* của Đức Thế Tôn để lại cho các đệ tử Đại Bồ-tát thời bấy giờ và cho tất cả mười phương Phật tử mãi mãi về sau.

Về mặt Phật pháp, lời kim ngôn của Đức Thế Tôn vừa kể ở trên được dẫn giải như sau: Chánh pháp trường tồn khắp nơi không ở trong nhục thân Đức Thế Tôn. Chánh pháp là Pháp Tánh Chân Như thường hằng, bất sanh bất diệt, không tùy thuộc vào Pháp tướng vô thường chuyển hoá, có sanh có diệt. Như vậy, những Phật ngôn để lại cho hậu thế là Pháp Tánh không tùy thuộc vào những Pháp Tướng như âm thanh của lời nói, hình sắc của văn tự. Người thiện học hiểu lời chỉ dạy của Đức Thích Ca được kết tập là *Vô Tự Chân Kinh, Vô Ngôn Chánh Pháp.* Chân Kinh hay Chánh Pháp là liễu nghĩa ẩn tàng trong lời Phật dạy. Âm thanh nghe khi đọc kinh, văn tự nhìn khi xem kinh chỉ là Pháp Tướng, là phương tiện dùng để chở người tu tập hành trì từ

Bến Mê sang đến Bờ Giác. Sau khi rời bên này sang đến bên kia, người thiện học phải bỏ phương tiện lại, giống như ẩn dụ dẫn trong kinh: Qua sông thì phải cần có bè, có thuyền đò, nhưng khi cập bến rồi hãy bỏ bè, bỏ thuyền đò lại chứ không cố chấp bám vào bè thuyền để tiếp tục hành trình. Nói dễ hiểu hơn là nương theo lời kinh để thực chứng ý kinh, khi dùng lời nói để giác ngộ chúng sanh thì đừng vì lời mà quên ý trong lúc trì kinh. Đó là làm đúng theo ý Phật.

Như trên đã nói, đây là *lời kim ngôn sau cùng và quan trọng nhất* của Đức Thế Tôn. Nhận định này cần dẫn giải tường tận như sau:

Từ ngữ *Sau cùng* có hai nghĩa, vừa là chót hết trong thời gian tại thế của Đức Thế Tôn vừa là chót hết trong tiến trình tu tập hành trì của hành giả trước khi chứng ngộ Phật quả.

Nói là *Quan trọng nhất* vì lý do không chứng ngộ được lời kim ngôn sau cùng của Đức Thế Tôn thì hành giả không giác ngộ giải thoát được để tự tại vô ngại thành Phật. Giải thoát để tự tại vô ngại là *phá tất cả các chấp, chấp ngã và chấp pháp, là rời bỏ tất cả mọi pháp tướng, pháp thế gian và pháp xuất thế gian*. Đó là *Tâm Vô Tướng*, không còn chấp lưu giữ một Pháp tướng nào, kể cả tướng Phật quả, tướng chứng nhập Niết-bàn.

Điều đáng lưu ý lời kim ngôn do Đức Thế Tôn nói ở đây là nói với các đệ tử Đại Bồ-tát, không phải nói cho thính chúng bình thường nghe, hàm ý căn dặn về sau các đệ tử khi đi du hóa truyền thuyết để cứu độ chúng sanh là truyền lại *Vô Ngôn Chánh Pháp, Vô Tự Chân Kinh*, chứ không phải là truyền lại đầy đủ âm thanh do Đức Thế Tôn đã nói và mình đã nghe không sai thiếu một tiếng nào. Đừng chấp vào âm thanh là Pháp tướng mà cốt hoằng bá Chánh pháp tức là Pháp tánh Chân kinh.

Một bằng chứng sự kiện lịch sử: Sau khi đi thuyết pháp suốt thời gian 49 năm, lúc sắp nhập diệt Đức Thế Tôn lại nói với các đệ tử là không có thuyết câu nào, hàm ý rằng chỉ truyền lại Chánh pháp tức nội dung tiếng nói, chứ không hề truyền lại lời nói nào, ở đây hiểu là âm thanh tiếng nói.

Một dẫn chứng nữa trong Kinh Kim Cang, phẩm 21 tựa đề *Phi thuyết Sở thuyết*, diễn nôm là chẳng phải nói cái điều đã nói ra, Đức Thế Tôn đã dạy đệ tử Đại Bồ-tát Tu Bồ Đề: *Thuyết pháp mà thực ra không có pháp nào được thuyết cả, như thế mới gọi là thuyết pháp*. Câu kinh này cũng hàm ý như trên vừa trình bầy: Nói Chánh Pháp là truyền lại nội dung Chánh Pháp chứ không phải truyền lại âm thanh Chánh Pháp, như thế mới gọi là thuyết pháp chân chính.

Ở cương vị hành giả, con đường tiến tu từ khởi điểm có tâm phàm phu đến chỗ giải thoát có tâm vô ngại tự tại, Phật học gọi là *Tâm Không* gồm những chặng đường như sau:

Chặng đường Khởi Tín

Đây là chặng đầu tiên con người sống ở thế gian chưa có danh xưng gọi là *hành giả* vì chưa cất bước đi đầu tiên trên đường giải thoát. Chặng này bắt đầu từ lúc con người có nhận thức về cuộc sống và thân mình, chấm dứt ở thời điểm *khởi tín tâm* bắt đầu có niềm tin vào Phật có tâm từ bi cứu độ chúng sanh thoát khỏi khổ não.

Trong suốt chặng đường này con người dung tục có danh xưng gọi là *phàm phu*, chưa hội duyên tu học dù đã có thiện căn gieo nhân lành từ nhiều kiếp trước. Con người mang tâm phàm phu còn vô minh mê đắm trong Dục Giới và Sắc Giới, bị tham ái dục vọng và giả tướng lôi cuốn, chưa biết gì về Vô Sắc Giới. Con người phàm phu chưa biết sống với chính mình, Phật học gọi là *Chân ngã* tức tự tánh bẩm sanh của chính mình, mà chỉ sống với *Vọng ngã* nên không nhận thức được chính xác tự thân mình, chưa nhận thức ra *Bản Lai Diện Mục* của chính mình. Nói cách khác, kẻ phàm phu không tự làm chủ được thân mình mà là nô lệ cho vọng tình, vọng thức trong con người của chính mình.

Chặng đường Thanh Văn

Chặng thứ hai kể từ lúc khởi tín tâm đến khi hành giả tiến tu trên đường giải thoát và đắc quả *Thanh Văn* ở cuối chặng đường. Hành giả bắt đầu chập chững đi trên đường Chánh Đạo, Vọng thức dần dần thành Tỉnh thức, Vọng ngã thành Chân ngã, Vọng tâm thành Chân tâm, Điên đảo thành Thanh tịnh, Tham dục thành Tín nguyện… Tóm lại, hành giả có cuộc sống mới, nhìn thấy Bản lai diện mục của chính mình, nhìn vào sự sinh hoạt ở thế gian với một nhân sinh quan mới: *Khổ là Sự thực, là Chân lý*. Đời sống là biển khổ trầm luân. Tu là Diệt khổ. Muốn Diệt khổ phải tin theo và làm theo Chánh Đạo. Ở cuối chặng đường Thanh Văn hành giả đã phá đươc chấp ngã, nghiã là *Diệt ngã*, không biết đến Vọng ngã nữa mà chỉ sống với Chân ngã trong tự thân mình, thoát khỏi Dục Giới nhưng chưa ra khỏi Sắc Giới.

Chặng đường Duyên Giác

Duyên Giác còn gọi là Độc Giác vì chỉ tự giác tự độ, chưa phát tâm Bồ Đề giác tha độ tha. Chặng thứ ba này kể từ khi Diệt ngã thoát khỏi Dục Giới, bắt đầu hành trì phá chấp tướng cho đến khi tất cả pháp tướng đều chứng giải là *Không*, tất cả thế gian pháp tức thế giới hiện tượng đều là *giả tướng,* là hình sắc huyễn ảo hư không. Ở cuối chặng đường thứ ba hành giả chứng được quả *Duyên Giác* thoát khỏi Sắc Giới.

Chặng đường Bồ-tát

Đây là chặng thứ tư và chót cùng trên đường giải thoát kể từ khi phát tâm Bồ-đề tu tập giác tha độ tha, nghĩa là quên tự thân mình và giúp người. Ở cuối chặng đường này hành giả *chứng quả Bồ-đề, ở vào hàng Bồ-tát* thoát khỏi Vô Sắc Giới, nghiã là giải thoát hoàn toàn khỏi Tam Giới (Dục Giới, Sắc Giới và Vô Sắc Giới).

Chính ở thời gian đi suốt chặng đường *chót cùng* này hành giả sơ phát tâm Bồ Đề nhưng chưa gạn lọc thải bỏ hết được cặn dơ vi tế trong tâm thức. Đây là tình trạng tín lực, niệm lực và tinh tấn lực đã đầy đủ dũng mãnh nhưng chưa hội đủ định lực và tuệ lực cần thiết để tỉnh giác đi đến mục tiêu cứu cánh là Giải thoát. Hành giả không còn chấp pháp thế gian nhưng chưa phá được chấp pháp xuất thế gian. Hành giả còn chấp vào tướng chứng đắc Phật quả, tướng cứu độ chúng sanh, tướng chứng nhập Niết-bàn. Nói cách khác, *hành giả đã phá được chấp pháp tướng SẮC, tướng CÓ (hay HỮU), nhưng chưa phá được chấp pháp tướng KHÔNG, hành giả nhận thức được vạn pháp là VÔ THỰC nhưng chưa nhận thức được là VÔ HƯ trong khi vạn pháp là NHƯ NHƯ BẤT ĐỘNG VÔ THỰC VÔ HƯ.*

Nguyên do sơ xuất này của hàng Bồ-tát sơ phát tâm là tâm thức chưa hoàn toàn thực sự thanh tịnh an định, trí tuệ chưa vô ngại viên mãn. Nói cách khác cụ thể hơn là sự hành trì Lục độ ba-la-mật trong Bồ-tát đạo (4) chưa được miên mật trọn vẹn như mức độ cần thiết.

Với hàng Bồ-tát, Đức Phật dạy rằng Vạn pháp NHƯ NHƯ BẤT ĐỘNG, VÔ THỰC VÔ HƯ trình bầy trong pháp môn Lục độ ba-la-mật. Với hàng Duyên Giác, Đức Phật dạy Thập nhị Nhân Duyên (5), cả thập bát giới (6) là KHÔNG, là HƯ. Với hàng Thanh Văn, Đức Phật dạy Tứ diệu đế xác nhận bốn chân lý Khổ, Tập, Diệt và Đạo là Sự thực, là CÓ, là SẮC, là THỰC. Đức Phật đã tùy duyên hóa độ, tùy trình độ khả năng nhận thức hội nhập của các đệ tử mà chọn lựa pháp môn thích ứng giống như vị thầy thuốc giỏi tùy căn bệnh khác nhau của người ốm đau mà kê toa khác nhau.

Quy kết lại một câu hỏi: Như vậy, Đức Phật đã thực sự dạy điều gì? CÓ hay KHÔNG? Hay VÔ THỰC VÔ HƯ, chẳng phải CÓ mà cũng chẳng phải KHÔNG? Thông suốt được tất cả những lời dạy này là thực chứng được hai chữ NHƯ THỊ, quán giải TỊCH là vắng lặng như Hư Không, CHIẾU là hiển minh ở vạn pháp. *NHƯ NHƯ BẤT ĐỘNG VÔ THỰC VÔ HƯ Là Tịch mà*

Chiếu, Chiếu mà Tịch. Tâm kinh Bát-nhã ba-la-mật có câu lý giải lý Sắc Không giúp cho sự thông suốt hai chữ NHƯ THỊ: *Sắc bất dị Không, Không bất dị Sắc; Sắc tức thị Không, Không tức thị Sắc.* Diễn nôm: Sắc chẳng khác Không, Không chẳng khác Sắc; Sắc chính là Không, Không chính là Sắc. Lời dẫn giải này do Đức Phật nói ra dạy lý Sắc Không, người nghe là Đại Bồ-tát Xá Lợi Phất. Người nghe không thuộc hàng Đại Bồ-tát không đủ trí tuệ để sáng tỏ thêm được nội dung lời dạy.

Trường hợp quán giải mặt biển là một hiện tượng thiên nhiên cụ thể giúp người có trí tuệ bình thường sáng tỏ lý *Như thị* và cách dẫn giải *Sắc sắc không không* một cách nhanh chóng dễ dàng hơn:

Một người bình thường đi tắm biển quan sát mặt biển nhận thấy bằng phẳng nằm ngang giống như mặt cái bàn. Bất cứ ai đi tắm biển cũng nhận thấy NHƯ THẾ.

Một nhà khoa học nhận thấy mặt biển chiếm ba phần tư tổng số diện tích trái đất có hình khối cầu tròn, do đó mặt biển có hình cong tròn bọc quanh vỏ trái đất giống như ba phần tư vỏ trái cam bọc ngoài quanh các múi cam bên trong. Lập luận này ai cũng tin là NHƯ THẾ.

Một hành giả thuộc hàng Bồ-tát đã thực chứng lý Như thị nhận thấy mặt biển PHẲNG hay CONG thì cũng chẳng khác nhau, PHẲNG chính là CONG và CONG chính là PHẲNG. Hai tướng PHẲNG và CONG là MỘT. Hành giả nào đắc quả Bồ-đề cũng đều nhận thấy NHƯ THẾ.

Cả ba cái NHƯ THẾ ở ba trường hợp riêng biệt phối hợp lại là lý Như thị trong pháp môn Quán chiếu Thập Như thị. Sở dĩ có ba cái NHƯ THẾ khác nhau là vì có ba trình độ trí tuệ khác nhau, ba chỗ đứng khác nhau, ba cách quan sát quán chiếu khác nhau tuy rằng cùng một đối tượng duy nhất là mặt biển.

Ngoài ra người thiện học phân biệt rõ ràng hai phương pháp luận lý khác nhau:

Luận lý trong Triết học đưa ra hai hay nhiều để dứt khoát chọn một, hoặc khẳng định là CÓ hoặc phủ nhận là KHÔNG, đã CÓ thì không thể là KHÔNG và đã KHÔNG thì không thể là CÓ, đã ĐÚNG thì không SAI và đã SAI thì không ĐÚNG... Trường hợp mặt biển đã PHẲNG thì không CONG, đã CONG thì không PHẲNG.

Luận lý trong lý Sắc Không đưa ra Hai tướng SẮC và KHÔNG để rồi lập luận chỉ có Một: SẮC và KHÔNG không phải là HAI tướng khác nhau,

SẮC là KHÔNG, KHÔNG là SẮC. Do đó HAI tướng chỉ là MỘT, chẳng phải HAI tướng, Phật học gọi **NHẤT NHƯ, BẤT NHỊ.** Trường hợp mặt biển lập luận rằng PHẲNG chẳng khác CONG, CONG chẳng khác PHẲNG vì PHẲNG chính là CONG, CONG chính là PHẲNG. Do đó PHẲNG và CONG chỉ là MỘT, không phải HAI.

Luận lý vừa trình bầy ở trong Tâm kinh Bát-nhã-ba-la-mật. Theo tựa đề kinh này, Phật dạy khả năng Tâm thức hàng Đại Bồ-tát đã chứng quả Bồ-đề có tính siêu việt, vượt ra ngoài mức độ bình thường. Lối nói theo luận lý trong Kinh Kim Cang Bát-nhã-ba-la-mật ở trường hợp quan sát mặt biển như sau: Mặt biển *bảo là* phẳng cong nhưng *không phải* phẳng cong, *chính thế* nên gọi là phẳng cong. Đây là lối lý luận của bậc Bồ-tát có trí tuệ siêu việt, danh từ Phật học gọi là *Bát-nhã-ba-la-mật.*

Cả hai lối luận lý ba-la-mật được dẫn giải bằng lối luận lý thông dụng bình thường dễ hiểu như sau: Mặt biển bảo là phẳng là do người quan sát thường dân ở vị trí gần, bảo là cong là do người quan sát ở vị trí rất xa đặc biệt như nhà khoa học không gian đã chụp hình trái đất từ phi thuyền không gian. Cả hai nhận thức đều đúng cả, chỉ khác nhau khi dùng ngôn ngữ để diễn tả. *Hai lối luận lý ba-la-mật mới nghe như trái tai nhưng thực ra rất đúng* (xem dẫn giải tường tận ở chú thích 7).

KẾT LUẬN

Pháp môn Quán chiếu Thập Như thị nguồn gốc từ lý Như thị là *như thế.* Vai trò của pháp môn này trên đường giải thoát để tri kiến Phật là *như thế*. Ngay từ khi cất bước đầu tiên cho đến suốt dọc đường hành giả kiên trì giữ tín tâm *như thế.* Kẻ cầm bút viết bài này trình bầy sự lý giải chỉ được có *như thế.* Sự hành trì miên mật và sự thực chứng toàn phần cần thiết là *như thế.*

Hai việc hành trì và thực chứng có hay không, nhiều hay ít, làm đến nơi đến chốn tận cùng rốt ráo hay bỏ dở thoái lui, tất cả đều tùy thuộc vào quý đạo hữu độc giả vì lý do giản dị *ai hành người ấy chứng*. Tha nhân đồng tâm đồng cảnh vì tình tương thân tương trợ chỉ biết hoan hỷ khích lệ khi thành công hay vỗ về an ủi khi thất bại, điều này dĩ nhiên là *như thế.*

Cầu xin chư Phật gia hộ cho quý bạn được hành trì và thực chứng viên dung đạo quả như sở nguyện.

CHÚ THÍCH

❶ **Như Lai thức:** Cũng gọi là *Như Lai tạng*, *Phật thức*, *Am-ma-la thức* do phiên âm từ tiếng Sanskrit *âmra* có nghiã là trong sạch, không có vết dơ nào. Do nội dung ý nghĩa này nên cũng gọi là *Thanh tịnh thức*, *Vô cấu thức, Bạch tịnh thức, Chân như thức*. Theo Pháp tánh tông, đây là thức thứ chín vì có khả năng nhận thức chư pháp siêu việt hơn Bát thức, căn cứ vào tánh thanh tịnh trọn vẹn đã lìa khỏi tất cả mọi phiền não vô minh, đã hội nhập tánh Không khi nhận thức chư pháp. Pháp tướng tông không thừa nhận việc lập thêm ra thức thứ chín, cho rằng Như Lai thức chỉ là tinh hoa của A-lại-da-thức tức thức thứ tám. Bát thức gồm có Lục thức, cộng thêm Mạt-na thức và A-lại-da thức tức Tàng thức. Lục thức gồm có: Nhãn thức (thị giác), Nhĩ thức (thính giác), Tỷ thức (khứu giác), Thiệt thức (vị giác), Thân thức(xúc giác) và Ý thức (suy xét mà biết).

❷ **Nhất chân, Nhất như, Chân như:** Đề tài này được trình bầy tường tận ở Kinh Diệu Pháp Liên Hoa, phẩm Phương tiện.

❸ **Vận hành liên hợp:** Sự liên hệ có tác dụng với nhau giữa nhiều dữ kiện theo *lý Tương duyên tương sinh* gọi tắt là *lý Duyên sinh.*

❹ **Lục độ ba-la-mật:** gọi tắt là *Lục ba-la-mật* có nghĩa là sáu đại hạnh dùng làm nền tảng Bồ-tát đạo gồm có Bố thí, Trì giới, Nhẫn nhục, Tinh tấn, Thiền định và Trí tuệ. Bực Đại Bồ-tát sắp chứng quả thành Phật còn hội đủ thêm đại hạnh thứ bẩy gọi là hạnh Phương tiện để tùy duyên hoằng pháp vừa tự độ vừa độ tha.

❺ **Thập nhị Nhân Duyên:** Mười hai Nhân Duyên gồm có:

– Hai thuộc quá khứ: Vô minh và Hành.

– Tám thuộc hiện tại: Thức, danh sắc, lục nhập, xúc, thọ, ái, thủ và hữu.

– Hai thuộc tương lai: Sanh và Lão tử.

❻ **Thập bát giới:** Mười tám giới chia làm ba loại

– *Lục căn*: Nhãn căn, nhĩ căn, tỷ căn, thiệt căn, thân căn và ý căn.

– *Lục trần*: Sắc trần, thanh trần, hương trần, vị trần, xúc trần và pháp trần.

– *Lục thức*: Nhãn thức, nhĩ thức, tỷ thức, thiệt thức, thân thức và ý thức.

GIỚI nói ở Thập bát giới là những yếu tố hợp lại tạo thành tâm thức con người. CĂN nói ở Lục căn là giác quan, bộ phận căn bản tạo nên đời sống thể xác và tâm lý con người. TRẦN nói ở Lục trần là đối tượng của Lục căn tức sáu giác quan. THỨC là khả năng nhận biết cuả Lục căn. Lục căn là chủ thể, Lục trần là đối tượng, Lục thức là năng lực nhận xét, hiểu biết trong mọi sinh hoạt của con người. Ví dụ: ai cũng nhận thấy bông hoa hồng giả bằng ni-lông có mầu hồng đẹp nhưng không thơm. Phân tách như sau:

– Mắt nhìn, mũi ngửi và óc suy nghĩ là nhãn căn, tỷ căn và ý căn.

– Mầu hồng có dáng đẹp, không có hương thơm là sắc trần, hương trần và pháp trần (suy nghĩ mới biết là không thơm)

– Nhận thấy mầu hồng đẹp, hoa bằng ni-lông nên không thơm là nhãn thức, tỷ thức và ý thức.

❼ **Bát-nhã ba-la-mật:** Phiên âm tiếng Sanskrit từ ngữ **prajnāpāramitā,** dịch ra tiếng Hán Việt là *Trí tuệ đáo bỉ ngạn,* có nghĩa là sự nhận thức siêu việt của con người đã rời bờ bên này (bờ Mê) sang tới bờ bên kia (bến Giác). Đây là thứ nhận thức của bậc Giác ngộ, không cần do nhận xét và suy luận mới có mà do sự trực tiếp hội nhập thẳng vào bản tánh Không của vạn pháp, trực ngộ Pháp tánh không cần nương theo Pháp tướng mới nhận thức ra vạn pháp. *Đây là trí tuệ vô ngại, lậu tận thông lậu tận minh của hàng Đại Bồ-tát đã chứng quả Bồ-đề toàn phần không còn sự phân biệt chủ thể năng kiến và đối tượng sở kiến.*

Bát-nhã ba-la-mật cũng gọi là Phật trí, Phật tuệ, Nhất thiết chủng trí tuy những tiếng Hán Việt không diễn tả được hoàn toàn hết ý. Do đó trường hợp cần diễn tả nội dung đầy đủ, chính xác vẫn dùng tiếng phiên âm.

43 PHÁP THÂN

Người hành trì Chánh pháp tùy theo căn duyên và mức độ tu chứng nhận thấy Phật có ba thân gọi là **Tam thân Phật**, gồm có Báo thân, Ứng thân và Pháp thân.

Báo thân (Sambhogakaya) là cái thân do cha mẹ sinh ra phần thể xác và do nghiệp lực sinh ra phần tâm linh, chịu các nghiệp báo theo lý luân hồi nhân quả như sinh, lão, bệnh, tử và vui buồn sướng khổ. Đó cũng gọi là **Thụ dụng thân** khi chú trọng đến phần nghiệp báo, gọi là **Nhục thân** hay **Sắc thân** (Rupakaya) khi quan tâm đến phần thân tướng thể xác. Trường hợp nói chung báo thân của chúng sanh chưa giải thoát là như vậy. Riêng trường hợp Đức Thích Ca, Báo thân thanh tịnh trang nghiêm đã khế hợp với Ứng thân và Pháp thân.

Ứng thân (Nirmanakaya) hay **Hóa thân, Ứng hóa thân** là cái thân hiện sinh ra do nguyện lực của Phật, Bồ-tát, La-hán, Thánh Chúng hóa độ chúng sanh, hóa thành Sắc thân mang hình tướng khác như tỳ-kheo, cư sĩ, thiện trí thức, thương gia, nông dân, công nhân... sống hòa hợp trong nhân gian để tùy duyên hóa độ chúng sanh, thuộc mọi thành phần xã hội giàu sang, nghèo hèn khác nhau. Một vị chân Phật có thể ứng hiện thành nhiều Hóa thân cùng một lúc, ở nhiều nơi, trong nhiều cảnh ngộ khác nhau.

Pháp thân (Dharmakaya) là Pháp tánh Chân Như, Đạo thể được coi như chính là Phật pháp (Buddha-dharma), thể tánh chung của Chư Phật. Tùy từng trường hợp sử dụng, Pháp thân mang nhiều tên gọi khác nhau: Chân thân, Như Lai thân, Đại thân, Chân Không, Nguyên Không, Không Tịch, Như Lai tạng, Pháp giới vô biên, Bản lai diện mục, A-lại-da thức... Sở dĩ có nhiều tên gọi khác nhau vì Pháp thân có nhiều nét đặc thù không một từ ngữ duy nhất hay lý luận nào diễn tả bao trùm hết được ý nghĩa trọn vẹn, ngôn từ đạo Phật gọi là không diễn tả được liễu nghĩa hay thắng nghĩa, hoặc gọi là bất khả tư nghị.

Ba thân vừa kể không phải là ba trạng thái độc lập riêng lẻ mà là ba sự ứng hiện của một đơn vị duy nhất. Đơn vị duy nhất này có khi được coi như thân thứ tư mang tên **Tự tính thân** hay **Tự thân** diễn ý Tự nhiên (Svabhavikakaya) hay **Đại Lạc thân** (Mahasukhakaya). Tìm hiểu ba thân này cần lưu tâm mấy điều trọng yếu:

Báo thân là cái thân chúng sanh và chư Phật đều có, đều do cha mẹ và nghiệp lực sinh ra. Ở chúng sanh là cái thân chịu luân hồi nghiệp báo kiếp này sang kiếp khác sống ở cõi Ta Bà. Ở chư Phật là cái thân cuối cùng sống ở nhân gian cõi Ta Bà trước khi giải thoát nhập diệt Niết-bàn. Do đó trường hợp này mang tên **Tối hậu thân**, cái thân cuối cùng sống trong vòng Sanh tử. Về Tiểu thừa, đời người tu hành đắc quả La-hán là Tối hậu thân; về Đại thừa, đời người đắc thành quả Phật như Đức Thích Ca thì Thái tử Tất Đạt Đa là Tối hậu thân.

Báo thân và Ứng thân là hai thân có hình tướng, có xác thân trong Sắc giới nên có sinh, lão, bệnh, tử. Sau khi chết, Báo thân tái sinh vào kiếp kế tiếp để trả nghiệp vì Báo thân do nghiệp lực dẫn sinh ra. Trong khi đó Ứng thân sau khi chết tự diệt, tự chấm dứt kiếp sống ở nhân gian vì lý do Ứng thân do nguyện lực chủ động sinh ra để tự đảm nhận việc hóa độ chúng sanh.

Trong khi Báo thân và Ứng thân là hai thân hữu tướng có trong Sắc giới, Pháp thân là thân vô tướng, không có trong Sắc giới mà có trong Vô sắc giới. Do đó, Pháp thân thường hằng, không có sinh, lão, bệnh, tử.

Báo thân và Ứng thân hữu tướng có trong Sắc giới nên thuộc về Pháp tướng, Pháp dụng, trong khi Pháp thân vô tướng chỉ có trong Vô sắc giới nên thuộc về Pháp thể, Pháp tánh.

Trong phạm vi giới hạn một bài viết, ở đây chỉ nói thêm về Pháp thân vì đó là Pháp thể của Đạo Phật, là Chân Phật.

1 MÔ TẢ PHÁP THÂN

Pháp thân là Pháp tánh Chân Như, một thực thể tâm linh vô tướng, nay đặt vấn đề mô tả cho người chưa tỏ ngộ được am hiểu bằng ngôn ngữ văn từ vốn là thứ hữu tướng quả thật là việc thiên nan vạn nan. Pháp thân được thức tỉnh tỏ ngộ một cách tự nhiên đối với người có đủ thiện căn, thiện quả đến lúc đã chín, pháp duyên kết hội dễ dàng như người ngủ ban đêm đến sáng mai bừng tỉnh dạy theo phản xạ tự nhiên. Đối với người chưa hội đủ thiện căn, thiện quả như đa số chúng ta, việc am hiểu được liễu nghĩa của Pháp thân bằng cách tìm đọc nghiên cứu tài liệu Phật học ghi lại bằng chữ viết hay nghe giảng qua lời nói diễn giảng có đem lại kết quả ích lợi gì không? Xin thưa: Với tín tâm phát nguyện cầu Phật đạo, với sự kiên trì miên mật chúng ta cũng tỏ ngộ được Pháp thân. Đây là trường hợp tiệm ngộ, khác sự đốn ngộ một cách tự nhiên dễ dàng của người hội đủ thiện căn, thiện quả, kết hội được pháp duyên. Nói ngắn gọn, đặt hết niềm tin rồi muốn và làm thì được.

Sau đây là sự mô tả Pháp thân qua những tài liệu về Phật học:

Pháp thân vô tướng nên vô ngã, bất sinh bất diệt, không có hình dạng lớn nhỏ, không có màu sắc, không có hương vị, không gây nên cảm giác cứng mềm, không có xấu tốt, không có đạo mà cũng không vô đạo.

Pháp thân vô hư vô thực: Vô hư, không phải hư ảo hão huyền vì Pháp thân là Thực thể, là Chân lý tuyệt đối có thần lực vạn năng chứng nghiệm ở khắp mọi thế giới. Vô thực vì Pháp thân không thấy được ở nhỡn tiền như một vật cụ thể, nói chung là không nhận thức được bằng giác quan mà chỉ tiếp cảm được bằng trí tuệ trực ngộ. Cùng là người cả mà kẻ giác ngộ thì thấy nên bảo là có thực, kẻ chưa giác ngộ thì không thấy nên bảo là hư ảo.

Pháp thân thường hằng, trường tồn, không tăng giảm thay đổi, như như bất động, có tánh Không tịch tự nhiên, dầu Phật có giáng thế ra đời hay không thì Pháp thân cũng vậy và cứ như vậy mãi mãi, hiện hữu ở khắp mọi không gian thời gian, Phật học gọi là ở *nhất thiết pháp giới*.

Pháp thân nhất nguyên vì cùng xuất phát từ tánh Không tịch. Từ một Pháp thể duy nhất ứng hóa ra muôn ngàn Pháp dụng để tùy duyên diệu ứng hóa độ chúng sanh. Đó là **Nhất bản tán vạn thù, vạn thù quy nhất bản** hay nói nôm na **Một là Tất cả, Tất cả là Một,** nói rõ ràng hơn là Từ một nguyên lý tức lý của Đạo ứng dụng ra thành muôn ngàn sự việc, đồng thời từ Muôn ngàn sự việc quy về một nguyên lý. Đó là lý **Chân Không Diệu Hữu,** Chân Không là Pháp thể và Diệu Hữu cũng gọi là Diệu Dụng, Diệu Ứng là Pháp dụng. Sự tán ra từ Không đến Hữu và sự quay về từ Hữu đến Không thường gọi là lý Sắc Không. Sự linh diệu ứng hóa Không Sắc Sắc Không chứng tỏ sự nhất nguyên, sự thông suốt cùng một thể chất Chân Như giữa một Pháp thể Không tịch với Vạn pháp đặc thù ở dạng Pháp dụng. Sự thông suốt này chính là Pháp thân Phật, là Đại Trí Tuệ, là Vô thượng Chánh đẳng Chánh giác, là Chân Tâm Từ Bi Hỷ Xả, là Bi Trí Dũng, là Giác Ngộ, Giải Thoát.

Đó là **Vạn pháp duy Tâm tạo,** Tâm ở đây là Chân Tâm, là Pháp thân thanh tịnh. Đạt tới sự thông suốt này là đắc quả Phật.

Sự mô tả dẫn giải một cách tổng hợp dễ hiểu là so sánh Pháp thân với dòng điện trong sinh hoạt thực tế hằng ngày:

Pháp thân vô tướng giống như dòng điện không có màu sắc, hương vị...

Pháp thân vô hư vô thực giống như dòng điện tuy không nhìn thấy nhưng vẫn hiện hữu có thực.

Pháp thân thường hằng giống như dòng điện có trong vũ trụ, trong mỗi sinh vật, mỗi con người. Xin đừng hiểu ở đây là dòng điện thường dùng trong nhà do máy phát điện cung cấp, dòng điện này có sự ứng dụng đã bị thu hẹp.

Pháp thân nhất nguyên giống như dòng điện có năng lực nguồn gốc duy nhất là **điện năng**, lúc ứng dụng hóa ra nhiều hình tướng khác nhau như **cơ năng** khi máy chạy, **quang năng** khi đèn sáng, **nhiệt năng** khi dùng bếp điện, **hóa năng** khi phân giải chất hóa học...

Sự so sánh Pháp thân với dòng điện chỉ có giá trị tương đối hạn chế vì lý do: Pháp thân là một thần lực luôn luôn thanh tịnh vô nhiễm, giữ vai trò ứng hóa chủ động và ở ngay trong thân tâm con người giác ngộ; trong khi đó dòng điện chỉ có năng lực giới hạn, không phải là vạn năng linh diệu như Pháp thân, nhất là điện năng ở ngoài tâm con người, không có tự tánh sáng suốt chủ động mà luôn luôn thụ động bị trí khôn con người khai thác sử dụng. Pháp thân ứng hóa để cứu độ chúng sanh, dòng điện vận hành nhằm mục đích do con người làm chủ ấn định, dòng điện tuy có khả năng ứng hóa phần nào như Pháp thân nhưng *vô tri vô giác*. Pháp thân linh tri diệu ứng một cách chủ động do tâm Bồ Đề hướng dẫn, dòng điện không có khả năng linh tri và chỉ *diệu ứng một cách thụ động* do con người sai khiến khai thác.

2 PHÂN TÁCH VÀ PHÂN LOẠI PHÁP THÂN

Thực ra Pháp thân là **Đạo thể bất khả phân** giống như thân xác con người khi chia ra thành ba phần đầu, mình và tứ chi. Đó là từng bộ phận rời, không phải là toàn vẹn thân xác con người. Cũng như tâm linh con người khi chia ra thành hai phần tình cảm và trí tuệ, đó là từng dạng sinh hoạt riêng, không phải là trọn vẹn tâm linh con người. Hơn nữa, chính con người cũng là một hợp thể duy nhất gồm có hai phần thân xác và tâm linh. Nếu tách riêng ra, thân xác không có tâm linh chỉ là thây ma và tâm linh không có thân xác chỉ là hồn ma, cả hai đều không gọi được là con người đang sống.

Tuy nhiên, sự phân tách và phân loại Pháp thân được đề cập đến nhiều từ trước đến nay chỉ cốt nhằm mục đích làm cho người thiện học sáng tỏ được Pháp thân mà vẫn tin chắc là Pháp thân bất khả phân.

Pháp thân của Phật khi đã viên thành đạo quả có **bốn đức ba-la-mật:** Thường, Lạc, Ngã, Tịnh. Pháp thân Chân Như **thoát khỏi bốn nỗi khổ:** Sinh, Lão, Bệnh, Tử.

Pháp thân của Phật, Thánh do năm phần công đức hiệp lại, gọi là **Ngũ phần Pháp thân** gồm có: Giới, Định, Tuệ, Giải thoát (hiểu là Giải thoát phiền não do tham dục gây nên), Giải thoát tri kiến (thoát khỏi sở tri chướng, không còn vô minh mê lầm).

Về phân loại Pháp thân có hai mô thức: Nhị chủng Pháp thân và Ngũ chủng Pháp thân.

Nhị chủng Pháp thân

Mô thức này có nhiều cách khác nhau cùng chia Pháp thân làm hai thứ:

Theo kinh Kim Quang Minh có Lý Pháp thân và Trí Pháp thân

Lý Pháp thân là cái Lý tánh tự có đã sẵn giác ngộ, Phật và chúng sanh đều có như nhau. Điểm khác nhau: Ở Phật, Lý Pháp thân hiển lộ sáng tỏ trong khi ở chúng sanh bị màn Vô minh che khuất.

Trí Pháp thân là cái tánh Giác Ngộ nhờ sự tu trì viên mãn mới đạt được khi khế hợp với Lý Pháp thân. Trí Pháp thân đánh thức Lý Pháp thân tỉnh dạy sau thời gian bị Vô minh và tham dục ru ngủ bấy lâu.

Theo kinh Bồ-tát Anh Lạc có Quả Cực Pháp thân và Ứng Hóa Pháp thân

Quả Cực Pháp thân là trường hợp Pháp thể viên mãn cùng tột, Ứng Hóa Pháp thân là Ứng thân tùy duyên hóa hiện như đã nói ở phần Tam thân Phật.

Theo kinh Anh Lạc có Tự Tánh Pháp thân và Ứng Hóa Pháp thân

Tự Tánh Pháp thân là trường hợp chú trọng đến tánh tự nhiên thường hằng bất biến trong khi Ứng Hóa Pháp thân thì tùy duyên thay đổi hình tướng thích ứng.

Theo Ngài Đàm Loan (1) có Pháp Tánh Pháp thân và Phương Tiện Pháp thân

Cách chia này cũng tương tự như cách chia vừa nói: Pháp Tánh Pháp thân chính là Tự Tánh Pháp thân, Phương tiện Pháp thân chính là Ứng Hóa Pháp thân.

Ví dụ: Một vị Đại Bồ-tát hóa thân thành kẻ hành khất tàn tật để khích động từ tâm của các thí chủ. Đóng vai hành khất và nhận bố thí là phương tiện giáo hóa tâm từ bi cho chúng sanh. Đây là thân giáo, chỉ dạy bằng việc làm, không phải bằng lời nói.

Theo Ngài Nguyên Chiếu* (1) *có Lý Pháp thân và Sự Pháp thân

Lý Pháp thân là cái Lý tánh có sẵn một cách tự nhiên, giữ nguyên Pháp thể nên bình đẳng như nhau ai cũng có, chư Phật cũng như chúng sanh.

Sự Pháp thân là trường hợp chú trọng đến Pháp dụng tùy duyên ứng hóa sao cho thích nghi với mỗi sự việc, mỗi trường hợp khác nhau. Sự Pháp thân tương tự như Phương Tiện Pháp thân do Ngài Đàm Loan đã nói đến ở trên.

Ngũ chủng Pháp thân

Mô thức này chia Pháp thân làm năm thứ:

– *Pháp tánh Sanh thân* là Pháp thể khi sanh ra ai cũng có sẵn như nhau, tương đương như Lý Pháp thân.

– *Công đức Pháp thân* là cái thân đạt được sau khi đã thành tựu được công đức đáng kể, tương đương như Trí Pháp thân.

– *Biến Hóa Pháp thân* tương đương như Ứng Hóa Pháp thân, Phương Tiện Pháp thân.

– *Hư Không Pháp thân* là trường hợp chú trọng đến tánh vô tướng, vô hư vô thực và thường hằng của Pháp thân.

– *Thật tướng Pháp thân* là trường hợp chú trọng đến tánh Chân Thực của Pháp thân.

Nhận xét chung

Cả hai mô thức chia Pháp thân làm hai thứ và năm thứ có những điểm cần lưu ý như sau:

Pháp thân là một Pháp thể duy nhất bất khả phân dù có nhiều tên gọi khác nhau, mỗi tên gọi chú trọng đến một khía cạnh, một bình diện, một diệu năng nào đó của Pháp thân khi chú trọng về mặt Pháp thể.

Để có cái nhìn tổng quát nên nhận xét Pháp thân ở hai mặt Thể và Dụng, gọi là **Pháp Thể** và **Pháp Dụng:**

Về Pháp Thể có những tên gọi như Pháp tánh Sanh thân, Hư Không Pháp thân, Thật Tướng Pháp thân, Lý Pháp thân, Quả Cực Pháp thân, Tự Tánh Pháp thân...

Về Pháp Dụng có những tên gọi như Công Đức Pháp thân, Biến Hóa Pháp thân, Trí Pháp thân, Ứng Hóa Pháp thân, Phương Tiện Pháp thân, Sự Pháp thân...

Cũng có tên gọi diễn hai nghĩa như Pháp thân Xá Lỵ: Nghĩa thứ nhất thuộc về **Pháp Tướng** chỉ Ngọc Xá Lỵ tức là cốt Phật sau khi hỏa thiêu thân xác, cốt Phật không thành tro tàn mà thành những viên ngọc kết tinh lại cứng dắn. Nghĩa thứ hai thuộc về **Pháp Tánh** chỉ nguyên lý Diệu Pháp.

Căn cứ vào **Mười Danh Hiệu** thường được nói đến, mỗi danh hiệu tiêu biểu một khía cạnh đức hạnh và năng lực của Đức Phật:

– *Như Lai:* Vị đã đến từ Chân lý.

– *Ứng cúng:* Vị xứng đáng được cúng dường trong các cõi người và trời.

– *Chánh Biến Tri:* Vị có trí tuệ đúng và toàn hảo.

– *Minh Hạnh Túc:* Vị kết hợp một cách toàn hảo trí thức và đức hạnh.

– *Thiện Thệ:* Vị tự tại đối với mọi sự.

– *Thế Gian Giải:* Vị hiểu thông suốt con người trong mọi hoàn cảnh.

– *Vô Thượng Sĩ:* Vị mà không ai có thể vượt hơn được.

– *Điều Ngự Trượng Phu:* Vị không sai sót trong việc kiểm soát tâm con người.

– *Thiên Nhân Sư:* Vị dẫn đạo hết thảy chúng sanh trong các cõi trời và người.

– *Phật, Thế Tôn:* Vị giác ngộ được mọi người tôn kính nhất.

Ngoài ra, những danh xưng sau đây cũng được dùng để chỉ Đức Phật:

– *Nhất Thiết Trí Giả:* Vị hiểu rõ thực trạng của mọi sự vật.

– *Nhất Thiết Kiến Giả:* Vị thấy toàn hảo mọi sự vật.

– *Tri Đạo Giả:* Vị biết Đạo chân thực.

– *Khai Đạo Giả:* Vị đem Đạo đến mọi người.

– *Thuyết Đạo Giả:* Vị giảng Đạo cho mọi người.

3 SỰ CHỨNG NHẬP PHÁP THÂN

Sự mô tả, phân tách và phân loại Pháp thân đem tới một nhận thức tổng quát: *Pháp thân là cốt tủy, tinh hoa của đạo Phật.* Đó là một thực thể vô tướng, bất sanh bất diệt, vô tận vô biên bao trùm khắp không gian, vô thủy vô chung xuyên suốt thời gian, có tánh Chân Thiện bẩm sanh ai cũng có, đặc biệt là có khả năng linh diệu ứng hóa tùy duyên với mọi cảnh ngộ để thu nhiếp chúng sanh, hộ trì độ chúng trên đường Giác Ngộ và Giải Thoát.

Nhận thức vừa trình bày nghe như trọn vẹn nhưng chưa đủ để đạt được đạo quả Giác Ngộ và Giải Thoát. Lý do: Nhận thức dù thực sự trọn vẹn chỉ là lý thuyết, không hữu ích thiết thực đối với người hành trì Đạo pháp, không dẫn đến đạo quả như ý. Tục ngữ Tây phương đề cao giá trị thực nghiệm có câu: *Biết rõ mười điều không bằng làm được một điều.* Do đó, hành giả sau khi am tường lý thuyết cần phải chứng nhập Pháp thân theo tiến trình Tín–Giải–Hành–Chứng. *Chứng nhập là khế hợp với Đạo thể, Pháp tánh, đạt được đạo quả Chân Như.*

Xác tín Pháp thân

Trước tiên và trên hết là **niềm tin**, không một tôn giáo nào trường tồn khi tín đồ không có niềm tin. Người có lòng tin mới gọi là tín đồ. Niềm tin là yếu tố tiên quyết, cần thiết tuy chưa đủ cho sự chứng nhập Pháp thân. Niềm tin Pháp thân phải là **xác tín**, nghĩa là tin chắc chắn, nhất định, không thối chuyển, không gián đoạn, lúc tin lúc không. Xác tín còn có nghĩa là tin tròn đầy toàn vẹn, không chút nghi hoặc, nửa tin nửa ngờ, không còn chút tính toán, đắn đo cân nhắc. Xác tín như vậy Phật học gọi là *nhất tâm xác tín.* Khi có niềm xác tín đến mức độ nhất tâm, hành giả khởi sanh một năng lực nhiệm màu gọi là *Tín lực*, một trong Ngũ lực gồm có Tín lực, Tinh tấn lực, Niệm lực, Định lực và Tuệ lực. Hành trì viên mãn, Ngũ lực kết hợp lại thành Thần lực Vô thượng, gọi là Phật lực.

Xác tín Pháp thân là gì? Xin thưa: Xác tín hai điều Chân thực:

1. Pháp thân là một *thực thể vô tướng* không thể cảm nhận thấy được bằng Lục thức (Năm giác quan và Ý thức), nhưng là một hữu thể chân thực, một Chân lý đương nhiên, một sự Có thực khả chứng, không phải là một sản phẩm của ảo giác vọng tưởng của bộ óc quá giàu tưởng tượng siêu thực.

2. Pháp thân có nhiều danh xưng khác nhau, thường được gọi là *Phật tánh* nhưng không phải chỉ đến khi tu đắc quả Phật hành giả mới có Pháp thân. Pháp thân có tánh nhân bản, chúng sanh nào cũng có, không phân biệt người trí kẻ ngu, có tâm thiện hay tâm ác, có niềm tin hay không có niềm tin tôn giáo, là tín đồ đạo Phật hay tín đồ đạo nào khác. Pháp thân có tánh bình đẳng, chúng sanh nào cũng có đồng đều như nhau.

Phật dạy trong Phạm Võng Kinh: *Nhất thiết chúng sanh giai hữu Phật tánh,* diễn nôm là Hết tất cả mọi chúng sanh đều có Phật tánh. Lục Tổ Huệ Năng giải thích trong Pháp Bảo Đàn Kinh: *Kẻ ngu người trí đều có Phật tánh như nhau, chỉ tại sự mê ngộ chẳng đồng nên mới có kẻ ngu người trí.*

Một nghi vấn cần được xác quyết để kiên định niềm tin: Chúng sanh nào cũng có Pháp thân, tại sao có người tin người không tin? Hai người đều không tin, đến khi hai người được chỉ dạy trong lúc nghe giảng pháp hay trong lúc đọc kinh sách, tại sao một người tin một người vẫn tiếp tục không tin? Hai người đều đã khởi tín tâm, tại sao một người giữ vững đi đến xác tín, một người lại thối chuyển đâm nghi ngờ rồi dứt niềm tin?

Dưới đây là những lời giải đáp:

Câu 1: Hết thảy mọi chúng sanh đều có Pháp thân, người trí tuệ sáng suốt nên thấy mình có Pháp thân, kẻ ngu bị màn Vô minh che mờ làm cho mê lầm nên không thấy Pháp thân của mình mặc dù mình vẫn có như bất cứ chúng sanh nào khác.

Câu 2: Sự nhìn thấy Pháp thân của mình sau khi được chỉ dạy, đọc kinh hay nghe thuyết pháp là do Nhân và Duyên. Cùng hội một Duyên lành là đọc kinh hay nghe thuyết pháp, nhưng Nhân gieo từ nhiều tiền kiếp đã không đồng đều, người đã gieo nhiều Thiện Nhân thành Thiện Căn sâu dày đến kiếp này hội được Duyên lành nên kết thành Thiện Quả thơm ngon là Phát khởi tín tâm, người đã gieo Ác Nhân từ nhiều tiền kiếp đến kiếp này dù cùng hội được Duyên lành nhưng không kết được thành Thiện Quả là Phát khởi tín tâm. Sự phát khởi tín tâm là do Nhân và Duyên hội lại kết thành Quả, không phải do sự ngẫu nhiên tình cờ may rủi.

Câu 3: Hai người đều đã khởi tín tâm, người tiến đến xác tín là do Thiện Căn sâu dày, người dẫn đến thối lui dứt niềm tin là do tuy có Thiện Căn nhưng chưa được sâu dày kiên định. Lý Nhân Quả rất công bằng gieo Nhân nào hái Quả ấy.

Người có Thiện Căn sâu dày mới có được Nhất Tâm Xác Tín. Người đã khởi tín tâm nhưng thối lui không tiến lên đạt tới Nhất Tâm Xác Tín vì lý do không có đủ Tinh tấn lực và Định lực.

Lý giải Pháp thân

Sau khi xác tín Pháp thân việc kế tiếp là **Lý giải** cũng gọi là **Kiến giải** để sáng tỏ niềm tin đã xác quyết có căn bản vững vàng hay không, tin đúng hay tin sai. Niềm xác tín có căn bản vững vàng, tin đúng là *Chánh tín.* Nếu căn bản không xác đáng, đó là tin sai, là *Mê tín.* Để phân biệt Chánh hay Mê trong niềm tin, sự lý giải Pháp thân cần hội đủ bốn điều căn bản mới là Pháp thân toàn phần. Nếu không có một điều kiện nào thì không phải là Pháp thân, trường hợp khởi tín tâm như vậy là Mê tín, không phải Chánh tín. Trường hợp chỉ mới hội đủ ít hơn bốn điều kiện gọi là *Pháp thân chưa khởi chứng.* Bốn điều kiện căn bản gồm có:

– Là *Phật tánh,* Pháp thân chỉ Đạo thể, bản thể Chân Như, cái Lý của Đạo.

– Là *Phật tâm,* Pháp thân chỉ Tứ Vô Lượng Tâm (Từ, Bi, Hỷ, Xả), Tâm Bồ Đề cứu độ chúng sanh.

– Là *Phật trí* cũng gọi là *Phật tuệ,* Pháp thân chỉ Trí Tuệ Bát-nhã ba-la-mật, sự Chánh Trí Viên Giác thông suốt chư pháp giới.

– Là *Phật lực,* Pháp thân chỉ sự vạn năng linh tri diệu ứng để tùy duyên hóa độ khắp cả chúng sanh, là phương tiện vô thượng tận diệt Vô Minh, tận diệt Khổ trong cõi Ta Bà.

Đối chiếu với những danh xưng tương đương trong Khổng học được thông dụng trong dân gian có sự lập luận như sau:

– Pháp thân hay Phật tánh tương đương như *Thiên Lương* hay *Thiên tánh* chỉ bản tánh tốt lành bẩm sinh Trời cho mọi người ai cũng có.

– Phật tâm tương đương như *Lương Tâm* chỉ lòng tốt bẩm sinh tự nhiên ở con người luôn luôn hướng thiện.

– Phật trí tương đương như *Lương Tri* chỉ sự hiểu biết bẩm sinh tự nhiên ở con người luôn luôn hướng về chân lý, hướng thượng.

– Phật lực tương đương như *Lương Năng* chỉ khả năng bẩm sinh tự nhiên làm điều Thiện ở con người luôn luôn hướng về sự trọn vẹn hoàn hảo.

Tóm lại, Pháp thân hay Thiên Lương là bản tánh Chân Thiện bẩm sinh ai cũng có, chỉ khác nhau ở chổ có hay không biết gìn giữ và sống với bản tánh Chân Thiện này.

Hành trì Pháp thân

Sau khi xác tín mình có Pháp thân, hiểu được khả năng của Pháp thân về nhiều mặt, việc kế tiếp là phải biết cẩn thận gìn giữ và luôn luôn sống với Pháp thân. Đó là sự **hành trì tinh tấn, miên mật** về cả hai mặt:

Về mặt tiêu cực, cần trì giới không để phạm giới dù là điều bất thiện rất nhỏ, tâm lý người dung tục thường không quan tâm, cho là điều vụn vặt không đáng kể.

Về mặt tích cực, cần tinh tấn dấn thân làm điều thiện dù là việc rất nhỏ, tâm lý người dung tục thường cho là không bõ công làm.

Đạo Phật trong tinh thần thực nghiệm: Xác tín vững vàng, lý giải minh bạch mà thiếu hành trì hay chỉ thực hiện một cách tắc trách thì uổng công vô ích, nhiều khi còn tác hại sinh ra kiêu mạn vì mớ lý thuyết suông.

Chứng nhập Pháp thân

Biết rõ mười điều không bằng làm được một điều. Câu tục ngữ đã nói khi giới thiệu tiến trình Tín–Giải–Hành–Chứng cần được nhắc lại và nhấn mạnh ở từ ngữ LÀM ĐƯỢC, nghĩa là khi LÀM cho có làm thì không gọi là LÀM ĐƯỢC. Phải làm cho đạt được kết quả tốt đẹp mới xứng danh là LÀM ĐƯỢC. Đó là ý nghĩa sự chứng nhập. Nhận thức rõ ràng mình có Pháp thân, am hiểu tường tận về Pháp thân chưa đủ, cần phải *sống với Pháp thân,* hòa nhập tâm thức khế hợp với Pháp thân mới gọi được là chứng nhập Pháp thân.

Sự chứng nhập Pháp thân cần phải thấy Phật tánh

Để thấy Phật tánh cần tu đắc đạo quả đến mức độ nào?

Kinh Đại Bát Niết-bàn dẫn lời Phật: *Phải tu đắc quả Thập Trụ Bồ-tát mới thấy Phật tánh... Thập Trụ Bồ-tát dầu thấy Phật tánh mà chẳng thấy rõ ràng, như đêm tối thấy hình sắc, như người lòa mắt thấy hình sắc chẳng rõ ràng. Đức Như Lai thấy Phật tánh như giữa ban ngày thấy hình sắc (2).*

Trong Thiền tông có câu nói về sự chứng nhập Pháp thân thành Phật dễ gây ngộ nhận về hiệu năng chứng ngộ của pháp môn tu Thiền, nói rằng: *Minh Tâm, Kiến Tánh, Thành Phật.* Sự hiểu nhầm như sau: Hễ Tâm đã sáng, không còn vọng động thì sẽ thấy Phật tánh và hễ thấy Phật tánh thì thành Phật. Như vậy hóa ra tu Thiền để thành Phật thật dễ dàng và nhanh chóng! Nhận thức như vậy thật là sai nhầm không đúng với thực nghĩa câu nói bằng chữ Hán quá ngắn gọn, dễ gây ngộ nhận. Câu đó diễn thực nghĩa như sau: Hễ Tâm có sáng thì mới có thể Kiến Tánh. Hễ có thấy rõ Tánh, hiểu là am tường bản tánh Như Lai thì mới có thể thành Phật, hiểu là đắc quả Phật. Điểm lưu ý: Sau khi đắc quả Phật tùy theo tâm nguyện vị Bồ-tát hoặc trụ ở Phật vị, nghĩa là thành Phật, có danh xưng là Phật, hoặc không trụ ở Phật vị nên không có danh xưng là Phật, vị Bồ-tát đã đắc quả Phật tự nguyện giữ nguyên đạo vị Bồ-tát để tùy duyên hóa độ chúng sanh và có danh xưng là *Đại Bồ-tát.* Từ ngữ Đại có nghĩa là viên mãn, trọn vẹn hết mức không có thể thêm vào cho hơn lên được. Đó là trường hợp Đại Bồ-tát Quán Thế Âm, Đại Bồ-tát Văn Thù, Đại Bồ-tát Phổ Hiền, Đại Bồ-tát Địa Tạng.... Cũng vì lý do này, giới Phật tử giữ tâm kính lễ thờ những vị Đại Bồ-tát này như đối với Phật Thích Ca.

Sự phân biệt Chứng với Ngộ

Tiếng ghép đôi CHỨNG NGỘ gồm có hai phần CHỨNG NHẬP và NGỘ NHẬP. Sự phân biệt như sau:

Sự chứng nhập Pháp thân tiến hành dần dần từ Sơ chứng đến Toàn chứng. Sơ chứng thực hiện khi tu đắc quả Sơ Địa Bồ-tát, tức phần thứ nhất có tên là Hoan Hỷ Địa trong Thập Địa Bồ-tát. Toàn chứng nghĩa là chứng nhập toàn phần khi tu đắc quả Pháp Vân Địa, tức phần thứ mười trong Thập Địa Bồ-tát (Xin xem chú thích 2).

Từ ngữ Chứng nhập thường dùng khi diễn ý đạt được thành quả sau thời gian hành trì một pháp môn nào, như *tu chứng, chứng đắc, hiện chứng...* Trường hợp diễn ý Toàn chứng thường dùng từ ngữ ghép đôi *Chứng ngộ,* nhấn mạnh vào ý chứng nhập toàn phần trọn vẹn một đạo quả, như chứng ngộ quả Thanh Văn, chứng ngộ quả Duyên Giác...

Sự ngộ nhập Pháp thân có hai trường hợp dùng hai danh xưng *Tiệm ngộ* và *Đốn ngộ*. Từ ngữ Tiệm ngộ diễn ý *dần dần,* từng phần nhỏ một cách liên tục tiến dần đến toàn phần. Từ ngữ Đốn ngộ chỉ trường hợp ngộ nhập *bất thình lình,* hành giả không kịp nhận thức được nguyên do và tiến trình sự ngộ nhập.

Trường hợp đốn ngộ điển hình là Lục Tổ Huệ Năng khi ngộ nhập Pháp thân là người không biết chữ, không đọc được kinh, chỉ nghe tụng một câu trong Kinh Kim Cang là đốn ngộ. Câu kinh bằng chữ Hán: *Ưng vô sở trụ nhi sinh kỳ tâm.* Diễn nghĩa: Hàng phục tâm thức vào chỗ không có gì để an trụ nương tựa thì sẽ khởi sinh tâm Bồ-đề, nghĩa là giữ vững Tâm Không thì chứng nhập Pháp thân Bồ-tát.

Sự phân biệt Tiệm ngộ với Đốn ngộ

Căn cứ vào sự Chứng nhập Pháp thân hiển lộ cho Ý thức nhận biết từng phần dần dần hay toàn phần cùng một lúc nên có hai trường hợp khác nhau:

Sự chứng nhập Pháp thân diễn ra ẩn tàng trong Vô thức hay Tiềm thức, tiếng nhà Phật gọi là Tàng thức hay A-lại-da thức, tức là thức thứ tám trong Bát thức. Sự chứng nhập Pháp thân này Ý thức không nhận biết được nên người hành trì đạo pháp đắc quả mà không hay. Chỉ khi nào sự chứng nhập đạo quả *hiển lộ* cho Ý thức nhận biết, người hành trì đắc đạo quả mới hay và khi đó gọi sự chứng nhập đã hiển lộ là *ngộ nhập.* Trường hợp hiển lộ từng phần dần dần gọi là *Tiệm ngộ,* trường hợp hiển lộ toàn phần bất thình lình ngay một lúc gọi là *Đốn ngộ.*

Nguyên do Tiệm ngộ và Đốn ngộ: Sự ngộ nhập cả hai trường hợp đều do nghiệp căn gieo nhiều Thiện Nhân từ bao kiếp trước và công đức hành trì tại kiếp này. Còn sự khác biệt Tiệm và Đốn là do *Trợ Duyên khế hợp với Thiện Nhân:* Gặp được Trợ Duyên thuận lợi thì hiển lộ diễn ra, mức độ thuận lợi nhiều hay ít và Thiện Căn sâu dày hay nông cạn sẽ định ra hình tướng Tiệm hay Đốn của sự ngộ nhập.

Trường hợp có sự chứng nhập mà không hiển lộ ra sự ngộ nhập ở hiện kiếp là vì *không gặp được Trợ Duyên hoặc Thiện Căn chưa đủ mức độ chuyển nghiệp.* Sự chứng nhập Pháp thân vẫn tiếp tục diễn tiến trong A-lại-da thức, và chờ đến một kiếp sau nào đó gặp được Trợ Duyên thuận lợi sẽ hiển lộ cho hành giả biết mình đã ngộ nhập Pháp thân.

KẾT LUẬN

Viết đến đây về Pháp thân, kẻ cầm bút chân thành thưa với Quý Đạo hữu độc giả:

Thật là mối duyên lành giữa kẻ viết người đọc cả hai đều là con Phật. Bài viết này xin được coi như một bản sơ đồ vẽ phác tiến trình tu học Phật pháp. Dĩ nhiên bản sơ đồ này có không ít đường nét vẽ thiếu thừa, sai lệch, nhưng được Quý Đạo hữu ngó nhìn đến, kẻ mang nghiệp cầm bút ở thế gian này trong thời mạt pháp cũng đủ mãn nguyện rồi. Bài viết này chỉ là chút Trợ duyên phương tiện, việc sử dụng có đem lại ích lợi hay không, nhiều hay ít còn tùy thuộc vào Nghiệp căn của người xem.

CHÚ THÍCH

❶ Ngài Đàm Loan và Ngài Nguyên Chiếu là hai vị cao tăng có công đức truyền bá Chánh pháp.

❷ Có nhiều hệ thống phân hạng đạo vị Bồ-tát khác nhau. Hai hệ thống thường được nói đến là Thập Trụ và Thập Địa. Từ ngữ TRỤ diễn ý nơi nương tựa, nơi ở yên không đổi chỗ như *an trụ, trụ trì.* Từ ngữ ĐỊA diễn ý vùng đất, phạm vi hoạt động như *tâm địa.*

Hệ thống Thập Trụ được giải rõ trong Kinh Thủ Lăng Nghiêm, gồm có mười trụ vị:

1. *Phát tâm trụ:* Phát khởi tâm chân thực để dùng làm phương tiện hành hóa.

2. *Trị địa trụ:* Giữ sự trong sáng để quản trị Tâm địa cho hết vọng động.

3. *Tu hành trụ:* Nhờ giữ tâm thanh tịnh nên định lực vững vàng không sợ chướng ngại trên đường Giải Thoát.

4. *Sinh quý trụ:* Nhận thấy Phật lực vô thượng, xin nhập lưu dòng giống Như Lai.

5. *Phương tiện cụ túc trụ:* Đầy đủ phương tiện để tự lợi và lợi tha.

6. *Chánh tâm trụ:* Giữ Chánh tâm như Phật tâm.

7. *Bất thối trụ:* Tinh tấn không lùi bước tiến tới quả Phật.

8. *Đồng chân trụ:* Đầy đủ như Pháp tánh Chân Như.

9. *Pháp vương tử trụ:* Làm Phật sự như con của Pháp vương, tức con của Phật.

10. *Quán đỉnh trụ:* Thọ lễ Quán đỉnh, được Phật rưới nước Trí Tuệ lên đỉnh đầu, diễn ý được Phật khai tuệ ấn chứng.

Đắc những trụ vị từ 1 đến 4 gọi là *Nhập Thánh-thai.* Đắc thêm những trụ vị từ 5 đến 8 gọi là *Trưởng dưỡng Thánh-thai.* Đắc thêm trụ vị 9 gọi là

Xuất Thánh-thai. Đắc thêm trụ vị 10 Quán đỉnh trụ, Bồ-tát thành *Pháp vương tử.*

Hệ thống Thập Địa dẫn giải trong Kinh Thập Địa và Kinh Hoa Nghiêm được phổ biến rộng rải hơn, gồm có mười bậc:

1. *Hoan hỷ địa:* Phát tâm Bồ-đề, cảm thấy vui mừng trên đường Giải Thoát cứu độ chúng sanh.

2. *Ly cấu địa:* Giữ Giới và Tham Thiền, xa lìa mọi xấu xa.

3. *Phát quang địa:* Diệt trừ Tam độc Tham–Sân–Si, quán tưởng Tứ Niệm Xứ và chứng đạt được năm thành phần trong Lục Thông.

4. *Diệm tuệ địa:* Đốt hết ác căn, tu tập Trí tuệ Bát-nhã và 37 Giác chi.

5. *Cực nan thắng địa:* Liễu ngộ Chân Như, diệt hết nghi ngờ.

6. *Hiện tiền địa:* Liễu ngộ vạn pháp, chuyển hóa Trí phân biệt thành Trí Bát-nhã, đạt Trí tuệ Bồ-đề, có thể nhập Niết-bàn thường trụ nhưng Bồ-tát phát nguyện lưu lại thế gian để độ sanh.

7. *Viễn hành địa:* Có đủ khả năng và mọi phương tiện để giáo hóa chúng sanh, tùy duyên khế hợp để độ sanh ở khắp mọi trường hợp.

8. *Bất động địa:* Không còn chao đảo bất kỳ gặp cảnh ngộ nào, đã biết lúc nào chứng đạt Phật quả.

9. *Thiện tuệ địa:* Trí tuệ Bồ-tát viên mãn, biết rõ cơ sở mọi giáo pháp.

10. *Pháp vân địa:* Pháp thân Bồ-tát viên mãn, đạt Đại Hạnh và Nhất thiết trí, sẵn sàng và đầy đủ chứng đạt Phật quả.

Đắc quả Thập Trụ Bồ-tát hay Thập Địa Bồ-tát mới thấy Phật tánh một cách không rõ ràng như nhìn thấy hình sắc trong đêm tối, trong khi Đức Như Lai nhìn thấy hình sắc rõ ràng như ở giữa ban ngày. Sự giải thích ý Phật một cách dễ hiểu như sau: Bồ-tát đắc quả Toàn phần Bồ-tát ví như người *vừa mới* tốt nghiệp văn bằng chuyên nghiệp nhưng chưa hành nghề, chưa có kinh nghiệm, nghề nghiệp nói đây là nghề cứu độ chúng sanh. Trong khi Đức Như Lai ví như người lão luyện tinh thông cả lý thuyết lẫn kinh nghiệm thực hành. Sự nhìn thấy Phật tánh lờ mờ chỉ sự tốt nghiệp văn bằng nặng về lý thuyết, sự nhìn thấy Phật tánh rõ ràng chỉ sự giàu kinh nghiệm thực hành. Từ ngữ KIẾN TÁNH diễn nghĩa THẤY PHẬT TÁNH cần hiểu là am tường thể tánh Như Lai, bắt đầu nhận thức thấy hương vị Giác Ngộ và Giải Thoát, nghĩa là **CHỨNG NHẬP PHÁP THÂN.**

44 QUÁN NIỆM NHƯ LAI

Bài PHÁP THÂN được đón nhận rất nhiệt tình và khích lệ. Đối với kẻ cầm bút điều hoan hỷ hơn cả là những nhận xét của quý đạo hữu khen cũng như chê. Chính những nhận xét này đã gợi ý cho kẻ cầm bút nối tiếp mối duyên lành viết đề tài QUÁN NIỆM NHƯ LAI. Lời khen chê của quý đạo hữu xin tóm gọn ở hai ý diễn trong một câu: *Người đọc cảm thấy như thưởng thức một món ăn ngon miệng nhưng rồi cảm thấy khó tiêu.*

Thật là chân thành và chính xác! Ngay ở kết luận bài PHÁP THÂN kẻ cầm bút đã đưa ra một ẩn dụ: Bài viết coi như một sơ đồ, dĩ nhiên còn có chỗ thiếu thừa sai lệch, việc sử dụng có đem lại ích lợi hay không còn tùy thuộc vào người dùng. Ở đây xin thêm đôi lời tâm sự ở cương vị người vẽ sơ đồ và người nấu ăn: Người vẽ sơ đồ chỉ làm phận sự vẽ những đường nét, việc di chuyển từ điểm này đến điểm kia là việc của người cầm bản sơ đồ trong tay. Có khi sơ đồ vẽ thiếu hay sai mà người sử dụng vẫn đi tới đích nhờ sự tinh anh ứng biến của người đi. Cũng có khi sơ đồ vẽ đúng mà người sử dụng vẫn đi lạc đường không tới đích vì lý do khinh xuất trên dọc đường. Người nấu ăn cũng vậy chỉ làm phận sự nấu nướng để sẵn sàng dọn bàn ăn, việc ăn thấy ngon hay không, dễ tiêu hay khó tiêu là phần việc của thực khách. Cùng một món ăn dọn lên, ăn thấy ngon hay thấy chán, thấy dễ tiêu hay thấy khó tiêu là tùy ở trường hợp cá biệt từng người.

Lời thuyết giảng hay dẫn giải Phật pháp chỉ là những tri kiến, những hiểu biết về Phật học do người này truyền đạt sang người khác khi hội duyên gặp nhau. Đó là những trợ duyên, những bản sơ đồ chỉ đường di chuyển từ Vô Minh đến Giải Thoát, những món ăn có chất bổ dưỡng dọn sẵn cho thực khách dùng. Sự đi tới đích cũng như ăn thấy tiêu hóa dễ dàng bổ ích là phần việc riêng của hành giả cũng như của thực khách. Đó là sự chứng đắc đạo quả, có được hay không, nhiều hay ít là do thiện căn tích tụ từ nhiều kiếp trước và do công đức hành trì trong kiếp này của người theo Chánh đạo. Đó là thiện nhân dẫn đến sự chứng đắc đạo quả, ai gieo nhân người ấy hái quả, người này chỉ truyền đạt cho người khác những *tri kiến* mà không truyền đạt được sự *chứng đắc* đạo quả. Đây là Đệ Nhất Đế, là Chân Lý Tuyệt Đối. Đức Thích Ca Mâu Ni cũng như chư Phật, chư Bồ-tát là những bậc cứu độ chúng sanh theo như ngôn từ thông dụng. Phân tách và theo sát nghĩa, đó là những bậc Đạo Sư chỉ đường cho chúng sanh đi trên đường Giải Thoát, chỉ đường chung cho khắp cả chúng sanh nhưng đi tới nơi hay không là việc riêng của từng cá nhân chúng sanh.

Tuy nhiên lý Duyên khởi cho biết một sự kiện thành tựu xẩy ra là do Nhân và Duyên hòa hội, thiếu Duyên thì Nhân không kết sanh ra Quả, không hiển lộ thành sự kiện, nhà Phật gọi là Nghiệp báo hay Nghiệp quả, Quả báo. Khi chưa kết thành Quả, Nhân ở dạng thái tiềm ẩn gọi là Nghiệp căn, dù là Nghiệp lành hay Nghiệp dữ. Nhận thức lý Duyên khởi, người cầm bút thấy có phận sự viết thêm bài QUÁN NIỆM NHƯ LAI, coi như vẽ thêm một sơ đồ có nhiều chỉ dẫn hơn, nấu thêm một món ăn có phần dễ tiêu hơn dành cho Quý Đạo hữu đã đọc bài PHÁP THÂN, chứng tỏ tình đồng đạo của những người con Phật cùng biết tri ân bậc Từ Phụ là Đức Như Lai.

1 PHÁP MÔN QUÁN NIỆM NHƯ LAI

Theo chữ Hán, *Quán* cũng gọi là *Quan* có nghĩa nhìn xem, *Niệm* có nghĩa tưởng nhớ đến. Dân gian thường nói quan sát, quan chiêm, chủ quan, khách quan, kỷ niệm, lưu niệm, hồi niệm... Trong Phật học thường phát âm *Quán* có nghĩa sâu mạnh hơn, đó là xem xét, suy ngẫm, lắng tâm thanh tịnh tập trung chú trọng vào một đối thể duy nhất, không để tâm vọng động chao đảo nghĩ tới nghĩ lui, thế này thế nọ. Có nhiều tiếng ghép đôi như quán chiếu, quán tưởng, quán niệm, quán giải, quán thông... Trong Phật học từ *Niệm* có nghĩa tưởng nhớ đến với sự chú ý dụng tâm và lòng tôn kính như trì niệm, niệm Phật, niệm kinh... Niệm không có nghĩa là tự nhiên nhớ đến, chợt nhớ lại (chữ Hán: Ức) như ký ức, hồi ức.

Quán Niệm Như Lai là vận dụng tâm lực, tập trung chú ý vào Đức Như Lai, không tưởng đến bất cứ một điều gì khác. Như Lai là một trong Mười danh hiệu của Phật, chú trọng đến Pháp thân, Pháp tánh của Đức Phật Vô Lượng Thọ. Đây là một pháp môn sở trường trong Tịnh Độ tông, cũng gọi là Quán Niệm Phật, hay nói tắt gọn là Niệm Phật, danh xưng có hai tiếng Niệm Phật này cần phải hiểu đầy đủ là Quán Niệm Phật, Nhất Tâm Niệm Phật.

Phật học phân biệt ba sự hiểu biết gọi là ba Tâm, cần thông suốt như sau:

Thức Tâm: Hiểu biết của Ý thức, nói chung của Lục thức gồm năm giác quan và Ý thức là thức thứ sáu. Thức Tâm là hiểu biết do nhị nguyên có sự phân biệt Tâm và Cảnh hay Chủ thể và Đối thể.

Tri Lượng Tâm: Hiểu biết do thông minh, phân biệt so sánh, đối chiếu. Tri Lượng Tâm cũng là hiểu biết do nhị nguyên có sự phân biệt. Tri Lượng Tâm hiểu biết cao hơn Thức Tâm nhưng cả hai đều thuộc Tâm nhị nguyên, chưa Giác Ngộ.

Giác Tâm: Cũng gọi là **Trí Tâm, Tuệ Tâm, Trí Tuệ Tâm**. Đây là khả năng linh diệu hiểu biết trọn vẹn và trực giác Đối thể. Đây là Tâm giác Ngộ, Chủ thể và Đối thể hòa nhập làm một, do đó là Tâm nhất nguyên, không còn Tâm Năng và Tâm Sở, không còn phân biệt Chủ thể với Đối thể, Tất Cả đều quy về bản thể Chân Như, Tất Cả đều đồng nhất thể Tịch Diệt Niết-bàn.

Quán Niệm Như Lai là pháp môn nhằm chủ đích hướng dẫn hành giả vận chuyển Tâm thức từ Thức Tâm và Tri Lượng Tâm thành Giác Tâm, nói dễ hiểu là chuyển từ Tâm Chúng sanh Vô minh thành Tâm hành giả Giác Ngộ. Căn do và cũng là công đức của hành giả nhất tâm thủ trì pháp môn này là *nương vào tín lực, niệm lực và tinh tấn lực để tiến dần đến định lực và tuệ lực*, ngõ hầu viên thành đạo quả thực chứng Thần lực Như Lai. Nói cách khác, do nghiệp căn tích tụ điều lành và nguyện lực thiết tha dũng mãnh hành giả khởi sanh tâm lực kiên trì pháp môn này để tiến tới đạo quả Giác Ngộ. Chính vì lý do chỉ cần *nhất tâm quán niệm,* pháp môn này tương đối so với các pháp môn khác hành giả yếu kém về định lực và tuệ lực dễ tu trì hơn. Đây là ưu điểm của Tịnh Độ tông đã dùng phương tiện nhẹ nhàng để đa số chúng sanh phát tâm dễ hội đủ, chỉ cần chí tâm phát nguyện là coi như đủ cơ duyên để hành trì ngộ đạo.

Sự hành trì pháp môn Quán Niệm Như Lai thâu tóm lại ở việc ghi lòng tạc dạ không lúc nào sao nhãng năm điều **Pháp yếu**, tức năm điều tuy tóm tắt nhưng có giá trị căn bản cốt tủy của giáo pháp:

1. *Pháp thân Như Lai là Thực thể vô tướng khả chứng.*

2. *Pháp thân Như Lai có tánh Nhân bản, không ra ngoài cảnh giới nhân sinh.*

3. *Pháp thân Như Lai có Công đức Vô ngại, thường trụ, không có giới hạn trong không gian và thời gian.*

4. *Pháp thân Như Lai có tánh Bình đẳng không có sự phân biệt giữa Chủ thể năng hành với Đối thể sở hành.*

5. *Pháp thân Như Lai ở chúng sanh cũng như ở Chư Phật đều đồng nhất thể, không có chút gì sai biệt.*

2 DẪN GIẢI

Năm điều Quán Niệm Như Lai vừa trình bày người mới đọc dễ có cảm tưởng nhận thức, hiểu được không khó khăn, không đòi hỏi nhiều công phu và tri thức về Phật học. Đúng vậy, nếu mục tiêu cần đạt tới là tiếp nhận những hiểu biết về Phật học. Nhưng cứu cánh hành giả cần đạt tới là chứng ngộ Pháp thân Như Lai thì sự *Quán Niệm phải là phương tiện hữu hiệu vận hành Tâm hành giả thấm nhuần dần dần đến mức độ thâm nhập vào Pháp thân Như Lai,* trong các kinh Đại thừa gọi là Kiến Như Lai (diễn nôm: Thấy Như Lai). Sự dẫn giải lần lượt chứng minh năm điều Quán Niệm Như Lai là phương tiện cần thiết giúp cho hành giả tùy duyên ứng dụng để đạt mục tiêu như ý.

Thực thể khả chứng

Pháp thân Như Lai là tinh hoa cốt tủy của đạo Phật mà giáo lý thì cao thâm diệu ứng cần có Chánh trí Đại giác mới cảm nhận thực chứng được. Chính vì lý do này người không giữ vững được Chánh kiến, Chánh tư duy dễ khởi tâm thiên lệch nông cạn cho rằng giáo lý đạo Phật giống như giáo lý thần học, Pháp thân Như Lai chỉ là ảo tưởng huyễn hoặc nhằm mục tiêu du ngủ tín đồ, cảnh giới Niết-bàn là hư thể không có thực.

Thực ra, người giữ tâm xác tín đều nhận thấy: Pháp thân Như Lai tuy vô tướng nhưng là *thực thể khả chứng*. Tất cả các pháp môn được hành trì miên mật đều dẫn đến sự chứng nghiệm sáng tỏ lý đạo như Vô Thường, Vô Ngã, Tịch Diệt, Nhân Quả, Tùy Duyên... Hễ có đi và đi đúng đường là có tới. Điều này chứng tỏ Pháp thân Như Lai là Thực thể vô tướng khả chứng. Giáo lý đạo Phật giống như Khoa học lấy sự *chứng nghiệm* làm tôn chỉ, Phật học tuy cao thâm diệu ứng nhưng không phải là Thần học huyễn ảo dẫn đến mê tín dị đoan như có người đã ngộ nhận. Đó là pháp yếu thứ nhất.

Tánh Nhân bản

Pháp yếu thứ hai không lúc nào được nghi ngờ sao nhãng là Pháp thân Như Lai có tính nhân bản. Toàn thể giáo lý đạo Phật là *những lời dạy đạo làm người* trong khuôn khổ sinh hoạt nhân sinh, dạy cho con người bỏ điều ác làm điều thiện, chuyển cuộc sống hằng ngày từ khổ não thành an lạc, dẫn dắt người ngu độn đến chỗ giác trí. Phật đạo là Chánh đạo phục vụ nhân sinh, là Nhân đạo: *Hành giả hòa nhập vào đời sống thế tục với Tâm Bồ Đề để cứu độ chúng sanh.* Đạo mà xa Đời là Tà đạo, Ma đạo, không phải Chánh đạo.

Có tính nhân bản nghĩa là có nhân tính, tính người bẩm sinh ai cũng có. Đã là con người một khi đã nhất tâm quán niệm thì ai cũng có thể đạt tới sự chứng nhập Pháp thân Như Lai, dù ở ngay trong kiếp này hay ở những kiếp sau. Hành giả không bắt buộc phải là bậc siêu nhân có tài trí phi phàm người bình thường không thể có được.

Công đức vô ngại, thường trụ

Pháp yếu thứ ba của Pháp thân Như Lai là công đức Vô ngại, thường trụ, có hiệu năng vi diệu, vô lượng vô biên, *vượt qua hết tất cả mọi trở ngại, hiện hữu ở khắp mọi không gian thời gian.* Trong Phật học đã diễn giải Thần lực Như Lai bằng nhiều từ ngữ như vô thủy vô chung, bất sanh bất diệt, không thể đong đếm được, không từ đâu đến và không đi về đâu... Trong các kinh thường dùng những cụm từ như bất khả ngôn thuyết, bất khả tư nghị, diễn nôm là không dùng lời nói mà diễn tả được, không thể nhận thức cảm thấy được bằng sự suy ngẫm bàn bạc.

Như Lai không phải là bậc đoạn diệt phiền não vì lý do thể tánh thanh tịnh, không hề phát sanh phiền não. Như Lai cũng không hề có sự ngộ nhập Niết-bàn vì lý do chính bản thể Như Lai là Tịch Diệt Niết-bàn. Do đó mới có Như Lai không khởi sanh, không đoạn diệt, không xuất cũng không nhập. Như Lai có thể tánh Không nhưng lại có ứng dụng vi diệu, công đức vô ngại thường trụ. Đó là căn do lý Chân Không Diệu Hữu. Pháp giới Như Lai như là Hư Không nhưng không phải là Ngoan Không, cái Trống Không, Rỗng Không chẳng có gì. Trái lại, Pháp giới Như Lai bao trùm khắp cả mọi thế giới tức hết tất cả mọi sự vật, sự kiện. Nói cách khác, *trong Chân Không có Tất cả* hoặc nói *Vạn hữu giai không,* diễn nôm *Tất cả cái Có đều là Không.*

Tánh Bình đẳng

Pháp yếu thứ tư của Pháp thân Như Lai là tánh Bình đẳng, không có sự phân biệt giữa các chúng sanh. Có tánh Bình đẳng là không có sự phân biệt giữa Chủ thể với Đối thể, giữa Tự thân với Tha nhân, giữa Ta và Người. Đây là căn do của tâm Từ Bi, coi người khác như chính mình trong tình yêu thương đồng loại. Tâm Từ Bi trong đạo Phật khác với lòng trắc ẩn tội nghiệp sót thương thường tình thế gian là thứ tình thương bất bình đẳng có sự phân biệt giữa Chủ thể động lòng thương và Đối thể nhận tình thương từ Chủ thể ban cho, giữa Ta năng thương và Người sở thương theo ngôn từ Phật học. Tánh Bình đẳng là không có sự phân biệt Năng-Sở trong lúc sinh hoạt đối xử với nhau giữa con người với con người.

Tánh bình đẳng dẫn đến tinh thần hòa ái, tương thân tương trợ, hợp quần trong tập thể xã hội. Tánh Bình đẳng còn dẫn đến sự phá chấp, không còn chấp ngã, chấp pháp, không còn thiên kiến chủ quan. Thâm quán tánh Bình đẳng trong Pháp thân Như Lai, hành giả đi từ Dục giới, Sắc giới sang Vô sắc giới, rồi xa lìa Tam giới hội nhập vào pháp giới Như Lai, cũng gọi là Pháp giới Chân Như.

Đồng nhất thể

Pháp yếu thứ năm và là cuối cùng của Pháp thân Như Lai là đồng nhất thể giữa Pháp thân Chư Phật với Pháp thân Chúng sanh. Ở Chư Phật cũng như ở Chúng sanh Pháp thân đều cùng một thể tánh như nhau, không có chút gì sai biệt. Điều dễ ngộ nhận cần lưu tâm: Đồng nhất thể là giống nhau ở *thể tánh* nhưng không giống nhau ở *sắc tướng*, thể tánh là cốt lõi tinh chất ở bên trong trong khi sắc tướng là biểu tượng hiển thị ở bên ngoài, Phật học thường gọi là *Pháp tánh* và *Pháp tướng.* Một ẩn dụ dễ hiểu: Pháp thân Chư Phật và Pháp thân Chúng sanh là hai tấm gương làm bằng thứ thủy tinh trong như nhau, đều có năng lực soi tỏ chiếu rõ bất cứ vật gì để trước tấm gương. Chất thủy tinh trong là Pháp tánh giống nhau, cũng gọi là Pháp thể. Tấm gương của Chư Phật luôn luôn được giữ gìn sạch sẽ nên lúc nào chiếu soi cũng tỏ rõ, tấm gương của Chúng sanh không giữ gìn sạch sẽ, để bụi bám đầy nên khi chiếu soi lu mờ, có khi không thấy gì. Sự chiếu soi là Pháp tướng đã khác nhau, cũng gọi là Pháp dụng. Sự chiếu soi tỏ rõ ở Chư Phật là Trí tuệ trong khi sự chiếu soi lu mờ ở Chúng sanh là Vô Minh. Nhận thức tường tận như vậy sẽ nhất tâm hành trì Chánh pháp, đó là giữ gìn cho sạch sẽ tấm gương của mình vốn làm bằng thủy tinh trong không để cho bụi bám vào làm nhơ bẩn.

Trong ẩn dụ kể trên, chất thủy tinh trong dùng để làm tấm gương là Phật tâm, Chân tâm hay Thiện tâm bẩm sanh ở con người. Tấm gương được giữ gìn sạch sẽ có năng lực chiếu soi tỏ rõ là Tâm thanh tịnh không bị ô nhiễm chao đảo, tấm gương để bụi bám làm cho sự chiếu soi trở nên lu mờ hoặc không thấy gì là Vọng tâm bị ô nhiễm chao đảo bởi tham dục và vọng thức. Khả năng chiếu soi tỏ rõ hay lu mờ là trí lực, tuệ lực.

Năm điều quán niệm Pháp thân Như Lai được trình bày thành năm Pháp yếu, người thiện xảo trong lúc hành trì hiểu rằng năm điều Pháp yếu có liên quan hỗ tương cùng quy về một mối duy nhất là Pháp thân Như Lai: Là thực thể vô tướng nên công đức vô ngại, có tánh nhân bản nên đồng nhất thể, có tánh bình đẳng nên thường trụ, vô thủy vô chung, vô lượng vô biên...

3 HÀNH TRÌ: MỘT TRƯỜNG HỢP ĐIỂN HÌNH

Dẫn giải đầy đủ tường tận đến đâu cũng không đem đến sự chứng nhập nếu không có sự hành trì, giống như làm món ăn có thể chỉ dẫn cho nhau làm nhưng lúc ngồi vào bàn ăn thì ai ăn người ấy mới thụ hưởng chất dinh dưỡng nuôi thân thể. Chính vì lý do này mới có câu *Phật pháp bất khả ngôn thuyết, bất khả tư nghị* mà cần phải hành trì mới đạt tới sự thực chứng đạo quả. Tuy nhiên, kể lại một trường hợp điển hình thiết tưởng là việc hữu ích đáng kể, người nghe tùy nghi sử dụng trong trường hợp cá biệt của mình.

Một Phật tử tu tại gia nhất tâm tín mộ Phật tuy sự hiểu biết về Phật học còn yếu kém. Người này tin ở lòng Từ Bi cứu độ chúng sanh vì thành ngữ dân gian thường nói *Hiền như Bụt,* chỉ nghe nói *Trời đánh, Trời phạt, Trời hành* mà không nghe nói Phật làm như thế bao giờ, tin sự báo oán truyền kiếp vì tục ngữ nói *Đời cha ăn mặn đời con khác nước,* tin lý nhân quả vì tục ngữ khuyên *Ở hiền gặp lành...*

Thỉnh thoảng đi chùa lễ Phật nhưng không thường xuyên vì bận kế sinh nhai ít thời giờ, người này lập bàn thờ Phật tại nhà, trong tâm nghĩ rằng lâu lâu đến chùa mới có dịp lễ Phật nay rước Phật về nhà, hằng ngày được nhìn thấy Phật dù là tượng gỗ nhỏ bé thật là thỏa lòng tưởng niệm. Người này rất cảm động khi thấy gọi Đức Phật là bậc Từ Phụ và tự nguyện rước được Cha về ở chung dưới một mái nhà là điều phước lớn, mình phải giữ lòng giữ miệng giữ thân sao cho xứng đáng là Con. Trong nhà có Cha Từ lại có thêm Con Hiếu thì thật là hạnh phúc vẹn toàn.

Từ khi có bàn thờ Phật ở nhà, người này thấy tình Cha Con đầm ấm thân mật hơn trước, không ngày nào quên bổn phận làm con: Giữ bàn thờ sạch sẽ, cắm hoa, thắp nhang lễ Phật. Có những ngày bận rộn tíu tít người này cũng đến trước bàn thờ tĩnh tâm niệm Phật giây lát rồi mới yên tâm lo công việc. Người này dần dần cảm nhận thấy Đức Phật không hẳn là một vị rước vào nhà để kính mộ tôn thờ có tính cách tôn giáo mà đã trở thành một bậc Gia trưởng, một thành phần trong gia đình có tính cách tâm lý xã hội: *Đức Phật đã là Cha, mình đã là Con* với thực nghĩa tình cảm thiêng liêng tha thiết trong cuộc sống tập thể gia đình, người *Cha Từ* hết lòng thương yêu chăm lo con cái một cách thường trực không mệt mỏi. Đức Phật còn là bậc

Thày học sáng suốt khuyên răn học trò làm điều lành tránh điều dữ, hiểu rõ tính nết và ý nghĩ của học trò điều tốt cũng như điều xấu, dậy dỗ chí tình mà không bao giờ mệt mỏi hay trừng phạt tỏ vẻ tức giận, là vị *Cố Vấn anh minh* chỉ đường vạch lối cho người đến hỏi cách ứng xử giải quyết những khó khăn bế tắc trong sinh hoạt hằng ngày.

Thời gian hằng ngày tưởng niệm dài lâu hơn trước, không còn chỉ một lần trong khoảng thời gian chốc lát khi đứng trước bàn thờ Phật mà đã thành thói quen khởi tâm bất cứ lúc nào và bất cứ ở đâu mỗi khi có việc gì cầu xin, thỉnh vấn hay bày tỏ tâm tư mừng vui lo sợ của người Con đối với người Cha tuy vô hình vô tướng nhưng hiện hữu thường trực sống chung dưới một mái nhà: Con cái bị bệnh cũng cầu xin Cha cho mau lành, con thi đậu cũng trình với Cha phúc nhà an lạc, vợ chồng bất hòa to tiếng với nhau cũng xin sám hối với Cha, v.v...

KẾT LUẬN

Thay cho kết luận, sau đây là nhận xét về trường hợp điển hình vừa kể:

Người Phật tử tu tại gia trong truyện không đọc nhiều kinh sách, không có nhiều kiến thức về Phật học, về các pháp môn để tu trì như các tăng ni xuất gia. Do cơ duyên này việc hành trì Quán Niệm Pháp thân Như Lai không theo bài bản như sự liệt kê năm điều Pháp yếu trình bày trong bài viết. Sự kiện này cho thấy sự phân biệt *tri kiến* hay *kiến thức* trong đời sống trí thức khác với *giác trí* hay *trí tuệ* trong đời sống tâm linh. Có nhiều kiến thức thì trở thành học giả làm công việc sưu tầm nghiên cứu, có nhiều trí tuệ mới trở thành hành giả đạt được sự chứng ngộ đạo quả.

Rước Phật về thờ tại nhà, tưởng niệm Phật là người Cha Từ là đã thâm quán Pháp thân Như Lai là thực thể khả chứng (Pháp yếu 1), sống chung trong tình Cha Con dưới một mái nhà là thâm quán tánh nhân bản, vô ngại thường trụ (Pháp yếu 2 và 3). Tuy nhiên, người Phật tử này chưa thực chứng được tánh bình đẳng và đồng nhất thể với Pháp thân Như Lai (Pháp yếu 4 và 5) vì lý do chưa đạt tới trình độ thành Phật, chứng nhập Pháp thân Như Lai, Cha Từ Con Hiếu sống chung một nhà, Cha chăm lo dạy bảo, Con vâng lời tin và làm theo *nhưng Cha và Con vẫn còn là Hai Pháp thân, chưa hội nhập vào nhau thành Một.* Nói cách khác, người Phật tử này nhờ tín căn và niệm căn thâm hậu, công đức quán niệm Như Lai miên mật nên đã đạt được đạo quả chứng nhập phần nào Pháp tánh, Chân tâm nhưng chưa thực chứng được Trí tuệ Diệu ứng Như Lai.

45 QUÁN THÂN BẤT TỊNH

Quán Thân Bất Tịnh là xem xét tỏ rõ *thân mình không sạch*: Thân xác con người chỉ là một khối thịt xương, máu mủ, đờm dãi, phân, nước tiểu… Tất cả mọi bộ phận đều nhơ nhớp, hôi tanh được bao bọc bằng lớp da phủ bên ngoài. Sự thật là như vậy, cổ kim đông tây đều công nhận tuy rằng ai cũng yêu quý tấm thân, thậm chí đến say mê tôn thờ như thần tượng. Tục ngữ có câu *Tấm thân giá đến ngàn vàng*. Trong khi đó, giới Phật tử tu Tịnh Độ có pháp môn QUÁN THÂN BẤT TỊNH nhằm mục đích khởi sanh hạnh **yếm ly**, không còn ái chấp cái thân con người nói chung, thân mình cũng như thân người khác dù trong vòng quyến thuộc hay bạn bè. Theo từ ngữ, YẾM là *chán*, LY là *rời*. Theo Phật học là không còn bị nhiễm chấp, ràng buộc nữa, thoát khỏi tham ái dục vọng, sân si.

Kinh Niết-bàn nói: *Thân này là nơi tập hợp các thứ KHỔ, là cảnh NGỤC TÙ, là một thứ UNG NHỌT, tất cả đều BẤT TỊNH. Xét cho cùng, cái Thân không có ý nghĩa lợi ích gì một khi ta chấp thủ lấy nó, dù là thân của chư Thiên*. Ý kinh đã khẳng định dứt khoát cái **Thân Bất Tịnh** ở con người.

Về mặt hành trì, pháp môn Quán Thân Bất Tịnh chia làm hai phần: THẤT PHÁP BẤT TỊNH và CỬU PHÁP QUÁN TƯỞNG TỬ THI.

1 THẤT PHÁP BẤT TỊNH

Bẩy điều quán sát dưới đây chứng tỏ sự BẤT TỊNH của thân thể con người trong suốt cuộc sống thế gian thọ nghiệp chúng sanh, kể từ khi bắt đầu hình thành cái thai trong bụng mẹ cho đến khi tử vong.

1. CHỦNG TỬ BẤT TỊNH: Mầm sanh khởi của cái thân lúc hình thành cái thai do căn nghiệp dâm dục, từ hạt giống *tham ái* mà nẩy sanh ra.

2. THỌ SANH BẤT TỊNH: Cái thai được hình thành do sự hòa hợp, hội lại của tinh trùng người cha với trứng rụng người mẹ trong thời gian *ái nhiễm* mặn nồng.

3. TRỤ XỨ BẤT TỊNH: Cái thai sống trong tử cung người mẹ, phía dưới ruột non, trên ruột già là *nơi nhơ nhớp*.

4. THỰC ĐẠM BẤT TỊNH: Cái thai tăng trưởng nhờ thọ dụng máu huyết người mẹ, nghĩa là *dùng thức ăn là máu của người khác.*

5. SƠ SANH BẤT TỊNH: Khi đã đủ thời gian sống trong bụng mẹ, thai nhi lọt lòng mẹ chào đời, chui ra khỏi thân người mẹ cùng một lúc với máu nước *hôi tanh.*

6. CỬ THỂ BẤT TỊNH: Trong lớp da bọc phủ bên ngoài, tất cả bộ phận phủ tạng con người đều gồm các chất *hôi tanh*.

7. CỨU CÁNH BẤT TỊNH: Đến khi tử vong, thây xác con người dần dần phân hóa rã rời, *sình thối*, cần có sự tống táng để xa cách người khác đang sống, dù là người thân yêu.

Bẩy pháp Bất Tịnh vừa kể là phần *chánh yếu* nói về sự Bất Tịnh của thân thể con người. Thân mình là như thế, thân người khác cũng như vậy, không phân biệt già trẻ, nam nữ, đẹp xấu, mạnh yếu, lành lặn hay tật nguyền, sang hèn, giàu nghèo… Dù đối với thân thể cường tráng, vạm vỡ của phái nam hay vóc dáng mềm mại, dịu dàng hoặc nẩy nở, hấp dẫn của phái nữ, hành giả thường xuyên quán bẩy điều vừa kể sẽ **khởi sanh niệm yếm ly** và lửa ái dục cũng dần dần tàn lụi.

2 CỬU PHÁP QUÁN TƯỞNG TỬ THI

Phần chánh yếu Thất pháp Bất Tịnh có phần *bổ sung* để dễ phần kiện toàn viên mãn hiệu năng, đó là CỬU PHÁP QUÁN TƯỞNG TỬ THI. Theo dòng lịch sử Phật giáo, trong thời gian đầu việc quán tử thi được thực hành trực tiếp ngay trước mắt tại nơi mai táng, nhằm mục đích gây được ấn tượng cụ thể chính xác trong tâm thức hành giả khi nhìn thấy bằng chính mắt mình hay tưởng đến thây người chết khi hung táng hay hài cốt người quá vãng khi cát táng. Về sau, điều kiện cảnh duyên này được châm chước, hành giả không có cơ hội thuận tiện đến nghĩa trang chỉ cần chọn nơi yên tịnh để quán tưởng tử thi. Hiệu năng nhiều hay ít tùy theo quán lực có mức độ sâu hay nông của hành giả.

Dưới đây là chín hình tướng tử thi coi là đối thể của sự quán tưởng:

1. THẤY NGƯỜI MỚI CHẾT: Con người có những cử động biểu lộ sự sợ hãi, đau đớn như chân tay co rút, mắt trợn trừng, môi mấp máy không nói được…

2. THẤY NGƯỜI CHẾT ĐỔI MÀU SẮC: Da thường trở thành xám bệch, hoặc tái xanh, tím bầm…

3. THẤY NGƯỜI CHẾT TRƯƠNG XÌNH LÊN: Thân xác nở to ra như sắp tan vỡ, da nứt nẻ chảy nước hay máu mủ.

4. THẤY NGƯỜI CHẾT TAN RÃ HẲN: Thân chảy ra nhiều máu mủ, bốc mùi tanh hôi.

5. THẤY NGƯỜI CHẾT BỊ PHÂN TÁN: Thân xác có dòi bọ bò lúc nhúc.

6. THẤY NGƯỜI CHẾT BỊ TIÊU HẾT THỊT: Thân xác chỉ còn gân và xương.

7. THẤY NGƯỜI CHẾT CHỈ CÒN LÀ BỘ XƯƠNG: Gân thịt hoàn toàn tiêu hoại hết, vóc dáng con người chỉ nhìn thấy còn bộ xương.

8. THẤY NGƯỜI ĐEM HOẢ THIÊU: Thịt gân nứt nẻ, rã rời, bộ xương co lại, mùi hôi thối bốc lên và lan rộng.

9. THẤY NGƯỜI CHẾT ĐÃ LÂU: Thân xác chỉ còn nắm xương khô, mục nát, màu trắng đục.

Quán Thân Bất Tịnh và Quán Tưởng Tử Thi đều nhằm mục đích **sanh khởi niệm yếm ly**. Do đó, ngôn từ Phật học gọi những pháp quán loại này là YẾM LY MÔN, có nghĩa pháp môn tập cho hành giả nhiễm dần thành thói quen hành sử hàng ngày sự *chán rời* những thứ không nên nắm giữ vì lòng tham ái. Lý do: **Khi còn nắm giữ những thứ đó thì con người còn đắm chìm trong Khổ não.** Muốn dứt khổ, phải nhất tâm chán rời những thứ đó.

3 CHÁNH QUÁN VÀ TÀ QUÁN

Người tu Tịnh Độ, nhất là giới cư sĩ hàng ngày thường xưng danh niệm *Nam-mô A-Di-Đà Phật* có nhiều nghi vấn về đề tài **Quán Thân Bất Tịnh**. Sự giải nghi tường tận rất cần thiết trước khi thực tập để theo đúng CHÁNH QUÁN, tránh sự mê đường lạc lối vào TÀ QUÁN, nghĩa là quán sai lầm thuộc hàng Ma đạo. Sự giải nghi trình bày dưới dạng vấn đáp thuận lợi cho việc thực hành như sau:

HỎI: Về từ ngữ, QUÁN hay là QUAN? Thông thường hay nói *Quan sát, quan niệm*..., người học Phật nói *Quán sát, quán niệm*... Như vậy hai từ ngữ có nghĩa khác nhau thế nào? Phát âm cho đúng danh xưng vị Bồ-tát thường xuyên tụng niệm là *Quán Thế Âm Bồ-tát* hay *Quan Thế Âm Bồ-tát?*

ĐÁP: Vốn là danh từ Hán Việt, chữ Hán viết có một dạng duy nhất nhưng phát âm thành hai tiếng có thanh bằng QUAN và có thanh trắc QUÁN tùy theo nội dung khác nhau muốn truyền đạt, nghĩa thông thường hay nghĩa trong Phật học.

Theo nghĩa thông thường, QUAN là xem xét, chú ý đến một đối tượng nào muốn nhận thức, tìm hiểu trong sinh hoạt hàng ngày.

Theo nghĩa trong Phật học, QUÁN có nội dung thâm diệu: *Tập trung tư tưởng đi sâu vào nội tâm vốn giữ được bản thể thanh tịnh, soi tỏ được chân lý để đạt tới Chánh giác, Phật học gọi là chứng nhập Chân Như*. Người học Phật nên phát âm cho đúng khi niệm Quán Thế Âm Bồ-tát, vị Bồ-tát có thần lực thông suốt mọi khổ não của chúng sanh, cứu độ tất cả những ai trì niệm danh hiệu Ngài, dù có tham dục, sân hận và si mê cũng trở nên thanh tịnh, an lạc và trí tuệ.

HỎI: Định nghĩa QUÁN như vậy vẫn khó lãnh hội đầy đủ nội dung của từ ngữ, có cách nào trình bầy dễ hiểu hơn không?

ĐÁP: Có thể phân tách nội dung pháp Quán làm ba phần:

– **Tập trung chú ý** đến mức độ tối đa, vận dụng hết tâm lực vào một việc nhất định, thường gọi là NHẤT TÂM.

– Sự tập trung tâm lực có một **đối tượng** duy nhất rõ ràng, ví dụ: Quán thân, quán tâm, quán từ bi, quán pháp thân Như Lai...

– Chăm chú đến đối tượng duy nhất đến mức đạt đến **Chánh định**, tâm thanh tịnh không còn một tạp niệm nào, nhờ đó khởi sanh **Chánh giác** và nhờ Chánh giác soi tỏ được Chân lý tuyệt đối tức chứng nhập được **Nhất thể Chân Như** của vạn pháp.

HỎI: Quán Thân Bất Tịnh, như vậy đối tượng duy nhất là THÂN hay sự BẤT TỊNH của thân?

ĐÁP: Thân là một đối tượng lớn, sự Bất Tịnh của Thân là một chi tiết, một đối tượng nhỏ. Pháp quán nói trong bài viết này có đối tượng chi tiết là sự BẤT TỊNH. Nói chung về quán THÂN còn có những chi tiết khác như hơi thở, tứ oai nghi lúc đi–đứng–nằm–ngồi, tất cả mọi động tác của cơ thể, sự cấu tạo thành cơ thể…

HỎI: Quán Thân Bất Tịnh có phải là một phần trong pháp quán TỨ NIỆM XỨ hay không?

ĐÁP: Phải, Tứ Niệm Xứ gồm có bốn phần: Quán Thân, Quán Thọ, Quán Tâm và Quán Pháp (1). Quán Thân Bất Tịnh là *phần căn bản đầu tiên* hành giả cần quán trước ba phần sau để đạt tới cứu cánh Giải Thoát.

HỎI: Quán Thân Bất Tịnh dẫn đến sanh khởi hạnh *yếm ly*, chán rời không còn trìu mến, yêu quý thân mình nữa. Như vậy, hành giả có tạo nên cơ hội đi đến *bi quan yếm thế* hay không? Thân xác mình đã bất tịnh, không đáng trân quý thì hành giả sẽ trân quý cái gì trong thế gian?

ĐÁP: Nghi vấn này *rất quan trọng* cần được giải đáp tường tận để phân biệt Chánh quán với Tà quán. Quán Thân Bất Tịnh có hai trường hợp:

Chánh quán: Đây là trường hợp **đối trị môn**, pháp môn dùng lời lẽ đối lập, dùng ý tứ chống đối để sửa trị những ý kiến thiên lệch, không đạt tới cứu cánh Giải thoát, tự giác tự độ, giác tha độ tha. Chúng sanh mê lầm đã tự đánh giá quá cao thân mình vì lý do chấp ngã nên sanh ra tham ái, tôn quý thân mình một cách quá đáng. Dẫn chứng: Nhân loại hiện nay trong thời mạt pháp đã đề cao coi trọng sự hưởng lạc tham dục hơn việc tu tâm dưỡng tánh. Đã có lời than: *Ngày nay nếu nam giới bớt đến các nơi du hý, nữ giới bớt đến Thẩm mỹ viện, mọi người đều dành nhiều thời giờ hơn đến Phật đường, Tịnh xá, Thiền viện thì thế giới có hòa bình hạnh phúc biết bao!*

Đối trị môn là phương tiện hữu hiệu dẫn kẻ vô minh đến sự tỉnh giác, nhận ra đâu là Chánh kiến, đâu là Tà kiến, Thiên kiến. Do đó, còn gọi là **phương tiện môn.** Quán Thân Bất Tịnh là phương tiện, là pháp dụng, là con đường dẫn đến sanh khởi hạnh yếm ly. Từ hạnh yếm ly sẽ tiến đến *tiêu trừ tham ái dục vọng, phá chấp trước tà niệm thường ngày, không còn chấp ngã, chấp pháp nữa*. Đây là trường hợp CHÁNH QUÁN khi Quán Thân Bất Tịnh dẫn đến thực chứng Giác Ngộ và Giải Thoát, thân tâm Thanh Tịnh chứng nhập Niết-bàn. *Chánh Quán là Chánh Kiến, Chánh Tư Duy, Chánh Niệm rồi nhờ Định lực và Tuệ lực dẫn đến Chánh Định và Chánh Giác.* Chánh Quán là đi đúng Chánh Đạo, không lạc vào Tà Đạo, Ma Giáo.

Tà quán: Trong trường hợp Quán Thân Bất Tịnh có nhận thấy yếm ly thân xác nhưng *không đủ Định lực và Tuệ lực* để soi tỏ đường đi nước bước, hành giả dễ rơi vào tâm trạng ghét bỏ thân mình. Nếu tình trạng lâu ngày thành trầm trọng, hậu quả sẽ bi thảm hơn: Hành giả sanh vọng dục tà kiến muốn tự hành hạ, trừ diệt thân xác mình, thậm chí muốn tự sát, tâm thức mê lầm ngộ nhận cho đó là con đường Giải Thoát chứng nhập cảnh giới Hư Không, đoạn diệt hết thảy mọi ưu tư, chấm dứt phiền não, không còn thân xác nữa thì tự mình sẽ không khinh ghét mình nữa. Đây là trường hợp TÀ QUÁN. Lịch sử Phật giáo đã chứng minh những sự kiện hành trì sai nhầm pháp Quán Thân Bất Tịnh: Hành giả tự hành xác, cố đứng thẳng một chân, mình trần giữa trưa nắng có nhiệt độ cao. Có người bị bệnh hay có thương tích không chịu dùng thuốc men chữa trị cho mau lành, chán đời tin rằng chỉ có cái chết mới hết khổ, hết phiền não… **Khi đã rơi vào Tà quán, hành giả thường không tự ra khỏi cơn mê lầm**, cần có chân sư, có thiện trí thức phân giải mới tránh được hậu quả tai hại là *đã không giải được nghiệp của mình ở đời này cho vơi nhẹ mà còn chồng chất thêm cho nặng nghiệp quả ở đời sau*. Đó là **tội trốn nợ đời**, nói theo Phật học là mê lầm trong khi thọ nghiệp thế gian.

HỎI: Người tu Tịnh Độ, nhất là trường hợp chuyên theo pháp Xưng Danh Niệm Phật *Nam-mô A-Di-Đà Phật* đối với pháp Quán Thân Bất Tịnh nên có thái độ ứng dụng như thế nào? *Nên hay không nên? Có cần thiết hay không cần thiết?*

ĐÁP: Không có câu trả lời trên nguyên tắc chung coi đó là quy luật bất biến. Hành giả cần tự tìm lấy câu trả lời để ứng dụng sao cho *khế hợp* với trường hợp cá biệt của riêng mình, tùy theo căn cơ nghiệp lực cũng như Niệm lực, Định lực và Tuệ lực của chính mình. Sau đây là những ý niệm căn bản phụ giúp cho hành giả tự tìm lấy câu trả lời:

Đã chuyên hành trì Xưng Danh Niệm Phật thì phải lấy **Niệm lực làm Chánh Nhân, Quán lực làm Trợ Duyên.**

Niệm lực và Quán lực có khả năng dung thông và có tác dụng hỗ tương thường gọi là *Thiền Tịnh song tu*. Nếu thiện dụng khế hợp với căn nghiệp và khả năng hành trì của mình thì hiệu quả gia tăng. Dẫn chứng: **Quán tưởng Niệm Phật** là pháp môn trong lúc thực hiện hành giả đã vận dụng tối đa hết công phu của mình. Miệng thì xưng danh niệm Phật, đây là *khẩu nghiệp*. Thân thì giữ ở thế trang nghiêm đứng hay ngồi, tay chắp lại, mắt nhìn vào hình tượng Phật, đây là *thân nghiệp*. Tâm thì quán tưởng đến Thệ Nguyện của Đức A-di-đà cứu độ chúng sanh, đây là *ý nghiệp*. Như vậy, hành giả đã **vận dụng cả tam nghiệp** vào việc nguyện cầu vãng sanh, kết quả sẽ tốt hơn chỉ vận dụng có khẩu nghiệp.

Trường hợp vì lý do một chướng ngại nào đó không tập được Quán Thân Bất Tịnh, hành giả giữ Nhất Tâm Niệm Phật vẫn đạt tới cứu cánh vãng sanh Tịnh Độ. Nói dễ hiểu, Quán Thân Bất Tịnh là pháp môn bổ sung *nên theo nhưng không cần thiết bắt buộc phải theo đối với người tu Niệm Phật.*

KẾT LUẬN

Thiền hay **Thiền-na** là phiên âm tiếng Sanskrit *Dhyàna*, tiếng Pali *Jhàna*, chữ Hán dịch là *Tĩnh lự*, tiếng Anh là *Meditation.* Chữ Hán và tiếng Anh không diễn tả được liễu nghĩa của từ ngữ Phật học, do đó nhiều dân tộc đã dùng phiên âm để sự truyền đạt được trung thực. Tiếng Trung Hoa phiên âm là *Chán*, tiếng Nhật là *Zen* và tiếng Việt là *Thiền.*

Thiền là một danh từ được nhiều tôn giáo sử dụng, bao gồm những phương pháp tu tập khác nhau nhưng đều nhằm một mục đích duy nhất là đạt tới **Tỉnh Thức, Giác Ngộ.** Thiền hướng dẫn hành giả đạt tới tâm trạng tập trung, lắng đọng *như mặt hồ phẳng lặng không chút sao động đến mức độ có thể nhìn thấy rõ mọi vật ở đáy hồ với đầy đủ chi tiết.* Làm cho nước yên tịnh, mặt hồ phẳng lặng gọi là CHỈ, có nghĩa là ngưng hẳn mọi vọng động lao xao. Tạo nên sự nhìn thấu suốt tới mọi vật ở đáy hồ gọi là QUÁN, có nghĩa nhìn xem, nhận xét, thấy biết. Do đó, có tên gọi CHỈ QUÁN (2).

Quán Thân Bất Tịnh là môn tu tập ban đầu là CHỈ thấy sự Bất Tịnh nên chán rời, không còn vọng tình tham ái cho thân mình là thứ cao quý nhất trên đời. Sau đó đến QUÁN con người là cao quý, được làm người là điều hiếm có, vậy điểm được coi là cao quý ở con người (chính mình cũng như người khác) không phải ở phần Thân Bất Tịnh mà ở phần Tâm Thanh Tịnh. Chính phần hiệu năng QUÁN này nên pháp Quán Thân Bất Tịnh mới xếp vào loại **đối trị môn.**

Quán Thân Bất Tịnh là pháp căn bản đầu tiên trong Tứ Niệm Xứ, để đạt đạo quả viên mãn hành giả cần thực hành ba pháp nữa là Quán Thọ, Quán Tâm và Quán Pháp.

CHÚ THÍCH

❶ **Tứ Niệm Xứ:** Bốn trong số 37 phẩm Trợ Đạo và là bốn pháp đầu tiên trong Đạo Đế, chân lý sau cùng trong Tứ Diệu Đế (Khổ Đế, Tập Đế, Diệt Đế và Đạo Đế).

TỨ NIỆM XỨ gồm bốn pháp quán tưởng về bốn lẽ phải:

Thân niệm xứ, tức **Quán Thân Bất Tịnh**: Cái Thân không trong sạch.

Thọ mạng xứ, tức **Quán Thọ Thị Khổ**: Thế gian không có VUI chân thật, khi cảm nhận thấy chỉ là cái VUI giả tạm sanh ra do tham dục nhất thời được thỏa mãn. Ngẫm cho cùng còn tham dục là còn KHỔ, dứt trừ tham dục mới có niềm VUI chân thật.

Tâm niệm xứ, tức **Quán Tâm Vô Thường**: Cái Tâm luôn luôn chao đảo, vọng động, không ở yên nơi nào thường hằng.

Pháp niệm xứ, tức **Quán Pháp Vô Ngã**: Vạn pháp đều không có tự tánh Chân Như Tự Tại, tất cả đều là pháp Duyên sanh, duyên hội thì Có, duyên tán thì Không.

Hành giả thâm quán Tứ Niệm Xứ sẽ chứng đắc đạo quả Bồ-đề.

❷ **Chỉ Quán:** Đây là pháp tu Thiền căn cứ vào hiệu năng để gọi tên. CHỈ là *ngừng lại, chấm dứt* loạn động nghĩ tưởng sai quấy lung tung. QUÁN là *soi tỏ, xem xét kỹ càng*, đạt tới nhận biết được Chân Như. Đây là hai hướng đi trong tiến trình tham thiền, phân tách từng hướng đi có những thứ bậc như sau:

CHỈ tiến tới TỊCH, rồi TỊCH tiến tới ĐỊNH. Chỉ thuộc về **Không học, pháp Vô vi,** suy ngẫm để thấu hiểu *tự tánh Không*, bản thể Chân Như của vạn pháp để tiến tới *yếm ly, nhiếp phục* và *trừ diệt* mọi ưu phiền khổ não. Chỉ dẫn tới xa lìa mọi giả tướng, chứng nhập và an trú nơi CHÁNH ĐỊNH.

QUÁN tiến tới CHIẾU, rồi CHIẾU tiến tới TUỆ. Tuệ thuộc về **Hữu học, pháp Hữu vi,** suy ngẫm điều xem xét để dùng *lý trí* giải quyết sự việc, vượt qua mọi chướng ngại để đạt tới Giác Ngộ, chứng nhập và diệu dụng CHÁNH GIÁC.

Pháp Chỉ Quán có năng lực phân tách theo hai hướng đi để rõ ràng về mặt lý giải. Về mặt hành trì, hai hướng đi này *dung thông* quyện vào nhau, không tách rời riêng biệt được. Chỉ và Quán *có tác dụng hỗ tương để dẫn đến một thực chứng duy nhất*. Trường hợp không hành trì đúng theo lẽ dung thông, hành giả sẽ rơi vào sự mê lầm có hậu quả tai hại như sau:

Chỉ mà không Quán thì sẽ rơi vào *hôn trầm, mê muội* như người sống trong ngục tù, không nhìn thấy sinh hoạt bên ngoài ra sao, cam phận không nghĩ đến thoát thân.

Quán mà không Chỉ thì sẽ mắc phải *kiêu mạn tự tôn*. Trường hợp trầm trọng dẫn đến *ảo giác, loạn tưởng*. Đây chính là Tà Quán.

Tiến trình cần phải theo như sau: **CHỈ trước, QUÁN sau**, tiếp theo xen kẽ không còn phân biệt là hai, không còn trước sau: **Chỉ mà Quán, Quán mà Chỉ**. Cũng nói: **Tịch mà Chiếu, Chiếu mà Tịch.** Lý do sự xen kẽ: Định sanh Tuệ, Tuệ kiện toàn Định. Cũng nói: **Định Tuệ song tu.**

46 DĨ HÒA VI QUÝ

DĨ HÒA VI QUÝ là lấy điều HÒA làm quý, cần được tôn trọng. Đó là câu tục ngữ dạy đạo xử thế, làm cho cuộc sống chung với mọi người được êm ấm, vui vẻ. Đó là chìa khóa mở cửa lâu đài Hạnh Phúc cho chính mình và cho người khác trong cuộc sống tập thể từ gia đình đến xã hội. Thông thường từ ngữ HÒA được hiểu như một tính tốt, một thái độ lịch sự, một tình trạng êm đẹp trong cuộc sống diễn tả ở những tiếng ghép đôi: Hòa thuận, ôn hòa, hòa nhã, hòa khí, hòa bình… Đây là những trường hợp hiểu theo phương diện tâm lý, luân lý và xã hội. Xét theo những phương diện khác như ngôn ngữ, văn hóa, triết học và tôn giáo sẽ đem lại sự nhận định đầy đủ, đúng mức hơn giá trị cao quý của chữ HÒA trong câu tục ngữ ở đề tài bài viết này.

1 NỘI DUNG Ý NGHĨA CHỮ HÒA

Nói tổng quát, chữ HÒA có nội dung ý nghĩa rất rộng, áp dụng trong nhiều khía cạnh, nhiều phạm vi, nhiều trường hợp sinh hoạt khác nhau của con người sống tập thể thành cộng đồng xã hội.

Xét theo ngôn ngữ và văn hóa

Ngôn ngữ là biểu tượng của sinh hoạt văn hóa. Dân tộc nào có nếp sống văn hóa cao sử dụng ngôn ngữ phong phú, tế nhị, tinh vi. Dân tộc nào có mức độ văn hóa thấp, chậm tiến sử dụng ngôn ngữ đơn giản, thô sơ, thiển cận. Lịch sử các dân tộc trên thế giới đã chứng minh quy luật này.

Từ ngữ HÒA vốn là chữ Hán gồm hai phần ghép lại, bên trái là chữ HÒA có nghĩa thóc lúa, thứ thực phẩm căn bản nuôi sống con người; bên phải là chữ KHẨU có nghĩa cái miệng. Hội ý hai phần hợp lại chỉ sự sinh tồn no đủ của con người.

Khi Việt hóa, âm HÒA tiếng Hán chuyển hóa thành VÀ, VỪA chỉ sự nhiều yếu tố nối liền rồi hợp lại với nhau thành một, dùng ở vai trò một liên tự.

Ví dụ: Tất cả có bảy ca sĩ nam *và* nữ.

Hoặc: Tất cả có bẩy ca sĩ *vừa* nam *vừa* nữ.

Theo nghĩa đen, tiếng đơn HÒA phân tách thành ba giai đoạn:

– Giai đoạn hợp lại, cộng lại của nhiều yếu tố khác nhau, như tiếng đôi *hòa hợp*, hiểu rành rẽ là *hợp lại* để tiến tới *hòa* với nhau.

– Giai đoạn pha trộn lẫn nhau, như tiếng đôi dung hòa, hiểu rành rẽ là *pha trộn* (dung), để tiến tới *hòa* với nhau.

– Giai đoạn *hòa* vào nhau, như tiếng đôi *hòa tan*, *hòa đồng* diễn ý *hòa* rồi *tan biến* lẫn vào nhau trở thành một hợp chất.

Một trường hợp cụ thể đơn giản là việc nấu cơm, dùng gạo và nước để nấu chín thành cơm: Đổ nước và gạo vào nồi là giai đoạn hợp lại, hòa hợp *hai yếu tố riêng biệt*. Cơm xôi là giai đoạn dung hòa, nhờ hơi nóng trộn đều. Cơm chín là giai đoạn hòa tan, hai yếu tố gạo và nước hòa nhập vào nhau thành cơm là *một yếu tố duy nhất*.

Một trường hợp tế nhị hơn là việc *hòa đàm* giữa hai phe đối nghịch: Gặp nhau tại một địa điểm vào một thời gian là giai đoạn *hợp lại*. Thảo luận những điểm bất đồng trong tinh thần tương nhượng, tôn trọng quyền lợi của nhau là giai đoạn *dung hòa*. Chấp thuận một hòa ước là giai đoạn hòa giải, tiến tới hòa bình.

Xét theo triết học

Để đơn giản việc phân tách dẫn giải, hãy kể một trường hợp cụ thể nội vụ là hai vợ chồng có sự tranh chấp bất hòa, mọi người khuyên giải không có kết quả, việc đã đưa ra tòa xin ly dị. Trên bình diện triết học, sự việc được phân tách và dẫn giải như sau:

Có sự tranh chấp bất hòa là có bên nguyên bên bị, nói chung là có hai bên chống đối nhau. Nếu chỉ có một bên duy nhất tất nhiên không có vấn đề *hòa* hay *bất hòa*.

Sau khi thụ lý, tòa án tiến hành thủ tục đầu tiên là *hòa giải* cho hai vợ chồng bỏ ý định ly dị, trở lại sống chung. Nếu hòa giải thất bại, tòa án mới tiến hành thủ tục xin ly dị. Trường hợp hòa giải được là hai bên đương sự hội đủ yếu tố chung như cùng nghĩ lại đến hạnh phúc gia đình, cùng thương con cái, cùng nhận thấy mình quá nóng nẩy… Trường hợp đi đến kết quả bản án ly dị là hai bên không hội đủ yếu tố chung vừa nói, chỉ nghĩ đến quyền lợi cá nhân, tự ái cá nhân, tội lỗi của người phối ngẫu không thể bỏ qua được… Yếu tố chung gọi là yếu tố *khả hòa*.

Nội vụ kết thúc dẫn đến một trong hai trường hợp hoặc hòa giải trở lại sống chung, hoặc ly dị. Tóm lại về phương tiện triết học, vấn đề *hòa* diễn tiến như sau:

– Có hai hay nhiều yếu tố bất đồng, đây là SỰ VIỆC.

– Có hay không hội đủ yếu tố khả hòa, đây là NGUYÊN NHÂN.

– Có hay không có sự hòa nhập với nhau của những yếu tố bất đồng, đây là KẾT QUẢ, hay cũng gọi là CỨU CÁNH.

Đứng trước một SỰ VIỆC bất hòa xẩy ra, quan sát viên cần sáng suốt tìm hiểu cho đầy đủ NGUYÊN NHÂN gồm những yếu tố khả hòa, sau đó theo dõi diễn tiến sự việc dẫn đến KẾT QUẢ tốt đẹp hữu ích hay xấu xa tác hại.

Xét theo tôn giáo: Đạo Phật

Xét theo triết học một sự việc bất hòa, quan sát viên chú trọng phần lý trí suy ngẫm sao cho sáng suốt và đầy đủ, nhưng khách quan vô tư, không quan tâm đến sự hữu ích hay tác hại do kết quả đem đến về mặt luân lý đạo đức. Xét theo tôn giáo như Đạo Phật, ngoài sự quan sát sáng suốt và đầy đủ còn có nhiệm vụ tự nguyện của một Phật tử. Đó là cố gắng tìm mọi cách hướng dẫn kết quả đi tới điều kiện hữu ích, tạo niềm vui, cố tránh điều bất thiện tác hại, giảm điều khổ trong nhân sinh.

2 PHÁP MÔN LỤC HÒA

Nói đến HÒA trong Đạo Phật là nghĩ ngay đến pháp môn Lục Hòa. Dưới đây là phần trình bày pháp môn này về hai mặt pháp dụng và pháp thể.

Về mặt pháp dụng: Sáu pháp làm cho hòa hợp

Lục Hòa, nói đầy đủ là Lục Hòa Kính có nghĩa sáu điều Hòa Đồng Kính Ái. Đó là cách sống chung đối xử với nhau trọn vẹn cả hai bề: Bề ngoài thì thuận thảo, an vui; bề trong thì tự giữ mình khiêm cung, nhường nhịn. Pháp môn Lục Hòa gồm có:

GIỚI HÒA: *Giới hòa đồng tu*, nghĩa là cùng giữ giới luật, cùng giữ phẩm cách làm người đã phát tâm tín nguyện hành trì Chánh pháp.

KIẾN HÒA: *Kiến hòa đồng giải*, nghĩa là cùng theo giáo lý Phật dạy thì cùng nhau học hỏi để sáng tỏ Chánh pháp.

LỢI HÒA: *Lợi hòa đồng quân*, nghĩa là khi có lợi lộc chung hưởng thì cùng nhau vui vẻ chia đều bằng nhau.

THÂN HÒA: *Thân hòa đồng trị*, nghĩa là khi có sự cùng sống với nhau thì rộng hẹp cũng cùng thuận thảo với nhau, đừng chia cách.

KHẨU HÒA: *Khẩu hòa vô tranh*, nghĩa là cùng giữ gìn lời ăn tiếng nói cho ngọt ngào, dịu dàng khi tiếp xúc với nhau, tránh mọi sự tranh cãi để dành phần thắng điều phải cho mình.

Ý HÒA: *Ý hòa đồng duyệt*, nghĩa là cùng giữ gìn ý tứ cho khéo léo, tế nhị khi cùng xét những điểm bất đồng để đi tới kết quả hòa hợp, đồng thuận một quyết định chung.

Nhận xét cuộc sống thực tế, sự tiếp xúc thế nào cũng có va chạm, nhiều điểm bất đồng. Pháp môn Lục Hòa nhằm mục đích tiêu trừ nghiệp chướng, cả Tam nghiệp Thân, Khẩu, Ý. Hành trì pháp môn này là sống hòa hợp trong cuộc sống tập thể từ gia đình đến xã hội để tiến tới hòa đồng, nghĩa là đồng lòng chung công góp sức, tương thân tương trợ để cùng mưu ích lợi chung trong cuộc sống tập thể. Nói cách khác là **sự thỏa thuận cộng tác bình đẳng, chia đều bổn phận cũng như quyền lợi**.

Về mặt pháp thể: Sống với Chân Tâm Hiếu Hòa

Liệt kê và dẫn giải sáu cách làm cho hòa là nói về mặt pháp dụng của Lục Hòa, cách ứng dụng hành trì pháp môn để đạt được đạo quả mong muốn. Pháp dụng có hiệu ứng như ý là do ở pháp thể linh diệu, một căn bản tâm linh vững chắc, cao quý thiêng liêng. Pháp thể của Lục Hòa là **Chân Tâm Hiếu Hòa**, vốn là một dạng của Pháp Tánh Chân Như. Nói cách khác, đó chính là Thiện Tâm Bản Tính Hợp Quần ở con người.

Người là một sinh vật biết sống tập thể theo bản năng sinh tồn bẩm sinh tự nhiên ai cũng có giống như nhau. Bản năng này là thể tánh con người, thường gọi là tánh nhân bản diễn tả nét đặc thù căn nguyên của con người, chỉ riêng con người mới có, khác biệt với các giống động vật khác. Đó là đức *Hiếu sinh* và *Hợp quần* thể hiện ở con người đạt tới mức độ cao đẹp hơn các giống động vật sống từng bày từng đàn. Lịch sử nhân loại chứng minh con người sống nương tựa vào nhau thành bộ lạc từ thời cổ đại và thành gia đình, dân tộc, quốc tế ở thời nay.

Bản năng Hiếu sinh và Hợp quần chính là nguyên ủy của Chân Tâm Hiếu Hòa. Văn minh nhân loại tự hào ngày nay về mọi mặt kinh tế, chính trị, xã hội và văn hóa, từ cơ cấu tổ chức đến quy thức điều hành, tất cả đều là công trình cộng tác của tập thể, không một cá nhân đơn lẻ nào có thể thực hiện được. Theo xã hội học, đó là mối liên hệ tương quan giữa con người với con người. Theo Phật học, đó là lý duyên sinh, mọi sự vật đều do trùng trùng duyên khởi sinh ra. Chính mối liên hệ tương quan này là sự HÒA HỢP trong xã hội loài người, bao trùm khắp không gian và xuyên suốt thời gian. Một phát minh khoa học, một lời dạy của thánh hiền đem lại ích lợi cho nhân sinh ở khắp nơi và thế hệ này qua thế hệ khác.

Hiếu Hòa đã là bản năng bẩm sinh, là nhu cầu thiết yếu cho sinh tồn và tiến bộ văn minh, tại sao vẫn có sự bất hòa tranh chấp, gia đình đổ vỡ, đất nước chiến tranh, kỳ thị chủng tộc, kỳ thị tôn giáo? Câu trả lời tổng quát: Tại con người không sống với Chân Tâm Hiếu Hòa mà sống với Vọng Tâm Điên Đảo. Để hàng phục Vọng Tâm, đưa con người trở lại sống với Chân Tâm, Phật dạy pháp môn Lục Hòa. Đó là giá trị cao cả của câu tục ngữ **Dĩ Hòa Vi Quý**.

Dẫn giải theo Phật học: Chân Tâm Hiếu Hòa bẩm sinh ở con người có tác dụng hóa giải lý vô thường và vô ngã trong sinh hoạt thực tế. Sự việc diễn tiến chuyển hóa vô thường, gây nên phiền não trong tâm thức chúng sanh. Sự phiền não này lại gia tăng vì vọng tâm chấp ngã của chúng sanh. Sống với Chân Tâm Hiếu Hòa, con người mới thông suốt lý vô thường và vô ngã, tâm thức không cảm nhận thấy phiền não nữa. Từ vọng động, tâm trở nên an định, từ an định trở nên thanh tịnh, từ thanh tịnh trở nên tịch diệt chứng nhập Niết-bàn, nhận thấy Chân Như Hạnh Phúc ngay ở thế gian này.

KẾT LUẬN

Dân tộc Việt Nam vốn tính hiếu hòa, coi cuộc sống thuận thảo, nhường nhịn lẫn nhau là an vui, hạnh phúc. Trong ngôn ngữ có rất nhiều tiếng ghép đôi trong đó có tiếng đơn HÒA hay những tiếng đơn có nghĩa tương tự THUẬN, BÌNH, AN (YÊN): Hòa thuận, hòa bình, an hòa, nhân hòa… Có nhiều địa danh, tên tỉnh lỵ hay thị xã khắp ba miền đất nước Bắc, Trung, Nam đã nhắc nhở đến đức hiếu hòa: Hòa Bình, Yên Bái, Vĩnh yên, Ninh Bình, Thuận Hóa, Nghệ An, Quảng Bình, Khánh Hòa, Phú Yên, Bình Thuận, Biên Hòa, Bình Dương, Long An, Kiến Hòa, An Giang…

Tục ngữ ca dao nhiều câu dạy về tính hiếu hòa, nhường nhịn lẫn nhau, coi sự nhẫn nhịn là điều cao quý trong đạo làm người:

– Thuận vợ thuận chồng tát biển Đông cũng cạn.

– Thương nhau như thể tay chân
Anh em hòa mục hai thân vui vầy.

– Ăn trông nồi, ngồi trông hướng.

– Chín bỏ làm mười.

– Một sự nhịn, chín sự lành.

Tục ngữ ca dao cũng không quên nói đến tai hại của sự bất hòa tranh chấp đem đến cho cả đôi bên:

– Lưỡng hổ tương tranh, nhất tử nhất thương.

(Hai con hổ tranh dành cắn nhau, kết quả một con chết và một con bị thương).

– Bên căng thì bên phải trùng,
Hai bên căng cả thì cùng đứt giây.

HÒA hay BẤT HÒA, an vui hạnh phúc hay phiền não khổ đau trong cuộc sống tập thể nhân sinh, đều tự TÂM con người biết hay không biết, tự quyết định sống hay không sống với bản năng Hiếu Hòa và Hợp Quần vốn là tính bẩm sinh, làm người ai cũng có. Sống Hòa với mọi người là nương theo Phật tánh bẩm sinh, là Hợp Quần gây nên sức mạnh để xây dựng Hạnh phúc chung cùng hưởng. Sống Bất Hòa với người xung quanh là làm trái ngược với đức Hiếu Hòa bẩm sinh, là tự tách rời sống đơn độc đối với tập thể nhân sinh, tự làm khổ mình và làm khổ người khác. HÒA hay BẤT HÒA đều do tự TÂM chính mình, không phải do quyền năng thiêng liêng của Phúc Thần hay Hung Thần nào, cũng không phải do một ngoại cảnh thuận lợi hay trở ngại nào.

47 TÙY DUYÊN

Đạo Phật là đạo tu tâm, làm sáng tỏ tâm chúng sinh vốn có tánh thiện và tánh giác. Chúng sanh cần phải tu vì tâm luôn luôn bị ngũ ấm vọng tưởng làm mê mờ sai lệch, lôi cuốn vào vòng tội lỗi. Đạo tu tâm có hai phần: *tâm thể* và *tâm dụng*. Hai phần này gắn bó hòa hợp với nhau thì công phu tu hành mới được viên mãn. Người chưa thông suốt đạo tu tâm thường nghĩ thiên lệch, nặng về phần tâm thể làm sáng tỏ tính thiện của tâm hơn là phần tâm dụng làm sáng tỏ tánh giác của tâm. Thoạt nghe thì tưởng như là có hai phần riêng biệt khác nhau, thực ra sự tu chứng cho biết chỉ là một. Tại sao? Xin thưa: Làm sáng tỏ tánh giác của tâm một cách khéo léo, đạt đến kết quả tốt đẹp như ý, nghĩa là thành công trong việc làm điều lành tránh điều dữ. Nếu không đạt được kết quả như ý là tánh giác chưa được làm sáng tỏ đúng mức cần thiết, việc tu tâm chưa được thực hiện đầy đủ. Ứng dụng tánh thiện của tâm theo cách thức nào, bằng phương tiện nào, trong điều kiện hoàn cảnh ra sao? Để trả lời tất cả những câu hỏi chi tiết thực tế này đạo Phật chỉ dạy có một chữ *Tùy*, nói đầy đủ hơn là *Tùy duyên* hay *Tùy thuận*. Lần lượt sẽ nói đến nội dung của chữ Tùy, tầm quan trọng của tâm dụng và giá trị thực nghiệm của đạo tu tâm.

1 NỘI DUNG CỦA CHỮ TÙY

Chữ *Tùy* có nội dung rất bao quát vừa sâu vừa rộng trong mọi lãnh vực sinh hoạt của con người, từ cá nhân đến tập thể gia đình, dân tộc và toàn thể nhân loại trong cuộc sống thực tế hàng ngày. Trong phạm vi một bài viết, dưới đây chỉ là vài khía cạnh của nội dung chữ Tùy.

Giải thích theo từ ngữ

Theo ngôn ngữ học, *Tùy* là chữ Hán đã Việt hóa nên rất thông dụng, có nghĩa chính là *theo*, *nghe theo*, *làm theo*. Đi vào chi tiết, có hai cách giải thích căn cứ vào thái độ khi nghe theo, làm theo:

Thái độ thụ động, *tùy* là tùy thuộc, tùy tòng, lệ thuộc vào, như bảo sao làm vậy, tục ngữ có câu *Thiên lôi chỉ đâu đánh đó*. Lối giải thích này căn cứ vào sự kiện người làm theo chỉ thừa lệnh người chỉ huy mà hành động, không có chủ đích riêng tư gì về phần mình.

Thái độ chủ động, *tùy* là tùy cơ ứng biến, tùy nghi quyền biến, tùy tiện hành đông. Lối giải thích này căn cứ vào sự kiện người hành động đã khéo linh hoạt khai thác những điều kiện hiện hữu trong trường hợp cá biệt của mình để đạt được chủ đích riêng tư, không để kết quả việc làm hoàn toàn lệ thuộc vào những điều kiện hiện hữu đã đặt sẵn như ấn định trước phạm vi hành động của mình. Người có thái độ chủ động đã hiểu rõ những điều kiện hiện hữu chỉ có hiệu năng ấn định *giới hạn phạm vi hành động*, không hề có tác động *chỉ định mục tiêu* phải đạt tới. Mục tiêu cũng như tinh thần chủ động do người thực hiện quyết định. Điều kiện hiện hữu chỉ là hoàn cảnh, thời cơ hay phương tiện, người thực hiện vẫn có quyền chọn lựa, chấp nhận hay từ khước, làm ngay hay tạm hoãn chờ đợi điều kiện khác thích ứng hơn với mục tiêu mình đã định.

Đạo Phật nói đến chữ *Tùy* với nội dung theo lối giải thích thứ hai căn cứ vào thái độ chủ động của con người trong sinh hoạt hàng ngày. Chưa thông suốt trọn vẹn nội dung chữ Tùy, người tu dễ sai lạc vào tà kiến cho rằng đạo Phật thụ động tiêu cực, bi quan yếm thế. Người thiện học khéo tu tránh được sự lạc lối trên đường đạo cũng như trên đường đời.

Những từ ghép đôi *tùy duyên*, *tùy thuận* càng làm sáng tỏ nội dung đầy đủ của chữ *Tùy* trong đạo Phật. *Duyên* là mối ràng buộc có tính cách ngoại lai như hoàn cảnh, cơ hội, môi trường; *tùy duyên* là dựa theo mối duyên gặp gỡ mà ứng phó đối đáp. *Thuận* là nương theo, *tùy thuận* là căn cứ vào những điều kiện nào thích hợp với trường hợp cá biệt của mình mà định đoạt. Sinh hoạt văn hóa Việt Nam thấm nhuần giáo lý đạo Phật nên tục ngữ có những câu diễn tả lý Tùy duyên rất đơn giản, dễ hiểu, như *Nồi nào vung ấy*, *Liệu cơm gắp mắm*, *Gió chiều nào che chiều ấy*…

Giải thích theo sinh hoạt hằng ngày

Nói chung tất cả mọi sinh hoạt hằng ngày đều chứng tỏ lý tùy duyên trong đạo Phật, từ cổ đến kim, từ đông sang tây, sau đây là một vài dẫn chứng điển hình:

Về mặt kinh tế, hai mức cung cầu có liên hệ thích ứng với nhau. Giới kinh doanh sản xuất cung cấp chế tạo phẩm phải tùy theo nhu cầu của giới tiêu thụ, sở thích và khả năng tài chánh của khách hàng để định đoạt kế hoạch như loại hàng, số lượng, giá thành, giá bán… Ngay như một cá nhân đi mua sắm một món hàng cũng phải tùy theo nhu cầu, sở thích, túi tiền của mình hay của gia đình, tùy theo đợt bán hạ giá, khoảng cách từ nhà đến tiệm bán gần hay xa…

Về mặt chính trị, chế độ nào hợp với lòng dân đem lại ấm no hạnh phúc cho dân thì vững bền. Nếu dân mất lòng tin, an ninh trật tự không được tôn trọng, chế độ chính trị sẽ lung lay, đi đến suy sụp. Người làm chính trị phải tùy theo dân tình, hoàn cảnh đất nước trong phạm vi quốc nội và trong giao dịch quốc tế để định ra chính sách kế hoạch điều hành bộ máy chính quyền, duy trì chế độ nhằm mục tiêu ích quốc lợi dân.

Về mặt xã hội và văn hóa, mọi phong tục tập quán đều thay đổi, khác nhau tùy theo từng dân tộc, từng địa phương, từng thời đại. Người hoạt động trong hai lãnh vực này phải tùy theo những điều thay đổi, khác nhau đó mới đạt được kết quả mong muốn. Tục ngữ có câu *Nhập giang tùy khúc, nhập gia tùy tục*, nghĩa là khi đi thuyền trên sông phải tùy theo từng khúc sông, chỗ thẳng chỗ cong, nơi sóng êm nơi sóng dữ mà điều khiển con thuyền mới có sự an toàn; khi vào một gia đình hay một cộng đồng tập thể nào phải tùy theo nếp sống đã quen thuộc ở nơi ấy mới có sự vui hòa với mọi người.

Giải thích theo đạo học

Đã tu học ai cũng hiểu tâm con người luôn luôn vọng động nên mới có tên là *vọng tâm*. Đó là nguồn gốc sâu xa của đau khổ. Vọng tâm bị si mê, tham dục, sân hận nên lúc nào cũng chao đảo quay cuồng. Tu đạo để giải thoát mọi đau khổ là làm cho tâm hết vọng động, trở lại với bản thể thanh tịnh, chân thiện của tâm. Khi đã viên thành đạo quả, tâm có nhiều danh xưng như chân tâm, diệu tâm, tâm Phật, tâm Như Lai và nhiều tên gọi khác nữa. Tất cả đều diễn tả bản thể thanh tịnh trước sau như một của tâm người đạt đạo, vừa *tịch nhiên bất động* vừa *linh tri diệu ứng*. Người tu thường niệm hai câu *Vạn biến như lôi nhất tâm bất động* và *Nhất bản tán vạn thù*. Câu thứ nhất có nghĩa dù muôn sự biến đổi xảy ra dữ dội như sấm sét, quyết giữ vững cái tâm duy nhất có bản thể thanh tịnh không lay chuyển. Câu thứ hai có nghĩa một cái tâm có bản thể thanh tịnh không lay chuyển đem ứng dụng ra muôn trường hợp khác biệt nhau đều đạt kết quả viên mãn. Nhất tâm bất động chỉ tánh linh tri diệu ứng của tâm. *Tùy duyên* chính là *tán vạn thù* hay *linh tri diệu ứng*.

Điều quan trọng khi ứng dụng lý tùy duyên là *trước hết và luôn luôn giữ tâm ở bản thể thanh tịnh bất động*. Nếu để cho tâm vọng động vì tà niệm thì linh tri diệu ứng sẽ hết linh diệu, người hành động dễ rơi lạc vào tà đạo ma giáo, bao nhiêu công phu hành trì tu tập bấy lâu bị tan rã sụp đổ hết. Người thiện học khéo tu không để sơ suất điều quan trọng này. Dẫn chứng cụ thể có nhiều trường hợp như sau:

Một thanh niên thông minh hoạt bát sinh trưởng trong gia đình khá giả được nuôi ăn học thành tài. Có bằng cấp cao về chuyên môn, đi làm có địa vị và lợi tức đáng kể. Thế nhưng người này chỉ hưởng thụ dục lạc cho cá nhân mình, không nghĩ gì đến bổn phận đối với gia đình và đất nước. Người này lập luận cho rằng sự thành công đạt được là do ở cá nhân mình, ở óc thông minh tài tháo vát, biết lợi dụng hoàn cảnh gia đình khá giả được cha mẹ nuôi cho ăn học, nhất là ở công lao khó nhọc trong suốt thời gian theo học cho đến khi tốt nghiệp đại học. Như vậy sự hưởng thụ dục lạc có lý do chánh đáng vững vàng.

Lập luận của người này đã không chánh đáng vững vàng vì lý do cái tâm không giữ được bản thể thanh tịnh chân thiện. Mọi sự cho là tùy cơ ứng biến đã sai lạc: thông minh thành ra tinh ma láu cá, hoạt bát thành ra xoay xở ngụy biện, hoàn cảnh gia đình khá giả thay vì là điều kiện tốt thành ra điều kiện xấu giúp cho cho tánh tham lam ích kỷ tăng trưởng, công lao khó nhọc khi học tập thay vì là phương tiện tốt giúp cho nên người hiền lương hữu ích cho bản thân và xã hội thành ra phương tiện xấu giúp cho đi sâu vào vòng sai trái lỗi đạo làm người. Tục ngữ có câu *Nối giáo cho giặc*, nghĩa là giúp thêm phương tiện thuận lợi cho điều ác thực hiện hữu hiệu hơn.

Một nhà kinh doanh lão thành, soạn thảo kế hoạch sản xuất rất công phu, phối hợp chu đáo điều hòa mọi yếu tố, từ vốn đầu tư, vật liệu, nhân công, kỹ thuật đến thuế má, chuyên chở, thị trường tiêu thụ… Mọi sự sắp đặt để tùy nghi hành động đã được là *tùy duyên* theo Phật học hay chưa? Xin thưa: Chưa, vì còn phải xét đến cái tâm của nhà kinh doanh mới có thể quyết định được câu trả lời. Nếu tâm giữ được thể thanh tịnh chân thiện, nghĩa là hoạt động kinh doanh để tự lợi lợi tha, cân bằng mức cung cầu, điều hòa giá cả, phát triển kinh tế vừa có lợi cho mình ở cương vị nhà sản xuất vừa có lợi cho người khác ở cương vị giới tiêu thụ, trường hợp này xứng danh là *tùy duyên*. Nếu cái tâm vọng động chỉ nghĩ đến lợi tức của riêng mình là trên hết phải đạt cho kỳ được với kinh nghiệm mánh lới lâu năm của riêng mình, bất kể đến các bạn đồng nghiệp kinh doanh và giới tiêu thụ, miễn sao thu được lợi tức càng nhiều càng tốt. Kết quả không tốt đẹp đem đến cho người khác như tạo nên sự mất cân bằng mức cung cầu, tạo khan hiếm giả tạo để đầu cơ tăng giá tác hại cho giới khách hàng tiêu thụ đều không xét đến, trường hợp này không gọi được là *tùy duyên*. Tục ngữ có câu chỉ trường hợp này là *Quấy đục nước để thả câu*. Đây là tâm bất chánh lợi kỷ hại tha, cũng gọi là ích kỷ hại nhân.

Một cư sĩ đứng tuổi chăm đi chùa lễ Phật, thông hiểu kinh kệ, được nhiều đạo hữu kính nể sau nhiều lần cùng tìm hiểu học hỏi lẫn nhau về Phật học. Ông thường nói pháp cho các bạn đồng tu nghe, mọi người tin cậy và coi ông như bậc đàn anh trên đường tu đạo. Ông là chủ một nhà in nhỏ thường nhận in kinh sách, ấn phẩm, báo chí cho các chùa nên càng được nhiều người biết đến. Mỗi lần nhận in ông đều tuyên bố chỉ tính giá vốn, không ăn lời vì làm Phật sự, coi như góp công cúng dường Tam Bảo. Do đó càng ngày ông càng đông khách hàng và ai cũng tin là ông sẽ được hưởng nhiều quả phúc. Sự thật đã không hẳn như thế! Với kinh nghiệm lâu năm trong nghề ấn loát, ông đã tính toán kỹ lưỡng: Mỗi lần in chỉ tính ít tiền lời, nhưng nhiều lần và mỗi lần có số lượng lớn thì tiền lời không ít nữa. Nhân đi chùa lễ Phật, ông gây được tín nhiệm với khách hàng, nhất là ở đâu và lúc nào có dịp là ông đều gián tiếp quảng cáo cho nhà in của ông dưới chiêu bài Phật tử in cho nhà chùa không ăn lời, tự nguyện góp công cúng dường Tam Bảo. Sự tính toán khôn ngoan của khối óc kinh doanh nhà nghề đã có kết quả tốt đẹp, nhà in của ông ngày một thêm phát đạt, người quen biết đều cho rằng nhờ in kinh sách cho nhà chùa nên ông được Phật độ.

Mọi việc vẫn tiếp tục trôi chảy êm thấm, khách hàng đặt in không có khiếu nại phàn nàn, dư luận lại ngợi khen. Nhưng không có sự êm ấm trong sinh hoạt tâm linh của ông: Trong cuộc sống bình thường với gia đình, xã hội, trong giao dịch thù tạc ông rất vui vẻ tỏ ra hài lòng trong công việc nghề nghiệp. Mỗi khi đến chùa lễ Phật hay tụng kinh theo thói quen thường lệ, ông thấy tâm không yên! Nhất là khi có bạn đồng tu đến hỏi về Phật pháp để nghe ông dẫn giải như bấy lâu nay, ông thấy như ngập ngừng khi mở lời đáp lại mặc dầu câu hỏi nêu lên ông thông suốt lý giải một cách tường tận! Tại sao vậy? Xin thưa: Tại tâm ông *vọng động*, tuy lễ Phật thuộc kinh, nói pháp rành rẽ nhưng ông đã nói dối là một trong năm điều phạm giới hệ trọng. Tâm ông yên làm sao được khi ông thường giảng pháp cho bạn bè nghe, chính miệng ông thốt ra lời buộc tội người nói dối Tam Bảo là phạm trọng cấm, quả báo là đọa xuống địa ngục, quả tội này nặng gấp bội so với trường hợp nói dối khác. Ông đã không thông hiểu lý *tùy duyên* nên đã vận dụng tất cả khôn lanh và kinh nghiệm nghề nghiệp để tùy cơ ứng biến sử dụng tối đa những yếu tố đặc thù trong trường hợp của ông ở cương vị *Phật tử chủ nhà in* để nhằm mục đích vụ lợi. Phật không bảo có tội khi ông ở cương vị chủ nhà in có tính tiền lời khi nhận in kinh sách, báo chí cho nhà chùa. Phật chỉ dạy người tu phải giữ giới, không được nói dối, nói lừa. Ông cho rằng việc nói dối Tam Bảo như ông đã làm là kinh nghiệm quý báu lâu năm của nghề nghiệp. Thật là sai lầm tai hại!

2 TẦM QUAN TRỌNG CỦA TÂM DỤNG

Tâm thể và tâm dụng là hai mặt của Tâm. Về mặt tâm thể, người tu chọn một trong những chữ để thường niệm như Chân, Thiện, Thanh tịnh, Tịch diệt, Vô nhiễm, Vô trụ, Vô tác hay Không. Một khi quán triệt được chữ nào cũng có nội dung tương tự như nhau, cùng làm cho người thường niệm trở về với bản thể bẩm sinh, tự tánh sẵn có để hội nhập với tâm giới chư Phật, với cảnh giới Niết-bàn. Về mặt tâm dụng, người tu cũng chọn một trong những chữ để thường niệm như Minh, Quang, Chiếu, Diệu hữu, Diệu ứng, Diệu dụng hay Tùy, Tùy duyên, Tùy thuận. Một khi quán triệt được chữ nào cũng có tác động tương tự như nhau, cùng dẫn người thường niệm đến hành đạo, rồi đến chứng và ngộ đạo, thấy Tâm hội nhập với Đạo, thấy Tâm và Đạo hòa hợp với nhau làm Một: Tâm là Đạo, Đạo là Tâm.

Tầm quan trọng của tâm dụng là sự liên hệ gắn liền với tâm thể. Tâm có hai mặt thể và dụng, giống như bàn tay có hai mặt lòng bàn tay và mu bàn tay. Cất tay làm một việc gì là động cả hai mặt trong một bàn tay, không thể động một mặt được, hoặc chỉ động lòng bàn tay hoặc chỉ động mu bàn tay. Nói dễ hiểu hơn trong việc tu tâm cần nhớ hai điều:

Không có phần tâm dụng, chỉ niệm phần tâm thể, người tu không chứng được lý đạo cao diệu nên dễ lạc vào tà đạo: Mê hoặc hão huyền, ảo tưởng mơ hồ lại tin là mầu nhiệm linh ứng.

Không có phần tâm thể, chỉ niệm phần tâm dụng, người tu không giữ được bản thể chân thiện, thanh tịnh của tâm nên dễ bị vọng tưởng trói buộc, lôi cuốn vào đường tội lỗi: gian xảo quỷ quyệt, thâm độc tinh ma lại tin là thông minh lanh lợi.

Như trên trình bày là tu tâm trong phạm vi đời sống một cá nhân. Trong phạm vi sinh hoạt của cộng đồng xã hội, tầm quan trọng của tâm dụng được dẫn chứng như sau:

Tâm dụng có tác động đến toàn thể sinh hoạt của con người về mọi mặt kinh tế, chính trị, xã hội và văn hóa.

Tâm dụng có tác động đến mọi mức độ, mọi tầm cỡ của sinh hoạt hằng ngày, từ chánh sách một quốc gia đến hoạt động mưu sinh một cá nhân.

Tâm dụng có tác động đến sinh hoạt con người có nhiều hình thức dạng thái khác nhau, từ hiển lộ ra ngoài dễ nhận thấy như trường hợp người thanh niên ăn học thành tài rồi chỉ biết có hưởng lạc vị kỷ đến tiềm ẩn kín đáo, người ngoài không nhận thấy như trường hợp vị cư sĩ chủ nhà in đã nói dối Tam Bảo.

Tâm dụng có tác động rất linh diệu, rất tinh vi, rất công bằng không hề có ngoại lệ đặc miễn cho ai như trường hợp vị cư sĩ chủ nhà in. Việc nói dối Tam Bảo không một ai biết, chỉ có chính ông tự biết khi tâm thanh tịnh bừng sáng diệu ứng vào việc ông đã làm, tâm chân thiện của người cư sĩ đã thắng tâm vọng động của chủ nhà in. Đó là diệu ứng của lý nhân quả được tâm thanh tịnh của ông chiếu vào. Sự phán xét của lương tri, Phật học gọi là *linh tri* luôn luôn công bằng, không có thiên lệch ngoại lệ nào như phán xét của dư luận hay tòa án tư pháp.

3 GIÁ TRỊ THỰC NGHIỆM CỦA ĐẠO TU TÂM

Nói đến *tu* là nghĩ ngay đến *học* nên có từ ghép *tu học*. Có câu hỏi: tu cách nào, học cách nào, tu để làm gì, học để làm gì? Giải đáp *cách nào*, *để làm gì* là phần thực nghiệm của tu học. Dân Việt Nam có tinh thần thực nghiệm trọng thực tế nên trả lời ngắn gọn ngay trong lãnh vực ngôn ngữ, tiếng nói dùng hằng ngày những từ ghép đôi *tu tập*, *tu hành*, *học tập*, *học hành*. Tu học bằng cách *tập*, rồi để *hành*, tập cho thành thạo tinh luyện rồi để hành cho có kết quả tốt đẹp như ý. Không có sự tập tành hoặc tập chưa quen thì hành sẽ lúng túng dở dang, kết quả nhắm tới sẽ không đạt được. Dân Việt Nam có tinh thần hài hước đã diễu cợt chê bai trường hợp tu học mà không tập không hành bằng những từ ghép đôi lộng ngữ: *tu mu*, *tu hú*, *học vẹt* hoặc những thành ngữ: *tu chỉ tốn cơm nhà chùa*, *học nói như vẹt*, *học nói như khướu*, *học chọc bát cơm*. Tục ngữ có câu xác nhận giá trị thực nghiệm trong việc học đạo tu đạo *Có thực mới vực được đạo*, nghĩa là có thực nghiệm thấy được kết quả tốt đẹp thì mới làm tăng trưởng được đạo pháp. Từ ngữ *vực* có nghĩa đầy đủ là giúp đỡ làm cho từ yếu kém non dại trở nên mạnh dạn thành thạo: Người đau nặng cần *vực dậy* mới ngồi lên, đứng lên được; *vực trâu*, *vực bò* là tập cho con nghé (trâu con) con bê (bò con) biết cày biết bừa, nếu không vực, trâu bò sẽ không biết cày bừa.

Tục ngữ là kinh nghiệm sống trong sinh hoạt, dân gian thấy có thực chứng mới lưu truyền thế hệ này qua thế hệ khác. Từ ngữ *đạo* nói đây không chỉ riêng đạo Phật mà chỉ chung tất cả đạo giáo của nhân loại. Lịch sử loài người đã chứng minh câu tục ngữ Việt Nam là một chân lý, dẫn giải như sau: Đạo chỉ sinh khởi và tồn tại dài lâu là nhờ ở *lòng tin* của tín đồ theo đạo. Có nhiều đạo đã không còn nữa, chỉ còn giá trị tài liệu ngược về lịch sử văn hóa tín ngưỡng do đã mất niềm tin của tín đồ. Sở dĩ có sự mất niềm tin, trước đã tin sau lại không còn tin nữa vì tín đồ *không thấy chứng nghiệm*, *không có thực chứng*, nghĩa là tín đồ nhận thấy mình trước đã tin sai lầm ở một giáo lý không có thực chứng, không đem lại ích lợi gì cho người tu và những người khác. Nói cách khác, *thực chứng là món ăn cần thiết để nuôi sống niềm tin* của tín đồ trong khi *niềm tin chính là lẽ sinh tồn của đạo giáo*. Không có đạo giáo nào khởi sinh ra và tồn tại được, dù trong một thời gian không lâu mà không có lòng tín, tức là không có tín đồ.

Trường hợp đạo Phật nói riêng có lịch sử trải dài hơn 25 thế kỷ, gần đây kể từ hậu bán thế kỷ 20 lại phát triển lan tràn ở Âu Châu và Bắc Mỹ là những nơi người dân có nền văn minh khoa học, tôn trọng giá trị thực nghiệm. Điều này chứng tỏ đạo Phật có giá trị thực nghiệm, đạo tu tâm lấy chân thiện làm thể và lý tùy duyên làm dụng. Các khoa học gia nổi tiếng thế giới đã tôn xưng đạo Phật là một giáo lý uyên thâm, đồng thời là một khoa học thực nghiệm về đời sống tâm linh con người.

KẾT LUẬN

Kết luận về tu đạo, cần luôn luôn giữ vững tâm chân thiện bất dộng trong tất cả mọi tình huống, mọi cảnh ngộ không để vọng tưởng có cơ hội làm lu mờ chao đảo bản thể thanh tịnh của tâm. Mặt khác, người thiện học khéo tu cần thông suốt lý tùy duyên để diệu dụng thích ứng với mọi sự kiện trong môi trường sinh hoạt đổi thay chuyển hóa một cách vô thường. Hơn nữa, người tu quán triệt lý tùy duyên mới có thể vượt qua được tất cả khó khăn trở ngại trên đường đạo cũng như trên đường đời. Tóm lại tùy duyên để thích ứng và hóa giải sự vô thường, đó là một sự chứng tỏ đạo Phật linh diệu nhiệm mầu.

48 TRUNG ĐẠO

Giáo lý đạo Phật nhằm đạt tới cứu cánh là Giải Thoát khỏi khổ đau, vui hưởng an lạc thường hằng. Tất cả pháp môn hành trì nhiều đến tám vạn bốn ngàn đều hướng về chứng ngộ Chân Tâm, nói cách khác là hiện chứng Niết-bàn với Tâm Vô Thượng Bồ Đề, Vô Thượng Chánh Đẳng Chánh Giác, nói ngắn gọn là hiện chứng Phật quả. Trung đạo là hệ thống làm sáng tỏ Chánh pháp trong đạo Phật, có thể nói Trung đạo là Chánh đạo, đi đúng con đường Phật dạy, không thiên lệch bên nào dù phải hay trái. Trung đạo không hề có nghĩa là ba phải nước đôi, không có lập trường nhất định dứt khoát và dẫn đến bất khả thi trong sinh hoạt thực tế.

1 GIẢI THÍCH TRUNG ĐẠO

Theo từ ngữ, Trung đạo là con đường ở giữa không chao đảo thiên lệch bên nào. Lối giải thích này không rõ ràng dễ bị ngộ nhận là ba phải nước đôi, thái độ sai lầm của kẻ phàm phu mang tâm vô minh tham dục.

Theo Tiểu Thừa, Đức Thích Ca dạy rất rõ ràng: Trung đạo là đứng ở giữa, tránh hai cực đoan thái quá là mê đắm dục lạc và tu khổ hạnh. Mê đắm dục lạc là xa rời đạo hạnh rơi vào tội lỗi, tu khổ hạnh là tự làm khổ mà không ích lợi gì cho đạo pháp, không tự cứu được mình được người. Trung đạo gồm có tám điều là **Bát Chánh Đạo**: Chánh kiến, chánh tư duy, chánh ngữ, chánh nghiệp, chánh mệnh, chánh tinh tấn, chánh niệm và chánh định. Đây là cơ sở thiết yếu của Trung đạo.

Theo Trung Quán Tông do luận sư Long Thọ sáng lập ra, một nhân vật quan trọng trong lịch sử Phật giáo được tôn xưng là đã chuyển pháp luân lần thứ hai sau Đức Thích Ca chuyển lần thứ nhất, Trung đạo là tránh hai điều thiên chấp CÓ và KHÔNG, nghĩa là không chấp cả hai mới đi đúng hướng Chánh đạo, mới diệt tà hiển chánh. Long Thọ đã để lại nhiều tác phẩm giá trị làm sáng tỏ Chánh đạo cả hai mặt tỏ ngộ diệu lý Chân Như và thực nghiệm hoằng pháp, chứng tỏ Phật pháp không xa lìa Thế gian pháp.

Theo Duy Thức Tông, mọi sự vật đều không có tánh tự ngã, nói cách khác là có *tánh Không*. Nhưng mọi sự vật đều có sắc tướng do giác quan nhận thức được, như vậy là hiện tượng có thật, một *sự thật có tánh Không*, do đó chỉ là *Giả hữu*. Trung đạo là sáng tỏ cả ba gồm có tánh không, hiện tượng có thật và giả hữu của mọi sự vật trong cuộc sống hằng ngày.

Theo Thiên Thai Tông, Trung đạo là nhìn sự vật ở giữa tánh không thường hằng và hiện tượng giả tạm nhất thời để sáng tỏ *Chân không Diệu hữu*.

Theo Toán học sự giải thích mượn ví dụ đường thẳng, điểm O nằm trên đường thẳng chia thành hai nửa đường thẳng. Phần nửa bên trái mang dấu âm (–), phần nửa bên phải mang dấu dương (+), điểm 0 là số không. Số không ở giữa hai phần âm và dương tiêu biểu cho Trung đạo không thiên về bên phía âm cũng không thiên về bên phía dương, đó chính là **Chân Không**, có tự tánh Không. Theo ngôn từ đạo Phật, đó là Phật tính, là Như Lai tạng hay Pháp giới Chân Như. Chân Không có khả năng hội nhập với vạn pháp, giống như số không có thể cộng vào bất cứ đại lượng nào chẳng phải không dù âm hay dương, kết quả tổng số vẫn không thay đổi, vẫn là đại lượng cũ. Do đó số Không chẳng bao giờ mang dấu âm hay dương. Số Không là Trung đạo.

$$0 + (-n) = (-n)$$

$$0 + (+n) = (+n)$$

Khả năng hội nhập của Chân Không gọi là Diệu Ứng, Diệu Dụng hay Diệu Hữu. Do đó thường nói liền để diễn tả cả thể lẫn dụng là *Chân Không Diệu Hữu*, *Chân Không Diệu Dụng* hay *Linh Tri Diệu Ứng*.

Theo Vật lý học sự giải thích mượn ví dụ hiện tượng quả lắc, một vật nặng treo ở đầu sợi giây, khi có một lực đẩy quả lắc sẽ giao động đu đưa qua phải qua trái. Sau một lúc đu đưa, sự giao động giảm dần, quả lắc sẽ đứng yên. Điểm đứng yên một chỗ là Trung đạo, chứng tỏ tâm con người không còn vọng động theo si mê dục lạc, đó là chứng ngộ Chân Tâm Thanh Tịnh Bất Động, chứng nhập Niết-bàn Tự Tại.

Theo thực nghiệm sự giải thích mượn trường hợp người làm xiếc biểu diễn trò đi trên giây. Người diễn trò giữ thăng bằng và đi thẳng thường cầm cái gậy để ngang hoặc giang hai tay để không té về bên phải hay trái. Giữ thăng bằng đi thẳng là giữ Trung đạo, té về một bên phải hay trái là thiên chấp, hoặc thái quá hoặc bất cập.

Trở lại Trung Quán Tông, Long Thọ đã trình bày trong tác phẩm *Hồi tránh luận* quan điểm Trung đạo ở ví dụ Hai Cha Con: Đứa con sinh ra đời nhờ có cha, như vậy cha có trước và con có sau. Lập luận ngược lại, một người đàn ông sở dĩ có danh xưng được gọi là *cha* là nhờ có đứa con ra đời, như vậy con ra đời trước và danh xưng là *cha* xuất hiện sau. Nói thuận thường tình cha trước con sau và nói nghịch con trước cha sau, cả hai đều thiên chấp. Trung đạo là không ai trước không ai sau, cả hai cùng một lúc đều đóng vai *SINH RA* và *ĐƯỢC SINH RA*. Đó là tương duyên tương sinh, trùng trùng duyên khởi, nói ngắn gọn là lý *Duyên sinh* hay *Duyên khởi*. Mọi sự vật được hiện thành đều do sự kết hợp của mạng lưới do nhiều duyên hội lại, không phải do một nguyên nhân cơ bản nào tạo thành. Ca dao Việt Nam có câu trình bày quan điểm tương tự:

Sinh con rồi mới sinh cha,
Sinh cháu giữ nhà rồi mới sinh ông.

Câu ca dao chỉ nói phần nghịch, trái với lẽ thường nhưng ai nghe phần nghịch cũng ngầm hiểu hàm ẩn cả phần thuận cha sinh ra con, ông ra đời trước cháu. Trong ngôn ngữ Việt Nam có nhiều trường hợp diễn lý tương duyên tương sinh khác nữa như mẹ con, bà cháu, vợ chồng, anh em, chị em, chủ tớ, thày trò, hội viên với hội đoàn, cử tri với ứng cử viên...

Về mặt hành trì đạo pháp, quan điểm Phước Tuệ song tu đã giải thích Trung đạo như sau: Tu Phước là khai mở Đại bi, tiến tới chứng ngộ Tục đế; tu Tuệ là khai mở Đại trí, tiến tới chứng ngộ Chân đế. Đại bi và Đại trí là hai mặt của Vô Thượng Bồ Đề, là Chân Không Diệu Hữu được khéo dùng để hóa độ chúng sanh. Cần phải song tu cả Phước và Tuệ mới chứng được quả vị Niết-bàn.

Giải thích Trung đạo một cách đơn giản dễ hiểu nhất là thành ngữ, tục ngữ thường dùng trong dân gian:

– *Suy đi tính lại có giải pháp này là hơn cả.*

– *Nghĩ tới nghĩ lui mãi mới đến quyết định này.*

– *Nói gần nói xa chẳng qua nói thật là nên thế này.*

Bất cứ lối giải thích nào cũng có ưu điểm là đúng một phần và có khuyết điểm là phần không đúng hẳn hay chưa đúng hẳn một cách rốt ráo tận cùng.

Tại sao? Xin thưa: *Trung đạo là Chánh đạo* vốn bất khả ngôn thuyết, bất khả tư nghị, không thể dùng lời lẽ biện bạch mà sáng tỏ được tường tận. Hành giả cần cảm nhận bằng trực giác mới sáng tỏ được rốt ráo. Tuy nhiên, đạo Phật không chủ trương bác bỏ phương tiện ngôn ngữ và suy lý biện chứng để hành trì đạo Pháp. Những phương tiện này rất cần thiết để dọn đường dẫn đến chứng ngộ tuy chưa dẫn đến đích là chứng ngộ đạo pháp. Nói cách khác, những phương tiện ngôn ngữ và suy lý chỉ có giá trị hữu ích tạm dùng và nhất thời, dùng xong cần phải bỏ không được chấp thủ, giống như con đò chở khách qua sông từ bờ Mê đến bến Giác, khi cập bến lên bờ khách sang ngang phải rời bỏ con đò.

Để thâu tóm lại quy về một mối cho dễ thường niệm, Trung đạo là con đường ở giữa gồm có hai phủ định và một khẳng định hậu quyết có tánh dung hợp hai phủ định đối nghịch: KHÔNG PHẢI CÓ và KHÔNG PHẢI KHÔNG, đồng thời là VỪA CÓ VỪA KHÔNG.

2 TRUNG ĐẠO–TRUNG ĐẾ–TRUNG QUÁN

Một cây cổ thụ có một gốc, một thân đã phát triển đâm ra nhiều cành, nhiều nhánh tạo nên tàn lá rộng lớn có bóng râm mát cho người hưởng đứng nhờ dưới bóng cây. Đó là hình ảnh đạo Phật trải dài lịch sử 25 thế kỷ. Phật giáo nguyên thủy là gốc, là thân chỉ có một, các tông phái là cành, là nhánh có nhiều, cành chính to nhất là Trung Quán Tông đề xướng Trung đạo do luận sư Long Thọ sáng lập. Tàn là những pháp môn. Bóng cây râm mát là pháp vị nhiệm màu.

Trung đạo là con đường ở giữa, từ ngữ TRUNG hàm ý diễn tả sự hiện hữu của hai bên thiên chấp, chấp CÓ và chấp KHÔNG, như vậy tổng cộng là có ba đường lối tu. Mỗi đường lối tu dẫn đến chứng ngộ một sự thật, một chân lý gọi là **đế**. Ba đường dẫn tới ba chân lý gọi là Tam đế, Trung đạo dẫn đến Trung đế. Tam đế là cứu cánh của ba pháp môn quán tưởng gọi là Tam quán, Trung đế là cứu cánh của Trung quán. Do đó có mô thức liên kết: TRUNG ĐẠO–TRUNG ĐẾ–TRUNG QUÁN.

Tam đế

Tam đế gồm có: Chân đế, Giả đế và Trung đế.

CHÂN ĐẾ còn gọi là KHÔNG ĐẾ là chân lý vô thượng, chân lý tuyệt đối. Vạn pháp, mọi sự vật đều có tự tánh KHÔNG.

Đây là Chân Không, không phải là Ngoan Không, cái Không có nghĩa như đoạn diệt, rỗng không chẳng có gì. Đây là cái Không của Chân Tâm Thanh Tịnh, của Phật tánh, của Pháp giới Như Lai. Chân đế chú trọng về pháp tánh, bản thể sự vật.

GIẢ ĐẾ còn gọi là HỮU ĐẾ, TỤC ĐẾ là chân lý quy ước, chân lý tương đối, chân lý giả tạm. Giả đế chú trọng về pháp tướng hiển lộ, hiện tượng sự vật nhận thức được bằng giác quan.

TRUNG ĐẾ là chân lý thực dụng căn cứ vào Chánh đạo, hoằng pháp độ sanh chú trọng về cứu cánh Giải thoát, Tự giác giác tha, Tự độ độ tha. Nói một cách khác, đây là chân lý vị nhân sinh, có tánh nhân bản và hướng thượng, nhằm mục tiêu đem lại an vui sung sướng cho tất cả mọi người.

Chân đế thiên về *pháp tánh*, Giả đế thiên về *pháp tướng*, Trung đế ở giữa căn cứ vào *pháp dụng*, không thiên chấp Chân Không cũng không thiên chấp Giả Hữu. Người khéo tu cần chứng ngộ cả ba, gọi là *Tam đế viên dung* mới đạt được Phật quả viên mãn. Chân đế là chân lý tuyệt đối nhưng tâm vô minh của người thế tục luôn luôn chìm đắm vào giả hữu, giả tướng của vạn pháp, người khéo tu cần chứng ngộ Giả đế để sáng tỏ nhân tình thế thái, thông suốt pháp thế gian ngõ hầu mới độ sanh được. Về mặt hành trì tam đế, Trung đế đã chứng tỏ tinh thần thực nghiệm của đạo Phật, Chánh đạo không hề như sự ngộ nhận cho là không tưởng hư vô hão huyền, xa rời cuộc sống thực tế ở thế gian.

Tam quán

Tam quán là ba pháp quán tưởng gồm có: Không quán, Hữu quán và Trung quán. Mỗi pháp đem tới một ích lợi riêng biệt nhưng ba ích lợi bổ túc và kiện toàn cho nhau để cùng dẫn đến đạo quả viên mãn.

KHÔNG QUÁN dẫn đến chứng ngộ Không đế, tự tánh Không của vạn pháp, thông suốt lý Vô Ngã, lý Vô Thường, đạt tới Chân Tâm Thanh Tịnh. Chân quán cần có Hữu quán bổ sung, nếu không hành giả dễ rơi vào Không tưởng, Mộng tưởng, ảo giác Hư Vô, *nhận lầm Ngoan Không làm Chân Không*. Tình trạng mê lầm sâu nặng có thể dẫn đến loạn tưởng, bệnh thần kinh thường gọi là tẩu hỏa nhập ma, bị ma đưa lối quỷ dẫn đường mà không hay, vẫn tưởng là chứng ngộ đạo quả siêu thoát xa lìa thế tục và sẽ thành Thánh thành Phật.

HỮU QUÁN dẫn đến chứng ngộ Tục đế, thừa nhận mọi hiện tượng ở thế gian là Giả hữu, Giả tướng. Hữu quán cần có Không quán bổ sung, nếu không hành giả dễ rơi vào chấp CÓ do giác quan cảm nhận, *sinh ra chấp Ngã, chấp Pháp*. Hành giả dễ tham đắm dục lạc, không sao giải thoát được.

TRUNG QUÁN dẫn đến chứng ngộ Trung đế căn cứ vào sinh hoạt thực tế, kinh nghiệm hằng ngày, mọi tác nghiệp từ ý tưởng, lời nói đến hành động đều đem lại *ích lợi thực dụng, tự lợi lợi tha*. Trung quán dung hợp với Không quán nên giữ vững mục tiêu hướng thượng, hướng về Chân Thiện Mỹ. Trung quán cũng dung hợp với Hữu quán để không xa rời thực tế, không xa rời mục tiêu thực dụng. Nếu không có Trung quán đóng vai trò dung hợp, Không quán và Hữu quán chỉ là những *hý luận*, lý thuyết suông vô ích.

Trung đạo có phạm vi ứng dụng bao quát từ cá nhân đến gia đình, xã hội trong mọi lãnh vực văn hóa, xã hội, kinh tế, chính trị. Sau đây là một vài trường hợp điển hình:

Trong phạm vi cá nhân việc tu tâm dưỡng chí làm sao giữ được Trung đạo? Tự lập tự cường là tốt, nếu quá đáng không biết tự lượng sức mình sẽ thành tự cao tự đại. Khiêm cung nhường nhịn là đức hạnh đáng trọng nhưng để rơi xuống tình trạng cam phận thấp hèn lại là điều phải tránh.

Trong gia đình đạo cha con giữ được Trung đạo mới xứng danh cha từ con hiếu. Cha yêu thương con là điều tốt đúng với đạo làm cha, nhưng phải dạy dỗ gây dựng cho con nên người hữu ích. Dạy dỗ cần phải nghiêm minh mới có kết quả tốt, chỉ nuông chiều coi thường sự nghiêm huấn con dễ sinh hư là trường hợp lỗi đạo làm cha. Ở cương vị làm con làm sao là hiếu thuận? Vâng lời, phụng dưỡng cha đúng đạo làm con, nhưng gặp nghịch cảnh người cha phạm điều xấu làm tủi nhục đến gia tiên người con phải biết can ngăn cha không cho phạm tội lỗi, đó mới là đại hiếu, là gián tử có nghĩa người con biết can gián cha. Người xưa có đề cao gián thần, bề tôi biết can gián vua là đại trung, gián tử là đại hiếu. Đây là trường hợp Trung đạo ứng dụng trong nghịch cảnh, phải biết quyền biến, không thể lúc nào cũng chấp kinh là con phải vâng lời cha, không được làm trái ý cha bất kể trong hoàn cảnh nào.

Trong một nước, quyền tự do cá nhân của công dân là điều phải tôn trọng, nhưng tự do cá nhân cần phải có giới hạn, nếu không sẽ trở thành phóng túng, kỷ cương thuần phong mỹ tục sẽ không còn nữa, dư luận khen chê không còn hiệu lực bổ sung cho luật pháp trong việc gìn giữ an ninh trật tự, danh dự của tập thể dân tộc không còn được tôn trọng cho là điều cao quý.

Trong phạm vi quốc tế, tự do mậu dịch là điều kiện cần thiết cho sự phát triển kinh tế toàn cầu, nhưng cũng là sự kiện bất lợi cho quốc gia chậm tiến chưa phát triển, chưa hội đủ điều kiện bình đẳng với nước giàu mạnh để tự do cạnh tranh trên trường mậu dịch quốc tế. Hiện nay chánh sách toàn cầu hóa chưa được toàn thể các quốc gia trên thế giới cho là toàn hảo mà chỉ ích lợi riêng cho các nước giàu mạnh. Cái khó khi thực hiện Trung đạo đúng như Chánh đạo trong Phật học người thiện học quan sát cũng sẽ nhận thấy.

Trung đạo là cốt lõi trong giáo lý Phật học có tính nhân bản, hướng thượng và thực dụng, tương đương như đạo Trung dung trong Khổng học. Trung đạo *tuy dễ lý giải nhưng khó thực hành* giống như trò đi trên giây của người làm xiếc. Người tập diễn trò đi giây cần tốn công phu và thời gian đáng kể mới có kết quả thành công tốt đẹp, không ai luyện tập trong chốc lát mà giữ được thăng bằng trong lúc di chuyển trên giây. Người hành trì Trung đạo coi đó làm gương khi phát nguyện quyết tâm thực hiện:

Trước hết, sự chứng ngộ Trung đạo tuy khó nhưng là *một việc khả thi* khi nhất tâm hành trì, không phải là một việc vượt quá tầm tay của người tu đạo. Cần giữ vững niềm tin bất biến như vậy.

Thứ đến, đó là việc khó *ít người thực hiện được*, có nhiều trường hợp tu tập mà bỏ dở vì những lý do khác nhau như mất niềm tin ở tính khả thi đối với con người phàm tục, chỉ những bậc có căn lành thánh hiền, Bồ tát mới đạt tới được, hoặc thiếu kiên nhẫn tinh tấn chịu đựng thời gian tu tập quá lâu đâm ra chán nản. Cần phát nguyện nhất tâm hành trì.

Điều khó khăn hơn cả khi quán tưởng Trung đạo là *tùy duyên diệu ứng*. Sau khi đã hiểu rõ nguyên lý giữ thăng bằng, người luyện tập đi trên giây không được thực hiện một cách máy móc khi di chuyển trên giây như giữ thân hình thẳng đứng giống cây cột hoặc tiến đều từ đầu giây này tới đầu giây kia vì làm như vậy thế nào cũng té. Trái lại, người khéo học biết chuyển động hai cánh tay, phù hợp với sự uốn éo thân hình, lúc tiến nhanh tiến chậm, lúc tạm dừng giây lát, có như thế mới giữ được thăng bằng một cách hoàn hảo trong khi di chuyển trên giây cho tới đích. Việc hành trì Trung đạo cũng như vậy, người khéo tu cần biết tùy cơ quyền biến, nhà Phật gọi là *tùy duyên diệu ứng* miễn sao vững một lòng *nhất tâm bất biến* quyết đi đến chứng ngộ, dù hành trì suốt kiếp này và tiếp tục ở những kiếp sau.

Kết luận, mô thức thường niệm TRUNG ĐẠO–TRUNG ĐẾ–TRUNG QUÁN có thêm một mô thức bổ sung thuận lợi cho việc hành trì là KHÔNG QUÁN–HỮU QUÁN–TRUNG QUÁN. Khi đã miên mật thường niệm chỉ cần một chữ là đủ, đó là chữ **TRUNG**.

49 CÂY HỒNG RỤNG LÁ

Cuối tháng Mười một tiết trời trở lạnh, cây rụng lá, có cây chỉ còn trơ lại những cành trông như que củi khô. Không một màu xanh. Vào dịp lễ Tạ Ơn, vợ chồng chủ nhân ra vườn sau nhà nhìn thấy mấy cây hồng trơ trụi, mấy cây mận cây táo trên cây còn có lá xanh lá vàng. Nữ chủ nhân lên tiếng trước:

– Mấy cây hồng nhìn như que củi khô thật đáng thương, trông như cây chết rồi. Thế mà sang mùa xuân lại nứt mầm trổ lá xanh tươi, rồi đâm bông kết trái. Năm nay hồng vừa to vừa ngọt hơn năm ngoái, hôm trước khi hái vào lễ Phật tự dưng em cảm động buột miệng thốt lên lời Cảm ơn, nghĩ rằng công lao cái cây cả năm trời mới kết trái, lúc chín đỏ đẹp thơm ngon thì lại dâng hiến cho người!

– Cảm ơn cây hồng cho ăn trái, người chồng lên tiếng, con người còn nên cảm ơn cây hồng đã nêu gương cho mọi người soi là đã phát tâm Bồ Đề cống hiến trái thơm ngon bổ dưỡng cho mọi người mà không biết đến sự cống hiến. Tục ngữ có câu *Một ngày nên nghĩa, một miếng nên ân*. Cây hồng vừa cho ăn trái vừa nêu gương sáng, người hưởng thụ biết ơn là phải.

Từ cây hồng trồng trong vườn là một thực vật hiện hữu cảm nhận được bằng giác quan đến cây hồng trong tâm thức của chủ nhân biết cống hiến với tâm Bồ Đề, hành trì Bố thí Ba-la-mật là quá trình quán tưởng của người học Trung đạo thực hành Tam quán.

Cây hồng có lá xanh tươi, có trái đỏ thơm ngon và cây hồng trụi lá trơ cành như que củi khô. Đó là lý Vô thường chuyển hóa theo thời gian hữu hạn bốn mùa trong năm. Theo thời gian vô thủy vô chung thì làm gì có cây hồng, tất cả đều là Không. Cái mà gọi là *cây hồng* chỉ là pháp Duyên sinh, duyên hội thì CÓ duyên tán thì KHÔNG, chẳng có cây hồng nào thường hằng vĩnh cửu.

Không phải chỉ riêng cây hồng, tất cả các cây khác, cả khu vườn, căn nhà, cả ông bà và gia đình chủ nhân, tất cả vạn pháp ở thế gian đều là Không. Đó là lý Vô Ngã, tự tánh Không của sự vật.

Nhưng cây hồng có cành khô trơ trụi vẫn nhìn thấy trong vườn, lúc nào và ai ra vườn cũng nhìn thấy. Vẫn cây hồng đó đã trổ lá xanh tươi, vẫn cây hồng đó đã kết trái đỏ đẹp, một sự thực không thể phủ nhận được.

Đây là một hiện tượng có thực, phải thừa nhận là Có, sao lại nói là Không? Xin thưa: Bảo là Không và bảo là Có đều đúng, đó là Chân Không và Giả Hữu. Chân Không chú trọng về pháp tánh, bản thể của sự vật. Giả Hữu chú trọng về pháp tướng, hiện tượng hình sắc của sự vật. Đó là lý Sắc Không.

Không quán thì đạt tới Chân Không, Hữu quán thì thông suốt Giả Hữu. Phối hợp hai pháp quán này dẫn đến Trung quán chú trọng về pháp dụng. Nhờ Trung quán người khéo tu mới nhận được bài học Bố thí Ba-la-mật do cây hồng truyền dạy. Thiếu Trung quán, hành giả chỉ biết Không và biết Có mà không dùng cái biết đó vào việc gì hữu ích cho cuộc sống nhân sinh, biết Cảm ơn tất cả những đối tượng đã thi ân cho mình, nhất là biết Đền ơn cho tất cả nhân sinh ở thế gian này sống trong thanh tịnh thường lạc.

CHÚ THÍCH

Bài này viết sau bài Trung Đạo, bổ túc cho phần lý giải Tam đế và Tam quán bằng sự dẫn chứng một trường hợp điển hình cụ thể, đề cao *tính cách thực nghiệm* của đạo Phật.

50 ĐẠO VỢ CHỒNG

Trong cuộc sống tập thể của nhân loại liên hệ giữa một nam một nữ sống chung mang tên PHU THÊ, tiếng Hán đặt từ PHU trước THÊ, diễn nôm là VỢ CHỒNG, tiếng Việt đặt từ VỢ trước CHỒNG. Để gọi mối liên hệ giữa hai người phối ngẫu, hai người đã kết lại thành một cặp, một đôi dân gian thường nói *cặp vợ chồng, đôi vợ chồng*. Thuật ngữ này diễn ý uyên thâm Hai đã kết hợp thành Một, hai đơn vị cá nhân trở thành một đơn vị hợp thể duy nhất nên mới gọi là một *cặp*, một *đôi*.

Lối dẫn giải bằng thuật ngữ vừa kể chưa làm sáng tỏ được bản thể mối liên hệ vợ chồng vốn rất khó hầu như không thể diễn tả chính xác được bằng ngôn ngữ, chỉ những ai đã thực sự làm vợ làm chồng mới hội đủ điều kiện có thể nhận thức được rõ ràng và đầy đủ. Bản thể cái gọi là cặp vợ chồng, đôi vợ chồng được ngôn ngữ diễn tả một cách thiên lệch và thiếu sót như sau:

Tình vợ chồng, danh xưng này chỉ mối liên hệ giữa hai người về phương diện sinh lý và tâm lý, có tính cách cá nhân chủ quan.

Nghĩa vợ chồng, danh xưng này chỉ mối liên hệ giữa hai người về phương diện quy ước xã hội, đạo lý, tín ngưỡng…, có tính cách tập thể khách quan.

Duyên nợ hay **Duyên nghiệp** vợ chồng, danh xưng này chỉ mối liên hệ giữa hai người về phương diện tâm linh, giáo lý siêu hình, có tính cách thiêng liêng vượt quá giới hạn nhận thức thông thường của con người.

Đạo vợ chồng, danh xưng này chỉ mối liên hệ giữa hai người về phương diện đạo lý, đưa ra một *kiểu mẫu lý tưởng* coi như tôn chỉ để cho mọi người làm vợ chồng noi theo. Tôn chỉ kiểu mẫu này do bậc thánh hiền, đạo sư, giáo chủ đưa ra để dẫn dắt mọi người biết lo tròn phận sự làm vợ làm chồng đối với nhau và đối với đệ tam nhân, nhất là đối với họ hàng thân thích, đặc biệt đối với bậc sanh thành bên người phối ngẫu.

1 HÔN NHÂN VÀ GIA ĐÌNH

Hôn nhân và Gia đình tuy HAI mà MỘT, dẫn chứng ngay ở tiếng nói thường dùng chưa cần đến giáo lý minh giải. Hôn nhân là kết đôi thành vợ thành chồng, gọi là đôi bạn như đũa có đôi hay thành lập gia đình. Hai chiếc đũa thành một đôi dùng để gắp thức ăn, hai cá nhân nam và nữ sống độc thân, giống như đôi đũa hữu ích trong khi từng chiếc đũa gần như vô dụng, không thể gắp thức ăn hay và cơm được. Tục ngữ có câu *Vợ chồng như đũa có đôi* có hàm ý uyên thâm mà thiết thực trong cuộc sống tập thể nhân sinh.

Về mặt xã hội học, mỗi cá nhân khi sống độc thân là một đơn vị, một tế bào cấu tạo thành tập thể cộng đồng từ dân tộc đến cộng đồng nhân loại toàn cầu. Khi có đôi bạn, gia đình mới là đơn vị, tế bào xã hội, mỗi thành viên hoặc vợ hay chồng chỉ là phân nửa của đơn vị xã hội. Nói cách khác theo toán học, khi đã có gia đình hai thành viên hợp lại là một đơn vị duy nhất, mỗi thành viên là một phân số trị giá phân nửa đơn vị, không thể quan niệm gia đình là một tổng số gồm hai đơn vị.

Sự kết hợp của hai người vợ và chồng thành một gia đình được quan niệm như thế nào, điều này tùy thuộc vào từng học thuyết về mặt giáo lý và từng thời đại trong thực tế nhân sinh. Trong giới hạn một bài viết, ở đây chỉ đề cập đến ba quan niệm chính yếu:

Hôn nhân là một khế ước

Khi hai bên nam nữ quyết định thành lập gia đình nên vợ thành chồng, lúc đó coi như hai bên đã cùng thỏa thuận ký kết một bản hợp đồng, thuật ngữ pháp lý gọi là *Khế ước hôn nhân*. Thủ tục kết hôn cụ thể hóa bằng sự kiện hai bên cùng ký tên tại phòng Hộ Tịch thuộc chánh quyền một bản văn thường gọi là Giấy Giá Thú hay Giấy Hôn Thú. Đây là thủ tục lập hôn thú có giá trị về mặt pháp lý, được chánh quyền chứng nhận, khác với hôn lễ nghi thức đón dâu có giá trị về mặt xã hội. Trường hợp này chưa phải là Khế Ước Hôn Nhân.

Tại Việt Nam trước thời Pháp thuộc không có thủ tục làm giấy Giá Thú, cơ quan hộ tịch chứng nhận và cấp giấy Giá Thú để đôi bên tùy nghi sử dụng, khi cần đến sẽ xuất trình làm bằng chứng. Thay vì thủ tục làm giấy Giá Thú, Việt Nam có thủ tục Nộp Cheo tại nơi cô dâu thường trú, thường là đơn vị hành chánh cấp làng xã. Nhân viên hộ tịch gọi là Trước bạ, dân làng thường gọi tắt là ông Bạ giữ việc đăng ký những sự việc xẩy ra trong địa phương về mặt hộ tịch như hôn nhân, khai sinh, khai tử, dân làng định cư hay di dân tạm cư… Việc trước bạ là ghi vào sổ, không cấp giấy tờ chứng nhận như thủ tục hộ tịch dưới thời Pháp thuộc, khi hữu sự cần đến nhân viên trước bạ mới tra sổ và làm chứng. Điều cần lưu tâm: Giấy Giá Thú chỉ chứng nhận sự hôn nhân về mặt hộ tịch nên không phải là Khế Ước Hôn Nhân, gọi tắt là Hôn Khế hay Hôn Ước.

Quan niệm Hôn Nhân là một Khế Ước có ở các quốc gia Tây phương chịu ảnh hưởng của Chủ nghĩa Cá nhân, đề cao quyền Tự do của người công dân ngay trong phạm vi hôn nhân. Tại các quốc gia này, sau khi lập gia đình hai người hôn phối đã thành vợ thành chồng chánh thức. Về mặt pháp lý hai người vẫn là hai đơn vị trong tập thể cộng đồng dân tộc và nhân loại, gia đình không được coi là một đơn vị tế bào xã hội.

Cần lưu tâm sự khác biệt giữa hai bản văn mang tên giấy Giá Thú và Khế Ước Hôn Nhân: Giấy Giá Thú là bản văn chứng nhận của cơ quan hộ tịch xác nhận kể từ ngày ký kết hai bên đương sự đã thành vợ thành chồng về mặt pháp lý. Theo từ ngữ Giá là nữ lấy chồng hay Hôn là nữ về làm dâu, Thú là nam lấy vợ. Do đó bản văn này còn được gọi minh bạch là giấy *Chứng Nhận Giá Thú* hay *Chứng Nhận Hôn Thú*. Trong khi đó, *Khế Ước Hôn Nhân* là bản văn hợp đồng, một khế ước hai bên đã đồng thuận một số các điều khoản về cuộc sống chung với nhau, giống như bản khế ước thành lập một cơ sở kinh doanh, một công ty thương mại.

Ví dụ cụ thể: Những điều khoản quy định chế độ hôn sản do hai bên thương lượng với nhau và đồng thuận, thuật ngữ chuyên môn gọi là điều khoản lập ước, khác với điều khoản lập quy do cơ quan pháp chế quy định và có hiệu lực *cưỡng hành* đối với cả hai bên đương sự. Về hôn sản hai bên *tùy ý* đồng thuận chế độ hợp sản hay chế độ biệt sản. Theo *chế độ hợp sản*, sau khi lấy nhau lợi tức do hai người kiếm ra, dù một người kiếm ra còn một người không kiếm ra, đều là của chung thuộc quyền sở hữu của hai người, hai người phối ngẫu đều là đồng sở hữu chủ trước pháp luật. Theo chế độ *biệt sản*, sau khi lấy nhau lợi tức do người nào kiếm ra chỉ người đó là sở hữu trước pháp luật. Những mục chi tiêu chung cho cuộc sống vợ chồng như tiền thuê nhà, nuôi con, thù tạc… hai bên đồng thuận đóng góp theo một tỷ lệ nào đó tùy theo ý muốn và ưng thuận của hai bên có tính cách riêng tư cá nhân, luật pháp không nhân danh ích lợi cộng đồng xã hội tham gia vào việc quy định những điều khoản lập ước này. Quan niệm Hôn Nhân là một Khế Ước với chế độ biệt sản đa số người Việt Nam nghe như lạ tai nhưng rất quen thuộc tại các nước Tây Phương.

Một dẫn chứng khác tiêu biểu cho quan niệm Hôn Nhân là một Khế

Ước: Mục Tự Do Ly Dị. Quyền Tự Do Hôn Nhân được giải thích cả hai chiều: Nam và nữ có quyền tự do lấy nhau thành lập một gia đình thì hai người hôn phối cũng có quyền tự do bỏ nhau trở lại tình trạng độc thân. Hai bên đồng thuận tuyên bố trước tòa án quyết định ly dị, không cần nêu lý do gì có tính cách cáo buộc người phối ngẫu vi phạm tội lỗi trong cuộc sống lứa đôi. Tòa án chỉ có việc chiếu theo sự đồng thuận ly dị của hai bên là chấp thuận, không có việc xét xử như trong trường hợp thường thấy bên nguyên đưa đơn xin ly dị và có thể còn đòi bồi thường vì lý do người phối ngẫu đã vi phạm tội lỗi trong cuộc sống chung. Bên bị có quyền phản bác, không đồng thuận ly dị khi bên nguyên không đưa ra đầy đủ bằng chứng vi phạm luật hôn nhân và không đồng ý bồi thường. Tòa án có thẩm quyền xét xử và tuyên án theo luật định, không theo ý kiến của bên nào. Trường hợp này, quyền Tự Do Hôn Nhân được giải thích có một chiều: Nam và nữ có quyền tự do lấy nhau hay không lấy nhau, không có một thế lực nào bên ngoài hai đương sự có thể ép buộc. Nhưng khi đã kết hôn thành lập một gia đình, hai người phối ngẫu không có quyền tự do bỏ nhau, tự do đồng thuận ly dị trước toàn án. Sự ly dị cần phải hội đủ một số điều kiện do luật định, gọi là Luật Hôn Nhân.

Quan niệm Hôn Nhân là một Khế Ước có ưu điểm chống lại chế độ Hôn Nhân Cưỡng Hành đã vi phạm Nhân quyền: Trai lấy vợ vì tham tiền tài hay thế lực bên nhà vợ để giúp mình tiến bước trên đường công danh, gái lấy chông vì bị ép gả bán để lấy chỗ nương thân hay giúp cho gia đình cha mẹ mình thoát khỏi cảnh nguy khốn tai vạ hay nghèo đói… Chế độ Tự Do Hôn Nhân theo tôn chỉ Nam và Nữ có quyền Tự Do lập Gia Đình, xây dựng Hạnh Phúc lứa đôi, không bị ảnh hưởng của yếu tố ngoại lai nào khác không hợp với sự lựa chọn và ưng thuận của hai bên Nam và Nữ. Tuy nhiên, quan niệm này có một khuyết điểm quan trọng: Coi Hôn Nhân như một Khế Ước, quyền Tự Do Hôn Nhân bao gồm cả sự Tự Do Đồng Thuận Ly Dị đã dẫn đến hậu quả tai hại là không tôn trọng Nhân Quyền, coi Hôn Nhân và Gia Đình như một vật có thể mua bán, mặc cả thuận mua vừa bán, mua rồi không dùng nữa hay không thích nữa thì bỏ. Chính cái quyền Tự Do Đồng Thuận Ly Dị đã phá hoại Hôn Nhân và Gia Đình, làm xáo trộn nền tảng xã hội, làm mất Hạnh phúc lứa đôi và hạ thấp phẩm giá con người trong khi lầm tưởng là tôn trọng và bảo vệ Nhân Quyền.

Trong thực tế, một số quốc gia tại Âu Châu và Hoa Kỳ theo khuynh hướng đề cao tự do cá nhân trong đó có Tự Do Hôn Nhân. Mọi công dân đều có quyền chọn chế độ Hôn Nhân, chế độ Hôn Nhân Khế Ước hay một chế độ khác, nhất là tại Hoa Kỳ quốc gia đa chủng tộc, đa văn hóa. Chế độ

Hôn Nhân Khế Ước tại các quốc gia này là một chế độ nhiệm ý ai tin thì theo không có tính cách áp dụng chung cho tất cả mọi người khi lập gia đình.

Hôn nhân là một định chế xã hội

Lịch sử Hôn Nhân của con người đã trải qua nhiều thăng trầm đổi thay như tất cả mọi sự kiện trong cuộc sống nhân sinh. Chế độ Hôn Nhân Cưỡng Hành có khuyết điểm không tôn trọng Nhân quyền đã gặp phản ứng cách mạng là quan niệm Tự Do Hôn Nhân đề cao quyền Tự Do Cá nhân. Khi Tự Do Hôn Nhân tiến nhanh quá trớn dẫn đến chế độ Hôn Sản, từ Cộng Đồng Tài Sản của hai người phối ngẫu đã phân hóa thành hai chi nhánh Hợp Sản và Biệt Sản, hơn thế nữa dẫn đến mục Tự Do Đồng Thuận Ly Dị, hậu quả gây nên xáo trộn gia đình và xã hội. Một phản ứng chống lại khuynh hướng Tự Do quá trớn là quan niệm Hôn Nhân là một Định Chế Xã Hội.

Hôn Nhân là THÀNH LẬP GIA ĐÌNH. Một khi Gia Đình đã là tế bào xã hội, đơn vị cấu tạo nên xã hội, thường nói là nền tảng xã hội thì HÔN NHÂN LÀ MỘT ĐỊNH CHẾ XÃ HỘI. Đó là quy luật tất yếu trong xã hội học, nói cách khác đó là lý đương nhiên, không cần dẫn giải dài dòng.

Con người là một động vật có xã hội tính, biết sống tập thể theo tính bẩm sanh tự nhiên như thú, chim, cá, ong, kiến… sống thành đàn, thành bầy để truyền chủng, cùng bảo vệ mạng sống mưu cuộc sinh tồn. Con người hơn con vật ở cuộc sống tập thể xã hội có tổ chức quy mô, trình độ cao hơn, đa dạng và theo chiều hướng tiến bộ nhắm tới Chân Thiện Mỹ. Đây là nếp sống văn hóa thuộc lãnh vực sinh hoạt tâm linh, có tính nhân bản chỉ có con người mới có nên xứng danh là Linh Thiêng hơn các động vật khác. Sự kiện cụ thể dẫn chứng là mọi sinh hoạt về tiến bộ khoa học kỹ thuật, phong tục, tín ngưỡng, đạo đức…

Riêng về Hôn Nhân đã có những nhận định như sau:

Trước tiên, mối liên hệ vợ chồng có tánh chất sinh lý nhằm mục đích sanh con, truyền chủng từ thế hệ này sang thế hệ khác. Một nam một nữ sống chung có ăn nằm với nhau mà không nhằm mục đính sanh con, không có ước nguyện làm cha làm mẹ thì không xứng danh là vợ chồng mặc dù cặp nam nữ này có con hay không.

Đây còn là mối liên hệ tánh chất tâm lý làm nẩy sanh ra tình nghĩa vợ chồng, có tình nên mới yêu thương cũng như giận hờn, có nghĩa nên mới thủy chung hay bạc bẽo. Tình thâm nghĩa trọng là hạnh phúc lứa đôi, vong tình bội nghĩa là đổ vỡ gia đình.

Tình nghĩa vợ chồng không do liên hệ huyết thống như trường hợp cha mẹ với con cái, giữa anh chị em, trong họ hàng nội ngoại. Liên hệ vợ chồng giống như liên hệ bạn bè nhưng gắn bó thủy chung suốt đời nên có danh xưng gọi người phối ngẫu là người *bạn đời*, *bạn trăm năm*. Lời chúc mừng có câu trăm năm hạnh phúc, trăm năm đẹp duyên cầm sắt…

Đây còn là mối liên hệ có tánh chất phong tục, nghi thức, tín ngưỡng, văn hóa biểu lộ ở thủ tục hôn lễ đám hỏi đám cưới, lễ gia tiên trình với bậc tiền bối hai họ hay lễ nhà thờ, tổ chức tiệc cưới mọi người thân quen nhằm mục đích có hiệu lực chính thức hóa tình trạng sống chung của hai vợ chồng trước dư luận.

Đây cũng là mối liên hệ có tánh chất pháp lý về mặt hộ tịch thể hiện ở thủ tục làm giấy Giá Thú. Về mặt pháp lý, hai người phối ngẫu có bổn phận theo đúng luật Hôn Nhân liên quan đến chế độ độc thê, độc phu nghĩa là một vợ, một chồng. Chế độ đa thê, đa phu nghĩa là nhiều vợ, nhiều chồng đã tùy từng nơi được pháp luật thừa nhận trong thời gian nào đó trong tiến trình lịch sử chế độ hôn nhân tại địa phương: Nơi có ít nam nhiều nữ chấp nhận chế độ đa thê, nơi có ít nữ nhiều nam chấp nhận chế độ đa phu. Trường hợp cụ thể: Một nam lấy nhiều vợ thường là mấy chị em gái hay dì cháu, một nữ lấy nhiều chồng thường là mấy anh em trai hay chú cháu cùng mang một họ lý do theo chế độ phụ hệ, sanh con mang họ cha.

Đây cũng là mối liên hệ có tánh chất pháp lý về mặt tài sản như vấn đề hôn sản, vấn đề di sản sau khi một người mệnh chung. Ngoài ra một số vấn đề về mặt an sinh xã hội như bảo hiểm, trợ cấp y tế, trợ cấp gia đình đông con…

Tóm lại, liên hệ Hôn Nhân là mối tương quan chặt chẽ về mọi mặt giữa một nam một nữ trong cuộc sống con người từ vật chất đến tinh thần. Hôn nhân là thành lập gia đình, hình thức đầu tiên thể hiện tính cách xã hội ở con người. Nói cách khác, hôn nhân là hình thức đầu tiên cuộc sống tập thể giữa con người với con người, một tập thể xã hội nhỏ bé chỉ có hai người một nam một nữ, một tập thể có đầy đủ tánh chất như bất cứ một tập thể xã hội nào khác có phạm vi rộng lớn như gia tộc, dân tộc và nhân loại. Liên hệ hôn nhân có tánh cách nhân bản, do đó thiêng liêng chỉ có người mới có. Hệ luận của nhận định then chốt này dẫn đến khái niệm: Hôn Nhân đã quy định chức năng của hai người phối ngẫu, nghĩa vụ cũng như quyền lợi của mỗi người đối với nhau và đối với đệ tam nhân, hiểu với nghĩa bao gồm cả dân tộc và nhân loại. Nói dễ hiểu hơn, đó là nguồn gốc của tình nghĩa vợ chồng, luật hôn nhân, nghi thức về hôn lễ, luân lý và đạo đức vợ chồng, triết lý và tín ngưỡng về vợ chồng… Để nhấn mạnh tánh chất nhân bản thiêng liêng của hôn nhân một danh xưng gọi người còn độc thân chưa lập gia đình là MỘT NGƯỜI BẤT TÚC, tiếng Anh là *uncompleted*, nghĩa là một người chưa sống theo Lý Tự Nhiên trong Trời Đất, chưa đầy đủ yếu tố cần thiết để làm một người trọn vẹn xứng đáng là động vật thiêng liêng của Tạo Hóa. Chức năng do Hôn Nhân giao phó cho hai người phối ngẫu thiêng liêng cao quý, con người nam cũng như nữ đều vui mừng sung sướng đảm nhận và lo tròn. Từ ngữ văn hoa gọi là THIÊN CHỨC làm chồng, làm vợ và THIÊN CHỨC làm cha, làm mẹ khi có con cái.

Điều đáng lưu tâm: Danh xưng *Một người bất túc* dùng để chỉ thành phần không đảm nhận Thiên chức vì lý do cá nhân vị kỷ, không dùng để chỉ thành phần hy sinh Hạnh phúc Gia đình vì lý do cao cả như tôn giáo, lý tưởng khoa học, phục vụ dân tộc quên mình vì nước…

Hôn nhân là một lẽ đương nhiên của đạo lý

Con người là một sinh vật có nếp sống tâm linh, sinh hoạt văn hóa, cương thường đạo lý. Một trong những lẽ đương nhiên của cương thường trong đạo làm người là Hôn Nhân. So sánh với hai quan niệm đã trình bày trước, quan niệm thứ ba này có ưu điểm thăng hoa về nếp sống tâm linh:

Hôn Nhân là một Khế Ước vì lý do tôn trọng Tự Do Cá Nhân của con người. Hôn Nhân còn là một Định Chế Xã Hội vì lý do Ích lợi Công Cộng, đời sống tập thể xã hội có An Ninh Trật Tự. Hơn thế nữa, Hôn Nhân lại là một Lẽ Đương Nhiên của Đạo Lý vì lý do đề cao nếp sống tâm linh, nét đặc thù trong sinh hoạt xã hội con người. Nói cách khác, quan niệm thứ ba đề cao Lẽ Đương nhiên trong Đạo Vợ Chồng, người hôn phối khi đã sống chung lập gia đình phải tuân theo nhưng không phủ nhận quyền Tự Do Hôn Nhân trong quan niệm thứ nhất và Ích Lợi Cộng Đồng cho tập thể xã hội trong quan niệm thứ hai.

Theo từ ngữ, nghĩa cụ thể của ĐẠO là con đường để đi từ điểm khởi hành đến điểm tới, con người di chuyển lưu thông phải noi theo. Theo nghĩa trừu tượng, đó là Lẽ Phải Đương Nhiên cần noi theo trong đời sống xã hội con người. Cái gọi là *Lẽ Phải Đương Nhiên* này do Thiên Nhiên quy định, do một đấng Thần Linh bày ra hay do chính Con Người đặt ra để duy trì nếp sống tập thể xã hội được trường tồn an vui, điều này tùy thuộc vào chủ thuyết, tôn giáo, tông chỉ khác nhau của tập thể con người trải qua nhiều không gian và thời gian trong lịch sử nhân loại.

Hôn nhân theo Khổng giáo

KHỔNG GIÁO dạy đạo vợ chồng là một trong *Ngũ Luân*, một trong Năm Lẽ Phải Đương Nhiên. Ngũ Luân gồm có: Vua tôi, Cha con hàm ý cả cha mẹ với con cái, vợ chồng, anh chị em và bạn bè. Ở mỗi cương vị khác nhau, mọi người đều phải lo làm tròn phận sự, phần trách nhiệm của mình đối với tập thể xã hội: Vua làm tròn phận sự làm vua, bề tôi làm tròn phận sự bề tôi; cha mẹ làm tròn phận sự làm cha mẹ, con cái làm tròn phận sự làm con cái; vợ làm tròn phận sự làm vợ, chồng làm tròn phận sự làm chồng; anh chị em và bạn bè cũng vậy, ai cũng lo phận mình đầy đủ. Như vậy là quốc thái dân an, toàn dân đã lo tròn đạo làm người tùy theo cương vị cá nhân của mình trong sinh hoạt tập thể xã hội.

Cũng theo Khổng giáo, đạo vợ chồng là một trong *Tam Cương*, một trong Ba Giềng Mối Chủ Yếu trong cuộc sống xã hội. Tam Cương gồm có: Vua là giềng mối của bề tôi, chồng là giềng mối của vợ và cha là giềng mối của con cái. Chữ Hán CƯƠNG trong từ ngữ Cương Thường, Tam Cương Ngũ Thường có nghĩa Ba Giềng Mối và Năm Đạo Thường (Nhân, Nghĩa, Lễ, Trí và Tín). Nghĩa đen cụ thể của từ ngữ CƯƠNG là cái giềng lưới, sợi giây lớn trong lưới đánh cá dùng để kéo lưới lên khỏi mặt nước, nghĩa bóng trừu tượng là phần chủ yếu. Toàn bộ cái lưới gồm có hai phần: Cái giềng và mạng lưới. Hai thành phần này hợp lại mới đạt được mục tiêu đánh được cá, cái giềng dùng để giăng mạng lưới và mạng lưới dùng để vây bắt cá.

Quan niệm Chồng là giềng mối của Vợ diễn tả người chồng đóng vai cái giềng, người vợ đóng vai cái mạng lưới. Cả hai vai trò của hai người hợp lại bổ sung cho nhau mới đạt được mục tiêu xây dựng Hạnh Phúc Gia Đình. Hai vai trò khác nhau này, Khổng giáo đánh giá ngang nhau, không có bên hơn bên kém ở câu *Thê giả tề dã*, có nghĩa là Người Vợ giữ vai trò có giá trị ngang bằng như Người Chồng. Để tôn xưng vai trò nội trợ của người vợ, từ ngữ *Nội Tướng* đã được dùng diễn tả trong phạm vi nội bộ gia đình Vợ đóng vai trò Chỉ Huy quyết định mọi công việc, Chồng chỉ đóng vai Phụ Thuộc hay Thừa Hành. Ngược lại, trong phạm vi đối ngoại Chồng đóng vai trò Gia Trưởng quyết định mọi công việc, Vợ chỉ đóng vai Phụ Thuộc Cố Vấn hay Thừa Hành. Sự phân công phân nhiệm, chia nhau quyền hạn và trách nhiệm trong việc Tề Gia giữa hai Vợ Chồng theo tiêu chuẩn đối nội đối ngoại diễn tả ở thành ngữ *Nam ngoại nữ nội*. Sự kiện này chứng tỏ sự bình đẳng và tương trợ trong đạo Vợ Chồng, bình đẳng do lòng tôn trọng và tin cậy lẫn nhau, tương trợ do trung thành cùng theo một mục đích chung, biết trọng nghĩa và tri ân lẫn nhau.

Theo Khổng giáo, nói chung về đức hạnh và bổn phận nữ giới có Tứ Đức và Tam Tòng. *Tứ Đức* là bốn nết tốt gồm có: Công, Dung, Ngôn và Hạnh. Diễn nôm Công là sự khéo léo trong việc làm cho gọn gàng, đẹp đẽ. Dung là lúc nào cũng giữ nét mặt cho vui tươi, niềm nở. Ngôn là lời nói lúc nào cũng dịu dàng, êm ái. Hạnh là giữ nết hiền hòa, trung hậu, nhân từ. Nữ giới cố gắng tập và giữ cho đủ Tứ Đức để lo tròn bổn phận *Tam Tòng* gồm có: *Tại gia tòng phụ, xuất giá tòng phu, phu tử tòng tử*. Diễn nôm Ba điều phải theo: Lúc còn ở nhà nghe theo cha, lúc xuất giá nghe theo chồng, trường hợp chồng qua đời nghe theo con.

Nói riêng trong đạo Vợ Chồng hai câu *Phu xướng phụ tùy* và *xuất giá tòng phu* cần được biểu chính xác như sau: TÙY và TÒNG là hai tiếng Hán, khi ghép lại thành TÙY TÒNG có nghĩa là đi theo, làm theo, giữ vai trò thứ yếu, cần thiết có tầm mức quan trọng không thể thiếu được, giữ vai trò hỗ trợ cho vai chính là người chồng. Xin nhấn mạnh: Vai trò hỗ trợ này quan trọng cần thiết không thể thiếu được có tính cách bổ sung kiện toàn giúp cho người chồng hoàn tất tốt đẹp nghĩa vụ làm chồng, làm gia trưởng, làm người dân tốt đối với đất nước và tập thể nhân loại. Nói cách khác dễ hiểu hơn, *người vợ là cánh tay mặt của chồng*, nếu người vợ không lo tròn phận sự tùy tòng của mình, người chồng sẽ mất năng xuất rất nhiều giống như bị cụt cánh tay mặt, chỉ còn cánh tay trái. Người phái nam chỉ có một cánh tay trái là biểu tượng người đàn ông sống độc thân, góa vợ hay lấy phải người vợ không xứng đáng cái tên gọi là Vợ.

Quy tắc *Vợ theo Chồng* mà không phải *Chồng theo Vợ* căn cứ theo lý Âm Dương dẫn giải như sau: Âm và Dương là hai nguyên khí tạo nên vạn vật trong vũ trụ. Vợ là phái nữ, thuộc Âm có thể tánh nhu thuận, dễ tùy nghi thích hợp với môi trường xúc tác. Chồng là phái nam, thuộc Dương có thể tánh cương trực, có nhiều khí lực đóng vai chủ động trong môi trường xúc tác. Hai cá thể Âm và Dương hòa lại với nhau tạo thành một hợp thể duy nhất, đó là lý sinh tồn và tiến hóa của vạn vật. Nương theo lý Âm Dương, Vợ và Chồng là hai cá nhân khác phái hợp lại thành Hôn Nhân Gia Đình, sinh con đẻ cái để trường tồn cho nòi giống.

Lý Âm Dương cũng giải thích quan niệm Chồng là giềng mối của Vợ trong Tam Cương: Chồng là phái nam, thuộc Dương có thể tánh cương trực coi như cái giềng lưới bắt cá; Vợ là phái nữ, thuộc Âm có thể tánh nhu thuận coi như cái mạng lưới. Khi kéo lưới lên khỏi mặt nước hay cần di chuyển lưới trên mặt nước, người dân chài chỉ cần nắm lấy cái giềng lưới để tùy nghi điều khiển, mạng lưới nương tựa vào giềng lưới nên cũng di động theo. Thể tánh khác nhau giữa hai phái nam và nữ do bẩm sanh, vợ chồng sống chung hiểu thấu lý Âm Dương rất dễ gây được hòa khí, tạo được Hạnh phúc Gia đình.

Đạo lý Vợ theo Chồng được bậc Chân Nho giải thích như trên. Trong thời Khổng học không còn được tin theo, từng lớp Hủ Nho đã giải thích sai lầm thiên lệch Vợ Chồng có nghĩa là Vợ lệ thuộc vào Chồng, phải thi hành lệch sai khiến của Chồng trong việc tề gia. Do đó mới sanh ra thói đời *Chồng chúa Vợ tôi*, Chồng có toàn quyền như Chúa Tể coi Vợ như Tôi Đòi.

Đạo Vợ Chồng trong Khổng giáo đem đến hậu quả tốt hay xấu tùy theo từng thời đại, từng quốc gia dân tộc có niềm tin nhiều hay ít. Riêng tại Việt Nam, sau thời gian hưởng hậu quả tốt đẹp đến giai đoạn suy giảm tin sai lệch theo lối giải thích của thành phần Hủ Nho, cho là một chế độ Hôn Nhân hủ bại cần phải làm cách mạng cho đời sống lứa đôi và từ đó phong trào Tự Do Hôn Nhân theo chiều hướng Giải Phóng Phụ Nữ. Điều đáng tiếc và đáng buồn là trong khi Việt Nam ruồng bỏ đạo lý Vợ theo Chồng để chạy theo chiêu bài Tự Do Hôn Nhân, Bình Đẳng giữa Vợ Chồng thì các dân tộc phương Tây theo chiều giao lưu văn hóa toàn cầu lại ca tụng tinh hoa Đạo Vợ Chồng trong Khổng giáo ở phương Đông.

Sau đây là một dẫn chứng trong thuần phong mỹ tục, ca dao tục ngữ, mang dấu ấn nếp sống vợ chồng Việt Nam trong thời gian huy hoàng của Khổng giáo, đạo Vợ Chồng đã thấm nhuần vào tâm khảm dân gian:

Ước nguyện hôn nhân, nam thì mong được vợ hiền, đảm đang quán xuyến như tục ngữ nói *Vợ đảm như hũ vàng chôn, vợ dại còn hại hơn đũa cong*; nữ thì thả hồn theo câu ca dao:

Chẳng tham ruộng cả ao liền,
Tham vì cái bút cái nghiên anh đồ.

Bút nghiên là biểu tượng theo đạo Thánh Hiền lập chí cao làm nên công danh sự nghiệp giúp ích cho nhà cho nước. Nàng không mơ ước cảnh sống chung trong tương lai người vợ được sống an nhàn phú quý vì hiểu lời dạy của Tổ Tiên để lại *Lấy chồng gánh vác giang san nhà chồng*. Nàng mơ ước cảnh chồng đậu đạt, có khoa bảng vẻ vang *Ngựa anh đi trước võng nàng theo sau* mô tả cảnh Vinh quy bái tổ thời xưa. Vinh quy bái tổ thời xưa. Nàng không quên lời khuyến cáo hàm ý uyên thâm của bọn trai làng *Muốn nên Bà khó lắm em ơi!* Duyên do lời khuyến cáo mang nếp sống văn hóa truyền thống vừa chứa chan về tình tứ vừa cao quý về khuyến giáo là tại nhiều địa phương dân làng có tục phân biệt hai cách xưng hô để gọi một cặp vợ chồng: Ông Mụ và Ông Bà. Được gọi là Ông khi người chồng có khoa bảng đậu đạt

Tú Tài, Cử Nhân trở lên, nếu không chỉ được gọi là Chú hay Bác kèm theo là tên. Chưa lấy chồng, người con gái được gọi là Chị, Cô hay O (tiếng xưng hô ở miền Trung Việt Nam), đến khi có chồng được gọi là Mụ hay Bà như Mụ Tú và Bà Tú, Mụ Cử và Bà Cử. Sự phân biệt như sau: Chỉ gọi là Mụ Tú, Mụ Cử một cách nôm na giản dị khi chồng đã đậu đạt sau đó mới tổ chức lễ cưới, người vợ không đóng góp công lao gì vào công danh sự nghiệp của chồng. Trường hợp được gọi là Bà Tú, Bà Cử một cách kính nể của dân làng khi lấy chồng còn là thư sinh, người vợ đã góp công giúp sức nuôi chồng ăn học về mặt sinh kế, khuyên nhủ chồng đừng nản chí về mặt tinh thần, luôn luôn tạo được không khí yên vui ấm cúng trong nếp sống chung trong suốt thời gian dài cho đến khi chồng thành Ông Tú, Ông Cử. Cách xưng hô phân biệt như vậy quả là một dấu ấn thâm sâu và nghĩa nặng trong đạo Vợ Chồng một thời đã qua. Tâm ước nguyện thiết tha và tính nhẫn nại không quản chịu đựng khó nhọc của người vợ đã diễn tả qua mấy câu ca dao tuyệt vời, phổ thành bản nhạc *Trăng sáng vườn chè* có nhịp điệu truyền cảm nhẹ nhàng mà vẫn chứa chan tình nghĩa thâm sâu của người vợ:

Sáng trăng sáng cả vườn chè,
Một gian nhà nhỏ đi về có nhau!
Vì tầm tôi phải chạy dâu(*),
Vì chồng tôi phải qua cầu đắng cay!
Chồng tôi thi đỗ khoa này
Bõ công kinh sử từ ngày lấy tôi!
Kẻo không rồi chúng bạn cười
Rằng tôi nhan sắc cho người say sưa!
Tôi từng khuyên sớm khuyên trưa
Anh chưa thi đỗ thì chưa động phòng!

(*) Chạy dâu: Sự vất vả trong nghề nuôi tầm còn khó nhọc hơn chạy gạo khi nhà nghèo đông con. Tầm càng lớn càng ăn nhiều thêm, lo cho đủ số lá dâu tươi cần thiết mỗi ngày gia tăng khi tầm sắp chín. Nếu thiếu ăn hoặc cho ăn lá dâu đã héo vì dự trữ lâu ngày, khi kéo kén tầm sẽ nhả ít tơ và sợi tơ không được óng mượt. *Chạy dâu* diễn tả sự vất vả mỗi ngày mỗi gia tăng để đạt được kết quả tốt đẹp trọn vẹn.

Vai trò người phụ nữ đảm đang trong phạm vi đối nội tề gia được mô tả ở ca dao với lời lẽ nôm na, dí dỏm trong tinh thần hài hước tìm thấy nguồn vui chân chánh trong sự nhẫn nại chịu khó để quán xuyến việc nhà, chiều con chiều chồng:

Một mình ba bếp cơm sôi,
Con thời đòi bú, chồng đòi tòm tem!
Bú rồi con đã ngũ yên,
Cơm thời vừa cạn, có tem thì tòm!

Ân nghĩa vợ chồng là lẽ phải có hai chiều hỗ tương cùng làm điều ân nghĩa bạn đời hưởng và cùng hưởng điều ân nghĩa do người bạn đời làm cho mình hưởng. Sự trao đi đổi lại về ân nghĩa này càng làm cho tình thêm nồng, duyên thêm thắm, thiếu điều ân nghĩa khó bề sống chung với nhau được yên ổn lâu dài cho đến lúc đầu bạc răng long một vợ một chồng. Tại các nước Tây phương chịu ảnh hưởng của quan niệm Tự Do Hôn Nhân, cảnh nam đổi vợ nữ thay chồng vài ba lần là cảnh thường thấy, nguyên do là sự coi quá nhẹ điều ân nghĩa trong mối liên hệ vợ chồng. Ân nghĩa này biểu lộ ở sự chung thủy yêu thương nhau, đồng lao cộng tác trong việc xây dựng và bảo vệ Hạnh Phúc chung của Gia đình, khuyên nhau làm điều lành, can nhau không làm điều trái, ca dao tục ngữ còn dùng đến từ ngữ *dạy* lẫn nhau. Đây là bổn phận đồng thời cũng là quyền hạn Khổng giáo quy định trong đạo Vợ Chồng.

Dạy con từ thuở còn thơ,
Dạy vợ từ thuở bơ vơ mới về.

Câu ca dao nói về người chồng có bổn phận phải dạy vợ đồng thời cũng là quyền hạn được dạy vợ ngay từ những ngày mới về làm vợ, làm dâu do đạo lý quy định. Từ ngữ *bơ vơ* mới về nói lên ý ngay lúc mới bước chân về nhà chồng, môi trường sinh hoạt hằng ngày thay đổi khác với khung cảnh cuộc sống tại gia đình cha mẹ đẻ. Trong thời gian ban đầu này người chồng thường say sưa trong tình yêu thương, khó thấy được những điều sai lầm thiếu sót của vợ trong khi người vợ thiếu đi sự dạy bảo răn de hằng ngày của cha mẹ đẻ. Nhân vô thập toàn nam cũng như nữ, người chồng không nhận ra điều dạy vợ này là mặc nhiên để yên cho lớn lên những mầm mống phá hoại Hạnh Phúc sau này.

Về phần người vợ cũng vậy, câu tục ngữ khuyên người vợ biết cách *Đóng cửa dạy chồng*. Từ ngữ *đóng cửa* hàm ý kín đáo, riêng tư chỉ có hai người biết với nhau, vợ không nên nói đến lỗi lầm của chồng trước mặt người nào khác trong gia đình, kể cả con cái là thái độ khôn ngoan khéo léo của người vợ trong việc ứng dụng đạo Vợ Chồng. Trong thời gian ban đầu, người vợ thường thần tượng hóa, lý tưởng hóa người chồng của mình, hay viện những lý lẽ không vững để trốn tránh việc Thánh Hiền đã dạy làm vợ phải tập cho quen cách *Đóng cửa dạy chồng*.

Về mặt quy tắc giáo lý, sự dẫn giải tường tận dễ đem đến việc nhận thức chính xác. Về mặt thực hành đạo vợ chồng trong cuộc sống chung hằng ngày, việc dạy lẫn nhau trong tinh thần yêu thương và tôn trọng lẫn nhau không dễ dàng. Tục ngữ có câu *Giáo đa thành oán*: Cha mẹ thương con nên mới chăm lo dạy dỗ, không dạy thì con hư do cha mẹ không lo tròn bổn phận, dạy sao cho vừa phải đúng mức thì con vâng lời trở nên khôn ngoan và biết ơn cha mẹ, nếu dạy quá mức, không đúng cách thì con đã không nghe lời lại thêm lòng oán cha mẹ, thêm hư, thêm tội bất hiếu. Vợ chồng dạy lẫn nhau ở cương vị bằng vai phải lứa, không ai là người trên kẻ dưới tất nhiên còn nhiều khó khăn hơn, đại để như sau:

Trong đạo vợ chồng cả nam lẫn nữ rất ít người nhận thức được bổn phận dạy người bạn đời như trường hợp của cha mẹ có bổn phận dạy con cái.

Dù có nhận thức được bổn phận dạy lẫn nhau, tình yêu thương lứa đôi thường cho cả nam lẫn nữ không đủ sáng suốt nhận thấy những lỗi lầm, tính hư nết xấu của người bạn đời, nhất là trong thời gian mới sống chung chưa lâu. Điều này khác với trường hợp cha mẹ càng yêu thương con cái càng thấy rõ ràng chính xác tính nết con cái cả tốt lẫn xấu.

Thái độ và lời nói trong lúc dạy dỗ khuyên can có ảnh hưởng tác động quan trọng đến lý lẽ dẫn giải phải trái nên chăng. Trường hợp cha mẹ dạy con cái dù có phần nào trách mắng, tỏ ý buồn phiền, phận làm con dễ chấp nhận coi đó là lẽ thường *có thương mới trách*, do đó không sinh lòng oán hận xa lánh cha mẹ. Trường hợp vợ chồng ý phải thành tâm phải chánh thì lời mới thân mật ôn tồn, nếu ý có phần nào *trách* tâm có phần nào *giận* thì lời nói ra đến tai người bạn đời sẽ đem lại hậu quả hờn dỗi nhiều hơn tin theo.

Khi nghe lời khuyên can của người bạn đời, nam hay nữ thường có thái độ biết lỗi. Tuy nhiên ý nghĩa của thái độ biết lỗi, nhận lỗi có hai trường hợp biết *nhận lỗi một cách thành thật* rồi cố gắng sửa lỗi, không tái phạm và *nhận lỗi vì nhịn*, chiều lòng tránh sự bất hòa với người bạn đời để rồi sau khi tạm yên không lưu tâm cố gắng sửa lỗi, chứng nào vẫn tật ấy. Người bạn đời thấy vậy dĩ nhiên không vui nhưng vì tránh gây sự bất đồng ý kiến, bất hòa giữa vợ chồng nên đành để buông trôi theo thời gian. Sự nhẫn nhịn này hay cách chiều lòng nhau không hợp tình không đúng lý như vậy đều là *lỗi đạo vợ chồng* vì lý do không dạy được nhau và không tin nghe nhau. Hạnh phúc có lung lay suy giảm chính vì nguyên nhân lỗi đạo vợ chồng của cả hai bên đã gây ra.

Tóm lại về ân nghĩa vợ chồng, biết dạy lẫn nhau và biết tin nghe lời nhau là bí quyết Thăng Tiến Hôn Nhân. Nói văn hoa, đó là phép màu nhiệm

Thánh Thiện Hóa Tình Yêu Đôi Lứa.

Hôn nhân theo Thiên Chúa giáo

ĐẠO THIÊN CHÚA đã dạy về Hôn Nhân và Gia Đình như thế nào? Đây là đề tài kế tiếp quan niệm về Tình Yêu và Tổ Ấm Lứa Đôi của đạo Khổng. Hai nền tảng đạo lý này đã góp phần chính yếu xây dựng nên mối liên hệ vợ chồng trong nếp sống văn hóa của dân tộc Việt Nam.

Nói đến Hôn Nhân và Gia Đình là nói đến Tình Yêu Vợ Chồng và Cha Mẹ với Con Cái. Lý do hiển nhiên ai cũng hiểu: Trước khi làm Cha Mẹ đã là Vợ Chồng, Con Cái là hoa thơm trái ngọt của Tình Yêu làm người ai cũng tha thiết yêu, tìm cho được người để yêu, đồng thời cầu nguyện sao cho người mình yêu cũng yêu mình tha thiết. Hạnh phúc lứa đôi giữa một nam một nữ là sự hòa hợp của hai người cùng yêu và cùng được yêu trở lại. Tình yêu chân chánh trong sáng bao giờ cũng có khuynh hướng sống chung với nhau để cùng xây dựng, cùng sáng tạo, cùng hưởng thụ Hạnh Phúc bên nhau. Nói văn hoa, Tình Yêu Đôi Lứa là chỉ sự cao quý thiêng liêng khi hai người bạn đời nhìn thấy chính mình trong trái tim người mình yêu. Nếu chưa đạt tới mức độ linh diệu như vậy thì chưa phải là Tình Yêu Chân thật, chỉ là Mơ Mộng Say Mê là khoác áo Tình Yêu.

Quan niệm Tình Yêu Vợ Chồng vừa nói xuất từ Tình Yêu Thiên Chúa. Con chiên ngoan đạo nhìn thấy Thiên Chúa và kính yêu phục vụ Thiên Chúa ngay trong trái tim của chính mình, đồng thời cũng thấy hình bóng mình trong trái tim của Thiên Chúa, mình được ban phước lành và tràn đầy yêu thương. Nếu chưa đạt tới mức độ tín niệm mầu nhiệm như vậy là chưa hiểu được đầy đủ Tình Yêu Chân thật, yêu Người cũng như yêu Thiên Chúa. Hệ luận của Tình Yêu Thiên Chúa và cả hình bóng mình trong trái tim của người bạn đời sống chung dưới cùng một mái ấm Gia Đình. Bản thể của Tình Yêu Cao Quý Thiêng Liêng không thể dùng lời nói hay chữ viết để diễn tả được. Lời nói cũng như chữ viết là những thứ vô cảm bất động làm sao diễn tả hết sự trung thực của hai ngọn lửa đang cháy hợp lại thành bó đuốc sáng rực, đó là thứ cảm nghiệm di động lúc tăng lúc giảm nếu không liên tục giữ được ở mức độ của ánh sáng điều hòa. Nói đơn giản dễ biểu: Yêu thương đi rồi sẽ biết, chưa yêu thương thì chưa biết, dẫn giải bao nhiêu cũng chỉ hiểu được chút ít lờ mờ vậy thôi.

Trên thực tế, đại đa số con người sống chung với người bạn đời cả nam lẫn nữ đều đã có Tình Yêu mà chưa rõ hẳn Tình Yêu là gì? Bản thể của Tình Yêu ra sao? Người đang yêu và đang được yêu phải làm những gì để bảo vệ và thăng tiến của Tình Yêu? Bao nhiêu câu hỏi đặt ra mà không tìm được trả lời! Đức Tổng Giám Mục Fulton J. Sheen đã phải kêu lên: *Tình Yêu ơi! Người ta đã phạm biết bao nhiêu tội tày trời vì nhân danh Người!* Câu than này diễn ý hai chữ Tình Yêu đã bị bôi bẩn và lạm dụng quá mức. Khoa học nói chung là lý thuyết sách vở chỉ giải thích được Tình Yêu về mặt sinh lý học và sinh vật học, đã sai nhầm thiếu sót khi đồng hóa Tình Yêu với sự Cảm Xúc của thể xác, sự Rung Động của con tim.

Một thí dụ về Hôn Nhân: Khi một nam một nữ yêu nhau lập gia đình chung sống chăm lo xây dựng Hạnh Phúc Lứa đôi giống như hai người thợ trẻ còn vụng về đang cùng nhau xây một ngôi nhà để ở chung. Nhìn họa đồ cả hai người đều sung sướng thấy ngôi nhà hiện lên trong trí tưởng: Ngôi nhà thật là tuyệt vời, vừa ấm cúng xinh đẹp vừa đầy đủ tiện nghi! Trong thực tế trải qua thời gian sống chung, hoàn cảnh buộc phải ứng phó với bao nhiêu đổi thay từ nếp sống độc thân sang nếp sống lứa đôi về mọi mặt từ sinh lý đến tâm lý, từ kế hoạch sinh kế đến thói quen hằng ngày, hai người thợ trẻ vụng về càng thêm lúng túng! Ngôi nhà tuyệt vời trong trí tưởng đang xây cất dở dang ra sao khỏi cần nói ai cũng biết! Tình yêu nam nữ thơ mộng như một giấc mơ ở đoạn tiền hôn nhân trước khi sống chung dưới một mái nhà, Hôn Nhân là chiếc đồng hồ báo thức! Lý do dễ hiểu: Nam cũng như nữ, không có ai là người trọn vẹn hoàn toàn không có lỗi. Hai người cùng không trọn vẹn bảo nhau cùng làm chung một việc tất nhiên dẫn đến kết quả làm sao cho trọn vẹn được! Hai người thợ vụng về làm sao bảo nhau xây được ngôi nhà đẹp tuyệt vời như trong trí tưởng! Vụng về lúng túng, ngỡ ngàng trước thực tế sống chung đã được ví như chiếc đồng hồ báo thức, tình trạng này gây nên nhiều điều bất như ý, bất hòa, cãi lộn, giận hờn là lẽ đương nhiên, thậm chí đi đến oán than như câu tục ngữ *Không duyên không nợ sao nên vợ chồng*, hoặc tệ hại hơn nữa là ly thân ly dị *Anh đi đường anh, tôi đi đường tôi…* Đó là TỘI TỔ TÔNG, tội của cặp vợ chồng đầu tiên trên trái đất để lại cho con cháu những thế hệ sau phải chịu đựng và phải bảo nhau cùng lo chuộc tội.

Theo Kinh Thánh, Adam và Eve nghe theo lời sui của quỷ Satan phạm tội ăn Trái Táo Cấm ở vườn Địa Đàng bị Đức Chúa Trời trừng phạt làm người biết sống đau khổ ở thế gian. Adam là người nam đầu tiên, Eve là người nữ đầu tiên sống ở thế gian, kết duyên vợ chồng sinh ra Nhân loại, trở thành Thủy Tổ của loài người. Do đó, làm người thế gian là phải chịu đau khổ để chuộc tội Tổ Tông. Tội ăn Trái Táo Cấm là không giữ Tâm Nhất Nguyên có bản thể Chân Thiện nguyên sơ, chuyển thành Tâm Nhị Nguyên có so sánh, phân biệt phải trái, do đó phải chịu đau khổ.

Chịu Tội Tổ Tông là chịu hình phạt đau khổ trong cuộc sống thế gian, chuộc Tội Tổ Tông là chấm dứt hình phạt, không còn đau khổ và trở nên sung sướng, có Hạnh Phúc ở thế gian. Trong phạm vi Hôn Nhân, khi sống chung với nhau cả hai vợ chồng đều phải tin nghe lời dạy của Đức Chúa Trời là THẮP SÁNG TÌNH YÊU THƯƠNG trong cuộc sống lứa đôi nhằm mục đích THĂNG TIẾN HÔN NHÂN GIA ĐÌNH. Nói dễ hiểu hơn là vợ chồng cần phải thể hiện tinh thần THƯƠNG YÊU GẦN GŨI BẰNG VIỆC LÀM, xây dựng trên nền tảng KHIÊM NHƯỜNG cụ thể là vợ chồng phải chỉ biết bảo cho nhau BIẾT LỖI, NHẬN LỖI, XIN LỖI và SỬA LỖI.

Xét về mặt tâm lý xã hội, hai vợ chồng cần bảo cho nhau để thay đổi quan niệm về Tình Yêu và Hạnh Phúc Gia Đình, từ quan niệm thường có trong giai đoạn Tiền Hôn Nhân sang quan niệm cần phải đạt tới trong giai đoạn Hậu Hôn Nhân càng sớm càng tốt.

Tình Yêu và Hạnh Phúc Gia Đình là tìm thấy nguồn vui sống chung trong mơ ước trí tưởng có tính cách thụ hưởng tiêu cực và lãng mạn. Mơ ước càng cao càng đẹp, trí tưởng càng phong phú càng tinh vi tế nhị thì Tình Yêu càng tuyệt vời, Hạnh Phúc Gia Đình càng lý tưởng trọn vẹn. Đây là quan niệm thứ nhất thường có trong giai đoạn Tiền Hôn Nhân.

Tình Yêu và Hạnh Phúc Gia Đình là tìm thấy nguồn vui sống chung trong lúc cộng tác đồng tâm hiệp lực xây dựng Hạnh Phúc và nhìn thấy kết quả cụ thể việc làm chung của nhau là vợ chồng hòa thuận, con cái ngoan ngoãn, nhà cửa gọn gàng ngăn nắp... Đây là quan niệm thứ hai cần phải có trong giai đoạn Hậu Hôn Nhân càng sớm càng tốt, có tính cách sáng tạo tích cực và thực tế.

Tóm lại, Tình Yêu và Hạnh Phúc Gia Đình không phải là đối tượng của mơ ước trí tưởng hay cầu nguyện một đấng Thần Linh nào mà có được. Những thứ Quý Giá Vô Thượng ấy ở thế gian chỉ là kết quả cụ thể do hai vợ chồng cùng bảo nhau thực hiện với Trái Tim Chân Chánh và Trong Sáng.

Từ quan niệm trừu tượng về mặt giáo lý cần có sự dẫn giải cụ thể về mặt thực hành để cặp vợ chồng nào cũng vững tin theo trong việc THẮP SÁNG TÌNH YÊU THƯƠNG, nghĩa là xây dựng và giữ vững TÌNH YÊU CHÂN CHÍNH VÀ TRONG SÁNG. Hành vi cụ thể gồm có bốn điều chính yếu:

BIẾT LỖI: Hiểu rằng làm người thế gian ai cũng có lỗi, không có ai hoàn toàn vô tội. Sự Biết Lỗi dẫn đến sự tha thứ và bao dung cho nhau, không còn hờn trách nhau, sự bất hòa tức giận sẽ tan biến dần dần.

NHẬN LỖI: Sau khi Biết Lỗi, biết sự kiện làm trái đạo không đúng với lẽ phải là phạm lỗi, cần phải biết Nhận Lỗi, xác nhận chính mình đã phạm lỗi. Biết Nhận Lỗi là có ý thức về bổn phận phải làm cho hợp đạo lý, có tinh thần trách nhiệm và cầu tiến.

XIN LỖI: Sau khi Nhận Lỗi, cần phải biết Xin Lỗi đối với người đã bị mình xúc phạm đến danh dự hay quyền lợi vật chất. Theo thói quen thông thường nhiều người đã nghĩ thiếu sót khi cho rằng việc ngỏ lời Xin Lỗi chỉ cần đối với người trên hay bằng vai như bạn bè, không cần đối với người dưới, nhất là đối với người bạn trăm năm đã có sẵn lòng yêu thương dành cho nhau. Kinh nghiệm thực tế đã cho biết điều rất quý: Vợ xin lỗi chồng, nhất là chồng xin lỗi vợ chính là cơ hội tốt cho đạo vợ chồng, tình thêm nồng nghĩa thêm mặn.

SỬA LỖI: Sau khi Xin Lỗi, điều cần thiết cuối cùng và quan trọng nhất là phải biết Sửa Lỗi, cố gắng không tái phạm để Hạnh Phúc đã vững vàng lại càng kiên cố hơn. Thiếu hay không làm trọn vẹn điều này, hòa khí trong gia đình chỉ tạm thời trở lại mà không bền lâu. Gia đạo phải giữ trọn vẹn thường nhật và trường kỳ thì Tình Yêu mới thực là Chân Thật và Trong Sáng.

2 PHẬT PHÁP VỚI HÔN NHÂN VÀ GIA ĐÌNH

Đạo Phật cùng với đạo Khổng và đạo Thiên Chúa đã đóng góp xây dựng nền tảng chế độ Hôn Nhân và chế độ Gia Đình trong lịch sử văn hóa dân tộc Việt Nam. Có điều đáng tiếc phần đóng góp của đạo Phật ít người biết đến, kinh Phật dạy về đạo Vợ Chồng không được truyền giảng rộng rãi, do đó đã nẩy sinh ra điều ngộ nhận cho rằng tương quan liên hệ Vợ Chồng thuộc phạm vi pháp thế gian, pháp thế tục nên Đức Phật không quan tâm thuyết giảng, những Kinh Phật lưu truyền lại hậu thế không thấy nói đến đạo Vợ Chồng.

Để giải tỏa điều ngộ nhận này, kẻ cầm bút dành phần II trong bài viết quý bạn đang đọc dành cho PHẬT PHÁP VỚI HÔN NHÂN VÀ GIA ĐÌNH.

Vai trò của hôn nhân và gia đình

Phần I đã trình bày Hôn Nhân và Gia Đình là biểu tượng thể hiện những mối liên hệ tương quan giữa con người với con người trong cộng đồng xã hội, đặc biệt giữa hai phái nam và nữ. Có ba quan niệm chánh yếu coi những mối liên hệ tương quan kết thành cộng đồng xã hội: Hôn Nhân là một khế ước,

Hôn Nhân là một định chế xã hội và Hôn Nhân là một lẽ đương nhiên của đạo lý. Về mặt giáo lý, đạo Khổng và đạo Thiên Chúa đều nói đến Hôn Nhân và Gia đình, quy định bổn phận và quyền hạn của người vợ người chồng.

Đạo Phật cũng nói như vậy, chỉ khác nhau về chi tiết. Đạo Khổng dạy đạo làm Người gồm có Ngũ Luân (Vua tôi, Cha mẹ với con cái, Vợ chồng, Anh chị em và Bạn bè). Kinh Sigãla kể rằng Đức Thích Ca ở khu Trúc Viên gần Rãjagrha có gặp một thanh niên tên là Sigãla, con một nhà tư sản giàu có đến xin bái yết và thỉnh giáo về đạo làm người. Đức Phật dạy có sáu mối tương quan trong cộng đồng xã hội quy định cách cư xử của con người đối với nhau. Sáu mối tương quan này hòa hợp liên kết ăn khớp với nhau thì đời sống con người được an vui hạnh phúc, nếu để chúng rối loạn không thuận thảo với nhau thì đời sống con người nhiều khổ đau phiền não. Sáu mối tương quan này gồm có Cha mẹ với con cái, Thầy trò, Vợ chồng, Họ hàng cũng như bạn bè xóm giềng, Cấp chỉ huy với nhân viên, Thường dân với giới Phật tử gồm cả tu sĩ và cư sĩ. Đối chiếu với Ngũ Luân trong đạo Khổng, đạo Phật đã dạy đầy đủ hơn về mặt xã hội. Đạo Phật dạy riêng về đạo Vua tôi vì lý do có tính cách Chính trị và thuộc phạm vi Bồ-tát đạo, cao hơn sáu mối tương quan có tính cách xã hội vừa kể: Nhà vua là Phật tử phát tâm Bồ-đề, hành trì giáo pháp Độ tha, Giác tha trong việc trị quốc an dân.

Riêng trong phạm vi đạo Vợ Chồng, Đức Phật dạy những điều thiết thực rõ ràng để Phật tử tu tại gia ở mọi trình độ hiểu biết có thể tiếp nhận và hành trì một cách dễ dàng:

Chồng đối với vợ có bổn phận: Tôn trọng, yêu thương và trung thành, giao cho vợ và giúp vợ mọi cách để làm tròn chức năng tề gia như cung ứng đầy đủ phương tiện và quyền hạn tương xứng với chức năng đảm nhiệm, thỉnh thoảng nên tặng quà hay nữ trang.

Vợ đối với chồng có bổn phận: Tận tụy lo tề gia, yêu thương và trung thành, can đảm và khéo léo trong cách cư xử giao dịch với họ hàng bên chồng, bạn bè của chồng, bảo vệ tài sản của gia đình.

Nhận định về đạo Vợ Chồng theo lời Phật dạy có những chi tiết cần lưu tâm như sau:

Yêu thương và trung thành đối với nhau: Đây là bổn phận về mặt tâm lý xã hội và đạo đức, có tính cách bình đẳng giữa hai Vợ Chồng đối xử với nhau.

Giao cho Vợ và giúp Vợ làm tròn chức năng tề gia: Đây là bổn phận của

Chồng phải đặt niềm tin vào khả năng của Vợ. Cung ứng phương tiện và quyền hạn tương xứng cho Vợ là sự phân công phân nhiệm giữa hai Vợ Chồng trong công việc lo chung xây dựng Hạnh Phúc Gia Đình. Việc Chồng tặng quà hay nữ trang nhằm mục đích tỏ sự biết ơn, xác nhận phần đóng góp quan trọng của Vợ trong việc tề gia.

Vợ tận tụy lo cho gia đình là mặc nhiên đảm nhận vai trò Nội Tướng theo tiêu chuẩn phân công của đạo Khổng là *Nam ngoại Nữ nội*. Đối với bên Chồng cần phải can đảm và khéo léo là sự thực hiện câu tục ngữ đề cao vai trò người Vợ *Lấy Chồng gánh vác giang san nhà Chồng*, nghĩa là quán xuyến đủ mọi mặt trong cuộc sống chung, không phải chỉ lo có phần riêng tư giữa hai Vợ Chồng.

Niềm tin trong đạo vợ chồng

Nói đến đạo Vợ Chồng là nói đến Yêu Thương, Trung Thành, cùng nhau Quán Xuyến gia đình nuôi dạy con cái… Đó là Bổn Phận và Quyền Hạn, sự phân công phân nhiệm trong việc cộng tác xây dựng Tương Lai. Trong Phật học, thuật ngữ SỰ chỉ những Pháp Hữu Vi do nhân duyên sanh ra, nôm na là Công Việc phải làm, Trách Nhiệm phải đảm nhận, Dữ kiện phải xẩy ra. Một khi có SỰ tất nhiên phải có LÝ.

SỰ là Pháp Tướng có muôn Hình vạn Tượng trong khi LÝ là thể tánh Chân Như chỉ những Pháp Vô vi có Tánh Thường Hằng Bất Biến. Người khéo tu không chấp vào SỰ mà quên LÝ, tức là không chấp vào Pháp Tướng mà quên Pháp Tánh. Nói nôm na, trong đạo Vợ Chồng có hai phần SỰ và LÝ. Hai người phối ngẫu đã kết hợp với nhau như đũa có đôi không phải chỉ nhận thức được phần SỰ là đủ điều kiện trọng đạo Vợ Chồng, cần phải thông suốt cả phần LÝ vì lý do *Lý Sự Viên Dung*, nghĩa là Lý và Sự cả hai đều bình đẳng, hòa hợp với nhau để giúp đỡ nhau thực hiện một mục tiêu đích chung, giống như đôi đũa gồm có hai chiếc. Chỉ chấp Sự mà quyên Lý hay chỉ thông Lý mà quên hành Sự đều không được, giống như người ăn cơm mà chỉ có một chiếc đũa. Câu hỏi đặt ra: Lý trong đạo Vợ Chồng là gì? Làm sao để đạt tới Lý Sự Viên Dung? Xin thưa: Đó là lý Nhân Duyên trong đạo Vợ Chồng, đó là niềm tin của cả đôi Vợ Chồng, thể hiện ở sự dẫn giải mối liên hệ Vợ Chồng, trả lời những câu hỏi cụ thể đại lược như sau:

Tại sao một Nam một Nữ lại sống chung thành Vợ Chồng? Tại sao lại cần phải Yêu Thương nhau mới nên Vợ Chồng? Tại sao có trường hợp trước thì Yêu Thương lấy nhau sau lại Chán Ghét bỏ nhau? Ai bắt Vợ Chồng phải Trung Thành với nhau?

Tại sao cuộc sống chung lại đem đến cho cả hai Vợ Chồng lúc vui lúc buồn, khi mừng khi giận, cả Hạnh Phúc lẫn Ưu Phiền chen lẫn nhau? Làm sao xây dựng và giữ vững Hạnh Phúc trọn vẹn? Có cách gì đuổi hết được Ưu Phiền thỉnh thoảng lại đến quấy phá?

Làm cách nào để chịu đựng nổi khi tìm thấy ở người bạn đời của mình có những nét xấu không chừa được? Tại sao trước khi lấy nhau mình lại không nhận thấy để bây giờ lại bỏ nhau, bỏ thì thương vương thì tội?

Mọi sự việc đều chuyển hóa vô thường, luôn luôn thay đổi tăng giảm lúc còn lúc mất, như vậy làm sao giữ được đạo Vợ Chồng *Trăm Năm Hạnh Phúc* như lời chúc khi có người thân quen lập gia đình? Lời chúc này đã thành tục lệ rất nhiều người tin theo, đó là lời chúc Chân Thành hay chỉ là xã giao lịch sự không đúng với Chân lý trong thực tế?

Lý Nhân Duyên trong đạo Vợ Chồng

Lý Nhân Duyên nói đầy đủ là Nhân Duyên Quả Báo, cũng gọi là Luân Hồi Nghiệp Báo là cương yếu trong Phật học, diễn tả sự chuyển hóa vô thường của vạn pháp. Nói chung, mọi sự kiện xẩy ra đều do Nhân hội với Duyên mới thành Quả ứng hiện ra Báo. Kế đó, Báo này lại là Nhân trong quá trình chuyển hóa sau, liên tục nối tiếp nhau gọi là Luân Hồi.

Nói riêng trong đạo Vợ Chồng, mọi cuộc hôn phối đều do Nhân hội với Duyên mới thành ra sự kết hợp sống chung, đó là Quả. Cuộc sống chung đem lại Hạnh Phúc hay Ưu phiền cho đôi lứa, đó là Báo. Trong bốn yếu tố Nhân Duyên Quả và Báo, hai yếu tố đầu cần dẫn giải theo giáo lý Phật học để tránh sự nhầm lẫn với thuyết Nhân Quả trong Luận Lý học thông thường. Dẫn giải lý Nhân Duyên ở đây chính là giải đáp những nghi vấn đã nêu lên ở phần Niềm Tin trong đạo Vợ Chồng:

Vợ Chồng phải là một Nam một Nữ sống chung, Yêu Thương và Trung Thành đối với nhau để giúp cho nhau cùng làm tròn đạo làm người ở thế gian. Đến như loài vật, cầm thú còn có trống mái, đực cái để truyền chủng. Đó lá lý Chân Như có thể tánh tuyệt đối chót cùng của vạn sự. Hành động hòa hợp đúng với Lý này thì Lý Sự Viên Dung, đem đến An Vui Hạnh Phúc; hành động trái nghịch sai lệch với Lý này thì Lý Sự Chướng Ngại, đem đến Đau Khổ Ưu Phiền.

Vợ Chồng phải Yêu Thương nhau là Sự hợp với Lý, nói nôm na là hợp với lẽ Trời, lẽ Tự Nhiên trong Tạo Hóa. Đạo Phật gọi là thuận với lý Nhân Duyên, đạo Khổng gọi là hợp với lý Âm Dương, đạo Thiên Chúa gọi là vâng theo lời Thượng Đế. Một trường hợp cụ thể Lý Sự Chướng Ngại: Phong trào

Tự Do Hôn Nhân tới mức độ quá trớn thành ra Đồng Tánh Luyến Ái, sự sống chung với nhau của hai người cùng phái tánh nghĩa là cùng phái nam hoặc cùng phái nữ. Sự Đồng Tánh Luyến Ái đang là đề tài tranh luận sôi nổi ở Âu Châu và Hoa Kỳ, đặc biệt ở Hòa Lan đã chánh thức hợp pháp hóa bằng đạo luật năm 2000 và cho phép cặp hôn phối đồng tánh này nuôi con nuôi. Sự kiện cụ thể trái nghịch với lẽ tự nhiên Vợ Chồng phải là một Nam một Nữ dẫn đến nhận xét quan trọng: Lý Nhân Duyên không hề có hiệu lực cưỡng hành bắt mọi người thế gian phải tuyệt đối tuân theo. Lý Nhân Duyên chỉ có hiệu lực tuyệt đối về vận hành chuyển hóa: Nếu thuận theo thì Lý Sự Viên Dung, trọn đạo Vợ Chồng; nếu nghịch lại hành động khác với Lý thì Lý Sự Chướng Ngại, lỗi đạo Vợ Chồng, dẫn chứng cụ thể nhất sự Chướng Ngại là cặp hôn phối đồng tánh có thể tâm đầu ý hợp như lứa đôi nam nữ nhưng không thể sanh con đẻ cái, đã phủ nhận thiên chức làm người ở cương vị người cha người chồng và người mẹ người vợ. Dù có gượng gạo ngoan cố gọi cặp đồng tánh luyến ái bằng danh xưng Vợ Chồng, nhưng không thể nào giữ được thiên chức bậc sanh thành để truyền chủng cho loài người.

Theo Phật học, đầu thai sanh ra làm Người ở thế gian là mang một cái Nghiệp làm người. Sống là Tác Nghiệp hay Gieo Nhân và Thọ Nghiệp hay Nhận Quả. Phật dạy về lý Nhân Quả *Trồng dưa hái dưa, trồng đậu hái đậu*, nói chung là Gieo Nhân nào hái Quả ấy. Lý này có giá trị tuyệt đối về mặt vận hành chuyển hóa từ Nhân đến Quả, nhưng hoàn toàn để mọi cá nhân chúng sanh được toàn quyền tự do quyết định lúc gieo Nhân, ai thích ăn dưa thì trồng dưa, ai thích ăn đậu thì trồng đậu. Chúng sanh có tâm thức vô minh nên chỉ nhìn thấy Quả, cần phải quan niệm thận trọng lúc gieo Nhân: Muốn ăn cam phải trồng cam, muốn ăn cam mà trồng chanh thì không thể toại nguyện, lúc ăn trái chanh thì thấy chua không thể nào có vị ngọt như cam được.

Sống một ngày người khéo tu nhận thấy mình đã tác nghiệp bao nhiêu lần, có một hành vi là thân nghiệp, nói một lời là khẩu nghiệp, nghĩ một điều là ý nghiệp? Trong tổng số Nhân đã gieo trong một ngày có bao nhiêu Nhân lành, bao nhiêu Nhân dữ, và tất nhiên phần thọ nghiệp hái Quả cũng được hưởng nhận bấy nhiêu Quả lành và phải gánh chịu bấy nhiêu Quả dữ. Trong cuộc sống chung, cả hai vợ chồng thử kết toán một ngày đã tác nghiệp và thọ nghiệp ra sao thì thấu rõ tình trạng sống chung hằng ngày với nhau.

Nhân vô thập toàn, ai cũng vừa gieo Nhân lành và Nhân dữ, do đó ai cũng vừa nhận Quả lành lẫn Quả dử, chỉ khác ở tỷ lệ Lành–Dữ, Lành nhiều hơn Dữ thì An Vui nhiều hơn Phiền Não, Dữ nhiều hơn Lành thì Ưu tư phiền não nhiều hơn Hạnh Phúc. Muốn đạt tới Hạnh Phúc trọn vẹn, xua đuổi hết Ưu Phiền thì Vợ chồng cần phải cùng có niềm tin ở lý Nhân Quả và khuyên nhủ nhau hằng ngày làm điều Lành, tránh điều Dữ, dù điều Lành rất nhỏ cũng cố làm cho được, dù điều Dữ rất nhỏ cũng cố tránh hoặc đã chót phạm vào cần tự nguyện không tái phạm. Chính những điều RẤT NHỎ này đã tạo nên Hạnh Phúc TRỌN VẸN.

Làm người ai cũng có cả nết tốt lẫn nết xấu. Riêng về nết xấu đã có sẵn lại chia làm hai thứ, nết xấu dễ chừa và nết xấu khó chừa, hầu như không chừa được trong suốt đời hiện tại. Ấy là chưa kể nết xấu hiện thời chưa có nhưng rất dễ mắc phải nếu không biết cảnh giác giữ thân. Đó là sự thật đương nhiên ai cũng vậy khi thọ nghiệp làm người thế gian. Nếu tất cả nết xấu đều dễ chừa một cách trọn vẹn dứt khoát thì không còn ai là chúng sanh nữa, tất cả mọi người đều đắc quả viên mãn thành Bồ-tát, thành Phật, đây là điều không có thể có trong thời gian một đời người. Tình trạng bỏ thì thương vương thì tội là điều dĩ nhiên phải có. Người chưa thông suốt sự thật đương nhiên vì tâm thức còn vô minh nên coi đó là Phiền Não. Ai đã thông suốt thì coi đó là một Thử Thách, một Nghiệp Chướng cần phải cố gắng vượt qua trên con đường tiến tới Giải Thoát. Hai Vợ Chồng nhận xét vô tư thì đều thấy người bạn đời của mình cũng giống như chính mình đều có đủ bằng ấy thứ nết xấu.

Còn tại sao trước khi lấy nhau thì không thấy nết xấu của nhau, nếu có thì chỉ là nết xấu nhỏ dễ bỏ qua, đến khi lấy nhau sống chung rồi mới thấy đủ chứng đủ tật hiện ra? Xin thưa: Trước khi lấy nhau, hai người mê nhau nên chỉ nhìn thấy ở nhau nết tốt, không thấy được nết xấu. Khi sống chung trong thời kỳ hậu hôn nhân, cơn mê giảm dần rồi tỉnh hẳn nên mới thấy. Ở thời kỳ tỉnh táo này tâm thức hai người sẽ ngả theo một trong hai hướng, hoặc là cảm thấy tin yêu khi thấy nết tốt và cảm thấy thương sót khi thấy nết xấu của nhau, hoặc là cảm thấy chán ghét khi thấy quá nhiều nết xấu không tha thứ được và cảm thấy hối tiếc thương thân khi đã lỡ lầm kết duyên với người không tương xứng với mình, hậu quả dẫn tới là ân hận cam chịu hoặc rời bỏ nhau bất chấp gia đình con cái ra sao. Cần phân biệt tình cảm ở hai thời kỳ: Thời kỳ tiền hôn nhân, trai gái say mê nhau nên thuận lấy nhau. Thời kỳ hậu hôn nhân, vợ chồng yêu thương nhau tỉnh táo sáng suốt nên mới trung thành suốt đời vui sống bên nhau. Ngôn ngữ Việt Nam nói rất chính xác, chỉ nói *mê trai mê gái* mà không nói *mê chồng mê vợ*. Tình yêu thương trong đạo Vợ Chồng là như thế.

Lời chúc trong hôn lễ Trăm năm hạnh phúc đã thành một tục lệ nhiều người tin theo. Nội dung lời chúc cần được hiểu theo hai phương diện:

Về phương diện đạo đức, lời chúc này được đa số người tin theo coi đây chỉ là nghi thức xã giao cần thiết trong hôn lễ. Về sự chân thành trong tâm người phát biểu thời tùy thuộc vào giao tình giữa hai bên trao lời chúc và nhận lời chúc, tùy theo từng trường hợp cá biệt, không quy được về một câu trả lời chung.

Về phương diện giáo lý chỉ người tin theo lý Nhân Duyên trong đạo Vợ Chồng mới nhận thấy. Lời chúc chỉ có giá trị nhắc nhở đôi uyên ương cùng nhau giữ trọn đạo Vợ Chồng để cùng hưởng Hạnh Phúc suốt đời bên nhau, không có giá trị một sự cầu mong Hạnh Phúc Lứa Đôi tự dưng đến mà đôi uyên ương không cần quan tâm cùng xây dựng. Có xây dựng mới thành tựu, có trồng cây mới được ăn trái, có gieo Nhân mới lãnh Quả. Không có thứ Phúc hay Họa nào ở thế gian tự dưng đến với con người ở thế gian, cần phải tạo tác ra mới có được và cần phải thường xuyên vun bồi thì Phúc mới trường tồn suốt cả đời là thời gian trăm năm.

Tại Ấn Độ chịu ảnh hưởng sâu đậm lý Luân Hồi Nghiệp Báo còn thấy lời chúc trong hôn lễ: *Cầu chúc cho đôi uyên ương Hạnh Phúc mãi mãi bên nhau, suốt đời này và tiếp nối những đời sau*. Lời chúc này diễn ý hai người hôn phối phải giữ trọn đạo Vợ Chồng không phải chỉ trong suốt đời hiện tại mà trong những đời sau hai người lại có duyên gặp nhau kết nghĩa Vợ Chồng để mãi mãi sống bên nhau.

Lý Nhân Duyên trong đạo Vợ Chồng cho biết sở dĩ hai người kết nghĩa lứa đôi ở đời hiện tại là do mối tiền duyên đã có liên hệ với nhau từ một đời nào đó trong quá khứ. Thành ngữ *Duyên nợ ba sinh* hay *Hương lửa ba sinh* diễn tả ý mối tiền duyên đã có từ ba đời trước. Con số ba chỉ có nghĩa tượng trưng là nhiều, một đời nào đó trong quá khứ cách đời hiện tại ít ra là ba đời. Sự tích nhân duyên của Thái Tử Tất-đạt-đa (tiếng Phạn Siddhãrtha) con Đức Tịnh-Phạn vương kết nghĩa vợ chồng với nàng công chúa Da-du-đà-la (tiếng Phạn Yagôdharâ) con Đức Thiện-Giác vương là một bằng chứng: Năm trăm đời trước hai người đã có nhân duyên với nhau, chàng là một sa-di mới gia nhập tăng già, nàng là cô gái bán hoa. Trở ngại không thể thành hôn được vì chàng đã xuất gia, hai người hứa sẽ kết nghĩa vợ chồng trong một đời sau với điều kiện cuộc sống lứa đôi không gây trở ngại cho việc tu hành. Giữ trọn lời hứa từ năm trăm đời trước, Thát tử Tất-đạt-đa đã xa rời vợ và con trai là La-hầu-la (tiếng Phạn Rahoula) để đi cầu đạo. Trong nhiều quyển kinh Đức Thích Ca còn cho biết Da-du-đà-la nhiều lần là vợ ngài trong nhiều đời đã qua theo vòng Luân Hồi và đã giúp ngài trong việc hành trì ở bậc Bồ-tát.

Mặt khác, nếu đời hiện tại mới có nhân duyên nhưng chưa hội kết với nhau thành Vợ Chồng thời một đời sau nào đó sẽ gặp nhau để nối lại nhân duyên kết nghĩa vợ chồng. Nguyễn Du mô tả nàng Thúy Kiều trong thời gian xa cách Kim Trọng đã có lời than:

Nợ tình chưa trả cho ai,
Khối tình mang xuống tuyền đài chưa tan!

Hạnh Phúc Lứa Đôi là Pháp Hữu Vi chuyển hóa vô thường, không phải là Pháp Vô Vi trường sanh bất tử. Tuy vậy, đôi uyên ương khéo tu vẫn được hưởng Hạnh Phúc mãi mãi bên nhau, suốt đời này và tiếp nối những đời sau. Đây là một Pháp Khả Thi được dẫn giải rõ ràng như sau: Hạnh Phúc Lứa Đôi ví như vườn hoa có sắc đẹp hương thơm. Muốn có hoa tất phải trồng, đây là bổn phận XÂY DỰNG Hạnh Phúc Lứa Đôi của đôi uyên ương. Hoa có nở ắt có tàn, đây là lý VÔ THƯỜNG của Pháp Hữu Vi. Hoa này tàn, hoa khác lại nở do đôi uyên ương thường xuyên chăm sóc vườn hoa để lúc nào cũng có cảnh sắc hoa đẹp, hương thơm. Đây là bổn phận VUN BỒI nếu không thì chỉ được hưởng Hạnh Phúc Lứa Đôi nhất thời, không được hưởng mãi mãi bên nhau ngay trong đời này, khỏi nói đến những đời sau. Tóm lại, Hạnh Phúc Lứa Đôi là một thực thể khả thi, phải xây dựng mới có và phải vun bồi thường xuyên mới trường tồn vĩnh cửu.

KẾT LUẬN

Đạo Vợ Chồng là NHƯ THẾ! Là một khế ước tương thuận đề cao quyền Tự Do Hôn Nhân của hai người phối ngẫu? Là một định chế xã hội chủ xướng sự ổn định trật tự trong tập thể cộng đồng? Là một lẽ đương nhiên của Đạo lý nhằm mục đích thánh thiện hóa con người? Là một trong Ngũ Luân có tầm quan trọng trong đạo là Người? Là thắp sáng tình yêu thương theo lời dạy của Đức Chúa Trời? Là biểu tượng của lý Nhân Duyên của con người thọ nghiệp ở thế gian?

Tất cả lời giải thích vừa kể trên đều ĐÚNG và KHÔNG ĐÚNG, đúng vì nói lên hợp với Sự Thật một phần, một khía cạnh, một giới hạn nào đó; không đúng vì chưa nói lên được Sự Thật một cách trọn vẹn toàn diện. Nguyên do sự bất toàn bất đạt này ở chỗ Hôn Nhân là sự kết hợp một Nam một Nữ thành đôi Vợ Chồng trong sinh hoạt thực tế của con người. Đó là một THỰC THỂ NHÂN SINH không thể lý giải bằng ngôn từ được. Người ngoại cuộc dù có nghiên cứu bao nhiêu học thuyết cũng không cảm nhận được đầy đủ và chính xác. Ngược lại, một khi đã nhập cuộc nên Vợ thành

Chồng thì ai cũng cảm nhận thấy trọn vẹn một cách dễ dàng. Đó là cảnh tượng Vợ Chồng đang thọ nghiệp thế gian: *Chưa bước vào vòng thì không biết được bên trong ra sao, khi bước chân vào rồi thì mới dần dần tỏ ngộ*. Vui sướng cũng có, buồn phiền cũng có, yêu thương giận hờn nối tiếp nhau dệt thành chuỗi ngày sống chung cho đến khi tỏ ngộ tỉnh thức được đạo Vợ Chồng, thực chứng được Tình Yêu Thương Thanh Tịnh Chân Chánh trong đạo Vợ Chồng. Nói cách khác, đạo Vợ Chồng không thể học được trong thời kỳ tiền hôn nhân. Kể từ khi sống chung với nhau, cả hai người phối ngẫu mới có thể bảo nhau *cùng học tập cùng thực hành* đạo Vợ Chồng. Đó chính là bổn phận xây dựng và vun bồi Hạnh Phúc Lứa Đôi.

Trong ca dao tục ngữ, người xưa đã để lại những bài học quý báu có giá trị thực tiễn cụ thể trong đạo Vợ Chồng, thế hệ con cháu hiện nay hầu như không biết đến chỉ coi đó là thứ văn chương phù phiếm trong lịch sử văn học của dân tộc.

Tình yêu thương bao dung của Chồng khi biết vợ có nết hư tính xấu:

Đêm đêm nằm ngáy o o,
Chồng yêu chồng bảo ngáy cho vui nhà!
Đi chợ thì hay ăn quà,
Chồng yêu chồng bảo về nhà đỡ cơm!

Thái độ vui vẻ chịu đựng Vợ khi chồng có tánh hay nóng giận:

Chồng giận thì vợ làm lành,
Miệng cười hớn hở rằng anh giận gì?

Cảnh gia đình hạnh phúc, vợ chồng ý hợp tâm đầu sống trong cảnh nghèo nàn:

Râu tôm nấu với ruột bầu,
Chồng chan vợ húp gật đầu khen ngon!

Lời khuyên nhủ nhau vừa chân thành vừa tha thiết: *Tình nghĩa Vợ Chồng cơm dẻo canh ngọt, gừng cay muối mặn ta cùng có nhau.*

PHỤ CHÚ

Để mua vui chung cùng các thân hữu lão niên có niềm tin ở lý Nhân Duyên và đã trải qua thời gian Vợ Chồng sống chung từ ba mươi năm trở lên, kẻ cầm bút trình làng một câu hỏi: Theo lý Luân Hồi, khi sang tới đời sau bạn có muốn gặp lại người phối ngẫu ở đời này để tiếp nối kết nghĩa Vợ Chồng hay không muốn nữa?

Kết quả: Đa số cảm thấy câu hỏi vui vẻ và có phần hữu ích nhưng đều tỏ thái độ dè dặt không có sự đáp ứng bằng lời nói, hình như trong tâm chưa có quyết định dứt khoát. Chỉ có bốn trường hợp có sự trả lời rõ ràng:

1. Ông Chồng trả lời ngay một cách vui vẻ trước sự có mặt của bà xã cùng người tiếp khách: Có chứ! Có bà xã tôi bên cạnh quán xuyến hết mọi việc trong nhà, tôi mới rảnh tay yên tâm lo đóng góp được phần nào công việc ngoài xã hội. Thấy tôi thành công, nhiều người khen tôi góp công sức cho thế hệ mai sau, họ quên mất phần đóng góp gián tiếp của bà xã tôi! Thiếu bà nó, tôi thực không sao xoay sở được! Chỉ làm những việc không tên là hết ngày rồi!

Bà Vợ ngồi nghe Chồng nói chỉ mỉm cười sung sướng, không ngỏ ý bằng lời.

2. Ông Chồng cười xuề xòa trả lời rất tự nhiên: Tôi thì dễ mà! Sao cũng được, việc đó còn tùy ở bà nó quyết định, bà nó chịu thì tôi chịu!

Bà Vợ cũng cười rất tự nhiên: Lấy nhau hơn bốn chục năm rồi, lúc nào ông ấy cũng thế, chiều vợ thì có chiều nhưng chẳng quyết định việc gì cả, tôi cũng chả biết làm sao, duyên thì giữ mà nợ thì xin thôi!

3. Ông Chồng trầm ngâm giây lát rồi thong thả trả lời: Việc ở đời hiện tại tôi thấy nhiều khi nhức cả đầu chẳng biết giải quyết nên chăng ra sao, nói gì đến đời sau! Để nghĩ đã rồi sẽ trả lời sau…

Bà Vợ nghe Chồng trả lời chưa hết ý đã đứng dậy đi vào nhà trong.

4. Ông Chồng chống trả: Hỏi thật hay giỡn chơi vậy hả? Vợ Chồng mình thì sao lại đi hỏi Vợ Chồng người khác?

Bà Vợ trả lời liền một mạch: Chỗ thân tình bạn bè coi nhau như ruột thịt, tôi mới nói thiệt lòng đời sau hễ nhìn thấy ông nhà tôi từ xa là tôi co cẳng chạy dài! Đời này đã mấy lần tôi toan bỏ chạy nhưng nhìn thấy lũ trẻ con nên không sao chạy được, đành chịu cho đến lúc về với Trời Phật Tổ Tiên!

Giải đáp

Trước tiên là con số 30 năm vợ chồng sống chung mới hội đủ nhận thức để trả lời câu hỏi đặt ra, tại sao? Đáp: Cuộc sống chung lứa đôi là một THỰC THỂ NHÂN SINH, chỉ có người đã hành trì chức năng vợ hay chồng mới thực chứng được, giống như đạo pháp ai *có hành mới chứng*, nếu không chỉ là lý giải nói suông, dù tế nhị tinh vi đến đâu cũng là do suy ngẫm mà có, không phải do kinh nghiệm sống thực tế. Con số 30 chỉ có tính cách quy ước giả định, tùy trường hợp căn cơ trí tuệ của hai người phối ngẫu mà tăng hay giảm. Thậm chí có cặp sống chung 50 năm hay hơn nữa vẫn tiếp tục vô minh về mối Nhân Duyên vợ chồng, ngược lại có người thuộc bậc thượng căn đại trí như Bồ-tát hóa thân thị hiện ở thế gian đóng vai kết duyên vợ chồng, đã thông suốt mối Nhân Duyên vợ chồng ở đời hiện nay từ thời Tiền hôn nhân, thời gian cần thực chứng đạo vợ chồng không đặt thành vấn đề nữa.

Thứ đến là lý Nhân Duyên trong đạo vợ chồng hay lý Nhân Duyên Quả Báo nói chung trong mối liên hệ giữa con người với con người như cha mẹ với con cái, anh chị em, họ hàng thân thích hay bạn bè… Hành giả thông suốt lý Nhân Duyên vợ chồng cần thâm quán đầy đủ cả hai mặt: Thực thể cuộc sống hiện tại hiển lộ mối liên hệ giữa hai người phối ngẫu vừa là Quả vừa là Nhân.

Là QUẢ do nhân đã gieo từ những đời trước trong thời gian quá khứ: Nhân lành thì nay hưởng quả phúc, thuận vợ thuận chồng yên vui sung sướng; nhân dữ thì nay chịu quả tội vợ chồng làm khổ lẫn nhau. *Gieo Nhân nào lãnh Quả ấy*. Đây là mặt *tiêu cực thụ động* ở lý Nhân Quả, đa số Phật tử thường chỉ tin có mặt tiêu cực này.

Đồng thời là NHÂN đang gieo trong hiện tại thể hiện ở cách đối xử với nhau trong đạo vợ chồng. Nhân này dẫn đến Quả trong những đời sau trong thời gian vị lai: Giữ trọn đạo vợ chồng ở đời hiện tại thì mai sau hạnh phúc ấm êm, lỗi đạo vợ chồng ở đời hiện nay thì mai sau gia đình lục đục đổ vỡ. Đây là mặt *tích cực chủ động* ở lý Nhân Quả, hành giả chân tu không bao giờ sao nhãng mặt tích cực này trong lúc hành trì Chánh pháp thọ nghiệp thế gian.

Để sáng tỏ rõ ràng hơn, xin giải đáp một số trường hợp cụ thể như sau:

Trường hợp chưa vững niềm tin ở lý Nhân Duyên, chưa có quyết định dứt khoát, lý do tại đương sự sống lần lữa trong vô minh, chưa quán được cuộc sống lứa đôi với người phối ngẫu vừa là Quả vừa là Nhân như đã trình bày ở trên. Dù chưa có thái độ ứng xử dứt khoát, lý Nhân Duyên vẫn chi phối những cặp vợ chồng này.

Trường hợp xác nhận có hạnh phúc lứa đôi, đời sau nguyện gặp lại người phối ngẫu, đương sự cần quán chiếu rõ ràng ở hai mặt Quả và Nhân: Hạnh phúc đời hiện nay là Quả đời trước đã gieo Nhân lành, đời sau có còn hưởng Hạnh phúc nữa hay hết là do Nhân hai vợ chồng cùng gieo ở đời hiện tại. Hạnh phúc hay đau khổ là pháp hữu vi, pháp hữu lậu, chuyển hóa vô thường, không trường tồn bất biến như pháp vô vi, pháp vô lậu. Nói dễ hiểu, giữ trọn đạo vợ chồng ở đời hiện nay là gieo Nhân lành để đời sau tiếp tục hưởng Quả phúc khi tái ngộ cùng nhau.

Trường hợp phân vân không biết có nên hay không nên tái ngộ cùng nhau ở đời sau, lý do tại đương sự ở đời hiện nay chưa hết lòng yêu thương, bao dung đối với người phối ngẫu. Đương sự còn giữ tâm vị kỷ, tâm phân biệt tính toán thiệt hơn trong cuộc sống lứa đôi. Đương sự cần quán chiếu rõ ràng ở hai mặt Quả và Nhân: Sự còn giữ tâm vị kỷ phân biệt ở đời nay là Quả, muốn đời sau không còn nữa và chắc chắn sẽ gặp được người phối ngẫu hoàn toàn ý hợp tâm đầu, hạnh phúc lứa đôi trọn vẹn thì phải diệt trừ tâm vị kỷ phân biệt ngay ở đời hiện tại, chuyển thành tâm vị tha, không phân biệt, nghĩa là yêu thương hết lòng, biết bao dung và tha thứ lỗi lầm đối với người phối ngẫu. Như vậy là gieo Nhân lành ở đời hiện tại để hưởng Quả phúc ở đời sau. Nếu còn giữ tâm vị kỷ phân biệt ở đời hiện nay thì chắc chắn đời sau vợ chồng gặp lại nhau trong tình trạng cuộc sống lứa đôi như ở đời hiện nay.

Trường hợp cuộc sống lứa đôi ở đời hiện nay đem lại đau khổ phiền não cho nhau, đời sau không muốn tái ngộ người phối ngẫu. Đương sự cần bình tĩnh quán chiếu Quả và Nhân: Sự đau khổ phiền não ở đời hiện tại là Quả do Nhân bất thiện đã gieo từ nhiều đời trước, không an nhẫn trả Quả ở đời hiện tại thì đời sau cũng vẫn phải trả. Do đó, thái độ người chân tu là an nhẫn trả Quả, chịu đựng sự thiệt thòi ở đời hiện tại, đồng thời gieo Nhân lành để đời sau sẽ có quả phúc, nghĩa là không oán trách hận thù người phối ngẫu ở đời hiện tại. Đây là giải pháp ứng hợp nhất, không có giải pháp nào khác trong trường hợp này.

Tóm lại, bất cứ gặp trường hợp nào, thuận cảnh hay nghịch cảnh, người con Phật tu tại gia vẫn giữ trọn đạo Vợ Chồng theo lời Phật dạy. Đó là tự giác tự độ và giác tha độ tha trong phạm vi tập thể nhân sinh bé nhỏ chỉ gồm có hai vợ chồng. Giữ trọn đạo Vợ Chồng cần được quán niệm như pháp môn Đại Thừa ứng dụng cho người tu tại gia. Tự giác tự độ là nhìn thấy tự thân cả tính tốt lẫn nết xấu mà quyết tâm tiến tu, giác tha độ tha là bao dung và giúp đỡ người phối ngẫu trên bước đường tiến tu. Như vậy là **hai vợ chồng trở thành bạn đồng tu**, cùng dắt nhau tiến tới Chân Hạnh Phúc tại thế gian ngay ở đời hiện tại và tiếp tục ở những đời sau. Nói cách khác về mặt đạo pháp, đó là giải pháp tối ưu dành cho cặp vợ chồng cùng thông suốt lý Nhân Duyên, biết bảo nhau cùng phát nguyện vượt qua mọi thử thách, diệt trừ mọi chướng nạn trong thời gian cùng thọ nghiệp thế gian ở cương vị vợ chồng, nhằm mục tiêu tiến tới cứu cánh cùng Giải thoát.

51 ĐẠO LÀM NGƯỜI

ĐẠO nghĩa đen là *con đường*, nghĩa bóng là *lẽ phải*, việc cần phải làm. Con đường chánh dẫn tới mục tiêu, con đường ngược hay con đường lạc không dẫn tới mục tiêu. Đi trên con đường chánh là *đi đúng đường*, đi trên con đường không dẫn đến mục tiêu là *đi lạc đường*. Việc làm đúng với lẽ phải do thánh hiền chỉ dạy gọi là CHÁNH ĐẠO hay THÁNH ĐẠO. Việc làm sai trái do ma quỷ tiêu biểu cho sự mê lầm xấu xa súi dục gọi là TÀ ĐẠO hay MA ĐẠO.

Đạo từ đâu mà có? Các bậc thánh hiền căn cứ vào lý lẽ nào để chỉ dạy điều hay lẽ phải? Câu trả lời khác nhau tùy theo từng giáo phái.

Theo Khổng giáo, Đạo do Trời sáng lập ra nên có tên gọi là ĐẠO TRỜI, LẼ TRỜI, chữ Hán là THIÊN ĐẠO, THIÊN LÝ. *Các bậc Thánh Hiền kể cả Đức Khổng tử không sáng lập ra Đạo, chỉ nương theo Đạo Trời mà quy định ra Đạo làm Người*, phần chủ chốt là TU THÂN. Muốn có được Thân tu thì cần phải Minh Đức, làm sáng tỏ khả năng thông suốt mọi sự vật (1). Muốn cho Đức sáng thì Ý phải thành, muốn cho Ý thành thì Tâm phải chánh. Tâm đã chánh thì Thân tu, do đó **Tu Thân chính là Tu Tâm, lo trọn Đạo làm Người tức là lo trọn Đạo Trời.**

Khai triển và chu toàn việc Tu thân dẫn đến Tề gia, Trị quốc và Bình thiên hạ. Thân có tu, gia mới tề, quốc mới trị và thiên hạ mới bình, do đó có danh xưng gọi tắt là **Tu–Tề–Trị–Bình**, chỉ bốn việc có liên hệ mật thiết với nhau.

Theo Thiên Chúa giáo, Đạo do Đức Chúa Trời sáng lập ra. Giáo Hội nương theo Ý Chúa mà san định ra Đạo. Do đó, **con chiên lo giữ mình và giúp người là làm theo Ý Chúa, phục vụ Chúa.**

Theo Phật giáo, Đạo là lý Chân Như. Lý này có tự tánh Thanh Tịnh, thực tánh an nhiên tự tại, bất sanh bất diệt, không biến đổi vô thường. *Phật* *cảm ứng viên dung với lý Chân Như* mà tuyên thuyết thành ra Chánh Pháp tức Chánh Đạo. Phật là bậc Viên Giác, *không sáng lập ra Đạo nhưng tuyên thuyết lý Đạo* nên có danh xưng **Phật tánh** để chỉ lý Chân Như. Cũng gọi Phật tánh là *Pháp tánh, Như Lai tạng.* Pháp tánh Chân Như có tròn đầy ở nơi Phật, chúng sanh cũng có nhưng không nhận ra vì lý do Vô Minh. **Tu chứng Đạo pháp thành Phật là ngộ nhập Pháp tánh Chân Như**, Phật học gọi là KIẾN TÁNH THÀNH PHẬT.

NGƯỜI là giống động vật có đời sống nội tâm linh thiêng hơn các động vật khác. Về cuộc sống sinh lý, thể lực và giác quan của con người không bằng các động vật khác: Thể lực không khỏe bằng voi, chạy không nhanh bằng ngựa, mang vật nặng không bằng kiến (có khả năng mang vật nặng hơn 30 lần trọng lượng thân xác của kiến), mũi không đánh hơi thính bằng chó, mắt không tinh bằng mèo… Tuy vậy, về cuộc sống tâm linh, con người cao hơn bất cứ giống động vật nào khác. Lịch sử tiến hóa của nhân loại đã dẫn chứng cụ thể rõ ràng khi so sánh với các động vật khác, thiết tưởng không cần kể thí dụ ai cũng đã biết.

ĐẠO LÀM NGƯỜI hay NHÂN ĐẠO là những việc cần phải làm của con Người cho đúng với *lẽ phải*, do đó có từ ngữ ĐẠO LÝ có nội dung việc cần phải làm theo *lẽ đương nhiên như thế*. Đó là Sự Thật tuyệt đối không lệ thuộc vào không gian và thời gian theo tiến trình lịch sử của nhân loại. Đừng nhầm lẫn với ĐẠO GIÁO có nội dung hẹp hơn chỉ trong phạm vi tôn giáo tín ngưỡng: Tin theo ĐẠO LÝ ở cương vị làm Người, tin theo ĐẠO GIÁO ở cương vị một tín đồ thuộc giáo phái nào đó như Phật giáo, Khổng giáo, Thiên Chúa giáo…

Nói đến Đạo lý làm người, đa số người nghe nghĩ ngay đến *Đạo cương thường* hay *Đạo lý luân thường*. Đó là Đạo làm người trong giáo lý đạo Khổng gồm có **Tam cương, Ngũ thường** và **Ngũ luân** (2). Trong phạm vi bài viết ở đây, nội dung đề cập đến Đạo làm người trong giáo lý đạo Phật, chỉ trình bày những khái niệm căn bản về CON NGƯỜI và ĐỜI SỐNG CON NGƯỜI, không bàn đến những chi tiết vi diệu trong Nhân sanh quan và Vũ trụ quan theo Phật học.

1 ĐỊNH NGHĨA CON NGƯỜI

Theo khoa học thường thức, CON NGƯỜI là một trong ba loại VẬT có *hình tướng* trong không gian, có *tánh cụ thể* nhìn thấy bằng mắt, sờ thấy bằng tay. Ba loại vật gồm có Khoáng vật, Thực vật và Động vật. Trong số những

Động vật, CON NGƯỜI có khả năng bẩm sanh linh thiêng cao hơn, có lý trí thông tuệ hơn các động vật khác như thú vật, chim, cá, côn trùng... Khả năng thiên phú cao diệu nhất này gọi là *Linh Hồn* (3).

Theo Phật học, CON NGƯỜI là một trong những loại CHÚNG SANH. Từ ngữ *Chúng sanh* thường hiểu theo nghĩa hạn hẹp và thiếu sót là *con người*. Hiểu theo nghĩa chính xác và đầy đủ, từ ngữ này có nội dung rất rộng và tinh tế về nhiều mặt.

Định nghĩa theo từ ngữ, CHÚNG là nhiều thứ, nhiều yếu tố hợp lại thành một đơn vị; SANH là xuất hiện ra. CHÚNG SANH là một vật do nhiều yếu tố, nhiều thành phần khế hợp để xuất hiện ra tức sanh ra. Có hai thành phần khế hợp để tạo thành một vật có cuộc sống, đó là *vật chất* và *tinh thần*. Riêng trường hợp con người, hai thành phần này mang tên gọi là *Thân xác* và *Tâm hồn*, gọi tắt là *Xác* và *Hồn*, trong Phật học gọi là THÂN và TÂM. Thân thuộc về pháp tướng, Tâm thuộc về pháp tánh (4).

Một câu hỏi đặt ra: Có bao nhiêu loại chúng sanh? Xin thưa: Có nhiều cách xếp loại chúng sanh tùy theo tiêu chuẩn khác nhau, mỗi cách xếp loại có một câu giải đáp tổng số khác nhau. Sau đây là mấy cách xếp loại thường thấy trong Phật học:

Tam chủng chúng sanh

Cách xếp loại này theo tiêu chuẩn *căn cơ tánh trí* sáng suốt, lanh lợi hay ngu tối, chậm chạp. Có ba loại chúng sanh:

LỢI CĂN hay THƯỢNG CĂN: Hạng này có trí tuệ thông suốt, có khả năng thọ lãnh Đại pháp của Phật. Đây là hàng *Bồ-tát.*

TRUNG CĂN: Hạng này có khả năng thọ lãnh Pháp trung bình của Phật. Đây là hàng *Nhị thừa Thanh văn và Duyên giác.*

ĐỘN CĂN hay HẠ CĂN: Hạng này u mê, tăm tối chỉ có thể thọ lãnh Phật pháp ở mức độ nhỏ thấp. Đây là hàng *Phàm phu.*

Tứ chủng chúng sanh

Thường gọi tắt là Tứ sanh. Cách xếp loại này theo tiêu chuẩn cách sanh ra gồm có bốn loại chúng sanh:

NOÃN SANH: Hạng này sanh ra *trứng* rồi từ trong trứng nở ra con như các giống chim.

THAI SANH: Hạng này sanh ra từ trong *bào thai* và lớn lên, hết thời kỳ mang thai mới rời khỏi thân của mẹ tiếp xúc với đời sống bên ngoài như người và các giống thú.

THẤP SANH: Hạng này sanh ra trong *môi trường ẩm ướt*, trong nước như cá. Cá đẻ ra trứng trong môi trường nước, rồi sau đó trứng cá mới nở ra cá con.

HÓA SANH: Hạng này *tự nhiên mà hóa ra*, do Nghiệp lực chuyển hóa mà thay đổi hình hài, cách sống như con tằm có tiến trình hóa sanh chia làm bốn giai đoạn: Con ngài có hình hài như con bướm đẻ ra trứng; trứng nở ra con tằm; con tằm già gọi là tằm đã chín hóa thành con nhộng sau khi nhả tơ làm cái kén và nằm ở trong kén; con nhộng khi già đã chín hóa thành con ngài, mọc cánh và cắn thủng cái kén bay ra ngoài.

Dù sanh ra bằng cách nào, chúng sanh vẫn có nghiệp khổ, luân chuyển trong vòng Luân hồi, do đó có tên gọi chung là *Tứ sanh khổ luân.*

Ngũ chủng chúng sanh

Cách xếp loại này theo tiêu chuẩn *căn lực* không thể thọ lãnh được thiện pháp gồm có năm loại chúng sanh:

BẤT TÍN: Hạng này không thọ lãnh được Chánh Tín.

HỦY CẤM: Hạng này không thọ lãnh được Trì Giới.

KHAN THAM: Hạng này không thọ lãnh được Bố Thí.

GIẢI ĐÃI: Hạng này không thọ lãnh được Đa Văn.

NGU SI: Hạng này không thọ lãnh được Trí Tuệ.

Nếu thuyết pháp với năm loại chúng sanh này tức là không nhận ra ác căn hay tội căn của chúng.

Thập chủng chúng sanh

Thường gọi là **Thập loại chúng sanh**. Danh xưng có nghĩa chính xác hơn là **Thập Pháp giới**, gọi tắt là **Thập Giới**, diễn nôm là **Mười Cõi**. Đó là *đối tượng của tư duy*, phản ánh mọi sự vật lên tâm thức con người khi quán chiếu ngoại cảnh. *Vạn pháp đều do Tâm tạo ra*, do đó cùng một sự vật ở ngoại cảnh mà có nhiều pháp giới khác nhau trong tâm thức từng cá nhân tùy theo thể tánh của mỗi chúng sanh. Cùng một cảnh sông núi, người thì quán thấy đó là tài nguyên phong phú của quốc gia dân tộc, người thì quán thấy đó là sự xa cách chia ly, người thì quán thấy đó là vẻ đẹp của thiên nhiên…

Cách xếp loại này theo tiêu chuẩn *chứng ngộ đạo pháp* gồm có mười loại chúng sanh, liệt kê từ trên xuống dưới chia làm hai phần:

TỨ THÁNH

Bốn hạng trên đã Giác Ngộ trên đường Giải Thoát:

PHẬT: Hạng này đã Viên giác tức Giác Ngộ hoàn toàn, thường gọi là *Đại Giác*, bậc *Toàn Giác* đã viên mãn cả hai giác hạnh Tự Giác và Giác Tha.

BỒ TÁT: Hạng này đã tự giác, đắc *quả Bồ-đề* hay *quả Phật* nhưng tự nguyện hóa hiện làm chúng sanh để cứu thế độ nhân.

DUYÊN GIÁC: Cũng gọi là *Độc Giác* hay *Bích-chi Phật*, hạng này đã tự giác giải thoát cho mình, không phát tâm giáo hóa chúng sanh như hạng Bồ-tát.

THANH VĂN: Hạng này đã *lắng lòng* cho thanh tịnh để *nghe lời* Phật dạy, tiến đến *chứng ngộ* Tứ Diệu Đế và tánh Không của thế giới hiện tượng. Mục đích tối cao của Thanh Văn là trở thành A-la-hán.

LỤC PHÀM

Sáu hạng dưới chưa Giác Ngộ, còn luân chuyển trong Lục đạo Luân Hồi. Lục Phàm lại chia làm hai phần nhỏ:

TAM THIỆN ĐẠO: Ba hạng ở tiền kiếp có gieo nhân lành và hiện kiếp này có thiện tâm tu Đạo, gồm có:

– THIÊN tức cõi Trời.

– A-TU-LA tức cõi Thần.

– NHÂN tức cõi Người ở thế gian.

Trường hợp *A-tu-la* có hai cách xếp hạng: Một cách để trên cõi Người nếu là *Phúc Thần*, một cách để dưới cõi Người nếu là *Hung Thần* có tánh nóng giận, kiêu mạn, hiếu thắng…

TAM ÁC ĐẠO: Ba hạng ở tiền kiếp đã phạm nhiều tội ác, nay phải chịu trả quả và hiện kiếp này khó tu các điều lành:

– SÚC SANH.

– NGẠ QUỶ tức QUỶ ĐÓI, MA ĐÓI.

– ĐỊA NGỤC.

Sự định nghĩa CON NGƯỜI và cách xếp loại CHÚNG SANH vừa trình bày dẫn đến những khái niệm căn bản sau đây:

Con người là một trong mười loại *chúng sanh*, thuộc giống thai sanh.

Con người là một loại chúng sanh *chưa Giác Ngộ*, là một trong Lục Phàm *chịu luân hồi nghiệp báo* theo lý Nhân Quả.

Con người có *căn cơ tánh trí trung bình*, tuy ở trong Lục Phàm không bằng ở trong hàng ngũ Tứ Thánh nhưng xếp hạng vào hàng Tam Thiện Đạo cao hơn hàng Tam Ác Đạo.

Nhìn lên không bằng Tứ Thánh, ngó xuống thấy mình cao hơn Địa Ngục, Ngạ Quỷ và Súc Sanh, **con người muốn thăng tiến hay đọa xuống đều do tự mình có phát nguyện và hành trì Đạo pháp hay không.**

Những khái niệm căn bản này chính là những nét chánh yếu trong **Nhân sanh quan** theo giáo lý đạo Phật.

2 CON NGƯỜI VỚI TỰ NGÃ VÀ THA NHÂN

Nhân sanh quan là *cách nhìn vào cuộc sống con người* ở hai mặt, tự mình nhìn mình và từ cá nhân mình nhìn sang những người khác trong cuộc sống tập thể xã hội. *Từ cách nhìn dẫn đến sự đánh giá cao thấp và thái độ ứng xử nên chăng thế nào.* Đó là nguồn gốc của đạo lý làm người, nơi phát xuất ra Đạo đức học và Xã hội học, nền tảng xây dựng nên Văn minh Tiến hóa nhân loại.

Đạo Phật được gọi là đạo **Từ Bi**, đạo **Giác Ngộ** và đạo **Giải Thoát.** Nói là TỪ BI khi nhấn mạnh đến *bản thể tự tánh Thanh Tịnh*, nói đến *Phật tánh* ở con người ai cũng có, chúng sanh tu chứng Đạo quả viên mãn sẽ thành Phật. Nói là GIÁC NGỘ khi chú trọng đến *phương tiện* để đạt tới Quả Phật. Nói là GIẢI THOÁT khi nhắm tới *cứu cánh* hành trì Đạo pháp. Nói một câu thông suốt cả ba ý như sau: Muốn Giải Thoát khỏi hết thảy khổ nạn, hành giả cần chuyên tu đạt tới Giác Ngộ; muốn Giác Ngộ, hành giả cần quán Từ Bi thấy tự mình vốn có Phật tánh, cần chuyên tu tăng trưởng Chân tánh Thanh Tịnh của chính mình và sẽ trở thành Giác giả, thành Phật.

Về mặt hành trì, Phật học chia làm hai phần: TỰ ĐỘ TỰ GIÁC tức con Người đối với tự ngã, với Thân Tâm chính mình và ĐỘ THA GIÁC THA tức con Người đối với tha nhân đồng loại trong cuộc sống tập thể xã hội. Hai phần này có tương quan liên hệ mật thiết với nhau, không thể tách riêng rẽ được. Do đó, có cách chia khác cũng gồm có hai phần: TỰ ĐỘ ĐỘ THA và

TỰ GIÁC GIÁC THA. Đây là một minh chứng tỏ rõ **tánh bình đẳng** giữa con người với con người trong giáo lý đạo Phật. Con NGƯỜI phải *cùng tu cùng chứng*, không thể tự độ tự giác đạt tới viên mãn mà không hề độ tha giác tha, cũng như không thể độ tha giác tha mà không lo trước việc tự độ tự giác. Nói ngắn gọn là CỨU MÌNH và CỨU NGƯỜI chỉ là *một việc gồm có hai phần*, không phải là hai việc riêng rẽ.

Con người với tự ngã

Đây là phần đạo làm người cá nhân mình đối với chính mình, thông thường gọi là TU TÂM DƯỠNG TÁNH, Phật học gọi là TỰ ĐỘ TỰ GIÁC tức BỔN PHẬN ĐỐI VỚI CHÍNH MÌNH. Cả ba ý niệm đều chưa được rõ ràng trọn vẹn, làm cho người nghe thường thiên chấp về mặt *tâm linh*, coi nhẹ về mặt *thể xác*, nhất là chưa sáng tỏ được *liên hệ mật thiết* giữa THÂN và TÂM của cùng một cá nhân con người. Khái niệm đầy đủ nên hiểu là **BỔN PHẬN CON NGƯỜI ĐỐI VỚI THÂN VÀ TÂM CHÍNH MÌNH.**

Về mặt thể xác tức đời sống sinh lý, con người có những nhu cầu vật chất như ăn mặc, nhà ở, thuốc men… Con người cần lo cho đầy đủ, giữ gìn sức khoẻ, tập thể dục… *Đạo Phật không thừa nhận lối tu khổ hạnh*, ép xác chịu đựng những thiếu thốn quá đáng dẫn đến làm thương tổn thể xác hay mang tật bệnh. Sau sáu năm tu khổ hạnh, Đức Thích Ca đã chấm dứt lối tu này. Con người ham ăn ham ngủ, có nhiều tham dục về thể xác, *không được cung ứng cho phủ phê*, *cũng không để thiếu thốn dưới mức độ cần thiết.* Con đường trung đạo là **vừa đủ** diễn tả ở lời dạy **Thiểu dục tri túc**, cần biết mức độ vừa đủ và dừng lại ở đấy. Lời dạy này lý giải thì dễ hiểu, nhưng hành trì cho nghiêm túc thì không dễ vì lý do lòng tham dục *được voi đòi tiên* của chúng sanh.

Để diễn tả và đề cao công đức của hạnh TRI TÚC có câu thơ chữ Hán:

Sự năng tri túc Tâm thường lạc,
Nhân đáo vô cầu phẩm tự cao.

Diễn nôm:

Mọi việc biết hành trì hạnh *Tri túc*, giữ ở mức độ Vừa đủ thì trong Tâm lúc nào cũng có niềm an vui,

Làm người đạt tới bậc *Vô cầu*, không còn Tham muốn điều gì nữa thì tư cách tự nó có giá trị cao quý.

Về mặt tâm linh tức đời sống tình cảm và đời sống trí tuệ, con người có bổn phận *tu tâm dưỡng tánh.* Tu tâm là tránh dữ làm lành, dưỡng tánh là tránh tà làm chánh. Phật học gọi là **tu trì Chân Tâm và Phật Tánh**. TU TRÌ là *sửa sang* cho hết chỗ sai nhầm để tốt đẹp hơn và *giữ gìn* cho bền chắc những gì đã có sẵn, đã nắm được trong tay không buông ra. Tại sao phải TU? Vì làm người thuộc Lục đạo luân hồi ai cũng có những điều sai trái, cần tự kiểm tìm cho ra để chừa bỏ. Tại sao lại TRÌ? Vì làm người ai cũng *có sẵn* bản thể Thanh Tịnh, Chân Tâm, Chánh Trí chỉ cần nhìn cho thấy và giữ lấy cho chắc không buông bỏ, *khỏi cần phải tìm kiếm ở đâu mới có*.

Việc tu trì thường gặp những ngộ nhận như sau:

Tin rằng *mình không có lỗi gì cả* nên khỏi cần tu. Đây là người Vô Minh, không có Chánh Tín lại thêm Chấp Ngã kiêu mạn. Ví dụ: Có thói quen hút thuốc, uống rượu với tin tưởng sai nhầm là vô hại, vì kiêu mạn nên không theo lời khuyên chừa bỏ. Hoặc biết là có hại đến sức khỏe nhưng không nhất tâm quyết định chừa bỏ.

Có mặc cảm tự ty, *cam phận phàm phu* đắm chìm trong Lục đạo Luân Hồi, có tu cũng không giác ngộ giải thoát được. Đây là người không có niềm tin vào Phật tánh có sẵn nơi mình. Mặc cảm tự ty này do Vô Minh mà có. Ví dụ: Những người không có chí tiến thủ, lười biếng, mê muội.

Lập luận *không làm điều gì hại ai là đủ thành thiện nhân đáng trọng,* không cần ép mình làm điều cao đẹp hơn nữa. Đây là người Vô Minh Thiên Chấp, quên mất điều không hại tha nhân nhưng lại tự hại chính mình thì vẫn là người không biết tự trọng, thiếu nhân cách. Ví dụ: Những người vị kỷ, thiếu thành thật nhưng lanh lợi về mặt đối ngoại, có lời nói rất dễ nghe.

Có mặc cảm tự tôn, *mãn nguyện với sự hiện có của mình*. Đây là người Chấp Ngã, tự kiêu, tự mãn, hay khoe khoang tài năng, quyền thế hay sản nghiệp của mình, không nhìn thấy có nhiều người còn hơn mình. Ví dụ: Những người thành công có sự nghiệp ít nhiều nhưng yếu kém về mặt trí tuệ, tinh xảo nhưng không khôn ngoan, giỏi làm ăn khéo đối xử với tha nhân nhưng còn thấp về mặt đạo hạnh.

Con người với tha nhân

Con người là động vật có *tánh xã hội* cao hơn các giống động vật khác có cuộc sống từng đàn, từng bầy. Nói cách khác, con người không sống đơn độc mà sống trong tập thể có liên quan mật thiết với đồng loại về mọi mặt như chính trị, kinh tế, văn hóa, xã hội. Cùng một cá nhân, con người có nhiều cương vị khác nhau khi chung sống với tha nhân: Trong gia đình là con, là người hôn phối, là cha hay mẹ, là anh chị em…; trong tập thể dân tộc và cộng đồng nhân loại, là công dân, là thành phần trong hội đoàn, là quân nhân, công nhân, thương gia, chính trị gia…

Theo Phật học, con người đều có bản thể Thanh Tịnh, đều là con Phật. Pháp môn **Lục hòa** dạy bổn phận con người đối với nhau trong sinh hoạt tập thể. Nói đầy đủ là **Lục hòa kính** gồm có sáu điều hòa hợp ái kính như sau:

GIỚI HÒA ĐỒNG TU: Cùng tu chung trì niệm Giới luật trong đạo Phật.

KIẾN HÒA ĐỒNG GIẢI: Cùng hành trì Đạo pháp, do đó có cùng kiến thức.

LỢI HÒA ĐỒNG QUÂN: Cùng hưởng đều nhau mọi lợi ích, tiện nghi.

THÂN HÒA ĐỒNG TRỤ: Cùng nhường nhịn lẫn nhau trong mọi sinh hoạt như đi, đứng, nằm, ngồi trong lúc làm việc hay nghỉ ngơi.

KHẨU HÒA VÔ TRÁNH: Cùng nhường nhịn lẫn nhau trong lúc nói năng, không tranh cãi nhau.

Ý HÒA ĐỒNG DUYỆT: Cùng nhường nhịn giữ gìn ý tứ trong lúc đối xử với nhau, vui buồn cùng có nhau, không làm mất lòng phật ý nhau.

Nói chung về mặt *pháp thể*, **con người đối với tha nhân như đối với chính mình**. Pháp môn Lục hòa đã diễn rộng ra về mặt *pháp dụng.*

Liên hệ giữa Thân với Tâm

Để hành trì trọn đạo làm Người, điều cần thâm quán là mối liên hệ giữa Thân với Tâm trong cùng một cá nhân. Có ba chi tiết như sau:

LIÊN HỆ MẬT THIẾT SONG PHƯƠNG: *Thân cần có Tâm* mới thành Người, nếu không có Tâm con người chỉ là Thây Ma; *Tâm cần có Thân* mới có hình tướng con Người trong thế giới hiện tượng, nếu không có Thân riêng mình Tâm chỉ hiện hữu trong pháp giới vô tướng.

LIÊN HỆ BÌNH ĐẲNG: *Thân và Tâm có vai trò quan trọng ngang nhau*: Thân quan trọng trong đời sống sinh lý và đời sống cảm giác, Tâm quan trọng trong đời sống tư tưởng trí tuệ. Thân và Tâm có ưu thế khác nhau nhưng có tầm quan trọng ngang nhau.

CHỨC NĂNG KHÁC NHAU: Tuy cùng đóng vai trò quan trọng ngang nhau, *Thân và Tâm có chức năng khác nhau, ứng hợp với nhau* trong cùng một cá nhân con Người. Thân giữ chức năng sống chết và xúc cảm nên sự tồn tại có giới hạn trong cuộc sống thế gian tức đời người. Tâm giữ chức năng trí tuệ, sức mạnh của Tâm là *Trí lực*, cũng gọi là *Tuệ lực*. Tâm trường tồn thường hằng, hết đời này lại tái sanh ở đời sau kế tiếp, sanh tử tử sanh luân hồi chẳng dứt. Đây là phần Tâm thể ở con Người.

Về phần Tâm dụng ứng hợp với Thân, **Tâm giữ chức năng chỉ huy điều khiển** trong khi **Thân giữ chức năng thừa hành** theo lệnh của Tâm. Con Người sống trong Hạnh phúc an vui là trường hợp *Thân Tâm ứng hợp hài hòa,* Tâm sáng suốt chỉ huy và Thân phục tòng tuân lệnh thi hành phận sự của mình. Con Người sống trong Khổ não ưu phiền là trường hợp *Thân Tâm không ứng hợp hài hòa*, Tâm bất lực vì vô minh trong vai trò chỉ huy và Thân bất tuân không thi hành phận sự của mình, chạy theo Tham Dục để thỏa mãn khoái cảm *nhất thời giả tạm* của thể xác. Lo trọn đạo làm người là tự mình làm chủ mình, lỗi đạo làm Người là tự mình làm nô lệ cho mình. Làm chủ mình là trường hợp thăng hoa, đi trên đường Giải thoát ra khỏi vòng Luân Hồi; làm nô lệ cho mình là trường hợp đắm chìm hoài trong biển Khổ tam độc Tham Sân Si. Làm chủ mình khi *sáng suốt* nhìn thấy đường đi nhắm tới Giác Ngộ Giải Thoát, động lực vận hành là *Nguyện lực*; làm nô lệ cho mình khi *mê muội* nên lạc đường, không tới được Giác Ngộ Giải Thoát, động lực vận hành là *Nghiệp lực.*

KẾT LUẬN

Sau khi đã có những nhận định căn bản về con NGƯỜI và cuộc sống, hành giả thâm quán tự ngẫm lại chính mình, hãy trả lời DỨT KHOÁT cho chính mình những câu hỏi căn bản sau đây:

– Mình thực sự đang thuộc loại chúng sanh nào? Có thực sự là con Người thuộc Nhân giới trong Lục đạo Luân Hồi hay không?

– Nếu chỉ có thể xác mang hình tướng con Người thì thể tánh tâm linh thuộc hạng chúng sanh nào?

– Nếu là Người có thể tánh tâm linh chân chánh thì mình cảm thấy thế nào? Vui mừng được làm Người hay buồn tủi bị làm Người?

– Vui mừng ĐƯỢC LÀM NGƯỜI thì mình phải làm sao để duy trì hưởng mãi nỗi vui mừng này ở đời này và thăng tiến ở những đời sau?

– Buồn tủi BỊ LÀM NGƯỜI thì mình phải làm sao để sớm chấm dứt nỗi buồn tủi ở đời này hay ở một vài đời kế tiếp, không để cho tâm trạng này trường tồn mãi mãi?

Càng quán sâu thêm, hành giả càng tự thấy có thêm nhiều câu hỏi khác nữa. Nhất tâm phát nguyện chúng ta có rất nhiều câu hỏi và sẽ trả lời trọn vẹn được tất cả.

CHÚ THÍCH

❶ **Minh Đức:** Từ ngữ trong sách Đại Học của Khổng Giáo. ĐẠI ở đây không hẳn có nghĩa là *to lớn*, quan trọng mà có nghĩa sâu rộng hơn, Đại Học là bậc học *hoàn toàn, trọn vẹn, rốt ráo*, không còn bậc nào đầy đủ hơn nữa. Trong Phật học thường nói Đại Từ, Đại Bi, Đại Trí, Đại Giác cũng diễn nghĩa này.

Theo Khổng Giáo, cái chìa khóa chính để bước vào bậc Đại Học diễn tả ở câu **Đại Học chi đạo tại minh Minh Đức, tại Thân Dân, tại chỉ ư Chí Thiện**. Diễn nôm: *Việc phải làm ở bậc Đại Học là ở chỗ làm sáng tỏ Đức Sáng vui hòa gần gũi với dân, cứ thế tiến mãi đến chỗ Tốt Lành trọn vẹn.* MINH ĐỨC trong Khổng học có nghĩa tương đương như THỂ TÁNH THANH TỊNH trong Phật học, dân gian thường gọi là LƯƠNG TÂM, lòng tốt trời phú cho con người có sẵn. Làm sáng tỏ Minh Đức là giữ Lương Tâm cho trong sáng.

❷ **Tam cương, Ngũ thường, Ngũ luân:** Những điều chính yếu trong Khổng giáo, thường gọI là ĐẠO CƯƠNG THƯỜNG hay ĐẠO LÝ LUÂN THƯỜNG.

TAM CƯƠNG: Nghĩa cụ thể CƯƠNG là cái giây lớn ở mép lưới đánh cá dùng để kéo cả cái lưới lên, nghĩa trừu tượng là giềng mối, phần cốt yếu. Tam cương là ba giềng mối lớn trong cuộc sống con người gồm có:

– *Quân vi thần cương*: Vua là giềng mối của bề tôi.

– *Phụ vi tử cương*: Cha là giềng mối của con.

– *Phu vi thê cương*: Chồng là giềng mối của vợ.

NGŨ THƯỜNG: Năm điều luôn luôn phải giữ, không lúc nào được sao nhãng trong đạo làm Người. Đó là *Nhân, Lễ, Nghĩa, Trí* và *Tín.*

NGŨ LUÂN: Năm mối liên hệ để duy trì trật tự trong cuộc sống tập thể xã hội. Đó là *Quân thần, Phụ tử, Phu phụ, Huynh đệ* và *Bằng hữu.*

❸ **Linh Hồn:** *Tâm thức* hay tánh thiêng liêng ở con người, thường gọi là *Tinh thần*. Theo Tiểu thừa, đó là Ý THỨC tức thức thứ sáu trong Lục thức. Theo Đại thừa, đó là A-LẠI-DA THỨC tức thức thứ tám trong Bát thức. Dân gian thường nói phái nam có *ba hồn bẩy vía,* phái nữ có *ba hồn chín vía.*

BA HỒN: *Sinh hồn, Giác hồn và Linh hồn.*

– Khoáng vật không có hồn gọi là VÔ HỒN nên không có sống chết, cảm xúc hay suy nghĩ.

– Thực vật chỉ có một hồn, đó là SINH HỒN nên chỉ có sống có chết.

– Động vật có hai hồn: SINH HỒN và GIÁC HỒN nên biết thêm cảm xúc.

– Riêng loài người có đủ ba hồn: SINH HỒN, GIÁC HỒN và LINH HỒN nên mới biết tư tưởng, suy lý phải trái. Do đó, **chỉ có loài người mới có Đạo lý,** các loài động vật nói chung chỉ biết sống theo bản năng sinh tồn nhờ có Sinh hồn và theo tập quán cảm xúc nhờ có Giác hồn.

BẢY VÍA, CHÍN VÍA: *Hồn vía* chữ Hán gọi là *Hồn phách*. Vía được hiểu như *bộ phận tiếp nhận trong hệ thống thần kinh*. Phái nam có bảy vía: Hai mắt, hai tai, hai lỗ mũi và miệng. Phái nữ có chín vía, thêm hai vía nữa là cặp vú.

④ **Chúng sanh:** Từ ngữ thông dụng trong Phật học chỉ con Người thuộc Nhân giới trong Lục đạo Luân Hồi. Con Người gồm có THÂN và TÂM.

THÂN do bốn yếu tố khế hợp gọi là TỨ ĐẠI CHỦNG thường gọi tắt là TỨ ĐẠI gồm có:

– *Địa đại*: Chất cứng, biểu tượng là Đất.

– *Thủy đại:* Chất lỏng, biểu tượng là Nước.

– *Hỏa đại*: Hơi nóng, biểu tượng là Lửa

– *Phong đại*: Yếu tố di động, biểu tượng là Gió.

TÂM do năm yếu tố Khế hợp gọi là NGŨ UẨN gồm có:

– *Sắc uẩn*: Giác quan và đối tượng của giác quan.

– *Thọ uẩn*: Cảm giác khi tiếp xúc với đối tượng.

– *Tưởng uẩn*: Nhận biết những cảm giác.

– *Hành uẩn:* Hoạt động tâm lý sau khi Tưởng, ví dụ như đánh giá, ham thích, ghét bỏ…

– *Thức uẩn*: Liên hệ với giác quan dưới sáu dạng Lục thức.

Cái gọi là TA ở con Người chính là **Thân Tứ Đại** và **Tâm Ngũ Uẩn.**

52 NGẪM XEM CHÍNH MÌNH

Ngẫm xem chính mình là tiếng nôm na dễ hiểu, tương đương như chữ Hán thường dùng trong Phật học *Chiếu kiến tự ngã, Thâm quán tự ngã* hay *Trầm tư tự tánh.* Tuy nôm na dễ hiểu nhưng vẫn đầy đủ và thấm thía ý nghĩa nội dung sâu xa chọn lọc: NGẪM XEM là suy nghĩ kỹ càng để nhận thấy một cái gì cho rõ ràng, chính xác; CHÍNH MÌNH là tự đóng vai trò vừa là chủ thể vừa là đối thể, mình ngẫm về mình, mình nhìn lại mình, tự đặt ra câu hỏi và tự trả lời để sáng tỏ những nghi vấn về mình: *TA đây là ai? TA đang sống đây là đang làm gì? TA là Chủ nhân hay là nô lệ của TA? Cái TA hay còn gọi là cái TÔI (self) là gì? Cái gọi là TA đó có thực hay hư huyễn? Tại sao TA vui buồn, sướng khổ, yêu thương giận hờn?...*

Phật học nói đến TỰ NGÃ, chính là cái TA trong tiếng nôm. Khi Tự Ngã giữ nguyên bản thể Chân Như Thanh Tịnh thì gọi là CHÂN NGÃ, khi Tự Ngã không giữ được bản thể nguyên sơ, bị những trần cấu làm ô nhiễm chao đảo thì gọi là VỌNG NGÃ. Sống với Chân Ngã thì Thanh Tịnh An Lạc, sống với Vọng Ngã thì phiền não đảo điên. *Tu Phật là Ngẫm xem chính mình*, thấy rõ Tự Ngã của mình là gì, thể tánh của Tự Ngã ra sao, như vậy mới hội đủ điều kiện đạt tới xa lìa Vọng Ngã, sống với Chân Ngã.

TỰ NGÃ là gì? **Sáng tỏ được hoàn hảo nghi vấn này là đời sống không còn chút khổ ách nào.** Đây là tinh yếu của nền tảng giáo lý đạo Phật bao trùm hết các bộ phái cả Nam tông lẫn Bắc tông. Sự giải đáp nghi vấn này được xác quyết minh bạch ở câu mở đầu Bát-nhã Tâm Kinh, một câu ngắn gọn, dễ nhớ dễ thuộc, nhưng chứa đựng một nội dung cao diệu tinh vi cần hành trì tốn rất nhiều công phu mới thực chứng được. Đó là: **Quán Tự Tại Bồ-tát, hành thâm Bát-nhã ba-la-mật-đa thời, chiếu kiến ngũ uẩn giai không, độ nhất thiết khổ ách**. Diễn nôm: *Đức Quán Tự Tại Bồ-tát (Đức Quán Thế Âm Bồ-tát), trong khi thi hành sâu xa Bát-nhã ba-la-mật-đa, tức Trí* *tuệ thông suốt đến mức Giác ngộ Chân lý, Ngài soi tỏ thấy rằng Ngũ Uẩn đều là Không. Sự soi tỏ như vậy độ thoát khỏi hết tất cả mọi khổ não tai ương.* Lời minh xác thâm diệu này cần được quảng diễn ngõ hầu giúp ích cho sự hành trì thực chứng yếu pháp tủy lõi của đạo Phật. **Không lý giải được lời Phật dạy này thì hành giả đã lầm đường lạc lối trong tiến trình tự giác tự độ,** không có cách nào đạt tới Giải Thoát dù giữ giới tụng kinh niệm Phật suốt bao nhiêu đời cũng uổng công vô ích.

1 QUẢNG DIỄN

Toàn bản Bát-nhã Tâm Kinh diễn tả lý Sắc Không, trình bày **Không Tướng** trong vạn pháp. Sự vận hành **Ngũ Uẩn** theo lý Duyên Khởi được dẫn giải ở câu thứ hai kế tiếp: **Sắc bất dị Không, Không bất dị Sắc; Sắc tức thị Không, Không tức thị Sắc; Thọ, Tưởng, Hành, Thức diệc phục như thị**. Diễn nôm: *Sắc chẳng khác Không, Không chẳng khác Sắc; Sắc tức là Không, Không tức là Sắc; Thọ, Tưởng, Hành, Thức cũng đều như thế.* Toàn bản kinh gồm có 260 chữ Hán nhưng tinh yếu giáo lý cô đọng ở câu đầu. Từ câu thứ hai cho đến hết kinh là phần dẫn giải minh chứng để tăng thêm hiệu năng xác quyết của nội dung ý kinh diễn tả ở câu đầu.

Tâm Kinh là Kinh *chính yếu, quan trọng* nói về Trí Tuệ của con người có khả năng độ cho hành giả Giải Thoát khỏi mọi khổ não trong cuộc sống hằng ngày ở thế gian. Tâm Kinh là tinh yếu của bộ Đại Bát-nhã, thuộc loại kinh *nói về Lý, không có Sự*. Kinh nói đến Pháp Tánh như triết lý trừu tượng, không nói đến Pháp Tướng như nhân vật, sự kiện cụ thể… Do đó, để soi tỏ tường tận ý kinh thâm diệu, câu đầu nên chia làm bốn phần có nội dung liên hệ mật thiết đến nhau.

Quán Tự Tại Bồ-tát

Bồ-tát là phiên âm viết tắt của danh xưng *Bồ-đề Tát-đoá*, nguyên nghĩa là *Giác hữu tình*, cũng được dịch nghĩa là *Đại sĩ*. Trong Đại thừa, Bồ-tát là bậc hành giả sau khi hành trì Lục độ ba-la-mật và chứng đạt Phật quả, đã phát nguyện không nhập Niết-bàn khi còn chúng sanh chưa giác ngộ. Cương yếu của Bồ-tát là lòng **Bi Mẫn** và **Trí Tuệ**, thường cứu độ chúng sanh và sẵn sàng thọ lãnh tất cả mọi đau khổ của chúng sanh, hồi hướng phúc đức của mình cho kẻ khác.

Có hai hạng Bồ-tát: Thứ nhất là Bồ-tát đang sống trên trái đất, đầy lòng Từ Bi, giúp đỡ chúng sanh hướng về Phật quả. Thứ hai là Bồ-tát siêu việt, đã đạt đạo quả *Nhất thiết trí*, không còn ở trong vòng Luân hồi nữa, xuất hiện trong thế gian, hòa nhập với mọi người dưới nhiều dạng khác nhau để cứu độ chúng sanh. Các vị Bồ-tát siêu việt được giới Phật tử tôn thờ và đảnh lễ như Quán Thế Âm, Đại Thế chí, Địa Tạng, Văn Thù và Phổ Hiền.

Danh xưng Bồ-tát nói trong bài này là *Bồ-tát thuộc hạng siêu việt.*

Tự Tại là tự do *vô ngại*, không bị ràng buộc bởi chấp thủ, không bị lôi cuốn bởi đam mê dục vọng. Về vật chất, Tự Tại là tùy ý sắp xếp cuộc sống của mình, không có ai ngăn trở, giữ tâm thiểu dục tri túc. Về tinh thần, Tự Tại là rời khỏi mọi phiền não, mọi chấp thủ. Nói cách khác, Tự Tại là chú tâm vào một thời điểm duy nhất và một địa điểm duy nhất: Đó là **Hiện Tại** trong thời gian và **Ở Đây** trong không gian, không bị dĩ vãng hay tương lai lôi cuốn và không bị một địa vị nào khác lung lạc chao đảo. Đó là một lập trường vững chắc, một chỗ đứng nhất định, một cách nhìn thẳng thắn, một suy nghĩ thông suốt, một nghĩ tưởng trung thực. Phật học gọi đó là Bát Chánh Đạo hay Bát Thánh Đạo.

Phần thứ nhất QUÁN TỰ TẠI BỒ TÁT được coi như **điều kiện tiên quyết cần hội đủ, đó là chứng đạt đạo quả Chân Như để hành giả thăng tiến trên lộ trình Giải Thoát**. Tâm chưa an trụ nơi Tự Tại Địa, hành giả chưa khởi sanh Tịnh Tâm, chưa thể phát Nguyện vì lý do chưa đủ Tự Tại lực, mọi hành động đều còn do Nghiệp lực dẫn dắt trong vòng Luân hồi. Hành giả chưa có tinh thần chủ động, *thường chỉ nhìn thấy Quả mà không nhìn thấy Nhân* trong hành vi tác nghiệp của mình. Nói cách khác, chưa đủ Tự Tại lực là *chính mình đang còn làm Nô lệ cho chính mình.*

Bồ-tát chứng nhập Vô Ngại Tam muội có được Tự Tại Lực, nhờ đó chủ động muốn sanh về cảnh giới nào cũng được, ví như phát nguyện vãng sanh Địa Ngục để cứu độ cho chúng sanh phát thiện căn, Bồ-tát không hề thọ khổ, phải chịu cực hình như bị đốt cháy, bị đập nát thân thể… Công năng của Tự Tại Lực cao diệu siêu việt như vậy.

Tất cả có **Thập chủng Tự Tại**, tức mười dạng Tự Tại:

– *Mạng Tự Tại*: Đời sống an nhiên vô ngại.

– *Tâm Tự Tại*: Lòng dạ thảnh thơi, không lo sợ, không ham mê.

– *Tư cụ Tự Tại*: Tiền bạc tài sản có đủ dùng, tri túc.

– *Nghiệp Tự Tại*: Nghiệp quả báo ứng tự do, không có báo ứng đau khổ.

– *Thọ sanh Tự Tại*: Muốn sanh ra ở thế giới nào cũng được, tùy theo tâm nguyện của mình, không bị ràng buộc đưa đi nơi khác.

– *Giải Tự Tại*: Có sự hiểu biết thông suốt, không chướng ngại.

– *Nguyện Tự Tại*: Tâm nguyện được thỏa mãn an nhiên tùy hỷ.

– *Thần Lực Tự Tại*: Có sức thần thông biến hiện tùy ý thế nào cũng được.

– *Pháp Tự Tại*: Hành đạo, thuyết pháp được vô ngại.

– *Trí Tự Tại*: Có sự sáng suốt cùng tận, không còn trở ngại nào.

Phật có Tâm Tự Tại đặc thù gọi là *Bát Tự Tại*. Vì vậy có danh hiệu tôn xưng Phật là *Tự Tại Nhân* (1).

Hành thâm Bát-nhã ba-la-mật-đa thời

Có Tự Tại Lực là điều kiện tiên quyết, hành giả cần hội đủ điều kiện thứ hai là trong lúc vận hành ứng dụng tâm lực đó một cách sâu xa ngõ hầu chứng đạt đến mức độ thông suốt **bản thể Chân Như** của vạn pháp, chỉ trong khoảng thời gian ấy (chữ Hán *thời*) hành giả mới đạt tới mức độ thấy tỏ rõ được tánh Không của Ngũ Uẩn.

Phần thứ hai này là **điều kiện bổ sung cần thiết** cho phần thứ nhất. Giá trị ở phần thứ hai này diễn tả ở hai chữ *hành thâm* chứng tỏ sự ngộ nhập tánh Không của Ngũ Uẩn là điều hy hữu khó khăn.

Chiếu kiến Ngũ Uẩn giai Không

Phần thứ ba quan trọng nhất nói đến NGŨ UẨN ĐỀU KHÔNG, hiểu rõ ràng là đều có TỰ TÁNH KHÔNG. Hành giả hoàn tất thực chứng phần thứ ba này cần hội đủ hai điều kiện đã trình bày ở phần thứ nhất và phần thứ hai.

Ngũ Uẩn cũng gọi là **Ngũ Ấm** là năm thứ hòa hợp lại làm thành con người chúng sanh cả hai phần hình thể và tinh thần. Theo từ ngữ, UẨN là tích tụ lại, ẤM là che lấp đi. Ngũ Uẩn đóng vai trò chứa sẵn trong thân tâm con người chúng sanh để che khuất chân lý, khiến cho chúng sanh luân hồi thọ khổ, chịu phiền não tai ương. *Ngũ Uẩn khởi sanh ra Vô Minh*, làm cho cuộc sống thành ra Biển Khổ mà chúng sanh đang bị đắm chìm.

Ngũ Uẩn còn gọi là **Bản Ngã** ở con người, gồm có:

SẮC (rùpa): Phần vật chất thân hình con người, các giác quan và đối tượng của giác quan tức Ngũ căn và Ngũ trần. Đối với Sắc mà *nhiễm sắc*, căn nhiễm trần rồi tùy đó mà Khởi sanh thì gọi là SẮC UẨN.

THỌ (vedanà): Cảm biết, tiếp nhận của giác quan. Đó là toàn bộ các cảm giác không phân biệt dễ chịu, khó chịu hay trung tánh. Gặp trường hợp *bị tham ái, dục vọng thúc đẩy lôi cuốn*, rồi theo đó mà khởi sanh thì gọi là THỌ UẨN.

TƯỞNG (samjnà): Có ấn tượng về cảnh vật, Phật học gọi là cảnh trần. *Gặp cảnh rồi tâm theo đó* mà vọng động chao đảo thì gọi là TƯỞNG UẨN.

HÀNH (samskàrà): Sau khi tưởng thì làm theo. Gặp trường hợp *vọng tưởng*, không giữ được chánh tâm thì làm điều sai quấy, gọi là HÀNH UẨN.

THỨC (vijnàna): Khả năng nhận biết, phân biệt sự vật sau khi hành. Gặp trường hợp làm điều sai quấy, sự nhận biết gọi là *vọng thức*, tức THỨC UẨN.

Ngũ Uẩn chính là cái được gọi là TA, là TÔI, là BẢN NGÃ ở con người. **Sự sống của con người trong thực tế hàng ngày chính là sự vận hành của Ngũ Uẩn**. Ngũ Uẩn có tự tánh KHÔNG, hành giả vô minh chấp là CÓ thời phiền não khổ đau, bậc giác ngộ tánh KHÔNG của Ngũ Uẩn thời an nhiên tự tại, tịch diệt nhập Niết-bàn.

Độ nhất thiết khổ ách

Sau hết, phần thứ tư ĐỘ NHẤT THIẾT KHỔ ÁCH chỉ sự giải thoát tất cả mọi khổ nạn tai ương. Đây là **hệ quả đương nhiên của sự kiến ngộ tự tánh Không của Ngũ Uẩn**, và cũng là kết thúc trọn vẹn nội dung câu kinh, cứu cánh công phu hành trì Chánh pháp.

2 LÝ GIẢI NGŨ UẨN GIAI KHÔNG

Như trên vừa trình bày sự quảng diễn liên hệ giữa bốn phần trong nội dung câu kinh. Sự liên hệ này có thể diễn tả một cách khác như sau:

Muốn đạt tới tự độ giải thoát mọi khổ nạn trong cuộc sống (phần thứ tư), hành giả cần phải thực chứng tánh Không của Ngũ Uẩn (phần thứ ba).

Muốn thực chứng tánh Không của Ngũ Uẩn, hành giả cần phải có Tự Tại Lực (phần thứ nhất) và hành trì sâu xa thông suốt Chân lý rốt ráo (phần thứ hai).

Sau khi phân tách Ngũ Uẩn, ở đây cần làm sáng tỏ tự tánh Không của Ngũ Uẩn. Nói chung, giới Phật tử thường nghe **Vạn pháp Giai Không** nói đến tự tánh Không của vạn pháp. KHÔNG là một từ duy nhất có hiệu năng nói lên trọn vẹn và chính xác toàn thể giáo lý cao diệu uyên áo của đạo Phật.

Dân gian thường nói từ ngữ KHÔNG thay cho từ ngữ PHẬT như *Không môn, cửa Không* thay cho *Phật môn, cửa Phật.*

NGŨ UẨN GIAI KHÔNG là *Đệ nhất nghĩa đế*, hiểu theo danh xưng thường dùng tương đương như Chân lý tuyệt đối, như Định đề không thể dùng ngôn ngữ văn tự mà phân tách chứng minh được. Tuy vậy, vẫn cần đến sự lý giải bằng ngôn ngữ văn tự để tiến đến Đệ nhất nghĩa đế, Giác Ngộ và Giải Thoát. Nhờ PHƯƠNG TIỆN để đạt tới CỨU CÁNH, nhờ BÈ qua sông MÊ để đến BẾN GIÁC, ở đây cũng nhờ Pháp dụng này để soi tỏ **Tự tánh Không của Ngũ Uẩn.**

Ngũ Uẩn với lý Duyên Sanh

Ngũ Uẩn gồm có Sắc, Thọ, Tưởng, Hành và Thức. Lý Duyên Sanh dẫn giải như sau:

– Khi *Sắc là Không* thì *Thọ cũng Không.*

– Khi *Thọ là Không* thì *Tưởng cũng Không.*

– Khi *Tưởng là Không* thì *Hành cũng Không.*

– Khi *Hành là Không* thì *Thức cũng Không.*

Như vậy, muốn lý giải NGŨ UẨN GIAI KHÔNG thì chỉ cần soi tỏ **SẮC là KHÔNG**, Uẩn thứ nhất là Không thì bốn Uẩn tiếp theo cũng là Không. Lý *Duyên Sanh* còn được gọi là *Duyên Khởi* hay *Trùng trùng duyên khởi* diễn ý kế tiếp nối theo nhau từ cái này đến cái kia. NGŨ UẨN LÀ MỘT TRƯỜNG HỢP DUYÊN SANH.

Trong tiếng Việt Nam có thành ngữ chỉ lý Duyên Sanh rất rõ ràng dễ hiểu, ai cũng có thể cảm nhận được trọn vẹn và chính xác: *Dứt giây động rừng* hay *Giây cà ra giây muống*. Chỉ cần động đến một sợi giây leo (cây thân thảo nhỏ mềm) là làm náo động cả khu rừng (gồm có nhiều cây thân mộc to cao): Diễn ý một duyên cớ nhỏ dẫn đến sự việc lớn khó lường được, chỉ một chi tiết nhỏ cũng có tác động đến toàn bộ sự việc lớn lao. Cà và rau muống là hai giống cây khác nhau nhưng vẫn có liên hệ đến nhau. Diễn ý hai chi tiết phần việc khác nhau tưởng như không có tác động hỗ tương nhưng vẫn có liên hệ đến nhau, từ cái này nhảy sang cái khác, như cơm chan nước rau muống ăn với cà muối, một lối ăn của dân quê nghèo, *bé xé ra to, cái nẩy xẩy cái ung.*

Ngũ Uẩn với lý Vô Ngã

NGÃ, tiếng Sanskrit là *àtman* chỉ một cái gì trường tồn bất biến, nhất quán, tồn tại độc lập nằm trong sự vật. Ngũ Uẩn là cái TA, là con người gồm có hai phần theo cách chia thông thường: Thể xác và Tinh thần. Đạo Phật nói con người là một tập hợp gồm năm yếu tố gọi là Ngũ Uẩn: Sắc Uẩn thuộc phần thể xác, tức hình hài sắc tướng, thuộc phần *sinh lý, vật chất*. Còn lại bốn Uẩn thuộc phần *tinh thần, tâm linh*. Phần tâm linh con người chia làm ba chi tiết: *Thân tri giác* tương ứng với Thọ Uẩn, *thân trí thức* và *thân ý chí* tương ứng với Tưởng Uẩn, Hành Uẩn và Thức Uẩn.

Phần thể xác (Sắc Uẩn) bị tham ái làm ô nhiễm, luôn luôn chuyển hóa sinh diệt, tùy duyên mà ứng biến **vô thường**. Phần tâm linh (bốn Uẩn kế tiếp) theo lý Duyên Sanh cũng chuyển biến **vô thường**, Phật học thường gọi là *Tâm Vô Thường* hay dùng ẩn dụ *Tâm viên ý mã*, diễn nôm là Tâm thức con người luôn luôn vọng động chao đảo như con vượn nhảy nhót trên cành cây, con ngựa chạy đây đó không đứng yên một chỗ.

Cả phần thể xác lẫn phần tâm linh con người đều có tự tánh KHÔNG, đây là *Pháp Tánh Chân Như*. Tánh Không này hiển lộ ở sự tướng hữu hình, đây là *Pháp Tướng giả định*, cũng gọi là *Giả Tướng* tức hiện tượng cụ thể như hình sắc, âm thanh, hương vị, nóng lạnh… Có tự tánh Không, tức Pháp Tánh Chân Như cũng gọi là *Pháp Tánh Chân Không* hiển lộ ở Pháp Tướng luôn luôn chuyển hóa VÔ THƯỜNG, do đó Ngũ Uẩn giai Không chính là NGŨ UẨN VÔ NGÃ.

Tóm lại, cái gọi là TA đã không CÓ THỰC, chỉ là hình bóng CON NGƯỜI CHÂN THỰC. Thể tánh Chân Như con Người thì VÔ THƯỜNG, **chỉ bậc hành trì thực chứng lý Vô Thường, lý Vô Ngã mới soi tỏ được tự tánh Không ở con người**. Kẻ phàm phu dung tục vẫn có tự tánh Không nhưng không nhận biết được là mình có, do đó không biết chính mình là ai, *không làm chủ được chính mình*, vui buồn sướng khổ đều hành động như diễn viên đóng kịch trên sân khấu tuồng đời, say mê nhập vào vai trò nhân vật, không có tâm thức tỉnh giác của khán giả xem kịch, chỉ cố gắng làm tên Nô lệ trung thành phục tòng Chủ nhân là tác giả vở kịch. Chủ nhân nói đây là *Vọng Tâm Vọng Ngã* của chính mình.

Tục ngữ ca dao có nhiều câu diễn tả rất dễ nhận thấy sự Vô Minh của người thế gian dung tục đã sai lầm Chấp Ngã khi nhìn vào cuộc sống, không nhận thức được Sự Thực của Chính mình và vạn vật trong sinh hoạt hàng ngày:

– Yêu nhau trái ấu cũng tròn
Ghét nhau trái bồ hòn cũng méo.

– Yêu nhau yêu cả lối đi
Ghét nhau ghét cả tông chi họ hàng.

– Hoa thơm, thơm lạ thơm lùng,
Thơm cành, thơm lá, người trồng cũng thơm.

Trường hợp điển hình cụ thể dẫn chứng rõ ràng sự mê lầm **Chấp Ngã**, không quán thấy Ngũ Uẩn Vô Ngã, Ngũ Uẩn giai Không:

Mắt nhìn không đúng Sự thực: Thấy không gian không có gì trong khi có các chất khí và vi trùng. Thấy mặt biển là mặt phẳng nằm ngang trong khi mặt biển bao xung quanh trái đất có hình cong như vỏ trái cam.

Tai nghe không đúng Sự thực: Không nghe thấy những tiếng động nhỏ mà nhiều cầm thú, côn trùng có thính giác nhạy cảm hơn đã nghe thấy. Người thích kích động nhạc khen tân nhạc vui nhộn sống động hơn, kẻ thích cổ nhạc khen cải lương vọng cổ mùi mẫn xúc cảm hơn.

Mũi ngửi không đúng Sự thực: Khứu giác con người không ngửi thấy mùi hương rất nhẹ như nhiều cầm thú, côn trùng. Trái sầu riêng có tiếng khen là thơm ngon, cũng có tiếng chê là nồng nặc khó chịu.

Lưỡi nếm không đúng Sự thực: Vị giác con người không cảm nhận chính xác và đồng nhất như nhau, người này ăn lòng luộc chấm mắm tôm vắt chanh thấy đậm đà dậy mùi, người khác sợ mắm tôm đến độ cho vào miệng là thấy lợm giọng.

Tay sờ không đúng Sự thực: Xúc giác con người cũng không cảm nhận thấy đúng Sự thực, không đồng nhất giống nhau như nóng lạnh khi thay đổi thời tiết kẻ thấy mát người thấy lạnh.

Ngũ Uẩn giai Không, Ngũ Uẩn Vô Ngã nên hiểu nôm na: Cái TA gồm có Ngũ Uẩn đều không đem đến cho con người Chân lý Tuyệt đối, bản thể thực sự của vạn vật, vạn pháp, cái TA chưa hội nhập được **Pháp Tánh Chân Như,** chưa Giác Ngộ. Tất cả những gì do cái TA tiếp nhận được từ đối thể ở ngoại cảnh chỉ là **Pháp Tướng Giả Hữu**, chỉ là Hình Bóng của Sự Thực, Sự Thực Tương Đối, chưa phải là Sự Thực Chính Xác, Sự Thực Tuyệt Đối. Từ ngữ VÔ NGÃ cần hiểu dứt khoát là: Có cái Ngã nhưng *cái Ngã này có tự tánh Không*, khác với PHI NGÃ có nghĩa là không có cái gì gọi là Ngã cả.

Ngũ Uẩn với cứu cánh Giải Thoát

Thực chứng lý Duyên Sanh, tự tánh Không và tánh Vô Ngã của Ngũ Uẩn là những chặng đường đi tới mục tiêu Giải Thoát. Chặng đường đi là PHƯƠNG TIỆN, cứu cánh là GIẢI THOÁT. Chưa đạt tới mục tiêu là *chưa đi hết những chặng đường cần phải vượt qua hoặc đã đi lầm đường lạc lối*, người nhất tâm hành trì Chánh pháp không lúc nào sao lãng điều này.

Cứu cánh Giải Thoát thường hiểu là không còn khổ não nữa. Hiểu như vậy chưa trọn vẹn tận cùng, chỉ nói lên phần *tiêu cực* mà chưa hiển lộ được phần *tích cực:* Không còn khổ não nữa, trong tâm địa hành giả còn lại cái gì? Có đương nhiên tức khắc hiển sanh ra một trạng thái tâm thức nào khác hay không?

Cứu cánh Giải Thoát cần hiểu trọn vẹn tận cùng ở cả hai mặt tiêu cực và tích cực như sau: **Một khi diệt trừ hết khổ não thì đương nhiên tức khắc hiển sanh ra thanh tịnh an lạc,** không cần phải tạo tác ra. Lý đương nhiên trong vũ trụ: Hết Đêm đến ngày, hết Bóng tối thì Rạng sáng, hết Mưa thì Tạnh... Lý đương nhiên trong đời sống tâm linh: Hết Vọng Động thì Thanh Tịnh, hết Hư Huyễn thì Chân Thực, hết Tham Dục thì Từ Bi, hết Sân Hận thì Hỷ Xả, tận diệt Vô Minh thì Thức Giác…

KẾT LUẬN

NGẪM XEM CHÍNH MÌNH là bài học quý báu có từ ngàn xưa trong đạo làm Người của nhân loại. Cả hai nền văn hóa Đông và Tây đều xác nhận đây là bài học rất khó thực hành vì lý do tục ngữ Việt Nam thường nhắc nhở con dân *Nhìn người thì Sáng, nhìn mình thì Quáng*. Một tấm gương xưa sáng chói trong kho tàng Khổng học là Trình tử (2) đã thực hành đạo tu tâm bằng cách *Nhất nhật tam tỉnh*, nghĩa là mỗi một ngày ba lần tự xét mình xem có phạm điều gì mê lầm sai trái. Trình tử được hậu thế tôn xưng là bậc Đại Thánh như Khổng tử nên thường nói *Cửa Khổng sân Trình.*

Ở cương vị người con Phật tu tại gia, chúng ta tự chọn cho mình một phương thức thực hành bài học NGẪM XEM CHÍNH MÌNH: Mỗi ngày hãy tự xét cả ba nghiệp mình, làm những gì, nói những gì và nghĩ những gì, nhằm làm điều lành tránh điều dữ. Sau đây là bài kệ NỘI QUÁN:

Đã sanh ra kiếp làm người
Sống là trả Quả đồng thời gieo Nhân,

Ngẫm xem tam nghiệp bao lần
Mỗi ngày nội quán hỏi Tâm chính mình:
Bao nhiêu Dữ? Bao nhiêu Lành?
Bấy nhiêu Họa Phúc rành rành tại Ta.
Đường lên Tịnh Độ không xa
Mới hay Tu Phật chính là Tu Tâm.

Hãy so sánh cách con người đối xử với Thân và Tâm của chính mình: **Hằng ngày soi gương rửa mặt mấy lần cho sạch sẽ thoải mái?** **Còn soi Tâm để tự thấy mình và rửa Tâm cho sạch sẽ an lạc được mấy lần?** Nguyện cho chúng ta cố gắng làm cho được mỗi ngày một lần trong chặng đường đầu tiên trên lộ trình về cõi Tịnh Độ.

Thi kệ:

Cái Ta Vô Ngã

Thân tâm tự tánh vốn là Không,
Quán tưởng cho tường lý Sắc Không:
Vọng thức có KHÔNG và có CÓ,
Tỉnh ra không CÓ cũng không KHÔNG.

CHÚ THÍCH

❶ **Tự Tại Nhân:** Danh hiệu tôn xưng Đức Phật đã chứng cái Đại Ngã, có đủ Bát Tự Tại, cũng gọi là Bát Đại Tự Tại. Tám đức Tự Tại gồm có:

– Chỉ một thân mà thị hiện ra rất nhiều thân, nhiều như số vi trần, để tùy duyên hóa độ chúng sanh.

– Thân như vi trần của Phật tỏa khắp Tam thiên đại thiên thế giới.

– Đại thân của Phật nhẹ nhàng bay bổng trên không, bay đến các cõi thế giới nhiều như số cát của 20 sông Hằng.

– Phật thị hiện ra vô lượng hình thể các loại ở tại cùng một cõi.

– Sáu căn (năm giác quan và hệ thống thần kinh) của Phật đều Tự Tại, có thể dùng một căn thay thế cho các căn khác.

– Phật đắc tất cả các pháp nhưng trong tâm vẫn tưởng là không có đắc pháp nào.

– Phật thuyết pháp một cách tự tại vô ngại, dẫu trải qua vô lượng kiếp những lý lẽ được thuyết vẫn còn có ý nghĩa, đem lợi ích đến cho người có tâm nghe.

– Phật phân tâm tỏa khắp nơi, nhưng Pháp thân Vô Tướng nên người ta không nhìn thấy, chỉ tưởng dường như Hư Không.

❷ **Trình tử:** Một bậc đại Nho đời Tống bên Trung Hoa, tên là Trình Di hiệu là Y Xuyên, có công chú giải kinh truyện thánh hiền lưu truyền đạo Khổng Mạnh cho hậu thế.

Trường hợp cụ thể NGẪM XEM CHÍNH MÌNH về mặt thực hành có nhiều phương thức khác với phương thức nội quán hàng ngày như đã trình bày ở phần Kết luận.

53 BẨY HẠNG VỢ

Đây là đề tài một bài Pháp dành cho hàng cư sĩ tu tại gia được thuyết giảng tại gia đình ông Cấp-Cô-Độc (Anàthapindika) ở Sàvatthi, một thí chủ quan trọng triệu phú đã kiến tạo ngôi Tịnh xá trứ danh Kỳ Viên cũng gọi là Kỳ Hoàn (Jetavana) để cúng dường Đức Phật. Nội dung đề tài BẢY HẠNG VỢ lược trích trong kinh Tăng Nhất A-Hàm (Anguttara Nikàya), quyển IV như sau:

Một hôm Đức Phật đến viếng gia đình vị trưởng giả, nghe thấy tiếng ồn ào. Ông Cấp-Cô-Độc kính bạch:

– Bạch Đức Thế Tôn, đó là Tu-Xà-Đề (Sujàtà), dâu của con, vẫn sống chung trong gia đình chúng con. Ỷ mình là con nhà giàu có trưởng thành trong cảnh sung túc, nó không nghe lời cha mẹ chồng và không để ý gì đến lời khuyên dạy của chồng. Nó cũng không biết tôn trọng kính ngưỡng Đức Thế Tôn.

Đức Phật cho gọi cô nàng dâu và giảng cho nghe một bài Pháp nói về BẢY HẠNG VỢ trên thế gian:

1 LIỆT KÊ BẢY HẠNG VỢ

Đức Phật lần lượt thuyết giảng đến từng hạng vợ trên thế gian:

1. Vừa là kẻ sát nhân vừa là vợ (Vadhakabhariyà)

Đây là hạng người nữ không có lòng trắc ẩn, không ngó ngàng đến việc chăm sóc chồng, không nhã nhặn ôn hòa. Hạng vợ này có tâm đồi bại, dễ bị khêu gợi kích thích, hay làm việc hư hèn trắc nết, trong tâm thức có khuynh hướng sát nhân.

2. Vừa là kẻ trộm vừa là vợ (Corabhariyà)

Đây là hạng người nữ tham lam chiếm hữu, trộm cắp tài sản của chồng dù là chút đỉnh, do chồng đã có công lao tạo mãi nên bằng tiểu công nghệ, thương mại hay nông nghiệp.

3. Vừa là bà chủ vừa là vợ (Ayyabhariyà)

Đây là hạng người nữ lười biếng tham ăn, cả ngày không làm gì, chỉ ngồi lê đôi mách và la lối, gắt gỏng, hạch sách. Hạng vợ này không biết đến công lao khó nhọc và sự chuyên cần của chồng trong việc mưu sinh cho cả gia đình.

4. Vừa là bà mẹ vừa là vợ (Màtubhariyà)

Đây là hạng người nữ đối xử với chồng có một tình thương như bà mẹ hiền dành cho đứa con duy nhất. Hạng vợ này hết lòng chăm sóc chồng, giữ gìn của cải, quán xuyến thận trọng, lưu tâm để ý từng ly từng tý một.

5. Vừa là em gái vừa là vợ (Bhaginibhariyà)

Đây là hạng người nữ biết kính nể chồng như người em gái kính nể anh. Hạng vợ này tánh nết nhu hòa, hết lòng phục vụ, chiều theo mọi ý muốn của chồng.

6. Vừa là bạn vừa là vợ (Sakhibhariyà)

Đây là hạng người nữ cảm thấy hân hoan vui vẻ mỗi khi tiếp xúc với chồng, giống như gặp lại người bạn thân đã lâu ngày xa cách. Hạng vợ này đối với chồng là một cộng sự viên duyên dáng dịu hiền, dễ mến.

7. Vừa là người tớ gái vừa là vợ (Dàsibhariyà)

Đây là hạng người nữ chịu đựng tất cả mọi sự trong cuộc sống chung, luôn luôn vâng lời chồng. Hạng vợ này giữ tâm tĩnh lặng, tinh khiết, không bao giờ sân hận, sợ hãi hay xúc động dù có bị đánh mắng roi vọt.

Sau khi thuyết giảng về BẢY HẠNG VỢ trong thế gian, Đức Phật nói rõ ba hạng vợ xấu là hạng gây rối cho chồng, trộm cắp và làm bà chủ của chồng, bốn hạng vợ tốt là hạng dành cho chồng một tình thương vị tha như bà mẹ, như em gái, như người bạn thân và như người tớ gái trung thành. Sau đó Đức Phật hỏi:

– Này Sujàtà, đó là BẢY HẠNG VỢ. Con thuộc về hạng nào?

– Bạch Đức Thế Tôn, xin Ngài hãy nghĩ rằng kể từ nay con thuộc về hạng vợ như người tớ gái.

Sujàtà là người nữ cư sĩ đầu tiên quy y.

2 DẪN GIẢI

Tâm thức kẻ sát nhân báo ứng ở người vợ thể hiện ở sự không có lòng trắc ẩn, ở hành vi làm tổn hại đến sinh mạng hay nếp sống tâm linh của người chồng bắt nguồn ở sự *si mê*, màn vô minh dày đặc hoàn toàn che lấp tánh thiện bẩm sanh ở người vợ.

Tâm thức kẻ trộm cắp báo ứng ở người vợ có nguyên do tự *lòng tham ích kỷ*, chỉ cốt lợi cho mình và không biết đến sự tác hại cho kẻ khác, dù đó là chồng chung sống với mình.

Tâm thức làm bà chủ báo ứng ở người vợ có nguyên do tự *lòng chấp ngã, hiếu thắng, vị kỷ* thường thấy ở người phái nữ thông minh, có tài tháo vát, có mưu trí tự tôn.

Tâm thức làm người mẹ báo ứng ở người vợ có nguyên do tự *tình thương tràn đầy* ở nữ giới nhưng *vẫn có tính cách lợi kỷ*, chưa hoàn toàn lợi tha, chưa khởi phát tâm Bồ-Đề.

Tâm thức làm người em gái báo ứng ở người vợ có nguyên do tự *tình thương* ở nữ giới, *tính cách lợi kỷ nhiều hơn* trường hợp tâm thức làm người mẹ.

Tâm thức làm người bạn đồng hành báo ứng ở người vợ có nguyên do tự *tâm bình đẳng* trong Phật giáo, coi hai người phối ngẫu hòa nhập vào nhau thành MỘT trong cuộc sống thọ nghiệp thế gian. Danh xưng *Người bạn đời, bạn trăm năm* diễn ý này.

Tâm thức làm người tớ gái báo ứng ở người vợ có nguyên do *khởi phát tâm Bồ-Đề* trong cuộc sống lứa đôi.

Đức Phật **tùy duyên hóa độ**, ứng dụng cho từng người thọ giáo. Điều chánh yếu cần lưu tâm: Cứu cánh việc hóa độ bao giờ cũng là chuyển hóa tâm thức người nghe pháp, từ vô minh vọng động trở thành giác trí thanh tịnh. Đề tài và phương pháp dẫn giải thì linh động diệu ứng tùy theo từng trường hợp khác nhau, không theo một phương tiện duy nhất nào. Đức Phật biết nàng Sujàtà ỷ mình xuất thân trong gia đình giàu có, sanh tâm chấp ngã nên kiêu mạn trong việc đối xử với bố mẹ chồng và chồng. Để đối trị hóa giải tâm vô minh vị kỷ của nàng, Đức Phật không đưa ra một tiêu chuẩn mẫu tốt nhất dành cho người nữ trong vai người vợ khi thọ nghiệp thế gian. Đức Phật đưa ra BẢY HẠNG VỢ từ xấu đến tốt để nàng được *tự do chọn lựa.* Quyền tự do chọn lựa này rất khế hợp với tâm thức của người kiêu mạn, thỏa mãn tâm vị kỷ chỉ biết có mình. Tóm lại Đức Phật *không triệt tiêu* năng lực kiêu mạn mà nàng Sujàtà tự lấy làm hãnh diện coi như lẽ sống, nguồn vui ở thế gian, Đức Phật chỉ *chuyển hóa* năng lực kiêu mạn này thành năng lực giác trí để thực chứng Chánh Pháp đạo làm vợ ở thế gian. Sự linh ứng diệu dụng tùy duyên hóa độ ở Đức Phật là **giữ nguyên năng lực vận hành bẩm sanh bất biến trong tâm thức chúng sanh mê lầm mà chỉ đổi mục tiêu nhắm tới**, từ mục tiêu hướng về sự Bất Thiện kiêu mạn vị kỷ thành mục tiêu hướng về sự Thiện từ mẫn vị tha. Như vậy, sự hóa độ mới hoàn toàn khế hợp với trường hợp chúng sanh có tâm kiêu mạn. Khi trả lời Đức Phật, nàng Sujàtà đã tự ý phát nguyện mình thuộc về hạng vợ thứ bảy vừa là người tớ gái vừa là vợ. Nàng đã giác thức đạo vợ chồng, cảm thấy mình vẫn *chủ động vận hành tâm thức,* chỉ nghe theo sự chỉ đường gián tiếp của Đức Phật. Tánh kiêu mạn của nàng không bị chặn đứng một cách mãnh liệt đột nhiên.

Như trên trình bày là sự **diệu ứng tùy duyên hóa độ** của Đức Phật, dưới đây là sự phân tách định chế vợ chồng ở thế gian:

Theo giáo lý Đạo Phật, cuộc sống lứa đôi của vợ chồng là một dạng thức hiển lộ của lý Nhân Duyên Quả Báo. NHÂN là những mầm mống gieo từ nhiều đời trước, những ràng buộc dính mắc trong dĩ vãng. DUYÊN là sự gặp gỡ kết đôi thành vợ chồng ở đời nay. QUẢ BÁO là sự đem lại cho nhau ở đời nay trong cuộc sống lứa đôi, đem lại cho nhau Hạnh phúc khi đã gieo Nhân lành hay Đau khổ khi đã gieo Nhân dữ từ nhiều đời trước. Câu thành ngữ *Hương lửa ba sanh* giải thích cuộc sống lứa đôi đời nay có nguyên do ít ra là từ ba đời trước. Sự phân loại thành Bảy Hạng Vợ của Đức Phật chỉ bảy trường hợp Quả Báo khác nhau có tính cách điển hình dễ hiểu, **khi nhận thấy Quả thì người thiện học phải suy tìm ra Nhân** để đi đến kết luận **muốn chuyển hóa Quả Báo thì phải chuyển hóa Nhân.** Kẻ vô minh chỉ nhìn thấy Quả rồi cầu xin Quả lành tránh khỏi Quả dữ, không nhận thấy Nhân đã gieo là lành hay dữ. Khi quán thấy Nhân đã gieo người thiện học mới hành trì Chánh pháp để tự dẫn mình đến Quả đúng như sở nguyện: *Quán thấy Nhân dữ đã gieo trong dĩ vãng thì lo nhẫn nhục trả nghiệp ở đời nay, đồng thời gieo Nhân lành để hóa giải Nghiệp chướng và hưởng Quả lành ngay trong đời nay và trong những đời sau.* Đó chính là **nương theo** sự vận hành lý Nhân Duyên để nhắm mục đích **chuyển hóa** Quả Báo theo đúng như sở nguyện, có tính cách **chủ động tích cực** khi quán Nhân đã gieo trong quá khứ và định hướng cho sự Báo Ứng trong tương lai. Lý Nhân Duyên Quả Báo trong đạo Phật có sự vận hành do *chính hành giả chứng ngộ đóng vai chủ động, chính mình tự* *định lấy Nghiệp của mình, tự chọn lấy Mạng của mình*, không có một vị Thượng Đế hay Thần linh nào chuyên quyền quyết định. Lý Nhân Quả trong đạo Phật **khác với thuyết Định Mệnh hay Tiền Định** trong nhiều tôn giáo duy thần là ở điểm cương yếu này.

3 ỨNG DỤNG

Bài Pháp rõ ràng dễ hiểu này nhằm mục tiêu trực tiếp giảng cho nàng Sujàtà và có hiệu lực tức khắc đã mặc nhiên chuyển hóa tâm thức của nàng, từ người vợ xấu sống theo Nhiệp lực dẫn dắt làm những điều sai trái trong đạo vợ chồng trở thành người vợ tốt sống theo Nguyện lực hướng tới sự làm theo Chánh đạo trong cuộc sống lứa đôi. Trường hợp chuyển hóa mầu nhiệm này do hai yếu tố: *Một là Pháp Duyên hay Phước Duyên đã làm cho nàng được gặp Đức Phật để nghe lời dạy về đạo vợ chồng; hai là Thiện Nhân hay Thiện Căn của nàng và chồng nàng đã tích lũy từ nhiều đời trước.* Duyên như thế, Nhân như thế hội lại thành ra Quả như thế. Sự vận hành chuyển hóa vẫn do Nhân (Thiện căn) là **chánh yếu**, Pháp Duyên gặp được Đức Phật để nghe lời dạy là **phù trợ** để ứng hiện thành ra Quả.

Nói chung trong phạm vi tổng quát, giới Phật tử phái nữ ứng dụng bài Pháp này như thế nào? Nội quán thấy bản thân mình không có Phước Duyên thâm hậu như nàng Sujàtà được tai nghe trực tiếp lời kim ngôn truyền dạy từ miệng Đức Phật nhưng vẫn có Hạnh Duyên học được bài Pháp quý báu này lưu lại hậu thế, người thiện học *vẫn như nghe thấy lời của bậc Từ Phụ* dạy con gái về đạo làm vợ trong cuộc sống lứa đôi. Người thiện tín tự chọn lấy câu trả lời, tự xếp mình vào hạng vợ nào trong số bảy hạng được truyền dạy. Tự tìm lấy câu trả lời theo Chân Tâm Thanh Tịnh ở cương vị người vợ trong hành trình thọ nghiệp thế gian, đó chính là **đã được Đức Phật khai thị hóa độ cho mình.**

Nói rộng hơn nữa, giới Phật tử phái nam đã lập gia đình ứng dụng bài Pháp này ra sao? Hãy quán chiếu người bạn đời của mình kể từ khi chung sống thuộc hạng vợ nào? Trong khi thọ nghiệp thế gian ở cương vị làm vợ, người bạn trăm năm của mình đã hành sử với tâm kẻ sát nhân, kẻ trộm cắp, bà chủ hay với tâm của một bà mẹ, một em gái, một người bạn đồng hành, một người tớ gái? Hãy tự hỏi rồi tự trả lời.

Hãy quán chiếu cho tỏ rõ cuộc sống chung mối liên hệ Nhân Duyên giữa hai người cùng đi theo một chặng đường cuộc sống vợ chồng trong lộ trình thọ nghiệp thế gian, **nhận thức cho nghiêm túc, chính xác, đầy đủ mọi**

mối Nhân Duyên, nhân gần cũng như nhân xa, thuận duyên cũng như chướng duyên. Việc này rất khó thực hiện nhưng không phải không thể hoàn tất, chỉ cần luôn luôn tự xét để tránh sự *vô minh, tà kiến, thiên kiến* thường có ở người chồng: Đó là không nhìn thấy những nết xấu, thường chỉ thấy nhiều tánh tốt ở người vợ trong thời gian mới sống chung, càng về sau càng thấy dần dần người vợ có nhiều nết xấu và giảm bớt hay mất hẳn một số tánh tốt.

Quán càng sâu, chiếu càng tỏ, ngẫm càng kỹ, tìm ra càng nhiều những yếu tố cần thiết để nhận thức ra *thực tướng của hôn nhân, bản thể của mối Nhân Duyên vợ chồng*, từ đó mới chứng ngộ chân lý vi diệu cao thâm trong lời dạy về đạo vợ chồng của cổ nhân để lại cho hậu thế trong câu tục ngữ lưu truyền trong dân gian **Thuận vợ thuận chồng, tát biển Đông cũng cạn.**

Trường hợp nhận thấy người vợ thuộc hạng xấu, có tâm thức kẻ sát nhân, kẻ trộm cắp hay bà chủ, người chồng thiện tín hiểu đó là sự báo ứng của Nhân bất thiện đã gieo từ đời quá khứ và Chướng duyên trong đời nay sui nên kết thành đôi lứa. Đó là lý Nhân Duyên Quả Báo trong đạo vợ chồng nên *đã làm khổ nhau.* Người chồng trả nghiệp cần phải lo gieo Nhân lành trong cuộc sống chung để **hoán chuyển sự Báo Ứng** ngay trong đời nay và ở những đời sau.

Trường hợp nhận thấy người vợ thuộc hạng tốt, có tâm thức người mẹ, người em gái, người bạn đồng hành hay người tớ gái, người chồng thiện tín hiểu đó là sự báo ứng của Nhân lành đã gieo từ đời quá khứ và Phúc duyên trong đời nay đưa đến kết thành đôi lứa. Đó cũng là lý Nhân Duyên Quả Báo trong đạo vợ chồng *nên đã đem lại hạnh phúc cho nhau*. Người chồng thọ nghiệp cần phải tiếp tục lo gieo Nhân lành trong cuộc sống chung để **tiếp tục hưởng sự Báo Ứng**, hưởng hạnh phúc lứa đôi trong đời này và ở những đời sau.

Trong cả hai trường hợp xấu và tốt, lý Nhân Duyên Quả Báo vẫn là MỘT, vận hành theo Chánh Pháp: Đây là sự bất biến trong lộ trình vận hành Nhân Quả. Sự khác nhau ở Quả Báo là do ở sự Gieo Nhân ở đời quá khứ và sự Hội Duyên ở đời nay: Đây là quyền tự do của mọi người thế gian **tự định lấy Nghiệp, tự quyết định lấy Mạng** của bản thân mình.

Một ẩn dụ sau đây làm sáng tỏ dễ dàng phần lý giải và hành trì lý Nhân Duyên Quả Báo trong đạo vợ chồng đối với người thiện học có tín tâm thâm hậu, dù là nam hay nữ đã lập gia đình hay sắp thành gia thất:

Kể từ khi nhập thai nằm trong bụng mẹ, con người ai cũng **thọ nghiệp thế gian**, giống như trong sinh hoạt về tiền bạc hàng ngày ai cũng có mở một **trương mục** ở ngân hàng. Tồn khoản có sẵn nhiều hay ít, dù tiền gửi hay tiền nợ là *Nghiệp Nhân* đã gieo từ nhiều đời trước. Việc rút tiền gửi ra chi dùng hay việc trả tiền nợ là *Nghiệp Quả* báo ứng ở đời hiện tại. Tiền gửi là *Phúc*, tiền nợ là *Họa*. Phúc hay Họa đều do tự mình tạo ra Nhân lành hay Nhân dữ, không có vị Thần Linh hay Thượng Đế nào chuyên quyền quyết định.

Khi nam nữ gặp nhau, kết duyên vợ chồng là hai *Biệt Nghiệp* hội lại trở thành một *Cộng Nghiệp* nghĩa là một người làm điều lành hay điều dữ thì cả hai đều hưởng phúc hay mang họa giống như hai trương mục riêng của mỗi người nay hợp lại thành một **trương mục chung**, vợ hay chồng đều có quyền rút tiền ra chi dùng và đều chịu trách nhiệm chung về số tiền nợ của ngân hàng. Mỗi lần gửi thêm tiền là một lần vợ hay chồng gieo một Nhân lành dù là hành vi, lời nói hay ý nghĩ. Mỗi lần rút tiền ra tiêu xài là một lần hưởng Quả Phúc. Ngược lại, mỗi lần vợ hay chồng gieo một Nhân dữ dù là hành vi, lời nói hay ý nghĩ là một lần ngân hàng tự động trừ bớt một số tiền trong tổng số tiền gửi (tức giảm bớt Quả Phúc), hoặc tăng thêm một số tiền trong tổng số tiền nợ (tức tăng thêm Tội Căn). *Nghiệp vụ ngân hàng này chính là sự vận hành của lý Nhân Duyên Quả Báo trong Đạo Phật.*

Cuộc sống lứa đôi có Hạnh Phúc do hai vợ chồng tạo dựng nên là trường hợp trương mục chung ở ngân hàng chỉ có tiền gửi, không có tiền nợ. Cuộc sống chung đau khổ vất vả cả hai vợ chồng cùng gánh chịu là trường hợp trương mục chung ở ngân hàng đã tiêu hết tiền gửi và khoản tiền nợ bắt đầu có và ngày một gia tăng. Người xưa có câu *Phi duyên trái bất thành phu phụ*, diễn nôm là *Không duyên không nợ, không thành vợ thành chồng*. Nói cách khác, nhìn vào trương mục chung ở ngân hàng thì biết rõ Cộng Nghiệp của hai vợ chồng. Thành ngữ cũng có câu **Của chồng công vợ** đã diễn ý Cộng Nghiệp trong đạo vợ chồng.

KẾT LUẬN

Kẻ cầm bút thành tâm cầu nguyện cho tất cả chúng ta thuộc thành phần có gia đình **luôn luôn theo dõi trương mục chung** ở ngân hàng, theo dõi thường xuyên mỗi ngày sinh hoạt trong cuộc sống lứa đôi. Vợ chồng nhắc nhủ nhau cùng theo dõi sự **tăng giảm giá ngạch** ở trương mục chung trong ngân hàng: mỗi ngày có bao nhiêu tiền gửi vào (deposit), bao nhiêu tiền chi ra khi sử dụng chi phiếu (check) hay thẻ tín dụng (credit card). Vợ chồng cùng tâm niệm không lúc nào sao lãng: *Trang trải hết tiền nợ càng sớm càng tốt, nợ vay từ những tiền kiếp và ở kiếp này; gia tăng số tiền ký thác để dành càng nhiều càng hay, dù là để dành được chút đỉnh.*

Đó chính là **hành trì xây dựng và thực chứng hạnh phúc lứa đôi.**

54 PHƯƠNG ĐÔNG

Kinh Đại bát Niết-bàn có kể một truyện: Đức Thế tôn hỏi các đệ tử đại bồ-tát có biết phương đông không? Ở đâu? Tại sao mà biết? Lần lượt các đệ tử đều trả lời giống nhau là có biết phương đông, ở phía trước mặt (lấy tay chỉ phía có mặt trời buổi sớm mai đang lên cao), và sở dĩ biết phương đông là nhìn thấy mặt trời mọc vào buổi sáng.

Đức Thế tôn lại hỏi lần nữa: Mọi người đều thấy như vậy, có ai thấy khác không? Hôm nào cũng thấy như vậy, có hôm nào thấy khác không? Các đệ tử lại lần lượt trả lời giống nhau: Mỗi người đều thấy như vậy và hôm nào cũng thấy như vậy.

Đức Thế tôn nói: **Khi không ở cõi Ta-bà thì không có phương đông, như vậy cũng không có phương tây, phương nam và phương bắc.**

Mới đọc ai cũng thấy câu truyện kể trên ngắn gọn và rất dễ hiểu. Suy ngẫm, người đọc nhận thấy *kinh Đại bát Niết-bàn là bộ kinh dẫn dạy những điều đại ngộ, ở bờ bên kia nhìn thông suốt sáng tỏ khắp vạn pháp.* Hơn nữa, các đệ tử của Đức Thế tôn đang được đấng từ phụ chỉ dạy là các *đại bồ-tát,* không phải là những chúng sanh sơ cơ chưa có thiện căn và công phu tu học. Như vậy, câu truyện kể trên không hẳn có nội dung ngắn gọn và rất dễ hiểu như thoạt ban đầu người mới đọc xong nhận thấy. Câu truyện diễn tả bằng ít lời ngắn gọn và rất dễ hiểu lại hàm chứa một nội dung phong phú, vi tế, *một bài học vừa rốt ráo tròn đầy vừa thiết thực trong việc tu tập hành trì hạnh bồ-tát.*

Câu truyện kể trên tạm thời được nhận xét và dẫn giải qua những chi tiết như sau:

– Câu hỏi của đức Thế tôn và câu trả lời của các đệ tử.

– Câu nói sau cùng của đức Thế tôn.

– *Dẫn giải sự việc theo vũ trụ quan.*

– *Dẫn giải sự việc theo nhân sinh quan.*

– *Dụng ý của đức Thế tôn.*

Đức Thế tôn hỏi hai lần, các đệ tử trả lời hai lần

Lần thứ nhất khẳng định sự hiện hữu của phương đông, đó là phía có mặt trời mọc. Lần thứ hai cho biết sự khẳng định này do nhiều người xác nhận và xác nhận ở nhiều thời điểm khác nhau sáng nào cũng thấy như vậy. Do đó hiện tượng phương đông có mặt trời mọc là một **sự thực không có ai phủ nhận**, một sự thực có thể kiểm nghiệm được bất cứ lúc nào, nói cách khác đó là một **chân lý** được con người thừa nhận. Nội dung những câu hỏi và câu trả lời chỉ có vậy. Tuy nhiên những nhận xét sau đây cần được lưu ý:

Lời lẽ và mạch lạc ngắn gọn và dễ hiểu nói lên sự **bình thường, đơn thuần** của mọi việc, của bản thể vạn pháp. Sự bình thường, đơn thuần này thường **không được lưu tâm đúng mức trang nghiêm,** nhiều người cho là dung dị, ấu trĩ nên không nhận thức được, *không khế hợp được với yếu lý của vạn pháp, với đổi rời ảo hóa của hiện hữu.*

Lần thứ hai hỏi và trả lời nói lên một ý niệm về sự thực, về chân lý: *Cái gì được xác nghiệm nhiều lần, cùng đem lại kết quả giống nhau, do đó cho là sự thực, là chân lý.* Ý niệm này không hoàn toàn đúng**, không phải là Chân như.**

Đức Thế tôn hỏi lần thứ hai nói lên *tầm quan trọng của sự việc*, có thể nói là đã gián tiếp báo trước sự sơ hở thiếu sót trong câu trả lời lần thứ nhất của các đệ tử đại bồ-tát.

Câu trả lời lần thứ hai của các đệ tử nói lên *sự lầm lẫn, thiếu sót ai cũng có thể mắc phải* dù là đã đạt đến đạo vị đại bồ-tát. Hơn nữa, *sự lầm lẫn, thiếu sót thường mắc phải trong trường hợp bình thường, đơn thuần,* không thấy có gì là khó khăn, rắc rối, làm cho người mắc lỗi coi nhẹ, cho là dung dị, không cần quan tâm nhiều. Nguyên nhân sự mắc lỗi là **vẫn còn vướng mắc chấp ngã, chấp pháp**, dù là chút ít, *tâm chưa được hoàn toàn tịch tịnh.*

Câu nói sau cùng của đức Thế tôn

Khi không ở cõi Ta-bà thì không có phương đông, như vậy cũng không có phương tây, phương nam và phương bắc. Cõi Ta-bà là cõi thế gian, là trái đất ở đó con người và muôn vật đang sinh tồn. Trường hợp không ở cõi Ta-bà không có nghĩa là tử vong, đi đầu thai sang kiếp khác. Không ở cõi Ta-bà chỉ có nghĩa là *không ở thế gian này, không ở trái đất này, đã rời khỏi trái đất này*. Hiểu từ ngữ Ta-bà như vậy, một câu hỏi đặt ra: Đức Thế tôn có phủ nhận chân lý vừa được tất cả các đệ tử đại bồ-tát xác quyết hay không? Có sự đối nghịch hay không? Câu trả lời là: **Không.** Không có sự đối nghịch, đức Thế tôn không phủ nhận lời xác quyết của các đệ tử vì đó là sự thực ai ở cõi Ta-bà cũng đều nghiệm thấy như vậy. Sự không đối nghịch này được dẫn giải bổ sung đầy đủ: **Trường hợp không ở cõi Ta-bà thì không có phương đông, còn một khi đang ở cõi Ta-bà, đang sống ở cõi thế gian này, đang đứng trên trái đất này thì thấy có phương đông.** Sự dẫn giải này rất *quan trọng*, coi như then chốt của nội dung câu truyện kể trong kinh. Tầm mức quan trọng sẽ được trình bày đầy đủ ở chi tiết chót cùng nói về dụng ý của đức Thế tôn.

Một nhận xét đáng kể nữa trong câu nói sau cùng của đức Thế tôn: **Không có phương đông có nghĩa là không có ý niệm gì về phương đông,** không có danh xưng phương đông, nói lên không ai hiểu là cái gì. Từ ngữ này không có nghĩa là **có mà không biết đến**, có sự hiện hữu mà sự hiện hữu này không được nhận thức, không được nhìn thấy. Đó là cái *thể tánh tự nó không, đó không phải là cái nhận thấy nó không, hình tướng nó không*. Lời dạy của đức Thế tôn thật là cao diệu.

Dẫn giải theo vũ trụ quan

Câu nói sau cùng của đức Thế tôn được hiểu như có hai vế: *Khi không ở cõi Ta-bà thì không có phương đông; khi ở cõi Ta-bà thì có phương đông*. Nói cách khác dễ hiểu hơn: Khi ở một điểm không phải là ở trên trái đất, cách xa trái đất, con người không hề thấy hiện tượng mặt trời mọc để **khởi sanh ra ý niệm** gọi nơi đó là phương đông; khi ở trên mặt trái đất, con người có thấy hiện tượng mặt trời mọc, từ đó mới **khởi sanh ra ý niệm** gọi nơi đó là phương đông.

Lời dạy của đức Thế tôn cách đây hơn 2500 năm đã phù hợp với khoa học không gian ngày nay. Sự định hướng đông tây nam bắc trên mặt trái đất là một **quy lệ cần thiết** cho sinh hoạt con người, nhất là trong sự di chuyển từ nơi này đến nơi khác trên mặt trái đất. Hiện tượng thường thấy mặt trời mọc lên buổi sớm mai và lặn xuống buổi chiều tối không có nghĩa là mặt trời di chuyển từ một nơi được gọi là phương đông để đi đến một nơi khác được gọi là phương tây như người ở thế gian này thường nói. Người có kiến thức khoa học phổ thông ai cũng hiểu hiện tượng mặt trời mọc và lặn, hiện tượng có ban ngày ban đêm ở mặt trái đất là do ở trái đất tự quay xung quanh mình nó mà tạo nên, không phải do ở sự di chuyển của mặt trời từ nơi này đến nơi khác trên mặt trái đất.

Copernicus (1473–1543), nhà thiên văn học Ba Lan đã khám phá ra định luật: Mặt trời là định tinh đứng yên một chỗ, trái đất là một vệ tinh của mặt trời quay chung quanh mặt trời. Trước đó, mọi người vẫn tin là trái đất đứng yên và mặt trời quay chung quanh trái đất, do đó có sáng tối và phương đông phương tây.

Ngay trên mặt trái đất, không nói đến trong không gian vũ trụ, cũng cần đứng ở một nơi nào, cần có **một điểm trụ** mới định hướng được đông tây nam bắc. Nếu thay đổi nơi đứng, thay đổi điểm trụ sự định hướng rất có thể sai khác, không còn giống như trước. Một người đứng ở giữa lãnh thổ Hoa Kỳ thấy *phương đông* có bờ biển miền đông giáp với Đại tây dương, *phương tây* có bờ biển miền tây giáp với Thái bình dương, *phương nam* có Mễ Tây Cơ, *phương bắc* có Gia Nã Đại. Nếu người này đi tàu biển ở Đại tây dương thì bờ biển miền đông nước Hoa Kỳ lại ở *phía tây*, không còn ở *phía đông* như trường hợp người này đứng ở giữa lãnh thổ Hoa Kỳ. Đó là tại **thay đổi điểm trụ, thay đổi chỗ đứng**. Suy ra, các phương khác cũng như vậy. Sự dẫn giải dễ hiểu theo khoa học không gian, theo vũ trụ quan đã giúp cho sự tìm hiểu ý nghĩa nội dung câu truyện về mặt nhân sinh quan được trình bày kế sau đây.

Dẫn giải theo nhân sinh quan

Câu nói sau cùng của đức Thế tôn nói lên được cốt tủy của Phật giáo đại thừa. Ở cõi Ta-bà không còn có nghĩa theo vũ trụ quan là ở trên trái đất, ở cõi Ta-bà theo nhân sinh quan có nghĩa là **sự chấp tâm thế gian** của chúng sanh còn mê lầm, chưa giác ngộ. *Không ở cõi Ta-bà là có tâm xuất thế gian, tâm vô trụ, tâm không chấp ngã, không chấp pháp của chư Phật, chư Bồ-tát.* Trường hợp không ở cõi Ta-bà là khi có tâm xuất thế gian, tâm vô trụ, tâm sáng suốt không vướng mắc bám víu vào một điểm trụ nào ở thế gian, lìa xa dứt bỏ mọi quy lệ giả định, mọi sắc tướng ảo huyễn để hòa nhập vào cảnh giới Chân như. Có như vậy sự hành trì Lục độ bồ-tát hạnh mới có đạo quả viên mãn, mới khế hợp với giáo lý đại thừa cứu độ chúng sanh. Sự dẫn giải từng điểm lần lượt như sau:

Đức Thế tôn không phủ nhận khi ở cõi Ta-bà thì có phương đông. Ý này là *hành giả tu trì bồ-tát hạnh không thể ngoảnh mặt làm ngơ, không biết đến sự đau khổ, mê lầm của chúng sanh ở cõi Ta-bà*. Hành giả nhận thức được sự vô minh luân hồi của chúng sanh thì mới khởi sanh tâm từ bi, tâm bồ-đề, tâm cứu độ chúng sanh. *Nhận thức được sự vô minh luân hồi của chúng sanh giống như sự thừa nhận quy lệ định hướng đông tây nam bắc* tuy là giả định nhưng quy lệ này **cần thiết** cho sinh hoạt con người trên mặt trái đất

Nếu thừa nhận quy lệ định hướng này rồi lại cho rằng đó là sự thật tuyệt đối, là chân lý vĩnh cửu, trường hợp này là **sai lầm** vì không xét tới khi rời xa trái đất thì không có phương đông, không có định hướng căn cứ vào phía mặt trời mọc. Đây là trường hợp hành giả *tu trì chưa đạt tới quả vị tâm xuất thế gian, chưa khởi sanh tâm bồ-đề, chưa dứt bỏ được nghiệp căn chấp ngã, chấp pháp.*

Sự tu trì bồ-tát hạnh cần cả hai mặt nhập thế gian và xuất thế gian: Nhập thế gian để thông suốt những mê lầm ở thế gian và để phát tâm bồ-đề cứu độ chúng sanh; xuất thế gian để có đủ sáng suốt và hạnh nguyện trở lại thế gian, trở lại hội nhập ở cõi Ta-bà, để có đủ phương tiện hữu hiệu tháo gỡ những phiền trược vướng mắc của chúng sanh. Hành giả tu trì bồ-tát hạnh được ví như người đi cứu kẻ ngã xuống giếng sâu không tự lên được. Không *nhìn xuống* đáy giếng thì làm sao biết có kẻ ngã xuống lâm nguy cần cứu. Người cứu cần phải *có thể đứng trên bờ giếng, có phương tiện hữu hiệu* như cái thang, dây thừng thì kết quả mới tốt đẹp. Người cứu cũng cần có *tâm cứu kẻ nguy khốn,* dòng cái thang hay sợi dây xuống thì kẻ dưới đáy giếng mới thoát nguy được. Nếu chỉ đứng trên bờ giếng kêu la phàn nàn, không đi kiếm thang, kiếm dây, hoặc hấp tấp tay không nhảy xuống giếng sâu định để cứu kẻ sắp chết đuối, cả hai trường hợp này chắc chắn kết quả không tốt đẹp, có khi thay vì một người chết đuối lại có thêm một người nữa chết ngộp. Sự giác ngộ, sự sáng suốt của tâm xuất thế gian cần thiết cho việc tu trì hạnh bồ-tát là như vậy.

Dụng ý của đức Thế tôn

Đối chiếu hai sự dẫn giải theo vũ trụ quan và theo nhân sinh quan câu nói sau cùng của đức Thế tôn, người thiện học nhận thấy dụng ý của đức Thế tôn: Cách đây hơn 2500 năm, chinh phục không gian chưa phải là mục tiêu nhằm tới của con người, chưa phải là nhu cầu cần thiết của con người. Như vậy, *lời dạy của đức Thế tôn chỉ nên hiểu theo sự dẫn giải theo nhân sinh quan*: Đức Thế tôn đã dùng phương pháp giảng dạy đi từ dễ đến khó, nói cái cụ thể để diễn cái trừu tượng, lập luận rõ ràng khúc triết để nội dung sự truyền đạt thâm nhập dễ dàng vào tâm thức người tu tập hơn là lý luận phức tạp, rườm rà. Nói cách khác, dụng ý của đức Thế tôn là nhắc nhở các đệ tử **không nên coi nhẹ những sự việc tưởng như dung dị, dù là ở cương vị đã đạt đạo quả đại bồ-tát.** Không quên cảnh Ta-bà mê lầm khổ ải và sự cần thiết có tâm xuất thế gian là hai điều các đệ tử đại bồ-tát đều đã biết, nếu chưa biết đến đã không phải là đại bồ-tát, nhưng đức Thế tôn vẫn nhắc nhở là tại sao? Lý do dẫn giải như sau: **Những điều tin là đã biết vẫn có thể là biết chưa rốt**

ráo, chưa trọn vẹn, chưa đem lại kết quả như ý khi đem ra thực hành. Đức Thế tôn đặt câu hỏi lần thứ hai là có dụng ý như vậy.

Tóm lại, dụng ý của đức Thế tôn không phải chỉ dạy một điều *mới mẻ* các đệ tử đại bồ-tát chưa biết đến. Đức Thế tôn chỉ nhắc lại điều các đại đệ tử bồ-tát đã biết, nhấn mạnh vào điểm cẩn trọng khi hành trì bồ-tát hạnh. **Biết, tưởng là biết rõ ràng rồi chưa đủ, cần phải thực hành mới nhận ra được cái biết của mình còn sai lầm, thiếu sót**. Người đọc kinh Phật đừng bám vào văn kinh thì mới có thể khế hợp được liễu nghĩa trong lời Phật dạy cũng như đừng tin quy lệ mặt trời mọc ở phương đông là chân lý bất biến, là Chân như.

LỜI BÀN

Một đạo hữu có ý kiến góp thêm như sau: Bài viết có ưu điểm nói lên được dụng ý của đức Thế tôn, nhưng người viết bài *có khuyết điểm là không nói đến dụng ý của các đệ tử đại bồ-tát.* Trong câu trả lời lần thứ hai, các đệ tử không phải là không biết đến dụng ý của đức Thế tôn. Ở cương vị đại bồ-tát, các đệ tử **biết mà vẫn trả lời như vậy** là có dụng ý như sau: *Lời dạy của đức Thế tôn ở câu nói sau cùng không phải chỉ để giác ngộ các đệ tử đang đối đáp đức Thế tôn, mà để giác ngộ mãi mãi về sau cho những kẻ hậu học*. Đó không hẳn là lời dạy cho một số người, đó là lời nói lên **chân lý bất biến** dạy cho tất cả mọi người. Muốn đạt được kết quả tốt đẹp, sự truyền dạy này phải là lời nói của đức Thế tôn, nếu lời truyền dạy này để lại cho hậu thế do các đệ tử tuyên nói, e rằng kết quả không được viên mãn như sự cầu mong trong tâm các đệ tử đại bồ-tát.

Kẻ cầm bút bái nhận ý bàn thêm, tri ân bậc túc học nên ghi chú phụ đính để các bạn đọc rộng đường duyệt lãm.

55 GIẢI THOÁT

Thể Thi Nhạc giao duyên Trường đoản ca

Chợt nghĩ đến cuộc đời
Nhắn ai người đau khổ
Nơi xa cảnh lạ
Bước đường bỡ ngỡ
Nửa đời dang dở với lao đao!
Hãy khai tâm phát nguyện tối cao,
Một Tâm Nguyện thanh tao:
Phù sanh chớp mắt giấc chiêm bao
Trần ai gió cuốn ai nào biết ai!
Say mê Giấc Bướm mãi hoài
Mau mau tỉnh dậy ai người tương tri!
Một đời tử biệt sinh ly,
Công danh phú quý ra gì mà mong!
Thành công, thất bại, tồn vong,
Quán Duyên Ly–Hợp, Có–Không, Đổi rời,
Trăm năm nhắm mắt lìa đời
Vui buồn, sướng khổ ai người hơn ai?

Nào những ai
Thuyền tình chìm nổi,
Bể aí đầy vơi,
Dở hay tiếng khóc câu cười,
Tự mua lấy mối hận đời ngàn thu!

Nào những ai
Hoa ghen thua thắm,
Tạo Hóa gây thù,
Vô tình ngọn gió trận mưa
Để tan cánh thắm, để sơ nhị vàng!
Nào những ai
Năm châu vùng vẫy,
Bốn biển dọc ngang,
Lỡ thời sự nghiệp dở dang
Giữa đường đành để lỡ làng không xong!
Nào những ai
Anh hùng cứu nước,
Hiệp sĩ thương giòng,
Đường xa gánh nặng non sông,
Tháng ngày chiến địa long đong một mình!
Nào những ai
Ham mê phú quý,
Say tưởng công danh,
Đêm ngày đắp mộng công khanh,
Trăm năm phù thế sau thành ra chi!
Nào những ai
Xót thương tử biệt,
Buồn tủi sinh ly,
Cảnh đời tươi đẹp mấy khi
Con đường Hạnh phúc biết đi phương nào!
Cứ như ai
Sáng nhìn đất rộng,
Chiều ngắm trời cao,
Thiên nhiên hòa nhập ngọt ngào,
Của dùng tri túc lòng nào chẳng an!
Tâm hồn giải thoát
Giữa chốn trần gian,
Bụi hồng còn bám tấm thân

Cũng không hoen ố cái Tâm trong lành.
Nhắn ai đồng khí đồng thanh
Cùng nhau vui bước tiến nhanh đường đời!

Nhận xét về hình thức

Bài thơ nào cũng có hình thức và nội dung: *Hình thức* là lời thơ, thể điệu, bút pháp, nói chính xác hơn là *Thi pháp* tức Thuật Làm Thơ của tác giả; *nội dung* là *Thi tứ* tức ý thơ, tư tưởng tức tâm sự của tác giả. Vạn pháp có SỰ và LÝ, có PHÁP TƯỚNG và PHÁP TÁNH. Sự hay Pháp Tướng là hình thức, Lý hay Pháp Tánh là nội dung. Làm thơ là mượn hình thức để diễn tả nội dung, hành trì Phật pháp là nương theo Sự để đạt tới Lý, nương theo Tướng để tỏ ngộ Tánh Chân Như.

Chấp Sự mà quên Lý, chấp Tướng mà quên Tánh là không thể được, giống như người làm thơ chỉ lo về lời thơ, điệu thơ mà quên mất nội dung bài thơ muốn truyền đạt tới người nghe thơ. *Chấp Lý mà quên Sự, chấp Tánh mà quên Tướng* cũng không thể được, giống như người làm thơ có Thi tứ dồi dào, ý hay, tư tưởng cao, tâm sự hào hùng mà không dùng Thi pháp, lời thơ, thể thơ thì lấy gì làm phương tiện truyền đạt nội dung tới người thưởng thức thơ, hơn nữa làm sao gọi được là THƠ nếu không có lời, không có vần điệu? Thuật ngữ trong Phật học có câu **Mượn thuyền để qua sông từ bờ bên này tới bờ bên kia**. Bờ bên này là MÊ thường gọi là Bến Mê, bờ bên kia là GIÁC, thường gọi là Bến Giác. Con thuyền là *phương tiện* sang sông, các pháp môn hành trì. *Cứu cánh* là Giác Ngộ Giải Thoát tức sang tới bờ bên kia, chữ Hán gọi là *Bỉ ngạn*. Không Phật tử nào qua sông đến Bến Giác mà không cần đến phương tiện là con thuyền, tục ngữ có câu **Qua sông phải lụy đò** là diễn ý như vậy, muốn đạt tới Cứu cánh phải cần đến Phương tiện. Nhưng một khi hành giả đặt chân lên bờ bên kia rồi thì phải *rời bỏ con thuyền*, không có ai vác con thuyền lên vai mà đi bộ tiếp tục hành trình Giải Thoát. *Qua sông phải lụy đò* là lời dạy kẻ sang sông khi chưa sang tới bờ bên kia **chớ có vội rời bỏ con thuyền quá sớm**. Đó là bất đạt, là chấp Lý quên Sự, chấp Tánh quên Tướng, là làm thơ chỉ chuyên chú tập trung vào Thi tứ, ý thơ mà quên mất Thi pháp cần thiết để diễn tả ý thơ.

Nội dung

Bài thơ GIẢI THOÁT có nội dung nói đến *Cứu Cánh* sự hành trì Phật pháp, đưa chúng sanh thoát khỏi mọi đau khổ phiền não. Dụng ý của tác giả là *Khuyến Tu*, nhắn nhủ bạn đồng đạo cùng vui bước trên đường tiến tu. Bài thơ không đi sâu vào phần lý giải Giáo pháp thâm diệu của đạo Phật vì lý do tác giả chú trọng đến hình thức Thi pháp hơn là Thi tứ Giáo pháp, tuy không hẳn là chấp Sự mà quên Lý tức quên phần nội dung.

Hình thức

Làm thơ cũng như thưởng thức thơ, nhiều người đã quan tâm chú ý đến nội dung ý thơ mà coi thường hình thức Thi pháp. Đó là sự thiên lệch của thành phần yêu thơ, sính thơ mà chưa đầy đủ trọn vẹn khả năng Thi pháp làm thơ hay thưởng thức thơ, tâm hồn mình chưa *hội nhập hòa hợp với tâm hồn Nàng Thơ*, nói văn hoa là chưa hội duyên gặp mặt Nàng Thơ để tỉ tê tâm sự. Về Phật pháp cũng vậy, chấp Lý quên Sự thì không đạt tới *Lý Sự viên dung*, chưa thông suốt được lý Bất Nhị, Một là Hai và Hai là Một, nói cách khác là chưa *hội kiến Như Lai*, nôm na là chưa gặp Phật.

Sự Tướng Phật pháp quan trọng như thế! Hình thức bài thơ cần thiết như thế! Những ai tự nhận có Hồn Thơ hãy tâm niệm như thế, cùng nhau tìm hiểu HÌNH THỨC bài thơ Giải Thoát. Thiển ý kẻ cầm bút như sau:

Nhận xét tổng quát

Bài thơ Giải Thoát theo thể *Thi Nhạc giao duyên Trường Đoản ca*, phối hợp tiết tấu gieo vần trong Thơ với nhịp điệu trong Nhạc, có số câu không hạn chế nhất định, số chữ trong mỗi câu nhiều ít tùy theo nhịp thơ, vần bằng hay trắc, cước vận (vần ở cuối câu) hay yêu vận (vần ở giữa câu) được tùy nghi gieo vần một cách linh hoạt. Nói đại cương, đây là một dạng **Thơ Mới** gọi là **Thơ Tự Do**. Thơ Tự Do không có nghĩa là thể thơ phóng bút viết thế nào cũng được, không cần theo một quy tắc nào. Thực nghĩa *Thơ Tự Do là dạng thơ không theo một quy tắc nào có tính ước lệ nhưng phải theo một quy tắc đặc thù cá biệt* do cá nhân tác giả tự đặt ra để ứng dụng cho một bài thơ nhất định nào đó theo thi hứng riêng từng bài. Do đó, có nhiều bài cùng theo thể thơ Thi Nhạc giao duyên Trường Đoản ca lại khác nhau về chi tiết như số câu, số chữ trong mỗi câu, tiết tấu, gieo vần…

Nhận xét về thi sử

Đây là bài thơ có **hình thức kết hợp hài hòa** cả ba nguồn gốc theo giòng thời gian của Thi sử Việt Nam. Ba nguồn thi điệu gồm có:

Thơ Truyền Thống Dân Tộc

Đây là thể thơ có tánh chất nòng cốt cổ truyền của dân tộc Việt Nam, phát xuất hài hòa với Cổ Nhạc như dân ca, điệu hát, câu hò… từ Bắc chí Nam như hát quan họ Bắc Ninh, hò Huế, ca Cải Lương ở miền Nam… Đó là thể thơ *Lục bát* với nhiều dạng biến thể, điển hình là thể *Song thất lục bát,* cũng gọi là *Lục bát gián thất* có cả vần bằng và vần trắc, cước vận và yêu vận.

Thơ Cũ

Đây là thể thơ có đặc tánh thơ Đường của Trung Hoa, gọi là Đường luật *coi trọng về hình thức có nhiều quy tắc nghiêm minh khe khắt* như bố cục, gieo vần, số câu, số chữ trong mỗi câu, niêm luật, đối… Thơ Việt Nam mang danh là Thơ Cũ thường chỉ các thể thơ Đường luật. Bài Giải Thoát không phải là Thơ Cũ nhưng chịu ảnh hưởng của thơ Đường ở *luật đối*. Dẫn chứng một đoạn ngắn có luật đối:

Nào những ai
Thuyền tình chìm nổi,
Biển ái đầy vơi,
Dở hay tiếng khóc câu cười,
Tự mua lấy mối hận đời ngàn thu!

Câu đầu gồm ba tiếng được nhắc lại ở đầu mỗi đoạn ngắn coi như mở đầu một *điệp khúc* trong bài trường ca. Đây là *Thi Nhạc giao duyên.*

Hai câu kế, mỗi câu bốn tiếng đã đối nhau rất chỉnh, hội đủ cả ba điều trong luật đối:

– Đối thanh bằng trắc đối nhau: *Thuyền tình* đối với *Biển ái*, *chìm nổi* đối với *đầy vơi.*

– Đối ý: *Thuyền* đối với *Biển*; *tình* đối với *ái*; *chìm nổi* đối với *đầy vơi*.

– Cùng một loại tự: *Thuyền tình* và *Biển ái* đều là danh tự đóng vai chủ từ, *chìm nổi* và *đầy vơi* đều là tính tự đóng vai chỉ tình trạng.

Hơn nữa, trong câu sáu kế tiếp có trường hợp tiểu đối: *Tiếng khóc* đối với *Câu cười.*

Thơ Mới

Đây là thể thơ du nhập vào nước Việt Nam trong thời kỳ Pháp đô hộ chịu ảnh hưởng của thơ Pháp. Danh xưng *Thơ Mới* dùng để ứng đối với Thơ Cũ chịu ảnh hưởng của thơ Trung Hoa, lấy thời gian làm tiêu chuẩn. Cũng gọi là *Thơ Tự Do* dùng để ứng đối với Thơ Cũ có nhiều điều kiện gò bó về hình thức, lấy quy tắc bắt buộc làm tiêu chuẩn. Dẫn chứng đoạn Mở đầu gồm có chín câu theo thể điệu Thơ Mới:

Chợt nghĩ đến/cuộc đời (5 tiếng)
Nhắn ai/người đau khổ, (5 tiếng)

Nói xa/cảnh lạ (4 tiếng)
Bước đường/ bỡ ngỡ, (4 tiếng)
Nửa đời/dang dở/với lao đao, (7 tiếng)
Hãy khai tâm/tín nguyện/tối cao (7 tiếng)
Một Tâm Nguyện/thanh tao: (5 tiếng)
Phù sanh/chớp mắt/giấc chiêm bao (7 tiếng)
Trần ai / gió cuốn / ai nào / biếi ai! (8 tiếng)

Tánh cách Tự Do không bị những quy tắc gò bó như Thơ Cũ làm cho Thơ Mới dễ giao duyên với Âm Nhạc gồm có:

– *Số tiếng* trong một câu ít nhiều tùy theo tiết điệu từ 4, 5, 7 đến 8 tiếng.

– *Số nhịp* về tiết điệu trong mỗi câu thay đổi từ 2, 3 đến 4 nhịp, Số tiếng trong mỗi nhịp không nhất định lúc 2 lúc 3, khi thì nhịp 2 đứng trước nhịp 3 khi thì ngược lại. Câu 8 tiếng có 4 nhịp đều là nhịp 2. Nhịp bằng và nhịp trắc đứng xen nhau tạo nên âm hưởng trầm bổng nhịp nhàng.

– *Cách gieo vận* cũng linh hoạt tự do theo tiết điệu: Ba câu 2, 3 và 4 có liền ba vần trắc *khổ, lạ* và *ngỡ*. Bốn câu 5, 6, 7 và 8 có liền bốn vần bằng *đao, cao, tao* và *bao.* Tiếng *bao* ở câu 8 là cước vận, tiếng thứ sáu ở câu 9 kế tiếp *nào* là yêu vận. Sự chuyển từ cước vận sang yêu vận nhằm mục đích đổi thể thơ cho hai câu kế tiếp theo thể lục bát.

KẾT LUẬN

Bài Giải Thoát theo thể thơ *Thi Nhạc giao duyên Trường Đoản ca* đem đến cho người Phật tử quán sâu về HÌNH THỨC hai nhận xét:

Đây là Thi pháp lấy thơ truyền thống của dân tộc làm CHÁNH, làm NHÂN; hai nguồn Thi pháp ngoại lai du nhập từ Trung Hoa và Pháp chỉ là PHỤ, chỉ là TRỢ DUYÊN. Thơ Nhạc là một bộ phận quan trọng trong nền tảng Văn Hóa dân tộc, *một mặt bảo tồn và phát huy tinh thần truyền thống của con cháu Lạc Hồng, một mặt giang tay tiếp nhận những nguồn ngoại lai* để tổng hợp dung thông làm cho viên mãn thăng tiến hơn trên đường Tiến Hoá của giống nòi và của nhân loại nói chung.

Trong phạm vi Phật học, đây là trường hợp LÝ SỰ VIÊN DUNG, không chấp LÝ mà quên SỰ, cũng không chấp SỰ mà quên LÝ. *Người con Phật làm thơ chớ coi nhẹ Hình Thức.* Đó là ý nguyện của tác giả muốn trình bầy với các bạn đồng đạo yêu Thơ.

TỔNG KẾT

RỦ NHAU CÙNG TU

Đã sinh ra kiếp làm người,
Tu là chuyển nghiệp cho đời nở hoa:
Tìm ngay Phật ở Tâm ta,
Trang nghiêm Tịnh Độ tự nhà mình ra;
Kính nhường, đầm ấm vui hòa,
Thế gian hết khổ ấy là chân tu.

Khéo tu bắt chước bông sen
Hương thơm sắc đẹp ở trên mặt hồ,
Sống trong nước đọng bùn nhơ
Vẫn không ô nhiễm lu mờ sắc hương.
Hành trì lấy đó làm gương
Nhất tâm Thanh Tịnh thẳng đường tiến tu.

Bảo Thông cẩn chí

Made in the USA
San Bernardino, CA
26 November 2013